'फॉलिंग ओव्हर बॅकवर्ड्स' या इंग्रजी पुस्तकाचा मराठी अनुवाद

मागील पानावरून... मागेच!

आरक्षण व न्यायसंस्थेचा लोकानुनय यांवरील विवेचन

लेखक

अरुण शौरी

अनुवाद

अशोक पाध्ये

मेहता पब्लिशिंग हाऊस

FALLING OVER BACKWARDS by ARUN SHOURIE

Translated into Marathi Language by Ashok Padhye

मागील पानावरून... मागेच! / वैचारिक

अनुवाद : श्री. अशोक पाध्ये
४३, स्वप्ननगरी, २०, कर्वे रस्ता,
पुणे – ४११००४. ✆ ०२०-२५४४४०६५

प्रकाशक : सुनील अनिल मेहता, मेहता पब्लिशिंग हाऊस,
१९४१, सदाशिव पेठ, माडीवाले कॉलनी, पुणे – ३०.

अक्षरजुळणी : इफेक्ट्स, कोथरूड, पुणे – ३८.

मुद्रक : स्पेक्ट्रम ऑफसेट, डी-२/४, सत्यम इस्टेट,
सीडीएसएसच्या मागे, एरंडवणे, पुणे – ४११००४.

मुखपृष्ठ : चंद्रमोहन कुलकर्णी

प्रथमावृत्ती : जून, २०१३

किंमत : ₹ ४५०/-

ISBN 978-81-8498-480-4

माझ्या आई-वडिलांच्या स्मृतीस

जिंदगी के हर इक मोड पे नजर आया
तेरी निगाह-ए-करम का घना घना साया...

– फिराक

अनुक्रमणिका

'या मार्गावरती नुसताच मूर्खपणा भरलेला नाही, तर सर्वनाश ठेवलेला आहे.' – पं. नेहरू

भारताचे पहिले पंतप्रधान पं. जवाहरलाल नेहरू यांनी सर्व राज्यांच्या मुख्यमंत्र्यांची एक बैठक घेतली होती. त्यानंतर २७ जून १९६१ रोजी सर्व मुख्यमंत्र्यांना उद्देशून त्यांनी एक प्रदीर्घ पत्र लिहिले होते. त्या पत्रातील महत्त्वाचा भाग खाली दिला आहे :

...उत्कृष्ट कार्यक्षमता आणि पारंपरिक चाकोरीतून बाहेर पडणे यांबद्दल मी वरती सांगितलेले आहेच. त्यासाठी आपल्याला आरक्षणाच्या, विशेषत: एखाद्या विशिष्ट जातीला किंवा गटाला विशेष हक्क बहाल करण्याच्या जुन्या सवयींमधून बाहेर पडणे गरजेचे झाले आहे. नुकतीच आपण राष्ट्रीय एकात्मता या विषयावर सर्व मुख्यमंत्र्यांची बैठक येथे घेतली होती. त्यात असे ठरले होते की, जातींवर आधारित मदत न देता ती आर्थिक निकषांवरती दिली जावी. अनुसूचित जाती व जमाती यांना मदत करण्यासाठी आपण काही नियमांना व संकेतांना बांधले गेलो आहोत हे खरे आहे. त्या जातीजमाती मदत घेण्यासाठी लायक आहेत, पण तरीही मला कोणत्याही तऱ्हेने आरक्षण, विशेषत: सेवा क्षेत्रातील आरक्षण ठेवणे पटत नाही. ज्यामुळे आपण अकार्यक्षमता व दुय्यम दर्जाचे मापदंड निर्माण होण्याच्या दिशेने जाऊ, अशा कोणत्याही गोष्टीला माझा जोरदार विरोध असेल. मला माझा देश हा प्रत्येक बाबतीत सर्वश्रेष्ठ झालेला हवा आहे. ज्या क्षणाला आपण दुय्यम दर्जाला उत्तेजन देऊ त्या क्षणी आपण सारे काही गमावलेले असेल.

एखाद्या मागासवर्गीय गटाला मदत करण्याचा एकमेव मार्ग म्हणजे त्यांना चांगल्या शिक्षणाच्या संधी उपलब्ध करून देणे हा होय. या शिक्षणात तंत्रज्ञानाचे शिक्षण हेही अंतर्भूत आहे. कारण

दिवसेंदिवस त्याला अधिकाधिक महत्त्व येते आहे. या खेरीज बाकी कसलीही मदत देणे म्हणजे कुबड्या पुरवण्यासारखे आहे. अशा कुबड्यांमुळे ना शरीराला बळ प्राप्त होते, ना शरीराचे आरोग्य सुधारते.

नुकतेच आपण दोन अत्यंत महत्त्वाचे निर्णय घेतले आहेत. 'सर्वत्र मोफत प्राथमिक शिक्षण उपलब्ध करून देणे', हा त्यातला एक पायाभूत निर्णय असून दुसरा निर्णय म्हणजे शिक्षणाच्या सर्व पातळ्यांवरती बुद्धिमान मुलामुलींना मोठ्या प्रमाणात शिष्यवृत्त्या उपलब्ध करून देणे. या शिष्यवृत्त्या फक्त भाषाविषयक ज्ञानशाखांसाठीच नसून वैज्ञानिक, तंत्रवैज्ञानिक व वैद्यकीय शिक्षणाच्या ज्ञानशाखा यांनाही मोठ्या प्रमाणात उपलब्ध केल्या जातील. बुद्धिमान आणि लायक अशा मुलामुलींवरती मी मुद्दाम भर देतो आहे. कारण फक्त हीच मुलेमुली आपणा सर्वांचे आदर्श उंचावून ठेवू शकतील. या देशात सुप्त अवस्थेत असलेल्या बुद्धिमत्तेचा एक महाप्रचंड साठा सामावलेला आहे. फक्त या बुद्धिमत्तेला प्रकट होण्याची आपण संधी दिली तरच हे शक्य होईल याची मला खात्री वाटते.

पण जर आपण धार्मिक आणि जातीय पायांवर आधारित असलेली आरक्षणे ठेवली, तर बुद्धिमान आणि लायक लोकांना चिखलात गाडून टाकल्यासारखे होईल. मग उरेल ते फक्त दुय्यम किंवा तिय्यम दर्जाचे असेल. जातीजमातींवर आधारित आरक्षण ठेवण्याचा उद्योग हा कोणत्या थरापर्यंत पोचला आहे ते पाहून मला मोठे दुःख होते. ***या मार्गावरती नुसताच मूर्खपणा भरलेला नाही, तर सर्वनाश ठेवलेला आहे.*** *मागासवर्गीयांना आपण सर्व तऱ्हेने मदत करू, पण ती मदत उत्कृष्ट कार्यक्षमतेची किंमत देऊन करता कामा नये. देशातील सार्वजनिक क्षेत्रातील उद्योग किंवा कोणत्याही क्षेत्रातील उद्योग यांची निर्मिती ही आपल्याला दुय्यम दर्जाच्या लोकांकडून कशी करता येईल?...*

— पं. जवाहरलाल नेहरू

या पुस्तकाचा प्रपंच कशासाठी आहे?

"गुणवत्ता आणि कार्यक्षमता ह्या गोष्टी म्हणजे आपला एकाधिकार टिकविण्यासाठी आर्यांनी लावलेले शोध आहेत."

अशोककुमार गुप्ता विरुद्ध उत्तर प्रदेश राज्य (१९९७), (5 SCC 201, at 231, para 35) या खटल्याचा निकाल देताना सर्वोच्च न्यायालयाने वरील शब्द वापरले आहेत.

व्ही.टी. राजशेखर याने Merit, my foot. A reply to Anti-reservation racist, (दलित साहित्य अकादमी, बंगलोर, १९९६) या लेखात लिहिले होते – 'गुणवत्ता गेली खड्ड्यात, आरक्षणविरोधी वंशवाद्यांना (हा खटला म्हणजे)एक उत्तर आहे.' अशा शब्दांत या लेखात ऊहापोह करण्यात आला होता. सर्वोच्च न्यायालयाच्या त्या न्यायाधीशाने सदरहू लेखक या विषयातील एक अधिकारी व्यक्ती आहे असे मानून त्याचा लेख उचलून धरला व आपल्या निकालपत्रात म्हटले, 'भारतात गुणवत्ता व कार्यक्षमता यांना जेवढे महत्त्व दिले जाते तेवढे जगात कुठेही दिले जात नाही. यामुळे भारत जगात १२० व्या क्रमांकावर घसरला आहे. म्हणजे जवळजवळ तळाशी पोचला.' सर्वोच्च न्यायालय पुढे म्हणते, "भारतावर राज्य करणारे उच्चवर्णीय लोक या गुणवत्तेच्या मंत्राचा उपयोग करून या देशातील मूळच्या कोट्यवधी जनतेला म्हणजे अस्पृश्य, आदिवासी, मागास जाती आणि धार्मिक अल्पसंख्य यांना कायमचे गुलामगिरीत ढकलून देत आलेले आहेत. 'गुणवत्ता व कार्यक्षमता' या शब्दांद्वारे त्यांना जन्माची जात म्हणायची असते. गुणवत्ता ही उच्चवर्णीयांच्या रक्तातच असते, असेही त्यांना म्हणायचे असते. हे सरळ सरळ शुद्ध वंशवादाचा पुरस्कार करण्यासारखे आहे. जन्म आणि कातडीचा रंग यांचा (मेंदूतील) 'गुणवत्ता व कार्यक्षमता' यांच्याशी (मेंदूशी) काहीही संबंध नसतो. हे विज्ञानाने सिद्ध केले आहे. पण जगातील कोणताही सत्ताधारी वर्ग विज्ञानाशी संबंध ठेवीत नाही, कारण विज्ञान हे प्रगतीच्या बाजूने उभे असते. आणि ज्यांना प्रगतीमध्ये रस आहे त्यांना मानवी बनावेच लागते. पण तसे भारतात घडत नाही. माणसांच्या बाबतीत किती अमानवी वृत्ती अत्यंत उघडपणे धारण केली जाते हे कुणाला जर पाहावयाचे असेल, तर त्याने भारतात येऊन पाहावे. भारत ही वंशवादाची आणि असमानतेची

मूळ भूमी आहे. म्हणून गुणवत्तेचे तत्त्वज्ञान हे इथल्या उच्चवर्णीयांना किंवा सत्ताधाऱ्यांना चांगलेच शोभून दिसते...'' (अशोककुमार गुप्ता विरुद्ध उत्तर प्रदेश राज्य, (१९९७) 5 SCC 201, at 231. para 35.)

ज्या वादग्रस्त लेखकाच्या लेखाचा आधार घेऊन सर्वोच्च न्यायालयाने आपला निकाल दिला, तो लेखक एक जहाल व द्वेषाने भारलेला प्रचारक आहे. अत्यंत हीन, घाणेरडी व शिवीगाळ असलेली चिखलफेक दुसऱ्यांवर करण्यासाठी त्याने स्वत:ला वाहून घेतले आहे. वर्षानुवर्षे तो आणि त्याचे विषारी नियतकालिक यांतून इंग्रजी सत्ताधारी व इंग्रज राजवट यांची स्तुतिस्तोत्रे गायली जात आहेत. भारत जिंकण्यासाठी ज्यांनी इंग्रजांना मदत केली त्यांचे गुणगान त्यात नेहमी गायले जाते. त्यात हिंसाचाराचे समर्थन केले जाते. अन् इथे तर भारताचे सर्वोच्च न्यायालय आपल्या निकालाच्या पुष्ट्यर्थ असल्या शिवराळ लेखाचा आधार घेते आहे.

परंतु सर्वोच्च न्यायालय कोणत्या गोष्टींचा आधार घेते याकडे का पाहायचे? स्वत: सर्वोच्च न्यायालय म्हणजे काय आहे ते पहा. *के.सी. वसंतकुमार विरुद्ध कर्नाटक राज्य, १९८५* (supp. SCC 714 at 737-40, para 5 33, 36) या खटल्याच्या निकालपत्रात ते म्हणते, ''जेव्हा जेव्हा आरक्षणाचा मुद्दा सांगितला जातो तेव्हा 'कार्यक्षमता' हा शब्द उच्च दर्जातल्या लोकांच्या ओठांवरती येतो.'' मी लवकरच या बाबतीत सांगणार आहे. पण त्याआधी सर्वोच्च न्यायालय पुढे म्हणते ते पाहू या. ते म्हणते, 'जर ५० टक्क्यांपेक्षा जास्त आरक्षण ठेवले तर कार्यक्षमता धोक्यात येईल, तिचा दर्जा घसरेल. असे दिसते की आरक्षणाचा नियम हा तसाच पुढे रेटून नोकऱ्यांतील बढत्यांच्या बाबतीतही स्वीकारला तर कार्यक्षमता कोलमडून पडेल. ५० टक्क्यांपेक्षा अधिक लोकांना आरक्षण लागू करण्याविरुद्धचे निषेध लक्षात घेतले, किंवा बढत्यांनाही आरक्षण लागू करण्याविरुद्धची मते किंवा carry forward नियमाविरुद्धचा गदारोळ लक्षात घेतला, तर एखाद्याला असे वाटेल की मुलकी सेवांमधील अधिकाराच्या जागा म्हणजे एक स्वर्गातील नंदनवन असून त्यावर फक्त उच्चभ्रूंमधील सर्वोत्कृष्ट मंडळीच मुख्य देवदूतांच्या अभिनिवेशात जाऊन बसू शकतात.'' यापुढे सर्वोच्च न्यायालय म्हणजे की, ''पण सत्य परिस्थिती वेगळीच आहे. सत्य हे आहे की मुलकी सेवाक्षेत्र हे काही नंदनवन नाही आणि त्यावर जे देवदूत समजले जाणारे आघाडीवरचे अधिकारी बसलेले आहेत ते निवडक वर्गातीलच आहेत. पण ही मंडळी कार्यक्षमतेबाबतीत आदर्श ठरत नाहीत.'' नंतर सर्वोच्च न्यायालयातील हा न्यायाधीश पुढे ठासून सांगतो की, ''या सगळ्यामागे अशी समजूत गृहीत धरली गेली आहे की, जे उच्चवर्णीय वर्गातील व जातींमधील लोक अनारक्षित पदांवरती नेमलेले आहेत ते त्यांच्याजवळ गुणवत्ता आहे असेच मुळात समजले गेल्याने 'स्वाभाविकपणे' आरक्षित पदांवरील व्यक्तींपेक्षा अधिक

उत्तम काम करणार. यामुळे कार्यक्षमतेचा स्वच्छ प्रवाह हा आरक्षित पदांवरील व्यक्ती नोकरशाहीच्या पवित्र सीमा ओलांडून आत घुसल्यामुळे प्रदूषित करणार. असे हे जे गृहीत आहे किंवा धारणा आहे ती अत्यंत दुष्ट धारणा आहे. उच्चभ्रू समाजाचा हा दृष्टिकोन खास म्हटला पाहिजे...'' यानंतर निकालपत्रात विचारलेले आहे की, ''अन् गुणवत्ता म्हणजे तरी काय?'' त्याचे उत्तर तेच न्यायाधीश निकालपत्रात देतात की, ''ज्या समाजपद्धतीत गुणवत्तेच्या अशा कल्पना आहेत त्यात मग खरी गुणवत्ता कधीच राहत नाही... नेहमी ज्या शब्दाचा धोशा लावल जातो तो 'कार्यक्षमता' हा शब्द जणू काही अत्यंत पवित्र समजला जातो त्याच्या पावित्र्याचे मोठ्या त्वेषाने रक्षण केले जाते... 'कार्यक्षमता' हा काही एखादा 'मंत्र' नाही की जो गुरूने आपल्या शिष्याच्या कानात सांगावा.'' यानंतर निकालपत्रात उपहासाने एक टोला मारीत इशारा दिला आहे, ''द्रोणाचार्य व एकलव्य यांचे दिवस आता संपलेले आहेत.'' (येथे मी निकालपत्रातील काही वाक्ये उद्धृत केली आहेत. पुढे मी त्यांचा नीट समाचार घेणार आहेच.)

पंडित नेहरूंच्या ***''...या मार्गावरती नुसताच मूर्खपणा भरलेला नाही, तर सर्वनाश ठेवलेला आहे,''*** या विचारांपासून कोठल्या जाहीर निवेदनापर्यंत आपण पोचलो आहोत याबद्दलचा हा माझा प्रबंध आहे.

राजकारणाचा प्रवाह कोणत्या दिशेने जात आहे हाच यामागचा मूलभूत खुलासा आहे असे म्हणता येईल. राजकारणी व्यक्ती व राजकीय पक्ष यांच्या हातून त्यांना स्वतःला समाधान वाटेल अशी कार्ये दिवसेंदिवस कमी कमी होत चालली आहेत. त्यांनाही याची जाणीव आहे. मग त्यांनी यावरती उपाय म्हणून आपले एक ठराविक तंत्र विकसित केले आहे. ते असे : जिथे कुठेही तक्रारी आहेत, गाऱ्हाणी आहेत त्यांचा शोध घ्यायचा. मग तक्रारी करणारा तो समाजगट हा विकासात मागे पडला आहे असे काहीतरी करून दाखवून द्यायचे. जर कुठेच गाऱ्हाणी सापडली नाहीत तर मग आपल्या कल्पनेने त्या निर्माण करायच्या, आपल्यावर अन्याय झाल्याची भावना त्या समाजगटात चेतवायचा. एवढेच नाही तर तुमचे जे हक्काचे आहे ते बाकीचे हिरावून घेत आहेत असे पटवून त्यांना घाबरवून सोडायचे, मग आपणच फक्त त्या समाजगटाचे त्राते आहोत अशी आपली प्रतिमा त्यांच्यापुढे ठेवायची! यातील प्रत्येक टप्पा पार पडताना दोन गोष्टी अपरिहार्यपणे घडतात. पहिली गोष्ट म्हणजे मूळातली तुरळक गाऱ्हाणी, तक्रारी अधिकाधिक भडकवल्या जातात. आणि शेवटी अतिरंजित स्वरूपात त्या ताणल्या जातात. तर दुसरी गोष्ट अशी घडते की या अतिशयोक्त व विद्वत्ताप्रचुर भाषेचा रोख ज्या समाजगटाविरुद्ध आहे तो गट लहान लहान बनत आक्रसत जातो.

शेवटी या तक्रारी दूर करण्यासाठी राजकीय लोक न्यायाधीश, कुलगुरू व

पोलीसप्रमुख (इन्स्पेक्टर जनरल) यांच्या नेमणुका करून त्यांच्यावरच सगळी सगळी जबाबदारी टाकली जाते. या लोकांना इतर काही जणांची मदत लागते. हे 'इतर काही जण' म्हणजे तथाकथित 'पुरोगामी' लोक. सार्वजनिक जीवनात सतत ज्यांची भाषणे, मते इत्यादी बडबड चाललेली असते ते लोक. हा प्रबंध प्रामुख्याने त्या मदत करणाऱ्यांविरुद्ध व तशा साथीदारांविरुद्ध आहे. त्यातल्या काही जणांना तर 'चिथावणीखोर' म्हणूनच संबोधले पाहिजे. थोडक्यात असे म्हणता येईल की गेल्या तीस वर्षांत आरक्षणासंबंधीच्या भाषणांनी जे वळण घेतले आहे आणि त्यासाठी आज देशाला जी किंमत मोजावी लागत आहे, हा त्याबद्दलचा ग्रंथ किंवा एक मोठा निबंध आहे.

जातीयवादी राजकारणाची तलवार उपसणाऱ्या राजकीय नेत्यांच्या बोलण्यातून, भाषेतून, अशा असंख्य जणांच्या आक्रस्ताळी व असंख्य जाडजूड शब्दांनी भरलेल्या भाषणांतून, विकृती व जातीयता ह्या गोष्टीच व्यक्त होतील. पण तरी त्यांचे जाहीरनामे एवढे मिळमिळीत आहेत की त्यावरती एखादे पुस्तक लिहिणे म्हणजे ग्रंथलेखनाचा अपमान करण्याजोगे आहे.

अनेक 'पुरोगामी' म्हणून मिरवणाऱ्या समीक्षकांच्या लिखाणांमधील उदाहरणांमधून विकृती व त्याच्या परिणामांची किंमत सहजपणे व्यक्त होते. त्या लिखाणांचा वेध घेताना त्यात तीन प्रकारचे दोष सापडतात. आपल्या अनेक नियतकालिकांमध्ये आणि वृत्तपत्रांमध्ये तेच लिखाण मुख्यत्वेकरून प्रकाशित झालेले असते. त्या सर्वांचा वेध घ्यायचा ठरवला तर हे पुस्तक दहापट मोठे होईल. तसल्या लिखाणांनी, त्यातल्या शेऱ्यांनी सार्वजनिक स्थळे गेली वीस वर्षे बरबटली जात असल्याने वाचकाला त्या लिखाणांचे नमुने व मासले सहज गोळा करून ठेवता येतील. मग आणखी एक समस्या नेहमीच उभी राहते. ती म्हणजे अशा एखाद्या तरी शिवराळ लिखाणाची दखल घ्यावी लागते. मग अनेक जण साहजिकच त्या लिखाणाचे अर्थ, महत्त्व विचारू लागतात, त्याच्या जाहीर निवेदनाबद्दलही प्रश्न विचारतात. शिवराळ व चिखलफेक करणाऱ्या लिखाणाशी झुंज देणे तेवढेच कठीण असते.

म्हणून मी सर्वोच्च न्यायालयाच्या निकालांचा आधार घेऊन वेगळ्या पद्धतीने आपली होणारी घसरण व त्यांचे परिणाम दाखवण्याचा मार्ग निवडला आहे.

अर्थातच त्यामुळे एक अडचण सहज टाळता येते. ती म्हणजे न्यायालयाचे निवाडे उद्धृत केल्यावर कोणालाच न्यायाधीशांकडे वळून 'पण हे कोण सांगणारे?' असे म्हणता येत नाही. परंतु एक गोष्ट तशीच राहून जाते. न्यायाधीशांची निकालपत्रे ही अत्यंत लांबलचक आणि त्याच त्याच मुद्द्यांची अतिरेकी पुनरुक्ती करणारी असतात. याबाबतीत 'पुरोगामी' न्यायाधीश हे लोकप्रिय माध्यमातून आपली मते

व्यक्त करणाऱ्या लोकांपेक्षा कमी नसतात. हे न्यायाधीश आपली तीच ती ठराविक विधाने निकालपत्रात मांडत असतात. अशा प्रकारे अन्य न्यायाधीशांची ते केवळ आळवणी करीत असतात. म्हणून या पुस्तकातील मजकूर वाचताना, वाचकाला कधी कधी असे वाटेल की, 'पण ही बाब तर या पुस्तकात आधीच सांगितलेली होती.'

तरीही मला आशा वाटते की, किमान चार कारणांकरता तरी एकामागोमाग एकेक परिच्छेद वाचक जोमाने वाचत जाईल. ती चार कारणे अशी : जरी न्यायाधीशांनी 'आम्ही येथे पुन्हा पुन्हा असे बजावतो की...' अशी सुरुवात करून आपली तीच ती विधाने अगर मते सांगितली, तरी ती गोष्ट अपरिहार्य आहे असे समजा. दुसरे कारण असे की, आधीच्या 'पुरोगामी' न्यायाधीशाने व्यक्त केलेल्या मतांचा नंतरचे अपीलातील न्यायाधीश नुसताच उल्लेख करणार नाहीत, तर ते त्यावरती आपापले भाष्य करतील किंवा विचार मांडतील. कारण नंतरच्या न्यायाधीशाला असे वाटते की, 'त्या विधानांचा परामर्ष हा आपल्या प्रगल्भ शैलीत घेतलाच पाहिजे.' तिसरे कारण म्हणजे, त्या न्यायाधीशाला असे वाटते की, त्या आधीच्या न्यायाधीशाने व्यक्त केलेल्या विधानात, आपणही शोधलेल्या एखाद्या कारणाची अगर मुद्याची भर आपण घातली पाहिजे. अन् ती भर ही पूर्वी व्यक्त केलेल्या कारणापेक्षाही अधिक प्रभावी ठरणारी हवी. मग त्यासाठी तो न्यायाधीश पूर्वीची एखादी अट शिथिल करतो, एखाद्या शब्दप्रयोगाची भर घालतो, तर कधी कधी फक्त एखादाच जादा शब्दही घालतो. ते नवीन निकालपत्र अगर भाष्य वाचताना आपल्याला बहुतेक वेळा फारसा बदल झालेला जाणवत नाही. परंतु प्रत्येक वेळी घातली गेलेली भर ही एकूण समस्येचे गांभीर्य अथवा मापदंड एकेक पायरी खाली उतरवत जाते. आणखी एक कारण असे की, अनेकदा न्यायाधीशाच्या मजकुरात कारणमीमांसेचा वेगळा पैलू प्रकट झालेला असतो. त्यावरतीच 'पुरोगामी' न्यायाधीशांनी आपले भाष्य रचलेले असते. कारण त्यांना त्या नवीन पैलूचा अधिकाधिक प्रभाव पाडायचा असतो. आणि वाचणाऱ्याला हा वेगळा पैलूच फक्त जास्त जाणवला पाहिजे, असा त्यांचा कटाक्ष असतो. म्हणून आपल्याला त्या न्यायाधीशांच्या मनात नक्की काय आहे ते समजावून घेण्यासाठी त्यांचा मजकूर वाचणे भाग आहे.

माझी अशी इच्छा आहे की, हा मजकूर, एका पाठोपाठ येणारे परिच्छेद हे वाचकाकडून नीट वाचले जावेत. केवळ आधीच्या मजकुरासारखाच हा नवीन मजकूर आहे असे समजून त्याकडे दुर्लक्ष करू नये. कारण प्रत्येक नवीन भाष्य हे या समस्येला खालच्या पातळीवर पोचवते. शेवटी त्या मजकुरामुळेच प्रत्यक्ष व्यवहारावर परिणाम होणार आहे, हे लक्षात घ्या. पंडित नेहरू यांनी व्यक्त केलेल्या

आरक्षणाच्या मार्गाने होणारा मूर्खपणा आणि शेवटी होणारा सर्वनाश यांपासून बचाव करायचा असेल आणि देशाला प्रगतीच्या वाटेवरती न्यायचे असेल, तर सावधगिरीने व काळजीपूर्वक न्यायालयाच्या सर्व निकालपत्रांचे वाचन केले पाहिजे.

घटनात्मक तरतुदी :

मुळात काय होत्या व त्यांचे काय झाले

१.

प्रत्येक तट उडवून देताना

आपण कोठवर आलो आहोत! आज पुरोगामी मंडळी त्यांचा जातिवाद हा निधर्मीवादाच्या स्वरूपात सादर करतात. ते अभिमानाने जाहीर करतात की, 'आरक्षणाचे फायदे हे मुस्लीम, ख्रिश्चन यांनाही आता दिले जातील.' मुस्लीम हे मुस्लीम आहेत म्हणून त्यांच्यासाठी आरक्षण ठेवण्याचा आंध्र सरकारचा निर्णय हा न्यायालयाकडून दोनदा रद्द केला गेला. ते निर्णय उलटून टाकण्याच्या हालचाली चालू असतानाच केंद्र सरकारने सैन्याला असे आदेश दिले की त्यांनी सैन्यातील सर्व सैनिक व अधिकारी यांची गणना धर्माप्रमाणे करून माहिती जमवावी. हा आदेश काही अनवधानाने दिलेला नव्हता, जाणूनबुजून दिला होता. तो आदेश एका समितीच्या कार्याचा परिपाक होता. ही समिती सरकारी होती व ती दिल्ली उच्च न्यायालयाच्या एका माजी न्यायाधीशाखाली नेमली होती. त्या समितीच्या सभासदांची मतेही 'निधर्मी' व 'पुरोगामी' आहेत हे काळजीपूर्वक तपासून मगच त्यांना समितीचे सभासदत्व दिले गेले होते. समितीला असे सांगण्यात आले होते की त्यांनी सरकारला माहिती पुरवावी आणि शिफारसी कराव्यात. त्यासाठी त्यांना काही संदर्भ पुरविण्यात आले. हे संदर्भही असे काळजीपूर्वक निवडण्यात आले की त्यामुळे एक धार्मिक गट म्हणून मुस्लिमांना देण्याच्या आरक्षणाचे व अन्य सवलतींचे समर्थन केले जाईल. ज्या माहितीची मागणी समितीला करण्यात आली ती खालीलप्रमाणे :

- सार्वजनिक व खासगी क्षेत्रातील नोकऱ्यांमध्ये त्यांचा (मुस्लिमांचा) तुलनात्मक सहभाग किती आहे?... नोकऱ्यांमध्ये त्यांचा (मुस्लिमांचा) लोकसंख्येच्या प्रमाणात निरनिराळ्या राज्यांत कितपत सहभाग आहे?...
- विविध राज्यांतील एकूण ओबीसीमध्ये 'मुस्लीम ओबीसी' लोकांचे प्रमाण किती आहे? राष्ट्रीय मागास वर्ग आयोग आणि राज्य मागासवर्गीय आयोग ह्यांनी आतापर्यंत विविध हेतूंसाठी तयार केलेल्या ओबीसी समाजाच्या सर्वसमावेशक यादीनुसार आरक्षण करण्यासाठी राज्य सरकारे व केंद्र

सरकार यांनी ती स्वीकारली. अशा त्या यादीत मुस्लीम ओबीसी गटाचा समावेश आहे काय? गेल्या अनेक वर्षांत केंद्रातील व विविध राज्यांतील सार्वजनिक क्षेत्रांतील नोकऱ्यांत एकूण किती टक्के मुस्लीम ओबीसी मंडळींचा समावेश झाला आहे?

समितीला माहिती गोळा करण्यासाठी जे मार्गदर्शन करण्यात आले त्यातील प्रत्येक मुद्दा हा, कितीही लपवाछपवी केली तरी, या सर्व खटाटोपामागचा असलेला एकच एक अंतस्थ हेतू प्रकट करतो. अन् तो हेतू म्हणजे मुस्लिमांना आरक्षणाचे लाभ मिळवून देण्यासाठी एक तर्काधिष्ठित उपपत्ती निर्माण करायची. सध्याच्या आघाडीच्या सरकारपुरताच हा संधिसाधूवाद मर्यादित नाही. बिहारमध्ये २००५ साली ज्या निवडणुका झाल्या त्यातील प्रतिस्पर्धी गट हे मुस्लिमांना, ते केवळ मुस्लीम आहेत म्हणून, आरक्षण देण्याची वचने देत होते.

भारताच्या घटनेच्या शिल्पकारांची उद्दिष्टे मात्र नेमकी याविरुद्ध आहेत. अन् हीच उद्दिष्टे आपलीही असायला हवीत. त्या उद्दिष्टांनुसार भारतातील जातीयवादाचा कर्करोग हा हिंदू समाजामधूनही निपटण्यासाठी काही उद्दिष्टे ठेवली होती. फक्त अनुसूचित जाती व जमाती यांच्यासाठी घटनाकारांनी, अत्यंत नाखुषीने, आरक्षण ठेवण्यास मान्यता दिली. त्यांच्या नाखुषीचे कारण असे होते, 'एवढे आरक्षण ठेवण्यानेही जातिभेद हा कायम जिवंत ठेवला जाईल.' ही भीती त्यांना वाटत होती. म्हणून सर्वसाधारण नियमाला आरक्षणे ही अपवादात्मक ठरली.

आरक्षणांसाठी घटनेत ज्या तरतुदी रचल्या गेल्या त्या इतक्या काळजीपूर्वक रचल्या गेल्या की त्यानुसार फक्त आरक्षणे निर्माण करण्यापुरती कुवत त्यांच्यात असावी. त्यातील शब्दरचना अशी करण्यात आली की राज्यांना तत्संबंधात फक्त निर्णयाधिकार मिळावेत. अधिक काहीही नाही. परंतु आरक्षणे ठेवण्यापुरतीच शब्दरचना केल्याने राज्यांनी शिक्षण संस्थांमध्ये आणि सरकारी नोकऱ्यात जन्मजात जातींवर आधारित किती जागा ठेवण्यात आणि तत्संबंधी राज्यांची काय कर्तव्ये असावीत याबद्दल काहीही म्हटलेले नाही. पददलितांची उन्नती करण्यासाठी जी पावले राज्य सरकार उचलेल, त्यांना कोठल्याही अडथळ्यांचे आव्हान ठरू नये म्हणूनही तरतुदींमधील शब्दरचना योजनापूर्वक करण्यात आली. पण या तरतुदींनी कोणाही व्यक्तीला यासंबंधात कोणतेही अधिकार बहाल केले नाहीत.

त्या काळातील गरजेमुळे आवश्यक ठरलेली ही योजना तात्पुरती ठरावी असेही पाहिले गेले.

घटना तयार करताना घटना परिषदेत (कॉन्स्टिट्यूअन्ट असेंब्ली) त्यावरती चर्चा होई. त्या वेळी 'मुस्लीम व इतर यांच्यासाठी आरक्षण असावे' अशा अर्थाचे

प्रस्तावसुद्धा पुढे केले गेले होते. त्यावर सखोल चिंतन केल्यावरती त्या त्या जमातींनी ठरवले की अशा जातीय आरक्षणामुळे देशाला आणि त्या जमातींनाही हानी पोहोचेल.

म्हणून जेव्हा अनुसूचित जातींना सरकारी नोकऱ्यांत आरक्षण ठेवण्याचा प्रश्न चर्चेला आला तेव्हा 'हीच आरक्षणे हिंदू नसलेल्या धर्मीयांसाठीही ठेवावीत' असे कोणीही म्हटले नाही. त्या वेळी दोन शीख सभासद मात्र असे म्हणाले की, ही आरक्षणे शीख जमातीलाही लागू व्हावीत. याबाबतीत सरदार पटेल यांनी घटना परिषदेला सांगितले, "...अन् म्हणून जेव्हा असे प्रस्ताव आमच्यापुढे आले, तेव्हा मी त्यांना (शीख सभासदांना) कळकळीची विनंती केली की, असे करून त्यांनी आपल्या थाळीत धर्मामुळे अजून दोन घास करून इतक्या खालच्या पातळीवर आपला धर्म आणून ठेवू नये."

सरदार पटेल पुढे दुःखाने सांगतात, "पण त्यांनी माझी विनंती मान्य केली नाही. अनुसूचित जातींमध्येच आपल्याला समाविष्ट करावे असा त्यांनी आग्रह धरला. ही गोष्ट शीख जमातीसाठी चांगली नाही; पण तरीही त्यांना तसेच हवे आहे..."

शिखांना समाविष्ट करून घेण्यास अनुसूचित जातींच्या प्रतिनिधींनी मग आपला तीव्र निषेध प्रकट केला.

सरदार पटेलांनी मग त्यातल्या त्यात मधला मार्ग काढण्यासाठी व शीख जमातीला चुचकारण्यासाठी, फाळणीमुळे शीखांना किती भयानक परिस्थितीतून मार्ग काढावा लागला अशी भलावण केली. ते हाल व कष्ट यांच्या कहाण्या याच समाजातील नेत्यांनी सांगितल्या होत्या. परंतु धर्मातील मूलभूत तत्त्वांऐवजी अद्यापही त्यांच्यात अनेक जातींचा सुळसुळाट झाला आहे. मग एक स्पेशल केस म्हणून एवढे एक अपवादात्मक उदाहरण धरण्यात आले.

नाराजी व नाखुषी ही अगदी टोकाला जाऊन पोचली होती. आणि ती तात्पुरती होती. सरदार पटेल यांनी जाहीर केले, "आता आमचे ध्येय, म्हणजे या सदनाचे ध्येय हे मानवी वर्गीकरण आणि भेद शक्य तितक्या लवकर टाकून देऊन सर्वांना समतेच्या पातळीवर आणणारे हवे." मग त्यांनी समाजातील सर्व घटकांना – बहुसंख्याकांना व अल्पसंख्याकांना, उच्चवर्णीयांना व नीचवर्णीयांना सर्व भेद पार निपटून टाकण्याचे आवाहन केले.

सरदार पटेलांचे हे आवाहन, हा दृष्टिकोन अद्यापही एखाद्या फडफडणाऱ्या दिव्यासारखा तसाच जळत राहिला आहे.

स्वतंत्र मतदारसंघ बरखास्त करण्याचा जो प्रस्ताव घटना परिषदेत पटेलांनी मांडला होता त्याला अनुमोदन देण्यासाठी पं. नेहरू उभे राहून बोलले, "काहीतरी दुष्ट गोष्ट काढून टाकण्याचा हा ठराव नाही. आपण त्या प्रश्नाकडे परत वळून पाहून, आपले सारे बळ एकवटून असा एक मार्ग चोखाळू की जो राष्ट्राच्या प्रत्येक

भागासाठी मूलभूतदृष्ट्या चांगला असेल. पण अत्यंत नाखुशीने आरक्षणाचे काही उपाय चालू ठेवण्यासाठी सर्वांची सहमती घेत आहोत. आरक्षण काही प्रमाणात बरखास्त करून त्या ऐवजी ज्यांना झळ बसली आहे, त्यांच्या हक्कांचा आदर प्रत्येकाकडून केला जाण्याची खातरजमा करू या. आपण असे घडवणारे आरक्षण मान्य करू या. पण प्रत्येक वेळी आपल्या मनात शंका उद्‌भवते की जी गोष्ट मुळातच चुकीची आहे ती हाताळताना आपल्याकडून काही दुबळेपणा तर प्रकट झाला नाही ना? ही बाब दुसऱ्या एका संदर्भात वर आली आणि असा प्रस्ताव पुढे ठेवण्यात आला आहे की आपण सारी आरक्षणे काढून टाकून फक्त अनुसूचित जातींची आरक्षणे अपवाद म्हणून ठेवू या. मी स्वत: मोठ्या तत्परतेने ते मान्य केले. त्यामुळे मला अगदी हायसे वाटते आहे. कारण मी माझ्या मनात व हृदयात राजकीय क्षेत्रात भेद ठेवणाऱ्या उपायांविरुद्ध सतत झगडत आलेलो आहे. यावर मी जितका विचार करीत राहीन तितके मला वाटते की नुसत्या शुद्ध राष्ट्रवादाच्या दृष्टिकोनातून नव्हे तर प्रत्येक समूहाच्या व व्यक्तीच्या दृष्टिकोनातून किंवा बहुसंख्य व अल्पसंख्य यांच्या दृष्टिकोनातूनही विचार केला तरी 'सर्व आरक्षणे रद्द करून फक्त अनुसूचित जातींची आरक्षणे ठेवावीत' हाच विचार योग्य वाटतो.''

जिथे एकतंत्री राजवट असेल, किंवा जिथे परकीय राजवट असेल तिथे अशी सुरक्षित रचना ठेवण्यात काही तथ्य आहे, असाही खुलासा त्यांनी केला. पण जिथे संपूर्ण लोकशाही नांदते आहे तिथे त्यांच्या भल्यासाठी अशी यंत्रणा अगर रचना राबवली जाते तेव्हा त्यांचेच नुकसान करते. असे हे लाभार्थी समाजगट सर्वसाधारण लोकसंख्येपासून वेगळे पडू लागतात. मग त्या समाजगटांबद्दल एकूण समाजाला वाटत असलेली सहानुभूती व जाणीव हळूहळू नाहीशी होत जाते.

पं. नेहरूंनी घटना परिषदेतील आपल्या भाषणात पुढे सांगितले, ''मला स्वत:ला असे दिलखुलासपणे वाटते की हा प्रस्ताव पुढे जाऊन मान्य केला जावा आणि अन्य काही आरक्षणे असतील तर त्या सर्वांनाही एक पूर्णविराम द्यावा. परंतु पुन्हा मी मनापासून सांगतो की, हल्लीची भारतातील अनुसूचित जातींची परिस्थिती पाहता, ती परिस्थिती योग्य नाही.'' मग त्यांनी थोडासा खेद व्यक्त करीत असेंब्लीला उत्तेजन देण्यासाठी दोन बिघडत जाणाऱ्या गोष्टींकडे लक्ष वेधले. त्यांनी सर्व प्रतिनिधींना सांगितले, ''मी याकडे पाहताना धार्मिक अल्पसंख्यकांची विशिष्ट जाती म्हणून या समस्येकडे पाहत नाही. तर 'एका मागास समाजगटाला मदत झालीच पाहिजे' या दृष्टिकोनातून या समस्येकडे पाहतो. म्हणून मला आनंद वाटतो की हे मागासांचे आरक्षण दहा वर्षांपर्यंतच राहील...'' (पहा : Constituent Assembly Debates, Vol. VIII, 26 May 1949, Pages 329-332)

त्यानंतर काही दिवसांनी पं. नेहरूंनी भारतातील सर्व मुख्यमंत्र्यांना एक पत्र

लिहिले आणि त्यांनी त्यात पुन्हा हा आरक्षणाचा विषय काढला. (या पुस्तकाच्या सुरुवातीला पं. नेहरूंच्या त्या पत्रातील महत्त्वाचा भाग दिला आहे.) फक्त अनुसूचित जाती वगळता बाकीची आरक्षणे रद्द करण्याच्या निर्णयाबद्दल त्या पत्रात पं. नेहरू लिहितात, "ऐतिहासिकदृष्ट्या हे फार महत्त्वाचे आहे. हा निर्णय घेण्याचे धैर्य आमच्याजवळ होते आणि आम्ही तो निर्णय घेतला याचा मला आनंद होतो. गेली अनेक दशके आपण ज्या दुष्ट चक्रात अडकलो होतो त्यातून आपली अशी सुटका झाली आहे..." (पहा : Letters to Chief Ministers, 1947-64, Vol.I, 1947-49, 3 June 1949, page 363.)

अशा रितीने अनुसूचित जातींसाठी असलेली आरक्षणे सोडून बाकीची सारी आरक्षणे रद्द करण्यात आली. जी अनुसूचित जातींची आरक्षणे ठेवण्यात आली ती आरक्षणेही रद्द करण्याचे त्यांच्या मनात होते. ते असो, ती आरक्षणे ठेवली गेली आणि तीही फक्त दहा वर्षांकरिता...

त्या चर्चेमध्ये व त्या पत्रामध्ये 'कायदे मंडळातील आरक्षणे' या मुद्द्यावरती जास्त लक्ष केंद्रित केले गेले होते. पंडितजींना नोकऱ्यांमधल्या आरक्षणांबद्दल अत्यंत तिटकारा वाटे. त्यांनी आपली सर्व शक्ती पणास लावून त्याला विरोध केला होता. अशा आरक्षणांमुळे दुय्यम, तिय्यम दर्जाला चेतवल्यासारखे होईल, अन् मग सामान्य प्रतीच्या व त्याहूनही अधिक वाईट अशा प्रतीच्या माणसांच्या ताब्यात हा देश दिल्यासारखे होईल, अशी त्यांची खात्री होती.

काकासाहेब कालेलकर यांच्या अध्यक्षतेखाली सरकारने मागासवर्गीय आयोग नेमला आणि सर्व मुख्यमंत्र्यांना लिहिलेल्या पत्रात असे आयोग निर्माण करावेत असे पं. नेहरूंनी सांगितले. अशा आयोगांचे कार्य हे १४ कोटींपेक्षा जास्त लोकांना स्पर्श करणारे ठरेल, असेही नेहरूंनी त्या पत्रात म्हटले. त्याबाबत नेहरू लिहितात, "जाती व निरनिराळे गट यांमुळे आपल्या लोकांत छोटे छोटे वेगळे भाग झाले आहेत. हा एक भयानक त्रासदायक घटक ठरतो आहे. या भेदांच्या भिंती पाडून टाकून जातिव्यवस्था जोपर्यंत आपण नष्ट करीत नाही, तोपर्यंत आपण आपल्यापुढील अडचणींवरती पूर्णपणे कधीही मात करू शकणार नाही..." हे पत्र लिहिल्यानंतर वन्य जमातींवर एक परिषद भरली होती, त्याचे उद्घाटन करताना त्यांनी म्हटले की, "दलित वर्ग, हरिजन, अनुसूचित व जमाती इत्यादी नावांनी आणि वर्णनांनी माणसामाणसांत जे तात्त्विक व व्यावहारिकदृष्ट्या हादरवून सोडणारे भेद निर्माण करतात, ते सारे भेद नाहीसे करणे ही सरकारची उद्दिष्टे आहेत..." (पहा : Letters to Chief Ministers. Vol. III, 1952-54, 18 March 1953, page 270-271.)

दलित वर्गावरील आयोगाने दिलेल्या अहवालावर करण्यात आलेल्या कृतींबद्दल लोकसभेत सरकारतर्फे निवेदन करताना पं. नेहरू म्हणाले, "सर्व माणसे समान

आहेत असे मानणारा समाज निर्माण करण्याच्या प्रगतीपथावरती जातिव्यवस्था हा एक मोठा अडथळा आहे, हे नाकारता येत नाही. तसेच विशिष्ट जातींना मागासलेल्या मानत राहिल्यास सध्याची जातिव्यवस्था कायम ठेवल्यासारखे आणि ती व्यवस्था अविरत चालू ठेवल्यासारखे होईल.'' १९६१ मध्ये या विषयावर गृहखात्याने सर्व राज्यांना एक परिपत्रक पाठवले होते. त्यामध्ये म्हटले होते, ''केंद्र सरकारला अपेक्षित असलेला मागासलेपणा ठरविण्यासाठी राज्य सरकारे त्यांना योग्य वाटेल असे निकष ठरवू शकतात. त्यासाठी केवळ जात हा निकष न ठरवता, आर्थिक निकष लावल्यास ते अधिक योग्य ठरेल.''

आपली घटना ठरून तिला पक्के स्वरूप येत होते तेव्हा असा या विषयाकडे पाहण्याचा दृष्टिकोन असा होता. अन् याच दृष्टिकोनातून घटनेतील तरतुदींचे शब्दांकन अत्यंत काळजीपूर्वक करण्यात आले होते.

घटनाकारांनी ठरवलेल्या तरतुदी

या संदर्भातील मूलभूत दिशा ही घटनेच्या १४, १५(१), १६(१) व १६(२) या कलमांत स्पष्ट केली आहे. ती खालीलप्रमाणे :

कलम १४ : या कलमानुसार सर्वांना समानतेची हमी अशा शब्दांत दिली आहे. ''सर्व व्यक्ती कायद्यासमोर समान असल्याने एखाद्या व्यक्तीला ती समानता राज्यसंस्थेकडून नाकारता येणार नाही, किंवा भारतीय भूमीवरती एखाद्या व्यक्तीला तसे समानतेचे कायदेशीर संरक्षण नाकारता येणार नाही.''

ही एक मूलभूत हमी घटनेत दिलेली आहे.

कलम १५(१) : या कलमानुसार हीच हमी अधिक स्पष्ट व विशिष्ट स्वरूपात केली आहे. ती अशी : 'कोणत्याही नागरिकाविरुद्ध धर्म, वंश, जात, लिंग, जन्मस्थळ किंवा अशासारख्या कारणावरून राज्यसंस्थेला भेदभाव करता येणार नाही.'

कलम १५(२) : या कलमानुसार, ज्या ज्या सार्वजनिक सोयीसुविधा उदा. विहिरी, पाणवठे, उपहारगृहे, इत्यादीसारख्या आहेत, त्या सर्व सोयीसुविधांचा लाभ सर्वांना दिला जाण्याची हमी आहे.

कलम १५(३) : या कलमात एक अट घालण्यात आली आहे. समानतेच्या तरतुदींना काही प्रमाणात आळा घालण्यासाठी फक्त एक वर्गवारी ठेवण्यास घटनाकार तयार झाले होते, त्याची येथे आठवण येते. अन् ही बाब फार महत्त्वाची आहे. या कलमात असे म्हटले आहे :

'स्त्रिया वा मुले यांना खास तरतूद देण्यासाठी राज्यसंस्थेला कोणीही व काहीही रोखू शकणार नाही.' पुन्हा येथे लक्षात घ्या. फक्त ज्या एकाच वर्गाला खास तरतूद लागू केली आहे तो वर्ग हा 'स्त्रिया व मुले' यांचा आहे. आणखी हेही लक्षात

घ्या. याखेरीज अन्य कोणाचाही जातीवरून अपवाद केलेला नाही.

कलम १६(१) : या कलमानुसार चौदाव्या कलमात दिलेली मूलभूत हमी ही आणखी विशिष्ट स्वरूपात केलेली आहे. नोकऱ्यांची उपलब्धता ही आजच्यापेक्षा तेव्हा फार कमी असल्याने आणि सरकारी नोकऱ्यांत शिरण्यासाठी तेव्हा प्राधान्य दिले जात असल्याने हे कलम तसे घडवणे हे त्या काळात महत्त्वाचे होते. म्हणून या कलमात म्हटले आहे :

'राज्यसंस्थेच्या कार्यालयात नेमणुका करण्याची किंवा तिथे नोकऱ्या मिळण्याची सर्व नागरिकांना समान संधी असली पाहिजे.'

कलम १६(२) : कलम १५(१) हे जसे सर्वसाधारणपणे भारतीय नागरिकांच्या जगण्यासंदर्भात केले आहे, तसेच हे १६(२) कलम सर्वसाधारणपणे सरकारी नोकऱ्यांसंबंधी आहे. त्यात असे म्हटले आहे :

'फक्त धर्म, मानववंश, कूळ, लिंग, जात, जन्मस्थळ, राहण्याचे स्थळ यांवरून किंवा यांपैकी कोणत्याही कारणावरून कोणत्याही नागरिकाला राज्यसंस्थेतील किंवा राज्यसंस्थेच्या अखत्यारीमधील कोणत्याही नोकरीसाठी किंवा कार्यालयासाठी अपात्र ठरवले जाणार नाही किंवा भेदभावाने वगळले जाणार नाही.'

कलम १६(४) : या कलमामध्ये एक अट घालण्यात आली आहे. तसेच घटनाकारांनी कोणता विचार करून ही महत्त्वाची जाणीव पुन्हा करून दिली आहे ते येथे दिसून येते. हे कलम सांगते की :

'या पोटकलमानुसार कोणत्याही मागासवर्गीय नागरिकांच्या नेमणुकीसाठी किंवा त्यांच्यासाठी पदे ठेवण्यासाठी आरक्षण ठेवावे असे जर राज्यसंस्थेला वाटले, किंवा सरकारी नोकऱ्यांत नागरिकांमधील कोणाही मागासवर्गाला पुरेसे प्रतिनिधित्व मिळत नाही, म्हणून त्यांच्या नेमणुकीसाठी किंवा तशी पदे ठेवण्यासाठी आरक्षण ठेवावे असे वाटले तर या कलमानुसार त्यांना तसे करण्यास कोणताही प्रतिबंध होऊ शकत नाही.'

स्वातंत्र्य मिळाल्यावर सुरुवातीच्या प्रक्रियेतील चार लक्षात ठेवण्याजोगे मुद्दे खाली देत आहे. येथून पुढे आपल्याला जे जे काही विचारात घ्यावे लागणार आहे ते सारे याच मुद्यांवर अवलंबून राहणार आहे. ते चार महत्त्वाचे मुद्दे असे :

- घटनेच्या प्रत्येक तरतुदींमध्ये माणसांत भेदाभेद न करणाऱ्या समानतेची मूलभूत हमी दिलेली आहे.
- 'जात' ही संकल्पना अत्यंत जाणीवपूर्वक दूर ठेवलेली आहे. पहा : कलम १५(१) मधील अट ही फक्त स्त्रिया व मुले यांच्याबद्दल सांगते. तसेच कलम १६(४) हे फक्त 'नागरिकांमधील कोणताही मागास वर्ग' असा उल्लेख करते.
- जातीवरून होणारे भेदाभेद थोपवण्यासाठीच फक्त जातीचा उल्लेख केला

गेला आहे.

- कलम १६(१) मध्ये राज्यसंस्थेच्या अखत्यारीमधील नोकऱ्यासंबंधात 'समानता' शब्द स्वच्छ व ठामपणे म्हटलेला आहे. त्यासाठी Equality of opportunities असा इंग्रजी शब्दप्रयोग केला आहे. लवकरच आपल्याला कळेल की हा शब्दप्रयोग पुरोगाम्यांच्या अलंकारिक भाषेतील शब्दजंजाळात पार गाडून टाकण्यात आला आहे.

अन्य ज्या तरतुदी आहेत त्यासंदर्भात असलेल्या अनेक प्रश्नांना आपण सामोरे जाणार आहोत. जेव्हा आपण आपली घटना लागू केली तेव्हापासून लगेचच ते प्रश्न उद्‌भवू लागले आहेत.

त्या तरतुदींपैकी पहिली तरतूद ही कलम २९ अन्वये लागू झालेली आहे. त्यामध्ये दोन पोटकलमे आहेत. त्यातले पहिले पोटकलम असे : 'भारतीय भूमीवर किंवा भारतीय भूमीच्या कोणत्याही भागावर राहणाऱ्या कोणत्याही समाजगटाच्या नागरिकाला आपली स्वत:ची वेगळी भाषा, लिपी किंवा संस्कृती असेल तर ते सर्व जपण्याचा हक्क त्यांना आहे.' येथे 'धर्म' हा शब्द वापरला गेला *नाही*, हे नीट लक्षात घ्या. या २९व्या कलमाच्या आणि पुढच्याच ३०व्या कलमाच्या आधारे सध्या मुस्लिमांचे हक्क जपण्यासाठी टाहो फोडला जात आहे. त्यासाठी कारण दिले जाते आहे ते 'मुस्लीम हे मुस्लीम म्हणूनच आहेत' (Muslim qua Muslim) तथापि आपल्या आताच्या चर्चेत २९ व्या कलमाचे दुसरे पोटकलम किंवा दुसरे प्रधानवाक्य महत्त्वाचे आहे. कारण त्याचा तत्काळ परिणाम होणार आहे. त्या दुसऱ्या पोटकलमात असे म्हटलेले आहे : 'राज्यसंस्थेने चालवलेल्या अथवा राज्यसंस्थेच्या अनुदानावर चालवलेल्या कोणत्याही शैक्षणिक संस्थेत कोणत्याही नागरिकाला केवळ त्याचा धर्म, वंश, जात, भाषा यांवरून किंवा यांपैकी कोणत्याही एका बाबीवरून प्रवेश देण्याचे नाकारता येणार नाही.'

यापुढचे कलम असे आहे की ज्याच्या साहाय्याने बदल घडवून आणता येतात, ते बदल लवकरच आपल्याला कलम ४६ मध्ये दिसतील. घटनेचा जो अंमलबजावणीची सक्ती नसलेला मार्गदर्शक तत्त्वांचा भाग आहे, त्यासंबंधी ही तरतूद केली आहे. या कलमात असे सांगितले आहे : 'जनतेच्या दुर्बल घटकांच्या विशेषत: अनुसूचित जाती व जमाती यांच्या, शैक्षणिक व आर्थिक बाबी या राज्यसंस्थेकडून खास काळजी घेऊन जोपासल्या जातील. आणि सामाजिक अन्याय व सर्व प्रकारच्या शोषणांपासून त्यांचे रक्षण केले जाईल.'

पुन्हा येथे लक्षात घ्या की या कलमामध्ये 'जनतेच्या दुर्बल घटकांचे' असा शब्दप्रयोग आहे आणि फक्त 'अनुसूचित जाती' एवढाच जातींचा उल्लेख आहे.

शेवटी अनुसूचित जाती व जमातीच्या उमेदवारांना सरकारी नोकऱ्यांत प्रवेश देण्यासाठी जे खास उपाय सुरू होतील, त्या बाबतीत कोठेही गैरसमजाला वाव राहू नये म्हणून एक महत्त्वाचा इशारा घटनाकारांनी देऊन ठेवला आहे. कलम ३३५ असे सांगते की : 'केंद्र सरकार अथवा एखादे राज्य सरकार यांच्याशी संबंधित असलेल्या नोकऱ्यांमधील पदांवरती नेमणुका करायच्या असतील आणि त्या नेमणुकांवरती अनुसूचित जाती व जमाती यांच्यापैकी कोणाचे दावे असतील व ते प्रशासनाची कार्यक्षमता राखण्याशी सुसंगत असतील तर ते विचारात घेतले जातील.'

तरतुदींमधील बदल व त्यात घातलेली भर

मद्रासमध्ये एकदा असे झाले की, एका विद्यार्थ्याने परीक्षेत अत्यंत स्पृहणीय यश मिळवले होते, तरीही त्या विद्यार्थ्याला पुढच्या अभ्यासक्रमासाठी प्रवेश दिला गेला नाही. याचे कारण अनुसूचित जातीत नसलेल्या आईबापांच्या पोटी तो जन्माला आला होता. परंतु त्याच परीक्षेत या विद्यार्थ्यापेक्षा कनिष्ठ दर्जा प्राप्त केलेल्या विद्यार्थ्याला मात्र त्याच अभ्यासक्रमासाठी प्रवेश दिला गेला. कारण त्या विद्यार्थ्याचे आईवडील अनुसूचित जातीतले होते. या निर्णयाला सर्वोच्च न्यायालयात आव्हान दिले गेले. मद्रास सरकारतर्फे अशी बाजू मांडण्यात आली की, "घटनेच्या ४६ व्या कलमातील मार्गदर्शक तत्त्व हे कलम २९(२) वरती मात करते. त्या ४६ व्या कलमानुसार असे म्हटले गेले आहे की, अनुसूचित जातींना पुढे आणण्यासाठी राज्याने काही खास उपाय योजावेत. म्हणून जे विद्यार्थी परीक्षेत फारसे चमकले नाहीत त्यांना (या कलमाच्या आधारे) प्रवेश देता येतो आणि जे विद्यार्थी परीक्षेत चमकले आहेत त्यांना प्रवेश नाकारता येतो."

सर्वोच्च न्यायालयाने मद्रास सरकारचे हे म्हणणे ठामपणे फेटाळून लावून आपला निर्णय दिला. 'दिशादर्शक तत्त्वे मूलभूत हक्कांवर मात करून जाऊ शकत नाहीत,' असे निकालपत्रात म्हटले गेले. विशेषत: कलम २९(२) मध्ये म्हटल्याप्रमाणे गुणवान विद्यार्थ्यांना त्यांच्या जातीवरून प्रवेश नाकारता येत नाही, आणि हीच गोष्ट येथे निकालपत्रात व्यक्त करण्यात आली. (पहा : मद्रास राज्य विरुद्ध श्रीमती चम्पाकम दोराईराजन, AIR (1951) SC 226)

या निकालामुळे घटनेमध्ये प्रथम दुरुस्ती करण्यात आली व त्यानुसार एक नवीन तरतूद केली गेली. कलम १५(४) मध्ये एक नवीन जादा तरतूद घातली गेली. त्यात असे म्हटले आहे की, 'या कलमानुसार किंवा पोटकलम २९(२)नुसार सामाजिकदृष्ट्या व शैक्षणिकदृष्ट्या मागासवर्गातील नागरिकांना किंवा अनुसूचित जाती व जमातींना पुढे आणण्यासाठी राज्यांनी काही खास तरतुदी करण्यास कोणताही प्रतिबंध होऊ शकत नाही.'

एक पायंडा पडला

मूळच्या घटनेत दुरुस्ती करण्याचा आता येथून पुढे एक पायंडा पडत गेला. चालून येणारी भरती थोपवण्यासाठी न्यायालयांकडून तट उभे केले गेले; तर राजकारण्यांकडून हेच तट उद्ध्वस्त केले जाऊ लागले. या कृत्याचा एक ठराविक आकृतिबंध तयार झाला व तो पुन्हा पुन्हा वापरला जाऊ लागला. राजकीय पक्ष हे जास्ती करून समूहाला आवाहन करण्यावर अवलंबून असल्याने, विशेषत: जातिसमूहांना भडकावण्यावरती, घटनेच्या कलमांमध्ये वारंवार बदल करण्यात येऊ लागले, त्यात हवी तशी भर घातली जाऊ लागली. मग त्याचे परिणामही मोठ्या प्रमाणात दिसू लागले.

एम. आर. बालाजी खटल्यापासून ते *इंद्र सहानी* खटल्यापर्यंत आपल्याला काही तपशिलांचा अभ्यास करायची संधी मिळते. त्या खटल्यांमध्ये सर्वोच्च न्यायालयाने 'कलम १६(४) हे मूलभूत हक्कांच्या हमीला अपवादभूत आहे,' असे म्हटले. ही मूलभूत हमी म्हणजे सर्व नागरिकांना सरकारी नोकऱ्यांमधील स्पर्धेत समान संधीची दिलेली हमी. डॉ. आंबेडकर यांनी कॉन्स्टिट्यूअन्ट असेंब्लीमध्ये नेमक्या याच संदर्भात चर्चा करताना म्हटले ते सर्वोच्च न्यायालयाने सांगितले की, "कोणताही अपवाद हा मूळ नियम खाऊन टाकू शकत नाही. म्हणून सर्वसाधारणपणे सांगायचे झाल्यास नोकरभरती करताना आरक्षणांची टक्केवारी ही ५० टक्क्यांच्या मर्यादेपुढे जाऊ देता कामा नये."

परंतु तामिळनाडूसाख्या राज्याने केव्हाच ही मर्यादा ओलांडली आहे. तिथे जन्मावरून ठरत असलेल्या जातीच्या आधारे ६९ टक्के नोकऱ्या या आरक्षणाखाली ठेवण्यात आल्या आहेत. *इंद्र सहानी* खटल्यात सर्वोच्च न्यायालयाने जो निकाल दिला, त्याच्या मागोमाग एक विशिष्ट अनुक्रम निर्माण करून तो पुढे आणला गेला.

१९९३-९४ मध्ये *इंद्र सहानी* खटल्यातील सर्वोच्च न्यायालयाच्या निकालाचा परिणाम म्हणून मद्रास उच्च न्यायालयाने असे म्हटले की, "१९९३-९४ या सालातील शिक्षण संस्थांच्या प्रवेशप्रक्रियेतील आरक्षणे ही नेहमीप्रमाणे चालू राहिली तरी (पुढच्या वर्षापासून) १९९४-९५ पासून ती आरक्षणे ५० टक्क्यांपर्यंत खाली आणलीच पाहिजेत."

यावर तामिळनाडू सरकारने याविरुद्ध सर्वोच्च न्यायालयात दाद मागितली. परंतु न्यायालयाने पुन्हा तेच सांगितले की, "आरक्षणे ही ५० टक्के मर्यादेपलीकडे जाता कामा नयेत."

९ नोव्हेंबर १९९३ रोजी तामिळनाडू विधानसभेने एक ठराव एकमताने मंजूर केला. त्या ठरावामध्ये सरकारने केंद्र सरकारला घटनेच्या कलमात दुरुस्ती करण्यासाठी पावले उचलावीत म्हणून विनंती केली. म्हणजे मग त्या दुरुस्तीनुसार तामिळनाडूला ६९ टक्के आरक्षणाचे धोरण तसेच पुढे चालू ठेवता येईल. २६ नोव्हेंबर रोजी एक सर्वपक्षीय बैठक घेतली जाऊन त्यांनी 'तामिळनाडूला ६९ टक्के आरक्षण शक्य

व्हावे म्हणून त्यात कसलीही शंका असू नये अथवा त्यात कालहरण केले जाऊ नये' असे त्यावर भर देऊन जाहीर केले.

ही बैठक संपल्यावरती तामिळनाडू विधानसभेने लगेच एक ठराव किंवा बिल मंजूर केले. त्या ठरावाचे किंवा बिलाचे नाव 'तामिळनाडू मागास वर्ग, अनुसूचित जाती व अनुसूचित जमाती (शैक्षणिक संस्थांमधील आरक्षणाच्या जागा आणि राज्य सरकारच्या नोकऱ्यातील नेमणुका व पदे) बिल, १९९३' या नवीन बिलानुसार आरक्षणाचे पूर्वीचेच धोरण पुढे चालू ठेवावे आणि हे बिल केंद्राकडे कलम ३१(क) खाली पाठवून द्यावे, असे ठरले.

१३ जुलै १९९४ रोजी केंद्र सरकारच्या गृहमंत्र्याने अशीच एक सर्वपक्षीय बैठक दिल्लीत बोलावली. त्या बैठकीत सर्वानुमते असे ठरले की राष्ट्रपतींनी तामिळनाडूच्या त्या बिलाला आपली मंजुरी द्यावी. त्याप्रमाणे तशी मंजुरी तीन दिवसांत, म्हणजे १६ जुलै १९९४ रोजी दिली गेली. अशा प्रकारे तामिळनाडू सरकारच्या बिलाची दखल घेतली गेली.

मग त्या राज्याने, म्हणजे तामिळनाडू सरकारने, आपल्या राज्याचा हा कायदा केंद्राने घटनेच्या नाइन्थ शेड्यूलमध्ये समाविष्ट करण्यासाठी पावले उचलावित अशी विनंती केंद्र सरकारला केली. असे केले म्हणजे कोणत्याही न्यायालयात या कायद्याला आव्हान देता आले नसते. मग घटनेमध्ये तशी दुरुस्ती टाळ्यांच्या गजरात करण्यात आली. १९९४ मध्ये घटनेत केलेली ही दुरुस्ती ७६ वी होती. अशा रितीने तामिळनाडूचा कायदा न्यायालयाच्या हस्तक्षेपाबाहेर ठेवण्यात आला.

नंतर अनेक खटले अशा रितीने निकालात काढत गेले व शेवटी *इंद्र सहानी* खटल्यात त्याचा कळस गाठला गेला. सर्वोच्च न्यायालयाने या खटल्यात सांगितले की, आरक्षण हे नोकरीत प्रवेश देण्यापुरते असून त्यासाठी अनेक कारणे व उदाहरणे दिली. त्या उदाहरणांनुसार काही कर्मचाऱ्यांचे नोकरीतील प्रवेश अयोग्य (unwise) मानले जात होते आणि घटनेच्या तरतुदींना अनुकूल नव्हते अशांना नोकरीत बाजूला टाकले होते, इतकेच काय पण त्यांच्या बढत्याही रोखून धरल्या होत्या. न्यायालयाने सांगितले की, "कर्मचाऱ्यांना अशी वागणूक दिली तर प्रशासनाच्या कार्यक्षमतेला धक्का बसून ती दुबळी होईल, अन् म्हणून कलम ३३५ शी संघर्ष उडेल."

यानंतर मे १९९५ मध्ये पुन्हा एकदा टाळ्यांच्या गजरात आणि परत एकदा सर्व पक्षांच्या संमतीने भारतीय घटनेत दुरुस्ती करण्यात आली. ही दुरुस्ती ७७ वी होती. आता एक नवीन पोटकलम (४अ) हे कलम १६ मध्ये घुसवण्यात आले. त्या नवीन पोटकलमानुसार असे म्हटले गेले आहे :

'राज्याच्या अखत्यारीमधील नोकऱ्यांत, पदांमध्ये, वर्गांत अनुसूचित जाती व जमातींचे पुरेसे प्रतिनिधित्व होत नाही, असे जर एखाद्या राज्याचे मत झाले, तर त्या

बढत्यांसाठी आरक्षण ठेवण्याच्या राज्याच्या कोणत्याही उपायांना या कलमानुसार प्रतिबंध होऊ शकत नाही.'

घटनेत कोणतेही कलम असो, त्यात कसलीही तरतूद असो, त्यातल्या अटी शिथिल करण्यासाठी किंवा कधीकधी त्या पूर्णपणे बाजूला सारण्यासाठी घटनेत दुरुस्ती करण्याचा एक पायंडा आता पडून गेला. सरकारी नोकऱ्यांत आणि शैक्षणिक संस्थांत काही समाजगटांना प्रवेश देण्यासाठी जे निकष लावले जात, त्यापैकी आता फक्त उमेदवाराची जन्माची जात पाहिली जाऊ लागली. अशा रितीने जरी ते निकष खाली आणण्यात आले, तरी नंतर असे दिसून आले की कित्येक प्रसंगी रिकाम्या पदांवर नेमण्यासाठी योग्य जातीचे उमदेवारच उपलब्ध होईनात. मग राज्य सरकारांनी असे ठरवले की एखाद्या वर्षी जर असे झाले, तर ती पदे तशीच रिकामी ठेवून भरती करण्यासाठी ती पुढच्या वर्षाच्या भरती कार्यक्रमात घालायची. अशी अनेक रिकामी पदे पुढच्या वर्षीच्या भरती कार्यक्रमात वाढत जायची. मग त्या वर्षात बिगरमागासवर्गीय असलेल्या व जास्त गुणवान असलेल्या उमेदवाराला आपल्या गुणांच्या जोरावर ती पदे मिळणे अधिक दुरापास्त होऊन बसते. कारण एकूण पदांपैकी ५० टक्के पदे ही जातीच्या निकषांवरती राखून ठेवली जातात. उरलेल्या ५० टक्के बिगरमागासवर्गीयांच्या पदांमधून मागच्या वर्षी न भरलेली मागासवर्गीयांची पदे भरतात. त्यामुळे बिगरमागासवर्गीयांच्या पदांची संख्या आदल्या वर्षीच्या मागासवर्गीयांच्या न भरलेल्या पदांमुळे कमी होते. ही गोष्ट सर्वोच्च न्यायालयापुढे अनेकवार आली. *इंद्र सहानी* खटल्यात न्यायालयाने पुन्हा एकवार सांगितली की, भरती करावयाच्या एकूण राखीव पदांमध्ये आदल्या वर्षीची न भरलेली राखीव पदे मिळवा अगर न मिळवा, एकूण भरती करावयाच्या पदांमध्ये मागासवर्गीयांची पदे ही ५० टक्क्यांच्या मर्यादेपेक्षा अधिक असता कामा नये. यामुळे आदल्या वर्षीच्या न भरलेल्या राखीव जागांची पदे पुढच्या वर्षी घेतली तर तेवढ्याच जादा बिन राखीव पदांची भर घालायला हवी.

यावर नेहमीप्रमाणे राजकीय वर्गातून नेहमीची प्रतिक्रिया झाली आणि पुन्हा एकदा भारताच्या घटनेत दुरुस्ती करण्यात आली. आता ही ८१ वी घटना दुरुस्ती होती. नवीन दुरुस्ती असे सांगते की, आदल्या वर्षीची आरक्षित रिक्त पदे नंतरच्या वर्षात भरण्यासाठी पुढे आली, तर त्या पदांची आरक्षणे ही कलम १६ मधील पोटकलम (४) व पोटकलम (४अ)नुसार ही वेगळ्या गटाची आहेत असे समजावे, आणि ही आरक्षणे त्या वर्षी भरल्या जाणाऱ्या पदांच्या ५० टक्के आरक्षणाशी संबंधित असणार नाहीत. हे साध्य करण्यासाठी या घटना दुरुस्तीनुसार १६ व्या कलमाला एक पोटकलम (४ब) जोडण्यात आले. हे नवीन पोटकलम सांगते की :

'पोटकलम (४) किंवा पोटकलम (४अ)नुसार समजली जाणारी वेगळ्या गटातील आरक्षित रिक्त पदे नंतरच्या वर्षी किंवा वर्षांत भरताना, त्या वेळी होणाऱ्या

अन्य एकूण पदांच्या भरतीशी, ज्यात मागासवर्गीयांचे प्रमाण ५० टक्के ठेवले आहे, काहीही संबंध राहणार नाही. असे करण्यासाठी राज्य सरकारला कशाचाही प्रतिबंध होऊ शकत नाही.'

काही वर्गातील उमेदवारांसाठी निवडीचे निकष हे अधिकाधिक खाली उतरविण्यात आले आहेत! (ह्या खालच्या पातळीवरील निकषांना relaxed म्हणजे 'सैल केलेले निकष' असे संबोधण्यात आले आहे.) ह्या नवीन निकषांना अर्थातच न्यायालयात वारंवार आव्हान दिले जाऊ लागले. न्यायालयीन प्रक्रियेतून जाताना काही 'पुरोगामी' न्यायाधीश हे या खाली आणलेल्या निकषांचे समर्थन करू लागले, तर अन्य न्यायाधीश हे समोर धडधडीतपणे घडत असलेल्या गोष्टींकडे डोळ्यावरती कातडे ओढून बसले. हा साराच प्रकार कमालीचा निराशाजनक व खेदजनक होता.

त्या सर्व घटनांवरती आपण एक क्रमवार दृष्टिक्षेप टाकू आणि त्यांची एक पटणारी कारणमीमांसा जाता जाता करू. आत्ता आपण येथे राजकीय पक्षांनी या संदर्भात काय केले ते पाहू. *एस. विनोदकुमार विरुद्ध भारतीय संघराज्य* (संदर्भ : (1996) 6 SCC 580) या खटल्यात सर्वोच्च न्यायालयाने असे म्हटले की, भरतीचे निकष कमी केल्याने (सैल सोडल्याने) प्रशासकीय कार्यक्षमतेवरती परिणाम होऊ शकतो, अन् म्हणून कलम ३३५ ने जारी केलेल्या हुकुमाचा भंग होऊ शकत असल्याने आणि जेव्हा सरकारी नोकऱ्यांमधील बढत्यांची वेळ येईल तेव्हा प्रश्न निर्माण होऊ शकणार असल्याने, ते निकष सैल करता येणार नाहीत किंवा रद्दबातलही करता येणार नाहीत. *इंद्र सहानी* खटल्यात सर्वोच्च न्यायालयाने जे सांगितले त्याचाच येथे पुनरुच्चार केला.

याचा परिणाम म्हणून पुन्हा एकदा घटनेत दुरुस्ती केली गेली. ही दुरुस्ती २००० साली झाली व ती ८२ वी घटनादुरुस्ती होती. कलम ३३५ मध्ये आता एक अट घालण्यात आली. ती अशी आहे :

> केंद्र सरकार व राज्य सरकार यांच्या अखत्यारीमधील पदे अथवा नोकऱ्या या संदर्भात बढत्या देताना, जी आरक्षणे काही वर्गांसाठी राखून ठेवली आहेत, त्याचा लाभ अनुसूचित जाती व जमाती यांना देण्यासाठी पात्रतेसाठी लागणाऱ्या गुणांकांची मर्यादा खाली आणून किंवा पात्रता जोखण्यासाठी ठरवलेले निकष कमी करून सरकारने काही तरतूद केली असेल, तर त्याला कसलाही प्रतिबंध होऊ शकत नाही.

परंतु असे करण्याने अजूनही अगदी शेवटचे टोक गाठले गेले नाही. सरकारी खात्यांतील बढत्या आणखी एका शोधामुळे ठरवल्या जातात. त्या शोधाचे नाव

आहे 'रोस्टर पद्धत'. ह्या पद्धतीमध्ये प्रत्येक पातळीवरती विशिष्ट पदांच्या जागा ठराविक जातींच्या व्यक्तींसाठी वेगळा करून ठेवल्या. उदाहरणार्थ, २३, ३७, ५१... क्रमांकांच्या रिकाम्या पदांच्या जागा या 'क्ष' जातीच्या उमेदवारांसाठी वेगळ्या ठेवल्या जातील. या पद्धतीमुळे गडबड माजली. त्यातून अनेक 'नियमांविरुद्ध गोष्टी' (anomalies) घडू लागल्या. अनेक जणांवरती अन्याय होऊ लागले. त्या अन्यायाबद्दल आपण पुढे पाहणार आहोत. या पद्धतीमुळे कमी अनुभव असलेल्या कनिष्ठ (ज्युनियर) मंडळींना अनुभवी सिनियर मंडळींना ओलांडून द्रुतगती बढत्या (accelerated promotions) मिळू लागल्या. याचे कारण त्या कनिष्ठ (ज्युनियर) मंडळींच्याजवळ वेगळे किंवा विशेष प्राविण्य किंवा जादा नैपुण्य होते असे नव्हे. तर त्यामागे कारणीभूत होती त्यांची विशिष्ट जात. अशा घटनांमुळे अनेकांना तीव्र दु:ख झाले व कित्येकांचे नैतिक धैर्य खचले.

या पद्धतीमध्ये एक ताकद किंवा इशारा (caveat) समाविष्ट होता. कल्पना करा की, आरक्षणाचा लाभ होणारी 'अ' ही व्यक्ती 'ब' व्यक्तीनंतर तीन वर्षांनी त्याच खात्यात नोकरीस लागली. 'ब'च्या पदाच्याही वरचे एक पद आता रिकामे झाले असता त्या 'ब'ला टाळून 'अ'ची निवड त्या पदावरती होते. याला कारण ती जागा 'अ'च्या पोट-पोट-जातीसाठी आरक्षित होती! जर काही काळात 'ब'ला वरच्या पदावरती नेहमीच्या नियमांप्रमाणे बढती मिळाली असती, तर मग त्याच्या नोकरीच्या जास्त कालावधीमुळे तो 'अ'पेक्षा अधिक ज्येष्ठ (सिनियर) ठरला असता. पण आता उलट परिणाम झाला. असा हा द्रुतगती बढत्यांचा नियम आहे, तो ज्येष्ठत्व (seniority) ठरवणारा नाही.

जसजसा कालावधी लोटत गेला, तसतसे आरक्षणाच्या लाभार्थींना नुसत्याच भराभर बढत्या मिळाल्या असे नाही, तर त्यांना परिणामस्वरूपी ज्येष्ठत्व (consequential seniority) सुद्धा प्राप्त झाले. आता ह्या 'अ'ला वरच्या पातळीवरील पदांवरती 'ब'पेक्षाही अधिक हक्क सांगता येऊ लागला. याचे एकमेव कारण हेच की 'अ'ची असलेली ती पोट-पोट-जात. म्हणून तो वेळेआधीच 'ब'पेक्षा नोकरीच्या वरच्या पातळीवरती पोचला. अधिक तपशिलात जाऊन आपण पाहू तेव्हा असे दिसेल की, न्यायालयातील अनेक निकालपत्रांत सर्वोच्च न्यायालयाने ह्या अशा चमत्कारिक पद्धतीवरती ताशेरे झोडून ती त्या त्या खटल्यात निष्प्रभ करून टाकली. उदाहरणार्थ, *भारतीय संघराज्य विरुद्ध वीरपालसिंग चौहान.* (संदर्भ : (१९९५) 6 SCC 684) आणि *अजितसिंग जनुजा विरुद्ध पंजाब राज्य* ((1996) 2 SCC 715) या खटल्यात बढत्यांची ती रोस्टरपद्धत बंद करून टाकली.

पण याचा परिणाम काय झाला?

तर भारतीय राज्यघटनेत दुरुस्ती करण्यात आली. ही ८५ वी घटनादुरुस्ती

होती. कलम १६ मध्ये एक पोटकलम (४अ) हे ७७ व्या घटनादुरुस्तीनुसार घालण्यात आले होते. त्याच जुन्या पोटकलमात आता आणखी दुरुस्ती करून ते मूळचे इंग्रजी शब्द असे झाले : in matters of promotion, with *consequential seniority* to any class. म्हणजे आता पुनर्दुरुस्त झालेले पोटकलम खालीलप्रमाणे झाले :

> राज्यसंस्थेच्या अखत्यारीमधील नोकऱ्यांतील जी पदे अनुसूचित जाती व जमाती यांच्यासाठी आरक्षित ठेवली आहेत आणि राज्यसंस्थेच्या मते ह्या वर्गाचे पुरेसे प्रतिनिधित्व शासकीय नोकऱ्यांत नाही, अशा वर्गासाठी 'परिणामस्वरूपत: ज्येष्ठत्वासह' बढत्यांची तरतूद ठेवण्याच्या राज्यसंस्थेच्या प्रयत्नाला कसलाही प्रतिबंध होऊ शकत नाही.

परंतु इतके करूनही ह्या आरक्षण प्रयत्नाचा शेवट होत नाही. प्रदीर्घ काळ चालणाऱ्या न्यायालयीन लढ्यासारख्या कोणत्याही प्रयत्नाने ही समस्या संपत नाही. 'अल्पसंख्याकांच्या संस्थांचे (minority institutions) आपल्या संस्था सरकारी हस्तक्षेपावाचून चालवण्याचे हक्क' या संबंधात एक प्रदीर्घ काळ चालणारे प्रकरण न्यायप्रविष्ट होते. त्यात आपणच आपल्यासाठी जे आरक्षण (reservations per se) ठरवून घेतले होते, त्या मुद्द्याचा ऊहापोह होत होता. पण अचानक त्यावरती एकदम उल्कापात झाला.

अगदी ताजा विपर्यास

या प्रकरणातील न्यायालयीन कामकाज, नंतरचे त्यावरचे निकाल आणि त्यानंतरचे संबंधित कायदेकानू बदलण्याच्या कृती, अशा घटनामालिकेतून दोन प्रकारचे विपर्यास प्रकट होतात. प्रत्येक विपर्यास हा दुसऱ्याइतकाच अनर्थकारी आहे.

घटनाकारांनी आपल्या मर्यादेबाहेर जाऊन अल्पसंख्याकांना आश्वस्त केले आहे. कलम २९ आणि कलम ३० या दोन कलमांचा या संदर्भात प्रभाव पडत असल्याने आपल्याला आता त्यांचा विचार येथे करायचा आहे.

आपण कलम २९ मधील पोटकलम (२) पाहिले आहे. त्यात म्हटले आहे की, 'राज्यसंस्थेने चालवलेली अथवा राज्यसंस्थेच्या अनुदानावर चालवलेल्या कोणत्याही शैक्षणिक संस्थेत कोणत्याही नागरिकाला केवळ त्याचा धर्म, वंश, जात, भाषा यांवरून किंवा यांपैकी कोणत्याही एका बाबीवरून प्रवेश देण्याचे नाकारता येणार नाही.'

तर कलम २९(१) मध्ये म्हटले आहे, 'भारतीय भूमीवर किंवा भारतीय भूमीच्या कोणत्याही भागावर राहणाऱ्या नागरिकांच्या कोणत्याही समाजगटाच्या नागरिकाला आपली स्वत:ची वेगळी भाषा, लिपी किंवा संस्कृती असेल तर ते सर्व

जपण्याचा हक्क त्यांना आहे.'

कलम ३० मधील पोटकलमे ही आपल्या विचारातील प्रश्नासंबंधित आहेत. ती पोटकलमे अशी :

(१) धर्म किंवा भाषा यावरून असलेल्या सर्व अल्पसंख्य समाजगटांना आपल्या पसंतीनुसार आपल्या शिक्षणसंस्था स्थापन करण्याचा व त्या चालवण्याचा हक्क आहे.

(२) शैक्षणिक संस्थांना मदतीचे अनुदान देण्यामध्ये अल्पसंख्याकांनी चालवलेल्या कोणत्याही शैक्षणिक संस्थेविरुद्ध धर्म किंवा भाषा यांवरून राज्यसंस्थेला भेद करता येणार नाही.

वरील दोन्ही २९ व ३० क्रमाकांच्या कलमांची उद्दिष्टे ही अगदी स्वच्छ रितीने प्रकट झालेली आहेत. ती दोन प्रकारची आहेत :

- अल्पसंख्य समाजगटांना आपली भाषा, लिपी व संस्कृती जपण्याचा हक्क आहे.
- आपल्या स्वत:च्या पसंतीनुसार आपल्या शिक्षणसंस्था स्थापन करून त्या चालवण्याचा हक्क त्यांना आहे.

दोन्ही पोटकलमे एकमेकांवरती प्रभाव टाकणारी आहेत हे स्पष्ट दिसून येते. त्यातून एकच सामाईक हेतू प्रकट होतो. तो म्हणजे, अल्पसंख्य समाजगटांना आपली भाषा, लिपी व संस्कृती जपण्यासाठी मदत करणे. घटनाकारांच्या मनातील ज्या शैक्षणिक संस्था आहेत आणि जे आश्वासन त्यांनी अल्पसंख्याकांना दिले आहे, त्यावरून त्यांना भाषा, लिपी व संस्कृती हे टिकवून धरण्याचा हेतू आहे. त्या कलमांमधील शब्दांवरून कोणत्या प्रकारची शिक्षणसंस्था त्यांना अभिप्रेत आहे हे दिसून येते. आपली भाषा, लिपी व संस्कृती टिकवण्यासाठी अल्पसंख्याकांनी एखादी संस्था काढणे, हेच घटनाकारांना अभिप्रेत आहे. समजा काही मुस्लिमांना अशी भीती वाटते आहे की उर्दू भाषा ही मृत्युपंथाला लागली आहे. म्हणून मग ते ही भाषा टिकवण्यासाठी व शिकवण्यासाठी एक शिक्षणसंस्था उघडतात. त्या वेळी घटनेतील कलमे त्यांना आपली संस्था स्थापून ती चालवण्याच्या हक्कांची हमी देते. कलम ३० मधील दुसऱ्या पोटकलमानुसार हा हक्क अधिक स्पष्ट व निश्चित होतो. त्या हमीनुसार अल्पसंख्याकांना आपल्या पसंतीनुसार संस्था स्थापन करता येते. म्हणजेच त्यांना आपली संस्था कशी असेल जेणेकरून उर्दू भाषा उत्तम रितीने टिकवण्यास मदत होईल हे ठरवता येते. ती संस्था कशाप्रकारे उत्तम असावी हे त्यांना सांगण्याचा अधिकार राज्यसंस्थेला किंवा अन्य कोणालाही नाही.

परंतु यातील 'आपल्या पसंतीची' (of their choice) हे शब्द संदर्भावाचून

उचलले गेल्याने त्या घटनाकलमाची गाडी रुळावरून घसरली. अल्पसंख्याकांना आपल्या संस्था उभ्या करणे व त्या चालवणे यांचे हक्क कलम २९ व कलम ३०नुसार देण्यामागचा हेतूच उखडला गेला. आपली भाषा, लिपी व संस्कृती टिकवण्यासाठी एखादे इंजिनीअरींग कॉलेज अथवा डेंटिस्ट कॉलेज यांसारख्या उभ्या केलेल्या शिक्षणसंस्थांचा विचार करण्यात अर्थ नाही, पण तरीही एखाद्या अल्पसंख्य समाजाने जर अशी संस्था उभी केली, तरीही त्यासाठी कलम २९ व कलम ३० यांचे संरक्षण मिळते. आणि त्यात राज्यसंस्थेचा हस्तक्षेप होत नाही असे धरून चालले जात होते.

परंतु याचा परिणाम किती अन्यायकारक आणि चमत्कारिक होईल ते सहज कळून येईल. उदाहरणार्थ, राम शरण याने एक इंजिनीअरींग कॉलेज उघडले. संबंधित राज्यसरकार व विद्यापीठ त्यासाठी आपले आवश्यक नियम, निकष व मापदंड लावतील. जर महंमद अस्लम याने अगदी तसेच इंजिनीअरींग कॉलेज त्याच रस्त्याच्या पलीकडच्या बाजूला काढले. तिथेही तेच विषय शिकवले जातात, तीच पुस्तके वापरली जातात. पण त्या संस्थेच्या कारभारावर राज्यसंस्था व विद्यापीठ नियंत्रण ठेवू शकत नाहीत! अनेक वर्षे न्यायालयांकडून अशी भूमिका चालवली आहे की, त्या संस्थेने 'हे करावे', 'ते करावे' असे राज्यसंस्था त्यांना सांगू शकत नाही. *जरी राष्ट्रीय हिताच्या दृष्टीने राज्यसंस्थेने अशी पावले उचलणे आवश्यक असले, तरीही त्या शिक्षणसंस्थेवर अशी सक्ती करता येत नाही.*

परंतु आपल्या आरक्षणाच्या मुद्द्यांबाबत विचार करताना हा एक वेगळा विचारप्रवाह आहे.

त्या विचित्र शब्दरचनेमुळे तीन प्रकरणे अशी घडली की ती शेवटी न्यायालयात दाखल झाली. परिणामत: शेवटी घटनेत नुकतीच एक दुरुस्ती करण्यात आली. ती तीन प्रकरणे व त्यांचे खटले पुढीलप्रमाणे होते. *टी.एम.ए. पै फाऊंडेशन विरुद्ध कर्नाटक राज्य.* या खटल्यामध्ये एकूण ११ न्यायाधीशांनी निकाल दिला. (संदर्भ : (2002) 8 SCC 481) त्यानंतर दुसरा खटला दाखल झाला. *इस्लामिक ॲकेडेमी ऑफ एज्युकेशन विरुद्ध कर्नाटक राज्य* (संदर्भ : (2003) 6 SCC 697) या खटल्यात ५ न्यायाधीशांनी निकाल दिला. त्यानंतरचा खटला दाखल झाला तो *पी.ए. इनामदार विरुद्ध महाराष्ट्र राज्य* (संदर्भ : (2005) 6 SCC 537) हा खटला खूप अटीतटीने लढवला गेला. याचा शेवट ७ जणांच्या न्यायाधीशांच्या बेंचने दिलेल्या निकालाने झाला.

टी.एम.ए. पै खटल्यात सर्वोच्च न्यायालयाने पुन्हा एकदा बजावून सांगितले की, कलम ३०(१)नुसार अल्पसंख्याकांना अर्थातच आपली शिक्षणसंस्था 'आपल्या पसंतीनुसार' उभी करण्याचा हक्क आहे. आपले सांस्कृतिक, भाषिक, धार्मिक अन् तांत्रिक शिक्षण त्यामधून देता येते. जर अल्पसंख्याकांच्या एखाद्या संस्थेला सरकारकडून

कसलेही अनुदान मिळत नसेल, तर सरकारला त्या संस्थेच्या प्रवेशप्रक्रियेवरती नियंत्रण ठेवता येणार नाही. फक्त शैक्षणिक गुणवत्तेचे मापदंड राखण्यासाठी सरकारकडून पात्रतेचे निकष आणि प्रवेशासाठी किमान अटी काय असाव्यात हे त्या संस्थेला सुचवता येतात. विद्यार्थ्यांना प्रवेश देण्याचा अधिकार व हक्क हा त्या शिक्षण संस्थेच्या अंतर्गत कारभाराचा एक भाग आहे. म्हणून अल्पसंख्याकांच्या शिक्षणसंस्था या प्रवेशप्रक्रियेचे नियम व धोरण स्वत: ठरवू शकतात. मात्र जोपर्यंत ती प्रवेशप्रक्रिया पारदर्शक पायावर उभी आहे आणि गुणवत्ता राखण्याची काळजी घेतली जात आहे, तोपर्यंत कसलीही कायदेशीर समस्या उभी राहणार नाही. परंतु अशा शिक्षणसंस्था चालवण्याचे अधिकार व हक्क हे निरंकुश किंवा अनिर्बंध नाहीत... अशा संस्थांमध्ये शैक्षणिक दर्जा व गुणवत्ता राखण्यासाठी सरकार हस्तक्षेप करू शकते. तसेच या संस्था वैद्यकीय, इंजिनीअरींग अशा व्यावसायिक शिक्षणाच्या असतील तर तेथील प्रवेशप्रक्रियेतही, गरज भासल्यास, सरकारला हस्तक्षेप करता येतो.

न्यायालयाच्या निकालात आणखी असे म्हटले होते की, 'अल्पसंख्याकांच्या संस्थांनी योग्य प्रमाणात अल्पसंख्य नसलेल्या विद्यार्थ्यांनाही प्रवेश द्यावा.' पण हे योग्य प्रमाण (किंवा reasonable extent) कसे ठरवणार? शिक्षणसंस्थेचे प्रकार, तिथे शिकवले जाणारे अभ्यासक्रम, त्या त्या राज्यातील अल्पसंख्याकांच्या शिक्षणाच्या गरजा, इत्यादीनुसार ते योग्य प्रमाण बदलू शकते. हे सर्व घटक लक्षात घेऊन तिथे प्रवेश दिल्या जाणाऱ्या बिगर-अल्पसंख्य विद्यार्थ्यांच्या टक्केवारीची नोंद राज्य सरकारला घ्यावी लागेल.

न्यायालयाने आणखी असे म्हटले आहे की, 'अल्पसंख्याकांच्या शिक्षणसंस्थांमधील प्रवेशप्रक्रिया ही पारदर्शक आणि न्याय्य असायला हवी. त्या शिक्षणसंस्थांनी याकडे कटाक्षाने लक्ष द्यायला हवे. व्यावसायिक अभ्यासक्रम व उच्च शिक्षण देणाऱ्या संस्थांमध्ये गुणवत्तेनुसार प्रवेश द्यावा.' सर्वोच्च न्यायालय पुढे सांगते, 'अल्पसंख्याकांच्या एखाद्या शिक्षणसंस्थेला जरी सरकारी अनुदान किंवा मदत नसेल, व विद्यार्थ्यांना कॉलेजात प्रवेश देण्याचा हक्क त्यांना असला, तर तो हक्क बजावताना त्या संस्थांनी विद्यार्थ्यांना प्रवेश देताना त्यांच्या गुणवत्तेकडे लक्ष दिले पाहिजे.' सर्वोच्च न्यायालय पुढे भर देऊन म्हणते की, 'असे जर त्या संस्थांनी केले नाही तर गुणवत्ता साध्य करण्यास ती शिक्षणसंस्था अपयशी ठरेल.'

सर्वोच्च न्यायालयाने पुढे असे स्पष्ट बजावले की, '...अन् व्यावसायिक कॉलेजमध्ये वैद्यकीय, इंजिनीअरींग, इ. आधी प्रवेशपरीक्षा घेऊन मगच त्या आधारे विद्यार्थ्यांना प्रवेश द्यावेत.'

येथे एक लक्षात घ्या की, आपला निकाल देताना सर्वोच्च न्यायालयाने त्यात शेवटपर्यंत गुणवत्ता व उत्कृष्टता उचलून धरली आहे, विशेषत: व्यावसायिक कॉलेजांच्या बाबतीत त्यांनी ते आग्रहाने म्हटलेले आहे. केवळ 'अल्पसंख्य लोकांची

शिक्षणसंस्था आहे' या नावाखाली काही जणांना प्रवेश देताना विद्यार्थ्यांच्या गुणवत्तेकडे दुर्लक्ष करून चालणार नाही, तसेच शिक्षणसंस्थेला अल्पसंख्याकांचा दर्जा मिळाला आहे म्हणून उत्कृष्टतेची जोपासना करण्याचे कर्तव्य टाळता येणार नाही. कारण गुणवत्ता व उत्कृष्टता या गोष्टी संपूर्ण देशाच्या हितासाठी असल्याने त्यांची जोपासना ही करायलाच हवी. सर्वोच्च न्यायालयाने हे सत्य वारंवार आपल्या विविध निकालपत्रांत व्यक्त केले आहे. अशा या न्यायालयाची अन्य निकालपत्रे विचारात घेताना आपल्या त्याच न्यायालयाच्या पूर्वीच्या निकालपत्रांतील उक्तींचे संदर्भ बघावे लागणार आहेत.

इस्लामिक अकॅडेमी ऑफ एज्युकेशन या संस्थेच्या खटल्यात सर्वोच्च न्यायालयाने म्हटले की, जरी अल्पसंख्याकांच्या शिक्षणसंस्थेला आपल्या कारभारात स्वायत्तता असली, तरी गुणवत्तेचे तत्त्व अजिबात डावलता येणार नाही. कारण राष्ट्राला व्यावसायिक गुणवत्तेची नितांत गरज आहे. अल्पसंख्य समाजाने चालविलेल्या वैद्यकीय महाविद्यालयातून पदवी घेऊन बाहेर पडलेले डॉक्टर हे समाजातील सर्व प्रकारच्या व सर्व धर्माच्या नागरिकांवरती उपचार करणार आहेत. ज्या अल्पसंख्य समाजाने ते महाविद्यालय उभे केले, ते फक्त त्या समाजातील रुग्णांवर ते उपचार करणार नाहीत, तर त्यांना सर्व समाजातील रुग्णांवर उपचार करावे लागणार. म्हणून राज्यसंस्थेकडून त्या शिक्षणसंस्थेवरती सरकार मान्यतेसाठी गुणवत्तेवर आधारित प्रवेशप्रक्रियेवरती भर देण्याची अट घातली पाहिजे. त्या प्रवेशांसाठी घेतल्या जाणाऱ्या परीक्षेवरती एका समितीकडून देखरेख ठेवली जावी व त्या समितीचे प्रमुख हे एक उच्च न्यायालयातील निवृत्त न्यायाधीश असावेत, असेही शेवटी निकालपत्रात म्हटले.

पी.ए. इनामदार खटल्यामध्ये सर्वोच्च न्यायालयाने पुन्हा एकदा जोर देऊन म्हटले की, शिक्षणसंस्था ही अल्पसंख्य समाजाची असो वा नसो, देशाच्या हितासाठी उत्कृष्टता राखण्याची गरज आहे, विशेषत: उच्च शिक्षणात व तांत्रिक शिक्षणात. न्यायालयाच्या शब्दात सांगायचे झाल्यास 'शिक्षणात उत्कृष्टता असणे आणि या पातळीवरती (पदवी व पदव्युत्तर आणि तंत्रशिक्षण यांच्या पातळीवरती) उच्च दर्जा राखणे या गोष्टी आवश्यक असून, त्याला कोणताही पर्याय नाही. राष्ट्राच्या हितार्थ हे ध्येय करण्यासाठी राज्य सरकारने पावले उचलावीत, नव्हे तशी ती उचलली गेलीच पाहिजेत. वैयक्तिक पातळीवर साध्य केलेल्या शिक्षण, ज्ञान आणि शिकणे या गोष्टी एकत्रित पाहिल्यास ती एक राष्ट्रीय संपत्ती आहे.'

सर्वोच्च न्यायालयाने व्यक्त केलेले हे शब्द नीट लक्षात ठेवा. जेव्हा आपण याच न्यायालयाचे निकाल अन्य खटल्यांत पाहू, तेव्हा या शब्दांची आठवण आपल्याला करावी लागेल. गुणवत्ता व उत्कृष्टता राखण्याचे हक्क व राज्य सरकारकडून योग्य तो दर्जा राखला जातो आहे की नाही हे पाहण्याचे कर्तव्य, या गोष्टी सर्वोच्च न्यायालयाने उचलून धरल्या आहेत. मग भले ती शिक्षणसंस्था

अल्पसंख्य समाजगटाने चालवलेली असो वा नसो. (संदर्भ : *पी.ए. इनामदार, op. cit.*, at 603, para 134)

सर्वोच्च न्यायालयाने आणखी असे म्हटले आहे की, आर्थिकदृष्ट्या किंवा सामाजिकदृष्ट्या जे घटक दुर्बल आहेत, त्यांना शिक्षणसंस्थेत प्रवेश देण्यासाठी किती जागा ठेवाव्यात याचे प्रमाण राज्य सरकार ठरवून देऊ शकते. ते प्रमाण किती असावे हे न्यायालयाने राज्य सरकारवरती सोडून दिले आहे.

न्यायालयापुढे आलेल्या प्रत्येक खटल्यात सर्वसाधारण महाविद्यालये, अल्पसंख्य समाजाने काढलेली महाविद्यालये आणि कसलीही सरकारी मदत न स्वीकारणारी विद्यालये असे सर्व प्रकार समाविष्ट आहेत. याचे महत्त्व काय आहे ते आता लवकरच आपल्याला समजेल.

सर्व शिक्षणसंस्थांचे वर्गीकरण न्यायालयाने तीन प्रकारात केले आहे आणि त्यानुसार प्रत्येक प्रकारची शिक्षणसंस्था हाताळण्यासाठी राज्य सरकारला कोणते अधिकार आहेत तेही सांगितले आहे. संस्थांचे ते तीन प्रकार पुढील प्रश्न विचारून ठरवता येतात :

शिक्षणसंस्था अल्पसंख्य समाजगटाने चालवलेली आहे का अल्पसंख्य नसलेल्या समाजगटाने चालवलेली आहे? शिक्षणसंस्थेला काही सरकारी मदत, अनुदान वगैरे मिळते का? राज्य सरकारकडून त्या संस्थेला मान्यता प्राप्त झाली आहे का, किंवा तशा मान्यतेसाठी संस्थेचे प्रयत्न चालू आहेत का?

न्यायालयाने खालील मुद्दे उचलून धरले आहेत :

- अल्पसंख्य समाजाने काढलेल्या शिक्षणसंस्थेला राज्य सरकारने मान्यता दिलेली नसेल, कसलीही मदत/अनुदान दिले नसेल, तर राज्य सरकारला त्या शिक्षणसंस्थेवरती प्रवेशाच्या प्रमाणांचे (कोटा) कोणतेही बंधन लादता येणार नाही.
- अल्पसंख्य समाजाने काढलेल्या शिक्षणसंस्थेला जर सरकारी मदत मिळत नसेल, पण त्या संस्थेने सरकारी मान्यतेसाठी अर्ज केला असेल, तर राज्य सरकार त्या संस्थेला काही निकष पाळायला सांगू शकते. संस्थेत प्रवेश घेऊ इच्छिणाऱ्याने त्या निकषांवर उतरायलाच हवे. परंतु त्यामुळे प्रवेश व प्रवेशशुल्क नियंत्रित करता येणार नाही.
- जर ती शिक्षणसंस्था अल्पसंख्य समाजगटाने काढलेली असेल, तिला सरकारी मान्यता असेल, सरकारी मदत मिळत असेल तर त्या शिक्षणसंस्थेच्या अल्पसंख्य समाजाची वैशिष्ट्ये पातळ न करता राज्य सरकार संस्थेच्या कारभारातील अनेक बाबी नियंत्रणाखाली ठेवू शकते.

शिक्षणसंस्थेत प्रवेश घेणाऱ्या विद्यार्थ्यांच्या जागांचे प्रमाण (कोटा) ठरवून देण्यासाठी

न्यायालयाने अल्पसंख्य समाजाच्या शिक्षणसंस्था व अल्पसंख्य नसलेल्या समाजाच्या शिक्षणसंस्था यात फारसा भेद केला नाही. या दोन्ही प्रकारच्या संस्थांच्या बाबतीत राज्य सरकार प्रवेश जागांचे प्रमाण ठरवून देऊ शकत नाही. *पी.ए. इनामदार* खटल्यामध्ये हाच मुद्दा सर्वोच्च न्यायालयाने पुन्हा ठामपणे मांडला आहे. त्यावरती दृष्टिक्षेप टाकल्यास अधिक स्पष्टपणे तो मुद्दा आपल्याला समजेल. निकालपत्रातील तो भाग खालीलप्रमाणे :

> 'अल्पसंख्य व अन्य' यांच्यासाठी प्रवेशांच्या जागांची संख्या (कोटा) राज्य सरकारने ठरवणे आणि त्या आरक्षणाची अंमलबजावणी करणे' या प्रक्रियेत आम्हाला सरकारी मदतीवाचून चालणाऱ्या अल्पसंख्याकांच्या व अल्पसंख्य नसलेल्यांच्या शिक्षणसंस्थांमध्ये फारसा भेद जाणवत नाही. ज्या खासगी व्यावसायिक महाविद्यालयाच्या शिक्षणसंस्थांनी न्यायालयाकडे अर्ज केले, त्यांनी खूप जोरदार तक्रारी केलेल्या आहेत. त्यांच्या तक्रारीनुसार ज्या संस्था सरकारी मदतीवाचून चालल्या आहेत, त्यांच्यावरती प्रवेशांच्या जागांबाबतीत आरक्षणाच्या ठराविक प्रमाणांची (कोट्याची) सक्ती राज्यसंस्थेकडून होत आहे. तशी सक्ती करण्याचा अधिकार राज्यसंस्थेला नाही असे तक्रारदारांचे म्हणणे आहे. 'ज्यांना कमी गुण मिळाले आहेत, म्हणजे ज्यांच्याजवळ गुणवत्ता नाही, त्यांना अन्य कसोटीवरती प्रवेश द्यावा,' अशा आरक्षणाच्या धोरणाची सक्ती राज्य सरकारकडून आमच्यावरती होऊ शकत नाही.

पै फाऊंडेशन खटल्यातील निकाल किंवा *केरळ एज्युकेशन बिल* खटल्यातील घटनापीठाने दिलेल्या निकाल माहितीप्रमाणे, राज्य सरकारच्या मदतीवाचून चालणाऱ्या व्यावसायिक शिक्षणसंस्थांनी, सरकारने निवडलेल्या विद्यार्थ्यांना, ठरवलेल्या कोट्याव्यतिरिक्त प्रवेश देण्यास राज्य सरकारने भाग पाडावे, असे काहीही उल्लेखलेले नाही. हा निकाल *पै फाऊंडेशनने* मान्य केला आहे

पै फाऊंडेशन खटल्यातील निकाल किंवा *केरळ एज्युकेशन बिल* खटल्यातील निकाल हे *पै फाऊंडेशनने* मान्य केलेले आहेत. राज्य सरकारच्या मदतीवाचून चालणाऱ्या व्यावसायिक शिक्षणसंस्थांनी ठरलेल्या कोट्याव्यतिरिक्त सरकारने निवडलेल्या विद्यार्थ्यांना प्रवेश द्यावा, असा राज्य सरकारने आग्रह धरला होता. जणू काही खासगी संस्थांमधील त्या जागा रिकाम्या पडल्या असून त्यावरती सरकारच्या मर्जीप्रमाणे प्रवेश द्यावे, असा आग्रह सरकार धरत होते. पण मग यामुळे जागांचे एक प्रकारे राष्ट्रीयीकरण होत आहे, म्हणून पै फाऊंडेशनने त्यास स्पष्ट विरोध केला

होता. सरकारी मदतीवाचून चालणाऱ्या खासगी व्यावसायिक शिक्षणसंस्थांवरती सरकारच्या आरक्षणाचे धोरण लादले जात आहे, किंवा सरकारी कोटा उपलब्ध जागांवरती लादला जात आहे. यामुळे खासगी व विनाअनुदानित अशा व्यावसायिक शिक्षणसंस्थाच्या स्वायत्ततेवरती व हक्कांवरती गंभीर आक्रमणाचे कृत्य घडते आहे. अशा पद्धतीने अल्पसंख्याकांच्या हितावरती एक प्रकारे नियंत्रण ठेवले जात आहे. अल्पसंख्य समाजाचे हित हे घटनेचे कलम ३०(१)नुसार किंवा एका मर्यादित स्वरूपात कलम १९(६)नुसार जपले गेले आहे. त्याला वरील कृत्याने बाधा पोचते आहे. व्यावसायिक शिक्षणसंस्थांना मदत करण्यासाठी सरकारजवळ पुरेशी आर्थिक ताकद नाही आणि खासगी व्यावसायिक शिक्षणसंस्थांना अधिक चांगले व्यावसायिक शिक्षण उपलब्ध करून देण्याची इच्छा आहे. म्हणून केवळ या कारणासाठी खासगी व्यावसायिक शिक्षणसंस्थांवरती कमी गुणवत्ता असलेल्या विद्यार्थ्यांना आरक्षणाच्या धोरणाच्या बळावर प्रवेश देण्याची जबरदस्ती सरकारला करता येणार नाही. विनाअनुदानित संस्थांना राज्य सरकारकडून काहीही मदत मिळत नसल्याने न्याय्य व पारदर्शक असलेली, शोषण न करणारी आणि गुणवत्तेवर आधारित असलेली अशी आपली स्वतःची प्रवेशप्रक्रिया त्या संस्था राबवू शकतात. (संदर्भ : *P. A. Inamdar vs. State of Maharashtra op.cit.*, at 601, para 124, 125)

हे थोडक्या शब्दात सांगायचे झाल्यास,

- ज्या शिक्षणसंस्थेला सरकारकडून कसलीही मदत मिळत नाही किंवा ज्या सरकारी मान्यतेसाठी प्रयत्न करीत नाहीत, त्या संस्थांमध्ये आरक्षण नाही.
- आणि याबाबतीत अल्पसंख्य समाजाच्या शिक्षणसंस्था व अन्य शिक्षणसंस्था या सारख्याच पातळीवरती आहेत.

असा निकाल तयार झाला खरा, पण तो जारी करण्याच्या आत काही जण गळा काढून आक्रोश करू लागले. मग नेहमीप्रमाणे काही दिवसांतच घटनेत आणखी एक दुरुस्ती झाली. ही दुरुस्ती ९३ वी होती. अशा घटनादुरुस्त्या व त्यांचा जयघोष करणे ही आता एक नित्याची बाब झाली होती. म्हणून आता कलम १५ मध्ये एक नवीन पोटकलम (५) येऊन बसले आहे. ते खालीलप्रमाणे आहे :

(५) या पोटकलमानुसार किंवा कलम १९ मधील पोटकलम (१) मधील (ग) ह्या पोट-पोट-कमलानुसार, सामाजिकदृष्ट्या किंवा शैक्षणिकदृष्ट्या मागासलेल्या समाजगटांना अथवा अनुसूचित जाती व जमातींना पुढे आणण्यासाठी राज्यसंस्थेने त्यांना कलम ३०(१) मधील अल्पसंख्य समाजगटांच्या शिक्षणसंस्थांखेरीज अनुदानित अथवा विनाअनुदानित

शिक्षणसंस्थांमध्ये प्रवेश देण्यासाठी काही खास तरतुदी, कायदा करून केल्या, तर त्यांना कसलाही प्रतिबंध होऊ शकत नाही.

थोडक्यात, या दुरुस्तीने खालील मुद्द्यांवरती सर्वोच्च न्यायालयाच्या निकालाचा पार निकाल लागला :

- खासगी, विनाअनुदानित महाविद्यालये येथे सर्वोच्च न्यायालयाने जरी आरक्षण ठेवले नसले, तरी ही दुरुस्ती ठाम सांगते की तशी आरक्षणे तिथेही असणार.
- या संबंधात अल्पसंख्य समाजाच्या शिक्षणसंस्था आणि अन्य शिक्षणसंस्था यात कोणताही भेद नाही असे या संबंधात सर्वोच्च न्यायालयाने जरी सांगितले असले, तरी ही दुरुस्ती असे ठामपणे सांगते की तसा भेद हा आहे.

सर्वोच्च न्यायालयाने कायदा, न्याय व उत्कृष्टता या तत्त्वांशी निष्ठा दाखवली. तर राजकीय वर्गाने अनुसूचित जाती व जमाती यांच्या आपल्या मतपेढ्या (vote banks) आणि अल्पसंख्य समाजाची मतपेढी यांच्याशी निष्ठा दाखवित घटनेत दुरुस्ती केली.

सर्वोच्च न्यायालयाचा निकाल उधळून लावण्यासाठी जेव्हा हे दुरुस्तीचे बिल लोकसभेत आले, तेव्हा त्यावर चर्चा करताना तार स्वरात ओरडून सर्व खासदार म्हणाले, ''या बिलानुसार तुम्ही सर्व राज्य सरकारांना त्यांच्या कक्षेत येणाऱ्या खासगी महाविद्यालयांमध्ये आरक्षण ठेवण्याचे अधिकार देता आहात. असे करणे म्हणजे राज्य सरकारांकडे बोट करून आपली जबाबदारी झटकणे होय. परंतु आयआयटी आणि आयआयएम यासारख्या केंद्रीय सरकारच्या शिक्षणसंस्थांवरती तुमचे नियंत्रण आहे, त्यांचे काय? तिथे काही आरक्षणाचे काम करून दाखवण्यासाठी तुम्ही कशाची वाट पाहत आहात?'' शेवटी लोकसभेचे सत्र संपले आणि सरकारने जाहीर केले की, ''त्या केंद्रीय शिक्षणसंस्थांना मंडल फॉर्म्युला लागू केला जाईल.'' तिथे अनुसूचित जाती व जमातींसाठी २२.५ टक्के जागा आरक्षित केल्या होत्या, त्या २७.५ टक्क्यांवरती नेण्यात आल्या.

हिमाचल प्रदेशच्या उच्च न्यायालयात विलंबित प्रकरणे खूप वाढली तरी न्यायाधीशांच्या जागा नववरून तीनवर आल्या. कारण काय? त्या उच्च न्यायालयाकडून रिकाम्या जागांसाठी जी नावे सुचवली गेली होती, त्यांना राज्य सरकार मंजुरी देईना. त्या नावांवरून उमेदवारांची जात समजत होती आणि राज्य सरकारच्या मते त्यामुळे जातींचे योग्य ते प्रतिनिधित्व प्रतिबिंबित होत नव्हते. जेव्हा याबद्दल एका पत्रकाराने मुख्य न्यायाधीशांना विचारले, तेव्हा त्यांनी आपली असाहायता प्रकट केली व त्या पत्रकाराला म्हटले, ''मी माझे काम केले. बाकी मी फक्त खांदे उडवू शकतो.'' (पहा : दी इंडियन एक्स्प्रेस, ५ एप्रिल २००६)

नंतर काही दिवसांनी केंद्र सरकारमध्ये एक नवीन मंत्रालय उघडण्यात आले.

त्याचे नाव Ministry for Minority Affairs (अल्पसंख्य समाजासंदर्भातील घडामोडींचे मंत्रालय) असे ठेवले गेले. त्याच्या मंत्र्याने जाहीर केले की, पंजाब, जम्मू व काश्मीर आणि ईशान्य राज्ये येथील हिंदू हे अल्पसंख्य म्हणून धरले जातील. तो मंत्री पुढे म्हणाला, ''ही कल्पना मला खुद्द देवाने सुचवली.'' (संदर्भ : दी एशियन एज, १४ एप्रिल २००६) ही कल्पना राबविण्याचे परिणाम स्वच्छ दिसत आहेत आणि ते थोपवताही येणार नाहीत : ज्या क्षणाला त्या भागातील हिंदूंना आरक्षणाखाली आणले जाईल, तेव्हा ते *धार्मिक गटाखालचे आरक्षण* समजले जाईल. मग सबंध देशभर संपूर्ण मुस्लीम समाजाला आरक्षणांचा लाभ हा 'धार्मिक गट' या नावाने होणार. अन् देशभर असे होणार म्हटल्यावर त्यात पंजाब, जम्मू व काश्मीरचे किमान दोन भाग येतील : म्हणजे जम्मू व लडाख. या ठिकाणी आणि ईशान्येकडची राज्ये या ठिकाणी मुस्लीम हे 'अल्पसंख्य' आहेत!

एक मूलभूत समस्या

ही समस्या अन्य समस्यांपेक्षा वेगळी आहे. त्या अन्य समस्यांकडे आपण एका मागोमाग बघणार आहोत. पण त्यांच्या क्रमात ह्या समस्येकडे अधिक लक्ष वेधले जात आहे, कारण ती घटनेच्या न्यायशास्त्रात अत्यंत मूलभूत अशी समजली जाते. सर्वोच्च न्यायालयाने पुन्हा पुन्हा निक्षून बजावले होते की, ५० टक्क्यांपेक्षा अधिक आरक्षण ठेवल्याने घटनेच्या मूलभूत चौकटीचा भंग होतो आहे. मग ते आरक्षण प्रवेश देण्यासाठी असो, नोकरीसाठी असो वा बढत्यांसाठी असो. सर्वोच्च न्यायालयाने वारंवार अशा कृत्यांबद्दल ताशेरे झाडलेले आहेत. पण सर्वोच्च न्यायालयाचे निकाल लोकसभेकडून घटनेत बदल करून पार उधळले जातात. अशा घटनाबदलामुळे वादग्रस्त आरक्षण ठेवण्याची कृती ही घटनेची मूलभूत रचना उखाडते का? घटनेची मूलभूत रचना कशामुळे बनते हे सर्वोच्च न्यायालय ठरवणार का संसदेमधील बहुमत ठरवणार?

काही प्रश्न

घटनाकारांनी जी घटना लिहिली, त्यापासून आपण किती खाली उतरत आलो? या अवनतीचे समर्थन कोणत्या विचारांनी होऊ शकते? ही अवनती नुसतीच राजकारणी लोकांमुळे झाली नाही, तर ती 'पुरोगामी' न्यायाधीशांकडूनही...

ह्या अवनतीने आपणास कोठे आणले आहे?

अजून ती आपल्याला कोठे घेऊन जाईल?

एकदा अशा अवनतीच्या दिशेने राजकारण सुरू झाले की पुढची झेपावत जाणारी घसरण थोपवण्याची शक्यता कमी कमी का होत जाते?

त्या वेळचे मानववर्ग,
आताचे मानववर्ग

२.

एक मूलभूत धडा

"हे तत्त्व सादर करताना ते गूढ धुक्यात वेढले गेले होते. कसलाही गाजावाजा न करता, अत्यंत शांतपणे व गुपचूप ते लागू करण्यात आले. वेगळ्या प्रतिनिधित्वाचे तत्त्व हे कायद्यात बसत नाही. कायदा त्याबद्दल काहीच सांगत नाही. हे तत्त्व फक्त रोख दाखवताना दिसते. कायद्यात मात्र तसा रोख किंवा कल नाही. समाजगटांसाठी काही नियमावली तयार करण्याच्या कर्तव्याने ते भारलेले होते आणि ज्यांना मुस्लिमांचे प्रतिनिधित्व वेगळा समजागट म्हणून करायचे होते, त्या मुस्लिमांच्या हितासाठी या तत्त्वाचा रोख दिसतो... पण हे तत्त्व कुणी पुढे आणून घुसवले ही गोष्ट मात्र अद्यापही गूढच राहिली आहे...."

वरील लिखाण हे डॉ. आंबेडकर यांच्या इंडियन कौन्सिल ॲक्ट ऑफ १८९२ या पुस्तकातील 'थॉट्स ऑन पाकिस्तान' या प्रकरणातून घेतले आहे. (हे पुस्तक १९४१ साली प्रसिद्ध झाले. यात अन्य गोष्टींबरोबर पाकिस्तानची कल्पना उचलून धरली आहे. अन्य गोष्टींमध्ये एका आदर्शवादाचा उल्लेख आहे. तो आदर्शवाद म्हणजे 'इस्लाममुळे इतर अनेक धर्मीयांत, अनेक संस्कृतींच्या समाजमिश्रणात मुस्लिमांना सहजीवन कंठणे अशक्य असते.')

परंतु मुस्लिमांना वेगळा मतदारसंघ देण्याच्या हेतूने जी काही गणिते केली ती पाहता यात काहीही गूढ अथवा रहस्यमय असे दिसत नाही. ही गोष्ट अनेकवार सांगितली जाते.[१]

---

१. या बाबतीमधील प्राथमिक कागदपत्रांचा उल्लेख राजेंद्रप्रसाद यांच्या *इंडिया डिव्हायडेड* १९४५/४६, पाने ११२-१५ येथे सापडतो. भारतीय विद्या भवनने प्रसिद्ध केलेल्या मालिकेतील *द हिस्ट्री ॲण्ड कल्चर ऑफ द इंडियन पीपल,* Vol. X, Part 2, pages 320-25 आणि Vol.XI, pages 127-30, 147-49 येथेही उल्लेख सापडतात. या खेरीज एच.व्ही. शेषाद्री यांनी लिहिलेले *द ट्रॅजिक स्टोरी ऑफ पार्टिशन,* जाग्रण प्रकाशन, बंगलोर, १९८४, पाने ३५-४३ पहा.

१८५७ सालच्या उठावामुळे ब्रिटिश हादरले, पण हे हादरलेपण फारच थोडा काळ टिकले. तो उठाव अत्यंत क्रूरतेने दडपल्यावरती दोन-तीन वर्षांनी त्यांनी पुन्हा स्थिरस्थावर होण्यासाठी झाल्या उठावाची मीमांसा करण्यास सुरुवात केली. नवीन मीमांसाही अर्थातच आपल्याला अनुकूल ठरेल अशी ते करत होते. म्हणजे असे की, तो उठाव फक्त काही भूभागांपुरताच होता, सार्वत्रिक नव्हता; स्थानिक पातळीवरती झालेल्या गैरसमजुतीमुळे तो उद्रेक झाला; त्या उठावामागे कोणत्याही राष्ट्रीय भावना नव्हत्या; आपल्या सरंजामशाही व वैयक्तिक मागण्यांसाठी बंडाचे नेते लढले – एका स्थानिक शास्त्याने तिच्या मुलाचे दत्तकविधान नामंजूर केले म्हणून त्या बंडात भाग घेतला, तर दुसऱ्या एकाने आपले निवृत्तीवेतन थांबवले म्हणून भाग घेतला होता. १८५७च्या उठावाची ही ब्रिटिशांची मीमांसा फक्त मीमांसा म्हणूनच राहिली. अन् हे मत तुम्हाला पं. नेहरूंच्या *डिस्कव्हरी ऑफ इंडिया* या पुस्तकात अधोरेखित केलेले सापडेल.

पण ते काहीही असो, ब्रिटिश मंडळी भारताच्या इतिहासाची पुस्तके लिहीत राहिली, थांबली नाहीत. त्यांनी आता व्यवहारात आपले खरे दात दाखवायला सुरुवात केली. 'बेंगॉल आर्मी'मधील सैनिकांची एकजूट अभेद्य होती. ते लक्षात आल्यावर त्यांनी ते सैन्यच बरखास्त करून टाकले. इथून पुढे त्यांनी निरनिराळ्या प्रकारचे, जातींचे सैनिक एकत्र ठेवावयास सुरुवात केली. अशा सरमिसळीला फक्त शिखांच्या सैन्याचा अपवाद त्यांनी केली. कारण शिखांनी आपली इंग्रजनिष्ठा सार्वत्रिक उठावातही कायम ठेवली होती. सत्तावन्नच्या उठावाला ब्राह्मणांनी एक तात्त्विक समर्थन दिल्यामुळे आणि या जातीचे एक देशभर जाळे असल्यामुळे ब्राह्मणांची निंदानालस्ती करणारा प्रचार इंग्रजांनी दुप्पट जोमाने चालू ठेवला.

परंतु आपल्या सत्तेचे वर्चस्व ठेवण्यासाठी इंग्रजांना दुसऱ्या एका बाबतीत संधी मिळाली. अन् हीच गोष्ट प्रजेवर नियंत्रण ठेवण्यास प्रमुख ठरली. सत्तावन्नच्या उठावात हिंदू व मुस्लीम हे खांद्याला खांदा लावून लढले. परंतु या दोघांत काही ना काही भेदांचे तडे होते. एकामागोमाग एकेक अशा अनेक ब्रिटिश अधिकाऱ्यांनी लिहून ठेवले होते की, *'या भेदाचा फायदा उठवून त्यांच्यात अधिक कटुता कशी निर्माण होईल असे धोरण आपण ठेवायला हवे.'* कारण हिंदू-मुसलमान यांच्यामधली दुही जेवढी धारदार होईल, तेवढी ब्रिटिश साम्राज्याचा सूर्य भारतावर मावळण्याची शक्यता राहणार नव्हती. भारतीय विद्याभवन संस्थेने केलेल्या अभ्यासात, अशी फूट पाडणाऱ्या धोरणाची भलावण करणाऱ्या अनेक इंग्रजी अधिकाऱ्यांच्या व धोरण आखणाऱ्यांच्या नावांचा उल्लेख करून या माहितीला पुष्टी दिलेली आहे... मुंबईचा गव्हर्नर लॉर्ड एल्फिन्स्टन याबाबतीत असे लिहितो की, "Divide et Impera असे एक जुने रोमन बोधवाक्य आहे. पण हे वाक्य आता आपले व्हायला पाहिजे."

त्या रोमन बोधवाक्याचा अर्थ 'दुही माजवा व निर्वेधपणे राज्य करा' असा होतो. आपण अजूनही एल्फिन्स्टनचे नाव महाविद्यालयात आदराने घेतो. सर जॉन स्ट्रॅची लिहितो की, ''हिंदुस्थानतील लोकांत आपापसात वैर करणाऱ्या संप्रदायांचे अस्तित्व आहे आणि भारतातील आपली राजकीय स्थिती भक्कम असण्याचे जे अनेक घटक आहेत, त्यांपैकी हा एक घटक आहे.''

आपलेच नियम आणि आपणच दिलेल्या सूचना ह्या एका कायद्यात घालून त्याद्वारे मुस्लिमांसाठी वेगळ्या मतदारसंघाची मागणी करणे, हे वर उल्लेखलेल्या धोरणाचे महत्त्वाचे हत्यार होते. नवल म्हणजे ते नियम व सूचना त्या कायद्यात उल्लेखलेल्या नव्हत्या. मुस्लिमांच्या वेगळ्या मतदारसंघाचे पिल्लू मागच्या दाराने आत घेतले गेले. याच कारणावरून कर्झनने बंगालची फाळणी 'मुस्लीम व हिंदू' अशा तत्त्वाने केली. आपल्या *द डेस्टिनी ऑफ इंडियन मुस्लीम* या महत्त्वाच्या ग्रंथात एस. अबिद हुसेन लिहितात, ''त्या फाळणीला समंजस हिंदू व मुस्लीम नेत्यांनी विरोध केला. तथापि, धर्मांध मुल्ला मंडळींनी मुस्लीम जनतेला पटवले की, 'आता सरकारने तुमच्या हातात हा प्रांत ठेवला आहे.' अन् पुढे त्यांना एवढे भडकावले की, ती मुस्लीम जनता क्रोधाने आंधळी झाली. त्यामुळे अर्थातच तिथले जमीनदार व व्यापारी यांच्याविरुद्ध उठाव झाला. त्यातले बहुतेक जण हे हिंदू होते. मग हा हा म्हणता नवीन प्रांतात सर्वत्र जातीय दंगे उसळत गेले.'' अबिद हुसेन पुढे लिहितात, ''पण ते काहीही असले तरी त्यामुळे फाळणीची बीजे लोकांच्या हृदयात पेरली गेली. अखेर एके दिवशी सबंध देशाची फाळणी झाली....'' (संदर्भ : हर-आनंद प्रकाशन, नवी दिल्ली, यांनी १९९३ साली पुनर्मुद्रित केलेल्या पुस्तकातून. याबद्दल अधिक माहितीसाठी पृष्ठे ८२ ते ८५ पहावीत.)

कर्झनला राजीनामा देऊन हिंदुस्थानातून निघून जावे लागले व त्याची राजवट संपुष्टात आली. त्याच्या जागी मिन्टो हा व्हॉइसरॉय म्हणून आला. बंगालच्या फाळणीमुळे जे जातीय विद्वेषाने भारलेले वातावरण तयार झाले होते, त्याचा लाभ आता या नवीन व्हॉइसरॉयला आणि त्याच्या सहकाऱ्यांना मिळाला. मुस्लिमांना काँग्रेस पक्षापासून परावृत्त करण्याची एक आदर्श संधी आयतीच मिळाली. अबिद हुसनने लिहिले होते, ''मुस्लिमांमधील फुटीरतावादी चळवळीला आता उत्तेजन देण्यासाठी एका गुणकारी रसायनाची कृती हातात आली.'' अगदी त्याप्रमाणेच होऊन 'जातीयवादी प्रतिनिधित्व' करण्याचे रसायन खदखदू लागले.

मग पुढे काय होईल याची आधी कल्पना करावी तसेच घडले. मिन्टो तसेच वागू लागला. अबिद हुसेन लिहितात, ''त्याने (मिन्टोने) काळजीपूर्वक पावले टाकली. मुस्लिमांकडूनच वेगळ्या प्रतिनिधित्वाची मागणी आपल्यापुढे आली आहे, असो त्याने भासवले. हे घडवून आणण्यासाठी नवाब मुहसीन-उल-मुल्क याला एक

गुप्त निरोप मिन्टोने पाठवला. अलीगढ महाविद्यालयाच्या बोर्ड ऑफ ट्रस्टीचा हा मुहसीन सेक्रेटरी होता. (याच्याच जागेवरती आधी सय्यद अहमद होते.) या महाविद्यालयाचे नंतर अलीगढ मुस्लीम विद्यापीठात रूपांतर झाले. त्या महाविद्यालयाचा प्रिन्सिपॉल हा एक इंग्रज होता. त्याचे नाव आर्चबाल्डी. मिन्टोने आपला निरोप त्याच्यामार्फत मुहसीन याला पाठवला. त्या निरोपात म्हटले होते की, 'प्रमुख मुस्लिमांचे एक शिष्टमंडळ तयार करून त्यांनी व्हॉइसरॉयला भेटून मुस्लीम समाजासाठी खास मागण्या कराव्यात...''

मग त्याप्रमाणे मुस्लीम पुढाऱ्यांचे एक शिष्टमंडळ आगाखान यांच्या नेतृत्वाखाली १ ऑक्टोबर १९०६ रोजी सिमला येथे व्हॉइसराय मिन्टोला भेटायला गेले.

आपल्या मागणीपत्रात (खरे म्हणजे ते मागणीपत्र ब्रिटिशांनीच तयार केले होते!) शिष्टमंडळाने म्हटले होते, ''मुसलमान समाजाचे सरकारकडचे कोणतेही प्रत्यक्ष अथवा अप्रत्यक्ष प्रतिनिधित्व हे त्यांच्या सामाजिक स्थानावर व प्रभुत्वावरती परिणाम करणारे असते. म्हणून नुसत्या संख्याबळाचे ते प्रतिनिधित्व नसावे, तर त्यांचे राजकीय महत्त्व ओळखून आणि मुसलमान समाजाने ब्रिटिश साम्राज्याच्या रक्षणात केलेले योगदान पाहून त्या प्रमाणात प्रतिनिधित्वाचा विचार व्हावा.'' यानंतर त्यात असे म्हटले गेले होते की, ''शंभर वर्षांनंतर मुसलमान समाजाची स्थिती आता थोडीशी जी उंचावली गेली आहे त्याबद्दल आम्हाला धन्य वाटते.'' यानंतर आपली मागणी पक्की करण्यासाठी, ''आमच्या समाजाच्या वेगळ्या मतदारसंघावर योग्य ते प्रतिनिधी पाठवण्याचा हक्क आम्हाला द्यावा.''

व्हॉइसरॉय मिन्टोने दयाळूपणाचा मूर्तिमंत अवतार धारण केला होता. त्याने मोठ्या कळवळ्याने त्या शिष्टमंडळाला सांगितले, ''प्रतिनिधित्व हे कोणत्याही क्षेत्रातील असो, मग ते नगरपालिकांमधील असो, जिल्हा बोर्डातील असो वा लेजिस्लेटिव्ह कौन्सिलमधले असो, आम्ही तिथल्या जागा वाढवून देणार आहोत. किंवा आम्ही तिथे मुस्लीम समाजासाठी वेगळ्या जागा ठेवणार आहोत. म्हणजे मग त्या जागांवरती मुसलमानांना आपले प्रतिनिधी निवडून देता येतील. या समाजाचे स्थान हे केवळ आकडेवारीवरून ठरवता येणार नाही, तर त्यांचे राजकीय महत्त्व व त्यांनी आमच्या साम्राज्याची केलेली सेवा यावरून ठरवले जाईल. तेव्हा तुमच्या मागण्यांशी मी पूर्णपणे सहमत आहे... तुमच्यासारखेच मला हे पटले आहे की, हिंदुस्थानातील कोणतीही निवडून देण्याची पद्धत असो, या उपखंडातील लोकसंख्येच्या श्रद्धा व रूढी यांना वगळून मताधिकार दिले तर मतदारसंघातून होणारे प्रतिनिधित्व हे निष्फळ व निरर्थक ठरेल, ते एक खोडसाळ अपयश ठरेल.''

त्या व्हॉइसरॉयची पत्नी लेडी मिन्टो ही काही मुलींसह तो शिष्टमंडळ भेटीचा सोहळा पाहण्यास उपस्थित होती. ती एका बाजूच्या दरवाज्याने आत आली होती.

मग संध्याकाळी तिने आपल्या डायरीत अत्यंत हर्षभरीत होऊन लिहिले, ''आजचा दिवस हा एक अत्यंत महत्त्वाच्या घडामोडींचा दिवस ठरला आहे. हिंदुस्थानच्या इतिहासात आता एका नव्या युगाचा आरंभ होत आहे.'' शिष्टमंडळाच्या भेटीनंतर काही तासांतच एका अधिकाऱ्याने तिला एक पत्र आणून दिले. त्या पत्राचा आपल्या डायरीत तिने उल्लेख करून त्यातील मजकूरही उद्धृत केला. त्या पत्रात म्हटले होते, ''युवर एक्सलन्सी, ही बातमी चारएक ओळींत असली तरी आपल्याला कळवायला हवी. आज एक फार फार मोठी घटना घडली आहे. राजकारणाचा फास असा टाकला गेला आहे की त्याचा परिणाम हिंदुस्थान व हिंदुस्थानच्या इतिहासावरती दीर्घकाळ होईल. आपल्याला ज्या राजद्रोही विरोधाला तोंड द्यावे लागते त्यापासून ६ कोटी २० लाख (मुस्लीम) जनतेला मागे वळवले गेले आहे.''

काँग्रेसच्या अध्यक्षपदावरून भाषण करताना खिलाफत चळवळीच्या वैशिष्ट्यांवर घाला घालण्यासाठी महंमद अली म्हणाले की, ''ती शिष्टमंडळाची भेट म्हणजे एक हुकुमानुसार केलेले नाटक होते.'' खुद्द लेडी मिन्टो ह्यांनी त्याला 'एक रचलेला बनाव' (engineered) असे संबोधले आहे. मौलवी सय्यद तुफैल अहमद मंगलोरी यांनी नंतर या शिष्टमंडळाबद्दलच्या हकिकती तपशीलवार उघड केल्या. त्या शिष्टमंडळात कोणाकोणाचा समावेश करून ते कसे तयार केले, शिष्टमंडळाचे मागणीपत्र अलीगढ कॉलेजचे प्रिन्सिपॉल आर्चिबाल्ड आणि व्हॉइसरॉयचा स्वीय चिटणीस डनलॉप स्मिथ या दोन ब्रिटिशांनीच आपापसात चर्चा करून कसे तयार केले तेही सांगितले आहे. पण तुफैल अहमद यांनी केलेल्या वर्णनानुसार हिंदुस्थानबद्दलच्या योजना राबवल्या गेल्या नाहीत. जेव्हा व्हॉइसरॉय मिन्टो हे सिमल्यामध्ये मुस्लीम शिष्टमंडळाला भेटत होते, तेव्हा त्याच वेळी लंडनच्या ब्रिटिश वृत्तपत्रात एक लेखमाला छापली जात होती. 'हिंदुस्थान एक राष्ट्र कसे नाही, ते लोकशाहीच्या संस्था व तशा कल्पना राबवण्यास कसे योग्य नाही, साम्राज्याच्या बाजूने मुस्लीम जनता कशी उभी आहे, आणि मुस्लीम मुत्सद्देगिरीने बंगालमधील चळवळींचा फुगा कसा फोडला,' इत्यादी गोष्टी त्यातून सांगितल्या जात होत्या.

याचे परिणाम ब्रिटिशांना जे अभिप्रेत होते तसेच तत्काळ झाले. लंडनमध्ये सेक्रेटरी ऑफ स्टेट (परराष्ट्र मंत्री) जॉन मोर्ले याने लगेच त्याची दखल घेतली. शिष्टमंडळाच्या भेटीचे सारे इतिवृत्त हाती आल्यावर त्याने मिन्टोला तारेने कळवले :

''२६ ऑक्टोबर

मोर्ले यांच्याकडून मिन्टो यांस,

आपण जे मुस्लिमांबद्दल मला कळवलेत ते भलतेच वेधक आहे. तुम्ही त्या वेळी शिष्टमंडळाला दिलेल्या बागेतील मेजवानीमध्ये मला हजर

राहता आले नाही म्हणून खेद होतो. ही सारी घटना शक्य तितक्या उत्कृष्ट रितीने चांगल्या प्रकारे घडली. त्यामुळे तिथल्या व्हॉइसरॉयच्या पदावरची स्थिती व वैयक्तिक अधिकार यांच्यावरती एक प्रकारे निर्णायक शिक्कामोर्तब झाले आहे. ही घटना इकडे सादर करण्याने येथल्या टीकाकार गटाच्या कारवाया उधळून लावल्या गेल्या असून, त्यामुळे त्यांना ब्रिटनचे 'हिंदुस्थन सरकार' म्हणजे 'नोकरशाही विरुद्ध जनता' अशी टीका यापुढे करता येणार नाही.''

आता येथून पुढे हिंदुस्थानातील जनता ही एक समजली जाणार नव्हती. येथून पुढे 'ब्रिटिश सरकार विरुद्ध हिंदुस्थानातील जनता' अशी परिस्थिती न राहता ती 'हिंदू विरुद्ध मुस्लीम' अशी होणार होती.

या घटनेचे परिणाम जे काही होत गेले ते आगाखान यांनी चांगले टिपले आहेत. त्या नकली शिष्टमंडळाचे नेतृत्व त्यांनीच केले होते. त्यांनी आपल्या *Memoirs* ग्रंथात लिहिले आहे, ''आमच्या मागण्यांना लॉर्ड मिन्टो यांनी मान्यता दिल्याने ती मान्यता हाच पुढच्या काळातील सर्व सरकारांपुढे ठेवलेल्या सर्व घटनात्मक प्रस्तावांचा पाया ठरला. ते सर्व प्रस्ताव भावी हिंदुस्थानबद्दल होते. आणि त्यांचा शेवट हा हिंदुस्थानची फाळणी होऊन पाकिस्तानच्या निर्मितीत झाला. हा शेवटचा परिणाम अटळ ठरला होता.''

ही 'रचना' कशामुळे एवढी प्रभावी व सामर्थ्यवान ठरली?

ज्यांना काही लाभ द्यायचे आहेत ते लाभ आपल्या हातात ठेवा आणि ते लाभ त्यांच्यातील वेगळेपणासाठी द्या. म्हणजे ते कायम वेगळेच राहतील. मुस्लीम हे मुस्लीम आहेत, इतरांपेक्षा वेगळे आहेत. अन् इतरांपेक्षा वेगळ्या रितीने राहिले की हा वेगळेपणा टिकून राहतो. एकदा ह्या वेगळेपणाचा लाभ त्यांना देऊ केला की त्या एकाच बिंदूभोवती राजकारण व सत्ताकारण फिरू लागते. जेव्हा एखाद्या गटाला गटस्पर्धेमध्ये प्रथम यायचे असते, तेव्हा त्या गटाचा नेता हा दुसऱ्या गटापेक्षा वेगळे काहीतरी करून दाखवू पाहतो. आपला गट इतरांपेक्षा वेगळा आहे हे विविध प्रकारे दाखवण्यासाठी ते ईर्षेने धडपडू लागतात आणि आपल्या गटाचा लाभ करून घेऊ पाहतात. त्या आधारे ते अन्य साऱ्या गटांवरती मात करू पाहतात. मग उरलेले काम ती स्पर्धाच करू लागते. वेगळेपणाची स्पर्धा वाढते, लाभ वाढतात. म्हणजे नुसत्याच १० टक्के जागा नाही तर (१० + क्ष) टक्के जागा; नुसतेच वेगळे मतदारसंघ नाहीत तर वेगळा देश...

सर्व रहस्याची गुरुकिल्ली केवळ त्या लाभासाठी कारणीभूत ठरणाऱ्या वेगळेपणाच्या भावनेत आहे. एकदा त्या भावनेचा कोंब समजला की लाभार्थी मंडळी आपल्याला

वेगळे समजू लागतात व इतरांपासूनचा तो वेगळेपणा जोपासू लागतात. ही गुरुकिल्ली नेहमी चालत आलेली आहे. वेगळेपणासाठी मग निरनिराळ्या बाबी कारणीभूत ठरतात. मानववंश, धर्म, जात, भाषा, लिंग, एखाद्या समाजगटाच्या वाट्याला आलेला अन्य समाजापासून तुटून आलेला बंदिस्तपणा इत्यादींमुळे खात्रीशीर वेगळेपणा मिळतो. डब्ल्यू.सी. स्मिथ याने Modern Islam in India हे पुस्तक १९४० मध्ये प्रकाशित केले. तेव्हा ब्रिटिशांच्या कावेबाजपणाच्या अनेक क्लृप्त्या लोकांना ठाऊक झल्या होत्या, त्याबद्दलच्या स्मृती जागृत होत्या. स्मिथने आपल्या पुस्तकात तो मुद्दा अचूकपणे मांडला आहे. वेगळ्या मतदारसंघामुळे मुस्लिमांना पुढे नेले, कारण त्यागाची रचनाच तशी होती. स्मिथने त्या प्रकाराचे निरीक्षण केले. यामुळे मुस्लीम समाज आधिकाधिक कसा वागत गेला याबद्दल तो लिहितो, ''मुस्लीम हे... जातीयवादानुसार मतदान करत गेले, जातीयवादातून विचार करू लागले, निवडणुकीत फक्त जातीयवादी भाषणेच ऐकू लागले; शिष्टमंडळांची पारख जातीयतेतून करू लागले, घटनात्मक व अन्य सुधारणा याकडे ते अधिक सत्ता बहाल करणारे साधन म्हणून पाहू लागले आणि आपली दु:खे व तक्रारीही जातीयवादातून व्यक्त करू लागले.'' (संदर्भ : विल्फ्रेड कॅन्टवेल स्मिथ यांचे Modern Islam in India, दुसरी सुधारीत आवृत्ती, १९४६, पुनर्मुद्रित, उषा पब्लिकेशन्स, नवी दिल्ली, १९७९, पृष्ठ क्रमांक २१६)

इंग्रजांनी शोधलेली हीच क्लृप्ती भारतीय समाजातील विविध समाजगटांसाठी वापरली जाऊ लागली. एम. मेकॉलिफ याने १९०३ मध्ये जे अभ्यासपूर्ण व्याख्यान दिले त्यात त्याने आपली निरीक्षणे नोंदवली आहेत. *शीख धर्म आणि त्याचे राज्यसंस्थेला होणारे फायदे* यामध्ये तो म्हणतो, ''पूर्वीच्या शिरगणतीमध्ये ग्रामीण भागातील शीख आपला धर्म 'हिंदू' सांगायचे. असे ते साधारपणे अज्ञानामुळे सांगत असे. अन् तसे ते जवळजवळ अज्ञानी होतेही. जसजसा काळ गेला तसतसा त्यांचा अनुभव वाढत गेला आणि हिंदू व शीख यांच्यातील भेदाची एक ठळक रेषा आता आखली गेली आहे...'' शिरगणती हे एक उपकरण होते. शीख माणसे सैन्यात भरती व्हायची. सैन्यात असे समारंभ मुद्दाम सादर केले जायचे की त्यामुळे शीख उमेदवारांमध्ये वेगळेपणाची भावना उमटत असे.

अशा प्रयत्नांमुळे हिंदूंपासून शीख व अन्य लोक फरफटले जात. त्याच वेळी शिरगणती करताना दुसरे प्रयत्न असे केले जायचे की हिंदूंची संख्या खाली यावी. १९११च्या आधीच्या शिरगणतीचे प्रयत्न असे चमत्कारिक होते. या कामासाठी प्रत्येक प्रांतातील सुपरिटेन्डन्ट मंडळींला अशा सूचना दिल्या जायच्या की, त्यांनी 'हिंदू' वर्गातील जाती व जमाती आणि हिंदू धर्मात परतलेल्या जाती व जमातींची नोंद घेऊन गणती करावी आणि एका प्रश्नमालिकेच्या आधारे त्यांच्या श्रद्धा तपासाव्यात किंवा त्यांची काही कमजोरी असेल तर त्याचीही दखल घ्यावी. मग

तो सुपरिटेन्डन्ट एखाद्या जातीला किंवा शिरगणती करण्यासाठी बोलावून आणलेल्या एखाद्या गटाला खाली ठरवून दिलेल्या मार्गदर्शक बाबींच्या आधारे प्रश्न विचारे व मग त्यांचे धर्म ठरवे :

- ब्राह्मणवर्गाचे श्रेष्ठत्व मानण्यास नकार देणे.
- एखाद्या ब्राह्मण व्यक्तीकडून अथवा मान्यवर अशा हिंदू गुरूकडून मंत्र स्वीकारत नाही.
- वेदांचा अधिकार न मानणे.
- महान हिंदू देवदेवतंची पूजा करीत नाही.
- कोणताही ब्राह्मण हा कुटुंबाचा नेहमीचा पुरोहित अथवा पुजारी नाही.
- त्या समाजगटात कोणीही ब्राह्मण पुजारी नाही.
- नेहमीच्या साध्या हिंदू देवळात प्रवेश करण्यास बंदी केली आहे.
- त्या माणसांच्या (अ) प्रत्यक्ष स्पर्शाने (ब) जवळ आल्याने विटाळ मानला जातो.
- मृताला पुरण्याची चाल आहे.
- गोमांस खाणे वर्ज्य नाही आणि गायीला पवित्र मानत नाही.

वरील 'चाचण्या' लावून ते शिरगणतीचे अधिकारी प्रत्येक भागातील शिरगणती मोठ्या प्रमाणात करीत जात. बहुसंख्य जनता ही वरील चाचण्यांच्या कक्षेत बसत नाही अशी नोंद घेत पुढे सरकत. त्यांच्या त्या चमत्कारिक प्रश्नमालिकेने जोरदार निषेधाचे स्वर उमटू लागले. राष्ट्रवादी मंडळींनी याबाबत धोक्याची घंटा बडवायला सुरुवात केली. सरतेशेवटी, असे ठरले की उत्तर देणाऱ्या व्यक्तींच्या तोंडचाच शब्द टिपावा. जर तो 'आपण हिंदू आहोत' असे म्हणाला तर 'हिंदू' हा शब्द धर्माच्या स्तंभात लिहावा.[१] त्या शिरगणतीविरुद्ध निषेध वाढत जाऊन ते ३० वर्षांनंतरही सेंट्रल लेजिस्लेटिव्ह असेंब्लीमध्ये उमटत होते.[२]

वनवासी जाती व खालच्या जाती यांना शिरगणतीत नेहमी ब्रिटिश शासनाकडून व ख्रिस्ती धर्मप्रसारकांकडून लक्ष्य बनवले जाई. १९११च्या शिरगणतीपासून अनुसूचित जातींची नोंद हिंदू धर्माबाहेर केली जाऊ लागली. मग एकदा असेही झाले की अनेक चुकीची नोंद केलेली मुस्लीम व ख्रिश्चन माणसे पुन्हा आपल्या जातीत

---

१. त्या काळातील शिरगणतीची वैशिष्ट्ये पाहण्यासाठी पहा : Census of India, 1911, Vol.1, Part 1, Report, pages 116-17, para 155; and Census of India, 1911, Vol. VII, Bombay, Part 1, Report, pages 55-56, para 113.

२. पहा : Home Department Files, F. 122/29- Public, F, 45/30/30-Public 1930, F. 45/46/30-Public.

नोंदीच्या रजिस्टरमध्ये परत आली. १९३१च्या शिरगणतीपर्यंत हिंदू जनता ही वेगवेगळ्या जातीत विभागून तशा नोंदी करण्यात येत होत्या आणि अनुसूचित जाती व जमातीसारखे मोठे समाजगट यांची नोंद हिंदू धर्माबाहेर केली जात होती. परंतु मुस्लीम व ख्रिश्चन धर्मीयांच्या नोंदीत मात्र कोणत्याही जातीचा उल्लेख केला जायचा नाही हे विशेष! थोडक्यात, हिंदू जनतेला अनेक तुकड्यांत विभागून ठेवले जायचे, तर मुस्लीम व ख्रिश्चन धर्मीयांची नोंद मात्र एकेका वेगळ्या विशाल धार्मिक समाजगटात व्हायची.

जे आदिवासी किंवा वनवासी गट आहेत, त्यांना हिंदू धर्मापासून वेगळे समजून त्यांच्यासाठी एक स्वतंत्र गट ठेवून त्यात त्यांची गणना केली जायची. त्या वेगळ्या गटाला 'ॲनिमिस्ट्स' (Animists) असे संबोधले जायचे. ॲनिमिस्ट म्हणजे प्रत्येक वस्तूमध्ये आत्मा आहे असे मानणारे लोक. आदिवासी लोकांच्यात तशा समजुती असतात. परंतु एका मागोमाग एक होत गेलेल्या जनगणनेचे अहवाल वाचले तर असे आढळून येईल की हिंदूंपासून वेगळे, ॲनिमिस्ट अशी नोंद करण्यात अनिवार्य अशा अडचणी आल्या आहेत. त्यामुळे एका पाठोपाठ केलेल्या पाहणीत कल्पनातीत फरक पडलेला दिसतो. मग त्यासाठी त्यांनी एक कारण शोधून ते मारून मुटकून अहवालात बसवले, ते असे : हिंदुत्वाच्या अखंड व विशाल पटामध्ये (continuum) विविध श्रद्धा, विश्वास, रूढी, विधी वगैरे गोष्टी सामावलेल्या आहेत. त्या सर्वांचा नीट वेध घेऊन वर्गीकरण करणे हे एक अवघड काम होते. त्यामुळे अचूक वर्गीकरण करून जनगणना करणाऱ्यांचे काम हे पाहणी करणाऱ्यांच्या मर्जीवर व विचार करण्याच्या वैयक्तिक रितीवर अवलंबून असते, असा शेरा जनगणना अधिकाऱ्याने यावरती लिहिला. एका मागोमाग येणारे जनगणना पाहणी करणाऱ्यांचे अहवाल पाहून असे ठरवले गेले की ते 'ॲनिमिस्ट' वर्गीकरण रद्द करावे किंवा सोडून द्यावे. पण असे ठरवणे त्यांना जमत नव्हते. शेवटी १९३१च्या जनगणनेत ॲनिमिस्ट या शब्दाऐवजी 'आदिवासी धर्म' (Tribal religions) असे शब्द वापरले जाऊ लागले. हे नवीन वर्गीकरण तीन प्रकारे सोयीचे ठरले. त्यामुळे हिंदूंच्या लोकसंख्येचे प्रमाण एकूण लोकसंख्येतून कमी करता आले. तसेच आदिवासी लोकांची जनगणना करताना त्यांच्या अनेक श्रद्धा, अंधश्रद्धा, विश्वास, रूढी वगैरे बाबी गोळा करण्याची कटकट वाचली. आता 'प्रत्येक आदिवासी जमातीला स्वतंत्र धर्म आहे' असे मानले जाऊ लागले. परंतु एका आदिवासी जमातीचा धर्म हा दुसऱ्या आदिवासी जमातीचा असू शकत नाही. सर्व आदिवासी धर्मांचे एकत्रीकरण करून त्याला एखाद्या संस्थेचे स्वरूप देण्यात आले. अन् त्यावर आधारित अशा सूचना देण्यात आल्या. सायमन कमिशनच्या अहवालात हे सर्व सांगितले गेले आहे. अगदी अशीच क्लृप्ती आणि अनुक्रम हे अन्य विविध

समाजगटांच्या बाबतीत वापरण्यात आले. त्या समाजगटात सतनामी पंथीय, कबीर पंथीय, आर्यसमाजी आणि अर्थातच ब्राह्मो समाजी यांनाही बेधडक घालण्यात आले... 'भारत हा आता एक देश राहिला नाही. ते एक मानवप्राण्यांचे संग्रहालय बनले आहे.' (या संदर्भात प्रस्तुत लेखकाचे *Missionaries in India, Continuties, Changes, Dilemmas.* ASA N. Delhi प्रकाशन, १९९४, पाने १८२-९९ हे पुस्तक वाचावे. अधिक माहितीसाठी एच.व्ही. शेषाद्री यांचे *The Tragic Story of Partition*, जागरण प्रकाशन, बंगलोर, १९८४, पाने ३५-४३)

खालच्या जातींना हिंदू समाजापासून तोडण्याची क्लृप्ती ही लंडनमधल्या गोलमेज परिषदेच्या (Round Table conference) वेळी अगदी कळसाला पोचली होती. त्या प्रसिद्ध परिषदेसाठी ब्रिटिशांनी गांधीजींना निष्प्रभ करण्यासाठी प्रतिनिधींची निवड अत्यंत काळजीपूर्वक केली. त्या प्रतिनिधींचे 'विविध हेतू' हे त्यामागे असतील याचीही त्यांनी काळजी घेतली होती. आपल्या मनाप्रमाणे सर्व प्रतिनिधींना लंडनला बोलावल्यावरती इंग्लंडच्या पंतप्रधानाने गांधीजींना टोमणा मारण्यासाठी म्हटले, "या येथे राजपुत्रांचे प्रतिनिधी आले आहेत, मुस्लीम समाजाचे प्रतिनिधी आहेत, अस्पृश्यांचे आहेत, चेंबर ऑफ कॉमर्स अँड इंडस्ट्रीज यांचे प्रतिनिधी आले आहेत. आपण कोणाचे प्रतिनिधी म्हणून येथे आलात?" सर्व जाती, धर्म व व्यवसाय यांचे प्रतिनिधी आल्यावर गांधीजी कोणाचेही वेगळे प्रतिनिधित्व करू शकणार नाहीत, असा प्रश्न विचारण्यामागचा होरा होता. पण गांधीजी नेहमीप्रमाणे चटकन उत्तरले, "मी भारतीय नारींचे प्रतिनिधित्व करतो आहे!"

तिथे आलेल्या प्रतिनिधींमध्ये ब्रिटिशांचे पित्ते अनेक होते. परिषदेत काय करायचे ते ब्रिटिशांनी त्यांना सारे आगाऊ पढवून ठेवले होते. तो सारा प्रकार म्हणजे एक मोठा बनाव होता. मिन्टोने जी क्लृप्ती लढवली होती त्यालाच समांतर अशा योजना उचलून धरल्या जाता होत्या. त्या स्वरूपाच्या मागण्यांना मान्यता मिळत होती. शेवटची मागणी म्हणजे कळस ठरणारी होती. ही उंटावरची शेवटची काडी ठरली. त्या मागणीनुसार अनुसूचित जातींसाठी वेगळ्या मतदारसंघाची मागणी करण्यात आली. त्या साऱ्या बनावाकडे, एका मोठ्या नाटकाकडे गांधीजी भयचकित होऊन पहात होते. त्या परिषदेत ते आपल्या परीने तोंड देऊन आपली बाजू लढवित होते. परिषदेसाठी लंडनमध्ये अनेक भारतीय जमलेले होते. त्यात अशी काही मातब्बर मंडळी होती की त्यांच्यावरती ब्रिटिशांची भिस्त होती. निदान त्यांनी तरी या नाटकात, या बनावात, ब्रिटिशांच्या हातचे बाहुले बनू नये म्हणून गांधीजी प्रयत्नांची शिकस्त करीत होते. पण अखेर त्यांनीच ती शेवटची आत्मघातकी मागणी पुढे केली. अनुसूचित जातींसाठी वेगळा मतदारसंघ! पण त्यामुळे केवढा गदारोळ उठला. ते पाहून गांधीजींच्या हृदयावरती आघात झाला. ते या बनावाकडे पाहून

हताशपणे ब्रिटिश सरकारला म्हणाले, ''हे सारे दुसरेतिसरे काहीही नसून नवनवीन सरकारांचे उत्पादन करण्याची खेळी आहे. मी याला मरेपर्यंत विरोध करत राहीन.''

गांधीजींना आता इंग्लड सोडण्यावाचून पर्याय उरला नव्हता. ते निघून आले आणि ब्रिटनने अनुसूचित जातींसाठी वेगळ्या मतदारसंघाचे 'जातीय पारितोषिक' जाहीर केले. हिंदुस्थानात आल्यावर गांधीजींना अटक झाली. ब्रिटनच्या डावाला फशी पडून ज्या भारतीयांनी त्या बनावाला मदत केली, त्यांच्या व ब्रिटिश सरकारच्या गांधीजींनी खूप विनवण्या केल्या होत्या. पण त्या सर्व प्रयत्नांवरती पाणी पडले. शेवटी गांधीजींनी आपले निर्वाणीचे अस्त्र बाहेर काढले. त्यांनी आमरण उपोषण चालू केले. ब्रिटिश सरकारला आपले ते जातीय पारितोषिक शेवटी रद्द करावे लागले.

परंतु गांधीजींना 'येरवडा करार' करण्यास मान्यता द्यावी लागली. त्यामुळे त्या करारानुसार काँग्रेस पक्षाला 'स्वेच्छेने' हरिजनांना (हल्लीच्या विधानसभा व लोकसभा) आरक्षणाची तरतूद ठेवावी लागली. (पहा : त्या घटनामालिकेचा तपशील प्रस्तुत लेखकाच्या Worshipping False Gods : Ambedkar, and the facts that have been erased, ASA Publication, New Delhi, 1997 या पुस्तकात.)

एखादे व्यवस्थापूर्ण राष्ट्र निर्माण करताना अत्यंत सावधगिरी बाळगायला हवी. जेव्हा एखादा लाभ पदरात पडत असतो, जेव्हा एखादी योजना राबवली जाते, आणि जेव्हा एखादा निकष लावला जात असतो, अशा वेळी त्या भोवती राजकारणाचे ढग गर्दी करून राहू लागतात. अशा वेळी नवीन राष्ट्राचे हित मनात असायला हवे. हा एक पहिला धडा आहे. राज्यांच्या धोरणांसाठी निकष लावताना आणि योजना ठरवताना सत्तेशी लागेबांधे असणारे आणि काही अधिकार बाळगणारे त्या निकषांभोवती वेढा देऊन बसू लागतात. जर तो निकष एखादा पुरस्कार देण्यासाठी, पारितोषिक देण्यासाठी काहीतरी साध्य करून दाखवायचा असेल, तर लोक मग ती गोष्ट साध्य करण्यासाठी कसून प्रयत्न करतात. त्या वेळी तो निकष प्रोत्साहनाचे काम करतो. राजकारणात एके काळी आणलेल्या गाडगीळ फॉर्म्युल्याप्रमाणे, जी राज्ये गरीब राहत त्यांना जास्त रक्कम केंद्राकडून मंजूर केली जायची. जर राज्यांची तूट फार असेल तर फायनान्स कमिशन केंद्राला जास्त अनुदानाची शिफारस करे. यामुळे व्हायचे काय की गरीब स्थिती राहिल्याने, अर्थपत्रकात तूट आल्याने जेवढ्या किमतीचे अर्थसाहाय्य होई, तेवढ्या किमतीचे अर्थस्थिती सुधारण्याचे प्रोत्साहन आपोआपच कमी होते. जर ह्या सर्व अर्थसाहाय्याची रक्कम राज्यांना त्यांनी खालावलेल्या परिस्थितीतून वरती येऊन करून दाखवलेल्या सुधारणांसाठी दिली, तर त्याचा उपयोग प्रगतीसाठी प्रोत्साहन दिल्यासारखा होतो. प्रोत्साहनाची अशी रचना ठेवली तर ती राज्ये नेहमी आपल्या समस्या व पर्यायाने देशाच्या समस्या आपण होऊन सोडवू लागतात. जर व्यक्तींना अगर गटांना अन्य व्यक्ती अथवा गट यांच्यापासून

आपले वेगळेपण दाखविण्यासाठी बक्षीस ठेवले, तर नेते मंडळी मात्र तिथे असे काही राजकारण करतात की त्यामुळे कटुता वाढते. अन् हा वेगळेपणा धर्म व जन्म (जशी जात जन्माधिष्ठित आहे) यावरून असेल, तर तिथे राजकीय वारे ताबडतोब घोंगावू लागतात, तिथे सत्ता साठू लागते. मग समाजातील दऱ्या आणखी रुंदावत शेवटी पूर्णपणे अलगता, विभक्तता निर्माण होते.

"उत्तर प्रदेश व बिहार येथील सर्व मानसिक प्रवृत्ती ही जातीभोवतीच फिरत राहिली आहे, अन् व्ही.पी. सिंग यांनी 'मंडल अहवाल' रेटून पुढे ढकलल्यामुळे त्या राज्यातील राजकारणी पुरुष हे तशी प्रवृत्ती गोंजारत राहिले आहेत." डब्ल्यू.सी. स्मिथ याने किती अचूक शब्दांत आपले म्हणणे व्यक्त केले आहे! पुढे दिलेल्या स्मिथच्या मजकुरातील 'जात' शब्द काढून त्या जागी 'जातीयवादी' (communal) हा शब्द घाला. मग सारे शब्द कसे एकमेकांना धरून अचूकपणे चपखल बसतात पहा : "जातींवर आधारित आरक्षणे ठरवल्याने, समाजगटांना जातीला मते देणे भाग पडू लागले, ते फक्त जातीचाच विचार करू लागले, फक्त जातीबद्दलचीच भाषणे ऐकू लागले, प्रतिनिधी व अधिकारी यांचे कर्तृत्व जातीवरून ठरू लागले, घटनात्मक सुधारणा व अन्य सुधारणा यांकडे फक्त 'जातीमुळे मिळणारी अधिक सत्ता' या दृष्टिकोनातून पाहू लागले आणि आपली दु:खे व तक्रारी ह्या गोष्टीही ते जातीशी जोडत मांडू लागले." आणि आपल्या देशाला मागे ढकलले गेले.

केवळ जातीमुळे आयुष्याला नवा अर्थ मिळाला नाही. आता नवीन जातींचे उत्पादन सुरू झाले आहे. 'अनुसूचित जाती' (scheduled cast) नावाची कोणतीही जात नाही. अनेक जातींची मिळून झालेली ती एक यादी घटनेच्या कलम ३४० व ३४१नुसार त्या वेळच्या विविध सरकारांनी केलेली आहे. अन् तरीही राजकारणी व्यक्तींची भाषा ऐका. ते 'दलित' हा शब्द वापरून चेतवतात. हा शब्द मुद्दाम असा काळजीपूर्वक निवडला आहे की त्यातून विशिष्ट समाजगट अशी ओळख न होता गाऱ्हाणे व्यक्त केले जावे. तसेच 'दलितेतर' ह्या शब्दातून एक अपराधी भावना व्यक्त व्हावी. ओबीसी हा शब्दही असाच आहे. हा शब्द म्हणजे काही एखाद्या जातीचे नाव नाही. घटनाकारांनी 'जाती' हा शब्द अत्यंत काटेकोरपणे त्या त्या संदर्भात वापरून असे व्यक्त केले आहे – 'सामाजिक व शैक्षणिकदृष्ट्या मागासलेले अन्य वर्ग (Other socially and educationally backward classes)' पण हा शब्द तुम्ही नुसत्या राजकारणी व्यक्तींच्या तोंडून ऐकू नका, तर उत्तर प्रदेश व बिहार येथील लोक हा 'ओबीसी' शब्द एक नवीन जात अशा अर्थी वापरतात. आता नवीन जाती तयार केल्या जात आहेत. आणि पुन्हा जातीयवाद राज्य करू लागला आहे. राजकारणी व्यक्ती मतदारांना जातीवरून गोंजारू लागल्या आहेत, अधिकारी व अनेक व्यक्ती हे बोलताना 'अमुक जातीचा', 'तमुक जातीचा' असे म्हणू लागले आहेत.

३.

टाळता येणारी गोष्ट मध्यवर्ती होते

सर्वोच्च न्यायालयाने असंख्य निकालपत्रांमधून खालील बाबी सांगितल्या आहेत :

- घटनेत व्यक्त केलेला प्रत्येक शब्द महत्त्वाचा आहे.
- घटनेमधील एखाद्या शब्दाऐवजी दुसरा शब्द चालण्याजोगा आहे असे आपल्याला वाटले तरी, वापरलेला तो शब्द मुद्दामच हेतुपुरस्सर वापरलेला असतो.
- एका संदर्भात वापरलेला शब्द आणि तोच शब्द दुसऱ्या संदर्भात वगळला किंवा त्याऐवजी वेगळा शब्द वापरला, तर हा मुद्दा अधिक स्पष्ट होतो. उदाहरणार्थ, जर घटनेचे एखादे कलम किंवा एखादा साधा कायदा असे सांगत असेल की अमुक एक गोष्ट करण्यापूर्वी सरकारने लोकसभेकडे यावे. अन् दुसरे एखादे घटनेचे कलम किंवा कायदा तसे काही करण्यास सांगत नसेल, तर त्या कलमात किंवा कायद्यात ती अनवनाधाने झालेली चूक आहे असे म्हणता येणार नाही. या दुसऱ्या प्रकारात तशी गरज सांगितलेली नसेल तर त्याचा अर्थ असा होतो की येथे सरकारला लोकसभेपुढे न येता निर्णय घेता येतो.

वरील प्रकारच्या संदर्भात न्यायाधीशांनी अनेकवार तीच तीच गोष्ट, ज्या घटनाकलमात जाती आणि वर्ग (class) यांचा उल्लेख आहे त्या कलमांच्या आधाराने सांगितलेली आहे. हे समजले तर लक्षात येईल की आपली घटना शक्य तितकी स्पष्ट खुलासा करणारी आहे :

- अनुसूचित जातींचा अपवाद करताना जेव्हा 'जात' हा शब्द घटनेत वापरला असेल, त्या वेळी घटनेला काही तरी नकारार्थी सांगायचे असते; उदाहरणार्थ, निवड करण्यासाठी जात हा निकष लावला जाणार *नाही.*
- एखाद्या विशिष्ट गटाची काही खास काळजी घेण्यासाठी किंवा उपाय

योजण्यासाठी जेव्हा 'जात' हा शब्द वापरला जातो, तेव्हा तिथे फक्त 'अनुसूचित जाती' असा अर्थ अभिप्रेत असतो.

- याखेरीज अन्य बाबी आणि संदर्भात 'जात' हा शब्द अभ्यासपूर्ण पद्धतीने वेगळा केलेला आहे. त्या वेळी 'समाजाचा दुर्बल घटक' किंवा 'सामाजिकदृष्ट्या व आर्थिकदृष्ट्या मागास वर्ग' असे शब्दप्रयोग व्यक्त केलेले असतात.

तरीही अद्याप

- जेव्हा नेते व राजकीय पक्ष आरक्षणांच्या मागण्यांसाठी समाजगटांच्या चळवळी उभ्या करतात, तेव्हा ते *जात* हा शब्द वापरतात.
- जेव्हा त्यांची गाऱ्हाणी आरक्षणासाठी आयोगांसमोर येतात तेव्हा *जाती* हा शब्द वापरला जातो.
- जेव्हा ते आयोग त्यांची गाऱ्हाणी तपासून घेऊन सरतेशेवटी आरक्षणांच्या शिफारसी करतात, तेव्हाही त्यांच्याकडून अमुक अमुक *जातींना* आरक्षण द्यावे असे शब्दप्रयोग करतात.
- जेव्हा सरकारे आरक्षणे जाहीर करतात तेव्हा ती *जातींना* दिली जातात.
- ज्यांची आरक्षणे न्यायालयांकडून उचलून धरली जातात त्या वेळीही *जाती* शब्द वापरला जातो.

मग न्यायालयांच्या मते असलेल्या 'वर्ग' शब्दाचा अर्थ कसा काय ओळखायचा? प्रत्यक्षात तो कसा ओळखला जातो?

येथे खाली एक नमुन्याचा उतारा दिलेला आहे. *आंध्रप्रदेश विरुद्ध पी. सागर* या खटल्यात सर्वोच्च न्यायालय काय म्हणते ते पहा :

> घटनेतील कलम १५ हे त्यातील पहिल्या पोटकलमानुसार जनतेला सर्वसाधारणपणे दूरगामी महत्त्वाच्या असलेल्या मूलभूत हक्कांची हमी देते. काही ठरवलेल्या विशिष्ट मर्यादेत एक अपवाद म्हणून तो पोटकलम (१) मधील स्वातंत्र्याच्या हमीवरती लावण्यात आला आहे. *परंतु ते अपवादाचे स्वरूप असल्याने मूळ कलमाला बाजूला ठेवण्यासाठी त्यातील अटींप्रमाणे नवीन बाबी अस्तित्वात असल्याचे ठामपणे दाखवाव्याच लागतील.* जेव्हा न्यायालयापुढे एखादा विवाद येतो आणि त्यात म्हटले जाते की, अमुक एका राज्याचा विशिष्ट कायदा भेदाभेद करण्याविरुद्ध दिलेल्या हमीला मारक असला तरीही तो वैध आहे, कारण घटनेचे कलम १५(४)नुसार तशी परवानगी दिलेली आहे. त्या राज्याने जरी असे ठाम प्रतिपादन केले की, सामाजिकदृष्ट्या व शैक्षणिकदृष्ट्या मागासलेल्या

नागरिकांचा मागासगट ठरविण्यासाठी न्यायालयाने जे निकष वापरले तेच आमच्या अधिकाऱ्यांनी वापरून तो कायदा केला आहे. परंतु *आपल्या दाव्याची वैधता ठरवण्यासाठी केलेले राज्याचे हे प्रतिपादन पुरेसे असत नाही.* नागरिकांच्या मूलभूत हक्कांवर व अन्य गोष्टींवर जेव्हा गदा येते, तेव्हा देशातल्या न्यायालयांना राज्याच्या त्या कायद्याची वैधता ठरवण्यासाठी अधिकार बहाल केलेले आहेत. आणि जेव्हा एखादा कायदा हा *सकृद्दर्शनी* मूलभूत हक्कांच्या हमीवरती अपवादात राहून आक्रमण करतो आहे की नाही असा प्रश्न उठतो, त्या वेळी त्या कायद्याची वैधता ही आपल्यासमोर मांडलेल्या बाजू पाहून न्यायालयाने ठरवायची असते. सर्व पुरावे पाहून, निकष तपासून, अपवादात राहून पूर्ण विचारांती तो कायदा केलेला आहे असे राज्याने प्रतिपादन केल्यावर त्या कायद्याची वैधता न्यायालयाने ठरवायची असते. तो कायदा बनवण्याने एखाद्या मूलभूत हक्कावरती आक्रमण केले आहे की नाही हे पाहण्याचा न्यायालयाचा अधिकार डावलता येत नाही.

उच्च न्यायालयाच्या निर्णय प्रक्रियेत त्यांना वारंवार असे निरीक्षणास आले आहे की, सरकारने जरी जातींची यादी तयार केली असली तरी ती यादी कलम १५(४)नुसार बनवली आहे की नाही हे समजण्यासाठी कोणतीही माहिती, पुरावे न्यायालयासमोर ठेवले जात नाहीत. सरकारतर्फे नुसते असे प्रतिपादन करण्यात येत असते की, ''कायदा सेक्रेटरीच्या साहाय्याने आमच्या तज्ज्ञ अधिकाऱ्यांनी पूर्वचौकशी केली असून हा प्रश्न राज्याच्या अधिकाऱ्यांनी, मंत्रिमंडळ उपसमितीने आणि मंत्रिमंडळाने सर्व बाजूंनी तपासून पाहिला आहे.'' परंतु राज्य सरकारने ती जातींची यादी बनवताना जे निकष वापरायला हवे होते ते अचूकपणे वापरले की नाही, हा प्रश्न येथे कोठेच दिसून येत नाही. वरवर पाहता ती यादी जाती व जमातींची एक बऱ्यापैकी यादी आहे एवढेच समजते. म्हणून उच्च न्यायालयाने *पी. सुखदेव*च्या खटल्यात ती यादी फेटाळून लावली. ज्यांनी ती यादी बनवली त्यांच्या प्रामाणिक हेतूंबद्दल कसलेही आव्हान दिले गेलेले नाही. परंतु येथे नागरिकांच्या मूलभूत हक्कांवर त्या कायद्याचे आक्रमण होत असल्याचे भासत असल्याने त्या कायद्याच्या वैधतेला आव्हान दिले गेले आहे. ज्यांनी कायदा बनवला ते आपल्या या कामगिरीबद्दल समाधानी असतील किंवा घटनेने दिलेल्या हमीला जुळवून घेत हा कायदा केल्याची त्यांची धारणा असेल, पण केवळ त्यावर विसंबून राज्याची बाजू उचलून धरता येत नाही. येथे एक कायदा नागरिकांच्या मूलभूत हक्कांवरती आक्रमण करतो आहे

किंवा तो कायदा राबवताना तसे आक्रमण होणार आहे असा आरोप करून त्या कायद्यांच्या वैधतेला आव्हान दिले गेले आहे. *ती वैधता केवळ कायदा बनविणाऱ्यांचा व कायदा राबविणाऱ्यांचा विश्वास यांच्यावरती अवलंबून नाही, तर आपल्या मागण्यांच्या पुष्ट्यर्थ प्रतिवादीने पुरावे, माहिती न्यायालयात दाखल करून न्यायाधीशांसमोर आपली बाजू सविस्तर मांडून मूलभूत हक्कांचा भंग होत नाही हे पटवून द्यायला हवे. तसे त्यांनी केलेले नाही.* (संदर्भ : आंध्रप्रदेश विरुद्ध पी. सागर 1968, SC 1379 paras 9, 10)

कायदा करताना अत्यंत काळजी घ्यायला हवी; जे निकष लावाल ते घटनेला धरून असले पाहिजेत; केवळ 'आम्ही ते सर्व पाहिले आहे' असे राज्य सरकारचे म्हणणे चालणार नाही, न्यायालय स्वत: ती यादी तपासतील... वगैरे वगैरे. न्यायालयाच्या या शब्दांमधून अत्यंत स्पष्ट, स्वच्छ खुलासा झाला आहे. यापेक्षा अधिक खुलाशाची गरज नाही.

अन् प्रत्यक्षात काय घडत असते?

आज आयोगाची रेघ – काळ्या दगडावरची रेघ ठरली आहे.

सर्व मागासवर्गीय जाती-जमातींच्या याद्या बहुतेक सगळ्या राज्यांच्या सरकारांनी केल्या आहेत. तसेच या संदर्भात आत्तापर्यंत वेळोवेळी अनेक आयोग व अनेक समित्या नेमलेल्या होत्या. त्या सर्वांच्या कामकाजांची कागदपत्रे एकत्र केली तर एक भला मोठा ढीग बनेल. पण हे सगळे तपासत बसण्याची आवश्यकता क्वचितच भासते. कारण आपल्या हाताशी एक उत्तम उदाहरण (Locus classicus) आहे, ते म्हणजे मंडल आयोगाचा अहवाल. ज्या ओबीसी (Other backward classes) वर्गाच्या गरजेच्या कारणांची भलावण केली जाते, तो वर्ग मंडल आयोगाने कसा ठरवला? जन्माच्या जातीवरून २२.५ टक्के आरक्षण ठेवले जात असताना अचानक ते १९९१-९२ साली ५० टक्क्यांवरती कसे नेले गेले?

मंडल आयोग हा मापदंड ठरवून देण्याचे काम कसोशीने करीत होता. १९५३ मध्ये नेमलेल्या मागासवर्गीय आयोगावरती टीका करताना मंडल आयोग म्हणतो की, ''त्या आयोगाने कायद्यानुसार मागासलेपणा ठरवण्यासाठी काही विशिष्ट निकष ठरवून दिले आणि २,३९९ जाती ह्या मागासवर्गीय ठरवल्या. परंतु ते निकष कसे लावून त्या जाती कशा मागासवर्गीय ठरवल्या हे समजून येत नाही. विविध जातींची टक्केवारी विविध प्रकारच्या पदांसाठी ठरवताना कोणती उपपत्ती वापरली त्याचा खुलासा आयोगाच्या अहवालात केलेला नाही. त्यामुळे त्यांनी तो प्रश्न काहीसा

ढोबळपणे हाताळला असावा.''

अन् खुद्द मंडल आयोगाने कसे काम केले?

आयोगाला प्रथम ओबीसी वर्गातील लोकांची टक्केवारी ठरवायची होती.

परंतु १९३१च्या जनगणनेनुसार जातिनिहाय अशी गणती झाली नव्हती.

काही हरकत नाही. मंडल आयोगाने मग नुसते गृहीत धरले की, हिंदूंमधील प्रत्येक जातीची लोकसंख्यावाढ ही सारख्याच गतीने होत असते. अशा रितीने १९३१ मध्ये अनुसूचित जाती व जमाती व ओबीसी यांचे जे प्रमाण होते, तेच गृहीत धरून पक्के केले!

परंतु येथे एवढ्यावरती हा प्रश्न संपत नाही. मंडल आयोगाला अन्य धर्मीयांमध्येही 'ओबीसी वर्ग' शोधायचा होता. ते धर्म भारताच्या भूमीवरती मोठ्या गर्वाने नांदत आलेले आहेत. तसेच त्या धर्माचे प्रचारक गेली अनेक शतके 'हिंदूंसारख्या आमच्या धर्मात जाती नाहीत' या कारणावरून हिंदुत्वाला तुच्छ लेखत आलेले आहेत.

मंडल आयोगाच्या अहवालानुसार हिंदू नसलेल्या धर्मीयांमध्ये १९३१ पासून जातवार गणती केलेली नाही हे उघडच कळून येते.

पण मंडल आयोगाला ही समस्या वाटली नाही.

आता आयोगाने फक्त एकच गृहीत धरायचे होते.

मंडल आयोग म्हणतो, ''जे हिंदू नाहीत त्या धर्मीयांमध्ये हिंदू धर्मात जेवढे 'ओबीसी' आहेत त्याच प्रमाणात असणार असे समजले तर त्यांच्यातील ओबीसींची लोकसंख्या ही ५२ टक्के असणार. म्हणजे १६.६ टक्के अहिंदूमध्ये ८.४ टक्के ओबीसी मंडळी असणार!''

दोन गृहीते धरली गेली आणि एक निष्कर्ष काढला गेला.

मंडल आयोग आपल्या अहवालात पुढे लिहितो, ''हिंदू व अहिंदू अशा दोन्हींमधील एकूण ओबीसीची लोकसंख्या ही देशातील लोकसंख्येपैकी जवळजवळ तेवढीच ५२ टक्के (४३.८ टक्के + ८.४ टक्के)'' परंतु ही गोष्ट सिद्ध करायला हवी.

म्हणजेच, या सर्व आकडेमोडीमागे १९३१च्या जनगणनेचा आधार घेतला आहे हे समजते.

सगळ्या माहितीचा पाया

१९३१च्या जनगणनेत प्रत्यक्षात कोणत्या जातींचा उल्लेख केला आहे आणि किती आकडेवारी सांगितलेली आहे?

जात म्हणजे काय? जनगणनेची नोंद करणारा अधिकारी एका जातीपासून दुसरी जात भिन्न कशी आहे ते ठरवतो? त्या जनगणनेच्या अहवालात म्हटले आहे,

''हिंदुस्थानात जातीची व्याख्या करण्याची जरुरी नाही.'' मग आदिवासी जमात (tribe) आणि मानववर्ग (race) यांची व्याख्या त्या जनगणनेत काय केलेली आहे? जे नाही त्याकडे पाहून आपण जातीच्या व्याख्या करू शकतो?

''आदिवासी जमातीमध्ये (tribe) विविध गट मोडतात. त्यामुळे त्यांच्या बाबतीत 'आदिवासी जमात' ही काही 'जात' (cast) होऊ शकत नाही.'' असे जनगणनेचा अहवाल म्हणतो. थोडक्यात, आदिवासी जमात अशी बनलेली आहे की त्याची व्याख्या करण्याची जरुरी नाही.

तो जनगणना अहवाल पुढे सांगतो, ''मानववर्ग किंवा मानववंश (race) या शब्दाचीही व्याख्या करायचा आम्ही प्रयत्न केलेला नाही. सर्वसाधारणपणे ज्या अर्थाने तो नेहमी वापरला जातो (म्हणजे 'मानववंश' या अर्थी) तोच अर्थ आम्ही गृहीत धरला आहे... परंतु काहीतरी, कशीतरी वेळ भागविण्यासाठीही प्रयत्न केलेला नाही. त्या शब्दाचा अर्थ जरा सैलपणे वापरला गेला असला तरी त्यामुळे हवी ती माहिती गोळा करण्यास मदत झाली आहे. त्यामुळे मिळालेली माहिती ही अगदी काटेकोर अर्थ लावून पाहण्यासारखी नाही. परंतु तरीही ती हेतू साध्य करण्यास पुरेशी आहे. त्या हेतूद्वारे ज्यांच्या बाबतीत जात, जमात हे शब्द लागू होत नाहीत त्यांच्या भारतीयत्वाची माहिती मिळू शकते. तसेच अँग्लो-इंडियन वर्गातील व्यक्तींचे जन्मस्थळ अनेकदा अज्ञात असले तरीही त्यांची ओळख अशा प्रकारे पटवून घेता येते.'' (संदर्भ : Census of India, 1931, Vol.I-India part I, Report, Manager of Puclications, Delhi, 1933, page 425)

सर्व जाती, जमाती व धर्म वगळून जी माणसे खाली उरतात त्यांना 'बाकी उरलेले' (residuals) असे म्हणतात. जनगणना अधिकारी यांच्या बाबतीत अत्यंत स्पष्ट व खरीखुरी अशी भूमिका घेतात. त्यांच्या बाबतीत अनेक समस्या निर्माण होतात. उदाहरणार्थ, कोणीतरी असे निदर्शनास आणून दिले की, ज्या हिंदुस्थानवासीयांची गणना जमात (tribe) या सदरात केली आहे त्यांचा एक विविधांगी (heterogenous) समाजगट आहे. ही गोष्ट पारखून घेण्यासाठी एक सोपी युक्ती आहे. ती म्हणजे, या संदर्भातील माहिती ही आधीच्या जनगणना कार्यातून मिळालेल्या माहितीशी ताडून पहायची. तसे करून पाहिल्यावर जनगणना कमिशनर आपल्या अहवालात लिहितो की, ''मग असे लक्षात आले की, ख्रिश्चन धर्मप्रसारक मंडळींनी बाटवलेल्या लोकांना आपली जात-जमातीची जुनी ओळख टाकून देऊन 'इंडियन ख्रिश्चन' अशी नवी ओळख सांगावी असे त्यांना पटवले आहे. या चीड आणणाऱ्या त्यांच्या कृत्यामुळे आमचे काम अधिकच अवघड होऊन बसले आहे. बाटलेल्यांना आपल्या जमातीची नावे व आपली जुनी नावे बदलायला लावण्याच्या कृत्यामुळे त्या धर्मप्रसारकांच्या पूर्वजांना खरोखरीच लाज वाटली असेल.''

जनगणनेतल्या अडचणी या अनेक घटकांमुळे अधिक गुंतागुंतीच्या होऊन बसतात असे अहवालात नमूद केलेले आहे. माणसाची जात काय आहे, हे जनगणनेच्या वेळी विचारता कामा नये, अशा मताचे काही लोक आहेत व ते त्यासाठी चळवळही करतात. ती चळवळ पंजाब आणि बंगालमध्ये अधिक जोर धरणारी आहे व जनमतांवर त्यांचा प्रभाव पडतो. त्याऐवजी सरकार जनतेच्या जातींच्या नोंदी करून त्यांना कायमस्वरूप देते आहे. त्यामुळे नुकसान करणारी जातिव्यवस्था ही अधिक बळकट होते. एका बाजूला अशा मतांची माणसे व त्यांचा प्रभाव, तर दुसऱ्या बाजूला जातीची नोंद झालीच पाहिजे असाही आग्रह धरणारी माणसे आहेत. इस्लाम, ख्रिश्चन व शीख ह्या धर्मांची माणसे आपला धर्म व जात असेल तर ती आवर्जून सांगतात, मग जरी त्यांनी आपला पूर्वीचा धर्म बदललेला असला तरी.

सीमारेषा धूसर होत जाणे

जनगणना अहवाल सांगतो की, "परंतु जातिसंस्था ही स्वत:च सारखी बदलत असते, रूपांतरीत पावत असते, अन् आमच्यापुढे ही खरी समस्या आहे. जातीच्या मर्यादा सैल होत जाणे ही एक नैसर्गिक प्रवृत्ती आहे. पूर्वीच्या मर्यादा अगदी काटेकोर व टणक असायच्या. त्या अनेकदा कोसळून पडतात." या कारणामुळे जनगणना कमिशनर असे मत मांडतो की, "जातवार गणना करण्याने जातींना उभारी मिळणार नाही. जातिसंस्थेचे रसायन हे असे अजब बनले आहे की नुसत्या जनगणनेला ते कधीच दाद देत नाही. (संदर्भ : या आधी उल्लेखलेल्या पुस्तकातील पाने ४३०-३२)

"अनेक घटक असे आहेत की त्यामुळेही जातीजातींमधील भेद हा धूसर होतो. तर सध्या अशीही एक प्रवृत्ती बळावली आहे की ज्या जात नियमांमुळे जे भेद झाले ते दूर करून, एकत्र येऊन, एकच समाजगट निर्माण करायचा." अहवालातील या भागामध्ये एखादी खूण आतून घालून ठेवावी. कारण पुढे जेव्हा आपण सर्वोच्च न्यायालयातील न्यायाधीशांकडे वळणार आहोत तेव्हा हे संदर्भ आपल्याला उपयोगी पडणार आहेत. कारण या न्यायाधीशांनी आपल्या निकालपत्रात असे काही लिहिले आहे की, ते वाचल्यावर कोणालाही असे वाटेल की, आपण अजूनही मनुस्मृतीच्या काळात वावरतो आहोत. जनगणनेच्या अहवालात पुढे म्हटलेले आहे, "ही जी अनेक जातींचा एक गट करण्याची प्रवृत्ती आहे, ती गुरे चारणाऱ्या जातींमध्ये दिसून येते. 'यादव' या नावाखाली अहीर, गोआला, गोपी, इदैयान आणि कदाचित गवळी गटातील काही जाती यांनी तो गट निर्माण केला. ही अशी एकत्र येण्याची प्रवृत्ती १९२१ मध्ये बळावली होती." ही एक वैशिष्ट्यपूर्ण प्रवृत्ती आहे यात शंकाच नाही.

आणखी एक उदाहरण अहवालात देऊन म्हटले आहे, ''हिंदुस्थानातील अनेक भागात कारागीरांच्या जातींनीही असा एक गट निर्माण केला. सुतार, सोनार, लोहार व तत्सम उद्योग करणारे हे एका *विश्वकर्मा* किंवा *जांगीडा* नावाखाली एकत्र आले. नवीन समाजगटाचे नाव धारण करताना सहसा असे नाव निवडले जाई की ते हिंदूंमधील ब्राह्मण किंवा रजपूत वर्णातील वाटावे. आपण त्या पातळीचे आहोत असे दाखवण्याचा तो त्यांचा प्रयत्न असतो.'' ही प्रवृत्ती जनगणना अहवालात एका छोट्या कोष्टकात व्यक्त केलेली आहे. ते कोष्टक एवढे स्पष्ट आहे की तो एक पुरावा म्हणून सहज मानता येईल. चळवळवादी मंडळी, राजकारणी मंडळी आणि काही न्यायाधीशसुद्धा जातिव्यवस्थेच्या कठोर बांधणीवर नेहमी हल्ले चढवत असतात. या साऱ्या लोकांच्या वादविवादाला ह्या पुराव्याने उत्तरे दिले जाते. तसेच हा पुरावा जातींचा प्रवाहीपणाचेही आपल्याला दर्शन घडवतो. अन् हे सारे जुन्या काळात म्हणजे १९३० नंतरच्या काळात घडते आहे हे विशेष.

जुन्या जातींकडून दर्शवलेली नवीन जातपातळी

जातींचे जुने नाव	**१९२१ मधील नाव**	**१९३१ मधील नाव**
कमार	क्षत्रिय	ब्राह्मण
सोनार	क्षत्रिय/राजपूत	ब्राह्मण वैश्य
सूत्रधार	वैश्य	ब्राह्मण
नाई	ठाकूर	ब्राह्मण
नापित	वैद्य	ब्राह्मण
रावणी (कहार)	वैश्य	क्षत्रिय
मुची	वैद्य ऋषी	---
चमार	---	गहलोत राजपूत

सर्वसाधारणपणे सर्वांत वरच्या दोन श्रेणींमधील जातींबाबत अहवालात म्हटले, ''या पाहणीमध्ये ब्राह्मण जात ही आवर्जून सांगितली जायची. काही ठिकाणी जी जात एका प्रांतात ब्राह्मण म्हणवून घेतली जाते तीच जात दुसऱ्या प्रांतात राजपूत म्हणून समजली जाते. या पाहणीत असे कितीतरी प्रसंग आले की अनेकांनी आपली जात ब्राह्मण म्हणून सांगितली असली तरी ती दहा वर्षांपूर्वी राजपूत म्हणून ओळखली जात असे.''

हा जो जातींच्या नावात बदल होई त्यामागे अनेक हेतू व प्रेरणा असत.

“आपण वरच्या सामाजिक स्तरात असावे अशी एक प्रेरणा त्यामागे असे.”

एक राजकीय हेतूही अनेकदा दिसून येई. अहवालात त्याबद्दल म्हटले जाई, “वरच्या सामाजिक स्तरात शिरल्यावर किंवा त्यांच्यात मिसळून गेल्यावर आपल्याला मोठ्या समाजगटाचा आपोआप पाठिंबा मिळेल व त्यामुळे अधिक राजकीय लाभ होऊ शकतील असाही विचार मोठ्या संख्येने केला जातो.” निकषाच्या बाबतीत पुरोगामी मंडळी ही ‘जात म्हणजेच सामाजिक वर्ग’ असे आग्रहाने नेहमी प्रतिपादन करीत असतात. मग आंतरजातीय विवाह झाला तर काय? याबद्दल जनगणना अहवाल म्हणतो, “जे समाजगट एकमेकांना धरून मोठा समाजगट होऊ पाहतात त्या नवीन समाजगटामधील दोन जातींत आंतरजातीय विवाह झाल्याची फारच थोडी उदाहरणे सापडतात.” पण तसे पुढे घडण्याची शक्यता नाकारता येत नाही. मध्य प्रांताच्या जनगणना सुपरिन्टेन्डन्टने असे उद्धृत केले आहे की, “तशी काही विशिष्ट उदाहरणे आम्हाला सापडली आहेत. त्यामध्ये ब्राह्मणांच्या दोन उपजातींमध्ये विवाह झालेले आहेत. तसेच कलार जातीच्या दोन उपजातींमध्येही काही विवाह घडलेले आहेत. पूर्वी जर असे विवाह झाले असते तर त्याचा धिक्कार केला गेला असता.”

जनगणना कमिशनरने आपल्या अडचणींचा पाढा पुन्हा वाचून म्हटले, “आंतरजातीय विवाह केलेल्यांच्या जातीची नोंद करताना आम्हाला अडचण येई.” यापुढे त्यांनी एक वाक्य असे घातले आहे की, त्यापैकी पहिल्या अर्ध्या वाक्यामुळे पुरोगामी मंडळी निरुत्साही होतील. “जरी शूद्रांबरोबरचे प्रत्यक्ष संबंध हे आत्तापर्यंत ठीक असले तरी,” यानंतरच्या अर्ध्या वाक्यामुळे मात्र पुरोगाम्यांची बाजू बळकट होईल. ते अर्धे वाक्य असे, “तथापि जेव्हा ‘शूद्र’ म्हणवून घेण्याचा विषय निघे तेव्हा सर्व जातींकडून तिरस्कार व्यक्त केला जाई.” अहवालात पुढे म्हटले आहे, “सर्वसाधारणपणे बऱ्यापैकी एक निष्कर्ष असा निघतो की, जातींच्या मर्यादा सैल व्हाव्यात आणि भेदांच्या भिंती कोसळून पडाव्यात असा सर्वांचा कल आढळतो.” जनगणना करताना व्यक्तीची किंवा एखाद्या गटाची सामाजिक व आर्थिक परिस्थितीही समजून येते. यामुळे पुन्हा एकदा जातीच्या मर्यादा कोणत्या गतीने सरकत आहे त्याचीही जाणीव होते. अहवाल त्याबद्दल एक शेरा असा मारतो की, “कदाचित येत्या दहा वर्षांनी जनगणना करताना आताचे निकष बदलून दुसरे योग्य निकष लावावे लागतील. तसे झाले तर बरेच होईल. कारण त्यामुळे अनेक जातींची नोंद करण्याऐवजी एकाच विशाल समाजगटाची दखल घ्यावी लागेल.” जनगणना अधिकाऱ्यांना आणखीही एक अनुभव बहुतेक ठिकाणी आला. त्याबद्दल अहवाल सांगतो, “स्वत:ला हिंदू म्हणवून घेणारा प्रत्येक हिंदू माणूस हा आपण मूळचे ब्राह्मण किंवा क्षत्रिय असल्याचा दावा करतो.” त्यामुळे जातीऐवजी वर्णानुसार वर्गीकरण करणे जनगणना अधिकाऱ्यांना अवघड होऊन बसे. त्याबद्दल अहवालात लिहिले आहे,

"युनायटेड प्रॉव्हिन्समध्ये (उत्तर प्रदेश) चमार (चांभार) जातीच्या माणसांनी जनगणना अधिकाऱ्यांना आपल्या जातीची वैशिष्ट्यपूर्ण नावे न सांगता 'आपण मूळचे सूर्यवंशी किंवा चांद्रवंशी राजपूत आहोत' असे सांगितले. परंतु त्यांनी जरी असा दावा केला तरी चांभार जातीच्या लोकांना त्यांच्या शेजाऱ्यांकडून योग्य ती आदराची वागणूक मिळत नव्हती." जनगणनेच्या जुन्या फायली चाळताना अनेक सामाजिक पैलू आढळतात.

परंतु जनगणना नीट करण्याचा प्रश्न येई तेव्हा फार मोठ्या अनिवार्य अशा अडचणी समोर उभ्या राहत. त्याबद्दल फायलीत लिहिलेले आहे, "व्यक्तींच्या खऱ्या जातीचा शोध घेऊन त्याची नोंद करणे हे एक खरोखरीच दुरापास्त काम होते. कारण त्यासाठी निरनिराळ्या गटांशी चर्चा व वादविवाद करावे लागत. अन् हे सारे तात्त्विक माहितीच्या आधारावर करण्यात अर्थ नव्हता. म्हणून शेवटी ती व्यक्ती आपली जी जात सांगे, मग ती जरी मूळची असली किंवा अन्य व भिन्न असली तरी त्याची आम्हाला मुकाट्याने नोंद करावी लागे. या जनगणनेच्या वेळी माणसांच्या खऱ्याखुऱ्या मूळ जाती शोधणे आणि त्यांचा जनगणनेच्या हेतूसाठी अचूक अर्थ लावणे ही एक कर्मकठीण गोष्ट होऊन बसली होती."

तरीही अशा नोंदी असलेल्या जनगणनेचा आधार मंडल आयोगाने घेतला. मग त्या पाठोपाठ तोच आधार न्यायालयांनी वापरला, राजकीय व्यक्तींनी घेतला आणि आंदोलकांनी 'काळ्या दगडावरची रेघ' समजून त्याचा उपयोग केला. मद्रासमधील जनगणनेच्या सुपरिटेन्डन्टने या संदर्भात खालील अनुभव लिहिलेले आहेत :

> "नेमकी जात हुडकून काढणे हे अत्यंत किचकट व वायफळ काम असते. जर जातींची नावे पुरेशी यथार्थ असतील तर मग त्यांची दखल घेतल्यास पुढे आकडेवारीतील बेरजा या विश्वासपात्र ठरू शकतात किंवा त्याच्या आसपास जाऊ शकतात. जातींच्या नावांवरून मूळचा धर्म ओळखता आला असता तर जातिनिहाय गणना करणे फलदायी ठरले असते. परंतु आताचे जे मूळ जात किंवा जातिवर्ग सांगण्याचे प्रकार पाहता ते नक्कीच... २,२७,००० अंबाट्टन मंडळींची संख्या १०,००० एवढीच भरली... नवीथन, नाई, नाई ब्राह्मण, नव्युतियान, परियारी यांची एकूण संख्या १,४०,००० भरते. १९२१ मध्ये ह्या सर्व जातींची व जातिगटांच्या नावांची नोंद घेतली नव्हती की त्यांचे एखादे वर्गवार कोष्टक मांडले नव्हते... काही भागातील लोकांनी आपल्या जातींची नावे आपल्याला आवडतील तशी सांगितली होती. उदाहरणार्थ, दक्षिणेतील कूर्ग संस्थानच्या सरहद्दीपाशी एका अत्यंत काळ्या रंगाच्या पाणक्याने आपली जात *सूर्यवंश*,

सूर्याच्या कुळातील अशी सांगितली होती.''

ही प्रवृत्ती सर्वत्र फैलावलेली असल्याने व त्याला आळा घालणे कठीण असल्याने नेमकी जात हुडकणे दुरापास्त होऊन बसायचे. त्याबद्दल जनगणना अहवालात लिहिलेले आहे, ''अनेकांनी केलेले जातींचे दावे व आपणच उंचावलेली आपली श्रेणी पाहिली की येथे डब्ल्यू.एस. गिल्बर्ट या लेखकाच्या कादंबरीतील नायकाचे उदाहरण देण्याचा मोह आवरत नाही. तो नायक स्वत:ला Darvinian man असे संबोधण्याची युक्ती करायचा.'' (डार्विनच्या सिद्धांतानुसार माकडापासून माणूस झाला. त्यामुळे प्रत्येक माणूस हा त्या सिद्धांतानुसार निर्माण झालेला असल्याने प्रत्येक जण स्वत:ला Darvinian man म्हणवून घेऊ शकतो. पण या शब्दाचा दुसरा अर्थ 'डार्विनच्या कुळातला' असा असल्याने 'आपण प्रख्यात डार्विनचे वंशज आहोत' असाही अर्थ सूचित केला जातो.)

येथे एक गोष्ट विसरता कामा नये. त्या वेळच्या काळात परिस्थितीत मूलभूत बदल होत चालले होते. मार्क्सवाद्यांच्या भाषेत सांगायचे झाल्यास यंत्रयुगाचे परिणाम दिसू लागले होते. उत्पादन वाढू लागले होते. संपर्काचे जाळे पसरत चालले होते. रेडिओ व फोन अवतरले होते. वृत्तपत्रे सर्वत्र पोचू लागली होती. नवीन रेल्वेमार्ग व बसमार्ग वाढत होते. त्या वेळच्या जातिपद्धतींमुळे ज्या ज्या गोष्टी निषेधार्ह मानल्या गेल्या होत्या त्यावरती या साऱ्या सुधारणांमुळे प्रहार होऊ लागले. जनगणनेच्या अहवालात याची दखल घेऊन म्हटले आहे की, या साऱ्यांचा मिळून एक गुंतागुंतीचा परिणाम होत होता. जेव्हा वाहतुकीची साधने अगदीच प्राथमिक अवस्थेतली होती (उदा. घोडा व बैलगाडी), संपर्क साधने बाल्यावस्थेत होती, तेव्हा एखाद्या गटाने जर स्थलांतर केले तर त्यांचा आपल्या मूळच्या समाजगटाशी असलेला संबंध कालांतराने तुटायचा. एक प्रकारे लहान प्रमाणावरती नवीन सामाजिक जडणघडण होत होती. अधिक सोयिस्कर व वेगवान वाहतूक, अधिक उत्तम अशी संपर्क साधने व त्यांचे जाळे यांमुळे संबंध टिकून राहायचे व त्याचबरोबर जातीमध्येच होणाऱ्या विवाहसंबंधांची प्रथाही बळकट व्हायची. कारण संपर्क साधनांमुळे आपल्याच जातीतील लांबवरचे वर किंवा वधू शोधणे सोपे झाले होते.

या सगळ्या कारणांमुळे व्यक्तीची जात शोधण्याचे प्रयत्न जनगणना खात्याने सोडून देऊन सरळ १८९१ मध्ये चालत आलेली जुनी प्रथाच वापरणे सुरू केले. म्हणजे सरळ त्या व्यक्तीचा 'पूर्वापार पेशा' विचारून तो कोष्टकात भरून त्यावरती त्याची जात ठरवायची. (संदर्भ : Census of India, 1931. Vol.I, India, Part II, Imperial Tables, Manager of Publications, 1933, page 521)

आपल्या दृष्टिकोनातून एक प्राथमिक आणि ठळक विचार महत्त्वाचा आहे.

आरक्षणासाठी जातिनिहाय गणती करण्याचा जो आधारभूत पाया सध्या वापरला जातो आहे, तो म्हणजे १९३१ साली केलेली जनगणना. त्या जनगणनेत ज्या जातींची नोंद केली ती त्या त्या व्यक्तीला त्याचा पेशा विचारून केलेली होती. मग सरळ 'जात' या घटकाऐवजी 'पेशा' हा घटक का वापरू नये? अन् ही गोष्ट निधार्मिक आणि जातींच्या नावांचा उल्लेख न करणारी अशी ठरेल.

परंतु असे पाऊल कधीच उचलले जाणार नाही. कारण त्यामुळे जातींवरून केल्या जाणाऱ्या राजकारणाला पायबंद बसेल. शिवाय, माणसे आपापला पेशा बदलू शकतात आणि सध्याच्या आधुनिक अर्थशास्त्रीय काळात तर तसे बदल वेगाने घडत आहे. अशा पद्धतीने जनगणना केली तर मतपेढ्यांच्या (vote banks) मुळावरतीच घाव घातल्यासारखे होईल. मग आताच्या 'निधर्मी' राजकारण्यांचे मतपेढ्या निर्माण करण्याचे कार्य बंद पडेल. तिसरे असे की, आधुनिकीकरणामुळे एका बाजूने नवीन व्यवसाय निर्माण होतात, तर दुसऱ्या बाजूने अधिकाधिक शाखा, उपशाखा होत जातात. त्यामुळेही अडचणी निर्माण होतात. मग एखाद्या माणसाचा व्यवसाय हा व्यवस्थापन कौशल्याचे सल्ले, कार्यक्रम इत्यादींची विक्री करायचा असेल तर त्याला कोणत्या प्रकारात घालता येईल? अशा वेळी जातींच्या राजकारणावर जगणाऱ्या नेत्यांची पंचाईत होईल.

व्यक्तींचे व्यवसाय किंवा पेशा विचारून मग त्यांची जात ठरवण्याचा एकमेव व्यावहारिक पर्याय उरल्याने जनगणना खात्याने तो स्वीकारला. परंतु तरीसुद्धा त्यांना अनेक अडचणींना तोंड द्यावे लागले. त्या अडचणी आरक्षणवाद्यांना तर अधिकच पंगू करणाऱ्या ठरतील. कारण शेवटी केवळ जातीच्या नावामुळे होणाऱ्या कुचंबणा, अडचणी व सामाजिक प्रतिष्ठेचा अभाव या मुद्द्यांवर ते भर देत असतात. जनगणनेच्या कमिशनरने नोंद केलेली आहे की, ''पेशावरून वर्गवारी ठरवण्यामध्ये अडचणी येऊ लागल्या. उदाहरणार्थ, उत्तर हिंदुस्थानात शेती हा व्यवसाय मोठ्या प्रतिष्ठेचा समजला जातो. तर दक्षिणकडेच्या काही भागात हाच शेतीचा व्यवसाय वरिष्ठ जाती बाहेरील लोकांकडून करून घेतल्याने कमी प्रतिष्ठेचा समजला जातो. तसेच 'व्यापारी' ह्या शब्दाने व्यक्त होणाऱ्या व्यवसायात सर्व सामाजिक वर्गांचे लोक आहेत. त्यात गुजराती बनियापासून बंजारा जातीच्या जिप्सी लोकांपर्यंत सर्व जण आहेत.'' जे नियम-परंपरा कालयत्री बदलणार नाहीत असे न्यायालयांच्या निकालपत्रात आणि आंदोलनकर्त्यांच्या मनात असते, त्यांचा पगडा सैल होतो आहे असेही काही बदलांमुळे जनगणना कमिशनरला दिसून आले. त्याने अहवालात त्याबद्दल लिहिले आहे, ''धार्मिक निरीक्षणांप्रमाणे, ज्या जातींच्या हातचे पाणी चालत नाही त्यांना पूर्वी शक्य तितक्या लांब ठेवले जायचे. परंतु आत्ताचे सार्वजनिक जीवन पाहता त्या बहिष्कृत जातींच्या (येथून पुढे त्यासाठी 'दलित' शब्द वापरू.) संबंधात खूपच

सुधारणा झाली आहे असे दिसते. त्या दृष्टीने अस्पृश्यतासुद्धा बऱ्यापैकी कमी झाली आहे.''

परंतु पेशावरून जात ठरवण्याची पद्धत ही इतर कारणांमुळेही संपूर्णपणे समाधानकारक नव्हती. एखाद्याचा पेशा किंवा व्यवसाय हा पारंपरिक पेशापासून भिन्न असेल तर काय ठरवणार? त्या प्रश्नावरून कधीच विवाद निर्माण होणार नाही असे थोडेच आहे? त्याचप्रमाणे अनेकदा एका जातीमध्ये एका पारंपरिक व्यवसायापेक्षा बरेच व्यवसाय असू शकतात. गोंड जमातीचा पारंपरिक व्यवसाय काय आहे? वेताच्या टोपल्या विणणे, सफाई करणे की संगीत रचणे? नक्की कोणताच एकच एक व्यवसाय ते करीत नाहीत.

ह्या अशा विविध कारणांमुळे, ज्या दिवशी जातिनिहाय जनगणना करणे थांबवले त्या दिवशी जनगणना खात्याला खूपच हायसे वाटले, अशी नोंद आहे. त्या निमित्ताने येथे एका खोडसाळ सिद्धांताची आठवण येते. एखाद्या गोष्टीला आपली पसंती नसेल तर विरोधी अर्थाने अनुनासिक स्वरात तीच गोष्ट कशी बरोबर आहे हे खोचकपणे सांगणे. (उदाहरणार्थ, 'आपण भलतेच विद्वान आहात' हे वाक्य अशा उच्चारात म्हणणे की खरा अर्थ नेमका विरुद्ध असतो.) जनगणना खात्याचे म्हणणे अशाच तऱ्हेचे होते. जातिनिहाय जनगणना कशी अशक्य आहे व त्यामुळे ती पद्धत कशी कोलमडली हे त्यांनी वेगळ्या शब्दात मांडले. त्या पद्धतीने झालेल्या जनगणनेची नोंद झालेली असल्याने ती पद्धत जरी कोणाला 'यशस्वी झाली' असे वाटले, तर ते केवळ कागदपत्रावर दाखवण्यापुरतेच. प्रत्यक्षात तशा जनगणनेचे प्रयत्न अयशस्वी झाले. आपल्या अनुभवांबद्दल तो अहवाल सांगतो, ''प्रत्येक जनगणनेमध्ये घातक व अनैतिक अशा प्रतिनिधित्वाचा किंवा माहितीचा महापूर यायचा. अन् त्याबरोबर अनेक तीव्र समस्या असलेले विविध इतिहास आमच्यापुढे आणून टाकले जायचे. मग त्यांच्या आधारे दावा केलेल्या वस्तुस्थितीला किंवा तर्कसिद्धान्ताला मान्यता द्यावी म्हणून जनगणना खात्याला विचारणा केली जायची. परंतु त्यांचे म्हणणे तपासून तशी कायदेशीर मान्यता देण्यासाठी जनगणना खात्याकडे तसले अधिकार नव्हते. अन् जरी तशी मान्यता दिली तरी त्या मान्यतेला सामाजिकदृष्ट्या कसलीच किंमत नव्हती. शिवाय, अनेकदा इतर जातींनी केलेल्या दाव्याविरुद्ध किंवा तर्कसिद्धान्ताविरुद्ध सरळ थेट कृती करावी अशीही खात्याकडे विनंती केली जायची. ज्या जातींना आपली सामाजिक स्थिती उंचावण्याची इच्छा असे त्यांना इतर जातींनी केलेले तसलेच नैसर्गिक प्रयत्न हे मात्र आपल्या विशेष अधिकारावरती आक्रमण केल्यासारखे वाटायचे. त्यांना आपली सामाजिक स्थिती किंवा उंची ही दुसऱ्या जातीच्या बरोबरीने वाढलेली आवडायची नाही. त्या ऐवजी त्या जातीच्या खांद्यावर उभे राहाणे किंवा त्यांच्यापेक्षा अधिक वरचढ होणे त्यांना

आवडायचे. अशा कारणांमुळे मूळ जातीकडे परत जाण्याची जनगणनेद्वारे केलेली त्यांची धडपड जेव्हा थांबली तेव्हा जनगणना अधिकाऱ्यांना हायसे वाटले. परंतु तशी वेळ येण्याला जेव्हा अवकाश होता, तेव्हा त्या दृष्टीने एक प्रस्ताव पुढे केला गेला. तो वाचल्यावर त्या वेळी कसा सामाज्यशाही विचार चालायचा ते कळते. ''हा प्रश्न जेव्हा वेळ येईल तेव्हाच फक्त सोडवता येईल. पण जर त्या समाजबाह्य जातींना आपल्या मूळच्या धर्माकडे किंवा समाजाकडे 'आदिहिंदू' या नावाने किंवा कोणत्या तरी अन्य नावाने परतायचे ठरवले, तर तशी परत वळलेली नोंद ही वगळली तरीही हरकत नाही. कोणत्याही प्रकारे अनेक जातींच्या समूहाला मिळून असलेले नाव हेच योग्य ठरेल. त्यामुळे कदाचित त्या समूहातील प्रत्येक जातीचे नाव तक्त्यामध्ये नाही घातले तरी चालू शकेल.'' (संदर्भ : Census of India, 1931. Vol.I, India, Part I-Report, Manager of Publications, Delhi, 1933, page 433)

कशाही प्रकारे जनगणना केली तरी जातींची विविध तऱ्हेची नावे आणि त्यांचे व्यवसाय यांची संख्या अफाट होती, म्हणून स्थानिक जनगणना अधिकाऱ्यांना सूचना दिल्या गेल्या होत्या की, ''त्यांनी फक्त स्थानिक प्रशासनाला ज्या जाती पुरेशा महत्त्वाच्या वाटतात तेवढ्यांचीच नोंद करावी.'' याला अपवाद फक्त बहिष्कृत जाती (the exterior castes) आणि निवडलेल्या काही दहा-बारा अन्य जातींचा होता. याचा परिणाम काय झाला? तर जनगणना खात्याच्या शब्दांत सांगायचे तर तो असा – ''हिंदुस्थानातील एकूण एक जातींचा संख्यात्मक परामर्ष घेणे केवळ अशक्यप्राय होऊन बसले आहे.''

म्हणून जनगणनेच्या अहवालात स्पष्टपणे म्हटले गेले, ''नोंद घेतलेल्या जाती या फक्त प्रातिनिधिक आहेत. त्या संपूर्ण लोकसंख्येच्या तक्त्यात संपूर्णपणे सामावलेल्या नाहीत.'' त्या वेळच्या हिंदुस्थानातील एकूण लोकसंख्या ही ३५ कोटी २८ लाख एवढी होती. तर जातिनिहाय तक्त्यातील जातींची एकूण लोकसंख्या ही २२ कोटी ७ लाख एवढी होती. (संदर्भ : Census of India, 1931. Vol.I, India, Part II, Imperial Tables, Manager of Publications, Delhi, 1933, page 521; आणि Part I, op.cit. page 432-33)

जातींच्या संज्ञा

त्या वेळच्या जनगणनेच्या मद्रास प्रांतातील कार्यावरील सुपरिटेन्डन्ट एम.डब्ल्यू. यीट्स हा होता. नंतर लवकरच तो सबंध देशातील जनगणनेचा कमिशनर बनला. तो लिहितो की, ''ज्यांचे संख्याबळ हे कित्येक लाखांच्या पुढे आहे त्या जातींना 'दडपल्या गेलेल्या' असे (depressed) विशेषण लावायचे ही गोष्ट मला थोडीशी

चमत्कारिक वाटली. एकीकडे दडपले गेलेले म्हणायचे नि दुसरीकडे त्यांचे अफाट संख्याबळ दाखवायचे हे तसे विरोधाभासात्मक वाटत होते. परंतु 'दडपले गेलेले' या एकमेव शब्दप्रयोगाची व्याख्या कधीच केली गेली नाही. *याचा परिणाम असा झाला की, काही समाजगटांचा मिळून एक 'वर्ग' निर्माण झाला आणि त्यानंतर त्या वर्गात काही समाजगटांची भर टाकली गेली, तर मूळच्या यादीतून काहींना वगळले गेले.''* यीट्सने याचा खुला अत्यंत स्पष्ट व मनमोकळेपणे केलेला आहे. आपल्या नेते मंडळींना आज हा खुलासा एकून खूपच अवघडल्यासारखे होईल. तसेच या खुलाशामुळे आश्चर्य वाटण्याजोगेही काही नाही. यीट्स म्हणतो, ''जाती ठरवण्यासाठी एकही व स्पष्ट असा निकष अस्तित्वात नाही याचे आश्चर्य वाटायला नको. कारण जातींमधल्या पक्क्या सीमारेषा किंवा तशी काही व्याख्या करायला जावे तर अनेक घटक आड येतात.''[१]

ही समस्या किती गुंतागुंतीची, चमत्कारिक व नुसता मनस्ताप देणारी आहे हे पंजाबच्या अहवालावरून समजून येते. त्या अहवालात १८९१ सालचा जनगणना

---

१. M.W.M.Yeatts, Census of India, 1931, Volume XIV, Madras, Part I, Report, Government of India Central Publication Branch, Calcutta, 1932, p. 345. In this section, sources are indicated by province and page number. Each of them refers to the 1931 Census volume for the province concerned. The publication details are as follows : J. H. Hutton, Census of India, 1931, Volume I, India, Part I, Report, Manager of Publications, Delhi, 1933; C. S. Mullan, Census of India, 1931, Volume III, Assam, Part I, Report, Central Publication Branch, Government of India, Shillong, 1932; A. E. Porter, Census of India, 1931, Volume V, Bengal and Sikkim, Part I, Report, Central Publication Branch, Government of India, Calcutta, 1933; W. G. Lacey, Census of India, 1931, Volume II, Bihar & Orissa, Report, Superintendent Government Printing, Patna, 1933; W. H. Short, Census of India, 1931, Volume XII, Central Provinces and Berar, Part I, Report, Government Printing, C.P., Nagpur, 1933; M.W.M.Yeatts, Census of India, 1931, Volume XIV, Madras, Part I, Report, Central Publication Branch, Government of India, Madras, 1932; A. H. Dracu and H. T. Sorley, Census of India, 1931, Volume III, Bombay Presidency, Part I, General Report, Government Central Press, Bombay, 1933; A. C. Turner, Census of India, 1931, United Provinces of Agra and Oudh, Part I, Report, Civil and Military Gazette Press. Lahore, 1933; Khan Ahemad Hasan Khan, Census of India, 1931, Volume XVII, Punjab, Part I, Report, Central Publication Branch, Government of India, Calcutta, 1933; Satya V. Mukerjea, Census of India, 1931, Volume XIX, Baroda, Part I, Report, Times of India Press, Bombay, 1932; M. Venkatesa Iyengar, Census of India, 1931, Volume XXV, Mysore, Part I, Report, Government Press, Bangalore, 1932; Gulam Ahemad Khan, Census of India, 1931, Volume XXIII, H.E.H. The Nizam's Dominions (Hyderabad State), Part I, Report, Government Central Press, Hyderabad-Deccan, 1933; B.L.t Cole, Census of India, 1931, Volume XXVII, Rajputana Agency, Report and Tables, Saraswati Press for Government of India, Meerut, 1932; Anant Ram and Hira Nand Raina, Census of India, 1931, Volume XXIV, Jammu and Kashmir State, Part I, Report, Ranbir Government Press, Jammu, 1933.

अहवाल उद्धृत केला आहे. त्यात असे म्हटले आहे, "...अशा अडचणींची तीव्रता काळाच्या ओघात अजिबात झालेली नाही. या विषयात जे कोणी स्वत: शिरले नसतील त्यांना यातील असामान्य व दुष्कर अडचणींची कल्पना कधीही येणार नाही." जरी जाती किंवा उपजाती आपल्या मूळ स्थानावर अचूकपणे परत पोचल्या व जातींची संख्या, नावे कमी झाली तरीही "असंख्य उदाहरणांमध्ये अफाट संख्येने चमत्कारिक, ताळमेळ नसलेल्या गोष्टी इतक्या भरलेल्या आहेत की कोणत्या जातीत त्यांची वर्गवारी करावी ते समजेनासे होते..." गोंधळवून टाकणाऱ्या त्या बाबींमध्ये एखादी उपजात असते व ती परत मूळ जात लावू लागते; किंवा अनेकदा गणना करणाऱ्यांना लोक आपली जात किंवा उपजात सांगत नाहीत, लपवतात; वगैरे वगैरे अनंत गोंधळ इतके असतात की वाटेल त्या प्रकारची त्रुटी, दोष, गोंधळ यांची अपेक्षा ठेवावी. शिवाय पाहणीचा सारा प्रकार अत्यंत मंद गतीने प्रगती करत असतो. प्रश्नकर्त्याचा प्रश्न समोरच्या माणसाला नीट समजत नाही, समजला तरी तो जे बोलेल ते उत्तर अगम्य उच्चारात दिल्याने गणना करणाऱ्याला कळत नाही, जरी समजले तरी त्यातून नीट अर्थ निघत नाही. उदाहरणार्थ, "पंजाबमध्ये 'बेदी' हे नाव नीट उच्चारले तर त्याचा अर्थ 'ते नाव धारण करणारा हा संतसज्जनाच्या कुटुंबातला आहे' असा होतो. पण 'बेडी' असा उच्चार केला की 'ती एक नाशवंत गोष्ट' असा त्याचा अर्थ तिकडे होतो. मग तसा चुकीचा उच्चार करणारे लोक हे नक्कीच कंजार जातीच्या वर्गातील असणार असा विचार करून गणनाकार तशी नोंद करायचा."

तसेच प्रत्येक जातीभोवती एक स्पष्ट सीमारेषा आहे, विवाहसंबंधांचे नियम, सहभोजनाचे नियम, इत्यादी गोष्टी कडक पाळल्या जातात वगैरे गृहीतकांवर सारी जनगणनेची प्रक्रिया आधारलेली होत. सर डेन्झिल इबेटसन हा आपल्या १८८१ सालच्या जनगणना अहवालात म्हणतो की, "तथापि, समाज हा इतका घट्ट व एकसंध नसतो, तो द्रवासारखा असतो." त्याच्या मते ह्या भारतीय समाजाची द्रव अवस्था ही चिकट द्रवाची आहे. पुढे तो लिहितो, "माझ्या माणसांकडून जे अहवाल मिळत आहेत त्यावरून मला असे समजते की येथल्या समाजातील रूढी, परंपरा, निर्बंध अविरतपणे लयाला जात आहेत. अन् ही गोष्ट खरोखर असामान्य आहे..." १९११ सालच्या जनगणनेच्या अहवालाचा आधार आपल्या अहवालात घेऊन सुपरिटेन्डन्टने म्हटले आहे, "माझा सर्वसाधारण निष्कर्ष असा आहे की, प्रांतामध्ये जातींमधला उठून दिसणारा ठळकपणा हा गेल्या तीस वर्षांत थोडासा बदलत चालला आहे. जातिनिर्बंधात खूप सैलपणा आला आहे व जातीची बंधने व भीती झुगारून देऊन आंतरजातीय विवाह व सहभोजने घडू लागली आहेत. विकासाची क्रांती सुरू झाल्याने पारंपरिक व्यवसाय सोडून दिले जात आहेत. अन् सबंध

समाजात अशी एक सर्वसाधारण प्रतिक्रिया रुजत चालली आहे की ज्यामुळे खालच्या जातीतील किंवा सफाई करणाऱ्यांच्या जातीतील माणसे आपले स्थान उच्च जातीएवढे उंच करण्यासाठी आपापसात संघटित होऊ लागली आहेत. त्यासाठी ते उच्च जातीतील एखाद्या वृद्ध व्यक्तीची मदत घेतात. किंवा आपल्या जातीचा किंवा जमातीचा नवीन उगम किंवा मूळ पुरुष शोधतात.'' (संदर्भ : पंजाबचा जनगणना अहवाल, पाने ३२३ ते ३२४) थोडक्यात, १८८१, १८९१ ते १९११ पर्यंतचे सारे जनगणना अहवाल वाचले तर असे दिसेल की, समाजात सतत बदल होत जातो आहे, बऱ्याच सीमारेषा धूसर बनत आहेत याची चाहूल जाणवेल.

''हिंदू समाजातील प्रत्येक घटक हा नीट वर्गवारी करून त्या त्या जातीच्या, उपजातीच्या किंवा गटाच्या कप्प्यात आजमितीला ठेवून देणे *ही एक संपूर्णपणे अशक्य गोष्ट आहे.''* असे मुंबई प्रांताच्या जनगणना अहवालात सांगितले गेले आहे. त्याचे कारणही त्यात दिले आहे. ते असे, ''कारण – (क) अद्यापपर्यंत सर्व जाती व उपजाती यांची एक संपूर्ण सूची बनवली गेलेली नाही; (ख) कित्येक व्यक्तींना जेव्हा त्यांची जात विचारली जाते तेव्हा त्या व्यक्ती स्वत:च्या जातीविषयी अज्ञानी तरी असते किंवा भाबडेपणे एखादी चुकीची माहिती पुरवते; (ग) सध्या जे जनगणना पाहणीचे काम करणारे कर्मचारी आहेत त्यांचा प्रकार पाहता त्यांच्याकडून तेवढी सतर्कता, सखोल मानववंशीय ज्ञान आणि अचूक माहिती मिळवण्यासाठी लागणारा धीर व सातत्य या गोष्टींची अपेक्षा करणे व्यर्थ आहे.'' (संदर्भ : जनगणना अहवालातील Bombay, Page 379)

म्हैसूर प्रांताच्या अहवालात प्रत्येक जात व उपजात ही आणखी लहान लहान तुकड्यांत कशी विभागली गेली आहे, अशा उदाहरणांची एक मालिकाच दिलेली आहे. त्या अहवालात म्हटले आहे, ''येथली परिस्थिती ही सामाजिक नियमांविरुद्ध असलेल्या असंख्य गोष्टींनी एवढी भरलेली आहे की तिचा प्रथम संपूर्णपणे पुनर्विचार झाला पाहिजे.'' (संदर्भ : जनगणना अहवालातील Mysore, Page 319-20)

बंगाल व सिक्कीम येथील जनगणना कमिशनरनी एक वेगळीच अडचण अहवालात सांगितली. तिथे पाहणी करणाऱ्यांना 'जात' या स्तंभात लिहिताना ती अडचण उद्‌भवे. ती अडचण अशी : बंगाली भाषेत आणि बंगालमधील अन्य प्रचलित भारतीय भाषांमध्ये 'मानववंश', 'जात' व 'जमात' यासाठी शब्दच अस्तित्वात नाहीत. याखेरीज आणखीही कित्येक अडचणी आहेत, असेही नमूद केलेले आहे. तसेच आपली जात किंवा प्रकार पाहणी करणाऱ्या कर्मचाऱ्यांना सांगू नये म्हणूनही चळवळी वाढत चाललेल्या आहेत. शिवाय काही व्यक्ती आपली जात सांगतात, तर काही जण आपली फक्त उपजात सांगातत. अनेकदा काही अडचणी तर

जवळजवळ अनिवार्य अशा असतात. उदाहरणार्थ, 'क्षत्रिय' जात ही बंगालमध्ये एवढी ढोबळ व विस्तृत आहे की ती नक्की ठरवता येणे अशक्य आहे. त्यामुळे जेव्हा प्रश्नकर्त्या माणसाला एखादी व्यक्ती उत्तर देते, तेव्हा त्याचे त्यालाच आपण नक्की काय सांगतो आहोत ते समजत नसते. ब्राह्मण जातीच्या लोकांची उपजात शोधण्याच्या प्रयत्नांतही अशीच अडचण येते. पूर्वीच्या माहितीच्या आधारे जाती व उपजाती यांच्या याद्या तयार करून त्या सर्व संबंधितांना अभ्यासण्यासाठी व त्यावरती आपले मतप्रदर्शन करण्यासाठी वाटण्यात आल्या होत्या. परंतु याला जो प्रतिसाद मिळाला त्यातून अडथळेच निर्माण होऊन, पाहणीची योजना बनवणे अवघड होऊन बसले. (संदर्भ : जनगणना अहवालातील Bengal and sikkim, Page 421, 428-29, 431-32)

मध्य प्रांत, बेरार प्रांत, राजपुताना एजन्सी प्रांत आणि अन्य ठिकाणी जनगणना अधिकाऱ्यांनी आणखी एक अडचण वरती कळवली. बहिष्कृत जाती (exterior) ओळखताना जे अस्पृश्य होते त्यांची वर्गवारी ही 'दलित जाती' (depressed castes) या रकान्यात करण्यात आली. परंतु यातली एखादी उपजात ही एका भागात 'विटाळ करणारी' होती तर शेजारच्याच भागात त्यांचा 'विटाळ' मानला जात नव्हता. (संदर्भ : जनगणना अहवाल : Central Provinces and Berar, pages 365, 392; Rajpurana Agency, Page 126-27)

परंपरा, श्रद्धा व रूढी यांचे निकष जात शोधण्यासाठी फारसे वापरता येत नाहीत; हे पाहिल्यावर जनगणनेचे कार्य हे सरळ पेशा किंवा व्यवसाय विचारून त्या व्यक्तीची जात ठरवू लागले. हा मार्ग जवळचा असला तरी नाइलाजाने तसे करणे भाग पडले. पण १९२०च्या सुरुवातीला लोकांचे व्यवसाय हे पक्के होत नव्हते. लोक आपले व्यवसाय बदलत राहत होते. पंजाबमधली परिस्थिती याबाबतीत काय होती हे आपण पाहिले. तशीच स्थिती आपण सर इबेस्टिन यांच्या अहवालातही वाचलेली आहे. सर्वत्र बदल होत चालले होते. हे बदल विविध क्षेत्रांत मोठ्या वेगाने पसरू लागले. प्रांतामागोमाग प्रांतांतून जनगणना अधिकाऱ्यांच्या अहवालांत म्हटले जाऊ लागले की, ''या नवीन बदलांमुळे आमच्या अखत्यारीतील विभागात आर्थिक घडमोडीतही बदल होत आहेत.'' राजपुताना एजन्सीच्या अधिकार क्षेत्रातील विभागात असे बदल अत्यंत संथ गतीने होत होते. पण तरीही त्यांच्या अहवालावरून आपल्याला बदलांची कल्पना येऊ शकते. त्यांच्या अहवालात म्हटले आहे, ''एखाद्या पारंपरिक किंवा सर्वसाधारण पेशाची माहिती मिळवून फारसा उपयोग होत नाही. कारण पारंपरिक व्यवसाय वेगाने बदलत आहेत. या दिवसात एखाद्या गावातील तेली हा व्यापारी बनतो आणि एखादा राजपूत हा पिठाची गिरणी उघडतो.'' (संदर्भ : जनगणना अहवालातील Rajputana Agency, Page 123)

बिहार व ओरिसा येथल्या जनगणना अहवालात म्हटले आहे, "या अशा गुंतागुंतीमुळे जातींच्या कोष्टकाचे कितपत नुकसान झाले आहे ते कळणे अशक्य आहे." या गुंतागुंतीमधल्या एका घटकाकडे आपण लवकरच वळणार आहोत. तिथल्या अनेक जातींनी जनगणनेच्या माध्यमाद्वारे आपले सामाजिक स्थान उंचावण्यासाठी आटोकाट व सातत्याने प्रयत्न केला. येथे एक दुहेरी समस्या होती. ती अशी : गणना करण्यास आलेल्या माणसाला समोरची व्यक्ती जी जात सांगेल त्याची नोंद करून घेणे भाग होते. परंतु, त्याच वेळी समोरच्या व्यक्तीची अचूक उत्तर देण्याची क्षमता पुरेशी नसली, किंवा आपले सामाजिक स्थान उंचावण्यासाठीही त्याला नीट बोलणे जमत नसेल, तर जनगणनेच्या पद्धतीनुसार त्याला उत्तर सांगण्यासाठी भरपूर वेळ दिला जाई. पण मग ही पाहणी खूप लांबत जाई. म्हणून त्याला दिलेले उत्तराचे पर्याय काढून घेण्यात आले. पण त्यामुळे जनगणनेच्या आकडेवारीवरती कोणता तरी अंदाधुंद गोंधळ चालून येऊ लागला. (संदर्भ : जनगणना अहवालातील Bihar and Orissa, Page 265-66)

राजपुताना एजन्सी, जम्मू व काश्मीर, म्हैसूर या प्रांतातील अनेक जनगणना अधिकाऱ्यांनी जात पद्धतीला मूळ सुरुवात कशी झाली याची वर्णने सविस्तर केली आहेत. शिवाय वरती असे ठासून म्हटले आहे की अशीच वर्गवारी ही इतर देशांत व इतर समाजातसुद्धा आहे. तर कित्येक अधिकाऱ्यांनी असे दाखवून दिले आहे की, या जात पद्धतीमुळे माणसात सुरक्षिततेची भावना निर्माण होते व त्याला समाजात एक ओळख मिळते. जातीमुळे या दोन गोष्टींचा लाभ हमखास होतो. पण जसजसा काळ जाऊ लागला तसतशी जातींमुळे संकटे ओढवू लागली व लाजिरवाणे प्रकार घडू लागले. काही प्रकारांना तर केवळ मूर्खपणा एवढेच म्हणता येईल. अशा संकटांमुळे जातींचे आणखी विभाजन व पोटविभाजन होत गेले. परंतु प्रत्येक जनगणना अधिकाऱ्याने असे प्रकार कमी कमी घडत चालले आहेत असे सांगून दोन समाजगटातील सीमारेषा अंधूक होत जाऊन दोन्ही गटांतील माणसे अनेकदा ही सीमारेषा ओलांडून दुसऱ्या गटात जातात, असेही म्हटले आहे. ईशान्य हिंदुस्थानात एवढे कठोर भेद आणि बहिष्कृत जाती नाहीत. आसाममधला जनगणना अहवाल सांगतो, "हिंदूंमधील बहिष्कृत जातींमधील एखादी व्यक्ती इतरांपासून कशी ओळखायची यासाठी एकही सोपी चाचणी उपलब्ध नाही." या अहवालात एका टिपणाचा उल्लेख केलेला आहे. मुळात ते टिपण इंडियन फ्रॅन्चाइज कमिटीसाठी तयार केले होते. त्या टिपणात 'दडपलेल्या जाती' हे नामाभिधान कसे अयोग्य आहे ते सविस्तर सांगितलेले आहे. त्यातला एक परिच्छेद वाचल्यावर ते टिपण समजेल. तो अधिकारी लिहितो, "यावरून असे लक्षात येईल की मी कुठेही 'दडपलेला' (depressed) शब्द त्या तिन्ही विभागांसाठी वापरलेला नाही. कारण माझ्या मते

हा शब्द आसाममधील कोणत्याही जातीचे सामाजिक स्थान दर्शविण्यासाठी लागू होत नाही. ज्या विशिष्ट जातीतील व्यक्तींना वरिष्ठ जातींच्या सामोरे जाणे मंजूर नाही (विशेषत: मद्रास प्रांतातील काही जातींबाबतीत), ज्यांच्या स्पर्शाने विटाळ होऊन ताबडतोब स्नान करून शुद्ध व्हावे लागते, ज्यांच्या मुलांना इतर मुलांबरोबर शाळेत येऊ दिले जात नाही, अशा काही जातींबाबत हा शब्दप्रयोग हिंदुस्थानात वापरला जातो. येथे सांगायला आनंद वाटतो की आसाममध्ये मला कुठेही असा प्रकार आढळला नाही. अशा अस्पृश्य मानल्या गेलेल्या जाती येथे सापडत नाहीत. सर्व जातींमधील मुलांना मुक्तपणे शाळा व महाविद्यालये येथे येऊ दिले जाते. सर्व जणांना सार्वजनिक विहिरी, तळी येथे पाणी भरू दिले जाते. त्यात कोणालाही कसलीही अडचण येत नाही. म्हणून या प्रांतातील कोणत्याही जातीला 'दडपल्या गेलेल्या' हे विशेषण लावण्यास मी नाराज आहे. कारण त्यातून 'पराकोटीच्या अवनतीची स्थिती' असा अर्थ प्रकट होत असतो.'' एवढे सांगितल्यावर त्या अधिकाऱ्याने, ''हा सारा प्रकार अत्यंत अनिश्चित असल्याने आपल्याला तशा बहिष्कृत जाती ओळखणे अत्यंत कठीण असल्याचे खुलासेवार लिहिले आहे.'' (संदर्भ : जनगणना अहवालातील Assam, Page 209-10)

सततची बदलती स्थिती

मद्रास प्रांतातून आलेल्या अहवालात म्हटले आहे, ''हिंदूंमधील जातीपद्धतीला 'प्रवाही' (fluid) हे विशेषण लावले जाते. ते बहुतांशी योग्य आहे.'' प्रवाही असणारा कोणताही द्रवपदार्थ हा भांड्यात ठेवला असता त्या भांड्याचा आकार धारण करतो. पण तरीही त्या पदार्थाचे आकारमान व वस्तुमान हे बदलत नाही, असे उदाहरण देऊन त्याचा खुलासा केला आहे. त्याचप्रमाणे व्यक्ती आणि गट हे आपापल्या श्रद्धेमधील आवश्यक भाग उराशी जपून ठेवतात. जात किंवा उपजात ही दुसऱ्या जातीपासून किंवा उपजातीपासून ज्या पायावरती वेगळी आहे त्याबद्दल, म्हणजे सामाजिक घटना किंवा परंपरा याबद्दल लिहिताना त्याने असे मत व्यक्त केले आहे की, '' ...या गोष्टी केवळ वरवरच्या असतात आणि त्यात वेगाने बदल होत असतो.''(संदर्भ : जनगणना अहवालातील Madras, Page 339)

बडोदा येथील जनगणना अधिकारी लिहितो, ''प्रत्येक ठिकाणी मला लोक जागृत झालेले दिसले आणि लोकांची मने ही समाजसेवेने भारलेली दिसली. या भागातील लोक स्वत:ला सुधारण्याची धडपड करताना दिसले आणि आपल्या जातीचे नवीन नाव शोधून त्याद्वारे आपल्या इतर बांधवांना आपण कसे वरच्या स्थानावर पोहोचलो हे दाखवण्याची तयारी दिसली.'' त्याने एका विशिष्ट जातीच्या मंडळाबद्दल असे लिहिले आहे, '' ...त्या जातीमधील काहीशा चळवळ्या तरुणांनी

एका मंडळाची स्थापना केली असून त्या जातीमधील लग्नकार्ये आणि मृत्यूनंतरचे विधी यातील समस्त जातीला जेवण देण्याच्या प्रकाराला फाटा दिला आहे. खर्चिक प्रकाराला आळा घालण्याचा प्रचार ते जोरदार करतात. पण त्यामुळे त्यांच्यातील वयस्कर लोकांना खूप मनस्ताप होतो.'' (संदर्भ : जनगणना अहवालातील Baroda, Page 409-10)

बंगाल, मद्रास, बडोदा येथील जनगणना अधिकाऱ्यांनी, त्या प्रांतातल्या बऱ्याच उपजातींमधील भेदाला मूठमाती देऊन मोठ्या जातीत विलीन होण्याच्या उपक्रमांची माहिती दिली आहे. मद्रास अहवालात म्हटले आहे, ''पूर्वी जातींची जी वैशिष्ट्ये, तपशील हा जाणीवपूर्वक जपला जायचा, किंवा पूर्वीच्या जनगणना अहवालात त्यामुळे जी माहितीची गर्दी व्हायची, त्या गोष्टी बंद होण्याची वेळ आता आली असावी. वैयक्तिक कल्पनाशक्ती, आवड, 'यादव' नावाच्या एका विशाल जनसमूहात विलीन होण्याची इच्छा, कर्णकटू आवाजात आपल्या मागण्या व्यक्त करण्याची प्रबळ इच्छा अशा सर्व गोष्टींमुळे अडचणी मात्र वाढल्या.'' याबद्दल यीट्स शेवटी लिहितो, ''नेमकी जात निवडून शोधणे ही गोष्ट जनगणना कार्यामधला सर्वांत अवघड भाग होता. जे कोष्टक तयार व्हायचे ते खूप लांबलचक असायचे व ते अत्यंत काळजीपूर्वक तपासावे लागे. अन् सरतेशेवटी असे वाटायचे की आपण डोंगर पोखरून निष्कर्षाचा जो उंदीर बाहेर काढला आहे, तो तितका महत्त्वाचा आहे की नाही?'' (संदर्भ : जनगणना अहवालातील Madras, Page 332-33)

आपला गाव सोडून जाण्याच्या प्रवृत्तीमुळेही एकूण जनगणनेच्या कार्यावर परिणाम व्हायचा. त्यामुळे एक समस्या अशी उद्भवली : जातींची संज्ञा किंवा नामाभिधान देण्यामुळे त्यात जी विविधता उद्भवायची ती एवढी वाढली की त्यामुळे स्थलांतर करणाऱ्या व दुसरीकडून येथे येणाऱ्या जातींचे आढावे व गणना करण्यात अडचण येऊ लागली. शिवाय बऱ्याच गटांमध्ये आपल्या जातींची नावे बदलण्याची प्रवृत्ती असे. त्यांच्या सांगण्यामुळे जनगणना अधिकारी जवळजवळ विचलित होत असे. यीट्स लिहितो, ''जातींची विविध समानार्थी नावांची व्युत्पत्ती पाहता मला एखाद्या वाऱ्यावर उडणाऱ्या पाचोळ्याला धरण्यासाठी जसे धावावे लागेल व जेवढा तुटपुंजा लाभ पदरात पडेल, त्याची येथे आठवण येते. यामध्ये आमची खूप शक्ती खर्च व्हायची. जोपर्यंत त्या जातीला विशिष्ट नाव मिळत नाही तोपर्यंत खरी जात ओळखण्याचे काम फार अडचणींचे असायचे. पण एकदा नीट नाव दिले गेले की मग आमच्या आकडेवारींची बेरीज ही बऱ्यापैकी सत्य परिस्थितीजवळ जायची. एकदा जातीला नीट नाव दिले गेले की पुन्हा आपल्या धर्मात परतलेल्यांची गणती व्यवस्थित करता यायची. आजच्या बदलत्या परिस्थितीत मात्र ही गोष्ट फार अवघड

होऊन बसली आहे. जनगणना खाते हे फक्त सत्य परिस्थिती जोखते, दिखाऊपणा जोखत नाही.'' (संदर्भ : जनगणना अहवालातील Baroada, Page 336)

एका विशाल जातिगटात समाविष्ट होण्यासाठी वैचारिक चळवळ करून ती निर्धारपूर्वक चालवली गेली त्याचे चित्र बडोद्याच्या अहवालात उमटले आहे. ''तिथला 'वणीयार' समाज हा व्यापारी वर्गाचे प्रतिनिधित्व करणारा बनला आहे, असे म्हटले जाते. म्हणजे व्यापाऱ्यांच्या अनेक जाती या समाजगटात विलीन पावू पाहत आहेत. यापुढची प्रगती व्हायची असेल तर ती 'पतियार' समाजात दिसेल. या समाजात सर्व शेतकरी वर्गाचे प्रतिनिधित्व होऊन त्या नावाची एक राष्ट्रीय जात निर्माण होऊ पाहत आहे.'' (संदर्भ : जनगणना अहवालातील Baroada, Page 41) या प्रत्येक अहवालामध्ये बदलत जाणाऱ्या परिस्थितीचे सारे घटक विचारात घेतले आहेत.

बदलांचे वारे

प्रत्येक प्रांतातून येणाऱ्या अहवालामध्ये बदलाची वाढती प्रवृत्ती दर्शविणाऱ्या घटकांची यादी दिलेली आहे. शिवाय त्यात जातींमधील सीमारेषा अंधूक होत जाणे, याचीही दखल घेतली आहे. जातींच्या नियमांमधला ताठरपणा हा कसा सैल होत चालला आहे याचेही निरीक्षण दिलेले आहेत. जातीप्रमुखांना आपले नियम जातीवर लादण्याची किंवा दंडक घालून देण्याचे जे अधिकार होते ते कसे कमी कमी होत चालले तेही दिलेली आहे.

आसाममध्ये तसे बदलाचे वारे फारसे वाहात नव्हते किंवा त्यांचा फारसा परिणाम होत नव्हता. परंतु जनगणनेच्या अहवालामध्ये त्याचीही दखल घ्यावीशी वाटली होती. 'हिंदुस्थान आणि सर्व जगभर होत असलेली असामान्य अर्थशास्त्रीय क्रांती' यातील काही मजकूर अहवालात मुद्दाम उद्‌धृत केलेला आहे. त्या क्रांतीमुळे होणारे परिणाम त्या मजकुरात सांगितलेले आहेत. त्यामध्ये असे म्हटले आहे, ''डोंगराळ भागात होणारे मूलभूत बदल हे कदाचित एखादा नवीन बसमार्ग निर्माण केल्यानेही होऊ शकतात, तसेच ते बदल मूठभर मुस्लीम व्यापाऱ्यांमुळे, काही हिंदू मजुरांनी घालून दिलेल्या उदाहरणांमुळेही होतात... सर्वत्र जनता हालचाली करू लागली होती. आपापल्या समाजगटांचे हितचिंतक हे त्या गटाचे सामाजिक स्थान उंचावू पाहू लागले होते. आपापल्या समाजगटाच्या माणसांची आर्थिक उन्नती कशी होईल याकडे ते लक्ष पुरवू लागले. खास शिष्यवृत्ती निर्माण करण्यासाठी आणि प्रशासकीय नोकऱ्यांत प्रतिनिधित्व मिळवण्यासाठी आंदोलने छेडली जाऊ लागली. एक नवा आत्मविश्वास वातावरणात खेळू लागला. ब्राह्मणांसाठी मिठाईच्या पेट्या वाहून नेण्याचे काम शूद्र मंडळी नाकारू लागली. खुर्च्यांवरून वधू-वरांना वरातीत

फिरवून आणण्याचे काम त्यांनी थांबवले. पालख्या वाहणे हेही थांबवले. हुक्का ओढण्यास फक्त उच्चवर्णीयांना परवानगी होती. पण आता तसे निर्बंध गुपचूप उठवले जाऊन सफाई करणारे मजूर आणि खालच्या जातीतील शिक्षित माणसेही हुक्का ओढू लागले. अजून तशी खास परवानी त्यासाठी त्यांना दिली नव्हती, पण ती भविष्यकाळात दिली जाणार होती हे नक्की झाले. दुसऱ्या बाजूला उच्च जातीतील माणसे खालच्या जातीमध्ये जाऊन त्यांच्याकडे आचारी, कारकून व दुकानात विक्रेता म्हणून नोकऱ्या शोधू लागले...''

आणखीही एक महत्त्वाची लाट त्या वेळी चालून येत होती – ती म्हणजे राष्ट्रीय चळवळीची लाट!

''ती स्वातंत्र्याची ऊर्मी, गुलामीतून मुक्ततेची आकांक्षा, आपणच आपले मालक होण्याची इच्छा या गोष्टी याच दहा वर्षांच्या काळात फुलत होत्या. स्वराज्याची चळवळ आणि वाढती राष्ट्रीय भावना यांचा प्रसार झाल्याने वरील गोष्टींना थेट चालना मिळाली. तसेच त्यामुळे व राजकीय घटनांमुळे सामाजिक सुधारणांनाही गती दिली गेली. जातींबद्दलचे दृष्टिकोन अधिक उदार होत गेले. विशेषतः तरुण वर्गात आणि शहरांमध्ये त्या दृष्टिकोनांना उचलून धरले गेले. जातींची बंधनेही लक्षात घ्यावी एवढी सैल बनली. परंतु तरीही ही प्रक्रिया तशी मंद गतीने होत होती. अन् हे स्वाभाविक होते. कारण जी व्यवस्था गेली काही हजार वर्षे चालत आली होती ती एवढी सहजासहजी वेगाने गळून पडणार नव्हती. परंतु बदलाचे वारे वाहू लागून बदलाला सुरुवात झाली होती.'' काँग्रेस पक्षातील माणसे जातींचे नियम पाळेनाशी झाली होती, असे एका प्राध्यापकाने म्हटल्याचे त्या अहवालात नमूद केले होते. इंग्लंडहून परतलेल्या तरुणांना दूर न ठेवता त्यांचा समाजात स्वीकार होऊ लागला. ''काळाच्या ओघात औदार्य वाढल्याने अस्पृश्यतेमधली बरीच हवा संपत चालली होती. माणसे आगगाडीने वारंवार प्रवास करू लागली. पूर्वी ब्राह्मण मंडळी अस्पृश्यांना स्पर्श करीत नसत. अन् जर एखाद्याच्या हातून चुकून घडले तर तो ताबडतोब स्नान करून स्वत:ला शुद्ध करून घेत असे. आता असे कोणीही करीत नाही. सर्व जातींचे विद्यार्थी वसतिगृहात एकत्र राहू लागले आणि एकत्र जेवू लागले होते...'' (संदर्भ : जनगणना अहवालातील Assam, Page 202, 206-07, 213)

या अहवालात एक नकाशाही दिलेला आहे. त्यात प्रांतातील निरनिराळ्या भागांतील जातिनिहाय रचना दाखविली होती. तो नकाशा सादर करताना जनगणना सुपरिटेन्डन्टने अहवालामध्ये म्हटले होते, ''हा नकाशा जर ४० वर्षे आधी तयार केला असता, तर आत्ताच्या नकाशात बरच फरक पडला असता. नकाशात दाखवलेले हिरवे तुकडे (मुस्लीम लोकवस्ती) हे त्या काळात आसामच्या दऱ्याखोऱ्यात

लक्षातही येणार नाही एवढे बारीक होते. गुलाबी भाग (डोंगराळ प्रदेशातील बाटून ख्रिश्चन झालेल्या आदिवासी जमाती) हे तर एवढे लहान होते की ते शोधणे कठीण ठरले असते. उदाहरणार्थ, १८९१ मध्ये कामरूप जिल्ह्यात मुस्लिमांची लोकसंख्या ८.७ टक्के होती. आज ती २१.६ टक्क्यांवर पोचली आहे. चाळीस वर्षांपूर्वी नौगाँग भागात मुस्लिमांची लोकसंख्या ४.१ टक्का होती. आज ती ३१.६ टक्के झाली आहे. ख्रिश्चन लोकसंख्येच्या बाबतीत मी एवढेच म्हणेन की लुशाई टेकड्यांमध्ये त्यांची लोकसंख्या अवघी १५ होती. (ते पंधरा जण बहुतेक युरोपीय माणसे असावीत.) १८९४ मध्ये तिथे ख्रिश्चन धर्म प्रसारक जाऊ लागले आणि आता त्या जिल्ह्यात निम्मी लोकसंख्या, म्हणजे ५० टक्के, ख्रिश्चन आहे.'' (संदर्भ : जनगणना अहवालातील Assam, Page 202) एवढ्याच विलक्षण गतीने इतर जे बदल झाले त्याला चहाचे मळे, बिहारमधून व अन्य भागातून स्थलांतरीत होऊन आलेले मजूर हे घटकही कारणीभूत आहेत.

स्थलांतर होण्याचे नियम सैल पडू लागले होते. त्यामुळे सरहद्दी पुसून टाकल्या जाऊ लागल्या. सेंट्रल प्रांत व बेरार येथील अहवालात एक वस्तुस्थिती अशी नमूद केली आहे, ''विविध जिल्ह्यांतील दडपल्या गेलेल्या जातींची माणसे ही केवळ ती स्थलांतरित आहेत म्हणून त्यांना अशुद्ध ठरवले गेले होते.'' (संदर्भ : जनगणना अहवालातील Central Provinces and Berar, Page 387)

''सर्वत्र उत्तम प्रवासासाठी रेल्वेचे जाळे झालेले होते. ट्रक्सची संख्या वाढली होती. वृत्तपत्रे व मासिके यांचा प्रसार झाला होता. सामाजिक सुधारणांचा प्रभाव पडला होता. महात्मा गांधी व जमनालाल बजाज यांनी जातीयवादाविरुद्ध 'जहाल चळवळी' छेडल्या होत्या. म्हैसूरच्या महाराजांसाररखे काही संस्थानिक हे पुरोगामी बनले होते. शिक्षणाचा प्रसार वाढत जात होता. स्त्री-शिक्षणसुद्धा वाढले होते. राजकीय आंदोलने व प्रचार मोहिमांमुळे समाज ढवळला जात होता. विशेषत: यामध्ये आता स्त्रिया भाग घेऊ लागल्या होत्या. राजकीय कारणांवरून ज्यांना कैदेची शिक्षा भोगावी लागली होती, त्यांच्यावरील जातीचे निर्बंध उठवले गेले होते. हे सर्व घटक बदल घडवून आणीत होते, जातींमधील सरहद्दी उखडत होते आणि जातींची बंधने आणखी ढिली बनवित होते.'' (संदर्भ : जनगणना अहवालातील Central Provinces and Berar, Page 352-53, 394; Jammu and Kashmir, Page 312, Mysore, Page 328)

नुसत्या जातींच्या सीमारेषा व निर्बंध हे एक वेळ बाजूला राहू द्या. त्या सर्व बदलांचा आढावा घेण्यासाठी खालील उताऱ्यावरती नजर टाकली तर बिहारमध्ये सर्वत्र स्त्रियांची स्थिती कशी होती ते समजेल :

गेल्या दहा वर्षांतील स्त्रियांची बदललेली स्थिती ही अत्यंत लक्षणीय आहे. स्त्री-शिक्षण प्रसार हा हानिकारक आहे असे समजले जायचे. बुरखा पद्धत किंवा पडदा पद्धत याचाच तो पुढचा टप्पा होता. पण आता राजकीय वादविवादात स्त्रियांचा वाढता सहभाग असतो ही गोष्ट नि:संशयपणे स्त्रीमुक्तीची प्रक्रिया वेगाने चालू झालेली आहे हे दर्शवते. यासाठी इतर काही घटकांचाही प्रभाव कारणीभूत आहे. शिक्षणासाठी किंवा अन्य काही कारणांसाठी जे भारतीय परदेशात गेले आणि जे तिथल्या समाजात मिळून मिसळून वावरले, त्यांना तिथे दिसले की स्त्री व पुरुष यांना देशभर समान दर्जाने महत्त्व दिले जाते. असे भारतीय पुन्हा जेव्हा स्वदेशी परतले तेव्हा ते आपल्याबरोबर एक नवीन दृष्टिकोन घेऊन आले होते. मग त्यांच्याकडून आणि परदेशात कधीही न गेलेल्या भारतीयांकडूनही आपल्या वधूमध्ये सामाजिक गुणांची अपेक्षा ठेवली जाऊ लागली. त्यांची ही अपेक्षा मागणीत रूपांतर झाली व तशा मागण्या वाढत गेल्या. त्यांना हव्या असलेल्या अपेक्षांच्या आड जेव्हा परंपरा येऊ लागल्या तेव्हा ते अस्वस्थ होत गेले. ज्यांचा दृष्टिकोन अधिक सनातनी होता तो दृष्टिकोन आता डळमळीत होऊ लागल्याचे किंवा त्यांचा पूर्वीचा जोर ओसरल्याचे हळूहळू जाणवू लागले. ते नाखुशी का होईना पण या नवीन बदलाला संमती देऊ लागले. ओरिसामधील एक मुस्लीम पत्रकार लिहितो, ''सर्वसाधारण कुटुंबातील मुलगी ही आता आपल्या जोडीदाराच्या जुनाट पद्धतीच्या घरात राहण्यापेक्षा नवीन आधुनिक पद्धतीच्या घरात रहाण्यासाठी धडपडू लागली. नवीन फॅशन्स उचलून त्यांचे अनुकरण करण्याची प्रवृत्ती वाढत गेली. असे करणे हे काही निरोगी दृष्टिकोनाचे लक्षण नसले तरीही ते एक प्रगतीच्या मार्गावरचे, आजमितीसही पुढचे पाऊल ठरते. मतदार यादीतील *स्त्रिया जरी मतदानाला जात नसल्या तरी त्यांची नावे* ही 'मतदारांच्या पोटातील मतदार' अशा अर्थाने समजली जायची. काही का असेना, स्त्रियांची नावे मतदार यादीत येणे ही पण एक निरोगी खूण होती.'' (यातील जे शब्द तिरप्या अक्षरांत आहेत ते मी स्वत: केलेले आहे. पण तसे मूळ लेखकाने केले असते, हेही तितकेच खरे.) (संदर्भ : जनगणना अहवालातील Bihar and Orissa, Page 270)

स्वत:मध्ये सुधारणा करणे व कोणतीही सुधारणा स्वत: होऊन सुरू करणे ही गोष्ट सर्व क्षेत्रांत दिसू लागली होती. तशीच ती खालच्या जातीत दिसू लागली होती हे विशेष. जातींच्या संघटना या आपापल्या जातीत सुधारणा घडवू लागल्या. कधी

कधी तर तेवढ्यासाठी ते सरकारकडे मुदतीचा अर्ज करायचे. (संदर्भ : जनगणना अहवालातील Mysore, Page 321, Baroda, Page 410)

सरकारच्या अधिकृत धोरणांमुळे जातीची व जातींच्या पंचायतींची माणसांवरील पकड कमी होऊ लागली. आता सरकारी धोरणांनुसार सर्व थरांतील मुलांना प्रवेश देणाऱ्या शाळांना उत्तेजन दिले जाऊ लागले. तसे कायदेही सरकारने केले. पोलीस खाते, प्रशासन, विशेषत: न्यायालयातील प्रशासन, पंचायतींमधील निवडणुका येथे सुधारणा होण्यासाठी सरकारने कायदे करून पावले उचलली. (संदर्भ : जनगणना अहवालातील Central Provinces and Berar, Page 366; Mysore, Page 330-32; Bombay, Page 381)

या सर्वांवरती कडी झाली ती यंत्रयुगाच्या आगमनामुळे. यंत्रांचा वापर, कारखान्यांचा उदय, आर्थिक घडामोडींमधील मंदी व तेजी यामुळे अधिक बदल होऊ लागले. अनेक अहवालांतून अशा नोंदी झाल्या आहेत की, जातींच्या नियमांची पाळेमुळे ही काही कामांत असणाऱ्या अस्वच्छतेमध्ये आहेत. उदाहरणार्थ, मैला उचलणे, सफाईकाम करणे, डुकरे पाळणे इत्यादी. पण जसजशी या कामातील स्वच्छता वाढून आरोग्य टिकवले जाऊ लागले, तसतसा ही कामे करणाऱ्या जातींवरचा बहिष्कार कमी कमी होत गेला. जुने व्यवसाय हे नवीन बदलांमुळे उद्ध्वस्त होत गेले. नवीन व्यवसाय उदय पावत गेले, त्यामुळे जातींची पूर्वीची वर्गरचना आता नवीन वास्तवतेमध्ये बसेनाशी झाली.

निझामाच्या हैदराबाद प्रांतातील अहवाल एक 'जातीचा उद्धार' सांगतो. त्यात असे म्हटले आहे, "सामाजिक व धार्मिक क्रांतीखेरीज तेवढ्याच जबरदस्त अर्थशास्त्रीय प्रेरणा काम करत होत्या. त्यांच्याकडून हिंदू जातव्यवस्था सावकाश पोखरली जात होती. यंत्रसामुग्रीमुळे श्रम वाचू लागले. मध्ययुगीन पाश्चिमात्य व्यापारी संघामुळे जसे श्रमिक वर्ग तयार झाले होते, तशाच ज्या जाती केवळ व्यवसायामुळे निर्माण झाल्या होत्या त्यांचे पाय हादरले. वडिलांचा व्यवसाय मुलाला पुढे चालवावा लागे; ही व्यवस्था अत्यंत पक्की होती, ती आता मोडकळीस येऊन ढासळू लागली. ब्राह्मण वर्गापैकी काही जण शेतीकडे वळले, काही जण व्यापार करू लागले, काही जण औषध उद्योगात शिरले तर काही जण वकील बनले. चांभार, ढोर व अंगमेहनत करणाऱ्या जातींनी आपले पारंपरिक व्यवसाय सोडले व ते शेती, कारखाने येथे कामगार बनून वरच्या जातींच्या माणसांच्या खांद्याला खांदे लावून कामे करू लागले. शिक्षण व संपर्क साधने यांमुळेही जातिव्यवस्थेमधला ताठरपणा जाऊन ती लवचिक व जुळवून घेणारी बनली. अशा रितीने व्यावसायिक बदलाच्या वातावरणात प्रत्येकाची मूळ जात शोधण्याचे गणनाकारांचे काम हे जिकिरीचे होऊन बसले." (संदर्भ : जनगणना अहवालातील H. E. H. The Nizam's Dominions

[Hyderabad State], Page 247)

राजपुताना एजन्सी प्रांताचा जनगणना सुपरिटेन्डन्ट लिहितो, ''आपल्या जुन्या पारंपरिक व्यवसायाकडे किंवा तत्सम पेशाकडे परत वळण्याला आता काही अर्थ उरला नाही. कारण खुद्द परंपराच आता वेगाने बदलत होत्या आणि सध्याच्या दिवसात एखादा तेली हा यशस्वी व्यापारी बनू शकत होता व एखादा राजपूत हा पिठाची गिरणी चालवू शकत होता...'' (संदर्भ : जनगणना अहवालातील Rajuptana Agency, Page 123)

जम्मू व काश्मीर येथून आलेल्या अहवालात एक विशिष्ट चित्र उमटले होते. ''पूर्वीच्या जनगणनेत तिथली ठक्कर मंडळी ही वेगळ्या जातीची समजली गेली होती. त्यांच्यात व राजपूत मंडळींत असलेला फरक हा मुख्यत्वेकरून त्यांचा पेशा व परंपरा यावर आधारित होता. ठक्कर जातीच्या लोकांनी शेती हा आपला मुख्य व्यवसाय केला तर राजपूत मंडळी नोकरपेशाकडे वळली. राजपूत लोक हे शेती व्यवसाय कनिष्ठ दर्जाचा समजत असल्याने त्यांच्यात व ठक्कर लोकांत सहभोजन व्हायचे नाही किंवा ते आपल्या मुलींना ठक्कर जातीत द्यायचे नाहीत. पण आता आधुनिक काळात पारंपरिक व्यवसायांचे महत्त्व कमी झाल्याने त्यांच्या समाजातील शहाण्या व्यक्तींना जाग आली व ते दोन्ही जातींतील समाजाचे एकत्रिकरण करू लागले. कारण तसे करणे ही आता काळाची गरज ठरू लागली होती.'' मग लवकरच ठक्कर जात ही राजपूत जातीमध्ये पूर्णपणे विलीन पावली व जनगणनेत वेगळी जात म्हणून अंतर्धान पावली. (संदर्भ : जनगणना अहवालातील Jammu and Kashmir, Page 312-13)

म्हैसूर प्रांत हा सनातनी प्रांत समजला जात होता. तिथली निरीक्षणे ही अधिक काही सांगणारी आहेत. तिथल्या अहवालात म्हटले आहे, ''व्यवसायाबद्दल विचार करू गेले असता, या भागात नोकरीपेशावरती कधी काळी काही निर्बंध होते का याबद्दल शंका उत्पन्न होते; इतका बदल झाला आहे. आता कारागिरांची मुले महाविद्यालयीन शिक्षणाकडे वळली नाहीत तरच आपल्या वडिलांच्या जुन्या व्यवसायाकडे वळत. जरी मुलगा त्याच्या कलानुसार अन्य व्यवसाय करू लागला तरी त्याचे वडील मात्र आपला जुना पेशा किंवा व्यवसाय सोडून देत नाहीत. शेती असेल तर वडील आपली जमीन टिकवून शेती करीत राहत. तसेच मुलाने शिक्षण घेऊन अपारंपरिक व्यवसाय सुरू करण्यास त्याला कोणीही रोखू शकत नसे... जातीशी निगडित झालेला हा पारंपरिक व्यवसाय एक समस्या निर्माण करतो. उच्चवर्णीयांपैकी एखाद्याने जर एखादा खालचा (अशुद्ध) समजला जाणारा व्यवसाय पत्करायचे ठरवले तर त्याला विरोध केला जातो. पण तरीही तो विरोध रेटून नेल्याची व भिन्न व्यवसाय पत्करण्याची उदाहरणे आहेत... एखादी ब्राह्मण किंवा क्षत्रिय व्यक्ती ही

न्हाव्याचे किंवा धोब्याचे किंवा चांभाराचे काम करणार नाही, परंतु सद्य:स्थितीत असा एखादा व्यवसाय चालत असेल तर त्यावर देखरेख ठेवण्याचे काम करण्यास मात्र हीच मंडळी तयार होतात. मग नंतर कधीतरी वेळ आली तर हे काम ते कदाचित करतील. अशी खालच्या दर्जाची समजली जाणारी कामे करण्याची कल्पना ही ज्येष्ठ किंवा बुद्धिमान मंडळींना कदाचित आवडत नसतील. पण त्यांच्यातील कोणी आता तसे केले तर तो माणूस समाजाला नीच कर्म करणारा वाटत नाही किंवा त्याला अशुद्धही ठरवत नाहीत.'' (संदर्भ : जनगणना अहवालातील Mysore, Page 329)

बिहार व ओरिसा येथील अहवालात जमशेदपूर गावात झालेल्या कामाचे परिणाम नमूद केले आहेत. अहवालात म्हटले आहे, ''इथल्या आधुनिक औद्योगिक केंद्रात कामे करणाऱ्यांचे जीवन हे जातिधर्माचे कठोर पालन करणाऱ्यांपेक्षा अधिक सुखाचे आहे.'' या अहवालात तिथल्या सब-डिव्हिजनल अधिकाऱ्याची निरीक्षणे नोंदवलेली आहेत. त्या वेळी तिथे आंतरजातीय विवाह फार होत नव्हते. तो अधिकारी म्हणतो, ''जातीच्या प्रशासनाचा प्रभाव येथे स्पष्टपणे मंद होत चालला आहे आणि अन्य जातींचा सहवास हा आता सहन केला जातो. बऱ्याच जातींनी आपले पारंपरिक व्यवसाय सोडून दिलेले असून इथल्या औद्योगिक प्रक्रियेत अनेक जातींचे लोक एकत्र काम करतात. मला असे कळते की, अनेक माणसे आपल्या मूळच्या खेडेगावात अन्य जातींच्या माणसांच्या हातचे किंवा एकाच भांड्यातले पाणीसुद्धा प्यायला तयार नसत, ते आता त्या भांड्यातून काढलेले पाणी पितात व इतर जातींबरोबर सहभोजन करतात.'' परंतु अशा घटनांमुळे जातिव्यवस्था मोडकळीस आली आहे, असा त्यातून अर्थ निघत नाही. तो सुपरिटेन्डन्ट म्हणतो, ''परंतु तरीही जातीचा प्रभाव ओसरत चालल्याच्या स्पष्ट खुणा अधिक दिसू लागल्या आहेत, हेही तितकेच खरे. १९२१ मध्ये झालेल्या जनगणना काळात आंतरजातीय विवाहांचे नावही ऐकू येत नव्हते. पण आता तशा अशक्य वाटणाऱ्या घटना घडत आहेत.'' (संदर्भ : जनगणना अहवालातील Bihar and Orissa, Page 266)

पंजाबमधील अहवालात शहरीकरणाचे परिणाम सांगितलेले आहेत. त्या वेळी आंतरजातीय विवाह हे मर्यादित स्वरूपात होत असले तरी सहभोजनाचे प्रकार मात्र सर्वत्र पसरत गेले होते. ही गोष्ट अधिक सूचक होती. अहवालात म्हटले आहे, ''खालच्या जातींमध्ये सामाजिक स्तरावर आपले स्थान वर जावे ही इच्छा वाढू लागली आहे. विशेषत: गावांमध्ये एखाद्या खालच्या जातीच्या माणसाने वरच्या जातीच्या दर्जाएवढाच आपल्या जातीचा दर्जा आहे, असा दावा त्याला करायचा असेल तर तो ते काम निर्भयपणे करतो.'' (संदर्भ : जनगणना अहवालातील Punjab, Page 324)

सामाजिक बदल घडण्यासाठी नुसत्या नवीन व्यवसायांची निर्मिती किंवा कारखाने, शाळा, गावे येथे अनेक जातींच्या माणसांचा एकत्र सहवास असणे एवढीच कारणे नव्हती. घटकांचा तो सारा एकत्रित परिणाम हा आधुनिक आर्थिक जीवनातील चढउतारांमुळे होत होता. बडोद्याच्या अहवालात म्हटले आहे, ''नवीन जाती ह्या वेळोवेळी निर्माण झालेल्या आहेत. एकदा तशी जात जन्माला आली की मग ती दूर करता येत नाही. परंतु नवीन जात तयार होणे याचा अर्थ बदल होऊ देऊन त्याला जुळवून घेण्याचा गुणधर्म समाजपद्धतीत आहे. व्यवसायावर आधारलेल्या समाजगटांतही जुन्या गोष्टींना चिवटपणे चिकटून राहण्याचा गुणधर्म आहे. आधुनिक वातावरणात, जर नोकरी करणे हे फायद्याचे ठरत नसेल तर अंगात उद्योजकता असलेल्या व्यक्ती नवीन व्यवसाय सुरू करून किंवा नवीन जागी जाऊन आपल्या जातीपासून दूर जातात. यातून नव्या जाती उदय पावतात. काडिया-कुंभार, लोहार-सुतार, सुतार-लोहार आणि कुंभार-सुतारिया अशासारख्या नावांच्या जाती ही ती उदाहरणे आहेत.'' (संदर्भ : जनगणना अहवालातील Baroda, Page 409-10)

राज्यांसाठी असलेल्या जनगणना अधिकाऱ्याने १९२१ मध्ये असे सांगितले की, ''सर्वत्र होत जाणाऱ्या बदलाला जात जुळवून घेईल आणि तशीच समाधानी किंवा लोकशाहीतील एखाद्या निवडणूक अधिकाऱ्यासारखी तटस्थ राहीलही. पण मग नंतर घडणाऱ्या घटना वेगाने घडू लागतात.'' त्या अधिकाऱ्याचे हे वैशिष्ट्यपूर्ण मत खूप विचारात घेण्याजोगे आहे. अनेक कारणांसाठी ते वाचले पाहिजे. नंतर घडत जाणाऱ्या घटनांमधून एक वास्तवतेचे दर्शन त्यातून होते. त्यातून एक प्रकारची अतिशयोक्ती स्फोट पावलेली दिसते. तशीच अतिशयोक्ती सर्वोच्च न्यायालयाच्या *इंद्र सहानी* खटल्याच्या निकालपत्रात दिसून येते. उदाहरणार्थ, त्या निकालपत्रात न्यायाधीशांनी आपण जणू काही मनुस्मृतीच्या काळात असल्यासारखे काही मुद्दे फेटाळून लावले आहेत. मनुस्मृतीत लिहिल्यामुळे त्या काळात हिंदुस्थान अस्तित्वात होता असे त्यांना वाटते आहे! जनगणना अधिकाऱ्याने जे काही लिहिले आहे ते खालीलप्रमाणे :

> ''राजकीय उत्तेजनाचा दबाव व स्वत: कशाचा तरी आविष्कार करून दाखवण्याची प्रवृत्ती या दोन्ही गोष्टी एकत्र आल्यावर जबरदस्त शक्ती मोकाट सुटते. पण आजवर ती शक्ती ज्येष्ठ समाजधुरीणांनी काबूत ठेवली आहे. जातींच्या चळवळीत लोकशाही उपायांचा अधिकाधिक वापर होतो आहे हे आम्ही ह्यापूर्वी सांगितले होते. परंतु यामुळे समाजव्यवस्थेला मुख्यत्वेकरून तीन प्रकारे सुरुंग लावला जात आहे. लोकसंख्येचा दाब शेत जमिनीवर पडल्यामुळे असंख्य शेतमजुरांना शहरांचा आश्रय घ्यावा

लागतो. तिथे त्यांच्या झुंडीच्या झुंडी जातात. मग तिथल्या कारखान्याच्या वातावरणात आणि औद्योगिक समाजगटात विविध जातींना सक्तीने मिसळून जावे लागते. त्यामुळे शहरात वेगळ्या प्रकारे राहणे आणि सहनिवास व सहभोजने यांवरची जातींची बंधने ढिली होत जातात. माझ्या हाताखालचा एक अधिकारी अशा वेळी होत जाणाऱ्या आंतरजातीय विवाहांना अत्यंत कठोरपणे 'अविचारी व्यवहार' असे आपल्या बातमीपत्रात लिहितो. तसे विवाह आजपर्यंत बऱ्यापैकी थोपवले गेले आहेत. परंतु प्रेमविवाह आणि संकेतभंग करणारी सामाजिक सरमिसळ यामुळे जातींची बंधने कुठे ना कुठेतरी तुटत राहतात. दुसरे एक कारण असे आहे की पारंपरिक व्यवसाय, प्रथा व रूढी यांमुळे जर असमाधान असेल तर हजारो जणांना अपारंपरिक व्यवसाय स्वीकारणे भाग पडते. त्या व्यवसायासाठी लागणारे कौशल्य मात्र त्यांना आपल्या वाडवडिलांकडून मिळालेले नसते. मग एखादा पाटीदार जातीचा (गुजरातमधील पटेल) माणूस हा बंदरे व गोदी येथे मालाची चढउतार करण्याचे हमाली काम करतो. तर एखाद्या ब्राह्मण व्यक्तीला कातडी कमावण्याचे काम करावे लागते. वजिया जातीचा माणूस मोटर-मेकॅनिक बनतो तर एखाद्या भंगी जातीच्या माणसाला मास्तरकीसुद्धा करावी लागते. अशामुळे जातींची बंधने धडाधड कोसळत जातात. तिसरे असे की, उच्च जातीशी आपला वारसा आहे, नाते आहे असे दाखवण्याची सुप्त व प्रबळ इच्छा खालच्या वर्गातील लोकांच्यात उफाळून येते. मग ती माणसे उच्चवर्णीयांची नावे व आडनावे धारण करू पाहतात. गेल्या काही वर्षांत अशी चळवळ जोरात फोफावली आहे. अनेकांनी राजपूत नावे धारण करण्यासाठी एवढा गदारोळ माजवला होता की, खुद्द अस्सल व उच्च जातीच्या राजपूत मंडळींनीसुद्धा आपल्या स्वतःच्या परंपरांसाठी केला नसता. वालंद, सुतार, सोनार आणि लोहार जातींनी त्यांची नावे खास ब्राह्मणवर्गात अचानक दाखल केली तर त्यामुळे काय होईल? तर जातिव्यवस्थेचे व तिच्या प्राचीन मोठेपणाच्या विरुद्ध विधान गृहीत धरून ते कसे पूर्ण विसंगत आहे हे दाखवून मूळ विधानच सिद्ध होईल. (इंग्रजीत याला reductio ad absurdum असे म्हणतात.) उदाहरणार्थ, इंग्लिश लोकसभेच्या हाउस ऑफ लॉर्ड्समध्ये फक्त लॉर्ड मंडळींना बसण्याचा हक्क असतो. त्यांच्याबरोबर बसण्याच्या जागा वाढवत नेल्या तर मग त्या हाउस ऑफ लॉर्ड्स सभेची प्रतिष्ठाच घसरेल. (संदर्भ : G. T. Garratt, *An Indian Commentary,* Page 20) म्हणजे वरच्या प्रतिष्ठित जातींत अनेक जाती घातल्या तर जो मोठा वर्ग तयार

होईल, त्याची प्रतिष्ठा जनमानसात आपोआपच घसरेल. मग जी प्रतिष्ठा मिळवण्यासाठी धडपड केली ती फोल ठरेल.

"जर जातींचे तुकडे करणारे घटक भविष्यकाळात अधिक प्रभावी ठरू लागले तर, अन् तसे ते होणे अपरिहार्य आहे, मग जातिनिहाय असा भारतीय पक्षरचनेचा जो मूलस्रोत आहे तो बंद होईल. मग कामगार संघटनांमध्ये जशी जातींना थोडीशीच किंमत असते, तसेच राष्ट्रीय एकात्मतेच्या प्रवाहामध्ये त्याहीपेक्षा कमी किंमत दिली जाईल. त्यानंतर नवीन राजकीय संस्थांच्या आधारे भारतीय समाजाची विभागणी वेगळ्या मोठ्या गटांत होईल. जातींच्या उभ्या भिंती कोसळून साऱ्या समाजाची विभागणी आता आडव्या स्तरांमध्ये होईल. अन् हे आडवे स्तर आधुनिक युरोपीय देशातील स्तरांपेक्षा सुरुवातीला तरी अधिक कडक असतील. या दृष्टिकोनातून पाहता जातींची घडामोड ही सध्या नक्की ठरवल्यासारखी राष्ट्रीयत्वाच्या दिशेने विकास पावत आहे. तशी वाटचाल होत असताना जातींमधले समाजविरोधी गुणधर्म हे फेकून दिले जातील किंवा निदान त्यावरती हिंदुत्वामधील अस्सल वाङ्मय कला व सामाजिक चळवळी यांचे नियंत्रण राहील. कळसाला पोचण्याची अशा गोष्टींची क्षमता ही नवीन राजकीय रचनेकडून धारण केली जाईल. अलीकडच्या काळात 'परत हिंदुत्वाकडे' अशी आरोळी दिली जात होती. त्याचा अर्थ ती एक केवळ भुरळ घालण्यासाठी, स्वप्नरंजन करण्यासाठी ठोकलेली आरोळी (dolce far niente) नव्हती. हिंदुत्वामधे आजवर निद्रिस्त असलेली ती जी एक सुप्त शक्ती आहे, तिला घातलेली साद होती. हिंदुत्वाला आपल्या स्वतःच्या पायावर उभे राहण्याची गरज होती. तशीच ती कृती व सकारात्मक सेवा या दोन गोष्टी मागणारी होती. हिंदू राष्ट्रीयत्वाच्या छोट्या पण प्रभावी काळात त्यांनी जे आश्चर्यजनक परिणाम प्रकट केले, त्यामुळे स्वावलंबी पौरुष प्राप्त करून हिंदुत्वाकडून अधिक चांगल्या गोष्टी मिळतील याची आशा वाटू लागते." (संदर्भ : जनगणना अहवालातील Baroda, Page 412 मध्ये उद्धृत केलेला R. N . Gilchrist याचा *Indian Nationality*, Page 137 वरील उतारा.)

संपत्ती, सत्ता, सत्तेचा निकटचा सहवास यावरून उंच उडी मारून जाण्यासाठी अनेक साधने हाताशी होती. अर्थशास्त्रीय घडामोडीतील वाढता प्रवाहीपणा हा नवीन उद्योगपतींना आणि तत्सम गटांना संपत्तीचे दालन खुले करून देत होता. दोन उपजातींमध्ये होणाऱ्या विवाहांची उदाहरणे अधिक चर्चिली जाऊ लागली. ओरिसा

येथील जनगणनेचा अधिकारी आपल्या सुपरिटेन्डन्टला या संदर्भात लिहितो, "अशा विवाहांमध्ये संपत्ती हा घटक प्रभावशाली ठरतो. जर एखाद्या खालच्या पोटजातीमधील व्यक्तीने भरपूर संपत्ती, सत्ता किंवा अधिकार मिळवले तर तो लगेच आपल्या जरा वरच्या पोटजातीमधील स्त्रीशी विवाह करतो. अशा रितीने तो हळूहळू वरच्या पोटजातीशी एकरूप होऊन जातो." त्यावर त्याने तशी काही उदाहरणे देऊन खालच्या पोटजाती ह्या वरच्या पोटजातीत कशा विलीन पावू पहात आहेत ते दाखवून दिले. ती उदाहरणे देऊन तो पुढे लिहितो, "आंतरजातीय विवाहांवरील निर्बंध सैल पडल्यामुळे असे घडत नाही. कारण ते नियम अत्यंत कडक, ताठर व अपरिवर्तनीय असतात. पण त्यांना मिळालेली सामाजिक मान्यता ही गमावली गेल्याने त्यांच्यातील जोर व पकड आता कमी झालेले असते. जेव्हा आपल्याला अनुकूल अशी संधी असेल तेव्हा लोक ते कडक नियम मोडायला भीत नाहीत. कोणत्याही मार्गाचा विधिनिषेध न बाळगता मिळवलेली संपत्ती व सत्ता जवळ असेल तर आपल्या जातीतल्या माणसांची तोंडे ही सोनेरी पट्टीने बांधून सामाजिक नियम बिनदिक्कत खुंटीवरती टांगता येतात." (संदर्भ : जनगणना अहवालातील Bihar and Orissa, Page 266-67)

त्या वेळचे बदल हे समाजात घडत होते आणि ते इतके व्यापक होते की त्याची दखल जातिनिहाय जनगणना करण्यासाठी घ्यावीच लागली. भारतीय समाज जीवनातील हा घटक अजूनही टाळता येणे अशक्य आहे. त्याच बदलांचा आधार जनगणनेसाठी घ्यावा लागला. त्यामुळे सरकारचे लक्ष इकडे वेधले गेले. शिवाय ज्या जाती मागासलेल्या होत्या, त्या जातींच्या पुढाऱ्यांनाही ही समस्या समजण्यास मदत झाली. आपल्या जातीसाठी काय करावे हे त्यांना कळले. जरी अशा कामात अडचणी असल्या तरी त्यातून अवलंबून रहाण्याजोगी काही माहिती हाताशी येत होती. अनेक जनगणना अधिकाऱ्यांनी असे सुचवले की ही जातिनिहाय जनगणना सोडून द्यावी. इथे सांगितलेल्या सर्व घटकांखेरीज आणखी एक घटक होता. तो म्हणजे व्यक्ती व गट यांचा असा वाढता कल दिसून आला की, आपापल्या जातींची नावे बदलायची किंवा एकदम नवीन भपकेबाज नावे शोधून ती घ्यायची. मग "अनेकांनी तशा नावांचा नुसता कलकलाट करून सोडला." असे मद्रासहून यीट्स लिहितो. सरतेशेवटी तो म्हणतो, "जनगणनेच्या कार्यात माणसांची जातिनिहाय वर्गवारी करणे हे काम भलतेच गुंतागुंतीचे होऊन बसले." (संदर्भ : जनगणना अहवालातील Madras, Page 332-33)

आसाममधल्या जनगणना सुपरिटेन्डन्टने आपल्या अहवालात अधिक खुलासेवार लिहिले आहे, "जातींच्या नावांमधील बदल अगर त्यांच्या मूळ जातीकडे परत जाण्याचा कल यामुळे आम्हाला प्रत्येक जनगणनेत नक्कीच बिनचूक माहिती मिळत

नव्हती. कधीकधी तर इतके व्हायचे की जातिनिहाय माहिती गोळा करण्याला व ती माहिती प्रसिद्ध करण्याला खरोखरीच काही अर्थ आहे की नाही याचीच शंका आमच्या मनात येऊ लागली. परंतु जी आकडेवारी आमच्या दृष्टीने संशयास्पद नव्हती, अचूक होती, तिच्याबाबत आम्हाला तशी शंका कधीही आली नाही.'' यावर त्याने काही उदाहरणे देऊन पुढे लिहिले, ''अहोम जातींची माहिती गोळा करण्यात काहीही अडचण नव्हती. पण जेव्हा कायस्थ, महीस्य आणि पटणी जातींची माहिती गोळा करण्याची पाळी येई, तेव्हा ती मिळालेली आकडेवारी व्यर्थ आहे असे वाटे व ती गोळा करण्यात हशील नाही असेही वाटे.'' (संदर्भ : जनगणना अहवालातील Assam, Page 202-03)

अशा रितीने या जनगणना कार्यातील जातिनिहाय माहिती गोळा करून त्यांचे विश्लेषण करण्यातील अधिकाऱ्यांचे अनुभव येथे सांगितले. अन् तरीही आज आपण असे बेधडक ठरवतो की, ''अमुक एका जिल्ह्यात तमुक एका जातीचे प्रमाण 'क्ष' टक्के आहे; ती अमुक एक जात 'ओबीसी' समजली व तिने काँग्रेसला मते दिली आणि तमुक एका जातीने समाजवादी पक्षाकडे उ. प्रदेशातील नगरपालिकांमध्ये आपला कल दाखविला...''

सारांशरूपाने ते सर्व मुद्दे खालीलप्रमाणे :

- १९३१ साली झालेल्या जातिनिहाय जनगणनेनंतर तशी जनगणना आजपर्यंत झाली नाही.
- त्या जनगणनेत जातिव्यवस्थेमधला प्रवाहीपणा हा कसा आहे हे एकेका अधिकाऱ्याने करत करत बहुतेक सर्वांनी तसे सांगितलेले आहे. दोन जातींमधल्या सीमारेषा कशा पुसट होत जातात, जातींचे निर्बंध कसे धुडकावले जातात, नव्या आर्थिक व तांत्रिक विकासामुळे जातिनिहाय विभागणीचा पायाच कसा हादरतो, हेही त्यांनी नमूद करून ठेवले आहे.
- तेव्हापासून बदल घडवून आणण्याच्या संदर्भातील प्रत्येक घटक हा अनेक पटींनी वाढत गेलेला आहे आणि अनेक नवीन घटक उद्‌भवल्यामुळे हे जातीमंथन अधिक वेगाने होऊ लागले आहे.
- पण आश्चर्य असे की, नेमकी पत्रकार मंडळी व निवडणूक विश्लेषक लोक असा दावा सरळ फेटाळून लावतात व आत्मविश्वासपूर्वक म्हणतात, ''आम्ही केलेल्या मतदानोत्तर चाचणीनुसार (Exit poll) असे दिसते की कुर्मी जातीच्या लोकांनी मतदानात काँग्रेसकडे पाठ फिरवलेली असून ते आता अमक्या तमक्याच्या बाजूने एकत्र जमत आहेत...'' पण अशी विधाने नुसती राजकीय मंडळी करीत नाहीत तर खुद्द न्यायाधीश मंडळीही अशा थाटात विधाने करीत असतात की, जणू काही हा देश पूर्वी जसा होता

तसाच आजही अजून आहे. परंतु गेल्या ७०० वर्षांतील अनेक संदर्भ जमवून काढलेले निष्कर्षसुद्धा ही जातींची परिस्थिती २५०० वर्षांपूर्वी जशी होती तशीच आजमितीस आहे, असे ठोकून देतात.

भारत?

न्यायाधीश बी.पी. जीवनरेड्डी यांनी *इंद्र सहानी*च्या खटल्यात आपले मत शेवटपर्यंत असे ठेवलेले आहे की, 'जात-व्यवसाय-दारिद्र्य' ही परस्परावलंबी शृंखला देशभर तशीच कायम राखली गेलेली आहे. जर कोणी एखादा न्हावी जातीत जन्माला आला आणि आपला व्यवसाय बदलून तो धोबी झाला, तर असे उदाहरण ते 'दुर्मीळ' या वर्गात घालतात. ''असे घडणारच नाही.'' असे ते ठामपणे म्हणतात. पुढे ते असे म्हणतात, ''अन् जर काही अपवाद असतील ते अगदीच तुरळक असून नगण्य असतील. अन् आपण येथे एकूण परिस्थितीचा साकल्याने विचार करतो आहोत, अपवाद व टोकाची उदाहरणे यांचा विचार करीत नाही.'' पुन्हा ते असे म्हणतात की, ''जात-व्यवसाय-दारिद्र्य या शृंखलेला छेद देणारी किंवा तो नियम पातळ करणारी काही उदाहरणे असतील तर ती शहरातील काही भागात असतील, पण ग्रामीण भागात मात्र ही शृंखला ठळकपणे दृष्टोत्पत्तीस येते. ग्रामीण भारत व ग्रामीण लोकसंख्या हे मोठ्या प्रमाणात व मोठ्या संख्येने असल्याने शेवटी तिथे जीवनावरती जो काही प्रभाव आहे तीच वस्तुस्थिती आहे, असे म्हटले पाहिजे.'' (संदर्भ : इंद्र सहानी विरुद्ध भारतीय संघराज्य, १९९२, Supplimentary (3) SCC 217, at 714-15, para 779)

आपल्या लोकसंख्येपैकी २५ टक्के लोकसंख्या ही शहरी भागात राहते, हे एक झाले. दुसरे असे की, आजच्या भारतीय नागरिकांची प्रवासाची वृत्ती व क्षमता लक्षात घ्या. पाच अब्ज प्रवाशांची वाहतूक दर वर्षी भारतीय रेल्वे करीत असते. म्हणजे देशाच्या एकूण एक अब्ज लोकसंख्येच्या पाचपट प्रवास दरवर्षी घडतात. म्हणजे हे सर्व प्रवासी इतक्या वेळा खाणे, पिणे, स्पर्श करणे, स्पर्श होणे या संदर्भातले जातींचे नियम न मोडता पाळतात? अन् जरी त्या प्रवाशांनी हे नियम प्रवासात मोडले तर त्यांच्या एरवीच्या आयुष्यावरती कसलाही परिणाम होत नाही? कित्येक लाख लोक जेव्हा स्थलांतर करतात, उदाहरणार्थ बिहारमधून पंजाबमध्ये कामासाठी जातात, ते परत आपल्या मूळ स्थानी आल्यावर बदललेले नसतात? परंतु लक्षात ठेवण्यासारखी गोष्ट ही आहे की, ज्या पद्धतीने पारंपरिक व्यवसाय चालवले जातात त्यांच्यात जमीन-अस्मानाएवढा बदल झाला आहे. एखादी व्यक्ती अजूनही शेतकरी असू शकेल, परंतु ती व्यक्ती उत्साहाने नवीन पिकांची वाणे, बी-बियाणे वापरण्यास तयार होते, त्या नवीन पिकांसाठी लागणारे जादा पाणी व वीज

वापरण्यासाठी बाकीच्यांना गोळा करून तशी मागणी करू लागते, तयार पिकाच्या विक्रीसाठी नवीन मार्ग चोखाळते, नवीन लोकांना निवडून सरकारात पाठवते किंवा खाली खेचते, अशी ही शेतकरी व्यक्ती न्यायाधीश रेड्डी यांच्या दृष्टिकोनातून तरीही पारंपरिक पद्धतीने आपला शेतीचा व्यवसाय करीत असते का? तोच हा पूर्वीचा शेतकरी अजूनही पूर्वीच्या 'जात-व्यवसाय-दारिद्र्य' या शृंखलेत अडकलेला आहे?

परंतु या शृंखलेशी संबंध नाही, हे पुढचे वाचले की लक्षात येईल. भारतात कधीही बदल घडत नाहीत आणि वर उल्लेखलेल्या शृंखलेच्या चिखलात सारे भारतीय रुतले आहेत, असे म्हणणाऱ्यांनी मार्क्सवादाचा अगदीच थातुरमातुर अभ्यास केलेला असतो. ही माणसे नेहमी म्हणत असतात की सामाजिक संबंध हे 'उत्पादनाच्या पद्धतीवर' अवलंबून असतात. (म्हणजे जर यंत्रांकडून उत्पादन केले तर मागणीएवढा किंवा जास्त पुरवठा होऊन वस्तूची किंमत खाली-वर होऊन अर्थशास्त्रीय परिणाम दिसतात व त्यातून सामाजिक संबंध ठरतात.) आता संपूर्ण देशभर उत्पादनाच्या जुन्या पद्धती जाऊन नवीन पद्धती *अफाट वेगाने* आल्या आहेत आणि अजूनही त्या *वेगाने* पसरत आहेत. हे जे नवीन बदल होत आहेत व त्यांचे परिणाम होत आहेत, तरीही जुन्या 'जात-व्यवसाय-दारिद्र्य' या शृंखलेचा आत्ताच्या आमूलाग्र बदलत्या काळात कसा काय परिणाम घडेल? आत्ताचे सामाजिक संबंध व सामाजिक वर्तन हे जुन्या शृंखलेच्या आधारे कसे काय चालेल?

अन् तरीही ते आपले म्हणणे ताणून धरीत ही शृंखला असलेली जुनी परिस्थिती हेच अद्यापही वास्तव आहे, असे बेधडक ठोकून देतात. *इंद्र सहानी* खटल्यातील निकालपत्र हे १९९२-९३च्या काळातील आहे. न्यायमूर्ती रत्नवेल पंडियान यांनी त्या निकालपत्रात भारताचे चित्र असे दाखवले आहे :

> ...या तिनेवल्ली जिल्ह्यात पुरदवन्ना नावाचा वर्ग हा दृष्टीसही पडण्यायोग्य समजला जात नाही. या वर्गातील माणसांना दिवसा घराबाहेर पडू दिले जात नाही. कारण ती केवळ दिसल्यानेसुद्धा आपल्याला विटाळ होतो असे मानले जाते. यातली काही माणसे समाजबाह्य अशा जातीतल्या माणसांचे कपडे धुण्याचे काम मध्यरात्रीपासून पहाटेपर्यंत करत राहतात. या माणसांच्या मुलाखती घेण्यासाठी त्यांना मोठ्या मुष्किलीने वळवून आपल्या घरातून बाहेर आणावे लागले. (संदर्भ : इंद्र सहानी op.cit, at 389, para 102)

न्यायमूर्तींनी हेलावून जाऊन लिहिले आहे, "त्या पुरवन्ना जातीच्या नावाच्या उल्लेखावरूनच त्या जातीतील माणसे सामाजिक व आर्थिक व शैक्षणिक अशा

दृष्टीने किती टोकाची मागासलेली आहेत, ही गोष्ट कल्पनेपलीकडची आहे. त्या लोकांच्या मुलांना दिवसा घराबाहेर येऊ न दिल्याने ती शाळेत जाऊन कशी शिकणार? ती माणसे म्हणजे मानवी देहातील उपद्रवकारक प्राणी आहेत असे समजून त्यांना अपमानास्पद व तुच्छतापूर्वक वागणूक दिली जाते हे पाहून कोणाचेही रक्त नाही का गोठणार? अरेरे! आपल्याच घरात लपून राहणाऱ्या त्या माणसांना किती भयंकर व धक्कादायक अनुभवांतून जावे लागते! त्यांचे नशीब क्वचितच उघडत असल्याने दारिद्र्याचे चटके सोसत, सामजिक बहिष्कारामुळे सतत बिकट व चमत्कारिक अवस्थेत दुःख व्यक्त करीत जगत रहावे लागते. जेव्हा प्रचंड सामाजिक परंपरेच्या दडपणाच्या भाराखाली राहून आपण नीच जातीत जन्माला आल्याबद्दल खंत करत, दैवाला दोष देत, आपल्या जखमा आपणच चाटीत मूकपणे जीवन कंठावे लागते, तेव्हा कल्पनाशक्ती कितीही ताणली तरी असे म्हणता येईल का, की माणसाच्या सामाजिक, आर्थिक आणि शैक्षणिक पातळीचा वेध घेण्यासाठी जात हा एकमेव मूलभूत निकष ठरवता येणार नाही?'' (संदर्भ : इंद्र सहानी op.cit, at 389 para 102)

प्रथम असे धरून चालू की वरील वर्णन हे संपूर्णपणे खरे आहे. पण त्यातून भारताची सर्वत्र असलेली परिस्थिती पूर्णपणे प्रकट होत नाही. म्हणून एका छोट्या भागातील वास्तव हेच 'भारताचे वास्तव दर्शन' असे कसे म्हणता येईल? मी ज्या पंजाब प्रांतातून आलो आहे तिथे अशी परिस्थिती नाही, आसाममध्ये नाही, नागालॅन्डमध्ये नाही किंवा जिथे जातींचे अस्तित्व फारसे दिसत नाही त्या बंगालमध्येही अशी परिस्थिती नाही, आणखीही कुठे नाही... *प्रत्येक देशात* आणि *सर्व काळी* आपल्याला अशी भरकटलेली उदाहरणे दिसतील. देशाच्या एका कोपऱ्यात असलेली ही टोकाची उदाहरणे अशा रितीने सादर केली आहेत की ती जणू काही ते सबंध भारताचे वास्तव दर्शन उमटवते. तर दुसऱ्या बाजूला व्यवसायांमध्ये अफाट बदल घडत चालले आहेत, सामाजिक व आर्थिक प्रवासात प्रचंड गतिमानता येत चालली आहे, भीतीने लपून बसलेल्या लक्षावधी माणसांनी आपल्या आश्रयस्थानातून बाहेर येऊन उठाव करून सत्ताधाऱ्यांच्या राजवटी उलथवून राजकीय भूकंप घडवलेले आहेत. या साऱ्या गोष्टी, ही उदाहरणे, हे सर्व प्रसंग केवळ 'अपवादात्मक' असे समजून बाजूला सारणे हेच मुळात 'भरकटल्याचे उदाहरण' ठरेल.

दुसरे असे की, न्यायमूर्ती पंडियान यांनी ते उदाहरण कोठून शोधून काढले? तर ते मंडल आयोगाच्या अहवालामधून उचलून घेतलेले आहे. अन् खुद्द मंडल आयोगाने ते उदाहरण 'पुरावा' म्हणून कोठून घेतलेले आहे? तर Rise and Awakening of Depressed Classes in India (भारतातील दलित वर्गाची जागृती व उदय) या पुस्तकातून. न्या. पंडियान हे त्या पुस्तकाच्या लेखकाची

"ख्यातकीर्त व सर्वमान्य समाजशास्त्रतज्ज्ञ" अशा विशेषणांनी भलावण करतात. अन् या ख्यातकीर्त लेखकाने कोठून तो संदर्भ मिळवला? तर द *हिंदू* या वृत्तपत्रातील कात्रणामधून. अन् त्या बातमीची तारीख? ती आहे २४ डसेंबर १९३२. तर अशा कित्येक वर्षांपूर्वीच्या बातमीच्या आधारे संपूर्ण भारताचे तसे चित्र रंगवून हेच 'आजच्या भारताचे वास्तव आहे' यावर आपण विश्वास ठेवायला लावायचा! या अशा अतिटोकाला पोचलेल्या व जुन्या काळातील उदाहरणावरती आधारित राज्यांचे धोरण ठरवले जाते. एवढ्यावरच ते थांबत नाही, तर या उदाहरणावर स्पष्ट व स्वच्छ शब्दांत ठामपणे लिहिलेल्या घटनेतील 'जाती बाजूला ठेवाव्यात' या आज्ञेकडे सरळ सरळ पाठ फिरवली जाते!

या असल्या अरेरावीच्या प्रकाराला आणखी एक पैलू आहे आणि त्यामुळे अंमलबजावणीत फार दूरगामी परिणाम घडून येतात. न्या. पंडियान यांचे दुःख त्यांनी व्यक्त केलेल्या वाक्यातून प्रकट होते. "कल्पनाशक्ती कितीही ताणली तरी असे म्हणता येईल का..." या त्यांच्या वाक्यातून निकालपत्रातील 'मागासलेपणा हा त्या व्यक्तीच्या अगर समाजगटाच्या जातीवरूनच ठरवता येईल' या म्हणण्याचे समर्थन केले गेलेले आहे. तसेच त्यांच्या निकालपत्रातील "जातींवर आधारित असलेला भेदभाव, त्याची अंमलबजावणी व प्रसार, उच्चवर्णीय व शूद्र यांच्यातील ठळक सीमारेषा आणि घटनेतील कलम १७नुसार ठरवलेली अस्पृश्यता *या साऱ्या गोष्टी उखडून पूर्णपणे नाहीशा झालेल्या आहेत?* असे म्हणता येईल का, सामाजिक मागासलेपणाचा जातींच्या स्थानांशी काहीही संबंध नाही?" (संदर्भ : इंद्र सहानी खटल्यात op. cit., at 390, para 104) थोडक्यात, न्या. पंडियान यांचे म्हणणे तपासण्यासाठी 'पूर्णपणे उखडून नाहीसे करणे' ही चाचणी लावायला हवी. 'सामाजिक स्थानावरती जातीचा प्रभाव नसला पाहिजे' अशी चाचणी लावायला हवी. अन् हे सारे एका द *हिंदू* वृत्तपत्राच्या १९३२ मधल्या कात्रणाला 'पुरावा' समजून त्या आधारे म्हटलेले आहे!

न्यायमूर्ती सावंत लिहितात की, "अनेक शतके भारतीय समाज हा विविध स्तरांमध्ये विभागला गेलेला आहे. ...या समाजातील सामाजिक कप्प्यांची उतरंड ही निरुद्ध झालेली आहे. प्रत्येक माणूस हा जन्माला आला म्हणून त्याला विशिष्ट जात चिकटवण्यात येते व ती जात त्याला कधीही बदलता येत नाही..." (संदर्भ : इंद्र सहानी खटल्यात op. cit., at 502, para 399) तस्करी करणाऱ्या एखाद्या धनदांडग्याला समाजात, राजकारणात एखाद्या महान वैदिक पंडितापेक्षाही वरचे स्थान दिले जाते; क्षणकाल जरी असला तरी एखाद्या मंत्र्यापुढे जनता नतमस्तक होऊन त्याला एवढे मुजरे करते की तेवढा मान एखाद्या गुणवान वीराच्याही वाट्याला तीच जनता देत नाही; अशा वेळी त्या तस्कराची किंवा मंत्र्याची जात

पाहिली जात नाही किंवा तशी पाहण्याची शक्यता अत्यंत दूरची आहे! याचे कारण त्या विद्वानापासून किंवा त्या शूर वीरापासून जेवढा लाभ होतो त्यापेक्षा कित्येक पटींचा लाभ हा तस्कर किंवा मंत्र्याकडून होतो का?

आपल्या समाजाच्या प्रवृत्तीचा व उत्क्रांतीचा तोच तो नेहमी उगाळला जाणारा इतिहास उकरून काढून न्या. सावंत हे शक्य तितक्या सभ्य शब्दात लिहितात, "निवडक समाजगटांच्या हातात अंमलबजावणीची सत्ता एकवटलेली असल्याने त्याचे काही स्वाभाविक परिणाम झाले. सर्वांत वाईट असलेला, मत्सर वाटायला लावणारा व सतत आपले अस्तित्व टिकवून धरणारा परिणाम म्हणजे काही मूठभर वरिष्ठ जातींच्या पकडीत प्रशासनाची सत्ता देशभर आली. प्रशासनाच्या खालून वर जाणाऱ्या प्रत्येक पायरीवरती, अन्य जातींना मुद्दाम दूर ठेवून, ही सत्तेची पकड ठेवली गेली. परिणामी जीवनाच्या सर्व पैलूंवरती जे जे काही नियंत्रण आले, मार्गदर्शन होऊ लागले, नियमांच्या चौकटीत बसवले गेले ते सारे अर्थातच समाजाच्या या छोट्या गटाला बव्हंशी अनुकूल ठरत गेले. हा समाजगट देशाच्या लोकसंख्येत दहा टक्क्यांपेक्षा कमी होता."

तोच तो उगाळला जाणारा नेहमीचा जुना इतिहास कोणीही विचारला नाही आणि न्यायमूर्ती आपले निश्चित विधान करण्यासाठीही त्याकडे बोट दाखवण्याचे मनात आणणार नाही. पण तरीही तो इतिहास सांगितला गेला, यावरून कोणत्या थरापर्यंत आपण जातो ते दिसून येते. असो. न्यामूर्तींच्या सांगण्याप्रमाणे हिंदुत्वाचे हे असले परिणाम व वस्तुस्थिती ही हजारो वर्षे, पार हिंदुस्थानवरील इस्लामी सत्तेच्या काळातूनही चालत आलेली आहे असे म्हणावे काय? मग ही उच्च जातींकडे असलेली सत्तास्थानांची पद्धत मुस्लीम राज्यकर्त्यांनीही सोयीसाठी चालू ठेवून मुद्दाम वरिष्ठ जातींचा लाभ होऊ दिला, असे म्हणावे काय? तसे असेल तर त्या मागचे कारण काय? अर्थातच या प्रश्नांना उत्तरे नाहीत.

त्या पुरोगामी न्यायाधीश मंडळींची विश्लेषणात्मक विधाने ही त्यांचेच आधारभूत पाय उखडण्यास मदत करणारी आहेत. अन् न्यायमूर्ती ती विधाने धोरण ठरविण्यासाठी पुढे करतात. मी त्यातील वाक्यांबद्दल येथे लिहिणार आहे. त्यांची ती वाक्ये अशी :"राष्ट्राच्या आरोग्याची अवस्था ही फक्त त्या लोकांच्या नजरेतून (म्हणजे वरिष्ठ जातीमधील सत्ताधाऱ्यांच्या नजरेतून) पाहिली जाते. राष्ट्राच्या आरोग्यातील सुधारणाही त्यांच्याच उपायांनुसार ठरवली जाते." एक हजार वर्षांच्या मुस्लीम राजवटीत आणि नंतरच्या दीडशे वर्षांच्या ब्रिटिश राजवटीत दोन्ही वेळा पुजाऱ्यांच्या व विशेषत: क्षत्रियांच्या जाती हिंस्रपणे ठेचून काढण्यात राज्यकर्ते एक इंचभरही मागे हटले नाहीत. कारण त्यांच्या सत्तेला खरे आव्हान याच जातींकडून होते. राज्यकर्त्यांची सत्ता पसरण्यात, त्यांची राजकीय ताकद एकवटण्यात आणि त्यांचा धर्मप्रसार

घडवून आणण्यात याच जातींचा प्रामुख्याने अडथळा ठरत होता. अशा त्या हजारो वर्षांच्या कालखंडालाही न्यायमूर्तींचा, 'राष्ट्राच्या आरोग्याची अवस्था (त्याच) वरिष्ठ जातींमधील सत्ताधाऱ्यांच्या नजरेतून पाहिली जाते व त्या आरोग्यातील सुधारणाही त्यांच्याच उपायांनुसार ठरवली जाते' हा विचार कसा काय लागू पडतो?

न्यायाधीश महोदय पुढे लिहितात,

> "त्या काळात देशाच्या हितापुढे समाज विभागांचे हित गौण ठरवले जात होते व जे सत्तेच्या बाहेर आहेत त्यांना न्याय दिला जात होता; अशा रितीने प्रशासन तटस्थपणे चालवले जात होते. परंतु त्यावरती विश्वास ठेवणे हा भाबडेपणा ठरेल."

अगदी बरोबर! पण सत्तेबाहेर कोणाला फेकून दिले होते? समाजविभागातील आपसातील वैर व फटकून राहण्याची भावना यांमुळे सत्ताधाऱ्यांच्या विभागीय हिताला मर्यादा घातली गेली होती ना?

पण हे एवढेच नाही. न्यायमूर्ती महाराज आपली भारताच्या राजकीय व सामाजिक इतिहासाची छोटीशी पाहणी विजयी सुरात जाहीर करतात :

– *अगदी आजमितीपर्यंत भारतात असेच चालू राहिलेले आहे.*

प्रत्यक्ष काय घडले त्याची एक झलक

आपल्या निकालाची छाप पडावी म्हणून न्यायमूर्तींनी इतिहास व समाजशास्त्र यांचा वापर केला. पण त्याआधी त्यांनी या संबंधातील अगदी प्राथमिक मूलस्रोत काय आहेत हे पाहायला नको होते का? जे काही 'पुरावे' वाटतात त्यांचे नीट मूल्यमापन करण्यासाठी त्यांनी कष्ट करायला नको होते का? एक उदाहरण पहा. डॉ.के.एस. लाल यांचे एक महत्त्वाचे पुस्तक पहा. Growth of Scheduled Casts & Tribes in Medieval India. (आदित्य प्रकाशन, न. दिल्ली, १९९५)[१] भारतीय राज्यव्यवस्थेतील दुर्बलतेमुळे इस्लामी आक्रमकांचे फावले. ती दुर्बलता ही मुख्यत्वेकरून संघटना, साधनसामुग्री, प्रशिक्षण, लष्करी डावपेच यांमध्ये होती. भारतीयांचा पराभव केल्यावरही इस्लामी सत्ता हजार वर्षे टिकून राहिली. ती सत्ता ही अत्यंत दडपशाही करणारी होती. ज्यांनी कोणी इस्लाम धर्माचा स्वीकार केला आणि

---

१. आणखी अशाच संदर्भासाठी The Legacy of Muslim Rule in India, आदित्य प्रकाशन, १९९२ आणि Muslim Slave System in Medieval India, आदित्य प्रकाशन, १९९४.

सत्ताधाऱ्यांपुढे मान तुकवली त्यांचेच हक्क तेवढे ठेवले गेले. सर्व प्रजेला सत्ताधाऱ्यांच्या विशेष मर्जीवरती, लहरीवरती, विविध मोहिमा आणि निरनिराळी राजघराणी यांच्या तालावरती नाचावे लागले. पण तरीही सीरिया ते अफगाणिस्तान या दरम्यानचे सर्व देश जसे पूर्णपणे इस्लामच्या भक्ष्यस्थानी पडले, तसे येथे भारतात मात्र झाले नाही, असे श्री. लाल सांगतात. जर भारतीय समाजव्यवस्था ही न्यायमूर्ती मंडळी म्हणतात त्याप्रमाणे दडपशाही करणारी असती, तर राज्यसंस्था कोसळताच लक्षावधी लोकांनी इस्लामपुढे लोटांगण घालून तो धर्म कवटाळला असता.

परंतु नेमके त्याविरुद्ध घडले. जसेजसे इस्लामी आक्रमक हिंदुस्थानाच्या अंतर्भागात घुसत राहिले तसतसा त्यांना पारंपरिक योद्ध्यांकडून, म्हणजे राजपूत व इतर, विरोध होत गेला. त्या पहिल्या काही शतकांत समोरासमोर हातघाईच्या लढाईत दोन्ही बाजूंचे अतोनात नुकसान होत गेले. मुस्लीम बखरकार आणि अधिकृत इतिहास यांची तपशीलवार दखल के.एस. लाल यांनी आपल्या अभ्यासात घेतली असून ते पार इस्लामी राजवटीच्या अस्तापर्यंत पोचले. त्यांनी अभ्यासातून म्हटले आहे की, इस्लामी लोकांचे 'मुक्तिदाते' म्हणून स्वागत करण्याऐवजी 'खालच्या जातीजमातींनी' अगदी निर्धाराने त्या आक्रमकांना विरोध केला. त्या खालच्या जातीजमातींमध्ये कोण कोण होते? तर जाट, मिणा, मेओ, बाचगोटी, बाघेला, तोमर, बखारी, सतनामी, मराठा, कुणबी, ओराओं, गुजर, 'शूद्र', भिल्ल, गोंड हे होते.

जातीच्या उतरंडीमध्ये वरच्या दिशेनेही हालचाली होऊन 'व्यक्ती' आणि काही 'गट' यांचा उदय झाला. एका जातीमधून दुसऱ्या जातीत ते गेले. यामध्ये आपल्याला छत्रपती शिवाजी महाराजांना कसे विसरता येईल? त्या वेळी मराठा जात ही काही फार वरची समजली जात नव्हती. शिवाजीच्या सैन्याचे बळ हे मराठा व कुणबी या जातींवरती अवलंबून होते. पण म्हणून कोणाला शिवाजीबद्दल किंवा त्यांच्या वीर मावळ्यांबद्दल, ते एवढ्या मोठ्या पदास चढले म्हणून असूया वाटेल? ते एवढे पूजनीय झाले म्हणून त्यांच्याबद्दल आकस वाटेल? तसेच काही गट हे आपल्या पराक्रमाने आणि इतर कर्तृत्वाने वरच्या सामाजिक पातळीत जाऊन पोचले होते. (संदर्भ : आदित्य प्रकाशन, न. दिल्ली यांची या आधी उल्लेखलेली पुस्तके)

हिंदुस्थानवरती चालून आलेल्या आक्रमकांचा हिंस्रपणा एवढा होता की, जनता त्यांच्यापासून लांब पळून जाई. एकट्या गझनीच्या महंमदाकडून झालेल्या आक्रमणात २० लाख माणसे मारली गेल्याचा अंदाज आहे. पण आणखीही एक कारण आहे. जे गट या आक्रमकांशी लढत होते त्यांना दुर्गम अरण्यात, डोंगराळ भागात आश्रय घ्यावा लागत होता. अनकेदा ते चंबळ नदीच्या गुंतागुंतीच्या घळ्यांमधून आश्रय घेत असत. अन्यथा ते जर शत्रूच्या हातात सापडले तर त्यांची कत्तल व्हायची, किंवा त्यांना पकडून अफगाणिस्तान किंवा त्याही पलीकडे पाठवून त्यांची गुलाम म्हणून

विक्री व्हायची किंवा हिंदुस्थानातच त्यांना गुलाम म्हणून राहावे लागायचे. मग त्यांना आपला धर्म सोडून इस्लामला कवटाळावे लागे. असे काही होण्यापेक्षा जंगलात आणि डोंगरात जाऊन राहाणे अधिक बरे, असा विचार करून लोक तिकडे जाऊन इस्लामी जुलमापासून बचाव करू पाहायचे. त्यानंतरच्या सत्ताधाऱ्यांची पिढी ही शेतकऱ्यांकडून मन मानेल एवढी वसुली करायची. निम्म्या पिकापासून ते पाऊण पिकापर्यंत किंवा तेवढ्या किमतीएवढी ती वसुली व्हायची. शेतकऱ्याकडून नक्की किती वसूल गोळा करावा हे अल्लाउद्दीन खिलजीपासून औरंगजेबापर्यंत अनेकांनी लिहून ठेवले आहे. त्यानुसार शेतकऱ्याला पुढच्या वर्षीची पेरणी करण्याइतपत बिया व त्याला आपली उपजीविका करण्याइतपत धान्य त्याच्यापाशी उरू द्यावे, बाकी सर्व वसूल करून घ्यावे असे उल्लेख आढळतात. कधी कधी वसुली गोळा करणारे त्या संपूर्ण वर्षाचे पीक तर घ्यायचेच, पण आधीच्या वर्षीचे उरलेले धान्यही जप्त करून टाकायचे. इस्लामी बखरकारांनी आणि युरोपीय प्रवाशांनी शेतकऱ्यांच्या हलाखीची वर्णने स्वत: लिहून ठेवली आहेत. त्यात असे म्हटले आहे की, कधी कधी परिस्थिती एवढी टोकाला जायची की शेतकऱ्याला वसुलीच्या जुलमापायी आपली बायकामुलेही विकावी लागत. असे जिणे जगण्याऐवजी जंगलात पळून जाऊन राहाणे एवढेच त्यांच्या हाती उरे.

मुस्लीम बखरकारांनी त्या दुर्गम जंगलातील जिणे कसे असते तेही लिहून ठेवले आहे – तिथले जिणे "अत्यंत कठीण" असून शेवटी "माणसे जिथे जंगली जनावराप्रमाणे जगू लागतात." मग ती कंदमुळे, पाला, फळे खाऊन कशीबशी गुजराण करू पाहतात. 'आक्रमणाला विरोध करणे – जंगलात पळ काढणे – मानवी पातळीखालील जीवन जगणे – अचानक जाऊन हल्ला करून आक्रमकांना जेरीस आणणे – पुन्हा जंगलात पळून येणे' असे हे दुष्ट चक्र हजार वर्षे चालत होते. या चक्रात सापडल्यावर अनेक सुसंस्कृत समाजगटांचा सुसंस्कृतपणा लयाला गेला. या संदर्भात मुस्लीम इतिहासकार व बखरकार यांनी केलेली वर्णने श्री. लाल उद्धृत करतात. त्या वर्णनात बखरकारांची दर्पोक्ती व विजयाची भावना प्रकट होते. पण आपल्यासाठी मात्र ती वर्णने हृदय पिळवटून टाकणारी आहेत. गोंड लोकांची संस्कृती एके काळी अत्यंत उच्च कोटीची होती. त्यांच्याजवळ अपार धनसंपत्ती होती. पण शेवटी मुस्लीम आक्रमणाची टोळधाड त्यांच्यावरती पडली. मग प्रतिकार केल्याने त्यांना दारिद्र्यात खितपत पडावे लागले व शेवटी जंगलाचा आश्रय घ्यावा लागला. अखेर वनवासी झालेल्या त्या गोंड लोकांची अवनती आदिवासी जमातीमध्ये झाली. त्यांच्यावर अनुसूचित जमातीचा व मागासलेपणाचा शिक्का बसला. गोंड जमातीचा हा असा इतिहास आहे.

सर्वत्र जंगलात आढळणाऱ्या अशा गटांचा उदय हा दोन घटकांमुळे झाला.

पहिला घटक म्हणजे अशा लोकांनी मुस्लीम आक्रमणांना देशभर तोंड दिल्याची उदाहरणे आहेत. अन् ही गोष्ट ते हजार वर्षे करीत होते. दुसरा घटक असा की, त्या काळात सर्वत्र जंगले पसरलेली होती. आज आपल्याला तशी कल्पनाही येणार नाही. डॉ. लाल आपल्या लिखाणात म्हणतात की, इब्न बतूता या प्रवाशाने लिहून ठेवले आहे की अलाहाबादच्या जंगलात एकशिंगी गेंडे होते; तसेच अबुल फज्लने लिहिले आहे की, अकबर बादशहा आग्र्यापासून ३०-४० किलोमीटरवरती चित्त्याची शिकार करायला जायचा. तर बनानी याने लिहिले आहे की, बलबन यांच्या विरुद्ध मेवाती लोकांनी युद्धसत्र छेडले होते आणि त्यांचे राज्य जंगलात होते. हे जंगल दिल्लीजवळ नैर्ऋत्येला होते...

अनेक उदाहरणांनी हे सहज सिद्ध करता येते की, आत्ता ज्यांना आपण अनुसूचित जाती व जमाती म्हणतो त्या मोठ्या संख्येने जंगलात राहून आक्रमकांना विरोध करीत होत्या. त्या काळातील मुस्लीम बखरकार व इतिहासकार यांनी, वरच्या जातींनी छळ केल्यामुळे खालच्या जातींनी इस्लामला कवटाळल्याचे क्वचितच लिहून ठेवले आहे. उलट त्यांच्यापैकी बऱ्याच जणांनी असे उल्लेख केलेले आहेत की विविध भिन्न जाती या एकत्रपणे सुखासमाधानात नांदत होत्या. इस्लामच्या प्रसाराला विरोध करणाऱ्या त्या जाती असल्याने त्यांना एकेका बखरकारांनी मुद्दाम 'हीन जातीचे' म्हणून हिणवले आहे. हे सारे इस्लामी बादशहांच्या कारकिर्दीवर त्या वेळच्या बखरींमधून घेतलेले आहे. तसेच इस्लामी इतिहासकारांनीही वेळोवेळी तसे लिहून ठेवले आहे. अन् तरीही अजून आपली न्यायाधीश मंडळी तीच ती जुनी रेकॉर्ड वाजवतात, तेच ते घासून गुळगुळीत झालेले नाणे चालवू पाहतात.

ज्यांनी कोणी इस्लाम धर्म स्वीकारला, त्यांच्यापैकी एकाचेही असे उदाहरण नाही की, मुसलमान झाल्यामुळे त्याला मानवतावादाच्या स्वर्गाचे किंवा नंदनवनाचे द्वार खुले झाले. उलट त्यांच्या बाबतीत भलतेच घडले. न्यायाधीशांच्या निकालपत्रापासून आपल्याला फार दूर जायला नको. उदाहरणार्थ, मुस्लिमांना आरक्षणाचा लाभ देण्यासाठी अशा निकालपत्रांमागे कोणते 'कारण' आहे? अशी आरक्षणे धर्मभेदावर देऊ नये असे सांगणाऱ्या घटनाकारांची घटनाच उलटीपालटी करण्याच्या प्रकाराला मध्यवर्ती स्थान देण्यामागे कोणते कारण लपलेले आहे? ते 'कारण' ती न्यायाधीश मंडळी असे देतात की, मुस्लिमांच्यातही जाती आहेत व त्या आजपर्यंत चालत आलेल्या आहेत. तसे असेल तर मग त्यासाठीही हिंदुत्वाला जबाबदार धरले जावे? का ते कारण डॉ. के.एस. लाल म्हणतात त्याप्रमाणे इस्लामी सत्तेने कधीही जनतेला एखाद्या नंदनवनासारख्या राजवटीत नेण्याचा प्रयत्न केला नाही किंवा तसले कोणतेही उद्दिष्ट ठेवले नाही.

न्यायाधीशांना फक्त कायद्याशी मतलब असतो, हे खरे आहे. त्यांचे काम हे

इतिहासावरती निबंध लिहिण्याचे नाही, हेही अगदी अचूक आहे. पण जेव्हा ते आपल्या निकालपत्रात भरीव व ठाशीव पुरावे देऊ पाहतात तेव्हा त्यांची मते, त्यांनी सुचवलेली धोरणे त्यांना पुष्टी मिळावी म्हणून, निश्चित विधाने करता यावी म्हणून इतिहास व समाज यांचा मागोवा घेतात. पण या संबंधातली नुसती व प्रचलित मतांची तुणतुणी वाजवण्यापेक्षा त्यांनी खरोखरच तसा मागोवा घ्यावा.

याच नाण्याची दुसरी बाजूही तितकीच महत्त्वाची आहे. अतिशयोक्तीपूर्ण व तिरस्कारदर्शक भाषेत भारतीय समाज हा किती दडपशाही करणारा व तोही 'हजारो वर्षे' हे सांगायचे आणि त्या पायावरती आपल्या निकालपत्रात सरकारला दूरगामी धोरण न्यायाधीश सुचवित असतात. हे करताना ते मनुस्मृतीमधील एक-दोन वाक्येही उद्धृत करतात. पण आपला मुद्दा पटवण्यासाठी पुरावा मात्र देत नाहीत. मनुस्मृतीमधील तेच ते अर्धा डझन श्लोक पुन्हा पुन्हा सांगितले जातात, अन् असे दाखवतात की मनूच्या विचारांचे ते श्लोक जणू काही प्रातिनिधीक आहेत. दुसरे असे की, *स्मृती*मधील लिखाण हे हिंदुत्वाच्या दृष्टीने स्वाभाविक आहे. तिसरे असे की, त्या श्लोकामधून ज्या प्रकारची जबरदस्ती व भेदभाव व्यक्त केला आहे तो त्या काळात खरोखरीच व्यवहारात प्रभावाने वापरला जात होता का? मनुस्मृतीमधील श्लोक हे *सातशे ते आठशे वर्षांपूर्वी* रचले गेले असावेत, असे समजतात. त्यातला कोणता श्लोक अधिकृत आहे नि कोणता श्लोक त्यात घुसडून दिला आहे? आणखी असे की, त्या श्लोकानुसार व्यवहारात खरेच तशी कृती केली जात होती याला काय पुरावा आहे? 'निष्णात' इतिहासतज्ज्ञांनी आपल्या विद्वत्तेची कारकीर्द ज्या अशा विधानांवरती रचली, त्यांनाही प्राचीन समाजाची वैशिष्ट्ये सांगताना त्यात जातीय दडपशाही व्हायची असे सिद्ध करता आले नाही की तशा गोष्टी सापडल्या नाहीत. याचा अर्थ, तसे काही सांगणे हे त्यांच्या व्यवसायातील एक शस्त्र होते. (Shashi S. Sharma, *Imagined Manuwad, The Dharmashastras annd their Interpretation,* Rupa publication, N. Delhi, 2005) इतिजासतज्ज्ञांच्या विधानांमधील पोकळपणा त्यांच्याच शब्दात दर्शविण्यासाठी श्री. अरुण शौरी यांचे *Eminent Historians, Their Technology, Their Line, Their Fraud* हे पुस्तक वाचावे. (ASA Publication, N.Delhi, 1998) तर ह्या असल्या इतिहासतज्ज्ञांमुळे त्यांच्या प्रतिपादनाला कुठेही पुरावा त्यांनाच देता येत नाही अन् अशांची प्रतिपादने आपले न्यायाधीश आपल्या विद्वत्ताप्रचुर मजकुरात पुन्हा पुन्हा वापरून त्यावर आधारित धोरणे निकालपत्रात सुचवतात. तिसरा एक मुद्दा असा निर्माण होतो की, आपल्या धर्मात केंद्रभागी असलेले तत्त्वज्ञान रुजलेले आहे, पक्के झालेले आहे. त्याला डावलून किंवा त्याला विसंगत असे प्रतिपादन कोणीही आपल्याच धर्मग्रंथात कसे करेल? हिंदू धर्माच्या केंद्रभागी

असलेले ते तत्त्वज्ञान पुढील ओळीत आहे व ते महावाक्य समजले जाते :

अहम् ब्रह्मास्मि।

तत् त्वम् असि।

सर्वमिदम् खलु ब्रह्मनः।

वरील तीन संस्कृत वाक्ये वेदांमध्ये निरनिराळ्या ठिकाणी प्रकट झालेली आहेत. त्यांचे अर्थ : 'मी स्वत: ब्रह्म आहे. तो तूच आहेस. सर्व जण हे खरोखरीच ब्रह्म आहेत.' ही तीन महावाक्ये म्हणून समजली जातात. यामागचे तत्त्वज्ञान असे आहे की, 'प्रत्येक मनुष्यमात्राला आत्मा आहे; तो सर्वांमध्ये सारखा आहे; आणि तो आत्मा स्वाभाविकपणे विश्व व्यापून राहिलेल्या परमश्रेष्ठ अशा ईश्वराचाच अंश आहे.' हिंदू धर्माच्या तत्त्वज्ञानाच्या अगदी गाभ्यात असे म्हटलेले असताना त्याच धर्माच्या ग्रंथात त्याला विरोधी असे वेगळे मत व्यक्त करणारा मजकूर कसा लिहिला गेला असेल?

मी पुन्हा येथे सांगतो की, न्यायाधीश व न्यायालये यांच्या जगात धार्मिक व तत्त्वज्ञानविषयक मजकुराची चिरफाड केली जाऊ नये. कारण त्यांनी त्या धार्मिक मजकुराविषयी ठामपणे आपली विधाने केलेली आहेत. त्यासाठी त्यांनी त्या मजकुरातील एक-दोन इकडचीतिकडची वाक्ये खेचून उद्धृत केली आहेत. कारण त्यावर आधारित आपला निकाल त्यांनी सांगितला आहे. यामुळे त्यांनी व्यक्त केलेल्या विधानांचा प्रतिवाद होऊ शकतो किंवा ती विधाने टीकेला आमंत्रण देणारी ठरतात.

आरक्षणवादी आपले म्हणणे असे मांडतात, "पण विवाहांकडे पहा. लोक अजूनही आपापल्या जातीतच विवाह करतात. याचा अर्थ जो काही बदल किंवा सुधारणा झाली असेल ती अजून बाहेर प्रकट झालेली नाही. म्हणून जेव्हा विवाहाचा प्रश्न उद्भवतो तेव्हा जातीचे नियम बंधनकारक ठरतात." असे असेल तर जर्मन, जपानी व चिनी लोक पहा. ते कुठे एकमेकांत विवाह करतात? जर्मनांनी जपान्यांशी, जपान्यांनी चिन्यांशी, चिन्यांनी जर्मनांशी विवाह केल्याची उदाहरणे फारशी नाहीत हे अगदी पाहणी करून त्याचा एक तक्ता मांडला तरीही कळून येईल. न्या. सहाय यांनी *इंद्र सहानी* या खटल्यात हेच म्हटले आहे. या तिन्ही भिन्न वंशीय लोकांत एकमेकात विवाह होत नाहीत. तेव्हा समाजाचा विवाहासंबंधीचा जो काही कल असतो तो सार्वजनिक नोकऱ्या देण्यासंबंधात लक्षात घेता येत नाही. (संदर्भ : Indra Sawhney Case, op.cit, at 611, para 603)

४.

त्या वेळची जात व आत्ताची जात

जनगणना पाहणीत जनतेतला आणखीही एक कल स्पष्टपणे दिसून आला व तो कल प्रत्येक प्रांतातल्या जनगणना अहवालात ठळकपणे नमूद केला गेला होता. खालच्या जातींमध्ये एक जनसमूह असा समजला जातो की त्याला ते वरची जात मानतात. जातीमागोमाग जाती ह्या आता खालच्या जातीतील परंपरा टाकून देऊन वरच्या जातींच्या सनातन परंपरा पाळू लागल्या, मग भले त्या परंपरा प्रतिगामी समजल्या जात असल्या तरी! त्याचबरोबर आपण ही जी नवीन गोष्ट करतो आहोत ती सर्व संबंधिताच्या लक्षात येत आहे ना याकडे ते लक्ष पुरवू लागले. जातिनिहाय गणनेच्या प्रसंगाच्या आधारे आपल्या जातीची वर्णी ही अधिक वरच्या जातीत नोंदली जावी यासाठी ती धडपड होती.

आज हे जातिसमूह कोणत्या दिशेने जात आहेत? जनगणना अधिकाऱ्यांची व अन्य निरीक्षणांची तुलना ही आरक्षणाशी व आरक्षणाच्या राजकारणाशी कशी केली जात आहे?

१९२१ सालच्या जनगणना अहवालात जनगणना कमिशनरला असे दिसले की, "व्यक्तीची समाजातील स्थिती ही जातीला दिल्या जाणाऱ्या महत्त्वावर असते असे मानले तरी, लोकांना जनगणनेचा उद्देश हा केवळ जातिनिहाय आकडेवारी काढण्याचा आहे हे पटायला जड जायचे. जनतेच्या पूर्वापार समजुतीप्रमाणे किंवा प्राचीन काळापासून चालत आलेल्या परंपरेप्रमाणे, जात हा घटक अखेरीस राजाने किंवा सरकारने ठरवून द्यायचा असतो. या लोकप्रिय भावनेमुळेही बहुधा जनगणनेच्या नोंदीवरती परिणाम झालेला असेल. म्हणून प्रत्येक व्यक्ती सामाजिक फूटपट्टीवरती आपण वरच्या पायरीवरचे आहोत हे भासवण्यासाठी सरकारी जनगणनेत तसे सांगायची संधी सोडायची नाही. तसेच सर्वांत वरच्या पायरीवरच्या जाती आपल्या श्रेष्ठ सामाजिक स्थानाचा दावा करून ते आणखी पक्के करण्यासाठी आणखी एक पायरी शक्यतो वर चढू पाहायचे." एका नवीन घटकामुळे अशा प्रयत्नांना आणखी चालना दिली गेली. तो घटक असा : आता जातीजातींच्या स्वतंत्र सभा भरू

लागल्या आणि त्या सभांकडून सरकारला अर्ज पाठवले जाऊ लागले. १९२१ पर्यंत आपापल्या जातींचे संघटन करण्याच्या चळवळी सुरू होऊन त्यांनी त्यात बऱ्यापैकी प्रगती केली. त्यामुळे सरकारदरबारी अनेक शिष्टमंडळे जाऊ लागली व आपल्या मागण्यांवरती ती अधिकाधिक जोर देऊ लागली. (संदर्भ : जनगणना अहवाल, 1921, Vol.I, Part I. op.cit., page 223)

१९३१ सालच्या युनायटेड प्रॉव्हिअन्समधील जनगणनेच्या माहितीवरती भाष्य करताना सुपरिटेन्डन्ट ए.सी. टर्नर लिहितो, "आधीच्या जनगणनेमध्ये व्यक्तींसाठी प्रतिनिधी यायचे. १९२१ पासून जातींच्या सभांचे प्रस्थ व त्यांच्या चळवळी एवढ्या वाढल्या आहेत की, यात मागासवर्गीय जाती व जमाती यांनीही आपल्या सभा स्थापन करून ते संघटित झाले आहेत. आम्ही अहवालात जातींचे जे तक्ते छापले, ते वाचल्यावर त्यांचे प्रतिनिधी आमच्याकडे येऊन आमच्यावरती बराच काळ भडिमार करीत होते. त्यांची विनंती अशी होती की त्यांच्या जातींची नवीन नावे अहवालातील त्या तक्त्यात छापावीत." मग टर्नर याने जुन्या नावांऐवजी मागणी केलेल्या नवीन नावांची यादी सांगितली आहे. ती यादी लांबलचक आहे. तीन फुलस्केप कागदाच्या दोन्ही बाजू भरतील एवढी ती मोठी यादी होती. त्यात एकूण ६३ जातींची नावे आणि त्यांनी केलेले नवीन नावांचे दावे होते. प्रत्येक जातीच्या दाव्यात आपली जात ही वरच्या जातीतील असून तसे दर्शवणारी नावे त्यांनी स्वीकारली होती. खालील तक्त्यात ते दिसून येईल :

जुने नाव		**मागितलेले नवे नाव**
अहर	-	यादव
यादव	-	क्षत्रिय
अहेरिया	-	हरा राजपूत
अहीर	-	क्षत्रिय (यात विविध प्रकार आहेत.)
बंजारा	-	चौहान व राठोड राजपूत
भोटिया	-	राजपूत
चमार	-	जाट व रजपूत
गडरिया	-	पाली राजपूत
गुजर	-	क्षत्रिय
जाट	-	यदुवंशी ठाकूर
कायस्थ	-	चित्रगुप्तवंशी कायस्थ व क्षत्रिय
लोध	-	लोधी राजपूत
बरहाई	-	धीमन ब्राह्मण

पांचाळ ब्राह्मण	-	विश्वकर्मा ब्राह्मण
बवारिया	-	ब्राह्मण
नाई	-	नाई ब्राह्मण व पांडे ब्राह्मण
पटवा	-	ब्राह्मण
तागा	-	त्यागी ब्राह्मण

त्या त्रेसष्ट जातींच्या नावांपैकी काही नावे वरती नमुन्यादाखल दिलेली आहेत. सामाजिक उतरंडीत आपण वरच्या स्थानावरती पोचण्याची ईर्षा प्रत्येक जातीत दिसून येत होती. (संदर्भ : जनगणना अहवालातील United Provinces of Agra and Oudh, pages 528-32)

"हिंदू धर्मात नेहमीप्रमाणे असंख्य विविध जातींचे पेव फुटलेले दिसले. बारमाही जशी पिके उगवतात तशा अनेक नवनवीन जातींची वाणेही उगवली होती. कारण आधीच्या जनगणना अहवालात त्यांच्या नोंदी कोठेही नव्हत्या." असे बंगाल व सिक्कीम येथील जनगणना सुपरिटेन्डन्ट ए.ई. पोर्टर लिहितो. तो पुढे म्हणतो, "नवीन नोंदीची मागणी करणारे सर्व जण नेहमीप्रमाणेच हिंदू समाजातील वरच्या स्थानांवरील जातींची नावे धारण केल्याचे आम्हाला सांगू लागले. त्यातले काही जातीगट हे आपला त्या नावांवरती कसा हक्क पोचतो हे पटवून देण्याचा प्रयत्न करीत होते. त्यातले काही प्रयत्न तर केविलवाणे आहेत. हिंदूंमधील जे चार वर्ण आहेत त्यांपैकीच एका वर्णाचे नाव काही माणसे घेऊ इच्छित होती. कारण त्या वर्णात कोणत्या पेशाची माणसे मोडतात हे 'शास्त्रात' लिहिलेले असल्याने व आपलाही तोच पेशा असल्याने त्या वर्णाचे नाव हेच आमच्या जातीचे नाव लावावे म्हणून आग्रह धरत होते. अन्य काही जाती या अशासारखीच नवीन नावे धर्मग्रंथ व पुराणे यांतून शोधून काढून ती धारण करू पाहत होते. सध्याची जातींची जी नावे आहेत त्यांची शाब्दिक व्युत्पत्ती ही शास्त्रशुद्ध पद्धतीने झालेली नसल्याने मूळ नावांचे चमत्कारिक अपभ्रंश झालेली आहेत. त्यामुळे दावा करणारा कोणतीही पुराणकथा किंवा सिद्धान्त सांगून त्याला हव्या त्या जुन्या नावाशी आपला संबंध कसा आहे हे पटवू पाहतो. असे करताना त्यांना कोणताच ऐतिहासिक पुरावा किंवा संशोधनाचा आधार द्यावा लागत नाही. मग ते पुराणे व शास्त्रे यांतील काही गोष्टींशी आपला बादरायण संबंध दाखवून धडपड करतात. कसेही करून त्यांना आपल्या जातीचा हलकेपणा घालवायचा असतो. शास्त्रांबद्दल ते नेहमी अत्यंत आदराने बोलत असतात. बंगालची भूमी ही पुराणकाळी अनार्यांची असल्याने आपल्या जातीला प्राचीन काळी खालच्या थरात ढकलल्याने आपल्यावर अन्याय झाला, वगैरे वगैरे ते म्हणतात. आपल्या प्रत्येक प्रतिपादनासाठी ते पंडित मंडळींचा (ब्राह्मण

पुरोहित) यांचा आधार घेतात... शूद्र व अन्य जाती यांमधल्या ज्या जाती आहेत त्यांचा खरेपणा शोधताना असे आढळायचे की तिथली सीमारेषा एवढी धूसर आहे की नक्की कोणती जात समजायची ते कळेनासे होई. पूर्वीच्या काळी जेव्हा जातींचे नियम फारसे कडक नव्हते, पण नंतर कधी तरी काही ना काही कारणांमुळे जातीमध्येच काही भेद पाडून त्यात अलगता आणली गेली, त्यांच्या वेगळ्या जाती बनल्या. परंतु हे सारे नीट पक्क्या स्वरूपात कुठे लिहिलेले नसल्याने केवळ अन्य संदर्भांच्या साहाय्याने निर्णयाला यावे लागायचे...'' बंगाल व सिक्कीम या प्रांतातही ४४ जातींनी आपल्या जातींची नावे बदलून मागितली होती. ती नवीन नावे ही वरच्या स्तरात नेणारी असतील असे त्यांनी पाहिले होते. त्यांपैकी काही नावे खालीलप्रमाणे :

जुने नाव		**मागितलेले नवे नाव**
बैद्य	-	बैद्य ब्राह्मण
चमार	-	सतनामी
गोप	-	यादव
कायस्थ	-	क्षत्रिय
कौरी	-	कौरी क्षत्रिय
कुर्मी	-	कुर्मी क्षत्रिय
सूत्रधार	-	विश्वकर्मा ब्राह्मण
युगी	-	योगी
वैदिक वैष्णव	-	सात्वत ब्राह्मण
युगी	-	राजवंशी
राजवंशी	-	क्षत्रिय

(संदर्भ : जनगणना अहवालातील Bengal and Sikkim, Page 425-28)

प्रत्येक जनगणना अधिकाऱ्यावरती अशी टीका केली जाऊ लागली की, पाहणी करताना माणसाची जात विचारून दुष्ट जातिसंस्था उखडण्याऐवजी तशीच पुढे चालू राहू देत आहेत. यावर जनगणना खात्याने खुलासा केला की, जनगणनेच्या आधीपासून हजारो वर्षे जातिसंस्था चालत आलेली आहे. त्या संस्थेतील वाईट भागाशी जनगणनेचा काहीही संबंध नसून, जातिगणनेद्वारे समाजाचे चित्र जसे आहे तसे काढण्याचे काम आहे. समाजाचे चित्र जसे असायला हवे तसे काढण्याचे काम जनगणनेकडे नाही. पण या निमित्ताने जनतेची, विशेषत: खालच्या जातींची, आपले

सामाजिक स्थान उंचावण्याची कळकळ दिसून येते. यावरून असे नाही का दिसत, की जात ही महत्त्वाची मानली जात आहे? जात विचारण्याला लोकांची हरकत नसते, उलट या निमित्ताने ते याकडे आपली पातळी उंचावण्याची एक संधी ते समजतात, असे अहवालात नमूद केलेले आहे. लोकांचे म्हणणे सहज खोडून काढता येते, ते असे : आपली अधिक वरच्या पातळीवरती नोंद व्हावी म्हणून जनता जनगणनेकडे एक उपयुक्त साधन म्हणून पाहते आहे. यावरून असे दर्शवले जाते की जनगणनेमुळे प्रत्येकाची जातवार ओळख ही कायम केली जात आहे, वगैरे खरे आहे. परंतु आता मुद्दा असा आहे की सरकारला भेटणारे प्रतिनिधी कोणती दिशा घेत आहेत? ए.एच. ड्राकू व एच.टी. सोर्ली हे मुंबई इलाख्यातील जनगणना सुपरिटेन्डन्ट होते. त्यांनी असे म्हटले आहे की, "सामाजिक फूटपट्टीनुसार ज्या जाती खालच्या पातळीवरच्या समजल्या जात आहेत, त्या जातीतून आपली सुटका होऊन अधिक वरच्या पातळीवरच्या जातीत आपल्याला समाविष्ट केले जावे अशी लोकांची इच्छा असते. पण त्यांच्या या मागणीच्या पुष्ट्यर्थ ते जे प्रतिपादन करतात त्यात पुरेशी स्पष्टता नसते की अचूकता नसते." आपल्याला कोणत्या नवीन जातीत घालावे अशी लोकांची मागणी असते, त्याचे नमुने ते अधिकारी खालीलप्रमाणे देतात :

जुने नाव		**मागितलेले नवे नाव**
सैनी	-	सैनी राजपूत
माळी	-	सैनी राजपूत
गावित	-	मराठा
बेडा	-	नाईक
लोहार	-	पंचब्राह्मण
बरिया	-	क्षत्रिय
किरार	-	माहेश्वरी
तलपादास	-	पाढियार राजपूत
देवली	-	नाईक मराठा
भावीण	-	नाईक मराठा
बेलदार	-	कुमावत क्षत्रिय
लिंगायत	-	लिंगी ब्राह्मण

(संदर्भ : जनगणना अहवालातील Bombay, Page 382, 398-99)

आसाममधल्या जनगणना सुपरिटेन्डन्ट सी.एस. म्युलन याने लिहून ठेवले आहे, "जातींची नोंद करणे म्हणजे येथे एक स्मृतचिन्हांचा विषय आहे. प्रत्येक जातीने आपापली असंख्य लेखी निवेदने ही स्थानिक प्रशासन, जिल्हा अधिकारी आणि जनगणना सुपरिटेन्डन्ट यांच्याकडे आपापल्या दाव्यासाठी सुपूर्द केली आहेत." तो पुढे असेही सांगतो की, "पटणी जातीतील अनेक माणसे आपल्या जातीचे नाव बदलून घेण्यासाठी प्रत्येक जनगणनेत चळवळ करीत होती. त्यांना अधिक वरचा दर्जा दर्शविणारे नाव हवे होते. परंतु दर जनगणनेच्या वेळी त्यांची जात ही कमी कमी होत विरून जात चालली आहे असे दिसते... या निमित्ताने असेही दिसून आले आहे की जातींमधील जुनी वैर या निमित्ताने वर उफाळून येतात. ते वैर अद्यापही जपलेले असते. आपलीच जात ही दुसऱ्या जातीपेक्षा मूळच्या जातीशी अधिक संबंधित आहे असा त्यांचा दावा असतो. एरवी त्यांच्या अशा दाव्याला अधिक वरिष्ठ अशा समाजधुरीणांनी संमती दिली तरच तो मानला जातो. पण आता ते तशा संमतीसाठी अगर मान्यतेसाठी जनगणना खात्याकडे पाहत आहेत. आपल्या सामाजिक दाव्याला मान्यता मिळवण्यासाठी जनगणनेची संधी साधण्याचा कल हा जुनाच आहे. मागच्या जनगणनेच्या वेळी त्या मागण्या जेवढ्या प्रखर होत्या, तेवढ्याच आत्ताच्या १९२१च्या जनगणनेच्या वेळी प्रखर आहेत, हे मला येथे सांगावेसे वाटते... सध्या 'नापित' (न्हावी) जात ही आपल्या जातीचे नाव 'नापित ब्राह्मण' ठेवून तशी नोंद करावी म्हणून आग्रह करीत आहे; तर 'नामशूद्र' जातीला आपले नवे नाव हे 'नाम-ब्राह्मण' म्हणून हवे आहे." (संदर्भ : जनगणना अहवालातील Assam, Page 203)

एकामागोमाग एकेक जनगणना अहवालामध्ये असे उद्‌गार काढले आहेत की, जनतेला जनगणनेचे कार्यालय हे जणू काही 'जातींच्या नावांच्या नोंदी ठेवणारी व त्या जाहीर करणारी संस्था' (College of Herald) आहे, असे वाटते. तसे अधिकार पूर्वी प्राचीन राजांकडे हाते. त्यांच्याकडून जात किंवा उपजात ठरवली जायची. डब्ल्यू.एच. शूबर्ट (सेंट्रल प्रॉव्हिन्सेस व बेरार भागातील सुपरिटेन्डन्ट) याने लिहिले आहे, "१९३१च्या जनगणनेत जातींच्या नामबदलाचे पीक नेहमीपेक्षा जोरदार उगवले होते. बऱ्याच जातींनी या वेळी फार मोठे दावे केले होते." त्यासाठी त्याने खालील काही उदाहरणे दिली आहेत :

जुने नाव		**मागितलेले नवे नाव**
नाई	-	कुलीन ब्राह्मण
भट	-	ब्रह्मभट ब्राह्मण
पांचाल	-	विश्व ब्राह्मण

विदुर	-	पराशर ब्राह्मण
लुनिया	-	लुनिया क्षत्रिय
महार	-	कश्यप राजपूत
गोंड	-	क्षत्रिय सूर्यवंशी
चमार	-	सतनामी

शूबर्ट पुढे लिहितो, "आमच्या आत्ताच्या जंत्रीमध्ये अनेक जाती या अस्पृश्य सदरात आहेत. त्या सर्वांनी आपण मूळचे राजपूत असल्याचा दावा केला आहे." त्याने आपल्या अहवालात जातींमधल्या काही श्रद्धांचे नवीन श्रद्धांमध्ये रूपांतर झाल्याचेही सांगितले आहे. तो पुढे लिहितो, "चमार (चांभार) जातीने आपली जात 'सतनामी' असल्याचा दावा केला आहे. या जातीचा पाया हा पूर्णपणे त्या जातीमधील लोकांच्या धर्मावरती अवलंबून असतो. खरे म्हणजे सतनामी हा एक धार्मिक पंथ आहे. पण स्थानिक प्रशासनाने १९२६ मध्ये असे ठरवले की, सतनामी लोकांना पुढच्या जनगणनेत वेगळा समाजवर्ग म्हणून दाखवावे. त्यांची ही वर्गवारी मान्य करावी लागली. परंतु सतनामी धर्माच्या मूळच्या तत्त्वज्ञानामध्ये ब्राह्मणांच्या श्रेष्ठत्वाला नकार दिलेला आहे आणि कसलाही जातिभेद मान्य केलेला नाही, हे लक्षात घेण्याजोगे आहे." या निरीक्षणातून अनेक गोष्टी लक्षात येतात. त्या म्हणजे सरकारी निर्णयामुळे जातींच्या दाव्यांना चेतना दिल्यासारखे होते; मूळचे तत्त्वज्ञान उत्क्रांत होते; आणि जनणनेच्या वर्गवारीमुळे एखाद्या जातीला आपल्या व इतरांच्या नजरेतून उन्नत झाल्यासारखे वाटते. (संदर्भ : जनगणना अहवालातील Central Provinces and Berar, Page 353-54)

राजपुताना एजन्सी प्रांताचा अहवाल सांगतो की, त्यांच्याकडे जातींकडून आलेली आवेदने किंवा विनंतीपत्रे ही ब्रिटिश अमलाखालील हिंदुस्थानात आलेल्या आवेदनांपेक्षा तशी कमीच होती. त्या अहवालात म्हटले आहे, "समाजमान्यतेसाठी मर्यादेबाहेर जाऊन केलेल्या जातींच्या अकाली दाव्यांची विल्हेवाट शेवटी इंग्लंडमध्ये एकोणिसाव्या शतकाच्या अखेरीस जशी केली जायची, तशी केली जायची." असे असले तरीही अनेक जातींच्या सभांनी (संघटना) आपापले प्रतिनिधी सरकारला पाठवले होते. प्रत्येकाच्या आवेदनपत्रांमध्ये मात्र आपल्या जातीला वरचा दर्जा देणारे नवीन नाव द्यावे अशी मागणी केलेली होती. त्यातील काही नमुने खालीलप्रमाणे :

जुने नाव		**मागितलेले नवे नाव**
नाई	-	कुलीन ब्राह्मण
सेवाग	-	ब्राह्मण

रंकावत	-	ब्राह्मण
भोजक	-	ब्राह्मण
दरोगा	-	रावण राजपूत
खाटी किंवा सुतार	-	जांगिडा ब्राह्मण
माळी	-	सैनिक क्षत्रिय
कूर्मी किंवा कुणबी	-	कूर्मी क्षत्रिय

(संदर्भ : जनगणना अहवालातील Rajuptana Agency, page 123)

जातींची अशी वरच्या स्थानावर जाण्याची धडपड पाहून, आत्ताच्या काळात राजस्थानातील 'जाट' जातीने आपले नाव मागासवर्गात दाखल करावे म्हणून चळवळ करून शेवटी आपले ईप्सित साध्य करून घेतले! त्याची येथे प्रकर्षाने आठवण येते.

जम्मू व काश्मीर संस्थानामधल्या जनगणनेच्या अहवालात असेच अनेक जातींचे दावे उल्लेखलेले आहेत. त्यात अगदी तळागाळातील एका जातीने असेच वरचा दर्जा दर्शवणारे नाव मागितले होते. प्रत्येक जातीने आपल्या जातीला या आधारे जेवढे उंचावर नेऊन ठेवता येईल तेवढे प्रयत्न केले होते. खाली त्यापैकी काही उदाहरणे दिली आहेत :

जुने नाव		**मागितलेले नवे नाव**
नाई	-	नाई ब्राह्मण
भट	-	भट ब्राह्मण
जेवर	-	कश्यप राजपूत
कूर्मी	-	कूर्मी क्षत्रिय
लोधी	-	लोधी राजपूत
छिप्पी	-	रोहेला तंक क्षत्रिय
दर्जी	-	रोहेला तंक क्षत्रिय
छापेगर	-	रोहेला तंक क्षत्रिय
चमार	-	चंद्रवंशी राजपूत

(संदर्भ : जनगणना अहवालातील Jammu and Kashmir, page 310-12)

आता आधुनिक गुजरातमधील बडोदा येथील यादी पहा. त्यात दोन पाने भरून

जातींच्या नावांची यादी आहे. त्यातील काही नमुने खालीलप्रमाणे :

जुने नाव		**मागितलेले नवे नाव**
अंजना कांबी	-	राजपूत
धेड	-	वंकार
बारिया	-	राजपूत
कालीपराज	-	राणीपराज
कांबी	-	पाटीदार
लोहार	-	पांचाळ ब्राह्मण
महार	-	मयवंशी राजपूत
सोनार	-	दैवज्ञ ब्राह्मण
सुतार	-	विश्वकर्मा

पुन्हा येथे तेच घडले. प्रत्येक जातीने अधिक मानाच्या स्थानाचे नाव निवडून आवेदनपत्र दिले होते. (संदर्भ : जनगणना अहवालातील Baroda, page 394-96) आणि आता आधुनिक गुजरातमध्ये जी आरक्षणाची मागणी रेटली आहे त्याबद्दल सर्वोच्च न्यायालयाच्या न्यायाधीशाला काय म्हणायचे आहे ते आपण पुढे योग्य वेळी पहाणार आहोत.

बिहार व ओरिसा प्रांतात काही जातींनी अशाच मागण्या केल्या होत्या. जातींच्या नव्या नावांची त्यांची मागणी होती. यातील काही नमुने खालीलप्रमाणे :

जुने नाव		**मागितलेले नवे नाव**
बाभन	-	भूमिहार ब्राह्मण
बऱ्ही	-	विश्वकर्मा ब्राह्मण
कमार/लोहार	-	विश्वकर्मा ब्राह्मण
हजाम	-	नाई
नाई	-	कुलीन, ब्राह्मण
बराइक	-	यदुवंशी क्षत्रिय
दोसाध	-	गहलोत क्षत्रिय
जुलेहा	-	शेख

''आता केल्या जाणाऱ्या नवीन नावांच्या दाव्यात दुराग्रह येऊ लागला,'' असे डब्ल्यू.जी. लॅसी म्हणतो. तो सांगतो की, ''ती यादी अगदी फार मोठी नाही.'' पण

तरीही सावधगिरीचा इशारा देऊन त्यासाठी एक उदाहरणही तो सांगतो, ''पासी जात ही झाडावर चढण्यात पटाईत होती. त्यांच्याइतके त्यातले कौशल्य अन्य कोणाजवळ नव्हते. यामुळे त्यांनी असे जातीचे नाव मागितले की त्याचा अर्थ 'हवेत उंच जाणारा ब्राह्मण'. यावरून असे दिसून येईल की, हिंदू जातींमध्ये एक सर्वसाधारण अशी प्रबळ इच्छा असते की त्यांना आपण ब्राह्मण किंवा राजपूत म्हणून ओळखले जावे किंवा तत्सम नावांनी आपला निर्देश व्हावा...'' लॅसीने पुढे खुलासा केला की जनगणनेच्या आकडेवारीवर नुसत्या या दाव्यांनी किंवा वैयक्तिक निवेदनांनी परिणाम झाला नाही, किंवा जातींच्या संघटनांनी केलेल्या प्रचारामुळे परिणाम झाला नाही, तर गणनाकार व्यक्तींनी भर घातलेल्या जातींच्या विशेष आवडीची, कलाची, माहितीची दाखल घेतल्याने परिणाम झाला. (संदर्भ : जनगणना अहवालातील Bihar and Orissa, page 2632-64)

१९११ मध्ये केलेल्या जनगणनेच्या अहवालात जातींचे वर्गीकरण हे सामाजिक श्रेष्ठत्वानुसार केलेले होते. त्या वेळी पंजाबमधील जनगणना सुपरिटेन्डन्ट हा खान अहमद हसनखान हा होता. त्याने लिहून ठेवले आहे, ''अशा तऱ्हेच्या नोंदींचा प्रयत्न व्यर्थ आहे. कारण बहुतेक सर्व जाती आपल्याला इतरांपेक्षा वैशिष्ट्यपूर्ण व उच्च कुळातल्या समजात.'' आजमितीस त्यांपैकी कित्येक जाती आता स्वत:ला काय समजतात? नाई जात ही आपल्याला आता ब्राह्मण किंवा राजपूत म्हणून संबोधावे असा आग्रह धरू लागली आहे. 'मिराशी' मंडळी म्हणतात की आपणच खरे 'कुरेशी' आहोत. लोहार व तारखान म्हणतात की आम्ही पूर्वी धीमान ब्राह्मण होतो. खान लिहितो, ''अशा रितीने कधी नव्हे ती विविध वस्त्यांमध्ये, विशेषत: व्यावसायिक जातींमध्ये, मूळच्या जातउगमानुसार उच्च जातीकडे परतण्याची प्रवृत्ती वाढली आहे.'' त्यापैकी काही मागण्यांमागे एक वेगळेच कारण त्याने शोधून काढले आहे. तो लिहितो, ''प्रमुख कारणांपैकी एक कारण असे आहे की, जाट किंवा राजपूत यांच्याप्रमाणे आपली वर्णी एखाद्या शेतीप्रधान जमातीमध्ये व्हावी अशी आकांक्षा यामागे आहे. अशा रितीने ते पंजाब प्रांतातील 'एलिअनेशन ऑफ लँड' कायद्यापासून ते स्वत:ची सुटका करून घेऊ पाहतात.'' (संदर्भ : जनगणना अहवालातील Punjab, page 322-24) तो पुढे एक इशारेवजा अशी सूचना देतो की, सरकारचे धोरण, कार्यक्रम किंवा कायदा हा असा रचायला हवा की त्यामुळे जनतेकडून अपेक्षित असे वर्तन घडण्यासाठी ते उद्युक्त व्हावेत.

निझामाच्या हैदराबाद संस्थानामध्ये जी जनगणना झाली, त्या अहवालातील 'जातींमधील मोठे बदल' या सदरात सुपरिटेन्डन्टने असा शेरा मारला आहे, ''जनगणना पाहणी करण्यापूर्वी काही महिने अनेक समाजांकडून व जातींच्या संघटनांकडून इतकी आवेदनपत्रे माझ्याकडे आली की त्यामुळे मी थक्क झालो...''

इतर प्रांतांत जशी आवेदनपत्रे दिलेली होती तशीच येथेही दिलेली होती. इथेही त्यामध्ये तोच आकृतिबंध दिसून येत होता. जनगणना कार्यालय येथेही 'जातींच्या नावांच्या नोंदी ठेवणारी व त्या जाहीर करणारी संस्था' (College of Herald) असे समजले गेले होते. येथली जनताही आपल्या जातीला नवीन नावांचा लाभ व्हावा अशी इच्छा धरून होती. ती नवीन नावे अर्थातच अधिक वरची जात दर्शवणारी मागितलेली होती. (संदर्भ : जनगणना अहवालातील H.E.H. The Nizam's Dominions; page 246)

म्हैसूर प्रांताचा सुपरिटेन्डन्ट लिहितो, "विविध समाजगटाचे नेते हे आपल्या जातीच्या समाजाचे नाव बदलावे म्हणून अफाट कष्ट घेतात. नवीन नावाच्या आधारासाठी ते 'सन्नड' आणि 'खरिता' यांमधील (विविध प्राचीन पोथ्यांमधील) संदर्भ, उतारे शोधून आणतात आणि विचारविनिमय केलेल्या जुन्या चर्चांचे रेकॉर्ड चाळतात. त्यातला संदर्भहीन असलेला व संदर्भ असलेला मजकूर मोठ्या प्रमाणात गोळा करतात. आपापल्या जातींची जुनी नावे त्यांना आता आवडेनाशी झालेली आहेत. कधीकधी त्या समाजगटाला असे वाटते की आपल्याला संपूर्ण समाजात खरोखरीच एक वरचे स्थान आहे, अन् जुन्या नावामुळे ते स्थान नाकारले गेले आहे. आता नवीन नावे धारण केली की आपले ते स्थान परत लाभावे आणि आपल्या जातीबद्दल लोकांचे जुने ग्रह, समजुती या टाकून दिल्या जाव्यात." अशी इच्छा करणे हे नैसर्गिक आहे, स्वाभाविक आहे. पण नेमके याउलट 'अनुसूचित जाती' या शब्दप्रयोगाचा आग्रह धरला जात आहे. 'हरिजन' हा शब्द न वापरता त्या जाती 'दलित' हा शब्द वापरतात. अन् 'दलित' म्हणजे दडपलेले, तुडवले गेलेले!

सुपरिटेन्डन्ट पुढे लिहितो, "त्यांच्या मागण्यांना दोन बाजू आहेत. समाजात स्वत:च्या जातीचा आदर वाढत जाण्याची ती एक खूण असल्याने त्याचे स्वागत केले पाहिजे. प्रत्येक समाजगटाला आपले सामाजिक स्थान वरचे आहे असे वाटले पाहिजे आणि त्या वरच्या स्थानाला अनुकूल असे वागण्याची त्यांना आंतरिक तळमळ असली पाहिजे. जर जातीचे नवीन नाव धारण केल्याने त्या जातीचा विकास होऊ शकत असेल; तर नवीन नावाला कोणाचाही विरोध नसावा." दुसऱ्या काही उदाहरणांमध्ये त्या सुपरिटेन्डन्टने नमूद केले आहे की, "त्यांची तशी धडपड चाललेली पाहून मात्र खेद होतो. कारण त्या समाजाचे नेते आपल्या समाजाचे अथवा जातीचे नाव बदलण्यासाठी एवढे अफाट कष्ट घेतात. पण आपल्या जातीचे जीवनमान उंचावण्यासाठी मात्र किंचितच प्रयत्न करतात." (संदर्भ : जनगणना अहवालातील Mysore, page 315-19)

प्रतिसादातील जोरदार भिन्नता

लोकांच्या मागण्यांची अशी आवेदनपत्रे आणि त्यांनी पुढे केलेले लेखी उतारे यांचा

अभ्यास केला असता असे दिसून येते की, निरनिराळ्या जातींमधील उतारे भिन्न भिन्न आहेत. एका मागोमाग एकेक अहवालात ते किती भिन्नही आहेत ते नमूद केलेले आहे. जनगणना खात्याचा कमिशनर व सुपरिटेन्डन्ट मंडळी यांनी भिन्नतेच्या जोरदार चढउतारावर थोड्याशा मनोरंजनच्या दृष्टिकोनातून शेरे मारले आहेत. विविध जातीजमातींमधील लोकांनी आपल्या समाजाचे आपणच उद्धारकर्ते झाल्यावरती जे काही प्रयत्न केले व पुरावे पुढे केले, त्यात प्रचंड भिन्नता होती. त्यामध्ये त्या त्या समाजाच्या पद्धतींचे दर्शन आणि त्यांचा क्रोध फक्त प्रतिबिंबित होतो. पण त्यामुळे आकडेवारीमधील विश्वासार्हतेवरती परिणाम झाला. अन् तरीही आमचे आरक्षणवादी, जनगणनेचे आकडे हे जणू काही पुराणात लिहिलेले आहेत असे समजून ग्राह्य धरतात.

ओळीने झालेल्या पाच जनगणनेच्या अहवालांच्या आकडेवारींचा तुलनात्मक अभ्यास करून यीट्स याने लिहिले आहे, "त्या आकडेवारीकडे एक दृष्टिक्षेप टाकल्यावर असे सहज लक्षात येते की प्रत्येक जनगणनेच्या आकडेवारीत अन्य जनगणनेपेक्षा खूपच तफावत आहे. ती तफावत एवढी आहे की आकडेवारीत ते मोठमोठे व वाटेल तसे चढउतार असणे हा जणू काही येथे एक नियमच बनला आहे. नेहमीच्या घटकांचे परिणाम हे कल्पनातीत व अनपेक्षित आहेत.'' आकडेवारीतील चढउतार एवढेच वैशिष्ट्य नाही, "तर त्या आकडेवारीच्या तक्त्याकडे पाहिले की *जातिनिहाय जनगणना निरुपयोगी आहे* हेही त्यावरून समजून येते. जेव्हा कपडे बदलावीत तसे माणसे आपल्या जातींची नावे बदलत असतात, तेव्हा जनगणना बळेबळे जातींच्या नावानुसार करण्यात फारसा अर्थ नसतो. अहवालातील तक्त्यावरून एवढाच ठाम निष्कर्ष निघतो की जातींच्या नामबदलात चांगलाच प्रवाहीपणा आहे, ती नावे सतत बदलत असतात. बाकी प्रत्येक जातीच्या एकूण संख्येला मग जेमतेमच किंमत देता येते.'' (संदर्भ : जनगणना अहवालातील Madras, page 334) अन् तरीही आरक्षणवादी, जनगणना अहवालातील आकडेवारी ही एखाद्या धर्मग्रंथाप्रमाणे शिरसावंद्य मानतात.

यीट्स पुढे लिहितो, "अंबट्टन जातीच्या आकडेवारीत तर सर्वांत जास्त तफावत सापडते. पूर्वी या जातीची लोकसंख्या २,२७,००० नोंदलेली होती. ती आता १०,००० असल्याचे दिसते. कारण या जातीची माणसे दुसऱ्या जातीत गेली! गोला जातीची अशीच अवस्था आहे. यांचीही लोकसंख्या कमी झालेली आढळते. त्याचबरोबर यादव जातीची लोकसंख्या का फुगलेली आहे याचाही खुलासा होतो. कलिंगी जातीची लोकसंख्या वाढलेली आहे. बहुधा कलिंगी जातीच्या कमी झालेल्या लोकसंख्येचा तो परिणाम असावा... कल्लान व मखान जातीची माणसे तर आता आढळतच नाहीत. अशाच कोणत्या तरी अज्ञात घटकांमुळे ती

सापडत नसावीत. अंबट्टन जातीची लोकसंख्या जवळजवळ नाहीशी होण्याचे जे कारण आहे, तेच कारण मंगाल जातीच्या बाबतीत लागू होते. तीही जात आता फारशी सापडत नाही. १९२१ सालच्या जनगणनेत वणिया जातीची जी लोकसंख्या नोंदलेली होती त्याच्या निम्मीच लोकसंख्या आता या जातीची आहे... तेलुगू धोबी जातीच्या संख्येत हळूहळू वाढ होत गेल्याचे दिसते. परंतु ते ज्या विभागात राहतात त्या विभागातील लोकसंख्या वाढीचा जो दर आहे त्यापेक्षा मंद गतीने धोबी जातीची वाढ होते आहे. याच व्यवसायातील तमिळ प्रांतातील धोब्यांच्या संख्येत २० टक्क्यांनी घट झाली आहे. या दोन्ही प्रकारच्या, म्हणजे घट व वाढ याबाबतीत, 'जातीचे भपकेदार नाव' या घटकामुळे खरी परिस्थिती बहुधा झाकली जात असेल, असेच वाटते..." आपल्या जातीतून मुक्त होण्यासाठी जनगणनेचा असा परिणाम व्हावा याबद्दल यीट्स याला मोठी गंमत वाटते. तो पुढे लिहितो, "चक्कीलियान जात तशी बऱ्यापैकी समाधानी वाटली. पण अशाच माडिगा जातीतील माणसे उत्तर भागामध्ये कातड्याच्या व्यवसायात होती. त्यांची लोकसंख्या मात्र १६ टक्क्यांनी घटली होती. त्यांचेच पूर्वापार हाडवैरी असलेल्या माला जातीची लोकसंख्या दहा लाखाने कमी झालेली होती. तर दक्षिण भागात पराईयान जातीची लोकसंख्या साडेबारा लाखाने कमी झालेली आढळली. तोटी जातीची माणसे तर शोधूनही सापडेनात..." (संदर्भ : जनगणना अहवालातील Madras, page 334-35)

सेंट्रल प्रॉव्हिन्सेन्स अँड बेरार विभागातील लोकसंख्येतील वाढ व घट याबद्दल शूबर्ट अशीच उदाहरणे देत लिहितो, "कुणबी जातीमध्ये गेल्या दहा वर्षांत अशी प्रवृत्ती वाढत गेलेली आहे की ते स्वत:ला मराठा जातीचे म्हणवून घेतात. यामुळे त्यांच्या लोकसंख्येच्या वाढीचा वेग हा मंद झालेला दिसतो. अन्य जातींच्या लोकसंख्या वाढीच्या वेगाएवढा त्यांच्या वाढीचा वेग नाही, तो कमी पडतो. मराठा जातीची वाढ ही १९०१ सालच्या तुलनेत ३०७ टक्के वाढलेली आहे. याचा स्पष्ट अर्थ असा की अन्य काही जाती मराठा जातीत सामील झाल्या आहेत. इतर जातींच्या बाबतीत हाच घटक जाणवतो... म्हाळी ही न्हावी जात मराठा जातीतील एक भाग असून त्यांच्या लोकसंख्येत ८२ टक्के वाढ झालेली आहे. त्या मानाने नाई जातीची वाढ फार कमी आहे. म्हाळी व नाई या दोन्ही जातींबद्दल आधीच्या जनगणनेत गोंधळ उडालेला होता." (संदर्भ : जनगणना अहवालातील Central Provinces and Berar, page 368-69)

इतर प्रांतांतही अशीच उदाहरणे व तोच घटक दिसून येतो. त्यात काहीही वेगळेपणा आढळत नाही. उदाहरणार्थ, आसाममधील काही समाजगट हे गूढपणे अन्य जातींत विलीन पावलेले दिसतात.

दरवर्षी आरक्षणाच्या मर्यादा वाढत आहेत. त्या मागचे नेमके काय कारण

असावे हे वाचकाला समजण्यासाठी भूतकाळातील जनगणना अहवालातील उतारे व खुलासे येथे दिले आहेत. पूर्वी प्रत्येक जातीच्या संघटना किंवा जातसभा यांनी चळवळी करून आपल्या जातीचा समावेश वरच्या पायरीवरील जातीमध्ये यशस्वीपणे करून घेतला. आता त्याच जातींनी आपला समावेश हा अनुसूचित जाती किंवा मागास जाती या वर्गात घालण्यासाठी यशस्वी चळवळी केल्या!

परंपरांचा त्याग आणि स्वीकार

आणखीही एक नैसर्गिक घटक आपला प्रभाव दाखवू लागला होता. जर त्या घटकाला अडथळा केला नसता तर त्याचे क्रांतिकारी सामाजिक परिणाम एव्हाना दिसून आले असते. एकेका प्रांताचे जनगणना अधिकारी हे आपले अहवाल पाठवू लागून त्यात म्हणू लागले की, "सामाजिकदृष्ट्या ज्या जाती हलक्या किंवा खालच्या समजल्या जात आहेत त्या आता वरच्या जातीत आपली गणना व्हावी म्हणून मागासवर्गीयांच्या समजल्या जाणाऱ्या परंपरा, रूढी ह्यांचा त्याग करू लागल्या आहेत... 'आम्ही आता गोमांस खात नाही, दारू पिणे सोडून दिले आहे,' असे काही वनवासी जमाती म्हणू लागल्या आहेत. वरच्या जातीत जाण्यासाठी त्यांनी त्या गोष्टीचा त्याग केलेला होता हे समजून येते." (संदर्भ : जनगणना अहवालातील Bengal and Sikkim, page 425)

आसाममधल्या काही जाती ह्या हलकेपणा दर्शवणारी म्हणजे मिठाईच्या पेट्या व पालख्या वाहून नेणे इत्यादी कामे करण्याचे नाकारू लागल्या. त्या जाती आता गळ्यात ताईत, गंडेदोरे वगैरे घालू लागल्या. आपल्या सवयी व जीवनशैली ही अधिक स्वच्छ व आरोग्यदायी आहे हे ठळकपणे इतरांना जाणवेल अशा रितीने ते वागू लागले. मांसासाठी डुकरासारखे प्राणी पाळणे हे अस्वच्छतेचे लक्षण आहे असे इतर जाती मानत असल्याने त्यांनी वराहपालन सोडून दिले. दारू पिणे व तंबाखू ओढणे ते आता टाळू लागले आहेत. ठराविक दिवशी नेमाने उपवास करू लागले. गायीला ते पवित्र मानू लागले. गुराढोरांचे मांस खाणे टाळू लागले. वरच्या जातीत ज्या देवतांचे पूजन केले जाते त्या देवतांच्या मूर्तींची पूजा करू लागले. अल्पवयीन मुलींचे विवाह करणे त्यांनी बंद केले. लग्न समारंभ व अंत्यसंस्कार यांवरील उधळपट्टी आता टाळली जाऊ लागली. आणखी चांगले व्यवसाय सुरू करण्यासाठी त्यांनी निर्धारपूर्वक पावले टाकली. हे सर्व घडवून आणण्यासाठी त्यांच्या जातींच्या संघटनांनी पुढाकार घेतला होता व सुरुवातीची कार्ये केली होती.

या साऱ्या धडपडी आपले 'संस्कृतीकरण' (Sanskritization) करण्यासाठी त्यांनी चालवलेल्या होत्या. हा 'संस्कृतीकरण' शब्द नंतर वापरला जाऊ लागला. अन् ही सारी धडपड वरच्या जातीत समाविष्ट होण्यासाठी होती. मात्र काही

अतिमहत्त्वाकांक्षी लोकांनी विधवांचे पुनर्विवाह बंद केले; तर काहींनी स्त्रियांना 'पडदा' पद्धत पाळायला लावली; तर काहींनी आपल्यापेक्षा खालच्या जातीच्या माणसांच्या हातचे अन्नपाणी घेण्यास नकार देणे चालू केले. त्या खालच्या जातींपासून ते आता जास्तीत जास्त दूर राहण्याचा प्रयत्न करू लागले. जनगणना अधिकाऱ्याच्या मते, "सज्ञान झालेली हिंदू मंडळी आता परत मागे फिरत होती. प्रतिगामीपणा दर्शवणाऱ्या परंपरा स्वीकारीत होती." (संदर्भ : जनगणना अहवालातील Assam, page 207, 218; Bengal, page 425; Central Provinces and Berar, page 355; Bihar and Orissa, Pages 268-69)

आणि आता

वाईट परंपरांचे त्याग आणि स्वीकार काहीही असू दे, परंतु ही सारी धडपड वरती येण्यासाठी, आपल्या जातीची उन्नती करण्यासाठी होती. आपल्या जातीला सामाजिक फूटपट्टीवरती अधिक वर नेण्यासाठी होती. त्यांच्या त्या निर्धारपूर्वक केल्या जाणाऱ्या प्रयत्नांमुळे अस्वच्छतेला वाव देणाऱ्या परंपरा, रूढी यांना फाटा दिला जाऊन त्यांचा त्याग केला जात होता. अन् तेव्हापासून पुढे काय होत गेले? आता काय झाले आहे? यासाठी गुजरातमधील उदाहरण अभ्यासण्याजोगे आहे.

याच पुस्तकात अनत्र कोठे तरी उल्लेखल्यानुसार 'बक्षी आयोग' हा आता मागासवर्गातील जातींची यादी बनवू लागला. पण त्यामुळे एवढी आंदोलने छेडली गेली की एप्रिल १९८१ मध्ये गुजरात सरकारला तो आयोग रद्द करून त्या जागी नवीन 'राणे आयोग' नेमावा लागला. श्री. सी.व्ही. राणे हे उच्च न्यायालयाचे माजी न्यायाधीश होते. त्या आयोगाने अफाट प्रवास केला आणि असंख्य प्रतिनिधी मंडळाकडून त्यांची आवेदनपत्रे स्वीकारली. जातींच्या पायावरती आरक्षणे ठेवल्याने समाजावर काय परिणाम होतो हे त्या आयोगाने ढिगांनी गोळा केलेली कागदपत्रे वाचल्यावर समजून येईल. आयोग या संदर्भात म्हणतो, "ज्या जाती आपल्याला सामाजिकदृष्ट्या व शैक्षणिकदृष्ट्या मागासलेले समजावे म्हणून आरडाओरडा करीत होत्या, त्याच जाती (आयोगासमोर) जातीच्या उतरंडीमध्ये आपले स्थान खूप वरचे आहे असा अजूनही दावा करीत आहेत... आयोगासमोर आलेल्या जातींच्या प्रतिनिधींनी ज्या तऱ्हेने आपली निवेदने मांडून आपली जात ही कशी सामाजिकदृष्ट्या व शैक्षणिकदृष्ट्या मागासलेली आहे हे सांगितले, त्यावरून असे दिसते आपल्या जातीला मागासवर्गाची लेबले लावण्यामागे खूप संघटित प्रयत्न केले गेलेले आहेत. पण असे काही करणे म्हणजे घड्याळाचे काटे मागे फिरवण्यासारखे आहे." न्यायमूर्ती राणे व त्यांचे सहकारी यांनी नोंद करताना म्हटले आहे, "ज्या जाती एके काळी आपण जातीच्या उतरंडीत वरच्या स्थानी आहोत असा दावा करीत होत्या

आणि आपल्या जातीचा पुरोगामी कल दाखवीत होत्या, त्याच जाती आता नेमके त्या उलट करीत असून आपण सामाजिकदृष्ट्या व शैक्षणिकदृष्ट्या मागासवर्गीयांतील आहोत म्हणून आमच्यासमोर दावा करू लागल्या आहेत. हे पाहून आम्हाला मोठे दु:ख होते.''

या आयोगाने महत्त्वाच्या वळणावरचा एक मुद्दा येथे बरोबर पकडला आहे. जातींच्या या दृष्टिकोनातील बदलांची मुळे कशात आहेत याबद्दलचे विवेचन त्यांनी दिले आहे. पहिल्या मागासवर्गीय आयोगाने २,३९९ मागसवर्गीय जातींची यादी बनवली होती आणि त्या जातींना काही सवलती बहाल केल्या होत्या. राणे आयोग म्हणतो की, ''समाजिकदृष्ट्या व शैक्षणिकदृष्ट्या मागासलेल्या जातींना विविध प्रकारच्या सवलती, लाभ, शिक्षणसंस्था व राज्य सरकारच्या नोकऱ्यांत आरक्षण इत्यादी मिळवून दिले जात आहेत, ते सर्व पाहता गुजरातमधील जातींवरती मोठा परिणाम झालाा आहे. बहुसंख्य जातींनी आपण सामाजिकदृष्ट्या व शैक्षणिकदृष्ट्या मागासलेलो आहोत असे दावे करण्यासाठी संघटित प्रयत्न सुरू केलेले आहेत. त्यांच्या विचाराच्या दृष्टिकोनातील हा बदल हा मागासवर्गीयांसाठी असलेले विविध प्रकारचे लाभ मिळवण्यासाठी आहे. त्यासाठी आपली जात कशी पात्र आहे हे ते दाखवू पाहतात.''

आयोगाच्या अहवालात एक समाजवैज्ञानिक श्री. आय.पी. देसाई यांनी अहवालाला पुष्टी देणारे आपले मत शेवटी जोडलेले आहे. त्यामध्ये त्यांनी आणखी एका मुद्द्याकडे लक्ष वेधून धेतले आहे. तो मुद्दा असा : एखाद्या व्यक्तीचा अगर समाजगटाचा व्यवसाय हा पारंपरिक रितीने चालत आला असेल, उदाहरणार्थ केस कापण्याचा व्यवसाय, तर त्या व्यक्तीच्या किंवा गटाच्या संबंधाचे जाळे आता पूर्णपणे बदलून गेलेले आहे. सलूनच्या मालकाचे व त्याच्या नोकरांचे जुने 'मनमानी' संबंध बदलले जाऊन तिथे आता मालक नोकरात करार होऊन व्यक्तीला कामावरती ठेवले जाते. मालक व न्हावी यांच्यातले संबंध, न्हावी आणि गिऱ्हाईक यांच्यातील संबंध हे सर्व पार बदलून गेले आहेत.

आयोगाच्या अहवालात म्हटले आहे, ''आम्हाला असे आढळले आहे की, काही जाती ह्या केवळ आपल्याला मागासवर्गीयात घालावे म्हणून आपले अवमूल्यन एवढ्या थराला जाऊन करतात की, त्यासाठी आपल्या जातीत नसलेल्या दुर्गुणांचा व मागासलेपणाच्या निदर्शक असणाऱ्या अन्य घटकांचा निर्लज्जपणे स्वीकार करून तसा दावा करतात अशा जातींनी आपले मागासलेपणाचे दावे अत्यंत अतिरंजित स्वरूपात आयोगापुढे सादर केलेले आहेत.'' एका जातीच्या प्रतिनिधीच्या आवेदनपत्रात तर त्यांनी आपल्या जातीच्या मागासलेपणाच्या दाखल्यासाठी आपल्या जातीत मद्यपान नेहमी बोकाळलेले असते असे बेधडक म्हटलेले आहे. गुजरातसारख्या

राज्यात दारुबंदी असताना असा दावा केला जातो आहे हे विशेष! ''परंतु केवळ आपली जात मागासवर्गात घातली जावी या मोहापायी, ते सरळ आपल्याच जातीवरती मद्यपानासारख्या दुर्गुणांचे शिंतोडे उडवायला कमी करत नाहीत.''

या सर्व कारणामुळे आयोगाने मुद्दाम भर देऊन सांगितले आहे की, मागासलेपणा ठरवण्यासाठी जातींचा वापर बिलकूल करू नये. तसा तो केला तर त्यामुळे जातिपद्धतीचे वाईट परिणाम हे चालू ठेवू दिल्यासारखे होईल, असे आवर्जून म्हटले आहे. आपल्या घटनाकारांनी एका जातीमुक्त समाजाच्या निर्मितीचे ध्येय समोर ठेवले होते. पण जातींचा मागासलेपणा ठरवण्याच्या पद्धतीमुळे जातींची जाणीव आणि जातीयवादी राजकारण यालाच महत्त्व मिळत गेले. राणे आयोग म्हणतो, ''आमचा असा ठाम दृष्टिकोन आहे की, मानवतावाद मानणारा समाज निर्माण करण्याच्या प्रक्रियेत जातिव्यवस्था हा एक मोठा अडथळा असतो आणि जातींवरून मागास वर्ग ठरवण्याचा निकष मानला तर जातिव्यवस्थेच्या वाईट परिणामांचे विष हे दूर न होता ते तसेच पुढे चालू राहील.'' श्री. आय.पी. देसाई हे आपल्या मतप्रदर्शनात म्हणतात, ''ब्रिटिश काळात आणि त्या आधीच्या काळात सत्ताधाऱ्यांनी जातिव्यवस्थेला कायदेशीरपणा बहाल केला होता. अन् आज राज्य सरकार आपल्या कृतीने नेमके तेच करीत आहे. चाळीस वर्षांपूर्वी मात्र असे काही करण्याची भाषा वापरली जात नव्हती... दुर्दैवाने ज्यांना खास सोयी-सवलती द्यायच्या आहेत त्या जाती ठरवण्यासाठी सर्व आयोग हे जातींनी पछाडलेले दिसतात.'' आज कोणताही व्यवसाय हा शुद्ध किंवा अशुद्ध मानला जात नाही. पण तो व्यवसाय शारीरिकदृष्ट्या स्वच्छ किंवा अस्वच्छ आहे हे पाहिले जाते.

राणे आयोग आपल्या अहवालात शेवटी निष्कर्षाप्रत येताना लिहितात, ''म्हणून आम्ही शक्य तितकी अशी शिफारस करतो की एखाद्या समाजगटाचे सामाजिकदृष्ट्या व शैक्षणिकदृष्ट्या मागासलेपण ठरवण्यासाठी अशी एखादी पद्धत वापरावी की त्यामुळे मागासवर्गातील लोकांना आपला मागासलेपणा पटवून देण्याच्या चिंतेपोटी आपल्या जातींना नसते दोष व दुर्गुण चिकटवून, नसलेल्या त्रुटी दाखवून आपलीच बदनामी करण्याचा मोह होऊ नये.'' मागासलेपणा हा जातीवरून न ठरवता, व्यवसायावरून ठरवण्यात एक फायदा असतो. तो फायदा कोणता हे सांगताना आयोग म्हणतो, ''व्यवसायावरून मागासलेपणा ठरवावा हे तत्त्व जर स्वीकारले, तर त्यामुळे जे मागास ठरतील ते अत्यंत मेहनत करून आपला मागासलेपणा दूर करू शकतील. त्यासाठी त्यांची इच्छाशक्ती पणाला लागेल, मग ते आपल्या व्यवसायातील समस्यांचा विचार करून, अफाट मेहनत घेऊन आपला व्यवसाय सुधारतील किंवा बदलतील. त्यासाठी ते आपली बुद्धी चालवतील व व्यावहारिक मार्ग चोखाळतील. पण जर केवळ जातीमुळे एखाद्या व्यक्तीला मागासलेपणा

चिकटला, तर त्याची जात तो मरेपर्यंत त्याला सोडून जात नसल्यामुळे, त्याला चिकटलेला सामाजिक व शैक्षणिक मागासलपेणाही त्याला मरेपर्यंत चिकटून राहील... थोडक्यात, जातीखेरीज अन्य निकष वापरल्याने त्या मागासलेल्या जातींना आपल्याला चिकटलेला मागासलेपणा हा झटपट झटकून टाकण्यासाठी एक प्रकारचे उत्तेजन दिल्यासारखे होईल.'' (संदर्भ : Govt. of Gujrat, Report of the Socially and Educationally Backward Classes (Second) Commission, Vol. I, Govt. of Gujrat, 1983, Page 47-48, 52-54, 67-68, 107-08, 113-14. याखेरीज K. C. Vasanth Kumar Vs. State of Karnatak, 1985, supp. SCC. 714, at 732-33, para 24)

आपल्या जातीयवादी राजकारणाने भारलेल्या राजकीय नेतेमंडळींना 'मागासलेपणा' ठरवण्यासाठी जातीखेरीज दुसरा कोणताही निकष का मान्य नाही, हे यावरून अचूक लक्षात येईल! काही समाजगटांना भडकवण्याची व घाबरवण्याची त्यांची इच्छा आहे. असे झाले की त्या समाजगटाचा बळी घेतला जाईल व मगच त्याच्यात कट्टरपणा भिनेल.

९.

विरळ व धूसर गोष्ट ही घनदाट स्वरूपात नेली

एम.डब्ल्यू.एम. यीट्स हा आता जनगणना खात्याचा कमिशनर बनला. १९४१च्या जनणनेसाठी तयारी करण्याचे काम सुरू झाले. त्याने असे ठरवले की येथून पुढे लोकांच्या जातींची जनगणनेत नोंद करायची नाही. त्याच्या या निर्णयाबद्दल प्रश्न विचारले जाऊ लागले. सर रेजिनाल्ड मॅक्सवेल हे त्या वेळी गृहखात्याचे सभासद होते. त्यांना हा निर्णय आवडला नाही. हेच ते रेजिनाल्ड मॅक्सवेल ज्यांनी ॲडिशनल सेक्रेटरी सर रिचर्ड टॉटेनहॅम यांच्या सहकार्याने 'चले जाव' चळवळ हाणून पाडण्याचे काम केले. त्या वेळी पी.सी. जोशी कम्युनिस्ट पक्षाचे जनरल सेक्रेटरी होते. रेजिनाल्ड मॅक्सवेल यांनी त्यांच्याबरोबर गुप्त बैठका घेऊन 'चले जाव' चळवळीला सुरुंग लावण्याचे कम्युनिस्ट पक्षाकडून वचन घेतले. मग ती कम्युनिस्ट मंडळी त्या चळवळीवरती नजर ठेवून आपल्या उपयुक्त कामाचे अहवाल गुपचूप सरकारकडे पाठवू लागले. (हा सारा वृत्तान्त प्रस्तुत लेखकाने आपल्या Worshipping False Gods, ASA, N.Delhi, 1997 या पुस्तकात आणि 'The Only Fatherland', Communists, 'Quit India' या पुस्तकात दिलेला आहे.)

परंतु यीट्स आपल्या निर्णयावरती पक्का होता. १९३९ मध्ये सरकारने विचारणा केली की येत्या जनगणनेत जातींच्या नोंदी का करायच्या नाहीत. या खेरीज नोंद करण्यात येणाऱ्या प्रत्येक व्यक्तीच्या उत्पन्नाचे स्रोत, उत्पन्नाची पातळी वगैरेंच्याही नोंदी घ्याव्यात असे त्याला सुचवले गेले. त्याने उलट लिहून कळवले की प्रत्येक नवीन बाब नोंदवायची असेल तर तेवढ्यासाठी जनगणनेचा खर्च अफाट वाढेल आणि त्यानंतर त्या माहितीचे वर्गीकरण करण्यासाठी त्याहीपेक्षा जास्त खर्च येईल. त्याने त्यासंबंधातल्या फायलीवरती लिहिले, "केवळ तपशिलासाठी तपशिलात शोधत गेले तर हा एक खड्डा बनेल व त्यात आमचे आकडेशास्त्रज्ञ वारंवार अडकून पडतील. शिवाय आमच्या कामावर लक्ष ठेवणारी जनताही त्या खड्ड्यात वारंवार पडेल. म्हणून मी अगदी ठामपणे ठरवले आहे की भारतीय जनगणना खात्याने अशा

गोष्टी टाळाव्यात... काही बौद्धिक कारणांसाठी असला तपशील गोळा करण्याच्या मी विरुद्ध आहे. पण ही गोष्ट बाजूला ठेवून दिली तरी एक महत्त्वाची गोष्ट मात्र नक्कीच विचारात घेण्याजोगी आहे. ती म्हणजे खर्च व व्यावहारिकता या दृष्टिकोनातून पाहता भारतीय जनगणना खाते हे आपल्या प्रशासनाच्या क्षमतेच्या पार कळसाला पोचले आहे. या खात्याच्या कामाची व्याप्ती लक्षात घेता आता मात्र पुरेपूर काळजी घ्यायला हवी. जर आता पाहणी करताना अविचाराने जादा माहिती गोळा केली जाऊ लागली, तर अंगावर घेतलेले एक ऐतिहासिक व चांगले काम दलदलीच्या गाळात रुतून जाऊन बसेल.'' (संदर्भ : National Archives, File 1/1/39-Public)

यीट्सला सांगण्यात आले होते की काही प्रांतिक सरकारांनी पाहणी करताना जातींच्या नोंदी न करण्याला हरकती घेतल्या आहेत. म्हणून मग यीट्सने जातींचे ढोबळ वर्ग पाडून त्या तक्त्यात जातींची माहिती भरण्याचे ठरवले. ते ढोबळ वर्ग असे : ब्राह्मण, अन्य हिंदू, अनुसूचित जाती आणि आदिवासी जमाती. परंतु अशा ढोबळ वर्गवारीने मॅक्सवेलचे समाधान होईना. ''जातींची वर्गवारी करायची नाही की तिची गणनाही करायची नाही हे स्पष्ट झाले नाही. यीट्सच्या मनात नक्की काय होते ते समजत नाही,'' अशा अर्थाची नोंद मॅक्सवेलने विस्तारपूर्वक करून ठेवली आहे. तो पुढे लिहितो, ''अनुसूचित जाती आणि आदिवासी जमात यांची गणना तो 'अन्य हिंदू' या वर्गात का करतो तेही समजत नाही. तसे जर खरोखरीच यीट्सच्या मनात असेल तर फक्त ब्राह्मण व अन्य हिंदू एवढीच वर्गवारी होईल... तसेच बहुतेक सर्व प्रांतिक सरकारेही जातींच्या नोंदीची मागणी करीत आहेत. त्यांच्या मते सामाजिक रचनेत जात ही एवढी गुंतलेली आहे की ती आता आपल्याला वगळता येणार नाही. जरी काही प्रांतिक सरकारे ढोबळ हिंदू समाजरचनेच्या वर्गवारीला मान्यता देत असली तरी बाकीची सर्व सरकारे जातींच्या नोंदींची तपशीलवार माणगी करीत आहेत हे विसरता येणार नाही. कारण त्यांच्या या मागणीला योग्य ते वजन आहे.''

याचा परिणाम शेवटी होम सेक्रेटरी कॉन रॅन स्मिथ व यीट्स यांच्या बैठकीत झाला. नंतर हे दोघे व मॅक्सवेल यांच्यात एक बैठक झाली. १९३१च्या जनगणनेत विचारले गेलेले प्रश्न हे तसेच्या तसे १९४१च्या जनगणनेत विचारावेत असे ठरले. पाहणी करताना प्रश्न केल्यावर नागरिक जी उत्तरे देतील ती तशीच नोंदवून घ्यावीत. सर्व पाहणी झाल्यानंतर जातींची वर्गवारी करून ती तक्त्यात कशी भरावयाची हे नंतर जनगणना खात्याला किती निधी उपलब्ध करून दिला जातो त्यावरती अवलंबून राहील. असे निर्णय तिघांच्या बैठकीत घेतले गेले. त्या बैठकीच्या इतिवृत्तात लिहिलेले आहे, ''मॅक्सवेल यांनी हिंदूंमधल्या अनुसूचित जाती आणि आदिवासी जमाती यांची वर्गवारी करण्याबद्दल आपल्या शंका व्यक्त केल्या... त्यावर असा खुलासा करण्यात आला की, एखादी व्यक्ती अनुसूचित जातीतली

असेल व तिचा धर्म हिंदू असू शकेल. परंतु विचारले जाणारे प्रश्न हे स्पष्ट व स्वच्छ असतील आणि त्यांना वेगवेगळी उत्तरे मिळू शकतील.'' (संदर्भ : National Archives, File 45/9/40-Public)

नंतर जनगणना अधिकाऱ्यांची एक परिषद बोलावली गेली. त्या परिषदेचा गोषवारा होम सेक्रेटरीला कळवताना यीट्सने लिहिले, ''गृहखाते जातीच्या प्रश्नावरती सतर्क असल्याने मी आपणास हे कळवत आहे की, पाहणी करताना जातीचा प्रश्न तपशिलात जाऊन विचारणे व ती माहिती गोळा करणे हे जनगणना अधिकाऱ्यांच्या क्षमतेबाहेर आहे किंवा पुरेशा पैशाअभावीही ते शक्य नाही. पाहणी करताना फक्त एका प्रश्नाद्वारे ती माहिती विचारता येईल. परंतु पश्चिमी प्रांतात मुस्लीम जमातींना, सध्याच्या आपल्या जमातीकडे पाठ फिरवून हिंदुस्थानातील मूळ आदिवासी जमातीकडे जाणे हे सुरक्षिततेच्या दृष्टीने योग्य वाटते. यामुळे मी अशा निष्कर्षाला आलो आहे की पाहणी करताना फक्त एकच प्रश्न विचारून लोकांपुढे त्याचे तीनच पर्याय ठेवायचे. ते म्हणजे जनसमूह (Race), जमात (Tribe), किंवा जात (Caste) यामुळे जी उत्तरे मिळतील त्यातील जातींच्या बेरजा केल्या तर त्यातून एकूण हिंदूधर्मीय किती आहेत ते आपोआपच कळेल. परंतु परिषदेमधील सर्वसाधारण भावना अशी आहे की, धर्माचा प्रश्न विचारला गेला नाही तर काही गैरसमज होण्याचा दाट संभव आहे. म्हणून दोन प्रश्न विचारायचे ठरले आहेत. 'जनसमूह, जमात किंवा जात' हा एक प्रश्न आणि 'धर्म' हा दुसरा प्रश्न. तथापि, मला येथे अधिक भर देऊन म्हणायचे आहे की, 'ब्राह्मण, हिंदू व अन्य हिंदू धर्माच्या अनुसूचित जाती व जमाती' अशा तीन ढोबळ वर्गवारीखेरीज आणखी तपशिलात जाऊन वर्गवारी करू नये. अन् जरी तशी वर्गवारी केली तरी त्याला काहीही अर्थ राहणार नाही.'' यीट्सच्या ह्या उत्तरानुसार असे दिसते की तो आपल्या मुद्द्याला चिकटून राहत होता. त्याचे पुढचे वाक्य मात्र मॅक्सवेलच्या दबावाचा प्रभाव दर्शवते. ''धार्मिक जनसमूहांची वेगवेगळी बेरीज उदाहरणार्थ, हिंदू, मुस्लीम, अनुसूचित जाती इत्यादी केली जाईल.'' याचा अर्थ असा की हिंदू धर्मामधून अनुसूचित जातींना बाहेर काढले जाईल. यीट्सने शेवटी असे लिहिले आहे की, ''जर याखेरीज अधिक वर्गवारीचा तपशील हवा असेल तर त्याचा खर्च त्या त्या प्रांताने द्यावा.''

यामुळे १९३१च्या जनगणनेत पाहणी करताना लोकांना जे प्रश्न विचारले जायचे ते प्रश्न बदलले गेले नाहीत. पाहणीच्या वेळी आपली कोणती जात चालू ठेवून सांगायची ही गोष्ट हिंदूंवरतीच सोडून देण्यात आली! याबद्दल भाई परमानंद यांनी विधानसभेत प्रश्न विचारला असताना, मॅक्सवेलच्या उत्तराचीच पुनरावृत्ती सांगण्यात आली. ''जनगणनेत कोणती जात नमूद करायची ही काही नवीन बाब नाही. जर हिंदूंच्या एखाद्या समाजगटाला जातीपद्धत चालू राहायला हवी असेल,

किंवा काही खास लाभ मिळवण्यासाठी अगर अन्य काही हेतूने आपल्या जातीच्या संख्याबळाची नोंद हवीशी वाटत असेल, अन् त्यांनी तरीही जर आपली जात सांगितली नाही, तर त्याबद्दल कदाचित नंतर तक्रार होऊ शकेल.'' या उत्तरात 'तशा सुप्त तक्रारी असणार' असे ध्वनित केले गेले आहे. पुढे असे सांगितले गेले, ''म्हणून, जातीसाठी एक तटस्थ रकाना ठेवणे एवढाच पर्याय उरतो. त्या रकान्यात ती नोंद होईल. मग हिंदूंमधल्या ज्या गटांच्या मनात आपल्या जातीच्या नोंदीबद्दल तिडिक भरलेली आहे ते त्यासाठी उत्तर देणार नाहीत. पाहणी करणाऱ्या कर्मचाऱ्यांना, नागरिकांनी दिलेली उत्तरेच फक्त नोंद करून घ्यावीत अशी सूचना दिलेली आहे. जे नागरिक उत्तर न देऊन आपली जात कळू देणार नाहीत, ते अशा रितीने अन्य समाजगटांना अडचणीत न टाकता आपला हेतू साध्य करू शकतील.'' (संदर्भ : National Archives, File 45/9/40-Public)

एव्हाना १९४१ साल उजाडून जनगणनेच्या कार्यास सुरुवात झाली होती. ब्रिटन हे दुसऱ्या महायुद्धात ओढले गेले होते. त्यामुळे जनगणनेचे कार्य हे कमी गुंतागुंतीचे असणे भाग होते.

परंतु १९३१च्या जनगणनेत जातींचे दोन घटक अडचणीत आणत होते. त्यावर विचार केल्यावरती अधिकाऱ्यांना जातींनुसार वर्गवारी करून ती तक्त्यात भरण्याचे काम सोडून द्यावे लागले. जनगणना कमिशनर यीट्स याने आपल्या पक्क्या अहवालात नमूद करून जातिनिहाय नोंदीचा आग्रह न धरण्याच्या चळवळीने जोर कसा पकडला आहे ते सांगितले आहे. त्या अहवालात म्हटले आहे, ''पाहणीच्या वेळी आपली जात सांगायला नकार देण्याची प्रवृत्ती ही बंगालमध्ये मोठ्या प्रमाणात व अन्यत्र छोट्या प्रमाणात फोफावत गेली.'' यीट्सने १९३१च्या जनगणना कार्याचा जो आढावा घेतला त्यात त्याने असे त्या वेळी म्हटले होते. आणखीही अशा काही अडचणी होत्या की, त्या डॉ. हटन याने तपशिलात जाऊन सांगितल्या आहेत. नवीन जनगणना कमिशनरने डॉ. हटन यांच्या अहवालात याबाबतीत काही भर न घालता तो स्वीकारला. तसेच देशपातळीवरच्या बेरजा न करण्याच्या धोरणामुळेही त्याला हायसे वाटलेले दिसते. शेवटी असे ठरले की, ज्या प्रांत सरकारांना अथवा खासगी अधिकाऱ्यांना जर जातिनिहाय जनगणनेची आकडेवारी हवी असेल, पुढचे वर्गीकरण हवे असेल, तर त्यांनी त्यासाठी जनगणना खात्याला पैसे मोजावेत. याचे कारण अनेकदा प्रांत सरकारला सरकारी नोकऱ्यांचे वाटप जातिनिहाय करायचे असते.

धार्मिक वर्गवारीच्या प्रश्नामुळेही खूप तणाव व दबाव निर्माण झाले होते. विशेषत: पंजाब व बंगालमध्ये ते अधिक स्वरूपात झाले. यीट्स याबद्दल लिहितो, ''जोपर्यंत राजकीय व्यवस्थाप्रणाली ही वेगवेगळ्या जातीजमातींसाठी असलेल्या

मतदारसंघावरती अवलंबून आहे, तोपर्यंत असे प्रश्न हे नेहमीच कठीण व धोकादायकसुद्धा राहतात... लाहोरसारख्या मोठ्या शहरात धार्मिक भावना एवढ्या तीव्र आहेत की त्यामुळे जनगणना खात्याचे रेकॉर्ड नष्ट करायलाही मागे पुढे पाहिले जाणार नाही. या रेकॉर्डचे मूल्य हे त्यांना ओपल्या भावनांपुढे तुच्छ वाटते... जर संयुक्त मतदारसंघ निर्माण केले तर बऱ्याच अडचणी टाळता येतील असे वाटते. जर तसे नाही केले तर आधीपासूनच जनगणनेचे अधिकृत रेकॉर्ड किंवा कागदपत्रे सुरक्षित राहण्यासाठी उपाययोजना आखल्या पाहिजेत.'' हिंदू व मुसलमान यांसाठी ब्रिटिशांनीच निर्माण केलेल्या मतदारसंघाविरुद्ध यीट्सला जास्त काही लिहिता येणे शक्य नव्हते. शिवाय तो आपल्याच सरकारसाठी अहवाल लिहित असल्याने त्याच्या मनावर एक नैतिक बंधन पडत असे.

ब्रिटिश प्रशासन हे एखाद्या गोष्टीचा किती दीर्घकाळ पाठपुरावा करते ते दोन उदाहरणांवरून थोडक्यात समजून येईल. यीट्स लिहितो, ''*धर्माचा* मुद्दा बाजूला सारायलाच हवा आणि जनगणना करताना फक्त एकाच समाजाचा विचार करून प्रश्न विचारायला हवेत, असे दहा वर्षांपूर्वी डॉ. हटन याने म्हटले होते... फक्त आदिवासी जमातींच्या बाबतीत 'धर्म कोणता?' हा प्रश्न विचारावा लागेल. कारण अनेक आदिवासी जमातींचे ख्रिश्चन मिशनऱ्यांनी धर्मांतर केलेले आहे. देशात आणि राजकीय व्यवस्थेत भारतीय ख्रिश्चन हे विचारात घेतले जात असतात. म्हणून त्यांचा एक 'समाजगट' (Community) म्हणून जनगणनेच्या तक्त्यात अंतर्भाव करायला हवा. तसेच 'आदिवासींचे मूळ' ही वस्तुस्थिती अत्यंत महत्त्वाची असल्याने तिलाही सरकारी कागदपत्रांत स्थान मिळाले पाहिजे...''

दुसरे उदाहरण हे 'जातिसमूह, जाती किंवा जात' यांच्या गणनेबद्दलचे आहे. यीट्स म्हणतो की, ''जनगणनेमध्ये हे तीन प्रकार फार पूर्वीपासून धरलेले आहेत. पण तरीही अद्याप यांच्याबद्दल अनेक चुकीच्या कल्पना केल्या जातात. उदाहरणार्थ, अशी एक समजूत होती की मुस्लीम मंडळी ही पुन्हा आपल्या पूर्वीच्या जातीकडे वळतील असे वाटत होते आणि ते तीन प्रकार हे लोकसंख्येतील वेगवेगळ्या घटकांसाठी पर्याय म्हणून योजले होते. निदान सुरुवातीला तरी तसे वाटत होते. पण अद्यापही संपूर्ण लोकसंख्या या तीन प्रकारात पूर्णपणे विभागता येत नाही. जे जनसमूह वन्यजमाती किंवा आदिवासी जमाती यांत मोडतात, त्यांच्यात व जात प्रकारात मोडणाऱ्या जनसमूहात साम्य दिसत नाही. जाती या हिंदू असतात तर जमाती या हिंदू असत नाहीत! (संदर्भ : Census of India, 1941, Vol.I, India, Part II, Administration Report, Manager, Govt. of india Press, Simla, 1942, pages 20-21)''

स्वतंत्र भारताच्या नवीन नेत्यांच्या कल्पना स्पष्ट होत्या व त्यांनी निश्चयपूर्वक

आपल्या मनाशी काही गोष्टी ठरवल्या होत्या. त्यांच्या मते सरकारच्या अधिकृत धोरणांमधून आणि कोणत्याही संस्थेमधून 'जात' या प्रकारची हकालपट्टी झाली पाहिजे. स्वातंत्र्यानंतरच्या पहिल्या जनगणनेच्या परिषदेमध्ये सरदार पटेल यांनी नेहमीच्या सडेतोडपणे जनगणना अधिकाऱ्यांच्या प्रतिनिधींना सांगितले, "यापूर्वी जातींचा तक्ता तपशीलवार भरला जायचा. पण त्याची भारताला त्या वेळी गरज होती. ही गरज काही प्रमाणात 'भारत हा एक जातींचा बुजबुजाट झालेला देश आहे' या कल्पनेला उचलून धरण्यासाठी होती आणि काही प्रमाणात जातींच्या विभागणीवर जे काही प्रशासकीय उपायांचे काम चाले त्यासाठीही होती. पण आता याऐवजी जनगणनेने आपले लक्ष पायाभूत अर्थशास्त्रीय माहिती गोळा करण्यावरती केंद्रित करावे." (संदर्भ : D. Natarajan, *India Cesus Through Hundred Years,* Office at the Registar General, India Ministry of Home Affairs, N. Delhi, 1972, pages 256-66)

जाती ओळखणे

अन्य मागासवर्गीय (ओबीसी) हे लोकसंख्येच्या ५२% आहेत असे धरले तरीही ती टक्केवारी पुरेशी नाही. आपण केलेल्या शिफारशी व्यवहारात राबवण्याजोग्या करण्यासाठी मंडल आयोगाला कोणत्या राज्यात कोणत्या जाती मागासवर्गीयांमध्ये मोडतात हे स्पष्टपणे ठरवणे भाग होते. ते काम करण्यासाठी अनेक गोष्टींचे मूल्यमापन करावे लागणार होते. बऱ्याच बाबी धूसर, विरळ व अस्पष्ट होत्या. उदाहरणार्थ, त्या जाती सामाजिकदृष्ट्या कितपत बहिष्कृत आहेत येथपासून ते त्यांना नोकऱ्या, निवडणुकीने ठरणारी पदे इत्यादी गोष्टी किती सहजसाध्य आहेत याचा शोध घ्यायचा होता.

हे काम आयोगाने अवघ्या तीन उड्यांत उरकले.

प्रथम विविध राज्यांतील जातींच्या याद्या आणि प्रश्नावलींची उत्तरे आणून त्याच गोष्टी पायाभूत म्हणून वापरण्यास सुरुवात केली.

हा पाया तकलादू होता आणि त्या माहितीची खातरजमा केलेली नव्हती.

आयोगाने आपल्या अहवालात काही न्यायालयीन निकालपत्रांचा उल्लेख केलेला आहे. त्या निकालपत्रात सरकारी निर्णयांवरती ताशेरे झाडलेले आहेत. उदाहरणार्थ, केरळसारख्या राज्यात जातींची जी यादी सरकार वापरत होती ती "कालबाह्य व रद्द झालेल्या माहितीच्या आधारे" तयार केलेली होती. मंडल आयोगाने म्हटले की, न्यायालये व आयोग यांच्यावरती, नवीन पाहणी करून त्यावर आधारित नवीन, तथ्य असलेली यादी तयार करावी.

पुढे असेही म्हटलेले आहे की, न्यायालयांचे निकाल आणि शिफारसी काहीही

असल्या तरी आठ राज्ये व केंद्रशासित प्रदेश यांनी अन्य मागासवर्गीय यांच्या अशा याद्या तयार केल्या आहेत की, *त्या यादीतील अन्य मागासवार्गियांच्या स्थितीची एक अधिकृत चौकशी करण्यासाठी साधा हुकूमनामाही दिलेला नाही.* त्या आठ राज्यांपैकी हरयाणा, हिमाचल प्रदेश, आसाम, राजस्थान आणि ओरिसा ही राज्ये होती.

मग मंडल आयोगाने आपल्याकडून एक प्रश्नावली तयार करून ती पाठवून दिली. त्याला राज्यांकडून जो काही प्रतिसाद मिळाला त्यावरून असे दर्शवले गेले की, आयोगाला मदत करण्यास राज्यांना खूप त्रास होतो आहे. एवढेच नव्हे तर ते ज्या माहितीच्या आधारावरती आपले निर्णय, मते ठरवतात, त्याच्यातही त्रुटी असल्याने किंवा दोषपूर्ण असल्याने ती माहिती पाठवली जात नसावी.

मग मंडल आयोग शोक व्यक्त करीत म्हणते, *''एकाही राज्याने आम्हाला हवी असलेली माहिती देण्यास आपली समर्थता क्वचितच दर्शवली, याचा आम्हाला अत्यंत खेद होतो.''*

त्यात पुढे म्हटले आहे, *''सततची स्मरणपत्रे पाठवून आणि वैयक्तिक पातळीवरती संपर्क साधूनही परिस्थितीत काहीही बदल झाला नाही.* ...(जनगणना) विभागातील अनेक प्रश्न अन्य मागासवर्गीयांच्या प्रतिनिधित्वाशी संबंधित होते. त्या अन्य मागासवर्गीयांना (ओबीसींना) निवडून येणारी पदे, नोकऱ्या इत्यादीसाठी काय काय अडचणी येतात हे जाणून घेण्यासाठी ते प्रश्न होते. *एकदोन राज्यांनी त्या प्रश्नांना उत्तरे दिली. पण जी उत्तरे दिली ती खूप अव्यवस्थित, तुकड्या तुकड्यांनी बनलेली व अपुरी होती.* फक्त गुजरात राज्याने स्थानिक स्वराज्य संस्थांमध्ये अन्य मागासवर्गियांचे किती प्रतिनिधित्व आहे हे कळवलेले होते...''

पुढे असे म्हटलेले आहे, *''सार्वजनिक सेवांच्या वरच्या जागांवरती ओबीसींचे प्रतिनिधित्व किती आहे याची थोडीफार माहिती एक-दोन राज्यांनी दिली... पण ती माहितीसुद्धा खूपच अव्यवस्थित होती. त्या माहितीचे तुकडे जुळवूनही त्यातून सबंध देशासाठी काही अर्थपूर्ण निष्कर्ष काढता येणे अशक्य होते.''*

यानंतर आयोगाने आणखी एक मुद्दा पुढे मांडला आहे. त्या एका मुद्द्यावर आधारित आयोगाने आपला सारा डोलारा उभा केला. मंडल आयोग म्हणतो, ''जनगणना विभागाने ओबीसींच्या लोकसंख्येचे विविध पैलू दर्शविणारी माहिती गोळा केली होती. पण त्यांनी त्यात वन्य जमाती, पुढारलेल्या जाती आणि तुलनेसाठी काका कालेलकर आयोगाने ओबीसींची जमवलेली माहिती, विविध राज्यांनी त्या आयोगाला पुरवलेली माहिती असे काहीच नव्हते. *आम्हाला पुरवलेली माहिती ही अत्यंत अपुरी होती.''*

कालेलकर आयोगाने मागासवर्गीय म्हणून मान्य केलेल्या जातींची एकूण संख्या आणि राज्य सरकारने ठरवलेल्या मागासवर्गीय जातींची संख्या या मंडल

आयोगाला कळवल्या गेल्या होत्या. पण दोन्हींच्या संख्येत मोठी तफावत होती. ती तफावत अशी : आंध्रमध्ये १२४ व ९५; आसाममध्ये ४४ व ११९; हरियाणामध्ये ८८ व ६४ ; हिमाचलप्रदेशमध्ये २७ व ४८; कर्नाटकामध्ये ६४ व १८१; केरळमध्ये ४८ व ७६; महाराष्ट्रामध्ये ३६० व १९६; ओरिसामध्ये १४८ व १११; पंजाबमध्ये ८८ व ६२; तमिळनाडूमध्ये १५६ व १२४५; उत्तर प्रदेशमध्ये १२० व ५६.

या आकड्यांमधल्या तफावतीचे मुख्य कारण मंडल आयोगाच्या मते असे होते की, "राज्य सरकारने जातींची जी यादी बनवली ती काही प्रकारच्या प्रत्यक्ष पाहणीवरून व तपासणीवरून, तर कालेलकर आयोगाने बनवलेली यादी ही बहुतांशी शिक्षण मंत्रालयाकडून मागवलेल्या यादीवरून घेतलेली होती. केंद्रीय शिक्षण मंत्रालयाने ती यादी उच्च शिक्षणासाठी शिष्यवृत्त्या देण्यासाठी बनवली होती!" राज्य सरकारने त्या ज्या काही प्रकारच्या पाहण्या केल्या त्या अतिशयोक्तीपूर्ण होत्या. आयोगाने व्यक्त केलेल्या अहवालातील या मताच्या आधी, काही पाने अगोदर, आपले असे मत नाइलाजाने नोंदवले होते की, 'राज्यांमध्ये, खास करून हरियाणा, हिमाचल प्रदेश, आसाम, ओरिसा या राज्यांत, ज्या याद्या बनवल्या गेल्या त्या अधिकृत चौकशीचा हुकूम देऊन त्या जातींच्या अवस्थांची पाहणी करायला हवी होती. पण तसे न करताच त्या याद्या बनवलेल्या होत्या.' (ही गोष्ट यापूर्वी आपल्याला सांगितलेली आहेच.)

जातींच्या संख्येमधील तफावतीचे दुसरे कारण मंडल आयोग जे देते, ते अधिक प्रकाश पाडणारे आहे. ते कारण असे, "दुसरे असे की, *प्रत्यक्ष पाहणीच्या परिस्थितीचे दडपण आणि काही स्थानिक घटक* यांमुळेही राज्य सरकारच्या याद्यांवरती परिणाम झाला असावा."

जातींच्या परिस्थितीचे मूल्यमापन जाणून घेण्यासाठी आयोगाला त्या जातींच्या शैक्षणिक अवस्थांची माहिती होती. ती माहिती त्यांनी राज्यांकडून मागवली. यावर आयोग म्हणतो, *"कोणत्याही राज्य सरकारने अन्य मागासवर्गियांमधील साक्षरता व शिक्षण यांसंबंधीची माहिती आम्हाला अजिबात पाठवली नाही."*

या शिवाय त्या जातींना मिळणाऱ्या नोकऱ्या, त्यांच्यातील बेकारी, त्यांचे व्यवसाय याबद्दल माहिती आयोगाला हवी होती. कारण त्यावरतीच आयोगाचे काम अवलंबून होते. परंतु याबद्दल आयोग लिहितो, "या बाबीसंबंधी एकाही राज्य सरकारने आपल्याला अचूक माहिती पाठवली नाही."

तसे हे असे व आणखी बरेच मुद्दे.

प्रत्यक्ष पाहणी

मग आयोगाने मागासवर्गीय जातींची प्रत्यक्ष पाहणी करण्याचा एक हुकूम दिला. आयोगाच्या बाजूने पाठपुरावा करणाऱ्यांनी या पाहणीबद्दल खूप बोलबाला केला. परंतु खुद्द आयोग स्वत: त्या पाहणीच्या योग्यतेबद्दल नेमस्तपणे बोले.

खालील शब्दांत आयोगाने त्याबद्दल असे म्हटले आहे :

> ती पाहणी ही काही शैक्षणिक पातळीवरील संशोधनासारखी नव्हती, हे येथे शेवटी मुद्दाम भर देऊन सांगावेसे वाटते. सरकारी प्रशासकीय यंत्रणेने केलेली ती पाहणी होती आणि त्याकडे *एक कामचलाऊ आधार* म्हणून पाहिले जात होते. त्यामुळे साध्यासुध्या निकषांचा संच निर्माण करून सामाजिक व शैक्षणिक मागासलेपणा ओळखण्यास मदत होत होती. ती पाहणी करताना आमच्या कार्यपद्धतीवरती व्यावहारिक घटक, प्रत्यक्ष जागेवरील वास्तवता, वेळ, पैसा व प्रशिक्षित मनुष्यबळ या सर्वांच्या कमतरतेचा नक्कीच परिणाम झाला. तांत्रिकदृष्ट्या परिपूर्ण व संशोधनात्मकदृष्ट्या उत्कृष्ट कार्यपद्धती असलेली पाहणी करायची असेल तर त्याला हे सर्व घटक बाधा आणतात, हे उघडच आहे.

आणखी एक समस्या पुढे आहे. त्या पाहणीमध्ये जातीचा मागासलेपणा ठरविण्यासाठी एकूण अकरा निकष लावण्यात आले. त्यातील चार निकष हे सामाजिक स्थिती हेरण्यासाठी वापरले होते. ते असे : त्या जातीला अन्य जातींनी मागास ठरवले म्हणून ती तशी आहे काय, ती जात फक्त श्रमजीवी कामे करून त्यावर जगणारी आहे काय, राज्याच्या सरासरी निर्देशांकापेक्षा वर असलेल्या त्या जातीतील ग्रामीण भागातील किमान २५ टक्के महिला व १० टक्के पुरुष हे वयाच्या १७ व्या वर्षाआधीच विवाह करतात काय, तसेच त्या जातीच्या शहरी भागातील किमान १० टक्के महिला व ५ टक्के पुरुष १७ व्या वर्षाआधीच विवाह करतात काय, राज्याच्या निर्देशांकापेक्षा वर असलेल्या महिलांमध्ये किमान २५ टक्के महिला या पुरुषांच्या कामात सहभागी आहेत काय, हे निकष 'सामाजिक स्थितीचे निर्देश करणारे' होते. त्या जातींची शैक्षणिक पातळी जोखण्यासाठी तीन निकष होते. ते असे : त्यांच्या मुलांच्या वर्गातील हजेरीचे प्रमाण, शाळा सोडून दिल्याचे प्रमाण आणि मॅट्रिक पास होण्याचे प्रमाण. चार आर्थिक निकष असे होते : कुटुंबाच्या मालकीच्या मालमत्तेची एकूण किंमत, कच्च्या घरात राहणाऱ्यांचे प्रमाण, जिथून पाणी आणतात तेथून घरापर्यंतचे असलेले अंतर आणि खर्चासाठी घरातल्या सर्वांनी

काढलेली एकूण कर्जे.

प्रत्येक जातीला हे सर्व निकष लावून पाहण्यात आले. तसेच प्रत्येक निकषानुसार जी एकूण आकडेवारी काढली जायची त्यात, ती राज्यांनी काढलेल्या सरासरीहून २५ टक्क्यांपेक्षा अधिक बदल झाला आहे का, तेही पाहण्यात आले.

परंतु सर्व ११ निकषांनुसार निघालेल्या माहितीमधून एक समाईक, एकजिनसी असे निष्कर्ष कसे काढणार? सामाजिक निकषांना प्रत्येकी तीन गुणांची किंमत दिली, शैक्षणिक निकषांना प्रत्येकी दोन गुणांची किंमत दिली आणि आर्थिक निकषांना प्रत्येक एकेक गुण दिला. मग त्या जातीने मिळवलेल्या सर्व गुणांची बेरीज करण्यात आली. त्या बेरजेमध्ये एखादी जात जास्तीत जास्त गुण हे २२ पर्यंत मिळवून दाखवे. मंडल आयोगाच्या तर्कशास्त्रानुसार ज्या जातीने ११ किंवा अधिक गुण मिळवले ती जात 'मागासवर्गीय' समजली गेली!

एका प्रश्नाला येथे उत्तर हवे आहे. तो अत्यंत साधा प्रश्न असा आहे, किंवा होता : जातींचे मागासवर्गीय म्हणून वर्गीकरण करणे हे कितपत 'ठणठणीत' (robust) आहे? जातीची मागासलेपणाची जी पातळी आपण निश्चित केली, त्या पातळीत अन्य काही व तितकेच समर्थनीय असे निकष लावले तर किती बदल होतो? प्रत्येक निकषाला जी गुणांची किंमत दिली, ती जर बदलली तर एकूण निष्कर्ष नक्कीच बदलेल. मग कोठवर त्या गुणांची किंमत आपण बदलू शकतो? एक ते चार या निकषांना तीन गुण दिले, पाच ते सात क्रमांकाच्या निकषांना प्रत्येक दोन दोन गुण दिले आणि आठ ते अकरा क्रमांकांच्या निकषांना एकेक गुणाची किंमत दिली तर एकूण मागासलेपणाच्या निष्कर्षात कितपत बदल होतो?

त्या पाहणीमधील निरीक्षणांची विश्वासार्हता आणि निवडलेले निकष हे बाजूला ठेवले, तरी त्या अकरा निकषांना जी जी गुणांची भिन्न भिन्न वजने लावली आहेत त्यामुळेच अखेरचे निष्कर्ष उलटसुलट होऊ शकतात. सामाजिक निकषांना तीन तीन गुण, शैक्षणिक निकषांना दोन दोन गुण आणि आर्थिक निकषांना एकेक गुण असेच का लावले गेलेत? त्याचा फॉर्म्युला कोणता? मंडल आयोगाचा यावरती काय खुलासा आहे? पुढील वाक्ये पहा कशी कोड्यात टाकणारी आहेत : "सामाजिक व शैक्षणिक निर्देशाबरोबर आर्थिक निर्देश हे महत्त्वाचे मानले आहेत. कारण त्यातून सामाजिक व शैक्षणिक मागासलेपणाशी थेट संबंध प्रकट होतो. यामुळे सामाजिक व शैक्षणिक मागासलेपणा असलेले वर्ग हे आर्थिक मागासलेलेही असतात."

परंतु वर्गीकरण करण्यामध्ये ठामपणा, ठणठणीतपणा कितपत आहे याचा खुलासा या दोन वाक्यांनी अजिबात होत नाही.

परिणाम

अहवालाच्या पान ५३ वरती मंडल आयोगाने निकषांच्या गुणधर्मांची, पाहणीची व

सर्व गुण एकत्रित करण्याच्या पद्धतीची वारेमाप स्तुती केली आहे. अहवालात म्हटले आहे, "...तिसरे असे की, ही पद्धत व्यवहारात अत्यंत विश्वसनीय आहे. उदाहरणार्थ, सामाजिक व शैक्षणिकदृष्ट्या ज्या जाती मागासलेल्या असल्याचे ठाऊक आहे, त्या जाती ह्या पद्धतीनेही मागासलेल्या असल्याचेच निष्कर्ष निघाले."

पण त्या पुढच्याच पानावरती "अशी पाहणी करताना आणखी जादा निकष लावण्याची गरज आहे," असेही म्हटले आहे.

> आयोगाचे काम पुढे चालवण्यासाठी आयोगाने अन्य काही चाचण्याही वापरल्या आहेत. हलक्या दर्जाचा व्यवसाय, गुन्हेगारी प्रवृत्ती, भटकेपणा, भीक मागणे आणि अस्पृश्यता यांमुळे जे हीनतेचे कलंक लागले आहेत, त्या गोष्टींच्या चाचण्याही सामाजिक मागासलेपणा ओळखण्यासाठी वापरलेल्या आहेत. सार्वजनिक सेवांमध्ये अपुरे प्रतिनिधित्व असणे ही पण एक महत्त्वाची चाचणी धरली आहे.

आणि मग पुढच्याच पानावरती खुलेपणाने सांगितले गेले आहे :

> या संदर्भात असेही सांगता येईल की काही उदाहरणांमध्ये *सामाजिक-शैक्षणिक पाहणीमधून जे निष्कर्ष काढले ते प्रत्यक्षातील सामाजिक वस्तुस्थितीशी विसंगत ठरले आहेत.* उदाहरणार्थ, राजस्थानातील कसेरा व कुंभार जात, तमिळनाडूमधील बडगर जात, इत्यादी जातींचे सामाजिक स्थान हे खूप खालच्या पातळीवरचे आहे. अन् ही गोष्ट सर्वज्ञात आहे. परंतु तरीही या जातींनी मागासलेपणाच्या गुणांच्या आघाडीत ११च्या पुढे मजल मारली नाही. त्यामुळे पाहणीच्या पद्धतीनुसार त्या जाती मागास ठरत नाहीत तर विकास पावलेल्या ठरतात. संख्याशास्त्रावर आधारलेल्या कोणत्याही समाजशास्त्रीय पाहणीत असे विसंगत निष्कर्ष कधी ना कधी तरी येतातच. याचे कारण – *निवडलेल्या नमुन्यांमध्ये असंतुलितपणा* असेल तर असेच होते. यावरती एकच उपाय आहे व तो म्हणजे स्थानिक परिस्थितीबद्दल *जवळून अवलोकन करून मिळवलेले वैयक्तिक ज्ञान* हे पाहणी करणाऱ्याला हवे. तसेच आयोगासमोर प्रचंड प्रमाणात सामाजिक पुरावे दिले जाणार आहेत याचेही भान त्याला असायला हवे. प्रत्यक्ष जागेवर जाऊन पाहणी करून गोळा केलेल्या माहितीची अत्यंत काळजीपूर्वक छाननी केली आणि त्यातील शक्य तितक्या विसंगती काढून टाकण्याचा प्रयत्न केला गेलेला आहे.

तर अशी ही पाहणी. यातल्या निष्कर्षांमध्ये ज्या सुधारणा केल्या गेल्या त्याचे कारण आयोगाच्याच शब्दात असे आहे : ''देशभर भरपूर प्रवास करून आणि सार्वजनिक पुराव्यांचे ढीग गोळा केल्याने...'' ते निष्कर्ष सुधारता आले.

तसेच, 'विविध राज्यांच्या सरकारांनी तयार केलेल्या अन्य मागासवर्गियांच्या (ओबीसींच्या) याद्यां'मध्ये मोठ्या प्रमाणात कमतरता असल्याचे आयोगाला आढळल्याने, आयोगाला त्याबद्दल मात्र बरेच काही बोलता आले!

तेव्हा आयोगाने काही अज्ञात काढे अज्ञात प्रमाणात एकत्र मिसळवून त्यांचे एक जादूई मिश्रण करून त्यातून जी मागासवर्गीयांची यादी बाहेर काढली, ती यादी सरकारांसाठी आता प्रमाणभूत व अंतिम ठरली आहे. त्या यादीत ३,७४३ जाती ह्या मागासवर्गीय म्हणून दाखवलेल्या आहेत. अन् या सर्व जाती मोठ्या प्रमाणात एकट्या हिंदू धर्मात आहेत. अहिंदूंमधल्या अनेक अशा जातींची यादी अजून तयार व्हायची आहे, असे मंडल आयोग म्हणते.

यातील पहिली गोष्ट अशी ध्यानात येते व ती गोष्ट घटनेच्या मागणीनुसार विसंगत आहे, मारक आहे. ती म्हणजे मंडल आयोगाने जातींपासून सुरुवात केली व जातींपाशीच आपले काम संपवले.

आयोगाच्या अहवालाची सुरुवात आठवा. सुरुवातीलाच आयोगाने अन्य मागासवर्गीय (OBC) हे भारताच्या लोकसंख्येत ५२ टक्के आहेत, हे कसे काय ठरवले?

आयोगाने सुरुवातीला आणि शेवटी १९३१ मध्ये केलेल्या जनगणना पाहणीमधल्या जाती घेऊन त्यांच्या वर्गवारीचे तक्ते मांडले. या पलीकडे जाऊन आयोगाने काहीही केलेले नाही, अगदी काहीही नाही.

अहवालाच्या पान ५६ वरील १२.१९ क्रमांकाच्या परिच्छेदात ते दिसून येते.

त्याच पानावरील पुढच्या परिच्छेदात त्याच जाती ह्या 'अन्य मागासवर्गीय' (other backward classes) म्हणून सांगितलेल्या आहेत.

अन् यामुळे घटनात्मक गरज भागली!

पुन्हा, जेव्हा एकेका जनसमूहाची (entity) आरक्षणासाठी पात्र ठरवण्याची वेळ आली, तेव्हा आयोगाने परत त्यांच्या जातींकडेच लक्ष दिले.

आयोगाची पाहणी ही फक्त जातीभोवतीच मर्यादित होती.

जातींबद्दल 'जवळून अवलोकन करून मिळवलेले वैयक्तिक ज्ञान' या गोष्टीचा उपयोग करून घेण्यात आला.

कष्टाने जमवलेल्या त्या ३,७४३ जनसमूहांची यादी ही जातींची आहे, फक्त जातींची आहे व जातींखेरीज दुसऱ्या कशाचीही नाही.

पुढचा एक मुद्दा लक्षात घेण्याजोगा आहे. जी 'पाहणी' केली असे मंडल

आयोग म्हणतो, त्याच्या पायावर जातींची यादी तयार केली. पाहणीच्या तुकडीचे नेतृत्व हे प्राध्यापक बी.के. रॉयबर्मन यांच्याकडे होते. त्यांनी बऱ्याच गोष्टी उघड केल्या. (संदर्भ : ३१ ऑगस्ट १९९० चा The Indian Express) त्यांनी असे सांगितले आहे की, तज्ज्ञांनी सुचवलेली प्रत्येक सूचना ही धुडकावून लावली गेली. त्या तज्ज्ञांनी एकूण १५१ प्रकारचे वर्गीकरण करणारे तक्ते सुचवले होते, पण त्यातले फक्त ३१ तक्तेच वापरले गेले. जमवलेली आकडेवारी व संबंधित माहिती ही तज्ज्ञांपासून लपवली, त्यांना अजिबात दाखवली नाही. मागासलेपणा ठरवण्यासाठी व्यवसाय किंवा व्यवसाय व जात यांचा मिलाफ हा एक अधिक उत्तम निकष आहे, असे तज्ज्ञांचे मत खूप विचारांती झाले, तेव्हा आयोगाने फक्त 'जात' हाच एकमेव निकष मानला. जेव्हा पश्चिम बंगालमध्ये एक प्राथमिक पाहणी केल्यावर असे आढळले की फक्त लोहार व कुंभार हे दोन व्यावसायिक समाजगट 'मागासवर्गीय' व्याख्येत चपखल बसतात. त्यानंतर जमवलेल्या माहितीमध्ये, आकडेवारीत बेधडक हेराफेरी करण्याचे काम चालू झाले. तज्ज्ञांनी विविध निकषांना कोणकोणती किंमत द्यायची हे ठरवल्यानंतर, कोणत्याही किमतीचे गुण हे कोणत्याही निकषाला वाटेल तसे निश्चित केले गेले आणि आणखी एक तसला संच आयोगाने स्वत:च तयार केला. लोकसंख्येतील मागासवर्गियांचे प्रमाण काढण्याची जेव्हा वेळ आली, तेव्हा आयोगाने स्वत:च ते प्रमाण तिपटीने गुणून वाढवले. त्यासाठी केवळ स्वत:च्या कल्पनेचा आधार घेतला. अन् अशा कित्येक गोष्टी घडल्या.

आयोगाने स्वत:च अशी नोंद घेतली आहे की, ज्या काही पाहण्या झाल्या त्यामध्ये तज्ज्ञांना वगळून टाकले, त्यामुळे जे काही निकाल त्या पाहण्यांतून बाहेर पडले ते पुरेसे नव्हते आणि म्हणून आयोगाने स्वत: 'जवळून अवलोकन करून मिळवलेले वैयक्तिक ज्ञान ' ही कल्पना पुढे करून निष्कर्षात बदल करण्यासाठी ती स्वत:ची कल्पना वापरली. शिवाय आयोगाच्या अहवालात नक्की किती जाती अभ्यासल्या आणि त्यातून निघालेले किती निष्कर्ष बदलले याची माहिती दिलेली नाही.

अशा पद्धतीने आयोगाने कामकाज केलेले असल्याने त्यांनी काढलेले निष्कर्ष हे संदिग्ध, मोघम व अस्पष्ट असल्यास नवल नाही. श्री. बिजू पटनाईक यांनी पंतप्रधानांना एक पत्र लिहून ओरिसामधील मागासवर्गीय जातींची जी यादी मंडल आयोगाने तयार केली आहे, त्याचे किती हास्यास्पद पैलू आहेत ते दर्शवले. ओरिसामधल्या यादीतील वीस जातींना अन्य मागासवर्गीय (ओबीसी) गटात घेतलेले आहे. परंतु त्या जाती आधीच अनुसूचित जातींच्या यादीत आहेत, हे पटनाईक यांनी दाखवून दिले! तसेच आयोगाने काही जातींची नावे ही फक्त त्यांच्या आडनावांची दिलेली आहेत. अन् ओरिसात वरच्या जातीतही आडनावे लावण्याची पद्धत आहे! तर यादीतील काही जातींची नावे ही अशी आहेत की त्या जाती सबंध ओरिसात

शोधूनही सापडणार नाहीत.

पश्चिम बंगाल सरकारनेही असेच म्हटले आहे की मंडल आयोगाच्या यादीतील कित्येक जाती या बंगालमध्येही सापडत नाहीत.

उत्तर प्रदेश, बिहार इत्यादी ठिकाणी ज्या जाती मागासवर्गीय म्हणून आयोगाने ठरवलेल्या आहेत, त्यांचा सामाजिक प्रभाव प्रत्यक्षात जबरदस्त आहे आणि त्या सबंध समाजावरती आपला प्रभाव सतत टाकीत असतात.

मंडल यादीवर न्या. कुलदीप सिंग व श्री. सहाय

इंद्र सहानी खटल्यात सर्वोच्च न्यायालयातील न्या. कुलदीप सिंग व न्या.आर.एम. सहाय या दोघांनी मंडल आयोगाने केलेल्या मागासवर्गीय जातींच्या यादीवरती निखालस टीका केली आहे. या यादीचा पाया आज 'मागासवर्गीय' नावाने ओळखला जातो आणि सध्या हा शब्द आला की आरक्षणाची वाट सहज मोकळी होते.

न्या. कुलदीप सिंग म्हणतात, "आयोगाला आपल्या हेतूंसाठी किंवा आरक्षणे ठरवण्यासाठी किंवा त्यांना चाचण्या घेण्यासाठी... सार्वजनिक सेवांमध्ये... या सर्वांसाठी आपल्या अधिकारकक्षांच्या (terms of reference) मर्यादा ठरवायला हव्या होत्या. आयोगाकडून अधिकारकक्षेचा हा सर्वांत महत्त्वाचा घटक पूर्णपणे डावलला गेला आहे... आपल्या शिफारशी जाहीर करण्याआधी आयोग हे आपल्या हेतूंसाठी अधिकारकक्षेशी बांधले गेलेले असते. पण आयोगाने, आवश्यक असणाऱ्या अधिकारकक्षेचा कधी विचारच केला नाही." याचा परिणाम असा झाला आहे की, त्यांनी आपले कामकाज हवे तसे चालू ठेवले, म्हणजे आपल्याच अनुभवावर व प्रयोगावर पुढे रेटत नेले. त्यामुळे विरुद्ध बाजूंनी (जातींनी) आपापली स्थाने ही अविवाद्य धार्मिक गोष्टींसारखी अबाधित राखली!

न्या. कुलदीप सिंग यांनी दाखवून दिले की, सर्वांत वाईट गोष्ट ही की मंडल आयोगाने कोणाचाही 'मागासलेपणा' दाखवून देण्यासाठी काही काम केले नाही किंवा आयोगाने त्या आरक्षणास योग्य अशा ३,७४३ जाती जाहीर करण्यासाठी त्यांचे पुरेसे प्रतिनिधित्व विचारात घेतले नाही. न्या. कुलदीप सिंग चौकशी केल्यावर असे म्हणतात, "आयोगाने केलेली ती तथाकथित सामाजिक-शैक्षणिक पाहणी ही एक निव्वळ धूळफेक आहे (an eye-wash) प्रत्येक जिल्ह्यातील फक्त दोन खेडी व एखाद्या शहरातील एखादा भाग एवढ्याच स्थानी जाऊन पाहणी केलेली आहे व तेवढीच पुरेशी समजून विचारात घेतली. म्हणजे देशातील फक्त ०.६ टक्के खेड्यांची त्यांनी पाहणी केली. बाकी सारी फक्त कारकुनी केली आहे. राज्य सरकारच्या मागास जातींच्या यादीतून मोठ्या प्रमाणात बऱ्याच जाती जशाच्या तशा उचलून घेतल्या आहेत आणि अशी पद्धत *पूर्णतया बेकायदेशीर* आहे. अन्य

अहवालांमधील बरीच माहिती जशीच्या तशी उचलून घेतलेली आहे. ज्या काकासाहेब कालेलकरांच्या पहिल्या मागासवर्गीय आयोगाची मंडल आयोगाने हेटाळणी केली, त्यांच्याच अहवालातील बराचसा मजकूर उचलून घेतला आहे. जातींच्या नावांच्या यादीवर नजर टाकल्यावर आणि वस्तुस्थितीचा आढावा घेतल्यावर मंडल आयोगाने कसलीही चौकशी न करता विविध स्रोतांमधून मजकूर व माहिती उचलून ती आपल्या अहवालात चिकटवली आहे, असे दिसते. कारकुनी करून, दिवाणखान्यात बसून तपास केल्याचे काम करून जी मागासवर्गीय जातींची यादी ठरवली, ती घटनेच्या कलम १६(४)नुसार ग्राह्य धरता येत नाही. जर मंडल आयोगाने ठरवलेल्या जातींना नोकऱ्यांमध्ये आरक्षणाचा लाभ दिला जाऊ लागला तर त्यामुळे देशाच्या निम्म्या लोकसंख्येला समानतेच्या कलम १६(१)नुसार असलेल्या हक्कांना वंचित केल्यासारखे होईल. मग घटनेत हेराफेरी करून भ्रष्टाचार करण्याचा परिणाम घडून येईल.'' परंतु तेव्हापासूनही नेमका हाच भ्रष्टाचार राजरोस, मोठ्या प्रमाणात, आजवर होत राहिलेला आहे!

न्या. कुलदीप सिंग यांनी म्हटल्यानुसार, ''मंडल आयोगाने घटनेतील १६(४) हेच कलम जवळजवळ जसेच्या तसे उतरून काढले आहे. फक्त जिथे 'वर्ग' (class) शब्द आहे तिथे 'जात' हा शब्द टाकला आहे. एखाद्या समाजगटाचा मागासलेपणा ठरवताना त्याची फक्त जात पाहिली जाते. जात हीच एकमेव चाचणी (sole and exclusive test) ठरवली आहे. आर्थिक किंवा अन्य चाचण्या या पूर्णपणे फेटाळल्या आहेत.'' न्या. कुलदीप सिंग यांना शेवटी असा ताशेरा ओढणे नाइलाजाने भाग पडले आहे. मंडल आयोगाने पाहणी करताना सामाजिक स्थितीचा वेध घेण्यासाठी जे चार निकष 'दर्शक' म्हणून लावले, त्याबद्दल खूप बढाई मारली जाई. त्या निकषांचा खूप गवगवा करण्यात आला होता. न्या. कुलदीप सिंग यांनी असे म्हटले आहे की, ''हे निकषही फक्त जातींनाच लावण्यात आले. आयोगाचे मन जातीयवादाने 'खूपच व्यापून गेलेले' होते.'' याबद्दल न्या. कुलदीप सिंग लिहितात, ''मंडल आयोगाच्या अहवालात अहिंदू लोकांमध्ये नसलेल्या अनेक जाती असल्याचा शोध लावला गेला आहे.'' त्यामुळे तो सारा अहवाल हा ''निधार्मिकतेच्या विरुद्ध आणि घटनेच्या मूलभूत तत्त्वांविरुद्ध असलेल्या दृष्टिकोनातून लिहिलेला आहे.'' न्यायमूर्तींनी शेवटी असा निष्कर्ष काढला.

आपण आता मंडल आयोगातील आकडेवारीकडे वळू. आयोगाने भारताच्या लोकसंख्येत मागासवर्गीय हे ५२ टक्के आहेत असे जे गृहीत धरले, त्यावर न्यायमूर्ती लिहितात, ''त्याबद्दल किमान एवढे म्हणता येईल की त्या काल्पनिक ५२ टक्केवारीपर्यंत पोचण्यासाठी मंडल आयोगाने खूपच खटपट केली आहे. आयोग हा आपल्या तर्काच्या विश्वातच रमलेला आहे.'' १९३१ साली केलेल्या

जातिनिहाय जनगणनेकडे वळून न्यायमूर्तींनी त्यातल्या एका शेवटच्या आकडेवारीच्या संचाकडे लक्ष वेधले. त्यामध्ये विविध जातींची आकडेवारी दिलेली होती. ते आकडे मंडल आयोगाने उचलून, ते फुगवून चालू काळातील आकडे दाखवण्याचे नाटक (farcical) कसे केले आहे हे सांगून न्या. कुलदीप सिंग म्हणतात, "ही असली भ्रामक आकडेवारी आणि वाटेल तशी केलेली गणिते कुणी मानेल यावरती विश्वास ठेवणे कठीण जाते." विविध जातींच्या वाढीचे तुलनात्मक वेग हे १९३१ सालापासून तेच ते राहिले आहेत, असे जे मंडल आयोगाने गृहीत धरले होते त्याची संभावना न्यायमूर्तींनी absurd (हास्यास्पद) अशा शब्दांत केली. त्यांनी असे लक्षात आणून दिले की, १९३१ मध्ये हिंदुस्थानमध्ये आत्ताचे पाकिस्तान, बांगला देश, श्रीलंका (सिलोन), ब्रह्मदेश हे देश सामावलेले होते! "आता हे विस्तृत भूभाग भारतापासून वेगळे झालेले असताना आणि सर्व समाजगट हे विविध आर्थिक व सामाजिक घडामोडींत फुलून येत असताना, त्यांचे ५० वर्षांपूर्वीचे लोकसंख्यावाढीचे वेग अद्यापही तेच कसे काय राहतील?" अशी विचारणा न्यायमूर्तींनी केली.

शिवाय खुद्द मंडल आयोगच असे म्हणतो आहे की, 'ही सारी आकडेवारी अपुरी आहे,' 'आवश्यक असलेली माहिती अस्तित्वातच नाही.' मंडल आयोगाने जे संदर्भ पुढे केलेत त्याबद्दल न्या. कुलदीप सिंग म्हणतात, "अहवालाच्या परिच्छेद ९.४ मध्ये आयोगाने असे उद्धृत केले आहे की, 'एकाही राज्याने आम्हाला हवी असलेली माहिती देण्यास आपली समर्थता क्वचितच दर्शविली.' सरकारी नोकऱ्यांत सध्या किती मागासवर्गीय आहेत याची माहिती आयोगाने मागवली असता मिळालेली माहिती अहवालाच्या परिच्छेद ९.१४ मध्ये दिलेली आहे. त्या माहितीबद्दल आयोगाने म्हटले आहे, ती माहिती खूपच अव्यवस्थित व तुकड्या तुकड्यांनी बनलेली होती. ते तुकडे जुळवूनही त्यातून संबंध देशासाठी काही अर्थपूर्ण निष्कर्ष काढता येणे अशक्य होते."

त्याप्रमाणेच परिच्छेद ९.३० मध्ये आयोग सरकारला कळवतो की, "मागासवर्गीयांमधली साक्षरतेची पातळी व शिक्षण यांबद्दलची माहिती आम्हाला एकाही राज्य सरकारने कळवली नाही." आपली मागासवर्गीय जातींची यादी तयार करताना परिच्छेद ९.४७ मध्ये आयोग अशी कबुली देतो की, "अन्य मागासवर्गीयांच्या (ओबीसी) जातींची यादी केंद्र सरकारने वेळोवेळी ठेवलेली नाही आणि त्या संबंधीचा तपशील हा वेगवेगळ्या सरकारी कार्यालयांतही ठेवलेला नाही." हे सगळे दाखवून न्यायमूर्ती म्हणतात, "मागासवर्गीय म्हणून ज्या ३,७४३ जाती मंडल आयोगाने शोधून काढल्या आहेत, त्या घटनात्मकदृष्ट्या अवैध असून त्या माहितीच्या आधारे कोणतेही पुढचे पाऊल टाकता येणार नाही." (संदर्भ : इंद्र *सहानी विरुद्ध भारतीय संघराज्य,* (1922) Supp.(3) SCC, 217, at 500, para 394)

न्यायमूर्ती आर.एम. सहाय ह्यांनीही तितक्याच स्पष्टपणे मंडल आयोगाचे अंदाज व जातींची नावे फेटाळून लावली. त्यांनी असा मुद्दा मांडला की, आयोग हा स्वत:च्याच म्हणण्यानुसार हवी असलेली जातींची माहिती गोळा करण्यासाठी पुढे सरसावला. त्यांनी आयोगाने आपल्या स्वत:च्या निकषांनुसार पाहणी करून जी माहिती गोळा केली, जे निकष दाखवले, ते असे :

अ : सामाजिक

(१) इतरांनी ठरवलेल्या सामाजिकदृष्ट्या मागासलेल्या जाती/वर्ग
(२) श्रमजीवी जाती/वर्ग
(३) ज्या जातीत/वर्गात किमान २५ टक्के स्त्रिया...
(४) ज्या जातीत/वर्गात पुरुषांच्या कामात स्त्रियांचा सहभाग...

ब : शैक्षणिक

(५) ज्या जातीत/वर्गात बालकांची संख्या...
(६) ज्या जातीत/वर्गात मध्येच शिक्षण सोडून देणाऱ्या विद्यार्थ्यांची संख्या...
(७) ज्या जातीत/वर्गात मॅट्रिक पास होणाऱ्यांची संख्या...

क : सामाजिक

(८) ज्या जातीत/वर्गात कुटुंबाच्या मालमत्तेचे सरासरी मूल्य...
(७) ज्या जातीत/वर्गात कच्च्या घरात राहणाऱ्या कुटुंबांची संख्या...
(७) ज्या जातीत/वर्गात पाण्यासाठी दूरवर जावे लागते...
(७) ज्या जातीत/वर्गात कुटुंबाला चरितार्थ चालवण्यासाठी झालेले कर्ज...

एखाद्या मंद बुद्धीच्या निरिक्षकालासुद्धा असे दिसेल की, त्या यादीत समाविष्ट केलेल्या 'वर्ग' या वारंवार येणाऱ्या शब्दामुळे असे दिसेल की, केवळ घटनात्मक गरजेनुसार असणाऱ्या संज्ञांचा वापर औपचारिकता म्हणून केलेला आहे, इतकेच.

आयोगाने असे नमूद केले आहे :

> ...हे सर्व ११ निर्देश (उर्फ निकष) राज्यामध्ये केलेल्या पाहणीमध्ये सर्व जातींना लावण्यात आले. त्यामुळे सर्व जाती... या सामाजिक व शैक्षणिक दृष्टिकोनांमधून मागासलेल्या असून उरलेल्या सर्व जाती या पुरोगामी (advanced) असल्याचे मानलेले आहे...

परिच्छेद १२.२ मध्ये आयोगाने आपल्या आकडेवारीचा आढावा घेताना म्हटलेले आहे :

पाहणीमध्ये एकच निकष होता, तो म्हणजे 'जात'. आणि जात हे फक्त हिंदू समाजाचेच एक वैशिष्ट्य आहे.

न्या. सहाय म्हणतात, ''हिंदूंमधील सामाजिक व शैक्षणिक मागासलेपणा ठरवण्यासाठी अशा रितीने जात हाच एकमेव निकष आयोगाने ठरवला.'' अन् हाच निकष कालेलकर आयोगाने ठरवल्याबद्दल मात्र हेच मंडल आयोग त्या आयोगावरती टीका करते!

ज्यांनी आपला हिंदू धर्म सोडला, त्या बाकीच्यांसाठी जी पद्धत वापरली गेली त्यानुसार एवढेच सिद्ध झाले की, आयोगाने घटनेची पायमल्ली केली. कारण ज्यांनी आपली जात सोडून अन्य धर्मात प्रवेश केला, त्यांची नोंद आयोगाने मागासवर्गीय जाती अशी केली असल्याने, ते आज अन्य धर्मातील मागासवर्गीय ठरतील. आयोगाने तसे आपल्या अहवालातील परिच्छेद १२.८ मध्ये नमूदही केलेले आहे! जातीवर आधारित वर्गवारी केल्याने ती कशी घटनात्मकदृष्ट्या अवैध ठरते हे तपशीलवार दाखवून न्या. सहाय म्हणतात, ''जाती ठरवताना घटनेची जी अनिवार्य बंधने येतात, म्हणून त्यात काहीही बदल होऊ शकत नाही. कारण, जातीवरून ओळखल्या जाणाऱ्या विविध समाजगटांची एकत्र मोळी बांधून त्यांना 'मागासवर्गीय' म्हणून संबोधले गेले आहे. जातींना तसे एकत्र करण्याने जातींच्या समूहांची पायाभूत वैशिष्ट्ये बदलत नाहीत आणि त्या 'जाती' म्हणूनच शेवटी ओळखल्या जातात.'' (संदर्भ : Indra Sawhney op.cit., at 599-602 paras 585-587)

आणि तेव्हापासून

त्यावेळचे पंतप्रधान व्ही.पी. सिंग आणि उपपंतप्रधान देवीलाल यांच्यातील मतभेद वाढत वाढत शेवटी उघड उघड शत्रुत्वात त्यांचे रूपांतर झाले. देवीलाल यांनी एक खोटा कागद तयार केल्याची आगळीक आम्ही पकडून ती *इंडियन एक्स्प्रेस* वृत्तपत्रातून पुराव्यानिशी दाखवून दिली. मग देवीलाल यांना सरकारातून जावे लागले. त्यांनी असे जाहीर केले की, आता आपण दिल्लीतील विजय चौकामध्ये आपल्या समर्थकांचा एक मोठा मेळावा भरवणार आहोत. ते कळल्यावर व्ही.पी. सिंग चिडले. त्या मेळाव्याला शह देण्यासाठी त्यांनी मंडल आयोगाचा अहवाल पुढे आणला. मग देशभर त्या विरुद्ध आंदोलने छेडली गेली.

त्या दहा वर्षांत, म्हणजे मंडल आयोगाचा अहवाल तयार झाल्यानंतरच्या दहा वर्षांत, परिस्थितीत काही बदल झाला का, तुमच्या राज्यातील मागासवर्गीयांची यादी ही पद्धतशीर पाहणी करून त्यावरती आधारलेली आहे ना, असा प्रश्न मी *इंडियन एक्स्प्रेस* मध्ये असताना माझ्या सहकाऱ्यांना विचारायचो. मग ते आपापल्या राज्यातील

अधिकाऱ्यांना तसे विचारायचे. त्यांना जी उत्तरे मिळाली ती येथे खाली देत आहे :

आंध्र प्रदेश : 'खऱ्या अर्थाने' तशी कसलीही पाहणी झालेली नाही; जून १९७० मध्ये के.एन. अनंतरामन यांची जी समिती नेमली होती, त्या समितीने दिलेल्या माहितीच्या आधारावरती जाती ठरविण्यात आल्या.

आसाम : मंडल आयोगाने केलेल्या जातींच्या यादीतून जाती घेतल्या व त्यात एका ढोबळ पाहणीतले निष्कर्ष मिळवले; भौगोलिक दूरत्व, खाण्यापिण्याच्या सवयी, राहणीचे आकृतिबंध, आर्थिक मापदंड आणि शैक्षणिक स्थिती एवढे निकष लावून ती पाहणी केली गेली. पण त्यानुसार पुढे कार्यवाही फारच ढिसाळपणे केली गेली.

बिहार : जातींची एक यादी बनवून त्यात काही काळाने सतत भर टाकली जात असते; इतर गोष्टी सोडल्यास, सरकारने राज्यातील दोन संस्थांच्या या विषयातील संशोधनाच्या कामाचे परिणाम वापरलेले आहेत.

गोवा : अनुसूचित जाती शोधण्यासाठी पाहणीचा पाया असतो. पण तशी अन्य मागासवर्गीय जाती शोधण्यासाठी पाहणी केलेली नाही. त्या ऐवजी 'ओबीसीच्या नेत्यांनी सांगितल्यावरून' मागासवर्गीय जातींची दखल घेतलेली आहे.

गुजरात : 'अनेक दावे व सूचना' यांच्या मिश्रणातून आणि बक्षी आयोगाने १९७२-७६ मध्ये केलेल्या पाहणीच्या निष्कर्षातून मागासवर्गीय जाती ठरवण्यात आल्या.

हरयाणा : अन्य मागासवर्गीयांच्या जाती ठरविण्यासाठी कोणतीही पाहणी केलेली नाही. तसेच मागासवर्गीय ठरविण्यासाठी कोणतेही निश्चित निकष किंवा मार्गदर्शक तत्त्व उपलब्ध नाहीत. ''राजकीय नेत्यांनी व राजकारणी व्यक्तींनी शिफारसी व सूचना केल्यानुसार जाती ठरविण्यात आल्या,'' असे अधिकाऱ्यांनी ठामपणे सांगितले.

जम्मू व काश्मीर : अनेक पाहण्या केल्याचे बोलले जाते. आताच्या खळबळजनक परिस्थिती बघता अशा गोष्टी पडताळून पाहणे शक्य नाही.

कर्नाटक : हे एकच असे राज्य आहे की जिथे एक सर्वसमावेशक पाहणी केली, असे म्हटले जाते. पण खालील मोठ्या राज्यांतील परिस्थिती पहा.

केरळ : नेट्टूर आयोगाने काही वर्षांपूर्वी तशी एक यादी तयार केली होती. पण ती यादी एखाद्या पद्धतशीर व सर्वसमावेशक पाहणीच्या आधारावरती केली नव्हती. ''निरनिराळ्या खातेप्रमुखांनी व संस्थांनी पाठवलेली माहिती त्यासाठी वापरली गेली... काही थोड्या पाहण्या इकडच्यातिकडच्या खेड्यांत व गावांत झाल्या, त्यांचा वापर करण्यात आला... पोलीस खात्याची या संदर्भातली तुरळक कागदपत्रे

आणि अस्पृश्यतेवरच्या वृत्तपत्रातील बातम्या व लेख वापरून ऐतिहासिक मागासवर्गीय शोधताना उपयोग झाला.''

मध्य प्रदेश : कोणतीही पद्धतशीर पाहणी झाली नाही. मागासवर्गीय जात ओळखण्यासाठी जी काही मार्गदर्शक तत्त्वे सांगितली ती अगदीच ढोबळ होती. ''त्याचाच वापर हल्लीच्या सरकारी कर्मचाऱ्यांना नीट करता येत नाही.''

महाराष्ट्र : कोणतीही सर्वार्थाने परिपूर्ण पाहणी झालेली नाही. नोव्हेंबर १९६१ मध्ये नेमलेल्या एका आमदाराच्या समितीने ज्या शिफारशी केल्या त्यातलीच एक यादी वापरली जाते आहे.

ओरिसा : मुख्यमंत्र्यांनी म्हटल्याप्रमाणे या राज्याकडे तशी कोणतीही यादी नाही.

पंजाब : दर काही काळाने तशा अनिश्चित घटकांच्या पाहण्या केल्या जातात आणि त्यांच्या तुलनात्मक विश्लेषणाचा आधार वापरला जातो.

राजस्थान : अन्य मागासवर्गीय (OBC) शोधण्यासाठी कोणतीही पाहणी केलेली नाही. राज्य सरकारच्या संबंधित खात्यांकडे अशी कोणतीही यादी नाही की त्या आधारे अन्य मागासवर्गीयांबद्दल काही निर्णय घेता येतील.

पश्चिम बंगाल : अशा अन्य मागासवर्गीय जातींची माहिती राज्य सरकारकडे नाही असे दिसते.

तमिळनाडू : अर्ज, विनंत्या आणि संबंधित खात्यांनी केलेले मूल्यमापन यांवर आधारित जातींची यादी वेळोवेळी केली जाते. ब्रिटिश काळापासून तसे चालत आलेले आहे. जानेवारी १९८८ मध्ये एक गणना आयोग नेमला होता. त्याचे शेवटी काय झाले ते दिलेले आहे.

उत्तर प्रदेश : तशी कोणतीही पाहणी झालेली नाही. त्याऐवजी छेदीलाल साथी समितीने १९७५ मध्ये ज्या शिफारशी केल्या त्या आणि मंडल आयोगाच्या शिफारशी या मुख्य स्रोतावरून यादी केलेली आहे.

म्हणजे, एक कर्नाटक राज्य आणि दोन किंवा तीन इतर राज्ये सोडली तर कोणत्याही राज्याने स्वत: होऊन तसली पाहणी केली नाही. त्याऐवजी चालू यादीत कारणपरत्वे भर घालणे; प्रत्येक समितीचे भिन्न भिन्न निकष गोळा करून, राज्या राज्यांतील उपलब्ध माहिती गोळा करून, त्यांचे वेगवेगळे मूल्यांकन करून, अन् बहुतेक वेळा वाटेल तसे, जातींच्या यादीची गरज भागवली जाते असे दिसते.

खरीखुरी निश्चिती

या सर्वांवरती मात करून खरीखुरी निश्चिती करणारा एक निर्णायक घटक आहे, तो म्हणजे बळजबरी करण्याची ताकद (muscle power). बळी तो कान पिळी!

हावनूर आयोगाने कर्नाटकात लिंगायत जातीला मागासवर्गीयांच्या यादीतून काढून टाकले. वेंकटस्वामी आयोगाने वक्कलिगा जातीला असेच वगळले. परिणामी हिंसाचार घडला, दंगे झाले, जाळपोळ झाली. मग सरकारने दोन्ही जातींना मागासवर्गीयांत घातले.

सप्टेंबर १९८७ मध्ये तमिळनाडूतील वण्णीयार जातीची ६५ लाख लोकसंख्या ही राज्यातील एक पंचमांश असल्याने, २० टक्के आरक्षण वण्णीयार जातीसाठी ठेवावे असा आग्रह त्या जातीच्या 'वण्णीयार संघम्' या संघटनेने धरला. त्यासाठी एक मोठे हिंसाचारी आंदोलन छेडले. त्यामुळे राज्यातील जातींच्या संघटनांनी आपापल्या जातींसाठीही तसेच आंदोलन करण्यास सुरुवात केली. एम.जी. रामचंद्रन या मुख्यमंत्र्याने आपल्या शेवटच्या दिवसांत सर्व संघटनांशी चर्चा सुरू केली. ते आजारी असल्याने प्रत्येक संघटनेशी त्यांच्या प्रतिनिधीने चर्चा केली. अशी एकूण १०० चर्चासत्रे झडली. त्या सर्वांच्या मागण्या तपासण्याचे काम नंतर थांबले. कारण प्रत्येक जातीच्या संघटनेने आपल्या जातीची लोकसंख्या फुगवून एवढी सांगितली की, सर्वांच्या लोकसंख्येची बेरीज केली तर ती राज्याच्या एकूण लोकसंख्येपेक्षाही भलतीच जास्त भरू लागली!

जानेवारी १९८८ मध्ये तमिळनाडूत राष्ट्रपती राजवट जारी झाली. वण्णीयार संघम्शी केंद्र व राज्य पातळीवरती चर्चा झाल्या. मग तमिळनाडू सरकारकडून 'सर्वांत मागासवर्गीय असलेल्या' जातींसाठी खास आरक्षणाची मागणी तत्त्वत: मान्य करण्यात आली. त्या सर्वांत मागासवर्गियांत वण्णीयार जातही धरण्यात आली. वण्णीयार जात ही तशी मागासवर्गीयांपासून सर्वसाधारणपणे खूपच वेगळी समजली जाते! मग एक 'गणना आयोग' हा पी.व्ही. वेंकटकृष्णन यांच्या अध्यक्षतेखाली नेमण्यात आला. या आयोगाला 'सर्वांत मागासवर्गीय' लोकांची जनगणना करण्याचे काम देण्यात आले. त्यात वण्णीयार जातीची गणना करण्याचेही काम होते. परंतु वण्णीयार जातीचे पुढारी तरीही शांत झाले नाहीत. त्यांनी तोपर्यंत 'तात्पुरते आरक्षण आम्हाला ठेवावे' अशी मागणी लावून धरली. तोवर १९८९ साल उजाडले. करुणानिधी सत्तेवरती निवडून आले. त्यांनी विधानसभेत जाहीर केले की, या प्रश्नाची तड लवकर लावण्यासाठी आपण तो गणना आयोग गुंडाळून टाकीत आहोत. त्यामागचे कारण, वण्णीयार लोकांनी करुणानिधीला निर्वाणीचा इशारा दिला होता. ११ मार्च १९८९ रोजी करुणानिधी यांनी वण्णीयारसह सर्वांत मागास जातींना २० टक्के आरक्षण जाहीर केले. करुणानिधी यांची जात ही सर्वांत मागासवर्गीयांपैकी एक असणे हे स्वाभाविक होते.

अशा रितीने मागासवर्गीयांच्या जातींच्या यादीत भर पडत जात असते. आरक्षणे अशी हिसकावून मिळवली जातात.

मंडल आयोगाच्या मागास जातींच्या यादीचा पाया हा असा होता.

राज्यातील मागास जातींच्या यादीचा पायाही असाच असतो.

फक्त दोन गोष्टी ह्या नक्की. कोणतीही जात ही संघटित असू दे, कोणत्याही जातीला फटका बसू दे, ते आपल्याला 'मागासवर्गीय' म्हणवून घेणे सोडत नाहीत. अशा स्वयंघोषित वर्गातील जातींची संख्या फुगत राहते. मद्रास इन्स्टिट्यूट ऑफ डेव्हलपमेन्ट स्टडीज या संस्थेचे फेलो असलेले डॉ. पी. राधाकृष्णन यांनी असे दाखवून दिले आहे की तमिळनाडूतील मागासवर्गीय जातींची संख्या सतत वाढते आहे. त्यांनी दिलेली खालील आकडेवारी पहा :

वर्ष	मागासवर्गीय जाती	वर्ष	मागासवर्गीय जाती
१८८३	११	१९२३	१३१
१८९३	३९	१९३३	१८२
१९०३	४६	१९४३	२३८
१९१३	१२२	१९५३	२७०

यानंतर मंडल आयोगाने मागासवर्गीय जातींची संख्या ही तमिळनाडून २८८ वर नेली. जी माणसे पुरेशी मागासलेली नाहीत ती सुदैवी नसल्याने या यादीत सामावली गेली नाहीत. त्यांना राज्य सरकारच्या नोकऱ्यांतून जवळजवळ हाकलून दिले गेलेले आहे.

जर आपण एकापाठोपाठ सत्तेवर येत असलेल्या सरकारांचे जाहीरनामे पाहत गेलो, तर त्यात 'असा हा देश वेगाने विकास पावत आहे' हे समजेल! अन् तरीही अधिकाधिक जाती या मागासवर्गीय होत चालल्या आहेत!

Competing Equalities या अभ्यासग्रंथाचा लेखक मार्क गॅलन्टर याने येथे आणखी एक क्रमवारी दाखवून दिली आहे. जून १९६५ मध्ये सरकारने कायदा सेक्रेटरी बी.एन. लोकूर यांच्या अध्यक्षतेखाली एक समिती नेमली होती. ज्या अनुसूचित जाती व जमाती यांना आरक्षण लागू होते, त्यांची यादी पुन्हा तपासण्याचे काम या समितीकडे होते. त्या समितीने २८ अनुसूचित जाती व १४ अनुसूचित जमाती यांची यादी तयार केली. त्यासाठी त्यांनी जो पुरावा गोळा केला त्यानुसार असे लक्षात आले की, या जातीजमातींचा अंतर्भाव मागासवर्गीयांत केल्यापासून त्या जातीजमाती आता 'तुलनात्मकरीत्या पुढारलेल्या' (relatively forward) बनल्या आहेत, विकास पावल्या आहेत.

यातून एक वादळ उठले!

श्री. लोकूर यांच्या शिफारशींवर वरवर का होईना पण काहीतरी विचार केला

आहे असे दाखवण्यासाठी सरकारने १७ ऑगस्ट १९६७ रोजी जातींच्या यादीत दुरुस्ती करण्याचा एक ठराव आणला. त्यामध्ये लोकूर यांनी शिफारस केलेल्या सर्व जातीजमाती होत्या! त्या ठरावान्वये त्या जातीजमातीना यादीतून वगळायचे होते.

हा ठराव संयुक्त संसदीय समितीकडे पाठवण्यात आला. त्या समितीने आपला अहवाल नोव्हेबर १९६९ मध्ये दिला. त्यांनी यादीच्या दुरुस्तीत आणखी काही बदल सुचवले. त्यानुसार मागास जातीजमातींच्या लोकांपैकी ज्यांनी आपला धर्म सोडून ख्रिश्चन किंवा मुस्लीम धर्म स्वीकारला, ते आता आरक्षणास पात्र नसल्याने त्यांना त्या लाभार्थींच्या यादीतून वगळावे, असे ठरले.

मग आणखी एक वादळ उठले!

तो ठराव शेवटी आणिबाणी चालू असताना ऑगस्ट १९७६ मध्ये पास झाला. त्या ठरावात बऱ्याच गोष्टी होत्या, परंतु धर्मांतरितांना वगळण्याची दुरुस्ती नव्हती.

एखादी अर्थपूर्ण व वास्तवता शोधणारी चाचणी घेण्याचा कोणताही प्रयत्न करताच त्याचा परिणाम दर वेळी शेवटी शून्यच ठरतो. 'जे अन्य मागासवर्गीय (ओबीसी) प्राप्तिकर भरत नाहीत त्यांना आरक्षण द्यावे' अशासारख्या नाटकी चाचण्या याला अपवाद आहेत. कारण त्यामुळे देशभरातील प्रत्येक श्रीमंत ओबीसी शेतकरी आरक्षणाचा लाभार्थी ठरतो. (शेतीवरती प्राप्तिकर नसतो.)

थोडक्यात, कोणतीही चाचणी लावा, तिचा परिणाम शून्यच ठरतो.

परंतु याचाही पुढचा परिणाम कोणी अजमावून पाहिला आहे? मंडल आयोगाच्याही पलीकडे जाऊन आपण विचार करायला हवा.

मंडल आयोगाचा शब्द

मंडल आयोगाने असे दाखवून दिले आहे की अन्य मागासवर्गीय (ओबीसी) यांच्या यादीत वाढ होते आहे; ती प्रत्येक जनगणनेत जातीचा मागासलेपणा अधिकाधिक लक्षात येत गेला म्हणून नव्हे, तर मागास जातींकडे सत्ता वळली आहे म्हणून तसे घडते आहे.

आयोगाच्या अहवालात मागासवर्गीयांची भरभराट होत गेली व त्यांच्या जातींचे संघटन व बळ वाढत गेले. यामुळे त्यांना सत्ता प्राप्त होत गेली असे म्हटले आहे. तसेच अहवालात असेही ध्वनित केले आहे की, ती माणसे आता गरीब हरिजनांच्या मानगुटीवर बसून त्यांना कशी पिळून काढीत आहेत, नव्याने मिळालेल्या सवलतींचा लाभ आता जास्त उठवणे त्यांना जमू लागले आहे.

मंडल आयोगाने ज्या जाती मागासवर्गीयांत घातल्या, त्यातल्या १६८ जाती बिहारमधल्या आहेत. त्यात कूर्मी, कोयरी आणि यादव ह्या जाती मोडतात. हे त्यांनी अहवालाच्या चौथ्या खंडातील १७८ व १७९ पानांवरती नमदू केले आहे. परंतु

खंड १च्या ३४ व्या पानावरती त्याच जातींबद्दल काय नमूद केले आहे ते पहा :

> मध्यस्थांची किंवा दलालांची हकालपट्टी केल्याने कूर्मी, कोयरी व यादव जातीच्या कष्टाळू शेतकऱ्यांना नक्कीच मदत झाली आहे. हे छोटे शेतमालक आपल्या जमिनीत कष्ट करतात आणि आपल्या मजुरांनाही कष्ट करायला भाग पाडतात. त्या शेतमजुरांकडून मग जो विरोध केला जातो त्यातून अंतर्गत संघर्ष व हरिजनांवरती अत्याचार घडू लागतात...

आयोगाच्या अहवालात म्हटले आहे, ''कूर्मी, कोयरी व यादव शेतकरी मालक आता नवीन गोष्टींचा (म्हणजे नवीन पिके, वाण, खते, शेतमालाच्या भावाला जास्त दर, इत्यादी) लाभ उठवण्यात बरेच तयार झाले आहेत.'' बिहारमधील परिस्थितीचा जो अभ्यास आयोगाने करवून घेतला त्याची माहिती अहवालाच्या चौथ्या खंडात दिली आहे. त्यात आणखी पुढे असे म्हटले आहे, ''*जर शेतमजुरांनी विरोध दर्शवला किंवा राजकीय विरोध केला, तर ते शेतमालक त्यांच्यावरती अत्याचार करण्यास बिलकूल मागेपुढे पाहत नाहीत. बेलची, पथाडा, गोपाळपूर, विश्रामपूर पराशिधा... इत्यादी ठिकाणी हरिजनांवरती सुडापोटी जे भयानक अत्याचार झाले त्याच्या मुळाशी हा घटक आहे...* परिणामी, शेतकरी मागासवर्गीय जाती आणि अनुसूचित जाती व जमाती यांच्यामध्ये सलोखा राहिलेला नाही.''

मंडल आयोगाच्या अहवालातील सहाव्या खंडातील २११ व २१२ पानांवरती उत्तर प्रदेशातील ११६ जातींना मागासवर्गीय म्हणून ठरवलेले आहे. त्यामध्ये गुजर, कोयरी, कूर्मी, लोध व यादव या जाती आहेत. पण त्याच अहवालातील पहिल्या खंडातील ३५ व्या पानावरती आयोग या जातींबद्दल म्हणतो :

> बिहारप्रमाणेच उत्तर प्रदेशातही जमीन सुधारणा झाल्याने राजकीय अर्थकारणात बदल झाले आहेत. यादव, कूर्मी, लोध, गुजर, कोयरी जातींचे लोक पूर्वी शेतावर कुळे म्हणून काम करायचे आणि हिस्सेदारीत पिके काढायचे. ते आता शेतमालक बनले आहेत, उद्योगी बनले आहेत. आधुनिक शेतीतंत्राचे लाभ उठवण्याइतपत त्यांच्यात क्षमता आली आहे.

आयोगाने जो अभ्यास केला आहे तो अहवालाच्या चौथ्या खंडात दिलेला आहे. त्यात म्हटले आहे, ''पुढारलेल्या जातींमधील 'छत्रधारी' शेतमालकांसारखे हे नवीन मागासवर्गीय शेतमालक आता कोणावरही अवलंबून राहत नाहीत...

> बिहारमधल्या मागासवर्गीय शेतमालकांसारखेच तेही आपल्या हाताखाली शेतमजुरांकडून चोपून काम करून घेतात. सामाजिकदृष्ट्या पुढारलेल्यांच्या बरोबरीने जाण्यासाठी ते धडपडत असताना, शेतमजुरांमधील वाढत्या राजकीय जागृतीची त्यांना चीड येते.''

मंडल आयोगाने 'मागासवर्गीय' म्हणून ठरवलेल्या याच जाती आता आरक्षण, वेगळ्या वित्तसंस्था आणि केंद्र सरकारच्या खास विकास योजना यांचे पुरेपूर लाभ उठवीत आहेत.

'अनुसूचित जातीमधला कोणी एक श्री.एल.आर. नाईक'

आपला अहवाल राष्ट्रपतींकडे पाठवताना मंडल आयोगाने जे पत्र सोबत जोडले होते, त्यात असे लिहिले होते, ''हा आयोग अन्य मागासवर्गीय सभासद आणि अनुसूचित जातीमधला कोणी एक श्री.एल.आर. नाईक यांचा मिळून बनलेला आहे.'' अहवालाप्रमाणे आयोगाने खालील नियमानुसार आपले कार्य केले :

> एखाद्या राज्याला आयोगाने किंवा आयोगाच्या एखाद्या उपसमितीने भेट दिली असताना आणि त्या राज्यात आयोगाने अथवा उपसमितीने एखादी बैठक घेतली असताना, आयोग त्या वेळी दोन व्यक्तींना बैठकीपुरते सभासद करून घेऊ शकतो. त्या दोन व्यक्ती ह्या राज्य सरकारमधील असल्या पाहिजेत आणि मागासवर्गीय जातीच्या हव्यात. अशा व्यक्ती आयोगावर किंवा आयोगाच्या उपसमितीवर जादा सभासद म्हणून काम करू शकतात.

ज्या आयोगाचे सर्व सभासद हे अन्य मागासवर्गीय (ओबीसी) जातीचे असतात आणि ज्या आयोगाचे अतिरिक्त सभासद (additional members) हेही 'अन्य मागासवर्गीय' असतात, त्या आयोगाला अन्य मागासवर्गीयांचे लाभ पाहाण्यास सांगितले होते.

सारेच अन्य मागासवर्गीय असल्याने आयोगात किती दाटी झालेली असेल!

पण मी 'कोणी एक श्री.एलआर. नाईक' (one Shri L. R. Naik) यांच्याबद्दल सांगणार आहे. या सभासदाने आयोगाच्या अहवालाला आपली एक भिन्न मतपत्रिका जोडली आहे.

दुर्बल जातींकडे जबरदस्त घटक असल्याने तेच सर्व घटक सारे लाभ खाऊन टाकतील, आणि या धोक्याकडे पं. नेहरूंच्या काळात केंद्र सरकारने निर्देश केला

होता. आपण या पुस्तकात ते सुरुवातीलाच पाहिले आहे. पहिल्या मागास वर्ग आयोगाच्या शिफारसींवरती जी कारवाई झाली, त्याचे निवदेन लोकसभेपुढे ठेवले होते. मंडल आयोग त्याची आठवण करून देत लिहितो,

> असंख्य जाती व समाजगट यांना मागासवर्गीय म्हणून मान्यता देताना असे लक्षात आणून दिले की, ''थोडेसे अपवाद वगळता जर एखाद्या संूपर्ण समाजगटाला मागासवर्गीय म्हणून मान्यता द्यायची असेल, तर त्या गडबडीत ज्यांना अशा मान्यतेची खरखुरी गरज आहे त्यांना बाकीचे जनसमूह असे काही दडपून टाकतील, की त्या बिचाऱ्यांकडे कोणाचेही खास लक्ष वेधले जाणार नाही की त्यांना पुरेसे साहाय्य मिळणार नाही, किंवा तशा लाभांना घटनेच्या कलम ३४० मध्ये घातलेल्या अटींमध्ये बसवले जाणार नाही.''

नेमका हाच मुद्दा मंडल आयोगाच्या त्या 'अनुसूचित जातीमधला कोणी एक श्री.एल.आर. नाईक' याने उचलून धरला व आपल्या भिन्न मतपत्रिकेत (Note of Dissent) मांडला. त्याने तक्रारीच्या स्वरात लिहिले आहे :

> ''माझे असे प्रामाणिक मत आहे की, यादीत उल्लेखलेल्या जाती/जमाती या एकसंध आहेत व आपापसात एकमेकांना घट्ट धरून आहेत. त्या प्रत्येक जाती/जमातीची सामाजिक व शैक्षणिक मागासलेपणाची पातळी मात्र भिन्न भिन्न आहे. म्हणून मला अशी भीती वाटते की त्या जातींना पुढे नेण्यासाठी ज्या संरक्षणाची शिफारस केली आहे, त्याचा लाभ त्यांच्यातीलच काही दुर्दैवी समूहांपर्यंत झिरपणार नाही. मग एक 'सर्व मानव समान असलेला समाज' निर्माण करण्याचे घटनेतील जाहीर केलेले उद्दिष्ट केवळ एक ऐतिहासिक स्वप्नच राहील.''

श्री.एल.आर. नाईक यांनी मंडल आयोगाकडे केलेली मागास जातींची यादी दोन भागात विभागली. एक भाग हा 'अर्धमागास वर्ग' (Intetmediate Backward Class) हा होता तर दुसरा भाग हा 'दडपलेला मागास वर्ग' (Depressed Backward Class) या नावाचा होता. श्री. नाईक त्याबद्दल लिहितात,

> ''सबंध भारतभर दौरा करताना मला असे दिसून आले की, त्या अर्ध मागासवर्गीयांत अशी एक प्रवृत्ती बळावत चालली आहे की त्यामुळे ते

आपल्याच बांधवांचा छळ करू लागले आहेत. आपला पूर्वी वरच्या जातींनी कसा छळ केला तसाच छळ ते आता आपल्याही खालच्या जातींचा, म्हणजे 'दडपलेल्या मागासवर्गियांचा' करत आहेत. आपल्या या विषमतापूर्ण समाजात आयोगाने सर्व प्रकारची खबरदारी घेतली पाहिजे. ती अशी की, जे कोणी जास्त निराधार आणि गरजू आहेत, त्यांना मागासवर्गीयांतील असमान समाजगटांच्या जीवघेण्या स्पर्धेत कोणतीही झळ बसणार नाही व त्यांना दिल्या जाणाऱ्या लाभांपासून ते वंचित होणार नाहीत. त्यासाठी आयोगाने सुरक्षिततेचे विविध उपाय योजले पाहिजेत. आमच्यामध्ये अद्यापही अत्यंत जातीयवादी आहेत व असे दिसते की आपले मूळचे सामर्थ्य न गमावता हा जातिवाद नवीन रूप धारण करतो आहे. अनेक निरीक्षकांना असे वाटते की, लोकशाहीतील राजकारणाचे तर्कशास्त्र आणि जनआंदोलन या दोन प्रकारांमुळे जातिवाद हा सार्वजनिक मंचावरती केंद्रस्थानी ओढला गेला आहे. जे राजकीय नेते अर्धमागास, मागासवर्गीयांतून आलेले आहेत, तेही अशा अंतर्गत जातीयवादापासून अलिप्त राहिलेले नाहीत, आणि अगदी तळागाळाशी असलेल्या दडपलेल्या मागासवर्गीयांसारख्या जातींचा विकास करण्यासाठी त्यांच्याजवळ कसलीही पुरेशी कल्पनाशक्ती नाही. असे दिसते की हे नेते मागासवर्गीयांच्या नावाने आर्थिक व राजकीय सत्ता खेचून घेण्यासाठी फक्त ठराविक उच्चवर्णीयांची नक्कल करणे एवढेच त्यांना समजते. हे एक प्रकारचे मानसिक विचलन (mental aberration) असून त्याचा सरळ सरळ निषेधच व्हायला पाहिजे, मग ती प्रवृत्ती उच्चवर्णीयांमध्ये निर्माण झालेली असो वा अर्धमागासवर्गीयांत निर्माण झालेली असो.''

या जाती मागासवर्गीयांच्या वर्णनात मोडतात?

न्या.आर.एम. सहाय यांनी *इंद्र सहानी*च्या खटल्यात एका धोक्याकडे बोट दाखवले आहे. त्यांनी एक प्राथमिक अडचण दाखवली. निरनिराळ्या राज्यांत निरनिराळ्या जाती या मागासवर्गीय समजल्या गेल्या आहेत. याचे कारण असे आहे की, काही जाती एका राज्यात 'मागासवर्गीय' ठरतात तर त्याच जाती दुसऱ्या राज्यात तशा ठरत नाहीत. अशा सर्व जातींची बेरीज करून देशभरच्या नोकऱ्यांत त्यांना आरक्षण देऊ करायला गेलो तर त्यातून 'गोंधळ' निर्माण होईल. न्या. सहाय म्हणतात, मग जे उमेदवार किंवा कर्मचारी एका राज्यातून दुसऱ्या राज्यात जातील ते मागासवर्गीय असूनही त्या दुसऱ्या राज्यात तसे ठरणार नाहीत. किंवा मूळच्या राज्यात मागासवर्गीय नसले तर दुसऱ्या राज्यात मागासवर्गीय ठरतील. त्यातून कागदोपत्री निष्कारण काम

वाढवण्यास प्रोत्साहन मिळेल. यादी तयार करण्याच्या पद्धतीबाबत त्यांनी 'सर्वांत महत्त्वाचे' असे संबोधून आपले लक्ष वेधले आहे. ते म्हणतात की, "यादीप्रमाणे जर आपण गेलो तर त्यात घटनात्मक दुर्बलता किंवा कच्चेपणा येईल... विविध राज्यांतील अनेक समाजगट किंवा जनसमूह हे राज्यांच्या यादीत निरनिराळ्या राजकीय अगर अन्य कारणांमुळे मागासवर्गीयांत घातलेले आहेत." असे म्हणून त्यंनी कर्नाटक राज्यातील एक उदाहरण दिले. "गौडा आयोग, वेंकटस्वामी आयोग व हावनूर आयोग यांच्यापासून सुरुवात करून अनेक आयोग कर्नाटकात मागासवर्गीय समस्येसाठी नेमले गेले. पण तरीही कित्येक जाती राजकीय व आर्थिक दडपणामुळे मागासवर्गीय नसूनही यादीत समाविष्ट झाल्या होत्या. कागदोपत्री ही अवस्था तशीच पुढे चालू राहिलेली होती." यासाठी त्यांनी घनश्याम शहा या व्यक्तीचे उदाहरण दिले. आपला *सामाजिक मागासलेपणा आणि आरक्षणाचे राजकारण* सांगून शहा असे दाखवून देतात, "शूद्र वर्णामध्ये काही शेती करणाऱ्या जाती होत्या, कारागिरी करणाऱ्या जाती होत्या आणि काही भटक्या जाती होत्या. वेगवेगळा काळ, विविध स्थळे आणि भिन्न भिन्न संदर्भ यांमुळे त्या वर्गातील एखाद्या जातीचे स्थान हे प्रत्येकाच्या दृष्टिकोनातून बदलत होते. उदाहरणार्थ, गुजरातमधील पाटीदार जातीतील माणसांना काही दशकांपूर्वी शूद्र समजले जात होते. पण आता हे पाटीदार लोक आपल्याला 'वैश्य' समजतात. आणि अन्य जातीतील माणसेही त्यांना आता वैश्य समजू लागली आहेत. या जातीतील माणसे अर्थातच 'नाही रे' वर्गातील (have-nots) नाही, ती सधन आहेत. अगदी असेच उदाहरण कर्नाटकातील वक्कलिग व लिंगायत जातींचे, आंध्रप्रदेशातील रेड्डी व कम्मा जातींचे, आणि काही प्रमाणात बिहारमधील यादव जातीचे आहे."

न्या. सहाय म्हणतात, "अन् तरीही त्या त्या राज्यात अजूनही त्या जाती मागासवर्गियांच्या यादीत घातल्या आहेत." (संदर्भ : इंद्र सहानी विरुद्ध भारतीय संघराज्य, (1992) Supp. (3) SCC 217, at 609 para 601)

सर्वोच्च न्यायालयाने ज्या जातींची वर्णने केली आहेत आणि ज्यांच्या सामाजिक स्थितीमुळे आरक्षणाचे समर्थन होते, त्या जातींमध्ये वर दिलेल्या उदाहरणातील जाती बसतात का? आपण निकालपत्रात असे वाचतो की, "अशक्त व दुर्बल केलेल्या लोकांचे जनसमूह हे दारिद्र्यात, मूकपणे कुठेतरी कोपऱ्यात, कोणाच्याही नजरेस न पडता, कसलीही संपत्ती जवळ नसताना, सामाजिक दबाव, दडपण यांखाली व दारिद्र्यरेषेखाली सामाजिक बहिष्कार सहन करीत ओढग्रस्त जीवन जगत असतात.", "कसलाही सामाजिक दर्जा, इतमाम नसताना मानवी जीवनाच्या खालच्या पातळीवरचे जीवनमान सहन करीत... सफलतेची किंचितही शक्यता नसलेल्या आशा उराशी बाळगून ते जगत असतात.", "मागासवर्गीयांची गांगरवून

टाकणारी परिस्थिती व करुणास्पद स्थिती...'', ''त्यांचे खालच्या पातळीवरचे जन्म'', ''त्यांचे स्वत:ला हीन पातळीवर नेणारे व्यवसाय'', ''त्यांना वेचून खालच्या पातळीवरती ठेवले जाण्यामुळे पूर्वीपासून सतत होत असलेला ऱ्हास, त्यांची पिळवणूक, त्यांची उपेक्षा, त्यांचे दारिद्र्य, रोगराई, वेगळी वस्ती, गुलामगिरी आणि त्यांचा छळ...'', ''त्यांच्या निर्मितीची मुळे ही समाजाच्या सर्वांत खालच्या थरात आहेत; पूर्वापार करत असलेले त्यांचे हलक्या व हीन दर्जाचे व्यवसाय; त्यांचा छळ करणारी व सुटका होऊ न देणारी परिस्थिती व अन्य लोकसंख्येपासून त्यांची वस्ती वेगळी करून त्यात युगानुयुगे डांबून ठेवणारी स्थिती; त्यांची हलाखीची सामाजिक व शैक्षणिक अवस्था; त्यांची दारिद्र्याची गर्ता व सतत ऱ्हास करणारा मागासलेपणा...'', ''नागरिकांचे असे वर्ग की ज्यांना आपली जीवनपातळी उंचावणे व उन्नती करून घेणे अशक्य व्हावे...''

वरील कोणत्या शब्दात राजस्थानातील जाट जात बसू शकते? कर्नाटकातील वक्कलिग आणि लिंगायत यांना हे वर्णन लागू पडते? का आंध्रमधील रेड्डी व कम्मा जातींना लागू पडते? का बिहार व उत्तर प्रदेश यातील यादव जातीला हे लागू पडते? का गुजरातमधील ज्या सामर्थ्यवान जातींनी 'मागासवर्गीय' हे विशेषण आपल्यासाठी हिसकावून घेतले, त्या जातींना लागू पडते?

अन् तरीही वरील वर्णने ही आरक्षणाचे समर्थन करण्यासाठी अजूनही वापरली जातात? अशी वर्णने ही अनुसूचित जाती व जमाती यांच्या पलीकडे असलेल्या समाजगटांना खरोखरच बेधडक लागू करून त्यांचे समर्थनही केले जाते.

६.

आणि न्यायालय हे सारे कसे स्वीकारते?

घटनेचे घाऊक प्रमाणात जे विडंबन चालले आहे ते आमची न्यायालये कशी काय स्वीकारत आहेत? त्यांनी आतापर्यंत जी काही निकालपत्रे दिली व मतप्रदर्शन केले, ते पाहता त्यांच्याकडून या विडंबनांचे कसे काय समर्थन केले गेले?

यामध्ये 'सज्जनपणा' ही पहिली समस्या आहे! आपल्या घटनात्मक रचनेच्या ज्या अन्य शाखा, उपशाखा आहेत त्यांच्याकडून घटनेला मान दिला जातो, घटना पाळली जाते, घटनेचा आदर केला जातो असे समजून त्यांना एक सूचक तंबी दिली तरी पुरे, असे न्यायालय समजते. अन् म्हणून वेळप्रसंगी न्यायालयाकडून एखादा उघडपणे दिसणारा ढळढळीत मुद्दा हा बोलून दाखवला जात नाही. तसेच आपल्या म्हणण्यातला संदिग्धपणा आणला तरी तो पुरेसा आहे असे ते समजतात. शहाण्याला सूचक शब्दांचा मार पुरतो अशी आमच्या न्यायालयांची समजूत झालेली आहे. परंतु प्रत्यक्षात उलटेच घडते. जे कोणी एक्झिक्युटिव्ह अधिकारी प्रशासनात आहेत, जे कोणी विधानसभा, लोकसभा अशा कायदेमंडळात आहेत, त्यांनी न्यायालयाच्या दुर्लक्षांचा पुरेपूर लाभ उठवला आहे, त्यांच्या म्हणण्यातील संदिग्धपणाचा फायदा घेऊन आपला समूहवाद आणखी पुढे रेटला आहे.

ही गोष्ट अनेक उदाहरणे देऊन स्पष्ट करता येते. घटना लागू केल्यानंतर सर्वोच्च न्यायालयासमोर दोन खटले दाखल झाले. त्यातला एक दावा हा घटनेच्या १५(१) या कलमान्वये केलेला होता, तर दुसरा दावा हा घटनेचे कलम १६(४) यानुसार केलेला होता. एकाच दिवशी व एका खंडपीठाने या दोन्ही दाव्यांचे निकाल दिले. खंडपीठात सात न्यायाधीशांची नियुक्ती झालेली होती. *चंपकम दोराईराजन* खटल्यात एका तरुण मुलीला शिक्षणसंस्थेत जातीच्या कारणावरून प्रवेश नाकारलेला होता. तिच्या जातीला आरक्षण लागू नसल्याने प्रवेश दिलेला नव्हता. तिने आधीच्या परीक्षेत मिळवलेले गुण पाहता तिला सहज प्रवेश मिळू शकत होता. परंतु प्रवेशासाठी ती योग्य जातीत जन्माला आलेली नव्हती. मग सर्वोच्च न्यायालयाने

कलम १५(१) व कलम २९(२) यांचा भंग केल्याचे दाखवून प्रवेश नाकारणाऱ्या राज्य सरकारच्या सूचना रद्दबातल करून तिला प्रवेश मिळवून दिला.

बी. वेंकटरमण खटल्यात अर्जदाराला डिस्ट्रिक्ट मुन्सफ या पदावरती त्याचा हक्क असूनही मुद्दाम नियुक्त केले नाही. त्याचे एकमेव कारण तो ब्राह्मण जातीचा होता हे दिलेले होते. जुन्या पद्धतीनुसार (communal order) मद्रास सरकारने काही पदे ही विविध जाती व धर्म यांसाठी राखून ठेवलेली होती. त्या जाती हरिजन, मुस्लीम, ख्रिश्चन, मागास हिंदू, अब्राह्मण हिंदू आणि ब्राह्मण असे होते. त्या कमनशिबी मुलीसारखेच श्री. वेंकटरमण यांना अन्य कोणत्याही निकषानुसार ते पद मिळाले असते. पण येथेही त्यांना फक्त त्यांच्या जातीसाठी ते पद नाही, या कारणावरून नकार देण्यात आला होता. न्यायालयाने असे दाखवले की हरिजन व मागास हिंदू यांच्यासाठी अनेक पदे राखून ठेवलेली असल्याने या खटल्यात अर्जदाराला दिलासा देता येत नाही. कारण घटनेने कलम १६(४) यानुसार राज्य सरकारला तशी पदे आरक्षणासाठी राखून ठेवता येतात. जर त्या सर्व आरक्षित पदांच्या जागा भरल्या गेल्या असत्या, तर वेंकटरमण यांना ते पद मिळणे दुरापास्त झाले असते. मग त्यांना त्यांच्या जातीवरून, किंवा धर्मावरून नकार दिला गेला नसता. तर त्या पदासाठी घटनेचे कलम १६(४)नुसार राज्य सरकारला जागांचे आरक्षण ठेवता येते, या कारणावरून नकार देता आला असता. तथापि, जी आरक्षणे अन्य वर्गासाठी – म्हणजे १६(४) कलमानुसार – हरिजन व मागास हिंदू यांच्याखेरीज असलेल्या वर्गासाठी – ठेवली आहेत ती मागासवर्गीयांसाठी ठेवता येत नाहीत. त्यामुळे त्या पदावर मागासवर्गीयाची नेमणूक झाली असल्याने ती कायदेशीर ठरत नाही. म्हणून वेंकटरमण यांना ज्या कारणावरून नकार दिला आहे ते कारण स्पष्टपणे त्यांची जात ब्राह्मण आहे म्हणून दिलेला आहे, असेच दिसते. म्हणून वेंकटरमण यांना दिलेला नकाराचा आदेश घटनाबाह्य ठरतो. (संदर्भ : *मद्रास राज्य विरुद्ध चंपकम् दोराईराजन* AIR 1951, SC 226; आणि *बी. वेंकटरमण विरुद्ध मद्रास राज्य,* AIR 1951 SC 229)

न्यायालयाचे निकाल स्पष्ट व स्वच्छ होते. त्याचे परिणाम हे शिक्षणसंस्था किंवा सरकारी नोकरी येथे काही व्यक्तींना जातीवरून प्रवेश नाकारण्याला बंदी करणारे होते. चंपकम दोराईराजन खटल्याच्या निकालामुळे घटनेच्या कलम १५ मध्ये एक नवीन पोटकलम घालण्याच्या उद्योगाला चालना मिळाली. पण त्यातही एक संदिग्धता राहिलेली होती. मद्रास सरकारच्या 'कम्युनल ऑर्डर'नुसार आरक्षणासाठींच्या जातीची जी यादी तयार झाली, ती किमान हिंदू धर्मीयांसाठी होती आणि ती पूर्णपणे जातींच्या पायावरती आधारलेली होती. न्यायालयाने ती यादी रद्दबातल केली नाही. यामुळेच पुढे बरेच काही घडले. (संदर्भ : *इंद्र सहानी विरुद्ध भारतीय संघराज्य,*

(1992) Supp. (3) SCC 217, at 662-66 paras 695-697)

नुसती संदिग्धता सोडली तरीही गोष्टी आता भलत्याच थराला पोचू लागल्या होत्या. काही प्रसंगी तर सरळ समोरच्या सत्याकडे मुद्दाम डोळे झाकले जाऊ लागले. १९३१ साली जातिनिहाय जनगणना झाली ती परत एकदा आठवा. तेव्हापासून जातींच्या लोकसंख्या मोजण्याचा प्रयत्न झाला नाही. १९७२ मध्ये एका विशिष्ट खटल्यामध्ये या मुद्द्याचा पुन्हा एकदा विचार करावा लागला. या खटल्यातील मुद्दा हा १९२१ साली केलेल्या जनगणनेच्या आधारावरती मांडला होता. त्यानंतर राज्याच्या एकूण लोकसंख्येमधील जातींची टक्केवारी बदलली होती. कारण, काही जणांचे स्थलांतर झालेले होते. तसेच सामाजिक, शैक्षणिक व आर्थिक परिस्थितीही बदलत गेली होती. त्यामुळे जातींचे व्यवसायही बदलत गेले. तसेच जननदर व मृत्यूदर यांतही फरक पडत गेले असणार. पण तरीही १९२१ सालची जनगणना आधारभूत ठरवली गेली. विविध जातींचा मागासलेपणा किती आहे हे जोखण्यासाठी एक पाहणी आयोगाकडून केली गेली. त्यासाठी आयोगाने अनेक शाळांना प्रश्नावली पाठवली. पण त्यापैकी फक्त निम्म्या शाळांनीच त्या प्रश्नावलीला उत्तरे पाठवली. सर्वोच्च न्यायालयाने ही बाब नजरेस आणून नोंदवली. तरीही न्यायालयाने ही बाब फारशी मनावरती घेतली नाही व त्याबद्दल म्हटले, "५० टक्के शिक्षणसंस्थांनी उत्तरे पाठवली असल्याने जास्त तपशील आयोगाने गोळा केला नाही याबद्दल आयोगाला जबाबदार धरता येणार नाही." (संदर्भ : *आंध्र प्रदेश विरुद्ध यु.एस.व्ही. बलराम,* (1972) 1 SCC 660, at 681, 686, paras 70-83-A) परंतु 'कोणाचा दोष आहे?' हा प्रश्न नव्हता. तर येथे प्रश्न असा आहे की, "जी काही माहिती वापरली ती कितपत विश्वासार्ह होती?" परंतु "विधिलिखीत लिहिलेच जाते व याचिका दाखल..."

जी यादी आरक्षणासाठी पुढे करण्यात आली ती पूर्णपणे जातींवरती आधारित होती. हे सत्य समोर आल्यावरती सर्वोच्च न्यायालयाने म्हटले, "आमच्यासमोर आलेल्या मागासवर्गीयांच्या यादीबद्दल सकृद्दर्शनी विवाद असले व जातींच्या पायावर ती रचली असली तरी, बारकाईने निरीक्षण केले असता असे स्पष्ट कळते की फक्त ठराविक व्यवसाय करणाऱ्या लोकांच्या गटांची ती यादी आहे." सर्वोच्च न्यायालयाने असे म्हणून स्वत:चे समाधान करून घेतले. (नंतर आपल्या म्हणण्याच्या पुष्ट्यर्थ बहुसंख्य निकालपत्रांत पुढे हाच संदर्भ वापरला गेला. पहा, *इंद्र सहानी* खटला, op.cit., at 670 para 710) जर सर्वोच्च न्यायालयाला खरोखरच असे वाटत होते तर सरळ ठराविक व्यवसाय व पेशा यांचा थेट संदर्भ विचारात घ्यायला काय हरकत आहे? नाहीतरी, न्यायालयाने अनेकवार असे म्हटले होते की, "जात व व्यवसाय यांमध्ये मूलभूत फरक आहे." म्हणजेच न्यायालयाच्या उक्तीनुसार कोणीही

आपला व्यवसाय बदलू शकतो, पण आपली जात कदापि बदलू शकणार नाही.

जातींची ती यादी रद्द करण्याविरुद्ध नकार देताना न्यायालयाने आपले नेहमीचे उत्तर – "ती यादी म्हणजे फक्त जातींची यादी आहे," असे दिले. "...आणि त्या यादीवरून ती संपूर्ण जात ही सामाजिकदृष्ट्या व शैक्षणिकदृष्ट्या मागासलेली आहे, आणि म्हणून त्या जातीचा अंतर्भाव हा कलम १५(४)नुसार मागासवर्गीय म्हणून करणे क्रमप्राप्त आहे." मुळात जी माहिती गोळा केली ती माहिती पुरेशी आहे की नाही हे पाहण्याची आता आपल्याला गरज नाही. तसेच आयोगाने त्यासाठी कोणते निकष वापरले तेही पाहण्याची गरज नाही. मग प्रश्न असा येतो की, न्यायालयाने हीच चाचणी परीक्षा वक्कलिग, लिंगायत, यादव, जाट इत्यादी आयोगाच्या दृष्टीने मागासवर्गीय नसलेल्या जातींना का लावली नाही? या जातींनी आपल्या खालच्या जातींवरती अन्याय केला व त्यांना दडपून टाकले, अशा नोंदी आहेत.

न्यायदानात काही गैरसोयीच्या वाटणाऱ्या गोष्टी सरळ उडवून बाजूला सारायच्या ही गोष्ट आता एक ठराविक बाब होऊन बसली आहे.

या आधीच्या निकालपत्रांमध्ये न्यायालयाने असे म्हटले होते की, "राज्याच्या सरासरीपेक्षा ज्या नागरिकवर्गांची सरासरी ही खूप कमी आहे, त्यांना शैक्षणिकदृष्ट्या मागास ठरवून त्यांना आरक्षणाचा लाभ द्यावा." मग आता त्याचे काय झाले? आताच्या खटल्यात असे काय घडले म्हणून ज्या जाती राज्याच्या सरासरी निर्देशांकापेक्षा अधिक वर आहेत त्यांचा समावेश मागासवर्गीय गटात केला जावा? ठीक आहे, काही हरकत नाही. सर्वोच्च न्यायालय असे म्हणते की, "पूर्वीच्या एका निकालपत्रात न्यायालय कोणताही असा कठोर व कडक नियम घालून देऊ इच्छित नाही... कलम १५(४)नुसार तरतूद करण्यासाठी फक्त ढोबळ तत्त्वे लक्षात घ्यावीत असे न्यायालयाने निर्देश केला आहे..." मागास जाती शोधण्यासाठी नेमलेल्या मंडल आयोगाने, ज्या मागास जाती ह्या राज्याच्या सरासरी निर्देशांकाच्या वर जातात त्या गोष्टीला डावलण्यासाठी मोठ्या युक्तीने एखादा निकष शोधला आहे, असे उच्च न्यायालयाने मानले होते ना? आणि म्हणून, आयोगाने 'वैयक्तिक ज्ञान आणि प्रत्यक्ष जागेवर दिलेल्या भेटी' यांच्या साहाय्याने मागासलपेणा ठरवून तसे जाहीर केले होते ना? हरकत नाही : "हे वैयक्तिक ज्ञान आणि त्या जागेवर जाऊन दिलेल्या भेटी यातून असे दिसते की त्या जातींचे रहाणीमान हे 'शोचनीय अशा निकृष्टावस्थेचे' होते; म्हणून विविध शाळांतून जी माहिती मागवली त्यात राज्याच्या सरासरी निर्देशांकापेक्षा जरा वरच्या पातळीवरचे शैक्षणिक निर्देशांक होते. तसे असेल तर ती गोळा केलेली माहिती उपयोगात आणल्याने त्या जातींचे नुकसान होईल." (संदर्भ : *आंध्र प्रदेश विरुद्ध यू.एस.व्ही. बलराम,* (1972) 1 SCC 660, at 686, 689 paras 87, 96)

आपली घटना म्हणते की, जातीच्या कारणावरून कोणाहीविरुद्ध भेदाभेद केला

जाऊ नये. मग मागास ठरवलेल्या जातींना आरक्षणाची पदे देऊन सामाईक परीक्षेत उत्तम गुण मिळवलेल्या उमेदवारांना केवळ ते मागास जातीचे नाहीत म्हणून वगळता येईल? तरीही काही हरकत नाही. येथे एक उतारा मी उद्धृत करणार आहे. येथून पुढे तो उतारा सारखा सारखा आपल्यापुढे येईल. त्या उताऱ्यामध्ये न्यायालयासमोर असे उघड झाले की ती आरक्षणाची यादी फक्त जातीच्या निकषांवरती निर्माण केली गेली आहे. त्यावर न्यायालय म्हणते, ''केवळ जातीवरून सामाजिक व शैक्षणिक मागासलेपणा ठरवला गेला आहे, हे खरे आहे. फक्त जात हीच ठामपणे विचारात घेतली आणि त्या जातीतील माणसे सामाजिकदृष्ट्या व शैक्षणिकदृष्ट्या मागासलेल्या वर्गातील नाहीत, असा याचा अर्थ होत नाही...'' (संदर्भ : *Minor P. Rajendran Vs. State of Madras*, (1968) 2 SCR 786, para 7. मग याचा अधिकृत व पक्का संदर्भ *State of Andhra Pradesh Vs. P.Sagar* , 1968, AIR 1379 या खटल्यात वापरला गेला. त्यामुळे नंतरच्या *State of Andhra Pradesh Vs. U.S.V. Balram, 1972 SCC (1) 660* या खटल्यात दुप्पट आधार देणारा अधिकृत संदर्भ झाला. नंतरच्या *K.C.Vasanth Kuma Vs. State of Karnataka,* 1985 Supp. SCC 714, at 752-54, para 59 या खटल्यात हा एक निर्णायक संदर्भ होऊन बसला.)

अज्ञानी वयाचा *पी. राजेंद्रन विरुद्ध मद्रास राज्य* खटल्यात आणखी एक संदर्भ पार पक्का झाला. त्या खटल्याच्या निकालपत्रात जो कल बदलत गेला तो वाचून निदान कृतिशील न्यायाधीशांना (activists) त्याचे किती गंभीर परिणाम होतील, हे समजून येईल. या खटल्यात न्यायालय नंतर अशा निष्कर्षाप्रत येऊन निकालपत्रात म्हणाले की, ''येथून पुढे जो कोणी जातींच्या सरकारमान्य यादीला आव्हान देईल त्याच्यावरतीच आपले म्हणणे सिद्ध करण्याची जबाबदारी पडेल. म्हणजे, ते वर्ग/ जात हे मागासलेले नाही हे त्यानेच सिद्ध करायला हवे.'' (संदर्भ : *इंद्र सहानी खटला,* op.cit., at 669, para 706)

'फक्त' हा शब्द

निकालपत्रातील ती वाक्ये ही ठरवीक व पळ काढून मुद्दा डावलणारी आहेत. घटनेतील कलम १५(१), १५(२), १६(१) व १६(२) ही भेदाभेदाला बंदी करणारी आहेत. हे निकालपत्रात मान्य करून न्यायाधीश मंडळी लिहितात की, *'फक्त'* जातीच्या कारणावरून कोणच्याही बाबतीत घटनेनुसार भेदाभेद करता येणार नाही. म्हणजे, जर 'जात' हा *अनेक घटकांपैकी एक घटक* असेल आणि ती जात मागासवर्गियांपैकी एक आहे असे त्या घटकान्वये ठरवायचे असेल, तर त्या जातीचा व्यवसाय, त्यांची शैक्षणिक पातळी, त्या जातीचे धार्मिक व सामाजिक

व्यवहार हेसुद्धा लक्षात घ्यायला हवेत. मग त्या जातीसाठी ठेवलेले आरक्षण विचारात घ्यावे. तर ज्यांना एखाद्या पदासाठी आरक्षणाचा लाभ द्यायचा नाही त्यांच्या बाबतीत *'फक्त जात'* असे लक्षात घेऊ नये. मग आरक्षण हे घटनात्मक ठरते.

अशी वाक्यरचना ही त्यातून अर्थ काढण्यासाठी खूप ताण देणारी आहे हे उघड उघड कळते आहे. आता हा मुद्दा जरा दुसऱ्या बाजूने बघा. असे धरून चाला की ज्या भेदाभेदाविषयी आपला ऊहापोह चालू आहे, तो भेदाभेद हा जात व धर्म अशा *दोन्ही* घटकांवरती अवलंबून आहे, मग सर्व काही 'फक्त' या घटकावर अवलंबून राहणार नाही. मग त्या कारणावरून कलम १५, १६ व २९ यांतील 'फक्त' या शब्दावरून त्या कलमांना आव्हान देता येणार नाही?

'फक्त' या शब्दाची व्युत्पत्ती कायद्याच्या इतिहासात पाहिली तर ही गोष्ट संशयातीत ठरते.

घटनेच्या त्या कलमाच्या मूळच्या मसुद्यात 'फक्त' हा शब्द सुरुवातीला नव्हता. सर. बी.एन. राव यांनी Govt. of India Act, 1935 या कायद्याच्या विभाग २९(१) मधून हा शब्द उचलला आणि विधानसभा व 'अल्पसंख्य समिती' येथे चर्चा करण्यासाठी तो मसुद्यात घातला. जातींवर आधारित आरक्षणाचे समर्थन करण्यासाठी हा शब्द घातला आहे, असा खुलासा त्यांनी केला. म्हणजे सदरहू शब्द केवळ सूचनावजा होता. श्री. राव खुलासा करताना म्हणतात, ''दक्षिण आफ्रिकेमधील नागरिकांकडे पहा. त्या देशाच्या वर्णभेदाच्या धोरणाविरुद्ध त्यांच्यावर जर भारत सरकारने उलट कारवाई करायची ठरवली तर? अशा वेळी 'फक्त' हा शब्द घटनेच्या कलमात वापरला नाही तर कोणीही अशी तक्रार करू शकेल की आपल्याला वंशभेदावरून (race) डावलले गेले आहे. मग दक्षिण आफ्रिकेसारखाच भारतातही वर्णभेद केला जातो, असा आरोप होऊ शकेल. पण जर 'फक्त' हा शब्द घातला तर त्या व्यक्तीला अशी तक्रार करता येणार नाही. या खुलाशामुळे तो शब्द तिथे राहिला. त्या निर्णयाला दक्षिण आफ्रिका अशी अप्रत्यक्षपणे कारणीभूत ठरली.'' (संदर्भ : बी. शिवराव यांचे The Framing of India's Constitution, A study, प्रकाशक– इंडियन इन्स्टिट्यूट ऑफ पब्लिक ॲडमिनिस्ट्रेशन, न. दिल्ली. १९६८, पान १८७) तसेच या शब्दामुळे कलम १५(२) व १६(२) कोणते भेदभाव टाळायचे ते स्वच्छ लिहिलेले आहे. श्री. बसू आपल्या पुस्तकात उदाहरणे देऊन ही गोष्ट स्पष्ट करतात. उदाहरणार्थ, एखादा खानावळवाला, किंवा लॉजचा मालक एखाद्या व्यक्तीला आपली सेवा पुरवण्यास नकार देऊ शकतो. जर ती व्यक्ती दारू पिऊन झिंगून आलेली असेल किंवा त्या व्यक्तीला एखादा संसर्गजन्य रोग जडला असेल, किंवा ती व्यक्ती अनीतीने वागणारी असेल तर त्याला नकार दिला जाऊ शकतो. (संदर्भ : बसू यांचे Commentary of the Constitution of

India, Vol. B., Articles 14-19, 6th edition, S. C. Sarkar, Calcutta, 1975, page 295)

इंद्र सहानी खटल्यात न्या.आर.एम. सहाय हे पुरोगाम्यांच्या या ढालीचा समाचार घेताना शब्दांच्या दोन अर्थांमधला महत्त्वाचा भेद विशद करतात. ते विचारतात, "अन्य कारणांवरून भेदाभेद करणे शक्य आहे म्हणून घटनेच्या चौकटीत राहून जातीवर भेदाभेद करणे चालेल काय? घटनाकारांना असे अभिप्रेत होते काय?"

न्या. सहाय कलम १६(२) मध्ये असलेला 'फक्त' या द्व्यर्थी शब्दाबद्दल खुलासा करतात – "जेव्हा राज्यांकडून एखादी प्रतिबंध करणारी कृती केली जाते आणि त्यासाठी वंश, धर्म किंवा जात यांच्याखेरीज अन्य कारणे पुढे केली जातात, तेव्हा ती कृती समर्थनीय ठरते." यासाठी ते दोन उदाहरणे देतात. आयएएस या स्पर्धा परीक्षेच्या उमेदवाराला भाषेचा एक पेपर देणे अनिवार्य असते. पण एका सरकारी आदेशानुसार ईशान्येकडील राज्यातील उमेदवारांना हा पेपर न देण्याची सवलत जाहीर केली गेली. साहजिकच या आदेशाला न्यायालयात आव्हान दिले गेले. न्यायालयाने ही भाषिक सवलत उचलून धरली. याबद्दल न्या. सहाय म्हणतात, "जेव्हा कोणत्याही राज्याची कृती ही वंश, धर्म किंवा जात यांवर आधारित असते, तेव्हा त्या प्रतिबंधात्मक कृतीला घटनेच्या कलमातील 'फक्त' हा शब्द सौम्य करतो. म्हणजे, जेव्हा ती कृती फक्त एकाच कारणावर आधारित नसेल तर मग त्या कृतीला आव्हान देता येणे कदाचित शक्य होणार नाही."

मग याचा अर्थ असा घ्यायचा की, एखादे राज्य धर्म, जात वगैरेवरून कृती करताना अन्य कारणे, विचार व निकष अशा कोणत्याही सबबी पुढे करून आपल्याला आता कोणीही आव्हान देऊ शकणार नाही या आत्मविश्वासात राहू शकेल? या संदर्भात न्या. सहाय *'राजस्थान विरुद्ध ठाकूर प्रताप सिंग'* या खटल्याचा आधार घेतात. एका विशिष्ट ठिकाणी गडबड झाल्याने जादा पोलीस कुमक पाठवावी लागली. तिथल्या लोकांना गांभीर्य जाणवावे म्हणून त्या जादा पोलीस फाट्यासाठी झालेला खर्च तिथल्या लोकांनीच द्यावा असे राजस्थान सरकारने ठरवले. या सक्तीमधून हरिजन व मुस्लीम यांना वगळण्यात आले. कारण तिथल्या गडबडीला या दोन जमाती जबाबदार नव्हत्या, असे सरकारचे म्हणणे पडले. पण न्यायालयाने तो भेदभाव करणारा सरकारी फतवा रद्द केला. कारण या दोन जमातींखेरीज अन्य समाजात कोणीही कायद्याला धरून वागणारे नाही असे सरकारला सिद्ध करता आले नाही. पण त्यांना सवलत दिली नसल्याने हरिजन व मुस्लीम यांना 'फक्त' त्यांची जात व धर्म यावरूनच ती सवलत दिली गेली असे कोर्टाने मानले.

म्हणून न्यायमूर्तींनी इशारा दिला की, "आज घटनेचे कलम १६(२) यातील

वाक्यरचनेचा अर्थ जर पुढीलप्रमाणे लावला तर काय होईल? ज्या जातींमध्ये विवाहाचे वय कमी असते, किंवा ज्या जातीमधील बहुसंख्य माणसे कच्च्या घरात राहतात, किंवा ज्या जातीतील खूप माणसे ही मोलमजुरी करतात, अशा पातळीवर जे जे कोणी आहेत ते सारे मागासवर्गीय असतात. मागासवर्गीयांची अशी ओळख करून तिचे समर्थन केले, तर उद्या ज्या समाजात वंश किंवा धर्म यावरून ठरणारी जात नसेल, तर त्या समाजातील मागासवर्गीय; पण अन्य निकष त्यांना लागू असतील तर त्यांनाही टाळता येणे शक्य होणार नाही. तसे झाले तर सार्वजनिक नोकऱ्यांमधील आरक्षण हे जमाती व धर्म यांच्या समाजगटावर अवलंबून ठेवावे लागतील. वाक्यरचनेचे अर्थ लावत गेल्यावरती त्याचे स्फोटक व विनाशकारी परिणाम घडतील. अन् हे टाळायलाच हवे.''

पण अनेक पुरोगामी न्यायाधीशांनी जाती ठरविण्याच्या निष्कर्षावरती अनेक अन्य गोष्टींची पांघरुणे घालून त्यांना कायदेशीर स्वरूप दिले. ''जातीवरून भेदभाव केला जाणार नाही'' या तत्त्वापासून ''फक्त जातीवरून भेदभाव केला जाणार नाही'' येथवर ते पोचले. नंतर येथून ते ''जरी हा भेदभाव जातीवरून आहे हे स्पष्ट असले तरीही तो वैध आहे. कारण जातीखेरीज अन्य घटकही विचारात घेतले गेले आहेत,'' अशा तत्त्वापर्यंत पोचले. येथेही न थांबता ते पुढे गेले व म्हणू लागले की, ''हा भेदभाव वैध आहे, कारण फक्त जातींची जी यादी बनवली आहे, त्यावरून असे ठामपणे सूचित होत नाही की अन्य घटक विचारात घेतले गेले नाहीत.'' परंतु येथेही न थांबता पुढे अशा परिस्थितीपर्यंत आपल्याला आणून सोडले आहे की, जेव्हा निवडणुका नजरेत येऊ लागतात तेव्हा एक प्रबळ जात पुढे सरसावते. त्या जातीकडे पैसा असतो, झुंडशाहीची ताकद असते, जमिनी असतात. आता त्या जातीचे व्यवहार मागासवर्गीय जातींसारखे नसतात. पण तरीही त्या जातीला 'मागासवर्गीय' हा किताब बहाल केलेला असतो आणि आरक्षणाचा लाभ उठवण्यासाठी त्यांना कोणतीही आडकाठी नसते. अन् हे सत्य न्यायालयापुढे आणण्यासाठी आता कोणीही धजावत नाहीत!

इशाऱ्याकडे दुर्लक्ष केले

न्या.एच.आर. खन्ना यांनी एका गोष्टीविरुद्ध इशारा दिला होता. राज्य सरकारांना ज्या जातींसाठी आरक्षण ठेवून त्यांना उपकृत करायचे असेल, तर त्यांना तसे करण्यासाठी न्यायालयाद्वारे वाटेतले अडथळे दूर करून घेता येईल. परंतु न्यायालये फक्त एवढेच करू शकतात. पण नंतर मात्र याच राज्य सरकारांना न्यायालयाशी व घटनेशी संघर्ष करता येऊ नये म्हणून न्यायालये आपल्या निर्णयामध्ये आणखी काही निकष घालून ठेवतात. एका बाजूला सरकार विशिष्ट जातीसाठी आरक्षणाची

मुदत परत वाढवून ठेवते. त्यामुळे त्या जातीच्या उमेदवारांना कमीत कमी गुण किंवा कौशल्ये जवळ असली तरी आरक्षणामुळे लाभ होत राहतो. तर दुसऱ्या बाजूला पुरोगामी न्यायाधीश मंडळी जातीवर आधारलेल्या निर्णयांची भलावण करण्यासाठी आपले सारे बुद्धिकौशल्य पणाला लावतात. या दोन्ही बाजूंची दखल घेऊन न्या. खन्ना यांनी एक सावधानतेचा इशारा लिहून ठेवला आहे. त्यातील शब्द शब्द हा आजही लागू पडतो. त्यांनी प्रथम खुलासा केला की 'समान संधी' ही घटनेची एक कोनशिला ठरावी एवढी महत्त्वाची आहे आणि तशी हमी **सर्व** नागरिकांना दिलेली आहे. न्या. खन्नांच्या शब्दांत हे सर्व नागरिक म्हणजे, "अत्यंत गुणवान आणि सर्वांत कमी लायकी असलेले कोणीही," असे आहेत. ते लिहितात, "विशेष हक्क, आपोआप मिळणारे लाभ, कृपा, बऱ्याच गोष्टींतून मिळणाऱ्या सवलती, इत्यादी जर समाजातील विशिष्ट वर्गाला देऊ केले तर ती गोष्ट 'समान संधी'ला मारक ठरते. या गोष्टी समानतेच्या संकल्पनेमधील गाभाच खाऊन टाकतात." न्यायमूर्तींचे लेखनच खाली दिलेले आहे :

> घटनेच्या कलम १६ मधील उपकलम १ यानुसार सर्व नागरिक व व्यक्ती यांना राज्यसंस्थेच्या नोकऱ्यांमध्ये किंवा राज्यसंस्थेच्या अखत्यारीमधील कोणत्याही कार्यालयात नेमणूक करताना समान संधीची हमी दिलेली आहे. हे कलम कमीतकमी लायक व्यक्ती व अत्यंत लायक किंवा गुणवान व्यक्ती अशा सर्वांना लागू केले आहे. राज्यसंस्थेमध्ये नोकऱ्या देताना किंवा नेमणूक करताना काही नागरिकांना अग्रक्रमाची व कृपा करणारी वागणूक दिली तर समान संधीच्या तत्त्वाच्या विरुद्ध असलेली गोष्ट केल्यासारखे होईल. नोकऱ्या व नेमणुका यांमध्ये कलम १६(१)नुसार दिलेली हमी ही प्रत्यक्षात अस्तित्वात आणली जावी आणि परिणामकारकपणे राबविली जावी असा त्यामागचा हेतू आहे. ही गोष्ट अमूर्त नाही किंवा भास निर्माण करणारी नाही. ही एक आज्ञा आहे आणि तिचे पालन झालेच पाहिजे. या आज्ञेला न जुमानणे, तिचा अवमान करणे, तिला विरोध करणे किंवा तिला टाळून पुढे जाणे असे कधीही करता येणार नाही. कोणत्या तरी बुरख्याखाली या आज्ञेचे अवमूल्यन करून गडबड गोंधळ माजवता येणार नाही. जर एखाद्या वर्गासाठी, मग तो कितीही मर्यादित असू दे, या कलमाची माफी मिळवायची असेल, अथवा या कलमापासून संरक्षण मिळवायचे असेल, किंवा अपवाद करायचा असेल, तर ज्यांना असा लाभ दिला जात नाही त्या वर्गावरती या भेदाभेदाचा परिणाम होतो. 'समान संधी' हे तत्त्व घटनेची कोनशिला ठरावी एवढे महत्त्वाचे आहे. घटनेच्या

> प्रस्तावामध्ये ह्या संकल्पनेचा उल्लेख खास करून केलेला आहे. आणि ही संकल्पना आपल्या राष्ट्राच्या सामाजिक, राजकीय व प्रशासकीय प्रासादाचा एक आधारस्तंभ असल्याने त्याला बळ पुरवते. विशेष हक्क अथवा अधिकार, आपोआप मिळणारे लाभ, कृपा, अपवाद, सवलती या काही वर्गासाठी राखून ठेवलेल्या गोष्टी समान संधीच्या संकल्पनेविरुद्ध जातात. या संकल्पनेचा गाभाच त्या गोष्टी खरोखर खाऊन टाकतात. विविध स्तरांमधून येणाऱ्या ज्या उमेदवारांना निवडले जात नाही आणि ज्यांना कलम १६(४) चा लाभ मिळत नाही, अशांनाही अग्रक्रम देण्यासाठी जर आपण वर्गीकरण करू लागलो, तर त्याचा परिणाम हा संपूर्ण विनाशकारी नसला तरी कलम १६(४) मधील समान संधीचे तत्त्व उखडण्यात होऊ शकतो. (संदर्भ : *केरळ राज्य विरुद्ध एन. एम. थॉमस,* 1976, 2 SCC, 310 at 397, para 210)

न्या. खन्ना यांनी असे दाखवून दिले की आत्तापर्यंत प्रत्येक खटल्यात जातींची जी वर्गवारी न्यायालयात स्वीकारली गेली, ती प्रशासनाने कार्यक्षमतेने तयार केली आहे असे समजून स्वीकारली गेली. उदाहरणार्थ, *स्टेशनमास्तर व साहाय्यक स्टेशनमास्तर संघटना विरुद्ध सेंट्रल रेल्वेचे जनरल मॅनेजर* या खटल्यात बढतीसाठी असलेल्या उमेदवारांमध्ये भेद केल्याची तक्रार होती. इंजिनीअरींगची पदवी असलेले उमेदवार व डिप्लोमाधारक उमेदवार असा तो भेद होता. (संदर्भ : 1960, 2SCR 311; AIR 1960 SC 384) असाच भेद दुसऱ्या एका खटल्यात केला होता. त्या खटल्यात एका पदासाठी थेट भरतीचे उमेदवार व नोकरीतील सेवाज्येष्ठतेमुळे त्या पदासाठी पात्र उमेदवार असा भेद केलेला होता. न्यायालयाने हा वर्गभेद मान्य केला होता. परंतु कलम १६(१)नुसार एकाच लोकसंख्येतील दोन भिन्न विभागांतून आलेले उमदेवार हा वर्गभेद न्यायालयाने मान्य केला नव्हता. (संदर्भ : *केरळ राज्य विरुद्ध एन. एम. थॉमस,* op.cit, at 395-96, para 208) त्या खटल्यात न्यायमूर्तींनी खालील सावधगिरीचा इशारा दिलेला होता :

> वर्गभेदाचा अतिरेक करणे म्हणजे घटनेच्या कलम १६(१) मधील समानतेच्या तत्त्वाला सुरुंग लावण्यासारखे आहे. कलम १६(१) मध्ये आणखी नवीन वर्गभेदाच्या कल्पना घुसवणे ही गोष्ट या खटल्यात जशी करून दाखवलेली आहे अन् तसे करणे म्हणजे वर्गभेदाच्या बुरख्याखाली राज्यसंस्थेने आपल्या हातातील सत्तेच्या साहाय्याने सार्वजनिक क्षेत्रातील नोकऱ्या देणे हे लोकसंख्येच्या काही विभागांना मुद्दाम खूश करण्यासाठी केलेले कृत्य

असते. कलम १६ मधील पोटकलम (२)नुसार हे सुद्धा कदाचित तेवढे परिणामकारक ठरू शकणार नाही. कारण, या आधी न्यायालयात झालेल्या चर्चेत (आर्ग्युमेंटमध्ये) ते पोटकलम हे फक्त धर्म, वंश, जात, लिंग, मूलस्थान, जन्मगाव, राहण्याचे ठिकाण यांवरून किंवा यांपैकी एकावरून केलेल्या भेदभावाला प्रतिबंध करते. त्या पोटकलमाला ओलांडून अन्य काही बाबींवरून भेद करणे हे सहसा कठीण नसते.

हा इशारा नंतर किती भविष्यसूचक ठरला ते आज दिसून येते आहे. अन् म्हणून, न्यायमूर्तींनी समजावून सांगितले की, अशा वर्गभेदाच्या योजनेकडे न्यायालय दुर्लक्ष करू शकत नाही. त्याचे कारणही त्यांनी खालीलप्रमाणे दिलेले आहे :

घटनेच्या कलम १६ मधील पोटकलम (१)नुसार केलेले वर्गभेद अधिक विस्तृत केले तर सार्वजनिक नोकऱ्यांमध्ये अग्रक्रम दिला जाणारा व सरकारी कृपा असणारा वर्ग निर्माण करण्यासारखे आहे. त्यामुळे राज्य सरकारच्या नोकऱ्यांमध्ये असलेले समान संधीचे तत्त्व उखडले जाईल. (संदर्भ : *केरळ राज्य विरुद्ध एन. एम. थॉमस,* op.cit, at 398, paras 211, 212)

पण हा इशारा ज्या काळात दिला गेला त्या आणिबाणीच्या काळात न्यायव्यवस्थेची बांधिलकी (committed judiciary) हा शब्दप्रयोग केला जायचा. त्यामुळे हा इशारा वाऱ्यावरती विरून गेला. त्याकडे कोणी लक्ष दिले नाही. मग पुरोगामी मंडळी आणखी पुढे वाटचाल करू लागली.

पुरोगाम्यांचा विजय

आपली न्यायव्यवस्था ही आता एका रांगेने जात बंद तोंडाच्या गल्लीत शिरलेली आहे, असा अर्थ नक्कीच काढता येत नाही. अनेक खटल्यांच्या निकालपत्रात जे साम्य आढळायला हवे ते न आढळता विरोधाभास आढळतो. या गोष्टीचा अभ्यास करून न्या. डी.ए. देसाई यांनी 'मती कुंठित होऊन गोंधळलेली व डळमळीत मते धारण करणारी न्यायव्यवस्था' या विषयावरती आपले मत दिले होते. त्यात त्यांनी आपले निरीक्षण सांगितले की, "सध्याच्या कायदेतज्ज्ञांना, समाजशास्त्रज्ञांना व प्रशासकांना एक गंभीर शंका भेडसावते आहे. ती शंका अशी : माणसाचा मागासलेपणा ठरवण्यासाठी जात ही प्रमाणभूत म्हणून धरावी काय?" (संदर्भ : *के. सी. वसंतकुमार विरुद्ध कर्नाटक राज्य* AIR (1985) Supp. SCC 714, at 725,

729, paras 7, 20) प्रत्यक्षात असे घडते आहे की प्रत्येक निकालपत्रात तेच ते ठराविक शब्दांचे फॉर्म्युले वापरून घटनेतील तरतुदींचे कसेबसे समर्थन केले जात असते. याची सतत पुनरावृत्ती होत असते. परंतु यामुळे न्यायाच्या तराजूच्या काट्याचा समतोल ढळला असून त्याबद्दल नुसती हळहळ व्यक्त करून उपयोग नाही. कारण त्यामुळे जातीयवाद हा कायदेशीर बनत चालला आहे, ही खरी समस्या आहे.

मद्रास राज्य विरुद्ध चंमकम दोराईराजन या पहिल्या खटल्यानंतर घटनेमध्ये प्रथम दुरुस्ती करून एक उपकलम घुसवण्याचा उद्योग सुरू झाला. या खटल्यात सर्वोच्च न्यायालयाने सरकारचा आदेश फेटाळून लावला. कारण तो आदेश जात, धर्म व वंश अशा घटनेने बंदी घातलेल्या प्रत्येक भेदावरती आधारित होता. ज्या विद्यार्थ्यांना शिक्षणसंस्थेत प्रवेश नाकारण्यात आला होता त्यांनी परीक्षेत चांगले गुण मिळवले होते. परंतु त्यांच्या जाती या विशिष्ट गटातील नव्हत्या म्हणून त्यांना प्रवेश नाकारला गेला होता. न्यायालयाने सांगितले की, यामुळे मूलभूत हक्कांचा भंग होतो आहे आणि "हे मूलभूत हक्क हे अत्यंत पवित्र असून त्यात कोणतेही कायदेमंडळ, कायदा अथवा सरकारी आदेश ढवळाढवळ करू शकत नाही किंवा त्या हक्कांचे संक्षिप्तीकरण करू शकत नाही. फक्त याला घटनेच्या भाग ३ मधील योग्य कलमाच्या तरतुदीचा अपवाद आहे." (संदर्भ : *मद्रास राज्य विरुद्ध चंम्पकम् दोराईराजन,* AIR (1951) SC 226)

एम. आर. बालाजी विरुद्ध म्हैसूर राज्य या खटल्यात सर्वोच्च न्यायालयाने विश्लेषणात भर देऊन असे सांगितले की, "दारिद्र्याच्या परिणामाचा शेवट हा सामाजिक मागासलेपणामध्ये होतो. 'नागरिकांचे जे वर्ग हे अत्यंत दरिद्री असतात ते सरतेशेवटी आपोआप सामाजिकदृष्ट्या मागास ठरत जातात.' तसेच अनेक विशिष्ट व्यवसाय हेसुद्धा ते व्यवसाय करणाऱ्यांना अनेकदा मागासलेपणाकडे ढकलत नेत असतात; म्हणून आर्थिक मागासलेपणा आणि व्यवसाय व वस्ती यांचे निकष हे मागासलेपणा ठरवण्यासाठी अन्य कोणत्याही निकषांपेक्षा अधिक विश्वासार्ह आहेत. जात हा एक संबंधित घटक असू शकतो. परंतु कोणत्याही परिस्थितीत मागासलेपणा ठरविण्यासाठी केवळ ह्याच एकमेव घटकाचा निकष लावता कामा नये." असे न्यायालयाने जोर देऊन म्हटले. 'जात' हाच एकमेव व प्रभावी घटक ठरवू नये म्हणून तो बाजूला ठेवण्यासाठी न्यायालयाने आणखी काही उदाहरणे दिली. जात हाच एकमेव निकष समजला गेला तर, "हा निकष प्रत्येक वेळी तर्कशास्त्रीय असतोच असे नाही आणि कदाचित त्या घटकात जाती कायमच्या पक्क्या करून ठेवण्याचा दुर्गुणही असू शकतो. मुस्लीम व ख्रिश्चन अशा धर्मांमध्ये असे काही समाजगट आहेत की ते शपथपूर्वक आपल्या मागास जाती सांगतात.

अशांनाही हिंदूंमधील मागास जातींना दिल्या जाणाऱ्या जातींप्रमाणे मदतीची गरज असू शकते.'' (*संदर्भ : एम. आर. बालाजी विरुद्ध म्हैसूर राज्य,* AIR 1963, SC 649)

चित्रलेखा खटल्यात पुन्हा हा प्रश्न तपासणीसाठी न्यायालयासमोर आला. न्या. सुब्बाराव यांनी जातीचा निकष हा संशयातीत ठरवला. त्यांनी न्या. गजेंद्रगडकर यांनी एम.आर. बालाजी खटल्यात जे लिहिले त्याची आठवण करून दिली. त्यामध्ये घटनेतील संशयातीत असलेल्या मूलभूत तरतुदींखेरीज जी अन्य कारणे आहेत, त्या त्यांनी सांगितल्या होत्या. न्या. सुब्बाराव म्हणतात की, मागासलेपणा ठरवण्यासाठी जात ही कदाचित एक संबंधित परिस्थिती विशिष्ट उदाहरणात असू शकेल. पण एखाद्या सक्षम अधिकाऱ्याला जातीचा संदर्भ न घेता जर मागासलेपणा ठरवता आला तर ती गोष्ट वैध समजता येईल.

एम.आर. बालाजी खटल्यात जी कारणे दिली त्याखेरीज न्या. सुब्बाराव यांनी असे दाखवून दिले की, दोन घटक असे आहेत ज्यामुळे फक्त 'जात' हाच मागासलेपणाचा एकमेव व प्रभावी निकष म्हणून लावता येत नाही. घटनेमध्ये ज्या तरतुदी केल्या आहेत त्या आपल्या समाजातील शैक्षणिकदृष्ट्या व सामाजिकदृष्ट्या मागासलेले जे लोक आहेत त्यांची उन्नती घडविण्यासाठी आहेत. ''परंतु, आपल्या समाजातील काही पुरोगामी गट आपल्या जातीची फसवी व खोटी वैशिष्ट्ये सांगतात त्यांना घटनेतील तरतुदींचा लाभ मिळणार नाही.'' घटनेतील कलम १५(४) हे फक्त 'वर्गाचा' निर्देश करते, 'जातीं'चा नाही, हेही त्यांनी दाखवून दिले. ते पुढे म्हणतात, ''जर घटनाकारांना जात ही सामाजिक व शैक्षणिक मागासलेपणाचे एक परिमाण म्हणून धरायचे असते, तर त्यांनी जसे स्पष्टपणे अनुसूचित जाती व जमाती यांच्याबाबतीत म्हटले आहे तसेच स्पष्टपणे त्यांनी जातींच्या या परिमाणाबद्दलही म्हटले असते... काही समाजगटांत जाती नसल्याने वर्गांबद्दल कलम १५(४) मध्ये अधिक खुलासा केलेला आहे. त्यामुळे कदाचित असेही सुचवले जाईल की, जर वर्गांना जातींबरोबर तोलले जाण्याचा हेतू असेल तर घटनाकारांनी 'मागासवर्गीय किंवा मागास जाती' असा शब्दप्रयोग केला नसता. कलम १५(४) मध्ये 'मागासवर्गीय' (Backward Classes) आणि 'अनुसूचित जाती' (Scheduled Castes) हे दोन शब्दप्रयोग जवळजवळ किंवा निकट सान्निध्यात आल्याने असा एक वाजवी निष्कर्ष यातून निघतो की 'वर्ग' हा शब्द 'जाती' या शब्दाला समानार्थी नाही.''

जर वर्ग व जाती या दोन्ही समसमान तोलू गेले तर जो गोंधळ (anomady) होतो तो गोंधळ वरील अनुवाद स्वीकारला तर नाहीसा होईल. वर्ग व जात हे घटनेतील दोन शब्द एकमेकांपासून भिन्न आहेत असे समजले तर न्यायमूर्ती ठामपणे सांगतात की, ''यामुळे जे खरोखरीच मागासवर्गीय आहेत त्यांना घटनेतील तरतुदींची

मदत होईल. मग एका विशिष्ट जातीच्या पुढारलेल्या गटांना अगर व्यक्तींना ते बहुसंख्येने सामाजिकदृष्ट्या व शैक्षणिकदृष्ट्या मागासलेल्या जाती असूनही घटनेतील तरतुदीचा लाभ घेता येणार नाही... हे स्पष्ट करण्यासाठी राज्यातील सर्वांत बहुसंख्य असलेली जात घ्या. त्या जातीतील बहुसंख्य लोक हे जरी मागासलेले असले तरी पुढारलेले असलेल्यांचा एक बऱ्यापैकी गट त्यांच्यात अल्पसंख्य आहे. हाच गट किंवा समूह हा त्याच जातीच्या छोट्या उपजातीपेक्षा खूपच पुढारलेला असू शकतो. अन् या मागास उपजातीची लोकसंख्या ही पुढारलेल्या त्या गटाच्या लोकसंख्येपेक्षा कमी असू शकते. आता जर आपण 'वर्ग' व 'जात' हे शब्द वाटेल तसे वापरत गेलो तर घटनेमधील उद्दिष्ट साध्य होणार नाही आणि जी माणसे पुढारलेली असल्याने मागासवर्गीयांच्या कोणत्याही लाभाला व मदतीला पात्र नसली तरी त्यांना ते लाभ मिळू शकतील. यामुळे ज्यांना खरोखरच मदतीची गरज आहे ते मात्र वगळले जातात... म्हणून जेव्हा एखादी जात विचारात घ्यावी लागते, तेव्हा कोणत्याही परिस्थितीत 'वर्ग' हा शब्द 'जात' या शब्दाला तोडीस तोड किंवा समानार्थी असा धरता येणार नाही... आम्ही येथे आणखीही असे स्पष्ट करू इच्छितो की, एखाद्या विशिष्ट परिस्थितीत, कलम १५(४)नुसार अर्थ लावून, मागासपणा आहे की नाही हे ठरवून आणि अन्य निकष लावून एखादी जात जर वगळली गेली तर त्यामुळे त्या वर्गीकरणाला कशाचीही बाधा पोचत नाही.'' (संदर्भ : *चित्रलेखा विरुद्ध म्हैसूर राज्य,* AIR 1964, SC 1823, at 1832-34, in particular paras 14-21)

आणखी हे एक उदाहरण पहा. जम्मू व काश्मीर सरकारने असे अधिकृतरीत्या ठरवले की जी सरकारी पदे बढती देऊन भरावयाची आहेत, त्यातील निम्मी पदे ही मुस्लिमांसाठी आरक्षित ठेवायची. सरकारच्या या आदेशाला सर्वोच्च न्यायालयात आव्हान दिले गेले. यावर सरकारच्या बाजूने असा प्रतिवाद केला गेला की, राज्यातील सरकारी नोकऱ्यात मुस्लिमांना कमी प्रतिनिधित्व मिळालेले असून घटनेतील कलम १६(४)नुसार सरकारला त्यांचे पुरेसे प्रतिनिधित्व आणण्यासाठी असा आदेश काढण्याचे अधिकार आहेत आणि सरकारचे तसे करण्याचे कर्तव्यच आहे. त्रिलोकनाथ खटल्यात सर्वोच्च न्यायालयाने निर्णायकपणे सांगितले होते की, 'मागासवर्गीय' हा शब्द 'मागास जाती' किंवा 'मागास समाज' या शब्दप्रयोगांशी समानार्थी नाही. म्हणून येथे जम्मू व काश्मीर सरकारचा तो आरक्षणाचा आदेश व त्यामागचे समर्थन न्यायालयाने रद्दबातल ठरवले. या प्रसंगी सर्वोच्च न्यायालयाने पुन्हा एकदा ठामपणे सांगितले की, फक्त जात, समाजगट, वंश, धर्म, मूलस्रोताशी संबंध, जन्मस्थळ इत्यादीवरून किंवा यांतील कोणत्याही एका प्रभावशाली घटकावरून जर वर्गवारी ठरवली तर ती घटनेच्या विशिष्ट तरतुदींना स्पर्शही करू शकणार नाही. ''मागासलेपणा

ठरवण्यासाठी 'जात' हा एकमेव पाया धरला तर त्याला एक जबरदस्त धक्का यामुळे मिळाला,'' असे न्या. डी. ए. देसाई यांनी या संदर्भात नमूद करून ठेवले आहे.

पेरियाकरुप्पन खटल्यात सर्वोच्च न्यायालयापुढे एक घटना ठेवली गेली. या घटनेमध्ये काही विद्यार्थ्यांची शैक्षणिक पार्श्वभूमी ही अत्यंत हुशार असल्याची व उच्च गुणवत्तेची होती. परंतु त्यांना पुढील शिक्षणासाठी एका शिक्षणसंस्थेत प्रवेश नाकारण्यात आला. कारण प्रवेशासाठी असलेल्या त्या जागा काही जातींसाठी असलेल्या आरक्षणाखालच्या होत्या. येथे न्यायालयाने तीन महत्त्वाचे मुद्दे मांडले. त्यातला एक मुद्दा जाती समर्थनाच्या शाब्दिक गदारोळात टिकायला हवा होता; दुसरा मुद्दा तर पूर्णपणे विसरला गेला; आणि तिसरा मुद्दा हा निकाल अमलात आणण्यासाठी संदर्भ म्हणून वापरायला हवा होता. या तिन्ही मुद्द्यांमध्ये जातीवर आधारित आरक्षणांचे थोडक्यात निरीक्षण केलेले होते.

न्यायालयाने प्रथम अशी वस्तुस्थिती दाखवून दिली की, देशाच्या दीर्घकालीन हितासाठी मागासवर्गीयांचीही उन्नती व्हायला हवी. न्यायालय याबाबतीत म्हणते :

> आपल्या वैद्यकीय महाविद्यालयाची दारे ही गुणवान व लायक विद्यार्थ्यांना खुली न करण्यामुळे राष्ट्रीय हिताला ताबडतोब बाधा पोचू शकते हे विसरू नये. यामध्ये कोणताही संदेह नाही किंवा कसलीही शंका नाही. परंतु लगेच लाभ होऊ देणाऱ्या राष्ट्रीय धोरणांची सांगड ही दीर्घकालाने लाभ होऊ देणाऱ्या धोरणांशीही घातली पाहिजे. आपल्या समाजातील अनेक विभाग असे आहेत की ते पुढारलेल्या समाजविभागांशी स्पर्धा करू शकत नाहीत. ते स्पर्धा करू न शकणारे विभाग हतबल आहेत, कारण त्यांना कसलीही मदत होत नाही. हे सर्व सत्य आहे व ते कोणालाही नाकारता येणार नाही. ऐतिहासिक कारणांमुळे ज्यांना हमखास लाभ होतात, ते काही त्यांचे मूलभूत अधिकार किंवा हक्क ठरू शकत नाही. जर मागासवर्गीयांच्या मदत केल्याने ते पुढारलेले बनत असतील आणि अन्य पुढारलेल्या समाजविभागांच्या पंक्तीला येऊन बसत असतील, तर दीर्घकालीन दृष्टिकोनातून तसे घडवणे हीच उत्तम प्रकारे राष्ट्रीय हित संभाळणारी गोष्ट ठरेल. (संदर्भ : *ए. पेरियाकरुप्पन विरुद्ध तमिळनाडू राज्य,* (1971) 1 SCC 38, at 46-47, paras 21)

परंतु या साऱ्यामागे असलेला एक मूक प्रश्न असा आहे की, कोणत्या योग्य निकषाद्वारे मागासवर्गीय समाजविभाग ठरवायचा? निकालपत्राचे पुन्हा अवलोकन

करून न्या. डी.ए. देसाई म्हणतात, ''फक्त जात हाच एकमेव निकष मानून त्या आधारे माणसाचा सामाजिक व शैक्षणिक मागासलेपणा ठरवावा, ही गोष्ट न्यायालयाने स्वीकारली आहे, असा अर्थ काढणे खरोखरीच कठीण आहे.'' याचे कारण पूर्वीच्या अशा खटल्याच्या निकालात जे काही मानले गेले आहे तेच पुन्हा ए. पेरियाकरुप्पन खटल्यात ग्राह्य धरताना न्यायालयाला असे आढळले आहे की, ''जात हीच नेहमी वर्ग म्हणून मानली गेली आहे.'' शिवाय, देशात सामाजिक व शैक्षणिकदृष्ट्या अनेक मागास जाती आहेत. ''त्यांचे अस्तित्व दुर्लक्षणे म्हणजे जीवनामधील सत्य गोष्टी दुर्लक्षणे,'' असे म्हटले गेले आहे. तेव्हा या निकालपत्रातून ही निरीक्षणे लक्षात घेतली आहेत. मागास जात ठरवण्याचा निकष सुधारण्याकडे दुर्लक्ष केले तर घटनेमध्ये जातीचा भस्मासूर निपटून टाकण्याचे जे उद्दिष्ट आहे ते साध्य न होता उलट तेच कायम टिकून राहील. म्हणून जातीचा निकष सुधारण्याकडे दुर्लक्ष करणे म्हणजेही जीवनातील सत्य गोष्टीकडे दुर्लक्ष करण्यासारखे होईल. न्यायालयाने या गोष्टीची पाहणी व तपासणी केली नाही.

एवढेच काय, पण या खटल्याच्या निकालपत्रात न्यायालयाने जातीला आरक्षण देताना एक महत्त्वाची बाब दाखवून दिली आहे. जीवनातील सत्याकडे दुर्लक्ष करता येणार नाही हे सांगत असतानाच न्यायालयाने खालील गोष्टीवरती भर दिला आहे :

> परंतु त्याचबरोबर एकदा एखादा समाजगट हा मागास वर्ग म्हणून ठरवला तर त्या आधारे सतत त्या गटाला मागास वर्ग म्हणून धरून चालता कामा नये. सरकारने जर तसा दृष्टिकोन स्वीकारला तर आरक्षणामागच्या मूळ हेतूचीच पायमल्ली केल्यासारखे होईल. कारण जेव्हा एखादा समाजवर्ग हा विकासाच्या प्रवाहात सामील होऊन प्रगती करू लागला किंवा काही आधुनिक लेखकांच्या मते असा वर्ग जेव्हा 'टेक-ऑफ स्टेज'पाशी येतो, तेव्हा त्या वर्गाच्या पुढच्या प्रगतीसाठी त्यांनी स्पर्धेत उतरणे आवश्यक असते. आरक्षणाच्या आसनांच्या प्रश्नाचा सरकारने सतत आढावा घेतला पाहिजे आणि सामाजिक व शैक्षणिकदृष्ट्या जे वर्ग मागासलेले आहेत त्यांनाच फक्त आरक्षणाचा लाभ घेऊ दिला पाहिजे. कोणत्याही प्रवेशाच्या जागांचे आरक्षण ही बाब कुठल्याही अन्य हेतूंसाठी वापरली जाऊ नये.

आणि या संदर्भात एका अनुभवसिद्ध वस्तुस्थितीकडे लक्ष वेधले जाते :

> मागासवर्गीय उमेदवारांसाठी एकूण प्रवेशाच्या जागांपैकी ५०% जागा

आरक्षित झाल्या आहेत. या वस्तुस्थितीमुळे असे दर्शविले जाते की, आता या प्रश्नाकडे पुन्हा एकदा नव्याने सर्वंकष विचार करण्याची वेळ आली आहे. येथे हे लक्षात ठेवले पाहिजे की या बाबतीमधील सरकारचे निर्णय हे न्यायिक तपासणीसाठी खुले असतात. (संदर्भ : मागील संदर्भापैकी पान ४९, परिच्छेद २९)

हे सारे ३६ *वर्षांपूर्वी* घडले आहे. ही वरील गोष्ट 'द हिंदू' या वर्तमानपत्रातील बातमीशेजारी ठेवा. २३ ऑगस्ट २००४च्या अंकामध्ये अशी बातमी आली होती की, १२ सरकारी वैद्यकीय महाविद्यालयांतील एकूण १२२४ जागांपैकी ९५२ जागांवर, म्हणजे ७८ टक्के जागांवरचा प्रवेश हा मागासवर्गीय विद्यार्थ्यांना व अतिमागासवर्गीय विद्यार्थ्यांना दिलेला होता. त्यांनी नंतर एवढे गुण मिळवले की पहिले १४ जण त्यांच्यातील आले. जातींना आरक्षण नसलेल्या जातींच्या विद्यार्थ्यांना वरच्या श्रेणीत फक्त २.३ टक्के जागा मिळवता आल्या. पहिल्या १०० क्रमांकात अनारक्षित जातींच्या विद्यार्थ्यांपैकी फक्त सहा जण आले तर मागासवर्गीय विद्यार्थी ७९ टक्के व अतिमागासवर्गीय विद्यार्थी १३ टक्के होते. पहिल्या ४०० क्रमांकांत अनारक्षित जातींच्या विद्यार्थ्यांपैकी फक्त ३१ जण आले होते. (संदर्भ : http:\\www.hinduonnet.com/thehindu; date 24 April 2006)

परंतु निकालपत्रात म्हटल्याप्रमाणे आरक्षणाचे पुन्हा अवलोकन करावे हे आज कोण मानील? 'द हिंदू' वृत्तपत्रातील बातमीनुसार आरक्षणाचे लाभार्थी आपल्या अकार्यक्षमतेच्या शृंखलांमधून मुक्त झाल्याचा पुरावा असेल तर आरक्षणाच्या धोरणाचा पुन्हा नव्याने विचार करायला नको का?

पण न्यायालयाने सुचवलेल्या अशा उपाययोजनांकडे संपूर्णपणे दुर्लक्ष केले जाते. *ए. पेरियाकरुप्पन* यासारख्या खटल्यातील दोन निरीक्षणांचा उल्लेख केला जातो. "जात ही नेहमी एक 'वर्ग' म्हणून ओळखली जाते," आणि "देशात सामाजिकदृष्ट्या व शैक्षणिकदृष्ट्या मागासलेल्या अनेक जाती आहेत हे सांगण्यात कसलाच लाभ नाही. त्या वस्तुस्थितीकडे डोळेझाक करणे म्हणजे जीवनाच्या वस्तुस्थितीकडे डोळेझाक करण्यासारखे आहे."

शोषित कामगार संघ खटल्यामध्ये न्यायालयानेही असे म्हटले आहे,

"भंगी असो वा ब्राह्मण असो, राजपुत्र असो वा भिकारी असो, कोणाचेही स्वतःचे व्यक्तिमत्त्व हे स्वातंत्र्य, न्याय व समान संधी लाभल्याने जर विकसित होत असेल, तळागाळातील कष्टकरी जिवांना घटनेचे कलम १६(४) मधील वचनानुसार सामाजिक परिवर्तनाची जर जाणीव होत

असेल, तर राज्यसंस्थेने समानता आणणारी तंत्रे वापरून जनतेच्या संधी अनेक पटीने वाढवल्या पाहिजेत आणि त्यामुळे आधारकुबड्यांची गरज सातत्याने कमी कमी होत जायला पाहिजे. राज्याने कलम १६(४)नुसार केलेल्या कृतीमध्ये वेग असेल तर आरक्षणामागचा हेतूही वेगाने साध्य होत त्याची गरज उरणार नाही. मग कलम १६(४) चा अपवाद हा जणू काही मागासलेपणा सर्व काळ चालत ठेवण्याचा अति मूलभूत हक्क आहे समजून तो अपवाद कायम वापरीत राहाणे व वाढवित राहाणे याचीही जरुरी भासणार नाही. आरक्षणाच्या धोरणाला अमरत्व प्राप्त करून देणे म्हणजे आरक्षणाच्या अस्तित्वामागच्या हेतूचाच घात करण्याजोगे आहे; तसेच जातीय पाठबळ मिळविण्यासाठी व पक्षीय हेतूसाठी या तरतुदीचे राजकारण म्हणजे घटनेच्या १६(१) कलमामागच्या गंभीर जबाबदारीचा नाश करण्याजोगे आहे; आणि मागासवर्गीय असलेल्या अनुसूचित जाती व जमातीपलीकडेही अन्य जातींसाठी आरक्षणाची व्याप्ती वाढवणे म्हणजे एक फार मोठी घटनात्मक जोखीम पत्करण्याजोगे आहे. खरे पाहता, निधर्मी राज्यात 'जात' ही 'वर्ग' असू शकत नाही.'' (संदर्भ : *अखिल भारतीय शोषित कर्मचारी संघ (रेल्वे) विरुद्ध केंद्र सरकार* (1981) SCC 246, at 264, para 22)

वरील निकालपत्रातील मजकूर हा २६ वर्षांपूर्वीचा आहे. भारतात असे नेहमीच घडते : समस्येवरचा एखादा तात्पुरता उपाय, युक्ती अथवा तोड लागू केली की पुढे तो प्रकार कायमचाच पक्का होऊन बसतो. काही थोड्या लोकांसाठी सवलत दिली की अनेकांचे ते हक्क बनतात. मग आपल्या बळाच्या जोरावर त्या हक्कांच्या साहाय्याने ते अनेक लाभ पिळून काढून घेऊ पाहतात. एखादी सोय तात्पुरती उपलब्ध करून दिली की तर ती सोय राज्याच्या कार्यक्षमतेच्या आधारे पुढे सतत एवढी ताणत नेली जाते की शेवटी भारताच्या घटनेला जे अभिप्रेत आहे त्याच्याशी कसलेही साम्य न उरता ते विसंगत ठरू लागते.

न्यायाचा तराजू झुकला

यू.एस.व्ही. बलराम हा खटला पहा. या खटल्यात न्यायाचा तराजू अगदी स्पष्टपणे लागलेला दिसतो. शेवटी सर्वोच्च न्यायालयाने 'जात म्हणजेच वर्ग' असे म्हटले. त्या खटल्याचे निकालपत्र आणि अन्य माहिती यांचा अभ्यास करून न्यायमूर्ती देसाई म्हणतात, ''एखाद्या जातीची सर्वच माणसे ही सामाजिक व शैक्षणिकदृष्ट्या मागासलेली असतात, या कल्पनेला कसलाही आधार नाही आणि जी काही या संदर्भात पाहणी

झाली आहे त्यामधील वस्तुस्थितीही या कल्पनेला पाठिंबा देत नाही.'' 'जात म्हणजे वर्ग' असे मत न्यायालयाने दिलेले असल्याने न्या. देसाई यांनी त्याविरुद्ध आणखी कठोर शब्दांत लिहायला हवे होते. जर संपूर्ण जातच मागासवर्गीय असेल, जरी त्यातील काही माणसे सामाजिकदृष्ट्या व शैक्षणिकदृष्ट्या पुढारलेली असली तरीही फारशी फिकीर न करता, त्या जातीला मागासवर्गीय ठरवणे हे वैध ठरते. न्यायालयासमोर जी माहिती ठेवली गेली त्यात स्पष्टपणे असे दिसते की, त्या जातीचे काही विभाग हे मागास असले, तरी त्यांना राज्याच्या सरासरीपेक्षा अधिक वरती नेऊन ठेवलेले आहे. परंतु न्यायालयाने ही बाब सरळ बाजूला सारली व म्हटले, ''राज्याच्या शैक्षणिक सरासरी पातळीच्याही थोडीशी वरती काही जणांनी आपली शैक्षणिक उंची गाठली असल्याची उदाहरणे असतीलही यात शंका नाही. परंतु एकूण परिस्थिती पाहता, आहे ती मागासवर्गीयांच्या जातींची यादी रद्द करता येणार नाही. प्रत्यक्षात, जरी त्या शैक्षणिकदृष्ट्या पुढारलेल्या लोकांना जमेस धरले तरीही त्या जातीची सरासरी ही राज्याच्या सरासरीच्या पातळीच्या खालतीच राहते. इतकेच काय, पण आपण जरी काही थोडी माणसे ही राज्याच्या साक्षरतेच्या सरासरीपेक्षा वरच्या पातळीवरची धरली, तरी त्या गोष्टीची दखल घेऊन आहे त्या परिस्थितीचे पुनरावलोकन करून नवीन योग्य निर्णय घेणे ही बाब राज्याच्या अखत्यारीत येते.'' (संदर्भ : *आंध्र प्रदेश राज्य विरुद्ध यू.एस.व्ही. बलराम,* (1972) 1 SCC 660, at 685-86, para 83)

या ठिकाणी जो युक्तिवाद केला आहे तो लक्षात घ्या : काही खटल्यांत न्यायाधीश मंडळी, राज्यकारभारात हस्तक्षेप करण्याचे कर्तव्य आहे अशी आपली स्वतःची खात्री करून घेतात व कधीकधी तर सरळ प्रशासनाला सूचनाही देतात. अन् अन्य काही खटल्यांत जो आपण आत्ता विचारात घेतला आहे, त्यात मात्र न्यायाधीश मंडळी सरळ ती बाब उडवून लावतात. याच बाबीबद्दल खटला दाखल केला असल्याने ती बाब हाच खटल्याचा गाभा आहे. पण तरीही बेधडक ''या गोष्टीची राज्याने दखल घ्यावी... आणि एखादा योग्य तो निर्णय घ्यावा,'' असे निकालपत्रात म्हणतात.

या खटल्याच्या पुढच्याच वर्षात न्यायाचा तराजू हा पूर्णपणे 'जात म्हणजेच वर्ग' या विचारप्रणालीकडे झुकला. *एम.आर. बालाजी* हा सर्वोच्च न्यायालयातील खटला आठवा. ''सामाजिक व शैक्षणिक मागासलेपणा हा अखेर दारिद्र्यामुळे असतो आणि म्हणून मागासलेपणा ठरवण्यासाठी आर्थिक निकष हे सर्वांत चांगले ठरतात,'' असे तत्त्व न्यायालयाने उचलून धरले होते. *जानकीप्रसाद परिमू* या खटल्यात न्यायालयाने हीच गोष्ट अन्य मार्गाने समतोलाने मांडली. त्या खटल्यात न्यायालय असे म्हणते की, केवळ 'दारिद्र्य' हीच एकमेव चाचणी असू शकत नाही. कारण छोटे अपवाद सोडल्यास भारतातील लोक हे गरीब आहेत. घटनेने जी

मदत देऊ केली आहे त्यासाठी पात्रता दर्शवायची असेल तर तो समाजगट हा सामाजिक व शैक्षणिक अशा दोन्ही दृष्टिकोनातून मागासलेला हवा. हे खरे आहे की, न्यायालयाने असेही म्हटले की, "भारतात सामाजिकदृष्ट्या व आर्थिकदृष्ट्या असलेले मागासलेपण हे आर्थिक मागासलेपणाशी निगडित असते. *बालाजी* खटल्यात असे आढळले की... सामाजिक व शैक्षणिक मागासलेपणा हा सरतेशेवटी व मुख्यत्त्वेकरून दारिद्र्याशी निगडित असतो... पण जर दारिद्र्य ही निर्णायक चाचणी त्यासाठी असेल तर भारतातील फार मोठी लोकसंख्या ही सामाजिकदृष्ट्या व शैक्षणिकदृष्ट्या मागास ठरवावी लागेल. अन् जर फक्त आर्थिक निकषांवरती आरक्षण अवलंबून ठेवले तर एक असमर्थनीय परिस्थिती कदाचित उद्‌भवेल. ज्या विभागात सामाजिक व शैक्षणिक स्थिती पुढारलेली आहे, तिथेही विस्तृत उपविभागात दारिद्र्य दिसून येते." मागासलेपणाचा शोध घेण्याचे काम हे नुसते गरीब माणसे शोधण्याचे काम नाही. तर त्याही पुढे जाऊन त्या गरीब लोकांमधील जे कोणी सामाजिकदृष्ट्या व शैक्षणिकदृष्ट्या मागास आहेत त्यांचा शोध घेण्याचे ते काम आहे. अशा या कारणमीमांसेच्या आधारे न्यायालयाने आपला निर्णय दिला. काही समाजगटांना मागासलेपणाच्या आधारावरती खास मदत देण्यासाठी नेमलेल्या समितीने जे समाजगट मागास ठरवले होते त्यांची 'मागास समाजगटात' म्हणून ठरवलेली मान्यता न्यायालयाने आपल्या निकालपत्रात आपल्या कारणमीमांसेआधारे रद्द ठरवली. ती कारणमीमांसा आपल्या आत्ताच्या विचारात खूप महत्त्वाची आहे.

राज्य सरकारने नेमलेल्या त्या समितीने शेतकऱ्यांची पाहणी केली व घालून दिलेल्या निकषानुसार ज्या शेतकऱ्यांची जमीन ही १० *कनाल* पेक्षा कमी आहे त्यांना मागासवर्गीय म्हटले की, "यामुळे विसंगती निर्माण होईल. जर एखाद्या जमीन कसणाऱ्याकडे १० *कनाल* किंवा त्यापेक्षा कमी जमीन असेल तर त्याला मागास ठरवले जाईल, म्हणजेच ते सामाजिकदृष्ट्या व शैक्षणिकदृष्ट्या एकदम मागासवर्गात ढकलला जाईल. पण जर त्या शेतकऱ्याचा भाऊ त्याच खेड्यात राहून १० *कनाल*पेक्षा अवघा अर्धा कनाल जादा जमीन धारणा करीत असेल तर त्याला मात्र मागास ठरवता येणार नाही. यामुळे खरे चित्र कधीच नीट उमटणार नाही. जे उमटेल ते विकृत झालेले चित्र असेल."

न्यायालयाला अशा पाहणीमध्ये आढळलेली विसंगतीही थोडीशी चमत्कारिक होती. मागासलेपणाची सीमारेषा न्यायालयासकट कोणीही जरी सांगितली तरी ती योग्य असेलच असे नाही. परंतु यानंतर न्यायालयाने म्हटलेले वाक्य हे भविष्यकाळाच्या दृष्टीने परिणाम करणारे आहे. ते वाक्य असे, "अन्य निकषांपेक्षाही केवळ आर्थिक निकष सर्वांत वरती ठेवल्याने एखादा विशिष्ट समाजवर्ग हा मागास ठरवण्यातच मुळात चूक होत असते." या वाक्यामुळे *एम. आर. बालाजी* खटला व अन्य तत्सम

खटले हे निकालात काढले गेले.

त्या खटल्यातील संदर्भ असणारी ती समिती ही जम्मू व काश्मीर सरकारने नेमलेली होती. त्या समितीने आणि नंतर जम्मू व काश्मीर सरकारने दरमहा १०० रुपयांपेक्षा कमी निवृत्तीवेतन मिळणाऱ्या व्यक्तींना मागासवर्गीय म्हणून जाहीर केले. मग न्यायालयाने ह्याही प्रकारे ठरवली जाणारी पद्धत फेटाळून लावली. आणि म्हटले, ''परत एकदा तीच चूक येथे घडली आहे.'' यामुळे त्या सर्व कमी निवृत्तीवेतनधारकांचा एक एकसंध असा गट तयार होऊ शकत नाही, असे त्यामागचे कारण न्यायालयाने दिले. अशा माणसांतून 'वर्ग' कसा निर्माण होत नाही याची कारणीमीमांसा जातीमागून जातीला लावून पाहण्यास त्या न्यायालयाला वेळ होता. अन् एवढे झाल्यावर शेवटी पुन्हा 'जात म्हणजेच वर्ग' हे तत्त्व न्यायालयाने स्वीकारले. ते न्यायालय या संदर्भात म्हणते,

> ''एक एकसंध गट आहे म्हणून या सर्व निवृत्तीवेतनधारकांना 'वर्ग' या सदरात धरता येत नाही. सरकारी नोकरांचा तो बेडौल व आकारहीन असलेला विभाग असून त्यांना केवळ अपघाताने रु. १०० किंवा त्यापेक्षा कमी निवृत्तीवेतन मिळते. किंवा माजी कर्मचारी म्हणून त्यांना विशिष्ट व कृत्रिमरीत्या निर्माण केलेल्या गटात ढकलले गेले आहे. त्या माजी कर्मचाऱ्यांनी कदाचित 'क्लास फोर' किंवा तत्सम दर्जाच्या पदांवरती एके काळी राज्याच्या सेवेत कामही केलेले असेल. पण सामाजिक व शैक्षणिक मागासलेपणा ठरवण्याची ही काही चाचणी होऊ शकत नाही. जेव्हा नोकऱ्यांची कमतरता होती त्या काळात अनेकांनी, ते सामाजिकदृष्ट्या पुढारलेले असले तरी, कमी पगाराच्या सरकारी नोकऱ्या स्वीकारल्या असतील. त्यांच्यापैकी काही जणांना आपला शैक्षणिक दर्जा उंचावता आला नसेल आणि म्हणून गरजेपोटी कमी पगाराच्या नोकऱ्या स्वीकाराव्या लागल्या असतील. तर अन्य काही जणांना आपल्या पदांवरून वर उल्लेखलेल्या श्रेणीतून वेळेआधी निवृत्त होणे भाग पडले असेल. म्हणून असे सर्व माजी व विशिष्ट श्रेणीतील सरकारी कर्मचारी अपघाताने एकत्र येऊन त्यांचा एक विभाग तयार झाला आहे. अन् सामाजिक मागासलेपणाची ही काही खूण ठरत नाही किंवा निकष ठरू शकत नाही.''

मागासलेपणाची सीमारेषा ठरवताना, भावंडांची उदाहरणे घेऊनही पुन्हा न्यायालयाने सरळ घूमजाव करत आपले मत खालीलप्रमाणे दिले आहे :

"जर अनेक भावंडांपैकी एक जण निवृत्तीवेतनधारक असेल, तर मागासलेपणाची ती चाचणी परीक्षा अथवा निकष कोलमडतो. जर एक भाऊ हा सरकारी नोकरही असेल आणि सेवानिवृत्त होताना त्याचे निवृत्तीवेतन जास्तीत जास्त रु. १०५ असेल, तर सामाजिक व शैक्षणिक दृष्टिकोनातून त्याला मागास ठरवता येणार नाही. पण त्याचबरोबर ते दोन्ही भाऊ एकाच सामाजिक पातळीवर असतील. दुसरा भाऊ, जो खासगी नोकरीतून सेवानिवृत्त झाला व त्याला निवृत्तवेतनाचे लाभ नसतील, तरीही त्याला त्या चाचणीनुसार मागास ठरवता येणार नाही. समितीच्या मागास गटाच्या मर्यादा कृत्रिमरीत्या ठरविल्यामुळे अशा सर्व विसंगती निर्माण होतात. जर सर्व भावंडे ही सामाजिक व शैक्षणिक दृष्टीने मागास असतील तर मग काही जणांना 'अधिक मागास' व इतर भावांना 'कमी मागास' असे संबोधून त्यांच्यात फरक करावा लागेल..." (संदर्भ : *जानकीप्रसाद परिमू विरुद्ध जम्मू व काश्मीर राज्य,* (1973) 1 SCC 420, at 434, 438-40, paras 22, 24, 34-36)

इतर खटल्यांमध्ये, अगदी या पुस्तकात मांडलेल्या खटल्यांपैकी एक असला तरीही त्यामध्ये, न्यायालय हे प्रत्यक्ष वस्तुस्थितीवरती लक्ष केंद्रित करण्याचा आग्रह धरतात; शपथेवर काही काल्पनिक व सैद्धांतिक उदाहरणे घेतात; मग 'वस्तुस्थितीवर केंद्रित करणे' हे धोरण ह्या पुढच्या खटल्यातही वापरले जाऊन शेवटी त्या आधारे निकाल दिला जातो. याचाच पुढे पायंडा पडतो. येथे काय झाले आहे? येथे दोन भिन्न दृष्टिकोन प्रकट केले गेले आहेत, ते एकवेळ बाजूला ठेवा. पण जी काही कारणमीमांसा केली आहे, त्यावरती वाद होण्याजोगे आहे. अन् शेवटी तेच घडले. मागासलेपणा ठरवण्यासाठी कोणताही आर्थिक निकष घ्या, मग तो निकष 'उत्पन्न' हा असेल, किंवा 'रोज किती कॅलरी पोटात जातात' हा असेल, त्या निकषामुळे व्यक्तींना एकदम एका अखंड पातळीवर किंवा सातत्याने त्याच पातळीवर (continuum) टाकले जाते. मग त्यात छेद करणारी रेषा कोणीही काढली की हरकती घेतल्या जाऊ शकतात. "समजा, त्या व्यक्तीचा भाऊ..." अशासारखी विधाने व हरकती घेतल्या जातात. म्हणून फक्त 'जात' हा एकच एक निकष टिकून राहतो. तुम्ही त्या जातीचे आहात की नाहीत? एवढ्या प्रश्नावरून सारे काही ठरवले जाते. मग त्यात तुमची भावंडेही आलीत. अन्यथा न्यायाधीशांच्या प्रतिपादनामधून तुम्हाला कधीच बाहेर पडता येत नाही.

याचे मागे होत जाणारे परिणाम हे वाईट आहेत. आणखीही एक वस्तुस्थिती विचारात घेण्याजोगी आहे : भावंडांचे उदाहरण घेऊन जो निकष लावला जातो

त्यामागच्या कारणमीमांसेमुळे तोच निकष कोलमडतो का? शेवटी न्यायालयाने म्हटल्याप्रमाणे घटनेतील कलमे १५(४) व १६(४) यांनुसार सामाजिक व शैक्षणिक दृष्टिकोनातून मागास वर्ग ठरवायला हवा. जरी दोन भावांची जात जन्मामुळे एक असली तरी त्यातील एक जण हा अभ्यास करत, शिक्षण घेत आपली भरभराट करून घेतो. मग त्याचे सामाजिक वर्तुळातील स्थान उंचावते. तर दुसरा भाऊ मात्र अशिक्षित राहतो व त्यामुळे त्याच्या मागास जातीचे जे स्थान आहे त्यातच तो राहतो. पहिला भाऊ हा आता मागासवर्गीय राहिलेला नाही तर दुसरा मात्र नक्कीच मागासवर्गीय आहे. म्हणून, एखाद्याकडे किती संपत्ती आहे व तो किती निवृत्तीवेतन मिळवतो यापेक्षा जातीचा निकष हा अधिक विश्वासार्ह धरायचा का?

न्यायालयाची अशासारखीच आणखी मते पहा. न्यायालयाकडून असा निर्णय घेतला गेला होता की एखाद्या दर्जामधील, समजा चौथ्या दर्जामधील, सेवानिवृत्त माणसे ही जरी त्याच दर्जातली असली तरी एकसंध गटातील नाहीत. तसेच न्यायालय असेही म्हणते की एखादी जात जर मागासवर्गीय असेल तर मात्र ही जात एकसंध गटाची मानली जाईल. सर्वोच्च न्यायालयाने निवृत्तीवेतनधारकांना एकाच प्रकारातील माणसे धरली नाहीत, पण त्याचबरोबर मागास जातींची अक्षय राहणारी यादी मात्र स्वीकारली आहे. ह्या चमत्कारिक गोष्टींचा कसा काय अर्थ लावायचा?

ते काहीही असो, मग भले त्यामागे पटण्याजोगी कारणमीमांसा असो वा नसो, आर्थिक निकषाविरुद्ध न्यायाच्या तराजूचा काटा झुकला आहे हे नक्की.

सावधगिरीच्या सूचना बाजूला सारल्या

जात ही एक कठोर वस्तुस्थिती आहे. काही न्यायाधीश अशी सावधगिरीची सूचना देतात की वर्ग ठरवण्यासाठी जातीचा पाया वापरला तर, ज्या जातिव्यवस्थेच्या दुष्ट परिणामांविरुद्ध पुरोगामी मंडळी नेहमी गळे काढतात, ते दुष्ट परिणाम तसेच पुढे टिकवून धरले जातील. तसेच हे न्यायाधीश नेहमी सर्व संबंधितांना न्यायालयात सांगतात की जातीपेक्षा आर्थिक निकषाकडे वळा.

वसंतकुमार खटल्यामध्ये न्या. ए.पी. सेन यांनी जोरदारपणे असे दाखवून दिले की, गरज व घटनेत दिलेली वचने अशा दोन्हींमुळे सामाजिक व शैक्षणिक दृष्टिकोनातून मागासवर्गीयांना मदत ही केलीच पाहिजे. ते म्हणतात, "पण दुर्दैवाने, मागासवर्गीयांच्या उन्नतीसाठी आरक्षणाचे आजवरचे जे धोरण सरकारने ठरवलेले आहे ते जातींनाच प्राधान्य देणारे आहे. आरक्षणाचे धोरण हे आर्थिक निकषांवरतीच आधारलेले असले पाहिजे." असे का असावे यासाठी न्या. सेन यांनी दोन गोष्टींवरती भर दिलेला आहे. पहिली गोष्ट अशी की, निदान एवढे जरी केले तरी १५(४) व १६(४) कलमांच्या खास तरतुदी लागू करताना जातीचा घटक निकालात निघेल.

दुसरे ते असे सांगतात की, "मागासवर्गीयांतील काही विशेष हक्क असलेले गटच आरक्षणाचे सर्व लाभ उठवतात. यामुळे या वर्गातील सर्वांत खालच्या पातळीवरील व्यक्तींना, दारिद्र्याने पिचल्यामुळे जे मागास राहिले आहेत त्यांना, विकासासाठी असलेल्या घटनेतील कलम १५(४) व १६(४) तरतुदींपासून वंचित राहावे लागते."

ते पुढे म्हणतात, "म्हणून सध्याचे जातीवर आधारलेले निकष हे दोन टप्प्यांमधून दूर केले पाहिजेत. प्रथम व्यक्तीची गरिबी कितपत आहे ते शोधा. नंतर सामाजिक व शैक्षणिक मागासलेपणा ठरवण्यासाठी काही थेट निकष लावून पहा." यापुढे ते जो आणखी एक मुद्दा पुढे करतात त्याचे महत्त्व आपण लवकरच पाहणार आहोत. ते म्हणतात, "जात व उपजात ह्या फक्त व्यक्तींच्या सामाजिक स्थितीची तुलना अनुसूचित जाती व जमातींबरोबर करण्यासाठी पाहाव्यात." (संदर्भ : *के. सी. वसंतकुमार विरुद्ध कर्नाटक राज्य,* AIR (1985) Supp. SCC 714, at 769-70, paras 82-84)

न्यायमूर्ती डी.ए. देसाई हेही तितकेच परखडपणे म्हणतात, "जातीकडे पाहून मागासलेपणा ठरवण्याची पद्धत अतिसुलभ असून त्यामुळे प्रत्येक जातीत असलेली एक वास्तववादी परिस्थिती दुर्लक्षिली जाते. अशा जातीमधील व्यक्ती ह्या जेव्हा आपल्या मागासलेपणाचा दावा करतात, तेव्हा त्याच जातीतील काही गट सुखवस्तूच्या पातळीवर पोचलेले आहेत हे विसरतात... याच जातीमधील वरच्या थरावरती असे आरोप केले जातात की ते आपल्याच जातीमधील खालच्या थरातील माणसांचे शोषण करतात." या ठिकाणी न्या. देसाई यांना गुजरात सरकारने नेमलेल्या राणे आयोगाची आठवण येते. या आयोगाने याच संदर्भात एक 'अजिबात खंडन न करता येण्याजोगा निष्कर्ष' काढला होता. त्यानुसार "आपल्याला मागास जातींचा दर्जा मिळावा म्हणून ज्या जाती चळवळी करतात, त्यातील फक्त कमी उत्पन्नांच्या गटातील माणसेच ही सामाजिकदृष्ट्या व शैक्षणिकदृष्ट्या मागासलेली असतात." (संदर्भ : यापूर्वीचाच. पाने ७२९, ७३१ परिच्छेद २०, २२) म्हणून न्या. देसाई म्हणतात, "एखाद्या जातीतील एकूणएक व्यक्ती ह्या मागासलेल्या असतात, अशा गृहीत धरण्यात कसलाही भक्कम आधार नाही." आयोग आणि समित्या यांनी काढलेल्या निष्कर्षांचा अभ्यास करून ते पुढे म्हणतात, "...जातींवर आधारित असलेली आरक्षणे ही त्याच जातीतील सधन गटांनी बळावकली आहेत व ही गोष्ट कोणत्याही मतभेदाविना मान्य केली गेलेली आहेत." या संदर्भात त्यांनी एका खटल्याचे उदाहरणही दिले. तो खटला पंजाबच्या उच्च न्यायालयात होता व त्यात न्या. देसाई हे न्यायाधीश होते. त्या वेळी त्यांना दिसले की, "ज्यांना 'दुर्बल' असे लेबल लावले गेले होते तेच अधिक दुर्बलांचे शोषण करीत होते..." त्यानंतर ते

पुन्हा एकदा ठासून सांगतात, ''कोणत्या ना कोणत्या तरी स्वरूपात 'आरक्षण' ही गोष्ट तिथे काही दशके चालत आलेली होती. जर मागास समजल्या जाणाऱ्या विविध जातींच्या कुटुंबांची पाहणी या संदर्भात केली तर असे दिसून येईल की, मागास जातीमधील वरिष्ठ पातळीवरील – क्रिमी लेयरमधील लोकांनी आरक्षणाचे सारे फायदे उपटले असून, ते सारे त्यांनी आपल्याच खालच्या पातळीवरील जातबांधवांपासून हिसकावून घेतलेले आहेत. कोणत्याही परिस्थितीत, कितीही किंमत देऊन, असे होऊ देता कामा नये.'' (संदर्भ : यापूर्वीचाच. पाने ७३३-३५, परिच्छेद २५-२८)

न्यायमूर्तींनी आपल्या म्हणण्याला एक समाजशास्त्रज्ञ आय.पी. देसाई यांच्या मताचा आधार घेतला. श्री. आय.पी. देसाई यांनी म्हटले होते, ''जर जात ही मागासलेपणाचा पाया आहे, असे राज्यसंस्थेने मान्य केले, तर जातिसंस्था या कायदेशीर बनतील. अन् हे निधर्मीवादाच्या तत्त्वांच्या पूर्णपणे विरुद्ध आहे. दुसरे असे की, पारंपरिक जातिव्यवस्था ही मोडकळीस आली आहे व दोन व्यक्तींमधील संबंध आता करार करून राखले जातात.'' घटनेमध्ये एक जातिविहीन, वर्गविहीन समाजाचा विचार केला आहे, असे न्या. देसाई आवूर्जन सांगतात. ते पुढे म्हणतात, ''असा हा समजा उभारण्यासाठी जातिरचना दुर्बल करण्यासाठी व शेवटी नष्ट करण्यासाठी पावले उचलली पाहिजेत... दुर्दैवाने, आत्ताची चळवळ ही नेमकी याविरुद्ध चालली आहे. जातींचे स्तर हे अधिक घट्ट बनत चालले आहेत. सवलती व अग्रक्रमाने वागणूक यांची खैरात करणाऱ्या योजना, आर्थिक लाभ ज्यांना मिळत नाही त्यांच्यासाठी पुढे येऊ लागल्या आहेत. त्यासाठी लाभार्थींना जातीची लेबले लावली जातात. यामुळे जातिरचनेला यातून एक नवे जीवदान मिळालेले आहे. आता तर अनुसूचित जाती व जमाती यातील अधिकृत जातींची नावे धारण करण्यात अहमहिका चाललेली आहे. म्हणजे मग मागासपणाचे सर्व लाभ मिळतील असा त्यामागचा होरा आहे.''

जातीवर आधारित आरक्षणांचे काय परिणाम होतात याचे चित्र उभे करण्यासाठी न्या. देसाई काही गोष्टी दाखवून देतात. गुजरातमधील बक्षी आयोग व केंद्र सरकारचा मंडल आयोग यांच्यावरती दडपण आणून आणखी खूप जाती मागासांच्या यादीत घालण्यासाठी उद्युक्त करण्याचा प्रयत्न केला गेला, यामुळे अखेर गुजरात सरकारला आणखी एक नवीन 'राणे आयोग' निर्माण करणे भाग पडले. ''मागासांच्या यादीत घालावे म्हणून किती संघटित प्रमाणात प्रयत्न चालले आहेत याची दखल राणे आयोगाला घ्यावी लागली. काही जातींनी तर आपल्या जातीला 'मागास' म्हटले जावे म्हणून आपल्यात अनेक दुर्गुणांचा बुजबुजाट झाल्याचा दावा केला. यामुळे तरी मागासांच्या यादीत आपल्याला स्थान मिळेल अशी त्यांची अपेक्षा होती.'' (संदर्भ :

यापूर्वीचाच. पान क्र. ७३२, परिच्छेद २४)

न्या. देसाई पुढे जोर देऊन म्हणतात, ''राज्याच्या आश्रयाने अग्रक्रमाने वागणूक देण्याच्या धोरणात जर 'जात' हाच फक्त मागासलेपणा ठरवण्याचा मापदंड धरला जात असेल, तर यामुळे एक असा मोठा धोका संभवतो की, अशा धोरणामुळे जातिव्यवस्था ही कायदेशीररीत्या पक्की होईल व सतत तग धरून राहील. देशाच्या घटनेच्या आधी जो हेतू दर्शवणारा प्रस्ताव लिहून ठेवला आहे, त्यानुसार आपल्या देशाचे निधार्मिक स्वरूप जाहीर केले गेले आहे. त्याला वरील धोरण अजिबात सुसंगत नाही.'' म्हणून त्यांनी जात हा मागासलेपणा ठरवणारा निकष न मानता दारिद्र्य अथवा गरिबी हा निकष मानला जावा असे आवाहन केले आहे. दारिद्र्याचा निकष मानला तर जातिव्यवस्था व दारिद्र्य या दोन्हींच्या मुळावरती घाव बसेल.

शेवटी न्या. देसाई हे एक महत्त्वाचे सत्य सांगतात, ''आरक्षण ठेवण्यासाठी निश्चित कालावधी असायलाच हवा. अन्यथा या सवलतींच्या साहाय्याने कोणीतरी आपले हेतू राबवू शकेल.'' (संदर्भ : यापूर्वीचाच. पाने ७३३-३६, परिच्छेद २५, ३०, ३१)

न्या. वाय.व्ही. चंद्रचूड यांनीसुद्धा यांसारखेच आपले विचार हे खटल्याच्या निरीक्षणात मांडले आहेत. ते लिहितात की, ''आत्ताचे आरक्षणाचे धोरण हे आणखी पुढे पंधरा वर्षे कदाचित राबवता येईल. पण त्या काळानंतर आरक्षण कितपत ठेवायचे हे चाचणी परीक्षेवरून ठरवावे लागेल. दुसरे असे की, हीच चाचणी परीक्षा अनुसूचित जाती व जमाती यांनाही लागू केली पाहिजे. अन्य मागासवर्गीयांसाठी (ओबीसी) एक दुहेरी चाचणी परीक्षा घेतली पाहिजे. म्हणजे असे की या वर्गातील जे जनसमूह अथवा गट यांची अवस्था ही अनुसूचित जाती व जमातींच्या अवस्थेसारखी असेल त्यांचाच आरक्षणासाठी विचार केला जावा; आणि जे गट पात्र ठरतील त्या गटांमध्ये आणखी एक चाचणी घ्यावी. शेवटी, यातून आरक्षणाच्या धोरणाचा आढावा घ्यावा. असे दर पाच वर्षांनी करत जावे.'' (संदर्भ : यापूर्वीचाच. पान ७२३, परिच्छेद २)

परंतु ही सर्व मते, सूचना, इशारे सारे काही 'अरण्यरुदन' ठरले, निष्फळ ठरले.

तणावपूर्ण इतिहास

न्या. ई.एस. वेंकटरामय्या यांचे असे मत आहे की, ''घटनेमध्ये 'मागास वर्ग' असा शब्द वापरला आहे. ज्या व्यक्ती विशिष्ट जातीत जन्माला आल्या आहेत, किंवा त्या व्यक्ती ह्या विशिष्ट जनसमूह (race), जमाती किंवा धार्मिक अल्पसंख्य आहेत त्यांच्यासाठीच हा शब्द वापरला आहे.''

यासाठी त्यांनी सांगितलेले कारण मोठे उद्‌बोधक आहे. एखाद्या न्यायाधीशाला

त्याने निवडलेल्या निष्कर्षाप्रत पोचण्यासाठी किती मर्यादेपर्यंत जावे लागेल यासाठी तो शब्द आहे. 'सामाजिकदृष्ट्या व शैक्षणिकदृष्ट्या मागास वर्ग' या शब्दप्रयोगाच्या अर्थाची व्याप्ती घटनेच्या १५(४) व १६(४) कलमांमध्ये शोधण्यासाठी ते घटनेच्या ३३८ व ३४० या कलमांकडे वळतात. कायदेमंडळात अनुसूचित जाती व जमाती यांच्यासाठी किती जागांचे आरक्षण असावे यासाठी ही दोन्ही कलमे घटनेत घालण्यात आली आहेत. 'कायदेमंडळातील आरक्षणे' हा विषय अल्पसंख्य समितीकडे सोपवण्यात आला होता, आणि घटनेच्या मसुद्यातील १६ व्या भागात 'अल्पसंख्याकांसाठी खास तरतुदी' या नावाखाली त्यांचा उल्लेख करण्यात आला होता. "या संबंधातील १६ व्या भागातील सर्व कलमांमध्ये 'अल्पसंख्य' शब्द आहे, तो काढून त्या जागी 'काही वर्ग' (certain classes) हे शब्द घालावे." अशा दुरुस्तीसह ती कलमे मंजूर करण्यात आली. न्या. वेंकटरामय्या यांच्या मते असा वापर करण्यामागे दोन महत्त्वाच्या बाजू आहेत.

पहिले, १६ व्या भागात, विशेषत: कलम ३३८(३) मध्ये वापरलेला 'मागास वर्ग' हा शब्दप्रयोग 'अनुसूचित जाती व जमाती आणि अँग्लो इंडियन समाज' यांच्या बरोबर वापरलेला आहे. न्या. वेंकटरामय्या त्याबद्दल म्हणतात, "म्हणून 'मागास वर्ग' याचा अर्थ हा या आधीच्या शब्दांसोबतच घेतला पाहिजे... कारण कायद्यातील शब्दरचनेमागचा नियम असा आहे की, जेव्हा खास विशिष्ट शब्दानंतर सर्वसाधारण शब्द आले तर, त्या विशिष्ट शब्दांचे जे अर्थ असतात त्यालाच सर्वसाधारण शब्द हे अर्थाच्या दृष्टीने जोडले गेलेले हवेत." त्यानंतर ते लिहितात, "घटना परिषदेत शेवटच्या क्षणी 'समाज' (communities) हा शब्द काढून त्या ऐवजी 'वर्ग' (classes) हा शब्द घालण्यात आला." न्यायमूर्तींना असेही आठवते की नंतरच्या लोकसभेमध्ये डॉ. आंबेडकर यांनी त्यासाठी असे म्हटले की, "मागास वर्ग म्हणजे दुसरे तिसरे काहीही नसून काही विशिष्ट जातींचा एक समूह असे आहे." (संदर्भ : *K. C. Vasanthkumar Vs. State of Karnatak,* op.cit., at 787-95, paras 110-119)

आता यामागची कारणे पहा.

सर्वसाधारण शब्दांनंतर जेव्हा विशिष्ट शब्द येतात, याबद्दल वर दिलेल्या नियमाच्या संदर्भात आता पहा : मागास वर्ग (backward classes) या शब्दानंतर 'अनुसूचित जाती व जमाती' हा शब्दप्रयोग येतो आहे. म्हणून हा शब्दप्रयोगही 'मागास वर्ग' या अर्थीच समजायला पाहिजे. 'अनुसूचित जाती व जमाती' या गटातील जनसमूहांच्या स्थितीप्रमाणे व त्यांच्या हलाखीच्या व उपासमारीच्या स्थितीप्रमाणे मागासवर्गीयही ग्रासले गेलेले आहेत असे समजावे काय? या गोष्टीचा धोरण राबवण्याच्या दृष्टीने

फार महत्त्वाचा संबंध येतो. निरनिराळे न्यायाधीश तशा निष्कर्षाचा कसा धुव्वा उडवतात ते लवकरच आपण पाहणार आहोत.

परंतु कोणत्याही परिस्थितीत एकच शब्दसमूह किंवा शब्दांचा संच अशा काही अर्थाच्या जवळून घटनाकारांनी वापरला की, त्यामुळे आपण त्या दुसऱ्या शब्दांच्या संचापासून वेगळा विचार करावा, हे आपल्यावरती ठामपणे बिंबवायचा हेतू त्यामागे होता काय? या संदर्भात न्या. सुब्बाराव हे काय दाखवतात ते आठवा. ते म्हणतात की, 'वर्ग' (classes) या शब्दाऐवजी 'जाती' (castes) हा शब्द वापरण्यासाठी घटनाकारांना कशाचाही अडथळा नव्हता. शिवाय, 'सामाजिकदृष्ट्या व शैक्षणिकदृष्ट्या मागासलेले वर्ग' हा शब्दप्रयोग अत्यंत स्पष्ट अर्थ दर्शवतो. मग त्या शब्दप्रयोगाआधी किंवा नंतर आणखी काही शब्द वापरून अधिक खुलासा करण्याची जरुरीच काय आहे? जो वर्ग सामाजिक व शैक्षणिक अशा दोन्ही दृष्टीने मागासलेला आहे त्या शब्दप्रयोगातून कोणता असा वेगळा किंवा संदिग्ध अर्थ निघतो म्हणून त्यासाठी 'जाती' हा शब्द मुद्दाम चिकटवून अधिक खुलाशाची धडपड करायची?

न्या. वेंकटरामय्या यांच्या निरीक्षणासंबंधीही असेच प्रश्न उद्भवतात. 'शेवटच्या क्षणी ते पर्यायी शब्द घालण्यात आले' ते सांगण्यात 'घालण्यात आले' हा पहिला मुद्दा, आणि त्यानुसार एकच एक अर्थ प्रकट होतो, दुसरा नाही. दुसरे असे की, 'शेवटच्या क्षणी' हे शब्द विचारात घेतले नाही तरीही घटनाकारांना 'एकच एक अर्थ, दुसरा अर्थ अजिबात नाही,' याची आपल्याला स्पष्ट जाणीव करून द्यायची आहे हेच गंभीरपणे सुचवायचे आहे. तसेच 'सामाजिकदृष्ट्या व शैक्षणिकदृष्ट्या मागास वर्ग' हा शब्दप्रयोग घटनेच्या इतर भागांतही वापरलेला आढळतो. न्यायमूर्ती महोदयांनी घटनेच्या फक्त १६ व्या भागावरती आपले लक्ष केंद्रित केले. परंतु घटनेच्या ज्या भागांमध्ये कायद्यांचा इतिहास उल्लेखलेला आहे ते भाग त्या १६ व्या भागापासून तर पूर्ण भिन्न आहेत. मग ज्या समाजगटांचा उल्लेख हा खास शब्दरचनेने केला आहे, त्यातील सूचित अर्थ आपण काढला तर काय हरकत आहे? घटनेचे कलम १५ व १६ यामध्ये 'सामाजिकदृष्ट्या व शैक्षणिकदृष्ट्या मागास असलेल्या वर्गातील नागरिक' असा उल्लेख आहे, जातींचा उल्लेख नाही. तसेच कलम ४४ मध्येही 'जनतेमधील दुर्बल घटक' (weaker sections of the people) असा उल्लेख आहे, जातींचा उल्लेख नाही.

असे असताना न्या. वेंकटरमय्या यांनी ''तो बदल अगदी शेवटच्या क्षणी केला'' हा जो निष्कर्ष काढला आहे, तो कसा ग्राह्य धरता येईल? शेवटी आपण असे म्हणू शकतो की, ''मागास (backward) हा शब्द शेवटच्या क्षणी घातला'' असे समजणे हे खरोखरीच आश्चर्यकारक वाटते. शिवाय आश्चर्य हे की, अशी चूक एका विद्वान व न्यायशास्त्राच्या अभ्यासाला महत्त्व देणाऱ्या न्यायाधीशाकडून व्हावी.

घटनेचे मसुदे, निरनिराळ्या समित्यांमध्ये झडलेल्या चर्चा, घटनेच्या मसुद्यांना सभासदांनी सुचवलेल्या दुरुस्त्या, घटनेच्या ॲडव्हायझरने प्रस्तावांवर केलेली निरिक्षणे इत्यादी आपण नुसते एकामागोमाग एकेक वरवर जरी चाळत गेलो, तरी आपल्या असे लक्षात येईल की घटनेतील प्रत्येक शब्द हा तावून सुलाखून निवडला गेलेला आहे. घटनेच्या प्रत्येक भागाबद्दल असे म्हणता येते. एकदा घटनेचा मसुदा ठरला की तो सर्व संबंधित सभासदांमध्ये वाटला गेला होता. त्यावर अनेक प्रतिक्रिया व्यक्त झाल्या. उदाहरणार्थ, 'नोकरी देताना भेदभाव होता कामा नये, मग ती सार्वजनिक सेवा असो किंवा कोणतीही नोकरी असो' अशी हमी घटनेमध्ये एखाद्या सभासदाने मागितलेली होती. तर दुसऱ्या एका सभासदाने मसुद्यात जिथे ठाम लेखी आश्वासन दिलेले आहे त्याबद्दल इशारा दिला होता. कारण त्यांच्यामते तसे आश्वासन दिले तर हजारो खटले न्यायालयात दाखल होतील. त्या वेळी ज्या काही तरतुदी निरनिराळ्या प्रांतांत व संस्थानांत अस्तित्वात होत्या त्यांच्यावर घटनेतील शब्दांचा प्रभाव पडेल व आघात होईल, अशी भीती काही सभासदांना वाटत होती. मग त्यावरती चर्चा झाली. या व अशा विवादास्पद सर्व संदर्भांत शेवटी अंमलबजावणीसाठी जो निर्णय घेतला जाईल, तो डॉ. आंबेडकरांना न्यायालयाच्या कक्षेबाहेर ठेवायचा होता. तर एका सभासदाने 'अल्पसंख्याकांचाही' उल्लेख याच संदर्भात करायला हवा असे प्रतिपादन केले. तर आणखी एकाने, सरकारी नोकरीतील प्राधान्यक्रम हा सरकारी सेवेच्या बाहेर विस्तारून तो 'सर्व व्यवसाय, व्यापार उदीम, धंदा वगैरे' येथेही लागू करायला हवा असे म्हटले. अनेक सभासदांनी 'मागास' ह्या शब्दासाठी अन्य पर्यायी शब्द सुचवले होते. ते सर्व जरुरीचे थोडेच होते? 'मागास' शब्द हा 'आर्थिकदृष्ट्या' किंवा 'सांस्कृतिकदृष्ट्या' अशा शब्दांसोबत जोडला जावा का 'अनुसूचित जाती' या शब्दांसोबत जावा? एखाद्या राज्यात राहत असलेल्या व्यक्तीला आणखी एखादा संदर्भ जोडावा काय? (संदर्भ : याबद्दल थोडक्यात आढावा घेणारे इंडियन इन्स्टिट्यूट ऑफ पब्लिक ॲडमिनिस्ट्रेशन, दिल्ली, यांनी १९६८ मध्ये प्रकाशित केलेल्या शिवराव यांच्या The Framing of India's Constitution पुस्तकातील पाने १९२ ते २००) हा सर्व संवेदनशील मतामतांचा गलबला प्रसिद्ध झाला आहे. तो पाहता कसा काय एखादा शब्द अथवा शब्दप्रयोग घटनेच्या कलमात घुसडला जाईल? अन् तोही 'शेवटच्या क्षणी'?

घटना तयार झाल्यानंतर २ सप्टेंबर १९५३ रोजी लोकसभेत डॉ. आंबेडकर म्हणाले होते, "लोक मला नेहमी म्हणतात की, 'तुम्ही तर घटनेचे शिल्पकार आहात.' माझे त्यावर असे उत्तर आहे की, ते क्लिष्ट व नीरस काम करण्यासाठी माझा वापर केला होता. मला जे जे काही करावयास सांगितले ते ते मी बरेचसे माझ्या मनाविरुद्ध केले... महोदय, माझे मित्र म्हणतात की मी ती (देशाची) घटना

तयार केली. पण मी येथे निक्षून असे सांगतो की ती घटना जाळून टाकण्यासाठी मीच प्रथम पुढे येईन. मला तसली 'घटना' नको आहे. कारण ती कोणालाही धडपणे लागू होत नाही...'' आंबेडकरांचे हेही म्हणणे आपण गंभीरपणे घेऊन त्यानुसार पुढे जावे काय? काही दिवसांनी आंबेडकर असेही म्हणाले होते की, ''देशाची घटना म्हणजे एक सुंदर मंदिर आहे, पण ते असुरांनी बळकावलेले आहे.'' म्हणून तर त्यांनी 'घटना जाळून टाकावी' असे उद्‌गार वैतागाने काढले असतील का?

कारणे तपासली

न्या. वेंकटरामय्या यांनी 'वर्ग' म्हणजे 'जाती' अशा अर्थासाठी आणखी दोन क्षुल्लक कारणे दिली. जात ही भारतात व्यापक असते, सर्वत्र पसरणारी असते नि नेहमी पक्की राहणारी असते; हे ते एक कारण. यासाठी त्यांनी मागास वर्ग आयोगाच्या अहवालातील काही वाक्ये आपल्या म्हणण्याच्या पुष्ट्यर्थ दिली, ती अशी : ''एखाद्या ब्राह्मण व्यक्तीने शिंप्याचा पेशा पत्करला तरी तो शिंपी जातीचा होत नाही. एखाद्या ब्राह्मण व्यक्तीने बूट, जोडे विक्रीचा व्यवसाय पत्करला तरीही त्याची सामाजिक प्रतिष्ठा घसरत नाही.''

परंतु या विरुद्ध प्रश्नाचे उत्तर शोधले तर आजच्या भारताबद्दल बरेच काही आपल्याला सांगून जाते. उदाहरणार्थ, जेव्हा एखादी व्यक्ती अनुसूचित जातीमध्ये जन्म घेऊन पत्रकार बनते, किंवा संगणकीय माहितीमध्ये तज्ज्ञ बनते, किंवा चित्रपट नट अथवा क्रिकेट खेळाडू बनते तेव्हा त्याच्याकडे जातीच्या दृष्टिकोनातून थोडेच पाहिले जाते? अशा मागास जातीमधील व्यक्तीची उन्नती होण्यासाठी जी धोरणे आखली जातात त्या वेळी कोणती महत्त्वाची गोष्ट ध्यानात घेतली जावी? ''मागास व्यक्तीच्या उन्नतीसाठी असे उपाय योजले जावेत की त्यामुळे त्याच्यावरील जातीचा कलंक हा पुसला जावा का तो कलंक पक्का व्हावा?'' परंतु न्यायमूर्ती महाराजांनी अशा मुद्द्याकडे साफ साफ दुर्लक्ष केलेले दिसते.

शेवटी न्या. वेंकटरामय्या असे म्हणतात की, जेव्हा जात ही विचारात घेतली जात नाही तेव्हा अनेक अनियमित गोष्टी (anomalies) उसळून वर येतात. यासाठी ते एका खटल्यातील निकालपत्राचा आधार घेतात. तो खटला *उ. प्रदेश विरुद्ध प्रदीप टंडन* हा होता. (संदर्भ : (1975) 1 सर्वोच्च न्यायालयातील खटला २६७) उत्तर प्रदेश सरकारने दोन प्रकारची आरक्षणे जाहीर केली होती. जे लोक ग्रामीण भागात जन्मले असल्याने दरिद्री आहेत त्यांच्यासाठी एक आरक्षण, आणि जे लोक उत्तराखंड या अविकसित भागात जन्मले त्यांच्यासाठी दुसऱ्या प्रकारचे आरक्षण. सर्वोच्च न्यायालयाने पहिल्या प्रकारचे आरक्षण फेटाळले, रद्द ठरवले. कारण ग्रामीण भागातील जनता ही ८० टक्के होती व एवढी लोकसंख्या एकाच गटात

मोडू शकत नाही, असे त्यामागचे कारण दिले. परंतु सर्वोच्च न्यायालयाने दुसऱ्या प्रकारचे आरक्षण उचलून धरले. उत्तराखंड हा खूपच मागासलेला होता व ते मागासलेपण हे ठळकपणे व्यक्त झालेले होते. तिथे कोणतीही विकासकामे झाली नाहीत, दळणवळणाची साधने अपुरी व निरक्षरता मोठ्या प्रमाणात आहे, असे न्यायालयाने मानले.

न्या. वेंकटरामय्या म्हणतात की, उत्तराखंड व अन्य भाग अशा दोन विभागांमध्ये मुळातच कसलीही सुसंगती नाही. एका भागातील आरक्षण रद्द ठरवले, तर दुसऱ्या भागातील आरक्षण उचलून धरले, यामुळेच हे घडले. दोन्ही प्रकारच्या आरक्षणात कशी काय सुसंगती येणार? पण जर उत्तर प्रदेश सरकारने किंवा न्यायालयाने 'जात' हा घटक विचारात घेतला असता तर ती आरक्षणांमधली विसंगती दूर झाली असती. मग ग्रामीण उ. प्रदेश आणि उत्तराखंड येथे जातीवर आधारित लागू केलेले आरक्षण हे घटनेच्या अटींची पूर्तता करणारे ठरले असते. (संदर्भ : *के. सी. वसंतकुमार विरुद्ध कर्नाटक राज्य,* op.cit., at 796, 799-800, paras 122, 128-31) जर आपण ईशान्येकडील राज्ये पाहिली तर उ. प्रदेश व बिहार येथे ज्या प्रकारे जातींना महत्त्व आहे तसे तिथे नाही. मग अशा वेळी वेगवेगळ्या प्रकारची आरक्षणे लागू करण्याने मुळातील त्रुटी या एकदम उठून दिसू लागतात. दोन भिन्न भागांतील विसंगती ही जातींचा आधार घेऊन नाहीशी करता येईल? तसेच दुसऱ्या बाजूला, जातीय जाणिवा आणि जातीय राजकारण यांचा प्रादुर्भाव जर एखाद्या मूळच्या शांत प्रदेशात मुद्दाम केला गेला, तर तिथले समाजस्वास्थ्य बिघडून नाही का जात? जर दोन भागांत, दोन प्रदेशांत मूळचीच विसंगती असेल, तर ती विसंगती दूर करण्याचे इतर थेट उपाय नाहीत काय? जर आपण एक थेट आर्थिक परीक्षा करून तिथला मागासलेपणा ठरवला तर ती विसंगती आपोआपच दूर होणार नाही काय?

एका आवश्यक उपायाकडे दुर्लक्ष केले गेले

वरील माहितीवरून समजेल की एखादा अभ्यासू न्यायमूर्तीसुद्धा 'वर्ग' याचा अर्थ 'जात' कसा काढतो. त्या न्यायमूर्तीने एक महत्त्वाचा इशाराही देऊन ठेवला होता. परंतु नंतरच्या काळाच्या ओघात त्या इशाऱ्याकडे दुर्लक्ष होत गेले. इतर न्यायमूर्तींनी जे आधी दाखवून दिले होते तेच न्या. वेंकटरामय्या यांनी दाखवून दिले की, जरी मागसवर्गीय मागास जातीतले समजले गेले आणि त्यासाठी कसलेही निर्बंध लागू केले नाहीत, तर अनुसूचित जातीजमातीच्या स्थितीप्रमाणे त्या मागास जातीची स्थिती असेल तर "सरकारला कोणतीही जात किंवा जनसमूह हा मागास जातीतला ठरवता येईल. अशा जातीच्या किंवा जनसमूहाच्या माणसांची राज्यात एक प्रभावी

राजकीय लॉबी असेल तर ते शक्य होईल. ह्या लॉबीतील माणसे जरी पुढारलेल्या जातीतील पण अन्य पुढारलेल्या जातींपेक्षा खालच्या पातळीवर असतील, तर ते सहज शक्य होईल.'' जर आरक्षणांवरती काही निर्बंध ठेवले नाहीत तर, ''आरक्षणाचे फायदे हे कायम व निरपवाद रितीने मागासांमधील अधिक पुढारलेल्यांकडून खाऊन टाकले जातील आणि त्या वेळी आरक्षणाच्या मूळ हेतूलाच हरताळ फासला जाईल.''

जर अशा प्रकारचे निर्बंध स्वीकारले तर, ''कलम १५(४) व कलम १६(४)नुसार जे लाभार्थी असतील त्यांची संख्या कमी होईल... त्याचबरोबर आरक्षणाच्या लाभात इतरांना वाटा घेऊ न देणारे जे बलदंड लाभार्थी गट आहेत, अशांच्या पकडीमध्ये गेली तीस वर्षे जी खरेखुरे मागास माणसे सापडली होती, त्यांची मुक्तता होईल... ज्या मागास जाती व जमातींची नावे अनुसूचित यादीत असूनही जे खालच्या थरात राहून सर्व प्रकारच्या लाभापासून वंचित झालेले आहेत त्यांनाही यामुळे न्याय मिळेल.'' न्या. वेंकटरामय्या निकालपत्रात शेवटी असे म्हटले होते.

मग या निकालानुसार सरकारने नुसत्या जातींची नावे गोळा करण्याव्यतिरिक्त मागासलेपणाची एखादी योग्य परीक्षा घेऊन मगच त्यांना आरक्षणाचे लाभ द्यायला हवेत. हे लाभ देण्यासाठी तीन परस्परसंबंधी निकष लागू करावयास हवेत, ते असे : त्या मागास गटांची स्थिती ही अनुसूचित जाती व जमातींच्या सारखीच असावयास हवी; सरकारी सेवेमध्ये त्यांचे प्रतिनिधित्व पुरेसे नसले पाहिजे; अन् जे अशा निकषाला पात्र असतील, फक्त त्यांचीच दखल घेतली गेली पाहिजे. (या आधीचाच संदर्भ : पाने ८०७-८०८, परिच्छेद १४२, १४३)

वास्तवता मदतीला आली

वरील सत्य परिस्थिती पाहून एखाद्या खऱ्या पुरोगामी न्यायाधीशाला आपली कोंडी झाल्यासारखे वाटणे साहजिक आहे. परंतु असा न्यायाधीश न्या. वेंकटरामय्यासारखी आपली बौद्धिक फरपट करू देणारा नसेल, त्याऐवजी तो शब्दच्छल करण्याऐवजी मूळ मुद्द्याकडे जाऊन उपाय सुचवणारा असेल.

वसंतकुमार खटल्यात न्या. चिन्नाप्पा रेड्डी आपल्या निकालपत्राची सुरुवात एका निरीक्षणाने करतात. ते वाचून कोणीही असा निष्कर्ष काढेल की, आरक्षणाच्या धोरणाचा पाया म्हणजे जातीच्या निकषावरती ठरवलेला मागासलेपणा हा टाकून दिला पाहिजे आणि अन्य निकष लागू केला पाहिजे. सदरहू न्यायमूर्ती आपल्या निकालपत्रात म्हणतात,

आपण जनतेला 'सामाजिक, आर्थिक व राजकीय न्याय' देण्याचे वचन

दिले होते. तसेच 'समान संधी व सामाजिक स्थान' यांचेही वचन दिले होते. ती वचने देऊन ३० वर्षे उलटली. अन् तरीही आजमितीस आपणास असे दिसते आहे की जात, जमात, समाजगट, वर्ग वगैरे नावाने असणाऱ्या जनसमूहांचे प्रतिनिधी हे आपापले घोडे पुढे दामटू पहात आहेत, गर्दीमध्ये घुसून कोपराने इतरांना ढकलून देत, इतरांशी स्पर्धा करीत स्वतःच्या जातीला अगर गटाला 'सामाजिक व शैक्षणिक दृष्टीने मागासवर्गीय' अशा शब्दांनी संबोधले जावे, ओळखले जावे म्हणून धडपडत आहेत. एकदा तसे झाले की आपल्या जातीला पुढे आणण्यासाठी ज्या खास तरतुदी आहेत त्यांचा लाभ उठवण्याची पात्रता आपोआप प्राप्त होईल. तसेच घटनेच्या कलम १५(४) व १६(४) कलमांनुसार जी आरक्षणे ठेवली आहेत त्यावरही त्यांना हक्क सांगता येईल. *आरक्षणाच्या पद्धतीचा, प्रणालीचा एक विरोधी परिणाम असा घडला आहे की, सर्व जण स्वतःच्या समाजगटाला क्षुद्र लेखून सामाजिक स्तराच्या खालच्या पातळीवर उतरण्यास उत्साहाने तयार झालेले आहेत.* भारत सोडला तर जगात कुठेही जाती, जमाती व समाजगट हे आपल्याला 'मागासवर्गीय स्थितीतले' असे म्हणवून घेण्यासाठी रांग लावून उभे असलेले दिसत नाहीत. भारताखेरीज जगात कुठेही 'इतरांपेक्षा आम्ही अधिक मागासलेले' असे म्हणवून घेण्याची स्पर्धा चालू नाही. ही अत्यंत दुःखाची व अस्वस्थ करणारी परिस्थिती निर्माण होऊन बसली आहे. ही वस्तुस्थिती आहे. पण तरीही ती एक अत्यंत कठोर वस्तुस्थिती आहे. त्यावरती कोणालाही कितीही रंगसफेदी करायची असली तरी येथे तसले उदाहरण माझ्या समोर आहे. कर्नाटकातील लोकसंख्येच्या दृष्टीने दोन प्रमुख जातींतर्फे, म्हणजे लिंगायत व वोक्कलिगा यांनी याचिका दाखल करून आपणच दुसऱ्यापेक्षा सामाजिक व शैक्षणिक दृष्टीने अधिक मागासलेलो असून मागास जातींच्या यादीत आपली जात घालावी असे अर्ज केले आहेत. त्यांच्या दृष्टीने, असे आपण केले तर मग नंतर आपल्या जातीच्या विद्यार्थ्यांना, व्यावसायिक (इंजिनीअरींग व वैद्यकीय) महाविद्यालयात आणि राज्याच्या सरकारी नोकऱ्यांमध्ये प्रवेश करण्याचा पासपोर्ट मिळेल असे वाटते. म्हणून या दोन जाती एकमेकांशी रेटारेटी करीत दुसऱ्या जातीऐवजी आपलीच वर्णी लागावी म्हणून अहमहमिकेने स्पर्धक जातीशी संघर्ष करतात, तडजोड करतात. मग या स्पर्धेत कधी कधी ते बाहेर टाकले जातात तर कधी कधी स्पर्धकावर मात करून त्यांच्या माणसांचा कायदेशीर प्रवेश हा आरक्षणाच्या जोरावर त्या त्या संस्थांमध्ये होतो. (संदर्भ : *के. सी. वसंतकुमार विरुद्ध कर्नाटक राज्य.*

op. cit., at 736, para 32)

जातींवर आधारित असलेल्या आरक्षणांवरती जे टीका करत होते, त्यांनी असे घडेल हे आधी सांगितले होते ना? नेमके तसेच शेवटी घडले आहे. समस्या सोडवण्यासाठी जातीखेरीज अन्य निकष धरावेत असे प्रतिपादन न करता न्यायमूर्ती हे फक्त अचूक वस्तुस्थिती येथे दाखवून देत आहेत ना? अन्यायकारक भेदभावामुळे द्वेष व मत्सर सतत निर्माण होत असल्याने आणि अनेक दशके जातींवर आधारित आरक्षणे चालत आलेली असल्याने, अशा मार्गाने समस्या सुटत नाही हे समजून चुकले आहे. मग त्या मार्गाऐवजी दुसरा मार्ग नको का शोधायला हवा?

तथापि, न्या. चिन्नाप्पा रेड्डी यांनी यातून काढलेला अर्थ हा अगदी विरुद्ध आहे. त्यामागचे कारण हे न्या. एच.आर. खन्ना यांनी दिलेल्या एका निकालात सौम्यपणे सुचवलेले आढळते. एन.एम. थॉमस या खटल्यातील निकालात ते याचे कारण 'सैद्धांतिक दृष्टिकोन' हे देतात. अशा दृष्टिकोनाला चिकटून राहण्यासाठी अनुभवावर आधारित उपपत्ती कारणीभूत ठरते. न्या. रेड्डी यांचे हे म्हणणे त्यांच्या शब्दातून अप्रत्यक्षपणे प्रकट झाले आहे. ते म्हणतात, ''ही एक अत्यंत दु:खाची व अस्वस्थ करणारी परिस्थिती निर्माण होऊन बसली आहे, पण तरीही ती एक कठोर वस्तुस्थिती आहे...''

पुरोगामी न्यायाधीशांखेरीज पुरोगामी विचारसरणी असणाऱ्या अनेक व्यक्तींना त्यांची विचारसरणी ही जातींना 'खालच्या पातळीवरचे' समजायला व तसे वागवायला भाग पाडते. हिंदुत्वामुळेच समाजामधील माणसांचे दडपले गेलेले कप्पे निर्माण झाले अशा त्यांच्या ठाम विचारांमुळे ते हिंदुत्वावरती गरळ ओकतात. परंतु अशा पुरोगामीवाद्यांचे राजकारण मात्र इतरांप्रमाणे जातीवरती आधारलेले असते. एकीकडे जातिभेदावरती आग पाखडायची तर दुसरीकडे त्याच जातिभेदाचा उपयोग करून घ्यायचा. मग ह्या दोन गोष्टींची एकत्र सांगड कशी घालायची? अशा कृतींमुळे जातीवर आधारित असलेल्या वर्गविग्रहाला ते कसे काय स्वीकारून कवटाळतात व त्याची भलावण करू शकतात? पुरोगामी न्यायाधीश हे 'कठोर वस्तुस्थिती' असे शब्द उच्चारून आपली सुटका कशी करून घेऊ शकतात? केवळ ''ही एक अत्यंत दु:खाची व अस्वस्थ करणारी परिस्थिती निर्माण होऊन बसली आहे. पण तरीही ती एक कठोर वस्तुस्थिती आहे,'' असे वाक्य निकालपत्रात लिहून मोकळे होता येते?

न्या. चिन्नाप्पा रेड्डी लिहितात, ''सामाजिक प्रतिष्ठा आणि आर्थिक सत्ता या दोन गोष्टी एकमेकांत विणल्या जाऊन त्या ग्रामीण भागातील जातिव्यवस्थेत एवढ्या मुरल्या आहेत की, कोणीही न कचरता म्हणेल की, जर या मागे दारिद्र्य हे कारण

असेल तर जात हा सामाजिक मागासलेपणाचा एक प्राथमिक दर्शक आहे. म्हणजे मग सामाजिक मागासलेपणा हा नेहमी व्यक्तीच्या जातीवरून चटकन ओळखला जाईल...'' (संदर्भ : यापूर्वीचाच. पान ७४२, परिच्छेद ४०) ते यानंतर पुढे लिहितात, ''भारतात दारिद्र्य आणि जात यांचे एक घट्ट नाते आहे...'' (संदर्भ : यापूर्वीचाच. पान ७४८, परिच्छेद ५२) भारतीय समाजात जात ही एवढी व्यापक आहे की ती हिंदू धर्मात जशी उतरली आहे तशीच ती भारतातील हिंदुत्वापासून दूर राहणाऱ्या शीख, ख्रिश्चन व इस्लाम धर्मांतही उतरली आहे...

वर म्हटल्याप्रमाणे न्यायमूर्ती महोदयांचे असे ठाम विचार झाल्यावर, अन्य मागासवर्गीयांच्या व्याख्येतील जातींची अवस्था ही 'अनुसूचित जाती व जमाती' यांच्या अवस्थेप्रमाणे असावयास हवी, ही अट ते सरळ धुडकावून लावतात. या आधी अशा खटल्यातील निकालपत्रांमध्ये ताकीद देऊन ती अट उचलून धरलेली होती, असेही वरती ते म्हणतात. परंतु, निकालपत्रांमध्ये जे उघड उघड जाणवते आहे त्याविरुद्ध ते म्हणतात, ''अनुसूचित जाती व जमाती यांच्या व्याख्येनुसार ज्या अवस्थेत समाजवर्ग जगतात, त्यांना मागासवर्गात घालण्यासाठी जी निरीक्षणे, पाहणी वगैरे केलेली आहेत ती तशा प्रस्तावांसाठी विचारात घेण्याजोगी नाहीत, असे आम्हाला वाटते.''

त्यासाठी जी कारणे न्यायमूर्तींनी दिली आहेत त्यामधून काही मार्गदर्शन होते. ती कारणे पाहिली असता त्यातून एक सैद्धांतिक निष्कर्ष (a priori) काढण्यासाठी आणखी एक मूलगामी उदाहरण सापडते. न्यायमूर्ती महोदय म्हणतात, ''आम्ही हे प्रथमच सांगतो आहोत. याचे कारण घटनात्मक बाबींचे अर्थ लावण्यासाठी जे काही कायद्याचे सर्वसामान्य नियम आहेत ते कमी पडतात. अन् घटनात्मक बाबी ह्या तर खास वैशिष्ट्यपूर्ण असतात. महत्त्वाची परिस्थिती आणि परिणाम यांसाठी त्याचा वापर होतो. *घटना* नीट विशद करण्यासाठी नुसतीच *घटनेची* जाणीव जागृत करणे पुरेसे होत नाही. विसाव्या शतकाच्या मध्यास निर्माण झालेल्या या घटनेचे आपण विवरण करीत नसून, ती *घटना* एका साम्राज्यशाही विरोधातील संघर्षातून निर्माण केलेली आहे हे नेहमी लक्षात ठेवले पाहिजे. तसेच, अशी *घटना* निर्माण करण्यासाठी कायदेविषयक बाबी, प्रसंग व अन्यत्र घडलेल्या क्रांत्या, अधिक चांगल्या जगाचा शोध, न्याय व अर्थशास्त्र यांच्या कल्पना, सामाजिक व राजकीय प्रभाव इत्यादी सर्व घटकांचा प्रभाव पडलेला आहे. अशा रितीने निर्माण झालेल्या *घटनेचा* अर्थ लावताना तो असा औदार्यपूर्ण व समावेशक असावा की त्यात नागरिकांना दिलेल्या न्यायाच्या पूर्ण हमीशी तो सुसंगत ठरावा. *घटनेचे* स्पष्टीकरण करणाऱ्यांनी नुसतेच शब्दांचे अर्थ लावू नये की त्या शब्दांच्या रचनेचा गुंता सोडवण्याचा खल करीत बसू नये. *घटनेमधले* तत्त्वज्ञान, कळकळ व जाणीव हे विचारात घेतले पाहिजे. *घटनेमध्ये*

ते एवढे व्यापून राहिलेले आहे की त्यातूनच आपल्याला राज्याचे धोरण ठरवण्यासाठी मार्गदर्शन होते आणि *घटनेमधील* तरतुदी नीट समजतात.'' ज्या तऱ्हेने *घटनेत* व्यक्त केलेल्या आरक्षणाचे लाभ हे मर्यादित ठेवले गेले आहेत ते पाहिले असता असे सूचित होते की त्या लाभापासून बऱ्याच जाती वंचित राहतील. न्यायमूर्तींना अशी भीती वाटत असल्याने त्यांनी ती भीती खालील शब्दात व्यक्त केली आहे.

> ''भारतातील ग्रामीण परिस्थितीशी ज्यांचा नेहमी संबंध आला आहे त्यांना ताबडतोब लक्षात येईल की अनुसूचित जातींना समाजात एका खास खालच्या पातळीवरती ठेवलेले आहे. त्या जातीच्या व्यक्तींना बहिष्कृत जातीमधल्या व्यक्ती समजून वागणूक दिली जाते. इतकेच काय, पण जे मागासवर्गीय आहेत तेही त्या व्यक्तींना आपल्यापासून दूर ठेवतात आणि त्यांना आपल्यापेक्षा कनिष्ठ समजतात. ह्या अशा खास खालच्या पातळीवर ज्या माणसांना ढकलले गेले आहे, त्यांच्यासाठी खास तरतुदी करण्यासाठी *घटना* पुढे आली आहे. अनुसूचित जाती समजण्यासाठी जे निकष आहेत त्याच्या जवळपास अन्य वर्ग कितपत येत आहेत हे अजमावून त्यांचाही मागासलेपणा ठरवण्याचा प्रयत्न करण्यात काहीही अर्थ नाही. तो मागासलेपणा ठरवण्यासाठी जी चाचणी केली जाईल, तिच्यामुळे अनुसूचित जाती व जमाती यांच्या व्यतिरिक्त जे मागासलेले आहेत त्यांच्यासाठी ठेवलेल्या आरक्षणाला छेद दिल्यासारखे होईल.''

या म्हणण्यामागची पद्धत व तर्कसंगती ध्यानात घ्या : ''ही अमुक एक चाचणी, निकष आहे आणि त्यानुसार 'अ' आणि 'ब' गटांसाठी आरक्षण आहे म्हणून 'क्ष' आणि 'य' गटांना ते देता येत नाही. असे न म्हणता त्याऐवजी 'क्ष' आणि 'य' गट मागासलेले असल्याने त्यांना आरक्षण दिलेच पाहिजे, अन् म्हणून अ आणि ब गटाचा निकष लावणे गरजेचे नाही.'' असे म्हटले पाहिजे.

आरक्षणाचा लाभ ठराविक लोकांसाठी ठेवल्याने निकष फक्त पूर्वापार चालत आलेल्या प्रभावी आकृतिबंधांनाच पक्के करतील. न्यायमूर्ती महोदय म्हणतात, ''अशा निकषाच्या आधारे जी चाचणी घेतली जाईल, त्यामुळे सध्याच्या वरिष्ठ वर्गांचाच प्रभाव कायम राहील. तसेच, अनुसूचित जाती व जमाती आणि वरिष्ठ वर्ग या दोन्हींमधले बहुसंख्य लोक मागासलेले असूनही त्यांना मागासवर्गात घातले जाणार नाही व त्यांना कायमचे वंचित ठेवले जाईल. फक्त शिक्षित वर्ग नोकरीतील खुली पदे घेतील आणि आरक्षित ठेवलेल्या जागा ह्या अनुसूचित जाती व जमाती घेतील. पण जे वर्ग शिक्षित वर्गापेक्षा मागे आहेत आणि अनुसूचित जाती व

जमातींपेक्षा जरासे पुढे आहेत, अशा बऱ्याच मोठ्या वर्गाला सोडून दिल्यासारखे होईल. मग सुधारण्याची संधी त्यांना कधीच दिली जाणार नाही.'' (पूर्वीचाच संदर्भ : पान ७४८ परिच्छेद ५१)

थोडक्यात सांगायचे झाल्यास, आपल्या क्रांतिकारी घटनेचे हेतू हा जुनी, कठोर व पगडा असलेली समाजपद्धती उलटवून लावण्याचा आहे. सध्या अस्तित्वात असलेल्या वस्तुस्थितीवर आधारित अशी एखादी रचना आपण रचली आणि आरक्षणासाठी जात हा निकष मानला; अन् त्याच वेळी आरक्षणाचे लाभ हे दडपल्या गेलेल्या अनुसूचित जाती व जमाती यांखेरीज अनेक जातींनाही मिळाले पाहिजेत, जरी कठोर जाती व्यवस्थेमुळे त्या जाती अनुसूचित जातींएवढ्या दडपल्या गेल्या नसल्या तरी.

परंतु दारिद्र्य आणि अन्य निकष हे का नाही लागू करायचे? वंचित केले गेलेले, नागवले गेलेले ठरवण्यासाठी जे 'निधर्मी' निर्देशांक आहेत ते का नाही लागू करावयाचे? न्या. चिन्नाप्पा रेड्डी म्हणतात, ''दरिद्री ब्राह्मणांची कल्पनाही उचलून धरून त्यांना घटनेची १५(४) व १६(४) ही कलमे विचित्र वाटली तरीही लागू करता येतील. ह्या मुद्द्यावरही विचार करायला हवा.'' न्यायमूर्ती महोदयांना वाटलेला 'विचित्र वाटले तरीही' हा मुद्दा कायद्यामध्ये बसवता येईल? ते पुढे म्हणतात, ''याप्रमाणे गुजरातमधील पटेल, बंगालमधील कायस्थ, आंध्र प्रदेशातील रेड्डी व कम्मा हे सामाजिकदृष्ट्या मागासवर्गीय आहेत असे म्हणावे लागेल. परंतु कोणीही तसा दावा करीत नाही. या जातीमधील बहुसंख्य लोक हे गरीब शेतकरी व दरिद्री शेतमजूर आहेत ही एक वस्तुस्थिती आहे. परंतु ग्रामीण भागातील सामाजिक उतरंडीमध्ये ते खूप वरच्या पायरीवरती उभे आहेत. जरी त्यांच्यातील बहुसंख्य लोक गरीब असले तरी त्यांच्यावरती 'सामाजिकदृष्ट्या मागासलेले' हा शिक्का मारता येत नाही...'' (पूर्वीचाच संदर्भ : पान ७६८, परिच्छेद ७९)

आर्थिक निकष बाजूला ठेवण्यासाठी न्यायमूर्ती महोदय हे आणखी एक मुद्दा पुढे करतात. त्यांच्या मते हा 'आर्थिक निकष' हा बलवान मंडळींकडून वाटेल तसा अर्थ काढून त्याचा लाभ उठवला जाईल. या मुद्द्याबद्दल ते म्हणतात,

> ''एखादी व्यक्ती आर्थिकदृष्ट्या मागासलेली आहे हे कसे ठरवणार आणि म्हणून त्या व्यक्तीचा समावेश हा सामाजिक व शैक्षणिक या दृष्टिकोनातून मागासवर्गीयांत कसा करता येईल? आपले एकूण कौटुंबिक उत्पन्न हे एका ठराविक मर्यादेपेक्षा कमी आहे, अशी प्रमाणपत्रे त्या व्यक्तींनी अधिकृत अधिकारी, आमदार, खासदार यांच्याकडून आणली तर मग त्यांची वर्गवारी कशी करायची? अशी प्रमाणपत्रे कोण आणतील याची

कल्पना करणे अगदी सोपे आहे. ग्रामीण भागातील प्रतिष्ठित वर्ग, तिथले वरचे वर्ग हे शेतीवरती कर नसल्याने कोणताही आयकर भरत नाहीत, कारण शेतीच्या उत्पन्नावरती कर नाही. मग उत्पन्नाची प्रमाणपत्रे ज्यांना मिळवणे कठीण जाईल किंवा अशक्य ठरेल त्यांचे काय करणार? सर्वांत खालच्या वर्गातील लोकांनाच अशा प्रमाणपत्रांची गरज आहे.'' (यापूर्वीचाच संदर्भ : पान ७६९, परिच्छेद ७९)

ज्यांना आपल्या मतदारसंघावरती प्रभाव पाडता येतो अशा बलवान मंडळींचे काय? ही माणसे आरक्षणाचे लाभ आपल्याला हवे तसे अर्थ मिळवित नाहीत काय? ते स्वत:ला 'मागासवर्गीय' असा शिक्का मारून घेतात. त्यांची उदाहरणे पहा. परंतु पुरोगामी न्यायमूर्ती चेन्नप्पा रेड्डी हे या वर्गाची अशी कृत्ये लक्षात घेणार नाहीत किंवा त्या बलदंड जातींना मागासवर्गीयांच्या यादीतून काढून टाकावयास ते तयार होणार नाहीत. ग्रामीण भागातील लोकसंख्येचे 'दारिद्र्यरेषेखाली' आणि 'दारिद्र्यरेषेवरती' अशा दोन भागात वर्गीकरण करण्यासाठी 'उत्पन्न' ह्या घटकातील दोष पुरोगामी मंडळी विचारात घेत नाहीत. अन् त्याबद्दल कोणीही त्यांना बोलत नाहीत. दारिद्र्यरेषेच्या 'खाली' आणि 'वर' अशा दोन वर्गांत विभागणी करून त्यानुसार रेशनसारख्या सार्वजनिक वितरण सेवा राबवल्या जात नाहीत. परंतु हा निकष आरक्षणाच्या पात्रतेसाठी लावला गेला तर ग्रामीण भागातील बलदांडगी माणसे त्याचा सोयीस्कर अर्थ लावून स्वत:साठी लाभ उठवतील हे नक्की. ही वस्तुस्थिती सर्वज्ञात आहे.

वा! काय वाढत्या श्रेणीने ही समस्या चालली आहे! 'जात' शब्दाऐवजी 'वर्ग' असे घटनेत जे जाणीवपूर्वक लिहिले आहे त्या 'वर्ग' शब्दावरती मात करण्यासाठी शेवटी असे ठरवले जाते की 'जात' म्हणजेच 'वर्ग'. तसे असेल तर 'या खोलीतील खुर्च्या म्हणजेच वर्ग' अशा वाक्यात खुर्च्या हाच 'वर्ग' आहे असे मानावे लागेल. मग ''अ ही जात एक वर्गही आहे'' या वाक्याचा अर्थ हा 'जात ही नेहमी एक वर्ग मानला गेला आहे' असाही होईल. ''घटनेत वर्गांसाठी (classes) ज्या तरतुदी, योजना आहेत त्यासाठीच्या अटींची पूर्तता जातींची मुळे करत आहेत,'' असा आता अर्थ काढला जात आहे.

जी चाचणी परीक्षा एका उदाहरणात सक्तीची असते तीच चाचणी परीक्षा दुसऱ्या उदाहरणात घेण्यास बंदी असते!

न्यायमूर्ती कुलदीप सिंग आपले म्हणणे स्पष्टपणे व निक्षून सांगणाऱ्यांपैकी होते. ते म्हणत की मागासवर्गीयांतील जी धनवान मंडळी (क्रीमी लेयर) आहेत ती एका चाचणी परीक्षेने हुडकून काढून त्यांना आरक्षणातून वगळले पाहिजे. अन्यथा आरक्षणाचे

लाभ हे भलत्यांकडून शोषून घेतले जातील. त्यासाठी न्यायमूर्ती महोदय काही कारणे देऊन असे निदर्शनास आणून देतात की, "मागसवर्गीय म्हणून मानलेल्या वर्गांमध्ये अशाही व्यक्ती असतील की ज्यांनी आपला मागासलेपणा घालवून दिला असेल. तसेच, नेहमी असे पाहिले जाते की मागासवर्गीयांतील काही व्यक्ती ह्या जरी फारशा शिकलेल्या नसल्या, तरीही त्या तुलनात्मकदृष्ट्या धनवान असतात आणि बाहेरच्या समाजामध्ये त्या सुखेनैव संचार करू शकतात. अशा व्यक्तींकडे कोणत्याही भेदभावाने पाहिले जात नाही." 'हलक्या दृष्टिकोनातून एखाद्याकडे पाहणे' यातून आरक्षणाचा उगम होऊ लागतो. तशा दृष्टीने त्या मागासवर्गीय धनिकांकडे पाहिले जात नाही, व त्यामुळे त्यांना भेदभावाचा त्रास होत नाही. मागासवर्गीयांतील ही धनिक मंडळी आपल्याच वर्गातील गरीब बांधवांना वेगळी वागणूक देतात असे घडत नाही. "मागासवर्गीय माणसे ही दोन प्रकारात मोडतात – श्रेष्ठ व कनिष्ठ. समाजातील उच्चस्तरातल्या लोकांनी मागासवर्गीयांना जी भेदभावाची वागणूक दिली, नेमकी तशीच वागणूक आपल्या मागासवर्गीय कनिष्ठ व गरीब बांधवांना, त्याच मागासवर्गीयांतील धनवान मंडळी देतात." समस्येवरील आत्तासारखे जे उपाय आपण विचारात घेतो आहोत त्याबद्दल ते म्हणतात, "आरक्षणामुळे नोकऱ्यांत प्राधान्य देणाऱ्या लाभासारखे खास लाभ मागासवर्गीयांतील धनिक अथवा बलवान स्तरातील लोक बहुतांशी शोषून घेतात. मग त्यामुळे खालच्या स्तरातील मागासवर्गीयांतील गरीब व खरोखरीच मागास लोकांना तसेच ठेवले जाते. हे लोक अधिकाधिक गरीब होत राहतात. अशा मागासवर्गीयांतील तळागाळातील किंवा सर्वांत खालच्या स्तरातील लोकांचे मागासलेपणा व पिळवणूक होण्याचे प्रमाण हे त्या थरात समान दिसून येते." या गोष्टीचा परिणाम हा ताबडतोब राज्याच्या धोरणांवरती होतो. न्यायमूर्ती महोदय पुढे म्हणतात, "मागासवर्गीयांची लोकसंख्या पाहता नोकऱ्यांची उपलब्धता फारच कमी पडते. त्यामुळे त्यांना राज्यातील सरकारी नोकऱ्यांत पुरेसे प्रतिनिधित्व देणे अवघड असते. म्हणून मागासवर्गीयांतील सर्वांत गरीब व दुर्बल स्तरातील लोकांपर्यंत आरक्षणाचा लाभ पोचला पाहिजे. त्यासाठी नोकऱ्यांमधील आरक्षणासाठी काही ना काही आर्थिक उत्पन्नाच्या मर्यादेची अट असणे आवश्यक आहे..." (संदर्भ : *इंद्र सहानी विरुद्ध भारत सरकार*, (१९९२) Supp (3) SCC 217, at 492, para 385)

अशा काही आर्थिक अटी किंवा आर्थिक चाचणी असावी याबद्दल न्या. सावंत हेसुद्धा आग्रह धरतात. हे मागासवर्गीयांतील असे तळागाळाचे स्तर हुडकणे आणि मागासवर्गीयांतील धनिक मंडळींना (क्रीमी लेयर) वगळण्यासाठी तशा अटी किंवा चाचण्या होणे सक्तीचे असावे असे त्यांचे मत आहे. परंतु नुसतीच अशी अट किंवा चाचणी हा मागासांमधील तळागाळाचे स्तर ओळखण्यासाठी काही एकमेव निकष

ठरू शकत नाही, असेही ते म्हणतात. त्या वेळी ते एक कुतूहलजन्य असे कारण सांगतात. ते म्हणतात की, जर असा एकमेव निकष राबवण्यासाठी तशी चाचणी परीक्षा केली, तर त्या त्या वर्गातील सामाजिक व शैक्षणिकदृष्ट्या पुढारलेली माणसेच एकूण एक आरक्षित जागा काबीज करतील. (पूर्वीचाच संदर्भ : पान ५३९, परिच्छेद ४८४) न्या. कुलदीप सिंग हे दुसऱ्या शब्दात असे म्हणतात की, जर परिस्थिती सुधारलेल्या मागासवर्गीय माणसांना बाजूला सारले नाही तर ती माणसे, सामाजिक व शैक्षणिकदृष्ट्या खरोखर मागासलेल्यांना आरक्षणापासून बाजूला सारणार नाहीत का?

केवळ आर्थिक निकष लावून या मागासवर्गीयांतील 'क्रिमी लेयर'च्या स्तरातील व्यक्ती हुडकता किंवा ओळखता कामा नये. या मताव्यतिरिक्त न्या. सावंत हे एक अट घालतात. त्या अटीमुळे कोणालाही आरक्षणाच्या लाभापासून भविष्यकाळात कायमचे किंवा प्रदीर्घ काळ वंचित करता येणार नाही. ते म्हणतात की, ''एखादी क्रिमी लेयरमधील व्यक्ती किंवा विभाग ओळखण्यासाठी जी चाचणी परीक्षा असेल, त्यानुसार प्रगत समाजाशी स्पर्धा करण्यासाठी आवश्यक अशी सामाजिक क्षमता त्या व्यक्तीने आपल्या अंगी बाणवली आहे की नाही पाहायला हवे. मागासवर्गीयांतील प्रगत लोकांची प्रागतिकता अजमाविण्यासाठी अशी क्षमता मोजली पाहिजे. मात्र प्रगत वर्गाच्या लोकांच्या क्षमतेशी याची तुलना करता कामा नये...'' त्या क्षमतेनुसार ती व्यक्ती नोकऱ्यांमधील केवळ चतुर्थ श्रेणी व पंचम श्रेणी यांतील पदांना नव्हे, तर अधिक वरच्या पदांसाठीही स्पर्धा करू शकणारी व्हावयास हवी. ''नोकऱ्यांमध्ये मागासवर्गीयांचे पुरेसे प्रतिनिधित्व झाले आहे की नाही हे पाहताना ते प्रतिनिधित्व केवळ आकडेवारी पाहून चालणार नाही, तर गुणात्मकही असावयास हवे... याचा अर्थ अधिकारपदांच्या शिडीवरील वरच्या पायऱ्यांवरती असलेले प्रतिनिधित्व आणि ते प्रतिनिधित्व करणाऱ्या मागासवर्गीय व्यक्तींची क्षमता ही अधिक वरच्या पदांसाठी स्पर्धा करण्याइतपत आहे की नाही, हेही पाहिले पाहिजे. जेव्हा मागासवर्गीय त्या पातळीपर्यंत किंवा त्याच्या जवळपास पोचतील तेव्हा त्यांच्यात ती क्षमता येईल. तोपर्यंत त्यांना 'मागासवर्गीयांतील प्रागतिक किंवा सुधारलेले' असे म्हणता येणार नाही आणि त्यांना मागासवर्गीयांमधून वगळता येणार नाही.'' (आधीचाच संदर्भ : पाने ५५३-५४, परिच्छेद ५२० व ५२२)

या गुंतागुंतीच्या प्रश्नाचा वेध न्या. रत्नवेल पंडियान हे घेतात! ते अशा चाचणी परीक्षांच्या बाजूचे नाहीत. त्यांच्या मते अशा चाचण्या ह्या ''अजिबात न राबवता येण्याजोग्या'' आहेत. अशा चाचणी परीक्षा घेऊन त्यांचे विश्लेषण केले तर असे लक्षात येईल की, ''ती चाचणी निर्णायक नाही, पण त्याचबरोबर अनेक अवैध व अनैतिक मार्गांचा अवलंब करून बरेच जण या खास वेगळ्या विभागात शिरून

आपल्याला संरक्षण घेतील.'' न्यायमूर्ती महोदयांना असे सांगायचे आहे की, अशा चाचणी परीक्षांच्या प्रकारात काही काटछाट करून, युक्त्या करून, अनेक जण आपण क्रिमी लेयरमधे नाही असे दाखवण्याचा प्रयत्न करतील. कारण त्यांना मागासवर्गीयांना बहाल केलेल्या अधिकारांना मुकावयाचे नाही. यासाठी न्यायमूर्ती जी कारणे देतात ती खरोखरीच चमत्कारिक व विचित्र आहेत. एखादा न्यायमूर्ती आपल्या समोर मांडलेली बाजू ही त्याच्या कल्पनाशक्तीनुसार त्याला हवी तशी कशी ठोकरतो किंवा उचलून धरतो याचे एक ओझरते दर्शन यातून घडते.

क्रिमी लेयरमधील व्यक्ती ठरविण्यासाठी आर्थिक उत्पन्नाचा निकष ठरवला तर काय होईल ते पहा. असे धरून चाला की 'क्ष' रक्कम ही वार्षिक वेतानाची कमाल मर्यादा आहे, अन् एखाद्याला यापेक्षा जास्त वेतन मिळत असेल, तर मग तो व त्याचे कुटुंब आरक्षणामधून वगळले जाणार. सरकारी नोकर या कमाल मर्यादेखाली असल्यास ते स्वेच्छेने रजेवरती जाऊन यातून निसटतील. किंवा एखाद्याकडे जमीन असेल तर तो एखाद्या वर्षी ती जमीन पडीक ठेवून किंवा तिचा एखादा तुकडा विकून टाकेल. मग आपले उत्पन्न ठराविक वर्षी कमाल मर्यादेखाली असल्याचे दाखवून तो निसटू शकतो.

याखेरीज अनेकदा 'अधूनमधून होणारे आर्थिक लाभ किंवा नुकसान' याही घटकाचा आधार घेऊन कोणालाही क्रिमी लेयरमध्ये जाता येईल किंवा त्यातून बाहेर पडता येईल.

जम्मू-काश्मीरमधील *जानकीप्रसाद परिमू* याच्या खटल्यामध्ये दोन भाऊ होते. ते एका मागासवर्गीय कुटुंबातील होते. त्यातील एक जण सरकारी नोकरीत होता, तर दुसरा एका खासगी कंपनीत होता. किंवा तो एक व्यावसायिक होता असे म्हटले तरी चालेल. जर त्या सरकारी नोकराचे वार्षिक उत्पन्न ठरवून दिलेल्या कमाल मर्यादेपलीकडे किंचित जरी गेले तर त्याची मुले दारिद्र्य रेषेखालील वर्गात धरली जाणार नाहीत, अशी भीती खटल्याच्या न्यायमूर्तीने व्यक्त केली होती. त्याच वेळी दुसरा भाऊ मात्र आपले उत्पन्न कमी दाखवून आपण दारिद्र्य रेषेखाली असल्याचे भासवू शकत होता. त्यामुळे त्याच्या मुलांना दारिद्र्यरेषेखाली असण्याचे सारे फायदे मिळू शकत होते. न्यायमूर्तींनी हे सांगून पुढे असेही म्हटले होते की, दारिद्र्य रेषेखाली राहण्यासाठी कोणताही सरकारी नोकर हा बिनपगारी रजा घेऊन आपले उत्पन्न त्या कमाल मर्यादेच्या *किंचित* खाली आणून दाखवू शकतो.

निवृत्तीवेतनधारकांच्या बाबतीतही अशाच अडचणी येऊ शकतात, हेही न्यायमूर्ती महोदयांनी व्यक्त केले होत. जर एखाद्या निवृत्त माणसाचे निवृत्तीवेतन हे त्या उत्पन्नाच्या मर्यादेबाहेर किंचित जरी असले, तर मात्र त्याला काहीही लटपटी करून आपले उत्पन्न कमी दाखवता येणार नाही. व्यवसायातील माणसांना मात्र तसे करता येते.

आणखी एक उदाहरण पहा. एक मागासवर्गीय व्यक्ती सेवानिवृत्त होण्याच्या बेतात आहे. त्याचा पगार या वर्षी वाढणार आहे. मग तो मागासवर्गीयांतील क्रिमी लेयरमध्ये, उच्च स्तरातील असलेला धरला जाईल. पण पुढच्या वर्षी जेव्हा त्याचे निवृत्तीवेतन पगारापेक्षा कमी होईल. मग त्याचे उत्पन्न खाडकन खाली येईल आणि क्रिमी लेयरमधून वगळला जाईल. अशा उदाहरणात कुठे तरी नकळत अन्याय होतो. त्या व्यक्तीला क्रिमी लेयरमधून वगळल्याने आरक्षणाच्या योजना राबवताना किती गुंतागुंत निर्माण होऊन आरक्षण अधिकाऱ्यांवरती कामाचा भार वाढेल!

आज एखादी व्यक्ती ही मागासवर्गीयांतील असेल, पण अचानक ती व्यक्ती या समाजगटातून बाहेर फेकली जाईल. त्यासाठी 'श्रीमंत कुटुंबात विवाह होणे', किंवा अचानक 'वारसा हक्काने संपत्ती मिळणे' अशा घटना कारणीभूत असतील. अशा वेळी त्या व्यक्तीला कोणत्या गटात घालायचे त्याचा खुलासा अर्थातच न्यायमूर्ती महोदय करत नाहीत.

न्यायमूर्ती पुढे म्हणतात, "वर दिलेली उदाहरणे ही फक्त नमुन्यादाखल आहेत. परंतु प्रत्यक्षात अनेक पटीने तशी उदाहरणे पुढे येऊ शकतील. न्यायालयातील कायद्याला बगल देण्यासाठी कोणतीही व्यक्ती आपले उत्पन्न कमी करून दाखवून पळवाट काढू शकते. वरील उदाहरणात 'मागासवर्गीयांतील अधिक गरीब स्तर' या विभागात केव्हाही शिरावे व केव्हाही बाहेर पडावे असे 'सी-सॉ' खेळातल्यासारखे करता येते. व्यक्तीला होणारा आर्थिक लाभ व नुकसान यांवरती सारे काही अवलंबून असते."

शिवाय आर्थिक स्तर अजमावण्याची चाचणी ही भ्रष्टाचारामुळेही नीट घेतली जाऊ शकणार नाही. वशिलेबाजी आणि आश्रयदात्यांचा दबाव या घटकांनाही येथे उत्तेजन मिळेल, अशी न्यायमूर्तींना भीती वाटते.

म्हणून ते पुढे म्हणतात, "अशी चाचणी परीक्षा ही एक केवळ छाप पाडणारी असून त्यावरती अनेक अज्ञात, बेभरवशी आणि अतर्क्य घटकांचा प्रभाव पडेल... अशी चाचणी ही तात्त्विकदृष्ट्या ठीक वाटेल, पण प्रत्यक्ष व्यवहारात ती राबविताना अनेक गैरमार्ग चोखाळले जाऊन मूळ समस्येला बगल दिली जाईल." (पूर्वीचाच संदर्भ : पान ४१८, परिच्छेद २०७)

वर नमूद केलेले प्रत्येक 'कारण' हे 'सर्व कर रद्द करावे' हेच शेवटी दाखवत नाही ना? दारिद्र्यरेषेखालील कुटुंब आणि त्याच दारिद्र्यरेषेवर असणारी कुटुंबे सार्वजनिक वितरण सेवेसाठी कशी ओळखावीत? जवळच्या संपत्तीमधील चढउतारांमुळे कायद्यातील सीमारेषा धूसर नाही का होत? तसल्या मर्यादा घालून ठरवले जाणे ही गोष्ट केवळ छाप पाडण्यासाठीच नाही का? फसवणे, भ्रष्टाचार करणे, वशिलेबाजी करणे यांसाठी असल्या सीमारेषा कमी जबाबदार आहेत?

कोणतेही समर्थन करा! तसेच कोणतेही 'वचन' उद्‌धृत करा!

इंद्र सहानी खटल्यात न्या. जीवन रेड्डी यांनी वकिलांच्या बारकडून आलेले एक समर्थन (argument) स्वीकारले. त्यात त्यांनी असे म्हटले होते की *चंपकम* खटला व *बी. वेंकटरामन* खटला यामध्ये सर्वोच्च न्यायालयाने जातींवर आधारित याद्या रद्दबातल ठरवल्या होत्या. त्या गोष्टीची आठवण त्यांनी करून दिली होती. ही आठवण करून देण्याचे कारण, *चंपकम* खटल्यामध्ये जशी जातिनिहाय यादी केली होती तशीच यादी *इंद्र सहानी* खटल्यात आत्ता न्यायासनासमोर आली होती आणि त्याला न्यायासनाकडून हरकत घेतली जात नव्हती. मग न्यायमूर्तींनी खटला पुढे चालवून त्या समर्थनाची (argument) ठराविक वैशिष्ट्येच सांगितली आणि असे म्हटले की, प्रत्येक हिंदू व्यक्तीला जात ही असते. त्यामुळे वगळल्या गेलेल्या माणसाला आपल्याला जातीवरूनच वगळले गेले आहे असे नेहमी वाटत राहते. भले तसे नसले व अन्य कारणावरून त्याला वगळले गेले असले तरीही त्याला तसे वाटणे हे साहजिक असते. आपल्या या म्हणण्याच्या पुष्ट्यर्थ न्यायमूर्ती महोदयांनी एक उतारा उद्‌धृत केला. लोकसभेत पहिल्या घटनादुरुस्तीवर झालेल्या चर्चेत डॉ. आंबेडकर यांनी जे भाषण केले, त्यातील तो उतारा होता. आंबेडकर नेमके काय बोलले व त्यांच्या बोलण्यातील कोणता भाग न्या. जीवन रेड्डी यांनी वापरला यावरून बरेच काही समजून येईल. त्यातून आपल्याला पुरोगामी न्यायमूर्ती मंडळी एखादे कारण उचलून धरण्यासाठी आपले समर्थन कसे त्यासाठी वाकवतात हे कळून येते :

डॉ. आंबेडकर प्रत्यक्षात असे म्हणाले होते :

> "कलम १६, पोटकलम (४)च्या बाबतीत मला आपल्याला असे सांगायचे आहे की, एखाद्या जातीच्या व्यक्तीला वगळू शकणारे आरक्षण निर्माण करणे हे केवळ अशक्य आहे. मला वाटते की मुल्ला कंपनीच्या पुस्तकात पहिल्याच पानावरती मूलभूत तत्त्वे छापली आहेत. त्यानुसार असे म्हटले आहे की, 'कोणत्याही जातीची नसलेली हिंदू व्यक्ती' अस्तित्वात असूच शकत नाही. प्रत्येक हिंदू माणसाला 'जात' ही असतेच – तो ब्राह्मण असेल, किंवा मराठा असेल, किंवा कुणबी असेल, किंवा कुंभार असेल, किंवा सुतार असेल. पण तो नक्की कोणत्या तरी जातीचा असतोच. तेव्हा, अगदी मूलभूत विधान असे आहे की, 'जात' नसलेली व्यक्ती अस्तित्वात नसते.' आपण सर्वांनी ही गोष्ट लक्षात ठेवली पाहिजे. याचा परिणाम असा होतो की, जर तुम्ही अनेक जाती असलेल्या मागासवर्गीयांसाठी

आरक्षण ठेवले तर त्यातून वगळलेल्या व्यक्ती या ठराविक जातीच्या असतील. म्हणून, या देशाच्या परिस्थितीत लोकांच्या जाती न वगळता त्यांच्यासाठी आरक्षण टाळणे ही एक अशक्य गोष्ट आहे.'' (पूर्वीचाच संदर्भ : पान ६६५, परिच्छेद ६९९)

या उताऱ्यामधून 'प्रत्येक हिंदूला जात असते आणि जर एखाद्याला आरक्षणातून वगळले तर त्याला त्याच्या जातीमुळे वगळले गेले असेल' हा जो निष्कर्ष न्यायमूर्तींनी काढला, तो समजणे कठीण आहे. असे धरून चाला की, स्वस्त धान्याचे वाटप करण्यासाठी व आरक्षण ठेवण्यासाठी काहीतरी चाचणी घेण्याचा उपाय आहे. एका ठराविक मर्यादेपेक्षा अधिक उत्पन्न असणाऱ्या व्यक्तीला त्यामुळे वगळता येईल. जसा कोणता ना कोणता तरी धर्म माणसाला असतो तशी त्या व्यक्तीला जात ही असणार, ती व्यक्ती कोणत्या ना कोणत्या तरी राज्यात राहत असणार, तसेच ती व्यक्ती कोणत्या ना कोणत्या तरी मानववंशातील असणार (म्हणजे मंगोल वंश, स्कायथियन, इत्यादी) परंतु केवळ त्या व्यक्तीची जात, धर्म, स्थान किंवा मानववंश यांवरून त्या व्यक्तीला वगळता येणार नाही, हे उघड आहे. अन् तरीही न्यायमूर्ती महाराज आंबेडकरांच्या उताऱ्याचा आधार घेऊन आपला स्वत:चा निष्कर्ष त्यातून काढतात!

परंतु निदान आंबेडकरांनी हे भाषण १९५२ मध्ये दिले होते! इंद्र सहानी खटल्यात 'भारतात जात म्हणजेच वर्ग' या विधानाला पुष्टी देण्यासाठी न्यायमूर्ती आंबेडकर यांच्या एका भाषणाचा आधार घेतात. ते भाषण त्यांनी कोलंबिया विद्यापीठात दिले होते असे सांगितले होते. (पूर्वीचाच संदर्भ : पान ७०८, परिच्छेद ७७०) ते भाषण आंबेडकरांनी १९१६ साली वयाच्या पंचविसाव्या वर्षी दिले होते! जर आंबेडकरांचे पंचविशीतले भाषण हे आधारभूत ठरवायचे असेल, तर मग पंतप्रधानपदी असलेल्या पंडित नेहरूंनी सर्व मुख्यमंत्र्यांना लिहिलेले ते (पुस्तकाच्या सुरुवातीचे) पत्र का नाही आधारभूत धरावे?

इंद्र सहानी खटल्यासाठी नेमलेले सर्व न्यायमूर्ती म्हणतात, ''मागासवर्गीय आहे की नाही हे ठरविण्याची पद्धत कुठून तरी आता सुरू करायला हवी. अन् ही गोष्ट जातींपासून सुरुवात करायला हवी.'' (पूर्वीचाच संदर्भ : पान ७१६, परिच्छेद ७८२) परंतु ही पद्धत कुठून तरी का सुरू करायची? जातींना दूर ठेवून दुसरा एखाद्या पर्यायी मार्ग अवलंबवायला काय हरकत आहे? उदाहरणार्थ, या खटल्याच्या निकालपत्रात न्या. आर.एम. सहाय हे कळकळीने म्हणतात की, मागासवर्गीय आहे की नाही ही बाब व्यवसायापासून सुरू करायला हवी; नंतर आपण सामाजिक स्वीकारार्हतेकडे वळायला हवे. त्यानंतर योग्य ती चाचणी परीक्षा शोधायला हवी.

आणि शेवटी जो जनसमूह आपण मागासवर्गीय म्हणून ठरवला, त्याला राज्याच्या नोकऱ्यांत पुरेसे प्रतिनिधित्व मिळाले आहे की नाही हे पाहायला हवे. (पूर्वीचाच संदर्भ : पान ६१२-१५, परिच्छेद ६०५ ते ६०९) अशा मार्गाने गेल्यास तो मार्ग अधिक चांगल्या रितीने घटनेतील तरतुदींना धरून चालणारा असणार ना?

अनेकदा पुरोगामी न्यायाधीश हे कार्यकारणावरतीच नुसता हुकूमनामा बजावून आपली मर्यादा ओलांडतात! घटनेतील कलम १६(४) हे 'नागरिकांचा कोणताही मागास वर्ग' असा उल्लेख करते. याचा अर्थ 'आर्थिकदृष्ट्या मागास वर्ग' असाही होऊ शकतो. न्या. जीवन रेड्डी आणि न्या. पंडियान हे 'मुख्यत्वे म्हणजे सामाजिकदृष्ट्या मागास वर्ग' यावरती जोर देतात. (पूर्वीचाच संदर्भ : पान ३९३, परिच्छेद ११७) प्रत्यक्षात तत्काळ याचा अर्थ 'इतर मागास जाती' असा काढला जातो!

याबाबतीत न्या. सावंत हे आणखी एका मुद्द्याची भर घालतात. ते म्हणतात, "ज्या वर्गाबाबतीत भेदभाव केला जातो तो कसा ठरवायचा हा प्रश्न ठरवण्याच्या पद्धतीशी निगडित आहे. (अन् म्हणून न्यायालयाला यात अडकवून ठेवू नये.) पण एकदा तो मागास वर्ग ठरवला की त्या वर्गाची जात, मानववंश किंवा व्यवसाय या बाबी ध्यानात घेण्याजोग्या राहत नाहीत. जर आत्तापर्यंत एखाद्या समाजगटाला जातीच्या आधारावर समान संधी नाकारली गेली असेल, तर त्यावरच्या आरक्षणाच्या उपायाचा पाया हाही 'जात' हाच असणार. या व्यतिरिक्त आरक्षणाचा अन्य पाया हा 'जैसे थे' परिस्थिती कायम ठेवणारा ठरतो. असा पाया कदाचित अयोग्य असू शकतो आणि भेदभाव दूर करणाऱ्या उपायांसाठी समर्थनीय ठरू शकत नसतो. अशा परिस्थितीत जर आरक्षणाचा उपाय केला व त्यासाठी समजा जातीचा पाया धरला, तर ते आरक्षण हे फक्त त्या जातीसाठी नसून ते भेदभाव केलेल्या आपल्याच एका समाजगटासाठी असते. अन् तसला भेदभाव हा अन्यथा कधीही नष्ट करता येत नसतो." (यापूर्वीचाच संदर्भ : पान ५११, परिच्छेद ४१८)

न्या. सावंत यांचे हे म्हणणे वाचले तर मग त्याचा तर्कशास्त्राने 'भ्रष्टाचार निपटण्यासाठी अधिक भ्रष्टाचार' असे म्हटले तर ते बरोबर ठरेल काय? दहशतवाद निपटण्यासाठी अधिक दहशतवादाचा उपाय करावा काय? खूनखराबा संपवण्यासाठी अधिक खून पाडले जावेत काय? गुलामगिरी घालवण्यासाठी आणखी मोठ्या प्रमाणात लोकांना गुलामगिरीत टाकावे काय? फसवणूक, लबाडी टाळण्यासाठी सर्वंकष फसवणूक करावी काय? या असल्या प्रश्नांची उत्तरे शोधण्यासाठी कुठेही धाव घेण्याची क्वचितच गरज असते. ज्या पद्धतीने आरक्षणामुळे जातीयवादाला खतपाणी घातले गेले आहे ते असे दाखवून देते की जरी भूतकाळात जातीवरून भेदभाव केले गेले असले तरी तसला प्रकार दूर करण्यासाठी जो मार्ग अवलंबायचा, त्याचा पाया 'जात' हा असता कामा नये. त्यासाठी असा निकष लावायचा की

ज्यामुळे जात मागे पडेल, विरून जाईल. अशा निकषामुळे लोक जातीला मागे टाकून त्या नवीन निकषाला आपण कसे पात्र ठरतो आहोत हे पाहतील. तंत्रवैज्ञानिक बदल व आधुनिकीकरणाची प्रक्रिया राबवणे या मार्गाने जातिवाद निपटला जाईल.

चलाख निकालपत्रे आणि त्यांचा इशारा

न्या. कुलदीप सिंग आपल्या चातुर्यपूर्ण निकालपत्रामध्ये आपल्या धर्माच्या व राज्यघटनेच्या गाभ्यातील मूल्यांची दखल घेतात. आपले अन्य न्यायाधीश बांधव आणि अर्थातच राजकारणी लोक हे जे काही एका बाजूला करत आहेत त्यामुळे निधर्मीवादावरती मोठा हल्ला होतो आहे. तर दुसऱ्या बाजूला हेच लोक आपल्या धर्मांची मूलभूत तत्त्वे उल्लंघित आहेत. न्या. कुलदीप सिंग हे असा इशारा देतात की, "जे काही आत्तापर्यंत झाले ते जातीयवादाचे पुनरुज्जीवन केल्यासारखे घडत आले आहे. त्यामुळे शेवटी आपल्या देशाचे तुकडे पडतील. ज्या देशात ७४ टक्के जनता ही मागासवर्गीय आहे त्या देशातील मागासलेपणा दूर हटविण्यासाठी नोकऱ्यांत आरक्षण हा उपाय नाही. सामाजिक व शैक्षणिक मागासलेपण यांमागचे मूळ कारण दारिद्र्य हे आहे. म्हणून प्रथम दारिद्र्य निपटले पाहिजे आणि या इथे एकामागोमाग येणारी राज्यातील व केंद्रातील सरकारे ही घटनेनुसार गरीब आणि मागासवर्गीय यांच्या बाबतीमधील आपली कर्तव्ये करण्यात अत्यंत बेफिकीर आहेत, निष्काळजी आहेत... नोकऱ्यांमधील आरक्षणांचे बेकारभत्त्यासारखे तुकडे जनतेच्या थाळीत टाकणे असा मते मिळवण्याचा मार्ग अवलंबित आहेत." कोणत्याही परिस्थितीत घटनेची १६(२) व १६(४) ही एकत्रित कलमे जातीवर आधारित असलेल्या वर्गवारीला मनाई करतात. मंडल आयोगाने लोकसंख्येची जी वर्गवारीची गणती ठरवली आहे व राज्य सरकारांनी जी गणती मान्य केली आहे, ती जातींवरतीच जास्त आधारलेली आहे, फारच थोड्या अन्य घटकांवरती आधारलेली आहे असे न्या. कुलदीप सिंग सांगतात.

आपल्या देशाच्या महत्त्वाच्या बाबींना उद्देशून न्यायमूर्तींनी निकालपत्र लिहिले आहे. मूलभूत तत्त्वांच्या बाबतीत तर हे निकालपत्र अगदी स्वच्छपणे लिहिते. अन् सावधगिरीचा इशारा दिल्याने ते भविष्यसूचकही आहे. त्यामुळे मला अशी आशा वाटते की, एक दिवस असा उगवेल की हे निकालपत्र शैक्षणिक वर्गात शिकवले जाईल. त्या निकालपत्रातील अन्य काही मूलभूत मुद्दे येथे नमूद करण्याजोगे आहेत.

न्या. कुलदीप सिंग यांनी सांगितलेले ते मुद्दे असे : घटनेमध्ये अत्यंत जाणीवपूर्वक 'वर्ग' (classes) हा शब्द कलम १५(४) व कलम १६(४) यात वापरलेला आहे. तिथे 'जाती' (castes) हा शब्द वापरला नाही. याचा अर्थ घटनाकारांना 'जाती' हा शब्द ठाऊक नव्हता म्हणून त्यांनी 'वर्ग' हा शब्द वापरला

असे नाही. त्यांनी 'जाती' हा शब्द वापरला तो 'अनुसूचित जाती' या शब्दप्रयोगाच्या संदर्भात वापरला, पण इतर कोणत्याही संदर्भात ते त्या शब्दापासून दूर राहिले आहेत आणि तिथे त्यांनी तो 'वर्ग' हा निधर्मी शब्द वापरला आहे.

चित्रलेखा खटला व अन्य खटल्यात सर्वोच्च न्यायालयाने जे जाहीर केले आहे त्या बाबतीत न्या. कुलदीप सिंग हे इशारा देतात की, 'वर्ग' आणि 'जाती' या दोन गोष्टींना समतुल्य मानल्याने घटनेचा जो 'निधार्मिक' असा मूलभूत पाया आहे त्यावरती पुरोगामी मंडळी प्रहार करतात. ते म्हणतात, "निधार्मिकत्व हे घटनेचे खास वैशिष्ट्य असून सबंध घटनेच्या रचनेचा तो पाया आहे... ज्या हिंदू धर्मातून जातिव्यवस्था उगम पावली तेवढाच एकमेव धर्म भारतात नाही. मुस्लीम, ख्रिश्चन, शीख, बौद्ध व जैन हे धर्मही जातींना शापासारखे मानतात. आर्य समाज, ब्राह्मो समाज, लिंगायत आणि अन्य पंथही हे जातिव्यवस्था मानीत नाहीत. या सर्व धर्मीयांना भारतात सहजीवन जगायचे असेल तर कलम १६(४) मधील 'वर्ग' ह्या शब्दाचा अर्थ 'जाती' असा घ्यायचा? जातींवरती वर्गाचा शिक्का कसा मारता येईल? फार काय, वर्ग ओळखण्याची जी प्रक्रिया आहे ती 'जाती' या शब्दापासून सुरू करून शेवटी त्याच शब्दापर्यंत राबवायची? घटनेचा अर्थ कोणीही कोणत्याही दृष्टिकोनातून लावला तरी वरील प्रश्नांची उत्तरे नकारार्थीच येतील हे निश्चित."

काही ठाम विधाने नेहमी जोरदारपणे मांडली जातात आणि न्यायपीठावरील न्या. कुलदीप सिंग यांचे सहन्यायाधीश त्यांचा वापर करीत असतात. त्या विधानांकडे वळून न्या. कुलदीप सिंग भर देऊन म्हणतात, "मुस्लीम, ख्रिश्चन, बौद्ध, शीख या देशात जातिव्यवस्था व्यवहारात पाळत असतात असे म्हणणे म्हणजे त्या धर्मांची मूलतत्त्वे ते लोक विसरून गेले आहेत असे म्हटल्यासारखे होईल. या धर्मांच्या प्रेषितांनी जातिव्यवस्थेविरुद्ध लढा दिला आणि आपापले धर्म स्थापन केले. कोणत्याही स्वरूपातील जातिव्यवस्था या धर्मांच्या माथी मारणे हे त्या धर्मांतील पावित्र्याचा अनादर करण्यासारखे आहे." (संदर्भ : *इंद्र सहानी विरुद्ध भारत सरकार,* (१९९२) Supp (3) SCC २१७, पान ४७५, परिच्छेद ३५०)

न्या. आर.एम. सहाय यांनी आणखी पुढे जाऊन पावले टाकली. ते म्हणतात की ज्या घटनेमधील कलमांवरून वाद चालू आहेत, ती कलमे या देशातील *सर्व* नागरिकांना लागू आहेत. म्हणून मागासवर्गीय ठरवण्यासाठी असेच निकष शोधले पाहिजेत की ते निकष *सर्व* नागरिकांना लावता येतील. जातींना नाही... जेव्हा दोन शब्दांपैकी एका शब्दाचा अर्थ हा अधिक विस्तारीत व रुंद असतो आणि दुसऱ्या शब्दाचा अर्थ हा संकुचित असतो, त्या वेळी घटनाकार त्यातील एक शब्द वापरतात. तो दुसरा शब्द हा अर्थरचनेच्या प्राथमिक तत्त्वानुसार त्यांनी तो फेटाळून लावला आहे असे धरून चालण्यास हरकत नाही." यावर अधिक स्पष्ट करण्यासाठी

न्यायमूर्ती पुढे म्हणतात, ''काही चांगल्या कारणांसाठी घटनाकारांनी जे टाळलेले आहे आणि देशाच्या कारभारासाठी जी ध्येये साध्य करायची आहेत त्यासाठी जे ठरवून दिले आहे, त्यांना मागे नेणे हे कोणत्याही सरकारला अथवा न्यायालयाला शक्य नाही. घटना स्थगित ठेवून किंवा त्यात नवीन काही रचूनही तसे करणे शक्य नाही. मात्र घटनेतील शब्दांचा, वाक्यांचा शब्दश: अर्थ किंवा त्यांचा सर्वसाधारण अर्थ हा अवाजवी, भलताच वाटून त्याचे काही दुष्परिणाम होणार असतील, किंवा घटनाकारांना तो अर्थ अभिप्रेत नसेल तरच तसे करता येईल.'' 'घटनेच्या गाभ्यातील खऱ्याखुऱ्या अर्थासाठी' (Spirit of Constitution) अशी आरोळी दिली तरीही त्या दिशेने कोणालाही जाता येणार नाही. यासाठी न्यायमूर्ती काही न्यायिक सत्यांचा उल्लेख करून म्हणतात, ''जरी एखाद्या कायद्याच्या गाभ्याचा, विशेषत: घटनेच्या गाभ्याचा आदर करावयास हवा, तरी घटनेतील अक्षरांपेक्षा किंचितही कमी नाही. कारण त्या अक्षरांमधून, शब्दांमधूनच मुख्यत्वेकरून तो गाभा, मूळ हेतू गोळा करता येणार आहे.'' (पूर्वीचाच संदर्भ : पान ५८९, परिच्छेद ५७४)

एक बहाणा स्फोट पावला

''परंतु, जात ही एक वस्तुस्थिती आहे,'' असे पुरोगामी मंडळी, म्हणजे काही राजकारणी व्यक्ती, पंडित व न्यायमूर्ती नेहमी ध्वनित करीत असतात. तसे तुणतुणे वाजवित असतात. तो एक त्यांचा बहाणा असतो.

तसे असेल तर 'धर्म' पण एक वस्तुस्थिती आहे, तसेच कोणताही 'वर्ण' आहे. भाषाही एक वस्तुस्थिती आहे. लिंगभेदावर केला जाणारा भेदभाव ही पण एक वस्तुस्थिती आहे. वरील गोष्टींना 'वर्ग' शब्दात घालून घटनेमधल्या तरतुदींचा विपर्यास करता येईल का? न्या. सहाय यांनी असे सवाल केला आहे. 'जात ही वास्तवता आहे' हा नेहमी केला जाणारा बहाणा कसा चुकीचा आहे ते त्यांनी निर्णायकरीत्या दाखवून दिले. ते म्हणतात, ''जर 'जात' ही वास्तवता असेल तर धर्म व वर्ण ह्या गोष्टीही नक्कीच वास्तवतेमधे मोडतात. पण नोकऱ्यांत आरक्षण ठेवण्यासाठी या दोन गोष्टी उपयोगी ठरतील का? राज्य सरकारला त्या आधारे कोणत्याही स्वरूपात कोणत्याही हेतूसाठी वापर करता येईल? निदान ज्या देशाची घटना ही निधार्मिकतेशी संलग्न आहे तिथे तरी असे करता येणार नाही. उलट, विविध जातिसमूहांच्या धर्मांना संरक्षण पुरवणे ही त्यांची जबाबदारी आहे, त्या धर्मांचे पालन करण्याची नाही. मागासवर्गीय नागरिकांची उन्नती घडवणे, त्यांच्यात सामाजिक व शैक्षणिक दृष्टिकोनातून सुधारणा करणे, खास धोरण व कार्यक्रम यांद्वारे समाजातील दुर्बल घटकांची काळजी घेणे अशा गोष्टी या राज्य सरकारच्या कर्तव्यात मोडतात. घटनाकारांनी या बाबी नजरेसमोर ठेवल्या होत्या. परंतु या गोष्टी वर्णव्यवस्था व

धार्मिक कार्यक्रम यांद्वारे साध्य करता येतील असा दावा करणे हे घटनाकारांच्या पवित्र व उच्च कामावर हरताळ फिरवल्यासारखे होईल. अशा मार्गाला घटनेत परवानगी दिली नाही आणि घटनेच्या दृष्टीने पलीकडचा असा तो मार्ग ठरेल.''

सर्वोच्च न्यायालयातील पुरोगामी न्यायाधीश मंडळी नेहमी जो बुद्धिप्रामाण्यवाद (rationalization) उचलून धरतात व त्यासाठी काही उदाहरणांवरती अवलंबून राहतात, त्या बुद्धिप्रामाण्यवादाला न्या. सहाय यांनी योग्य जागा दाखवून तिथेच थोपवून धरले आहे. ते लिहितात, ''अमेरिकी तत्त्वज्ञानामधून एका विचाराची स्फूर्ती नेहमी घेतली जाते. तो विचार असा की, काळ्या विद्यार्थ्यांच्या दंगलीत घटनेची पायमल्ली झाली आहे की नाही हे ठरवताना विद्यार्थी वर्गही विचारात घेतला जातो. तसेच, कोणतीही उपाययोजना करताना वर्ण, वर्ग हेही विचारात घेतले पाहिजेत. मग त्यासाठी घटनेची पूर्वपीठिका (pre-amble) आणि घटनेतील कलम १५(१), १६(२) व २९(२) ही अजिबात विचारात घेतली जाऊ नयेत, असा विचार मांडला जातो. तसे झाले तर आपल्या राष्ट्राला आपण संकटाच्या खाईत ढकलून दिल्यासारखे होईल. आपल्या राज्यकारभाराची जी तत्त्वे आपण स्वीकारली व आपल्या भूमीवरील जनतेला तसे जे वचन घटनेद्वारे दिले आहे ते धुडकावून लावल्यामुळे आपले राष्ट्र संकटाच्या खाईत जाणार नसून, तर ज्या दूरच्या राष्ट्रात अद्यापही वर्णभेद आहे, समानता नाही किंवा पुरेशी समानता पाळली जात नाही आणि जिथे काळा किंवा तपकिरी माणूस[१] हा भेदभावाचा बळी पडतो तेथील विचारसरणी अंगिकारली तर मात्र आपले राष्ट्र गर्तेत जाईल.'' (पूर्वीचाच संदर्भ : पान ५९१, परिच्छेद ५७६)

---

१. परदेशातील न्यायालयात मनुष्याचा काळा अथवा तपकिरी वर्ण लक्षात घेऊन न्यायदान केले जाते. आपल्याकडची पुरोगामी न्यायाधीश मंडळी तेथील न्यायदानाचा कित्ता समोर ठेवून दंगलखोरांना झुकते माप देऊ पाहतात.

७.

दोन मूलभूत प्रश्न

'अन्य मागासवर्गीय हा एक वर्ग असून तो अनुसूचित जाती व जमाती यांपेक्षा वेगळा आहे, असा विचार व्हावा.' असे अनेकदा न्यायालये आपल निकालपत्रात आधारभूत विधान म्हणून वापरतात. अन्य मागासवर्गीयांना फारसा सामाजिक व शैक्षणिक लाभ झाला नाही. पण अनुसूचित जाती व जमाती यांच्या वाट्याला जेवढा सामाजिक बहिष्कार आला तेवढा अन्य मागासवर्गीयांच्या वाट्याला कधीही आला नाही. एक गोष्ट खरी की, घटनेत त्यांचा वेगळा उल्लेख केलेला आहे. दुसरे असे की, जर घटनेमध्ये अन्य मागासवर्गीयांनाही तेवढ्याच सोयी व सवलती देण्याचा विचार केला असता तर या वर्गालाही लोकसभेच्या जागांमध्ये आरक्षण ठेवले गेले असते. तिसरे असे की, संबंधित तरतुदी ज्या शब्दांत मांडल्या आहेत त्यावरून असे दिसते की अनुसूचित मागासवर्गीय व अन्य मागासवर्गीय या दोन वर्गांसाठी घटनेचे हेतू हे भिन्न भिन्न आहेत : अनुसूचित जाती व जमाती यांच्यावर शतकानुशतके केला जाणारा भेदभाव संपुष्टात आणून त्यांची उन्नती करून त्यांना मुख्य प्रवाहात आणणे हा एक हेतू; तर अन्य मागासवर्गीयांना सामाजिक व शैक्षणिक प्रगतीच्या आड येणाऱ्या अडचणी दूर करून सरकारी नोकऱ्यांत त्यांना पुरेसे प्रतिनिधित्व देणे हा घटनेचा दुसरा हेतू. (उदाहरणादाखल संदर्भ : *छत्तरसिंग विरुद्ध राजस्थान राज्य,* (१९९६) ११ SCC, ७४२, पाने ७४९-५१, परिच्छेद १७ ते १९.)

अनुसूचित मागासवर्गीय व अन्य मागासवर्गीय यांना घटनेमध्ये दोन वेगवेगळे वर्ग मानले आहे. पण यांमधून एक विरुद्ध निष्कर्ष काढला जात आलेला आहे. एका बाजूला *छत्तरसिंग* खटल्यासारखे हे दोन भिन्न वर्ग मानायचे आणि अनुसूचित जाती व जमातींना ज्या सोयी व सवलती मिळतात त्याच गोष्टी मिळवण्यासाठी अन्य मागासवर्गीय हे पात्र नाही असे समजायचे. तर दुसऱ्या बाजूला काही न्यायाधीश हे असे समजतात की, घटनेमध्ये पूर्ण विचार करून हे दोन भिन्न वर्ग स्पष्टपणे करून ठेवलेले असल्याने अन्य मागासवर्गीयांच्या अडचणींसाठी खास उपाय योजण्यास काहीच हरकत नसावी. त्यासाठी त्यांची स्थिती अनुसूचित जाती व जमातींच्या

स्थितीसारखी नसली आणि आरक्षण इत्यादी सवलतींसाठी ते अनुसूचित मागासवर्गीय यांप्रमाणे त्यांच्याजवळ पात्रता *नसली* तरीही त्यांच्यासाठी उपाययोजना करावी.

अन्य मागासवर्गीयांसाठी ज्या प्रकारे उपाययोजना केल्या जात आहेत त्या पाहिल्या तर त्यात हटकून काही लक्षणे आढळून येतात. जी पुरोगामी मंडळी हिंदुत्वाने जातिव्यवस्था निर्माण केली म्हणून त्याचा धिक्कार करतात, तीच मंडळी असे उपाय सुचवतात की त्यामुळे उलट आत्ताची जातिव्यवस्था ही तशीच पुढे चालत राहील व त्यामुळे आणखी कटुता वाढत राहील.

व्ही.आर. कृष्णा अय्यर, एच.आर. खन्ना, ए.पी. सेन, डी.ए. देसाई या न्यायाधीशांमध्ये प्रत्येकाचे भिन्न भिन्न दृष्टिकोन आहेत. आपापल्या निकालपत्रात त्यांनी वेळोवेळी इशारे दिलेले आहेत. त्यामधून त्यांनी दोन उपाय सुचवले आहेत. 'गरीब लोकांचा स्तर' आणि 'मागासवर्गीय' यांच्यासाठी जी आरक्षणे ठेवली आहेत ती तशी असली पाहिजेत. परंतु न्या. कृष्णा अय्यर यांच्या शब्दांत सांगायचे तर ते असे की, ''कोणताही 'मागास वर्ग' नव्हे, तर अनुसूचित जाती व जमातींमधील सामाजिक व शैक्षणिक दृष्टिकोनातून जे मागे पडलेले आहेत त्यांच्याशी तुलना करता ही जी माणसे अधिक भयानकरीत्या दडपल्या गेलेल्या प्रकरात मोडतात असा 'मागासवर्गीय' पात्र धरावा.''

बालाजी, जानकीप्रसाद परिमू इत्यादी खटल्यांच्या निकालपत्रांमध्ये सर्वोच्च न्यायालयाने असे उचलून धरले आहे की, अनुसूचित जाती व जमाती यांच्या परिस्थितीशी ज्या समाजगटांच्या परिस्थितीची तुलना करता येते, त्यांनाच मागासवर्गीयांत अंतर्भूत करावे. एकदा हा निकष स्वीकारला, तर कोणता समाजगट या वर्गातील समजावा, याबद्दलच्या अडचणी संपून सुलभता येईल असे सर्वोच्च न्यायालय जोर देऊन म्हणते. (उदाहरणादाखल संदर्भ : *जानकीप्रसाद परिमू विरुद्ध जम्मू व काश्मीर राज्य,* (१९७३) 1 SCC 420, पान ४३४, परिच्छेद २५.)

मागासवर्गीय समजण्याची अशीच गरज नंतर एकदा एन.एम. थॉमस खटल्यामध्ये पडल्यावर न्या. कृष्णा अय्यर यांनी हाच मुद्दा अधिक तीव्र शब्दात मांडला. ते लिहितात,

> ''या बाबतीत जो सावधगिरीचा इशारा पूर्वी दिलेला होता तो मला परत येथे सांगितलाच पाहिजे. या सूत्रामध्ये सर्व मागास जाती मोडत नाहीत. तसे करण्यासाठी घटनेची १६(१) व १६(२) ही दोन्ही कलमे नष्ट करावी लागतील. *सामाजिक विषमता फार गंभीर स्वरूपाची आणि मोठ्या प्रमाणात असेल तर सौम्य भेदभावासाठी तो पाया ठरवता येईल. आपण जर असा वर्ग शोधू गेलो तर आपल्याला अनुसूचित जाती व जमाती*

यांच्याखेरीज दुसरा कोणताही तेवढा मोठा वर्ग सापडणार नाही. अन्य कोणत्याही जातीला कलम १६(१) व १६(२) यापासून सुटका हवी असेल, आणि त्यासाठी ते राजकीय दबाव किंवा अन्य गोष्टींचा प्रभाव पाडू पाहत असतील, तर घटनात्मक नसलेला भेदभाव निर्माण करण्याची तीव्र जोखीम घेतल्यासारखे होईल. वर्गवारी करण्यासाठी 'जात' हा पाया असेल, आणि तो 'मागासवर्गीय' या बुरख्याखाली असेल, तर न्यायालयाने अशा फसव्या जातीयवादावरती प्रहार करायलाच हवेत. दुसरे असे की, घटनेमध्ये फक्त हरिजनांच्या हक्कांना कलम ३३५ मध्ये मान्यता दिली आहे. प्रत्येक मागासवर्गीय गटाला नाही. कलम ४६ मध्येही थोड्या फरकाने अशाच स्वरूपाचे म्हटलेले आहे. तेव्हा आपण बेधडक असे समजावे की, जातीयवाद हा मागच्या दाराने कधीही परतणार नाही. अगदीच अपवादात्मक व दुर्मीळ बाब असेल, तर हरिजनांखेरीज अन्य कोणालाही 'समान संधीच्या हमी'चे संरक्षक कवच वापरता येणार नाही. अशा लोकांना फक्त कलम १६(४) याचाच आधार आहे.'' (संदर्भ : पान ३१०, परिच्छेद १४३. या खटल्यानंतर आलेला अनुभव असे दर्शवतो की, 'जातिवाद हा मागच्या दाराने कधीही परतणार नाही', ह्या न्यायालयाच्या वाक्यामुळे एन.एम. थॉमस यांच्या अपेक्षा या अति उंचावलेल्या होत्या.)

न्या. डी.ए. देसाई यांनी आपल्या निकालपत्रांमधून या समस्येवरती अनेक कारणे उल्लेखलेली आहेत व त्यापैकी काही आपण ओझरती पाहिलेली आहेत. त्यांनी त्यात एके ठिकाणी जोर देऊन म्हटले आहे की, ''ज्या समाजगटाला आरक्षण मिळवून दिलेले आहे त्यांची पात्रता ही अनुसूचित जाती व जमाती यांच्या पात्रतेप्रमाणे असायलाच हवी.'' (संदर्भ : *के. सी. वसंतकुमार विरुद्ध कर्नाटक राज्य,* (१९८५) Supp., SCC, ७१४, पान ७३०, परिच्छेद २१.)

एकामागोमाग झालेल्या निकालपत्रांत बरीच वस्तुस्थिती पुढे आली. विशेषत: प्रत्येक जातीत विविध प्रकारची भिन्नता भरलेली आहे. तसेच, प्रत्येक जातीत त्यातल्या त्यात इतरांपेक्षा सुस्थिती साध्य केलेले लोक असून ते आरक्षणातून मिळणारे लाभ पळवतात व ते इतरांना घेऊ देत नाहीत. अशा सर्व वस्तुस्थितींमधून एक दुसरी उपाययोजना मांडली गेली. न्या. कृष्णा अय्यर यांनी आपल्या शिरस्त्यानुसार या दोन्हीही वस्तुस्थितींवरती व त्यांच्या परिणामाबद्दल बरेच काही सांगितले. एन.एम. थॉमस खटल्यात त्यांनी निकालपत्रात लिहिले,

''या खटल्यात आणि अन्य खटल्यांतही जो अनुभव येतो आहे तो लक्षात

घेता, आरक्षणातला धोका मला तिप्पट भासतो. सर्व गोष्टींचा विचार करता *आरक्षणाचे बहुतेक फायदे हे क्रिमी लेयरमधील लोकांनी मागासवर्गीय जाती व जमाती यांच्याकडून हिसकावून घेऊन लाटलेले आहेत.* अशा रितीने त्यांनी दुर्बलातल्या सर्वांत दुर्बल लोकांना कमजोर करून ठेवले व सुदैवी लोकांनाच आरक्षणाची सर्व मिठाई खाण्यासाठी मोकळे सोडले आहे. दुसरे असे की, *या लोकशाहीत आरक्षणावरचे दावे, हक्क हे जादा व वारेमाप केले गेलेले आहेत. मोठमोठ्या व बोलभांड अशा मागास गटांनी ते केलेले आहेत.* गटांवर असलेल्या मागासलेपणाच्या ओझ्यावर काळाने व अधिक चांगले शिक्षण आणि नोकऱ्यांमध्ये अधिक संधी अशा उपायांनीही सतत व पुरेसा प्रकाशझोत टाकला आहे. परंतु तरीही त्यांना 'अधिक दुर्बल गटातील' असे लेबल आपल्याला लावून घेण्याची इच्छा असते. कारण त्यामुळे त्यांना त्यांच्या जवळपास पोचणाऱ्या पूर्वीच्या 'वरच्या गटातील' लोकांवर मात करता येते. शेवटी, या समस्येवरती एक टिकाऊ उपाय हा फक्त सामाजिक परिस्थिती सुधारण्यामधून आणखी शैक्षणिक सोयी आणि आंतरजातीय विवाह व आंतरउपजातीय विवाह यांमधून पुढे येतो. या सुधारणा राज्यव्यापी योजनेमधून प्रायोजित करता येतील. परंतु समस्येवरचा हा उपाय वरिष्ठ मागासवर्गीय गटांनी अगदी गणित करून लपवून ठेवला आहे. याचे कारण त्यांना मागासलेपणाच्या लाभाची फळे फक्त आपल्यालाच मिळावीत यात रस आहे... पाटणा येथील 'ए. एन. सिन्हा इन्स्टिट्यूट ऑफ सोशल स्टडीज' या संस्थेने संशोधनानंतर असे दाखवून दिलेले आहे की, हरिजनांमध्ये एक दुहेरी समाज आहे. सर्व लाभ अधाशासारखे आपल्याकडे ओढून घेणारा असा एक छोटा उच्चभ्रू समाज आहे, तर दुसरा समाज हा अजून खालच्या तळागाळात असून तो अशा खास लाभांपासून फार दूर अंतरावरती आहे. अशा लाभांची, सवलतींची माहिती त्या समाजाच्या गावीही नसते, इतका तो अज्ञानात निद्रिस्त झाला आहे. त्यांच्यासाठी घटनेतील ४६ वे आणि ३३५ वे ही कलमे म्हणजे एक उदात्त व अद्भुत कथा आहे. जी काही भरभराट होती आहे ती फक्त 'वरच्या' थरातील हरिजनांची.''

म्हणून नवीन कल्पना असलेले प्रशासकीय उपाय योजण्याची गरज आहे, असे न्यायमूर्तींनी म्हटले, ''ते उपाय असे असावेत की आपण लक्ष्य केलेला समाजगट म्हणजे 'दुर्बलातील दुर्बल' अशांना ते लाभ पोचाव. त्यांच्या अंमलबजावणीवरती समाजविज्ञान संशोधनाच्या साहाय्याने लक्ष ठेवले जावे. त्यामुळे ते लाभ नक्की

कोणाला मिळतात हे समजून येईल. सर्व प्रगतीचा स्पष्ट लेखाजोखा सतत आजमावण्यासाठी एक कायमस्वरूपी पद्धत हवी. कोणत्याही परिस्थितीत एके काळी मान्यता मिळालेले 'आरक्षण' हे शेवट 'उलट क्रमाने पुन्हा भेदभाव आणणारे' असे ठरू नये.'' (संदर्भ : *केरळ राज्य विरुद्ध एन. एम. थॉमस*, (१९७६) २ SCC ३१० पान ३६३, परिच्छेद १२४.)

आपल्या निकालपत्राचा समारोप करताना न्या. कृष्णा अय्यर म्हणतात, ''धसमुसळेपणा करून वरच्या थरात घुसून तिथला स्तर व्यापलेले मागासवर्गीयांतील लोक हे दुहेरी नुकसान करतात. ते आपल्या मोठ्या समाजाला फसवण्यासाठी सांगतात की, मागासलेपणा हा आता हद्दपार झाला आहे. वर्गवारी करून व आरक्षण देऊ करून जे लाभ गरजवंत मागासवर्गीयांना देऊ केले आहेत, ते सर्व लाभ ते वाटेतच हिरावून घेतात.... तयार केलेल्या घटनेचा अर्थ हा, आपली कितीही उन्नती झाली तरी मागासलेपणाचे अमर्याद दैवतीकरण करण्याचा नाही आणि त्याला खास मुजरा करण्याचाही नाही. परंतु या सामाजिक दुष्ट भुताला सतत हटवत नेऊन त्याचे निर्दालन केले पाहिजे आणि सवलतींच्या कृत्रिम कुबड्या सावकाश दूर केल्या पाहिजेत.'' हरिजनांच्या परिस्थितीबद्दल मत व्यक्त करताना न्यायमूर्ती म्हणतात की, ''त्यांची परिस्थिती अशी आहे की अजूनही त्यांना काही काळ सवलती पुरविल्या पाहिजेत.'' या संदर्भात जे जे कोणी आहेत ते आपली कर्तव्ये पार पाडीत नाहीत म्हणून त्यांना आपल्या निकालपत्रात ताकीद देऊन ठेवली. शेवटी ते म्हणतात, ''या संदर्भात केल्या जाणाऱ्या भावनेवर आधारित असलेल्या अनुरंजित राजकारणाची पर्वा न करता न्यायालयांनी नेहमी वस्तुनिष्ठ राहिले पाहिजे.'' (पूर्वीचाच संदर्भ : पान ३७३, परिच्छेद १४९)

शोषित कर्मचारी संघ या संघटनेचा खटला आपण नंतर तपशीलवार पाहणार आहोत. या खटल्यात या न्यायमूर्तींनी नेमक्या त्याच भावनेवर आधारित असलेले राजकारण न्यायदानात वापरले. हरिजनांमधील अधिक बऱ्या परिस्थितीतील आणि अन्य मागासवर्गीय यांच्याकडून साऱ्या सवलती व फायदे लुटले जातात, हा मुद्दा जेव्हा खटल्यात पुढे आला तेव्हा त्यांनी तो फेटाळून लावत म्हटले, ''केवळ काही हरिजन हे सुस्थितीला पोचले म्हणून, उरलेल्या मोठ्या संख्येने असलेल्या हरिजनांची प्रगतीच्या वेगळ्या तरतुदी करण्यासाठी निवड करावी, हा जो वरवर खरा वाटणारा दावा आहे त्यात काहीही अर्थ नाही. एखादी कोकिळा ओरडली म्हणजे वसंत ऋतू आला असे घडत नाही. सुस्थितीमधील हरिजन हे तळागाळातील आपल्याच हरिजन बांधवांच्या सवलती लाटत आहेत असे जाणवेल, तेव्हा सामाजिक परिस्थितीनुसार निकड भासली तर राज्यांनी कदाचित न्याय्य रितीने अशा गोष्टी रोखण्यास हरकत नाही.'' यानंतर न्यायमूर्ती महोदय हे परत मागासवर्गीयांच्या सवलती खाऊन

टाकण्याच्या फायद्याच्या भवितव्याकडे वळले आणि तोही मुद्दा त्यांनी फेटाळून लावत म्हटले, "कदाचित प्रगतिपथावरील काही मागासवर्गीयांना मागास जगातील व प्रगत जगातील सर्व गोष्टींचा लाभ मिळत असेल आणि मागासवर्गीय म्हणून त्यांच्या बळकट मतपेढीची भीती सुधारणावादी राजकीय पक्षांनाही वाटून ते मागासवर्गीयांशी निधर्मीपणाबद्दल बोलूसुद्धा शकत नसतील. *परंतु त्या शंकास्पद मताशी आमचा काहीही संबंध नाही.* मागासवर्गीयांसाठी जी काही उपाययोजना केली आहे ती दीर्घकाळ राबवल्यावर, त्यामध्ये मागासवर्गीय जातींमध्ये कोणीही आपला मतलबी हेतू ठेवणार नाही, परंतु सामाजिक व आर्थिक दृष्टीने जे पंगू आहेत त्यांची मुक्तता रचनात्मक प्रकल्पांमुळे होईल. *अडचणीची वाटणारी परिस्थिती ही दुसऱ्या एका मार्गावरची आहे आणि आपण त्या मार्गावरून जाता कामा नये.*" (संदर्भ : *अखिल भारतीय शोषित कर्मचारी संघ (रेल्वे) विरुद्ध भारत सरकार,* (१९८१) १ SCC २४६, पाने २९७ ते २९८, परिच्छेद ९२ व ९४.)

अनेक गाठींच्या बंधनात

न्या. कृष्णा अय्यर यांच्या बदललेल्या मताविषयी आणि त्यांच्या निवडक कृतीशीलतेबद्दल चर्चा करण्याचा प्रसंग पुढे येणार आहे. आत्ता आपण फक्त आपल्यासमोरची समस्या व त्याबद्दलचे दोन उपाय अथवा प्रस्ताव यांची दखल घेऊ. एका बाजूला घटनेतील कलम १५(४) व ३४० मध्ये 'सामाजिक व शैक्षणिक दृष्टीने मागासलेल्या नागरिकांचा वर्ग' असा शब्दप्रयोग आहे, तर दुसऱ्या बाजूला पुरोगामी मंडळींना अन्य मागासवर्गीयांसाठी आरक्षण राखण्याची चिंता आहे.

आपण एव्हाना पाहिले आहे की, सुरुवातीला पुरोगामी न्यायाधीश मंडळी ही हरिजन व गिरीजन यांचा विकास करण्यासाठी उत्सुक असतात व त्यासाठी ते तीन प्रस्ताव पुढे करतात. पहिल्या प्रस्तावानुसार त्यांच्या दृष्टीने 'सामाजिक व शैक्षणिक दृष्टीने मागासलेल्या नागरिकांचा वर्ग' आणि 'नागरिकांचा मागास वर्ग' हे दोन्ही शब्दप्रयोग जवळजवळ एकाच अर्थाचे आहेत. दुसरा प्रस्ताव असा की, आरक्षणासाठी पात्र होण्यासाठी नागरिकांचे वर्ग हे सामाजिक व शैक्षणिक अशा *दोन्ही दृष्टीने* मागासलेले असायलाच हवेत. तिसऱ्या प्रस्तावानुसार अनसूचित जाती व जमाती यांना ज्या कठोर भेदभावाला तोंड द्यावे लागले, तसेच भेदभाव हे अन्य मागासवर्गीयांना भोगत यावे लागलेले असले पाहिजे. तसेच त्यांची सध्याची निराधार अवस्था ही अनुसूचित जाती व जमाती यांच्यासारखीच आहे.

अशा या गुंत्यामध्ये पुरोगामी अडकून पडले आहेत. एक गोष्ट मात्र खरी की, आरक्षणाची मागणी करणाऱ्या अनेक जातींना न्यायालयाबाहेर हे प्रस्ताव, उपाय इत्यादी लागू केले जात नाहीत. ही गोष्ट एवढी किंचाळून सांगितली जाते की

त्यामुळे जे कोणी अशा जनसमूहाला आरक्षण नाकारतात, त्यांना 'उच्चवर्णीयांचे रक्षक' आणि 'जैसे थे वादी' म्हणून संबोधून त्यांची निर्भत्सना केली जाते. दुसरे असे की, जे लोक व्याख्येनुसार *शैक्षणिकदृष्ट्या मागास* आहेत, त्यामुळे त्यांना सरकारी नोकऱ्यांमध्ये बाजूला सारले जाते. शैक्षणिकदृष्ट्या मागास म्हणून आरक्षण देण्यास हरकत नाही आणि त्याचबरोबर त्यामुळे नोकऱ्या नाहीत, अशी परिस्थिती विचित्र वाटते.

म्हणून पुरोगामी न्यायाधीशांनी आपले निकाल दोन तऱ्हेने दिले आहेत. पहिली तऱ्हा अशी : घटनेत 'सामाजिक व शैक्षणिक दृष्टीने नागरिकांचा मागास वर्ग' असा शब्दप्रयोग केलेला आहे. याचा अर्थ मुख्यत्वेकरून 'सामाजिकदृष्ट्या मागासलेले' असा आहे. यामुळे न्या. जीवन रेड्डी आणि अन्य न्यायमूर्ती यांनी *इंद्र सहानी* खटल्यात दिलेला निकाल हा निष्प्रभ ठरतो. (संदर्भ : *इंद्र सहानी,* op. cit., उदाहरणार्थ पाने ५२३ व ७२०, परिच्छेद ४४७ व ७८८)

दुसरी तऱ्हा अशी : अनुसूचित जाती व जमाती आणि अन्य मागासवर्गीय यांना जोडणारा दुवा तोडण्यासाठी प्रयत्न केले गेले. न्या. चिन्नाप्पा रेड्डी यांनी त्या दोघांमध्ये भेद करणारी बंधनकारक अट पाहिली. *बालाजी* खटल्याच्या व नंतरच्या अनेक निकालपत्रांमध्ये तशी निरीक्षणे प्रकट केलेली आहेत. न्या. कृष्णा अय्यर यांनी *वसंतकुमार* खटल्याच्या निकालपत्रात याची दखल घेऊन त्याविरुद्ध आपला जोरदार विरोध प्रकट केला आहे. ते म्हणतात, "अनुसूचित जाती व जमाती यांच्या जगण्याच्या परिस्थितीसारखीच बव्हंशी परिस्थिती काही समाजगटांची आहे. पण तरीही सामाजिकदृष्ट्या मागासलेल्या त्या समाजगटांसाठी कसलाही प्रस्ताव पुढे करण्याचा मानस त्या निरीक्षणात दिसत नाही." मग त्या निरीक्षणांमागचा दुसरा हेतू काय आहे? न्या. चिन्नाप्पा रेड्डी म्हणतात की, "जर मागासवर्गीय व अन्य मागासवर्गीय यांच्यातील भेद दाखवणारी एखादी चाचणी परीक्षा मान्य केली, तर त्यामुळे अन्य मागासवर्गीयांसाठी केलेली आरक्षणाची तरतूद ही जवळजवळ निष्फळ ठरेल." (संदर्भ : (१९८५) Supp. SCC, ७१४, पाने ७४७-४८, परिच्छेद ५१.)

इंद्र सहानी खटल्यात न्या. जीवन रेड्डी अन्य मागासवर्गीयांना सवलती नाकारण्याचा मुद्दा खोडून काढतात आणि त्यावर आधारित आपले म्हणणे मांडतात. ते म्हणतात की, "नागरिकांचा मागासवर्ग या शब्दप्रयोगाची व्याप्ती ठरविण्याची किंवा ते निश्चित करण्यासाठी कोणते कारण दिसत नाही. कलम १६(४) मध्ये 'अनुसूचित जाती व अनुसूचित जमाती' असा शब्दप्रयोग केलेला नाही. म्हणून, जे कोणी समाजगट आपल्या घटनेच्या संरक्षणासाठी त्याची मागणी करतात, त्यासाठी अनुसूचित जाती व जमातींचा मागासलेपणा हा 'प्रमाणभूत मागासलेपणा' धरण्यासाठी काहीही

कारण नाही. ‘अनुसूचित जाती व जमाती’ यामध्ये सामावणाऱ्या सर्व गटांमध्ये तरी कुठे सारखेपणा आढळतो? जर अन्य एखादा समाजगट हा अन्न, वस्त्र इत्यादींच्या उणिवांमुळे पोळून निघत असेल आणि त्यांच्यावरती तुलनात्मकदृष्ट्या नेमका किती अन्याय झाला आहे हे अभ्यासावयाचे असेल, तर त्या समाजगटाचा अंतर्भाव हा ‘अनुसूचित जाती व जमाती’ यांच्यात करावा की नाही, असा विचार करणेच योग्य ठरेल. अनुसूचित जाती व जमातींप्रमाणे अन्य कोणी समाजगट हे तुलनात्मकदृष्ट्या कितपत पोळले जात आहेत व त्यांच्या बाबतीत कितपत भेदभाव केला जात आहे या मुद्द्यावरती भर देण्यासाठी काहीही कारण नाही.'' (संदर्भ : *इंद्र सहानी* खटला, op.cit., पाने ७२५, ७६६, परिच्छेद ७९४, ८५९.)

तरीही, व्यावहारिकदृष्ट्या एखाद्या समाजगटाचा मागासलेपणा ठरविण्यासाठी एखादी चाचणी परीक्षा घेतली तर अनेक ‘अन्य मागासवर्गीय’ हे आरक्षणाच्या सवलतींसाठी पात्र ठरणार नाहीत. न्या. जीवन रेड्डी यांची विधाने ही कलम १५(४) व कलम १६(४) मध्ये वापरलेल्या दोन भिन्न शब्दप्रयोगांवरती आधारलेली आहेत. विशेषत: कलम १६(४) मध्ये ‘अनुसूचित जाती व अनुसूचित जमाती’ हा शब्दप्रयोग वापरलेला नाही, यावरती ते आपली भिस्त ठेवतात. मग ‘मागासवर्गीय’ हा शब्द ‘अनुसूचित जाती व जमाती’ यांच्याशी समानार्थी कसा धरता येईल? असे ते व अन्य न्यायाधीश विचारतात. (संदर्भ : *इंद्र सहानी* खटल्यात न्या. सावंत यांचे म्हणणे, op.cit., पाने ५२३, परिच्छेद ४४७)

देशाच्या घटनेमधील अशा सर्व कलमांमध्ये ‘वर्ग’ (classes) हा शब्द वापरला गेला आहे. आणि ‘जाती’ (castes) हा शब्द नव्हे. परंतु या बाबीकडे हे सर्व न्यायाधीश सातत्याने दुर्लक्ष करीत आलेले आहेत. अन् हे एक आश्चर्य नव्हे काय?

न्या. आर.एम. सहाय हे दुसऱ्या एका महत्त्वाच्या व आवश्यक शब्दाकडे लक्ष वेधतात. तो शब्द कलम १६(४) मध्ये असून दिसावयास अत्यंत साधा आहे. तो शब्द is असा आहे. घटनेतील या कलमाचे उद्दिष्ट हे एके काळी घडलेले ऐतिहासिक अन्याय व भेदभाव यांची भरपाई करणारे नाही. त्याऐवजी सरकारी नोकऱ्यांमध्ये सध्या ज्या वर्गात पुरेसे प्रतिनिधित्व नाही त्यांना ते देण्यासाठी राज्यांना सामर्थ्य देण्याचे उद्दिष्ट आहे. (संदर्भ : *इंद्र सहानी* खटला, op.cit., पाने ६०६, परिच्छेद ५९५)

ज्या थोड्याशा आरक्षण केलेल्या सरकारी नोकऱ्या आहेत, त्या संपन्न स्तरातील मागासवर्गीयांनी आपल्यासाठी अडवून ठेवल्या आहेत. त्या गोष्टीची दखल घेण्यासाठी ही सारी धडपड आहे काय? असे न्या. चिन्नाप्पा रेड्डी हे *वसंतकुमार* खटल्यात विचारतात. याच क्रिमी लेयरमधील लोकांनी आरक्षित नसलेल्या नोकऱ्या आपल्यासाठी

अडवून ठेवल्या नाहीत ना? मग आता त्यांचे हक्क हिसकावून घेऊन आरक्षणच नाहीसे करावे काय? कदाचित हे विचित्र असेल, पण न्यायमूर्ती महोदय नेमके हेच म्हणतात. त्या संदर्भात निकालपत्रात ते म्हणतात, ''ज्या काही थोड्याफार जागा व पदे मागासवर्गीयांसाठी राखून ठेवल्या आहेत त्या त्यांच्यातील अधिक सुदैवी लोकांकडून हिरावून घेतल्या जातात. म्हणून आरक्षणच नसावे असा याचा अर्थ होत नाही. आपल्यासारख्याच त्याही समाजात स्पर्धा असल्याने असे घडणारच. *ज्या जागा व पदे आरक्षित नाहीत त्याही अशाच रितीने, समाजातील संपन्न वर्गाकडून नाही का हिरावून घेतल्या जात?* तशाच तत्त्वाने मागासवर्गीयातील संपन्न स्तरातील व्यक्तींकडून ती पदे व जागा घेतल्या जातात. म्हणून संपन्न स्तरातील मागासवर्गीयांनी तसे आरक्षित जागांबाबत केले तर कुठे बिघडले? त्यात काय वाईट आहे? सध्याची आर्थिक व सामाजिक पद्धती लक्षात घेतली तर त्यात अशा गोष्टी होणे हे अपरिहार्य आहे. संपूर्ण समाजात जी विशेष हक्क असलेली मंडळी असतात त्यांच्याकडून आरक्षण नसलेली लाभपदे बळकावली जातात. मागासवर्गीय समाजातील विशेष हक्कदारांकडूनही तसेच घडते. परंतु यामुळे 'आरक्षण ठेवणे हे वाईट आहे' असे म्हणता येणार नाही. परंतु यामुळे एक गोष्ट ठळकपणे लक्षात येते की, केवळ नोकऱ्यांत व शैक्षणिक संस्थांमधील प्रवेशात आरक्षण ठेवणे हे मागासलेपणाची समस्या सोडविण्यास पुरेसे ठरत नाही...'' (संदर्भ : *के. सी. वसंतकुमार विरुद्ध कर्नाटक राज्य खटला,* १९८५, Supp. SCC, ७१४, पान ७६३, परिच्छेद ७२)

न्या. जीवन रेड्डी हे आपला हा मुद्दा निकालपत्रात ठासून सांगतात. तथापि, मागासवर्गीयांतील संपन्न स्तर हा वेगळा केला पाहिजे, म्हणजे मग आरक्षणाचे फायदे त्यांना लाटता येणार नाहीत, असेही ते म्हणतात. पण त्याचबरोबर ते पुढे इशारा देतात की, तो संपन्न स्तर व मागासवर्गीय यांच्यातील भेद दर्शवणारी ती रेषा ही इतकी वर उंचावून ठेवली पाहिजे की त्यामुळे कोणाचीही सहसा फारशी गैरसोय होता कामा नये! मागासवर्गीयांमधील एखादा सुतार जर मध्यपूर्वेतील देशात गेला तर कदाचित तो तिथे भरपूर पैसा करू शकेल. तसे करून जर तो धनवान बनला असेल तर त्याला येथे मागासवर्गीयांतून वगळावे काय, मग त्याच्या मुलांना इकडे आरक्षणापासून वंचित करावे काय, असे प्रश्न न्यायमूर्ती महोदय विचारतात आणि पुढे म्हणतात की, ''ही गोष्ट फक्त अशा परिस्थितीत घडू शकेल की, जर ती मागासवर्गीय व्यक्ती एखाद्या कारखान्याचा मालक बनण्याइतपत किंवा आर्थिकदृष्ट्या तत्सम पातळीवरती उंचावली तरच... फक्त अशा परिस्थितीत, त्याची सामाजिक स्थिती एवढी सुधारली आहे की तो आता मागासवर्गीयांतून बाहेर पडला आहे, असे म्हणता येईल.'' (संदर्भ : *इंद्र सहानी* खटला, op.cit., पाने ७२४, परिच्छेद ७९२)

इंद्र सहानी खटल्यात न्यायालय पुन्हा या समस्येकडे वळले व स्पष्ट शब्दात म्हणाले की, हा संपन्न स्तर (creamy layer) मागासवर्गीयांतून वगळला गेला पाहिजे व त्यांना राज्यांनी आरक्षणांचे लाभ देता कामा नये.

निर्णायक सूत्र

इंद्र सहानी खटल्यात एकूण नऊ न्यायाधीश होते. त्यापैकी आठ जणांनी ''मागासवर्गीयांतील संपन्न स्तराला (क्रिमी लेयरला) मागासवर्गीयांच्या आरक्षणातून वगळलेच पाहिजे,'' असे आपले म्हणणे मांडले. अशा निर्णयाप्रत येण्यासाठी त्यांनी एक कारणमालिकाच पुढे केली.

> ''न्यायालयाने समस्या सोडवण्यासाठी जे सूत्र *इंद्र सहानी* खटल्यातही वापरले, त्याबरोबरच अनेक समस्याही उघड झाल्या. यामुळे आपल्यासमोर आता जी समस्या विचाराधीन आहे त्यापासून आपण दूर खेचले जातो. म्हणून, आपले लक्ष विचलित करणाऱ्या त्या समस्यांचा मी येथे जाता जाता उल्लेख करतो. एक गोष्ट मात्र खरी की, मागासवर्गीयांतील संपन्न स्तर ठरवण्यासाठी जे निकष लागू करायचे त्यावरती बरेच मतभेद आहेत. या खटल्यातील चार न्यायाधीशांचे त्या बाबतीत असे मत आहे की, फक्त आर्थिक निकषांनीच तो स्तर ठरवला जावा. तथापि, ते निकष ओलांडणाऱ्या व्यक्ती अथवा गट यांनी आपल्या आर्थिक प्रगतीबरोबरच सामाजिक प्रगती केली असेल तरच त्यांना मागासवर्गीयांतून वगळावे.
> न्यायाधीशांपैकी न्या. सावंत यांनी तशी चाचणी परीक्षा अधिक कडक असावी असे म्हटलेले आपण पाहिलेच आहे.
> 'समाजातील जे पुढारलेले वर्ग आहेत, त्यांच्या बरोबरीने जर मागासवर्गीयांनी सामाजिक क्षमता अंगी बाळगली, तरच त्यांना वगळावे, अन्यथा नाही.' असे ते म्हणतात. न्यायाधीशांमधील असे व्यक्त केलेले मतभेद हे पुरोगामी मंडळींना *इंद्र सहानी* खटला हा अधिक लोकप्रियतेच्या दिशेने रेटण्यास पुरेसे ठरतात.

परंतु आणखीही काही सूत्रे अशी आहेत की त्यामुळे अधिक मूलभूत समस्या निर्माण होऊ शकतात. हाती असलेल्या आत्ताच्या प्रश्नासंबंधात न्यायाधीशांनी व्यक्त केलेले खाली दोन उतारे पहा, म्हणजे नीट लक्षात येईल :

> ''भारतात 'जात' ही नेहमी सामाजिक वर्ग दर्शवित असते. जर ती जात

ही सामाजिकदृष्ट्या मागासलेली असेल तर कलम १६(४)नुसार ती जात मागासवर्गात मोडेल. जनतेचे विविध वर्ग, समूह व गट यांच्या संदर्भात एखाद्या जातीची दखल घेऊन मगच ती जात मागासवर्गातील आहे की नाही हे ठरवावे लागेल. मागासवर्गीय ठरविण्यासाठी जातींपासून सुरुवात करून त्यांना नवीन निकष लावून पाहावेत. जर त्या निकषात ती जात बसली आणि ती कलम १६(४)च्या व्याख्येत व अटींमध्येही बसली, तरच ती जात मागासवर्गीयांतील आहे असे समजावे. काही अन्य व्यावसायिक गट, जनसमूह व वर्ग यांच्या बाबतीतही मग अशाच चाचणी परीक्षा घेऊन निर्णय घ्यावा. अशा रितीने संपूर्ण लोकसंख्येचे वर्गीकरण करावे. समाजातील सर्व उपलब्ध गट, समूह व वर्ग यांची वर्गवारी करणे हे यामागचे प्रमुख उद्दिष्ट आहे. जातीमुळे समाजात अस्तित्वात असलेला, ओळखता येण्याजोगा असा समाजगट अथवा समाजवर्गाला, आपले प्रतिनिधित्व संपूर्ण देशभरातील लोकसंख्येत करता येते. म्हणून जातीपासून सुरुवात करून मग अन्य गट, विभाग व वर्ग यांच्याकडे वळावे.''

न्यायालयाने ही बाब खालील उताऱ्यात विशद केलेली आहे :

''...प्रश्न क्र. ३ (ब)ला उत्तर देताना आम्ही म्हटले होते की, मागासवर्गीय ठरविताना त्यांची पडताळणी अन्य व्यावसायिक गट, जनसमूह व वर्ग यांच्या संदर्भात करावी. परंतु फक्त हीच एकमेव अधिकृत पद्धत असावी, असे आम्ही म्हटले नाही. समाजात असेही काही गट किंवा वर्ग आहेत की त्यांच्या बाबतीत जात ही गोष्ट लक्षात घेण्याजोगी नाही. उदाहरणार्थ : शेतमूजर, रिक्षा ओढणारे/ड्रायव्हर... फेरीवाले इत्यादी गटातील लोक हे 'मागासवर्गीय' संज्ञेला कदाचित पात्रही ठरू शकतील. (पूर्वीचाच संदर्भ : पान १८५ परिच्छेद ११ व १२.) ...हेच शब्द एखाद्या धार्मिक गटालाही, उदाहरणार्थ मुस्लिमांनाही, लागू करून पहावेत. मग मुस्लीम म्हणून ते 'मागासवर्गीय व आरक्षणासाठी लायक' या गोष्टीला कमी पात्र ठरतील.''

न्यायालयाने अनेक कारणे देऊन, मागासवर्गातून त्यातील संपन्न स्तराला का वगळावे ते विशद करून सांगितलेले आहे. एखादा 'वर्ग' जर ठरवायचा असेल तर तो जनसमूह हा एकसंध असावाच लागतो. जेव्हा त्या वर्गातील काही जण हे इतरांपेक्षा वेगळ्या प्रकारातील असतात, तेव्हा तो जनसमूह 'वर्ग' या संज्ञेस पात्र ठरत नाही. तसेच, त्या वर्गातले काही जण आपली प्रगती करून घेत 'प्रागतिक सामाजिक पातळीला किंवा अवस्थेला' पोचले, तर मग ते मागासवर्गीयांत मोडत नाहीत. याचे कारण समाजातील पुढारलेल्या वर्गाप्रमाणेच त्यांनी तशी पातळी

गाठलेली असते. "जेव्हा मागासवर्गीयांतील काही जण सामाजिकदृष्ट्या खूप पुढारलेले बनतात (आर्थिकदृष्ट्या व शैक्षणिकदृष्ट्या) तेव्हा त्यांची मागासवर्गाशी असलेली नाळ तुटते... म्हणून अशा लोकांना मागासवर्गातून वगळले तर उरलेला मागास वर्ग हा अधिक आटोपशीर बनतो. घटनेच्या कलमामध्ये आरक्षणाची सोय ही 'वर्गासाठी' केलेली आहे, 'जातींसाठी' नव्हे, हे आपण ध्यानात घेतले पाहिजे." (पूर्वीचाच संदर्भ : परिच्छेद ७८४, ७९० ते ७९३, ८४३ व ८४४)

न्यायालयाने पुन्हा पुन्हा आणखी असे भर देऊन म्हटले आहे की, जोपर्यंत या संपन्न स्तरातील मंडळींना मागासवर्गीयांतून वगळले जात नाही, तोपर्यंत ते मागासवर्गीयांना कायदेशीररीत्या उपलब्ध करून दिलेल्या सवलती उपटत राहतील. त्यामुळे आरक्षण ठेवण्याचा मूळ हेतूच निष्प्रभ ठरतो.

नंतर सात वर्षांनी सर्वोच्च न्यायालयाला पुन्हा याच मुद्द्याकडे नाइलाजाने वळणे भाग पाडणारी परिस्थिती निर्माण झाली. इंद्र *सहानी* खटल्यात जे सांगितले त्याचाच पुनरुच्चार न्यायालयाने या वेळी केला, पण तो अत्यंत तीव्र शब्दात केला. न्यायालय म्हणाले, "जर पुढारलेल्या गटाला निर्बुद्धपणे मागासवर्गीयांच्या यादीत समाविष्ट केले किंवा जर मागासवर्गीयांतील त्या संपन्न गटाला (क्रिमी लेयरला) मागासवर्गीयांच्या यादीत तसेच, न वगळता ठेवले, तर आरक्षणाचे लाभ खरोखरीच मागासवर्गीयांपर्यत पोचणार नाहीत. मग बहुतेक सर्व लाभ हे पुढारलेल्या जाती आणि संपन्न गट (क्रिमी लेयर) यांच्याकडून लाटले जातील." (संदर्भ: इंद्र सहानी (II) खटला (२०००) १ SCC १६८, पान १८५, परिच्छेद १०) एवढे म्हणून नंतर पुन्हा कठोर शब्दांत न्यायालय म्हणते, "जेव्हा राज्य सरकारे काहीही कारण नसताना त्या संपन्न वर्गाला मागासवर्गीयांतून वगळण्यास तयार होत नाहीत, किंवा कसलीही चौकशी न करता व पुरेशी माहिती गोळा न करता सरकारांकडून अधिकाधिक जातींना मागासवर्गीयांत घालण्याचा कल आहे, तेव्हा लवकरच एक वेळ अशी येईल की त्या वेळी आरक्षणासाठी निर्माण केलेली सर्व व्यवस्था हा एक देखावा (farce) ठरेल. मग आरक्षणाच्या ज्या घटनात्मक तरतुदी आहेत त्या यादीतून बाहेर पडण्यासाठी नवसंपन्न वर्गाचा विरोध असणे ही एक वाईट गोष्ट आहे. तसेच, ज्यांचा सामाजिक स्तर हा न्यायालयाने घालून दिलेल्या मागासवर्गीयांच्या अटींनुसार नाही, अशा विविध जातींचा आपल्याला 'कोटा सिस्टिममध्ये घालावे' याबद्दल जो आरडाओरडा चालतो तोही तितकाच वाईट आहे." (यापूर्वीचाच संदर्भ : पान २०९, परिच्छेद ९०)

तिसरी आणखी एक बाब न्यायालयाने दाखवून दिली ती अशी, "ज्यांनी आपला मागासलेपणा घालवला आहे अशा व्यक्तींनी अगर गटांनी मागासवर्गाला चिकटून राहणे ही गोष्ट विषम लोकांना समानतेने वागवण्यासारखी आहे. यामुळे

समानेतेचे मूलभूत तत्त्व धुडकावले जाते. याचाच व्यत्यास असा की, ज्या व्यक्ती अगर गट हे आरक्षणाशी सहमत झाले आहेत व ज्यांनी आपली उन्नती त्यानुसार करून घेतली आहे, त्यांना आणि ज्या मागास व्यक्ती किंवा गट यांना मागासवर्गीयांत स्थान दिले गेले नाही, अशा दोघांनाही सारखीच वागणूक दिल्यासारखे होईल. हेही समानतेच्या मूलभूत तत्त्वाचा भंग केल्यासारखे होते. "जर मागासवर्गीयांतील संपन्न स्तराला समाजातील पुढारलेल्या वर्गाप्रमाणे वागणूक द्यावी असे ठरवले आणि त्यांना आरक्षणाच्या सवलती काढून घ्याव्यात असेही ठरवले, तर मग त्यांना मागासवर्गीयांच्या यादीत तरीही राहू देणे घटनेची कलमे १४ व १६(१) यांचा भंग केल्यासारखे होईल हे उघडच आहे. संपन्न स्तर व मागासवर्गीय या दोघांना सारखी वागणूक देणे म्हणजेच असमानता राबवण्यासारखे आहे... संपन्न स्तराला मागासवर्गीयांच्या यादीत राहू देणे हा देशाच्या घटनेची कलमे १४, १६(१) व १६(४) यांचा भंग केला असे होईल. कारण असमान लोकांना समान वागणूक देता येत नाही. म्हणजेच मागासवर्गीयांना दिली जाणारी वागणूक त्यांना देता येणार नाही." भेदभावाच्या दोन्ही बाजूंवर न्या. सावंत यांच्या निकालपत्रात चांगला प्रकाश टाकलेला आहे... "घटनेत जे समानतेचे तत्त्व उचलून धरले आहे ते असमानरीत्या वापरता येणार नाही; आणि जी असमान मंडळी आहेत त्यांना कलम १४ व १६(१) यांनुसार समानतेची वागणूक देऊन घटनेच्या अन्य विचारधारा टाळता येणार नाहीत... आम्हाला असे म्हणायचे आहे की, देशातील लोकसभा व कायदेसभा यांनाही घटनेमधील मूलभूत वैशिष्ट्ये ओलांडून जाता येणार नाही. उदाहरणार्थ, कलम १४ मध्ये स्पष्ट केलेले 'समानतेचे तत्त्व' याच कलमाचा एक पैलू हा कलम १६(१) मध्ये व्यक्त झाला आहे."

निकालपत्राच्या शेवटी न्यायालयाला पुढील निष्कर्ष काढणे भाग पडले आहे. हा निष्कर्ष आरक्षणापेक्षाही महत्त्वाचा असून त्यामुळे एक मूलभूत मुद्दा वर येतो. न्यायालयाने म्हटले आहे, "संपन्न स्तराला मागासवर्गीयांतून वगळले काय किंवा प्रगत जातींना मागासवर्गीयांच्या यादीत घातले काय, दोन्हीही गोष्टी सारख्याच आहेत. *या दोन्हीमुळे नुसता घटनेतील कलम १४ चा भंग होतो असे नव्हे, तर घटनेची जी मूलभूत चौकट आहे तिचाही भंग होतो.* संपन्न स्तराला मागासवर्गीयांत राहू देणे किंवा प्रगत जातींना मागासवर्गीयांच्या यादीत घालणे, या दोन्हीही गोष्टी बेकायदेशीर आहेत. *अशा बेकायदेशीरपणामुळे घटनेच्या मुळावरतीच घाव घातला जातो. ही गोष्ट होऊ देता कामा नये.* घटना दुरुस्तीच्या साहाय्यानेसुद्धा ही गोष्ट पक्की होऊ देता कामा नये. (संदर्भ : *इंद्र सहानी* (II) खटला, परिच्छेद २९, ५५, ६९)

न्यायालयाने म्हटलेल्या या मूलभूत मुद्द्यावरती आपण चिंतन केले पाहिजे. सध्या एवढेच ध्यानात घ्या की सर्वोच्च न्यायालयाने पूर्ण नि:संदिग्धपणे व वारंवार

असे दाखवून दिले आहे की,

- मागासवर्गीयांतील संपन्न स्तर (क्रिमी लेयर) हा ठरवला पाहिजे.
- त्या संपन्न स्तरातील लोकांना ओळखून त्यांना मागासवर्गीयांतून वगळणे ह्या गोष्टी खऱ्याखुऱ्या असायला हव्यात. *अशोककुमार ठाकूर विरुद्ध बिहार राज्य* या खटल्यात (संदर्भ : १९५५, ५ SCC ४०३) सर्वोच्च न्यायालयाने बिहारच्या सरकारला आणि उत्तर प्रदेशच्या सरकारला याबाबतीत चांगलेच फटकारले आहे. कारण या दोन्ही राज्याच्या सरकारांनी मागासवर्गीय ठरवण्यासाठी असलेल्या अटी डावलून पुढे जाण्यासाठी 'अवास्तव उत्पन्न व अन्य अटी' ह्या फोल ठरवल्या. त्या राज्यांनी सत्य व कायदा यांचा संबंध न आणता अशा पद्धतीने काम केले आहे की त्यामुळे मंडल केसमध्ये जो कायदा घालून दिला आहे त्याची बेधडक पायमल्ली केली आहे. (संदर्भ : *इंद्र सहानी (II)* खटला पान १९२, परिच्छेद ३९)
- संपन्न स्तर ओळखण्याची जी क्रिया असेल ती अत्यंत काटेकोर असायला हवी, नुसती यांत्रिकपणे राबवली जाणारी नसावी.
- मिळालेल्या माहितीवर आधारित संपन्न स्तर किंवा प्रगत विभाग नीट शोधून ओळखले जावेत.
- यातून जी यादी तयार होईल तिचे ठराविक काळाने नेहमी परिशीलन केले जावे. 'एकदा मागासवर्गीय ठरला की तो कायमचा मागासवर्गीय' असे घडणे मंजूर नाही. (संदर्भ : *इंद्र सहानी (II)* खटला पान १८४, परिच्छेद ९)

तुच्छतापूर्वक शिक्षेचे भय न बाळगणे

थोडक्यात सांगायचे झाल्यास, संमत केलेला कायदा आणि त्या कायद्याच्या गरजा या अगदी ठळक व स्पष्ट शब्दांत शक्य तितक्या नि:संदिग्ध व नेमक्या अर्थात मांडलेल्या असतात. राजकीय वर्ग, विशेषत: विधिसभेतील सभासद व सरकारे कायद्यांना कसा प्रतिसाद देतात हे 'प्रगत' समजलेल्या केरळ राज्यातील उदाहरणावरून समजून येईल. आपण जो *इंद्र सहानी (II)* खटला विचारात घेत आहोत त्यामार्फत हे सारे व्यक्त होते.

इंद्र सहानी (I) खटला हा केंद्रीय पातळीवर व राज्य पातळीवरती असे निर्देश देतो की, मागासवर्गीयांतील संपन्न स्तर ठरविण्यासाठी चार महिन्यांत आयोग नेमावेत. ही १६ नोव्हेंबर १९९२ ची गोष्ट आहे. परंतु नंतर तीन वर्षे सर्वोच्च न्यायालयाने दिलेल्या या निर्देशाची अंमलबजावणी केरळ राज्याने केली नाही.

या हयगयीबद्दल सर्वोच्च न्यायालयात दाद मागण्यात आली. २० मार्च

१९९५ रोजी न्यायालयाने केरळ राज्याला एक 'कारणे दाखवा नोटीस' पाठवून "या बाबतीत न्यायालयाचा अवमान केल्याबद्दल आपणास दोषी का धरू नये?" अशी विचारणा केली.

यावर केरळ सरकारने एक शपथपूर्वक जबाब (ॲफिडेव्हिट) देऊन त्यात म्हटले की, "सदरहू आयोग नेमण्यासाठी एक कायदा मंजूर केलेला आहे. परंतु त्या आयोगाने अनेकवार म्हटले आहे की, आपल्याला मागासवर्गीयांतील संपन्न वर्ग शोधण्याचे अधिकार अद्यापही बहाल केले नाहीत." यावर सर्वोच्च न्यायालयाने म्हटले, "आमच्या मते, केरळच्या चीफ सेक्रेटरीने जे ॲफिडेव्हिट सादर केले त्यात सांगितलेल्या घटना पाहता, केवळ या न्यायालयाचा अवमान केल्याच्या आरोपातून सुटका व्हावी म्हणून त्या घटना नमूद केलेल्या आहेत. त्या ॲफिडेव्हिटमधील खुलासा हा संपूर्णपणे असमाधानकारक आहे..." सर्वोच्च न्यायालयाने असे मानले की, केरळ सरकारने या संदर्भात न्यायालयाचा 'हेतुपूर्वक आज्ञाभंग' केलेला असून यामुळे न्यायालयाचा अवमान होतो. ही घटना १० जुलै १९९५ रोजी घडली. या अवमानातून सुटका करून घेण्यासाठी सर्वोच्च न्यायालयाने केरळ सरकारला दोन महिन्यांची मुदत दिली.

मग तीन दिवसांनी, म्हणजे १३ जुलै १९९५ रोजी, केरळच्या मंत्रिमंडळाने असे ठरवले की मागासवर्गीयांतील संपन्न स्तर शोधण्यासाठी एक स्थायी समिती नेमावी.

नंतर सर्वोच्च न्यायालय यावरती आपली टिप्पणी करत असताना अचानक केरळ सरकारने आहे तीच आरक्षणाची व्यवस्था पुढे चालवण्याचे ठरवले. नंतर अपेक्षेप्रमाणे त्वरित, केरळ सरकारने ३१ ऑगस्ट १९९५ रोजी एक कायदा मंजूर केला. त्यात इतर गोष्टींच्या समवेत असे म्हटले की, "राज्यातील ज्ञात परिस्थिती लक्षात घेता... कोणत्याही मागासवर्गीयांमध्ये सध्या प्रगत वर्गाशी स्पर्धा करण्याइतपत क्षमता असलेले असे कोणतेही प्रगत विभाग अस्तित्वात नाहीत... नोकऱ्यांमध्ये अद्यापही मागासवर्गीयांचे पुरेसे प्रतिनिधित्व नाही. अन् म्हणून कोणताही कायदा अथवा न्यायालयीन निकाल, कोणत्याही न्यायालयाचा हुकूमनामा किंवा अन्य अधिकार हा येथे लागू पडत नाही... म्हणून आरक्षणाची सध्याची व्यवस्था आहे तशीच पुढे चालू ठेवली जाईल. तसेच सध्याचेच नियम हे सर्व हेतूंसाठी मानले जातील आणि येथून पुढे नेहमीसाठी ते वैध राहतील!" २ ऑक्टोबर १९९२ पासून हा कायदा पूर्वलक्षी लागू केला होता.

या कायद्याचा विस्तार करून सर्वोच्च न्यायालयाने असे म्हटले की, "ज्या ज्ञात परिस्थितीच्या पायावर कायदा आधारलेला आहे व मंजूर केलेला आहे ती परिस्थिती खरोखरीच अस्तित्वात नाही." सर्वोच्च न्यायालयाने आणखी एका

सत्य गोष्टीकडे लक्ष वेधले. ती गोष्ट म्हणजे केरळच्या मंत्रिमंडळाने मागासवर्गीयांतील संपन्न स्तर शोधण्यासाठी एक आयोग नेमण्याचे ठरविले होते. पण नंतर तीन आठवड्यांत एकदम केरळ सरकार आपल्या या पूर्वीच्या निर्णयापासून मागे फिरले. मग नंतर सर्वोच्च न्यायालयाने नाइलाजाने न्यायमूर्ती जोसेफ यांच्या अध्यक्षतेखाली एक उच्चस्तरीय समिती नेमली. त्या समितीने विनासायास तो संपन्न स्तर शोधून काढला. ही गोष्टही सर्वोच्च न्यायालयाने दाखवली आणि शेवटी म्हटले,

> "म्हणून आम्हाला असे दिसते की, केरळमधील त्या कायद्याने वस्तुस्थितीकडे व सत्य गोष्टींकडे न पाहता, आपले डोळे मिटले... आणि विधिमंडळाने कायद्यामध्ये (ज्ञात परिस्थितीनुसार) जे काही जाहीर केले त्याला 'ज्ञात परिस्थिती' या शब्दप्रयोगाखेरीज कोणताही आधार नाही. वस्तुस्थिती व परिस्थिती यातून उलट गोष्टी दर्शविल्या जातात. आमच्या मते, त्या कायद्याचा जाहीरनामा हा वस्तुस्थिती दर्शवणारा नसून केवळ तो एक पांघरलेला बुरखा आहे..."

सर्वोच्च न्यायालयाने यावर जी समिती नेमली तिने आपले काम संपवून ४ ऑगस्ट १९९७ रोजी एक अहवाल सादर केला. यानंतर न्यायालयाने जी कृती केली ती साहजिक उशिरा घडली. डिसेंबर १९९९ मध्ये सर्वोच्च न्यायालयाने *इंद्र सहानी (II)* खटल्यात एक झणझणीत निकाल दिला.

त्या निकालपत्रात म्हटले होते, "या न्यायालयाने केरळ सरकारला जे निर्देश दिले ते त्या सरकारकडून हेतुपूर्वक न पाळल्याचे केव्हाच आढळून आले होते... अन् म्हणून न्यायालयाचा अवमान केल्याचा दोष केरळ सरकारकडे जातो." केरळ सरकार आणि विधिमंडळ यांच्याकडून न्यायालयाच्या निर्देशाला बगल देण्यासाठी ज्या काही कृती केल्या गेल्या, त्यांचा एक विशिष्ट आकृतिबंध होता. न्यायालयाने ते स्पष्टपणे दाखवून तसला प्रकार हा एक अत्यंत गंभीर मामला आहे, असे म्हटले. सर्वोच्च न्यायालय म्हणते, "केरळ सरकारने न्यायालयाचा आदेश पाळण्यात विनाकारण केलेला विलंब आणि केरळ विधानसभेने मंजूर केलेला भेदभाव करणारा कायदा, यामुळे कायद्याचे राज्य अप्रत्यक्षरीत्या धुडकावून अवमान केलेला आहे. त्याचप्रमाणे, घटनेचे वैशिष्ट्य असलेल्या समानतेच्या मूलभूत तत्त्वाचाही असमर्थनीय असा भंग केला आहे. या न्यायालयाचा निकाल हा घटनेच्या कलम १४१नुसार आणि सत्तेच्या विकेंद्रीकरणाच्या मूलभूत संकल्पनेनुसार राज्यांवरती बंधनकारक असतो. तरीही केरळ सरकार व केरळ विधानसभा यांनी बेधडक व उघडपणे

न्यायालयीन निकालांची पायमल्ली केली आहे...''

केरळ सरकारच्या सर्व कृतींमागे जो ढोंगीपणा व संधिसाधूपणा भरलेला होता तो न्यायालयाने पाहिला व त्या संदर्भात म्हटले,

''केरळ राज्याचा असा दृष्टिकोन व कृती यामुळे तेथील मागासवर्गीयांच्या यादीत तो संपन्न स्तर दुर्दैवाने तसाच राहिला आणि त्या स्तरातील लोकांच्या सरकारी नोकऱ्या, सार्वजनिक सेवेतील नोकऱ्या इत्यादी तशाच चालू राहिल्या. *इंद्र सहानी* खटल्याचा निकाल लागल्यानंतरही त्या तशाच चालू राहिल्या आहेत. परिणामी, मागासवर्गीयांतील जे खरोखरीच मागास आहेत त्यांच्यावरती जाणूनबुजून अन्याय झाला. जी सरकारी पदे त्यांना एरवी मिळाली असती, ती केरळ सरकारच्या कायद्याने मिळेनाशी झाली. आरक्षणाचे लाभ हे खरोखरीच गरजू मागासवर्गीयांपर्यंत पोचवले जातील, असे केरळ सरकार अविरतपणे जाहीर करीत आलेले आहे. परंतु सरकारची कारभार यंत्रणा व विधानसभा या दोन्हींकडून जाणूनबुजून त्या संपन्न स्तराला मागासवर्गीयांतून वगळण्याचे टाळण्यात आलेले आहे आणि मागासवर्गीयांच्या यादीमध्ये वाटेल त्या जातींची भर टाकली जात आहे. परिणामी, आरक्षणची योजनाच यामुळे गंभीरपणे नष्ट होऊ पाहते आहे. या सर्व गोष्टी ह्या नियमाविरुद्ध केल्या गेल्या आहेत.''

केरळ सरकारचे आणि केरळ विधानसभेचे अग्रक्रमाचे जे दृष्टिकोन आहेत ते यातून प्रकट होतात. न्यायालयाने आणखी पुढे जाऊन आपले निरीक्षण असे नोंदवले आहे की,

''...आपला चीफ सेक्रेटरी हा तुरुंगात गेला तरी केरळ सरकारला त्याची पर्वा नाही. तसेच जे कोणी खरे व गरजू मागासवर्गीय आहेत त्यांना वाऱ्यावर सोडून दिल्यामुळे ते जरी तडफडू लागले तरीही त्याची या राज्याला पर्वा नाही, असे दिसते. शिवाय सरकारने विधानसभेलाही यात गोवल्याने न्यायालयाला त्या विधानसभेला 'न्यायालयाचा अवमान' केल्याप्रकरणी जबाबदार धरण्यास अवघड होईल, असेही पाहिले गेले आहे. विधानसभेची कायदेशीर सबळता जी आहे, त्यावर केरळ सरकारचा विश्वास नाही असा विचार करणे आम्हाला कठीण वाटते. म्हणून आम्हाला असे वाटते की या परिस्थितीत तो विचित्र कायदा रद्दबातल करण्याची कामगिरी ही न्यायालयांकडेच सोपविली जाणे हे अधिक उचित ठरेल.

अशीच वर्षे जातील आणि दरम्यान मागासवर्गीयांतील संपन्न स्तर हा आरक्षणाच्या लाभाची फळे चाखीत बसेल.''

ही समस्या जरी विशिष्ट सरकारने व विधानसभेने उभी केली असली तरी ती पराकोटीला पोचलेली आहे. न्यायालय पुढे टीका करीत म्हणते,

''दुर्दैवाने आज सरकारांमध्ये राजकीय स्वार्थापोटी कायद्याचे राज्य व देशाची घटना जाणीवपूर्वक तोडण्याची प्रवृत्ती आहे आणि ज्या काही घटनेस बाधक अशा तरतुदी आहेत त्या रद्द करण्याचे काम न्यायालयांकडे सोपविले जाते. म्हणजे मग न्यायालयाला दोष देणे सरकारांना सोपे जाते. केरळ राज्याची ही केस अशा प्रवृत्तींची निदर्शक आहे हे स्वच्छ दिसून येते.'' (संदर्भ : *इंद्र सहानी* खटला (२०००) १ SCC, पान १६८, परिच्छेद ३६, ३७, ८५, ८८-९३)

वरील झणझणीत खरडपट्टी आणि मतदार पेढीच्या (व्होट बँक) राजकारणापायी वहावत गेलेले संधिसाधू यांची कृत्ये पाहिली तर आपल्या देशाला कुठे पोचवले गेले आहे ते दिसून येते. परंतु मला येथे एक सर्वसामान्य कल, आकृतिबंध पाहायचा आहे आणि त्याची जबाबदारी कशी कोणावर पडते त्याची चर्चा करायची आहे. सर्वोच्च न्यायालयाचे निकाल कार्यकारी अधिकाऱ्यांकडून कसे धुडकावले जातात याची ढीगभर उदाहरणे सांगता येतील. तसे करण्यात कोणीही एकमेकांपेक्षा फारसे मागेपुढे नसतात. शिक्षण संस्थांमधील प्रवेश असो, कोण्या गटासाठी सरकारी नोकऱ्यांत आरक्षण असो, सर्वोच्च न्यायालयाने यावर आपला वेळ वारंवार खर्च केला आहे. न्यायालयाने प्रत्येक वेळी बजावले आहे की, जे कोणी सामाजिकदृष्ट्या व शैक्षणिकदृष्ट्या मागासलेले आहेत व ज्यांना वरती येण्यासाठी खास उपायांची गरज आहे, त्यांच्यासाठी एवढेच पुरेसे नाही, तर असा समाजगट हा प्रथम एकसंध हवा आहे. म्हणून आपण असे शेवटी म्हणू शकतो की, 'ग्रामीण लोकसंख्या' ही सामाजिकदृष्ट्या व आर्थिकदृष्ट्या अडचणीत असते. परंतु आपण पाहिले की, उत्तर प्रदेश सरकारने ग्रामीण भागांसाठी आरक्षण ठेवले असता तो निर्णय न्यायालयाने हाणून पाडला. ग्रामीण जनता ही लोकसंख्येत ८० टक्के आहे हे एवढे कारण त्यासाठी पुरेसे नाही, तर ती जनता एकसंध हवी, असे न्यायालयाने त्यामागचे कारण दिले होते. (संदर्भ : *उत्तर प्रदेश राज्य विरुद्ध प्रदीप टंडन* (१९७५) 1 SCC पान २६७) या कारणामुळे सर्वोच्च न्यायालयाने स्वच्छ व स्पष्ट शब्दात वारंवार सांगितलेले आहे की, जन्मस्थळाचा

आरक्षणाशी काहीही संबंध नाही. केवळ त्या आधारावरती आरक्षणावर दावा करता येत नाही. अनेक खटल्यांच्या निकालपत्रात ही गोष्ट न्यायालयाने तपशीलवार सांगितलेली आहे. अन् तरीही *सौरभ चौधरी* खटल्यात न्यायालयाला नाइलाजाने सांगणे भाग पडले आहे की, "*डॉ. प्रदीप जैन* खटल्याआधी ती योजना सुरू झाली होती आणि सर्व राज्यांना तशा नोटीसाही पाठवल्या गेल्या. त्या सर्व राज्यांनी खटल्याचे कामकाज पाहिले व पूर्णपणे ऐकले. परंतु तरीही *डॉ. प्रदीप जैन* खटल्याचे निकाल या न्यायालयाने सर्व राज्यांना पाठविल्यावर त्या निकालपत्राचा उपमर्द तुच्छतापूर्वक केला गेला. त्याबद्दल त्यांना कोणत्याही शिक्षेचे भय वाटले नाही. असे करण्यात आसाम, कर्नाटक, गोवा व तामिळनाडू ही राज्ये आघाडीवरती होती. आता असे समजते की पंजाब राज्यही त्या निकालावरती असेच वागणार आहे..." (संदर्भ : *सौरभ चौधरी विरुद्ध भारत सरकार,* (२००३) 11 SCC 146, पान १६१, परिच्छेद २६.) न्यायालयाने असे स्पष्ट म्हटले तरीही त्यांचे ते प्रतिपादन अपूर्णच आहे असे म्हणावे लागेल. कारण अशा उदाहरणांमध्ये चीफ सेक्रेटरीसारखे राज्यांचे अधिकारी हे फरफटले जातात आणि विधानसभा एखादा गैरसोयीचा कायदा मंजूर करत असते. *परंतु, शेवटी न्यायालयानेही या उपमर्दाबाबत कोणालाही शिक्षा करण्याचा धडा घालून दिलेला नाही.* ज्या खटल्यात होऊ घातलेले बदल हे 'सामाजिक न्याय' नावाचा बुरखा पांघरून येतात, किंवा तत्सम असे काही आत दडलेले असते, तशा खटल्यात हेच घडत आलेले आहे. कोणालाही शिक्षा झालेली नाही. या खटल्यांचे हेच वैशिष्ट्य ठरले आहे.

अन्य गटांप्रमाणे न्यायसंस्थाही अशा खटल्यात हतबल झालेली दिसते, तिने बचावात्मक भूमिका घेतलेली दिसते. कोणी अशा वृत्तीला भीतीपोटी 'सनातनी' असेही संबोधू शकतील. सर्वोच्च न्यायालयासमोर आलेल्या या विषयातील खटल्यांची व्याप्ती विस्तृत आहे. कारण न्यायालयाचा निर्णय राज्य सरकारांनी जाणूनबुजून मानला नाही. तसेच आरक्षणाच्या बाबतीत घटनेमध्ये एवढ्या मोठ्या संख्येने दुरुस्त्या केल्या आहेत की त्यामुळे सर्वोच्च न्यायालयाने घालून दिलेला दंडक हा उलथवला जातो. अशा खटल्याची ही दोन वैशिष्ट्ये पुढे आली आहेत. या निमित्ताने खालील दोन बाबी लक्षात घ्या :

- न्यायालयाच्या निर्णयाला तुच्छतापूर्वक धुडकावून लावण्याचे राज्य सरकारांच्या मनात कसे येते? विशेषत: ह्या बंडखोर प्रवृत्तीपुढे न्यायालय नमल्यामुळे त्या प्रवृत्तीला खतपाणी घातले जात नाही का?

- पूर्वी पाहिल्याप्रमाणे, 'घटनेच्या मूळ चौकटीचा भंग होतो' या आधारावरती एखादी उपाययोजना न्यायालय हाणून पाडते. असे होण्यामागे लोकसभेत वारंवार घटनेतल्या कोणत्या ना कोणत्या तरी कलमाची दुरुस्ती होत असते, हे कारण आहे काय? घटनेची मूळ चौकट अथवा पाया काय आहे, कसा असावा हे शेवटी कोण ठरवणार? ही गोष्ट सर्वोच्च न्यायालय ठरवणार, का लोकसभेतील क्षणभंगुर किंवा तात्पुरती खासदारांची बहुसंख्या ठरवणार?

एक राक्षसी शक्ती

८.

मूळचा आकडा ५० टक्के. त्याचा शेवट व त्याचे परिणाम

एखाद्या मतदार पेढीचे (व्होट बँकेचे) लाड करण्यासाठी, आक्रमक गटाचा अनुनय करण्यासाठी, एकदा का तुम्ही त्यांना काही दिले की मग ते त्यांच्यापासून परत काढून घेता येत नाही. मूळ ध्येयावरती तुमची कितपत निष्ठा आहे, याची ती एक परीक्षा असते. जर कोणी दलितांचा उद्धार हा त्यांना सवलती देण्यापेक्षा अधिक चांगल्या मार्गाने करता येईल असे नुसते जरी सुचवले, तर अनेक जण 'दलित विरोधक', 'गरिबांचा शत्रू' असे तुम्हाला म्हणून तुमच्यावरती तुटून पडतील... मग समाजात तट पडतील, राजकारणाला जोर येईल, समाजातील नवीन दऱ्यांमध्ये सत्ता एकवटू लागेल. आता पाऊल मागे घेणे शक्य होत नसल्याने, पहिल्या फेरीत जे तुम्ही मान्य केले त्याचाच पाया दुसऱ्या फेरीत होतो.

मूळ घटनेमध्ये अनुसूचित जाती व जमातींसाठी विधानसभा, लोकसभा इ. ठिकाणी राखीव जागा दहा वर्षांसाठी ठेवल्या आहेत. तो राखीव जागांचा कालखंड १९६० मध्ये संपतो. त्यानंतर ४५ वर्षे उलटल्यानंतर आज कोणीही तशी आरक्षणे आता काही काळानंतर – मग तो काळ कितीही दूरचा असला तरी, ती बंद व्हावीत असे म्हणण्याचे धाडस करू शकतील?

एकदा एखादी सवलत दिली की ती पुढे वाढत वाढत जाते. एकदा एखादी गोष्ट पातळ केली किंवा तडजोड केली, की त्याच्या आधारे पुढच्या गोष्टीची मागणी रेटली जाते. पहिल्या तडजोडीमुळे, सौम्यपणा धारण केल्यामुळे पुढे जाता येते, हे जरी खरे असले तरी पुढचा टप्पा हा अधिक मागण्या करण्याचा व नियमात, कायद्यात अधिक सौम्यपणा आणायला लावणारा असतो. यावर असा प्रतिवाद केला जातो, "यात नवीन ते काय आहे? मुख्य *तत्त्व* हे काही वर्षांपूर्वीच मान्य केलेले आहे."

घटनेतील कलम १५(४) असे सांगते, "सामाजिकदृष्ट्या व शैक्षणिकदृष्ट्या

मागासलेल्या नागरिकांसाठी किंवा अनुसूचित जाती व जमातींसाठी राज्य सरकारने काही खास तरतुदी केल्या तर त्यांना या कलमातील किंवा कलम २९(२)मधील कोणत्याही गोष्टी परावृत्त करू शकणार नाहीत किंवा थोपवू शकणार नाहीत.''

तर कलम १६(४) सांगते, ''मागासवर्गीय नागरिकांचे सरकारच्या नोकऱ्यांत पुरेसे प्रतिनिधित्व पडलेले नाही असे राज्य सरकारला वाटले व त्यासाठी त्यांना त्यांच्यासाठी नोकऱ्यांत आरक्षण ठेवले, तर तसे करण्यापासून राज्य सरकारला या कलमातील कोणत्याही गोष्टी परावृत्त करू शकणार नाहीत किंवा थोपवू शकणार नाहीत.''

वरील कलमांची भाषा पाहिली तर त्यातून सरळ सरळ मागासवर्गीयांसाठी तरतुदी निर्माण करण्याची शक्ती बहाल केलेली आहे, असे आढळते. इतकेच नव्हे, तर तशा तरतुदी करणे भाग पाडलेले आहे.

कलम १५ व १६ यांच्या दुहेरी उद्दिष्टांनुसार सामाजिकदृष्ट्या वंचित झालेल्या नागरिकांना खास उपाय योजून पुरेसे संरक्षण देणे आणि त्यांच्या क्षमता वाढवून त्यांना आपल्या पायावर उभे राहण्यास साहाय्य करणे असे आहे. *पुरेसे संरक्षण* देण्याचे कर्तव्य हे *अग्रक्रमाची वागणूक* देण्याच्या कर्तव्यात रूपांतर झाले.

अन् अग्रक्रमाची वागणूक देण्याचे कर्तव्य हे पुढे अतिरिक्त दाव्यांना तोंड देण्याचे कर्तव्य ठरले. न्या. व्ही.आर. कृष्णा अय्यर हे आपल्याला कलम ३३५ची आठवण करून देत अनुसूचित जाती व जमाती यांच्याकडून नोकऱ्या व पदे यांवरती केले जाणारे दावे सांगतात. ते म्हणतात की, ''अनुसूचित जाती व जमाती यांचे दावे (claims) हे प्रशासनाची कार्यक्षमता कितपत राखली जात आहे याला अनुलक्षून विचारात घेतले जातील... सार्वजनिक सेवेत नेमणुका करताना हरिजनांवरती दया दाखविण्यासाठी त्या नेमणुका नसून त्यांचे हक्क म्हणून त्या नेमणुका आहेत.'' (संदर्भ : *केरळ राज्य विरुद्ध एन. एम. थॉमस,* (१९७६) २ SCC, ३१०, पान ३६५, परिच्छेद १२८) न्या. ए.सी. गुप्ता हे त्याच निकालपत्रात अचूकपणे दाखवून देतात की घटनेतील कलम ३३५ कोणाचाही हक्क मोठा करत नाहीत, तर प्रत्यक्षात ती तरतूदच कशी लागू आहे, हे दाखवून ते म्हणतात,

> ''नोकऱ्या व पदे यांवरील नेमणुका करताना या कलमांमधून अनुसूचित जाती व जमाती यांनी जर आपले हक्क त्यावर दाखवले तर हे कलम कसलेही हक्क निर्माण करीत नाही; यासाठी अन्यत्र, म्हणजे कलम १६(४)कडे उदाहरणादाखल पाहावे. यामध्ये त्यांना काय हक्क दिले आहेत ते दिसून येईल. कलम ३३५ म्हणते की अशा हक्कांचे दावे प्रशासकीय कार्यक्षमतेशी सुसंगत आहेत की नाही हे विचारात घ्यावे;

> तरतुदीची व्याप्ती वाढणार नाही, परंतु अनुसूचित जाती व जमातींचे हक्क काय आहेत ते सांगते...'' (पूर्वीचाच संदर्भ : पान ४०२, परिच्छेद २२७)

परंतु हक्क मांडण्याचा उत्साहाचा भर हा शब्दांमुळे थोडाच थोपवता येतो? दावे होत राहिले. अन् मग लवकरच नोकऱ्यांसाठी दावे करण्याची पायरी ओलांडून बढत्यांसाठी दावे केले जाऊ लागले. मग आणखी थोडेसे पुढे जाऊन घटनेच्या कलमात न लिहिलेल्या अन्य मागासवर्गीयांसाठीही मागण्या केल्या जाऊ लागल्या. न्या. चिन्नाप्पा रेड्डी म्हणतात की, अनुसूचित जाती व जमाती आणि अन्य मागासवर्गीय यांच्या मागण्या ह्या 'गरजेमुळे मदत' मागण्याच्या स्वरूपाच्या आहेत. तशा मागण्या अमान्य करताना ते म्हणतात, ''प्रथम ते सवलती मागतात; मग त्यांची पुढे जाण्यासाठी प्रगतीपथावर ठेवण्याची मागणी असते; त्यानंतर ते पुढे जाण्यासाठी आम्हाला रेटा द्यावा अशी मागणी करतात. त्यांच्या ज्या काही गरजा आहेत त्याच त्यांच्या मागण्या आहेत. मग या मागण्यांचे हक्क (matters of right) बनतात, अन् हे हक्क भूतदयेपोटी त्यांना नको असतात. त्यांना समान दर्जा (parity) हवा आहे, कृपा (charity) नको असते.'' (संदर्भ : *के. सी. वसंतकुमार विरुद्ध कर्नाटक राज्य,* (१९८५) Supp. SCC ७१४, पान ७३७, परिच्छेद ३३)

आंबेडकर यांनी ठरवलेली मर्यादा आणि तेव्हापासून काय घडत आले.

यासारखीच दुसरीही एक समस्या पहा. आरक्षणांच्या जागा किती असाव्यात ही ती समस्या व त्यावरचा वाद. डॉ. आंबेडकर यांनी घटना परिषदेमध्ये जे भाषण दिले व त्यात ज्या तरतुदींबद्दल ते बोलले, त्यावर आधारित आरक्षणांचा विचार झाला. घटनेच्या मसुद्यात कलम १०बद्दल बोलताना त्यांनी स्वत: एक सावधगिरीचा इशारा दिला.

''समानतेच्या मूलभूत तत्त्वाला जर एखादा अपवाद आपण ठरवू लागलो तर हा 'नियमाला असलेला अपवाद' एवढा मोठा विस्तारीत होऊन जाईल की तो सारा नियम खाऊन टाकेल. याबाबत मी एक उदाहरण देतो. समजा एखाद्या समाजासाठी अगर काही समाजांच्या एकत्रित गटासाठी आपण आरक्षण ठेवण्याचे ठरवले आणि त्यांची एकूण संख्या ही राज्यातील सर्व पदांच्या ७० टक्के झाली, तर फक्त ३० टक्के पदे उरतील किंवा अनारक्षित राहतील. तर मग पहिल्या तत्त्वानुसार, म्हणजे समानतेच्या संधीनुसार ती ३० टक्क्यांतील खुली स्पर्धा कशी काय राहील? माझ्या मते ती स्पर्धा तशी समानतेच्या तत्त्वात बसणारी नाही. म्हणून कलम १०(१)शी सुसंगत अशी आरक्षणांची संख्या असायला हवी असेल तर ती

जागांच्या अल्पसंख्येला धरूनच ठेवायला हवी. तरच मग घटनेतील समानतेचे ते पहिले तत्त्व प्रत्यक्ष व्यवहारात नीट उतरेल...'' (संदर्भ : घटना परिषदेतील चर्चा, ३० नोव्हेंबर १९८६, पान ७०१) अन् तरीही, *इंद्र सहानी* खटल्यात ज्या राज्यांनी ६९ टक्के जागा नोकऱ्यात राखीव ठेवल्या, (६९ हा आकडा आंबेडकर यांनी म्हटलेल्या ७० टक्क्याच्या जवळचा आहे,) तर आंबेडकर यांना जे अभिप्रेत नव्हते तेच नेमके घडले. समानतेच्या अपवादाने नियम खाऊन टाकला. आंबेडकरांनी उदाहरणात तो ७० टक्के आकडा म्हटला त्यापेक्षा फक्त एकाने कमी करून ६९ टक्के आकडा ठेवण्याची खबरदारी घेतली गेली.

एम. आर. बालाजी या खटल्यात सर्वोच्च न्यायालय म्हणते, ''सर्वसाधारणपणे आणि विशाल नजरेने पाहता, 'आरक्षणाच्या खास तरतुदी' या ५० टक्क्यांपेक्षा कमी असावयास हव्यात; त्या नेमक्या किती कमी असावयास हव्यात ही गोष्ट प्रत्येक उदाहरणाच्या संबंधित व प्रभावी परिस्थितीवर अवलंबून राहील.'' (संदर्भ : *एम. आर. बालाजी विरुद्ध म्हैसूर राज्य,* AIR (१९६३) SC ६४९, पान ६६३, परिच्छेद ३४)

'–पेक्षा कमी' या शब्दापासून ते 'कमीतकमी' शब्दापर्यंत, ते 'नोकऱ्यांतील एकूण पदांच्या'पर्यंत

एम.आर. बालाजी खटल्यातील प्रथम एक गोष्ट लक्षात घ्या. सर्वोच्च न्यायालय हे शिक्षण संस्थांमधील प्रवेशाच्या जागांबद्दल काय करता येईल यावर विचारविनिमय करीत होते. परंतु सरकारी नोकऱ्या किंवा सरकारी रचना या चालविण्यासाठी काय करावे यावर न्यायालय विचार करीत *नव्हते*. अन् तरीही तो निकाल म्हणजे 'राज्यातील नोकऱ्यांत ५० टक्के आरक्षित जागा' असा एक कायदेशीर हुकूम म्हणून धरला गेला.

शिवाय, हेही लक्षात घ्या की, शैक्षणिक संस्थांबाबतसुद्धा न्यायालयाने असे म्हटले आहे की, ''आरक्षणाची ती खास तरतूद ही *५० टक्क्यांपेक्षा कमी असली पाहिजे.''*

ती '५० टक्क्यांपेक्षा कमी' नोकरभरती ही पायरी पायरीने वाढत गेली. आपण हे नंतर पाहाणार आहोत. मग ती '५० टक्के' नोकरभरती ही कायदेशीर व सक्तीची धरली गेली.

पुढे हीच सक्तीची ५० टक्के भरती ही 'एकूण एक रिकाम्या जागांमध्ये सक्तीची ५० टक्के' ठरवली गेली.

नोकरभरती करताना ५० टक्के जागांचे आरक्षण हे सक्तीचे धरले गेल्यावर त्याच्या पुढची पायरी ही 'एकूण एक सर्व जागांत ५० टक्के जागा या सक्तीने

आरक्षित' समजल्या जाऊ लागल्या. यामुळे काय होऊ लागले ते पहा. जेव्हा एखाद्या वर्षी नोकरभरती करताना एकूण एक जागांच्या (total strength) ५० टक्क्यांपेक्षा कमी आरक्षित जागा भरल्या गेल्या, तर त्या न भरलेल्या जागांची संख्या ही भरतीसाठी राखून ठेवली जाते. *एन.एम. थॉमस* खटल्यात एकूण ५१ बढत्यांपैकी ३४ जागा आरक्षित ठेवल्या होत्या. म्हणजे, वरच्या पातळीमधील ६८ टक्के जागा ह्या जन्माने आरक्षणास पात्र असणाऱ्या व्यक्तींसाठी राखून ठेवल्या होत्या. एका विशिष्ट पद्धतीनुसार त्या राखून ठेवल्या गेल्या. त्या विशिष्ट पद्धतीचे दूरगामी परिणाम काय होतात हे आपण लवकरच पाहणार आहोत. त्या ३४ जागांसाठी जे पात्रतेचे निकष लावले होते त्यातील फार थोड्या निकषांपर्यंत काही जणच कसेबसे पोचू शकत होते. मग ते निकष खूप पातळ करण्यात आले होते. मूळच्या निकषापेक्षा नवीन सोप्या निकषानुसार काही प्रशासकीय कौशल्ये आत्मसात करण्यास उमेदवारांना भरपूर वेळ देण्यात आला. न्यायाधीशांना आपल्या निकालपत्रात मग सहज म्हणता आले : ''नोकऱ्यांमधील सर्व बढत्या लक्षात घेतल्या तरी त्या एकूण पदांच्या ५० टक्केही भरत नाहीत... म्हणून निकष शिथिल करून या प्रमाणात आरक्षण ठेवण्याचे आज्ञापत्रक (जे कायदेशीरदृष्ट्या लागू होत नाही) हे घटनेचे कलम ४६नुसार जे मार्गदर्शक तत्त्व घालून दिले आहे त्याचे पालन करीत नाही... जनतेच्या दुर्बल घटकांचे विशेषत: अनुसूचित जाती व जमातींचे शैक्षणिक व आर्थिक हित जपण्यासाठी राज्यांकडून खास काळजी घेतली जावी. तसेच सर्व सामाजिक अन्याय आणि शोषण यांपासून त्यांचे रक्षण करावे. थोडक्यात, कलम ३३५नुसार असलेल्या मार्गदर्शक तत्त्वांचे पालन करावे. म्हणजेच अनुसूचित जाती व जमाती यांचे हक्क हे *प्रशासनाच्या कार्यक्षमतेला नेहमी जुळवून घेतले जावेत!''* (संदर्भ : *केरळ राज्य विरुद्ध एन. एम. थॉमस* (१९७६) २ SCC ३१०, पान ३३७, परिच्छेद ४२)

'नोकरीतील एकूण एक सर्व जागांमध्ये ५० टक्के जागा या सक्तीने आरक्षित ठेवाव्यात,' हेच तत्व पुढे नोकऱ्यांमधील सर्व पातळींवरती सक्तीचे धरले जाऊ लागले. अन् म्हणून, बढत्यांमध्येही आरक्षण ठेवण्याची व्यवस्था आज चालू राहिलेली आहे.

एन.एम. थॉमस खटल्यात बढत्यांमध्येही आरक्षण ठेवण्यास मान्यता दिली. ही गोष्ट सुरळीत करण्यासाठी त्यांनी किमान पात्रतेचे निकष पातळ केले, खाली आणले. त्यासाठी असे समर्थन केले की, किमान पात्रतेचे निकष खाली नेले नसून ते तसेच ठेवले गेले आहेत. फक्त एका विशिष्ट वर्गाला, म्हणजे अनुसूचित जाती व जमातींना, त्या निकषाप्रत पोचण्यासाठी थोडा अधिक काळ देण्याची सवलत दिली गेली आहे. अशा सवलती वाढवून प्रथम १९५८ मध्ये वाढवून दिल्या गेल्या

होत्या, त्यानंतर १९७२ मध्ये वाढवून दिल्या गेल्या आणि त्यानंतर १९७४ मध्ये! सवलतींचा कालावधी असा सतत सतत वाढविला गेला आहे. परंतु सवलतींचा कालावधी वाढविण्यामागचा आधीच्या या उदाहरणांचा उल्लेख मात्र केला नाही. त्याच मालिकेतील ही नव्याने दिलेली सवलत आहे, असेही म्हटले नाही. तेव्हापासून हा खटला किंवा या खटल्याचा निकाल, त्यात दिलेले निर्देश हे जणू काही शिलालेख बनले आहेत. त्यानुसार पात्रतेचे निकष साध्य करण्यासाठी नुसताच कालावधी वाढवून दिला गेला नाही, तर खुद्द पात्रतेचे निकषच शिथिल केले गेले! निकष शिथिल करण्याची *तत्त्वे* या न्यायालयाने पूर्वीच स्वीकारली होती आणि त्यानंतर एकामागोमाग येणाऱ्या न्यायाधीशांनी तसे ते जाहीरही केले होते.

'उमेदवार निकषाप्रत पोचलाच पाहिजे' यापासून ते 'निकषच उमेदवारासाठी खाली आले पाहिजेत.'

एन.एम. थॉमस खटल्यात न्यायाधीशांनी आणखी एक कारण दिले. त्यांनी असे निश्चयपूर्वक सांगितले की, प्रशासनाची कार्यक्षमता टिकविण्यासाठी घटनेतील कलम ३३५चे जे दंडक घालून दिलेले आहेत त्यांची पूर्तता ही पात्रतेच्या निकषाकडून खरोखरीच केली गेली पाहिजे असे नाही. (संदर्भ : न्या. व्ही.आर. कृष्णा अय्यर यांचा *केरळ राज्य विरुद्ध एन.एम. थॉमस* या खटल्यातील निकाल, (१९७६) 2 SCC, ३५७ पानावरील ३१०, परिच्छेद ११०.) तसे असेल तर मुळात पात्रतेचे निकष का ठरवले गेले? अर्थातच, ते ठरवताना अलीकडच्या काळातील न्यायाधीशांच्या मतांची दखल घेतली गेली नाही किंवा भावी काळातील न्यायाधीशांच्या मतांची अपेक्षा ठेवलेली नव्हती. एकदा निकष शिथिल करण्याचे तत्त्व स्वीकारत गेलो की मग न्यायालयाच्या या निर्णयानुसार कामे करण्यासाठी जी कौशल्ये असावी लागतात तीही शिथिल करावी लागतात. नाही तरी सध्या असेच झाले आहे ना!

न्यायाधीशांनी असे जाहीर केले आहे की,

> प्रशासकीय कार्यक्षमतेसाठी लागणाऱ्या परीक्षा पास होण्यासाठी जास्तीत जास्त कालावधीची सवलत सरकार देईल ही शक्यता आपण ध्यानात घेतलीच पाहिजे. प्रशासकीय क्षमता आणि सरकारी कारभाराची चक्रे ही 'हरिजनांचे कल्याण' या नावाखाली ठप्प होऊ देता कामा नये. प्रशासन हे चांगले सरकार चालविण्यासाठी राबवले जाते, हरिजनांना नोकऱ्या देण्यासाठी नव्हे. (संदर्भ : या पूर्वीचाच, पान ३५७ , परिच्छेद १०९)

वरील मत व्यक्त करूनही न्या. व्ही.आर. कृष्णा अय्यर यांनी पुढे असे म्हटले की,

"ती फक्त कारकुनी कामाची पदे आहेत" आणि त्यावर उपहास करीत पुढे म्हटले :

> "बढत्यांची पदे भरताना घटनेतील कलम १६ विचारात घेऊन वेळ घालवण्याची गरज नाही. तो वेळ तसा जातच असतो. बढतीसाठी चाचणी परीक्षा देऊनही काही काळ पात्रता सिद्ध करता आली नाही तर प्रशासकीय संकटे उभी राहतील, अशी काळजीही आपण करू नये. कारण एक गोष्ट खरी की, पूर्वी मी सांगितल्याप्रमाणे त्या चाचणी परीक्षा ह्या माणसाची कार्यक्षमता जोखणाऱ्या नाहीत. आणि, सरतेशेवटी, आपण रजिस्ट्रेशन खात्यातील कारकुनी पदांचा विचार करतो आहोत. अशा ठिकाणी आपली कर्तव्ये चोख पार पाडण्यासाठी सावध कारकुनी आणि खास माहितीचे थातुरमातुर ज्ञान फक्त लागते. अन् सरकार चाचणी परीक्षांचे निकषांबाबत फक्त चालढकल करीत राहिलेले आहे..." (संदर्भ : या पूर्वीचाच, पान ३६९, परिच्छेद १४०)

न्या. के.के. मॅथ्यू हे तर यापेक्षाही अधिक क्रांतिकारी भूमिका घेणारे होते. घटनेच्या १६(४) कलमाचा त्यांच्या मतानुसार अर्थ लावताना ते म्हणतात की, घटनेचे कलम १६(४) हे, ज्या वर्गाचे पुरेसे प्रतिनिधित्व होत नाही त्यांचे प्रतिनिधित्व नीट होण्यासाठी केलेले आहे व ते बंधनकारक आहे. त्या वर्गाला निकष शिथिल करण्याच्या गुंत्यात अडकवून त्यांना त्रास देऊ नये. त्यांनी असे म्हटले आहे की, "अनुसूचित जाती व जमाती यांचे सार्वजनिक सेवेतील पुरेसे प्रतिनिधित्व पक्के करण्यासाठी राज्य सरकार कोणतेही उपाय करू शकते. तसेच, 'संधीची समानता' सांभाळण्यासाठी ते अशा उपायांचे समर्थनही करतात. मात्र ते करताना काही किमान पायाभूत पात्रता असणे हे प्रशासनाच्या कार्यक्षमतेसाठी आवश्यक असते, हे लक्षात ठेवावे..." राज्य सरकार अनुसूचित जाती व जमातींसाठी ते जे *कोणतेही उपाय* योजेल त्याला त्यांनी धरून राहावे. ते उपाय अन्य मागासवर्गीयांसाठीही योजता येतील, किंवा दोन्ही वर्गांसाठी (म्हणजे SC/ST व OBC) योजता येतील. "जिथे दुष्ट प्रवृत्ती जास्त आहे असे वाटेल तिथे आघात करण्याचे स्वातंत्र्य कायदे करणाऱ्यांना असले पाहिजे." असे न्यायमूर्ती महोदय म्हणतात.

आणखीही पुढे जाऊन न्यायमूर्ती महोदय हे खुद्द निकषांच्या संकल्पनेबद्दलच प्रश्न उभे करतात. ते म्हणतात की, "प्रमाणभूत निकष हे असे रचले पाहिजेत की वादग्रस्त पदांसाठी योग्य व तर्कशुद्ध अटी सोडल्या तर बाकीच्या अटींमुळे कोणालाही वगळले जाण्याची पाळी येऊ नये. मग पुढच्याच वाक्यात ते म्हणतात

की, हे एवढेसुद्धा पुरेसे नाही. त्यांच्याच शब्दात सांगायचे झाल्यास, ''योग्य व तर्कशुद्ध निकषांखेरीज अन्य गोष्टींच्या पायांवर कोणालाही त्या सरकारी पदांसाठी अर्ज करण्याची मुभा असावी. परंतु प्रमाणभूत निकषांची कल्पना साकार करताना *असा पाया निर्माण केला पाहिजे की त्या आधारे समाजातील सर्व थरांना व वर्गांना अर्ज करण्याची समान संधी मिळाली पाहिजे.''* (या पूर्वीच्या संदर्भातील पाने ३४१, ३४२, ३४७, परिच्छेद ५८, ५९, ७९, ८०. मजकुरातील तिरपी लिपी मूळ संदर्भातीलच.)

थोडक्यात, जर एखाद्या व्यक्तीची जात ही सरकारी सेवेत समाविष्ट केलेल्या जातींमध्ये पुरेशी प्रतिनिधित्व करीत नसेल, तरी त्या व्यक्तीकडे नेहमीच्या पुरस्कृत केलेल्या निकषांनुसार पाहता कामा नये. म्हणजेच, त्या प्रमाणभूत निकषांकडे अशा रितीने पाहिले पाहिजे, अगर ते निकष असे तपासले पाहिजेत की, त्यामुळे त्या व्यक्तीला जातीतील व्यक्तींना सरकारी सेवेत त्या पदासाठी प्रवेश देता येतो का, किंवा नाकारता येतो! अन् नुसते सरकारी सेवेत त्या पदासाठी प्रवेश देण्यापुरते न पाहता त्याला सेवेतील पातळ्या ओलांडून बढती मिळणेही त्यामुळे साध्य झाले पाहिजे. लक्षात घ्या की न्या. मॅथ्यू हे वादग्रस्त पदांचा संबंध कार्यक्षम प्रशासन पद्धतीशी जोडत नाहीत तर केवळ उपलब्ध पदांशी जोडतात. ते म्हणतात की, संपूर्ण राज्याची कृती ही अशा दृष्टिकोनातूनच झाली पाहिजे. तसेच, कलम १२नुसार न्यायव्यवस्था हीसुद्धा राज्याचा एक भाग असल्याने तिथेही हाच दृष्टिकोन लागू झाला पाहिजे. (संदर्भ : *केरळ राज्य विरुद्ध एन. एम. थॉमस,* op.cit., पान ३४३, परिच्छेद ६४)

अशा वादात प्रत्येक खेपेला जे 'तत्त्व' सर्वोच्च न्यायालयाने पूर्वी उचलून धरले होते ते आणखी आणखी पुढे पुढे सरकवले जाते. निकष अथवा मापदंड सैल करण्याचे 'तत्त्व' प्रत्येक वेळी राज्यातील न्यायालये असे उचलून धरतात की त्यामुळे मूळचे निकष हे कोणत्याही मर्यादेपर्यंत ताणले जाऊन सैल करून टाकले जातात. ते इतके सैल केले जातात की शेवटी ते निकष जवळजवळ रद्द करण्यापर्यंतची मजल गाठली जाते. कारकुनी सेवेतील बढत्या देताना न्यायालयाने असे आरक्षणाचे 'तत्त्व' उचलून धरले आहे की त्यामुळे सर्व प्रकारच्या सेवेमध्ये बढती देताना आरक्षण हे वैध ठरावे. न्यायालयाने बढत्यांमध्ये अशा प्रकारचे 'तत्त्व' स्वीकारले असल्याने सर्व प्रकारच्या नोकऱ्यांमध्ये सर्वोच्च पातळीपर्यंत हे 'तत्त्व' वैध ठरते...

पात्रतेचे किमान मापदंड हे प्राधान्य देताना सक्तीचे असावेत. हे मापदंड सैल करावेत अशी परवानगी मागताना म्हटले आहे : ''ज्या मागास जाती व अनुसूचित जमाती यांच्यातील उमेदवारांना न्यायालयाने मागासवर्गात घातले आहे, त्यांनी जर प्रशासकीय क्षमतेसाठी आपल्यात किमान आवश्यक पात्रता ठेवली असेल *तर,*

समता राखण्यासाठी आणि विषमता दूर करण्यासाठी त्यांना नुसते मागासवर्गीयांचे प्रतिनिधित्व नाही तर प्राधान्यही दिले पाहिजे...

समतेची मूलभूत संकल्पनाही नोकरीत नेमणूक करताना 'समानतेची संधी' अशी ठरवलेली आहे. फक्त प्रशासकीय क्षमतेला योग्य तो मान देऊन मागासवर्गीयांना वागणूक दिली तर सर्व नागरिकांना समानतेची संधी दिल्यासारखे होईल...'' (संदर्भ : *केरळ राज्य विरुद्ध एन. एम. थॉमस* op.cit., पान ३४३, परिच्छेद ६४)

मापदंड सैल करण्यास मुभा देणारे ते तत्त्व जाऊन मागासवर्गीयांना प्राधान्य दिले जात आहे. ती पद्धत क्षणभर बाजूला ठेवली तरी असे दिसते की, सतत विस्तार पावत जाणाऱ्या 'मागासवर्गीय' वर्गात अनुसूचित जाती व जमाती ह्यांना कसे आणले जाते आहे ते यावरून लक्षात येईल.

'प्रशासन करण्याची कार्यक्षमता असली पाहिजे' या अटीचा बोजवारा उडून ती अट या पद्धतीत पार उलटीसुलटी करण्यात आली. कार्यक्षम प्रशासन करण्यासाठी राज्य सरकारांनी *''जी माणसे सर्वोच्च पात्रतेची आहेत त्यांच्याकडे ते काम सोपवावे''* असे म्हटले आहे.

परंतु प्रत्यक्षात याऐवजी *''ज्या माणसांकडे कमीतकमी पात्रता आहे त्यांच्याकडे ते काम सोपवावे''* असे झाले आहे.

याचा पुढे असा अर्थ लावला जाऊ लागला की, *''ज्यांच्याकडे कमीत कमी पात्रता ठराविक मुदतीत अंगी बाळगण्याची क्षमता सुप्तावस्थेत आहे.''*

याचाही अर्थ पुढे असा लावला जाऊ लागला की, *''वेळोवेळी वाढविल्या जाणाऱ्या मुदतीत ज्यांच्याकडे कमीत कमी पात्रता अंगी बाळगण्याची क्षमता सुप्तावस्थेत आहे.''*

नंतर हा अर्थ आता खालीलप्रमाणे लावला जातो : *''जे कोणी आरक्षणाच्या पायावर नोकरीत शिरले किंवा रिझर्व्हड कोट्यामधून ज्यांना बढती मिळाली आहे त्यांच्याकडे आवश्यक त्या पात्रता आहेत असे धरून चालले पाहिजे.''*

याचेही पुढे असे झाले की, *''अशा व्यक्तींच्या बाबतीत जो कोणी शंका उपस्थित करेल त्यानेच अनुसूचित 'जातीजमाती व अन्य मागासवर्गीय' यांच्याविरुद्ध आपल्या मनात आकस नाही हे आधी सिद्ध करून दाखवावे.''*

एवढ्या थरापर्यंत आल्यावर पुढे असा दावा केला गेला की, ''प्रशासन करण्याची कार्यक्षमता याचा अर्थ नेहमी घेतला जातो तसा घेऊ नये!''

हे पाहिल्यावर असे दिसते की जो कोणी अडचणीत आणणारा चौकशी करेल त्याला उडवून लावण्यासाठी प्रथम एक छोटे पाऊल उचलले गेले. असे पाऊल उचलण्यामागे असा उलट प्रश्न नेहमी विचारला जात असतो : ''अनुसूचित जाती व जमाती यांना भरपाई करून देण्यासाठी सार्वजनिक सेवेत योग्य तो वाटा देणाऱ्या

सरकारी उपायांबद्दल तथाकथित पुढारलेल्या समाजातील माणसे कशी काय तक्रार करू शकतात?'' या प्रश्नाचे उत्तर वाचकाने *एन.एम. थॉमस* खटल्यामध्ये शोधावे.

असे वाटेल की वरील प्रश्न हा आश्चर्याने विचारला आहे. लवकरच आपल्याला दिसेल की या आश्चर्य व्यक्त करणाऱ्या प्रश्नापासून एकदम सरळ सरळ आकस धरून विरोधकांवर दोषारोप केले गेले आहेत. ते दोषारोप हे ''आपले वर्चस्व कायमचे लादण्याचा प्रयत्न'' आणि ''गरीब वर्गाचे शोषण करण्याचा प्रयत्न'' असे आहेत.

''५० टक्क्यांपेक्षा कमी'' किंवा ''कमीत कमी ५० टक्के,'' किंवा...

समानतेच्या मूलभूत हक्कांच्या ज्या अटी घटनेत घातल्या आहेत, त्यातील कलम १५(४)नुसार सर्वोच्च न्यायालय *एम.आर. बालाजी* या खटल्यात असे म्हणते की, ''मूलभूत हक्क हे अशासाठी सर्वांना बहाल केले आहेत की त्यामुळे संपूर्ण समाजाचे हित अधिक चांगल्या तऱ्हेने साधले जाईल. त्यासाठी दलित वर्गाचे शैक्षणिक व सामाजिक उन्नती घडविण्याचे खास उपाय केले पाहिजेत. परंतु तसे करताना कोणताही अपवाद हा मूळचा नियमच गिळंकृत करेल हे होऊ देता कामा नये.''

या संदर्भात विद्यापीठ शिक्षण आयोगाने असे म्हटले आहे : ''जर आपण घालून दिलेले मापदंड हे कमी केले तर सबंध देशाचे हित गंभीर संकटात ढकलल्यासारखे होईल; म्हणून शैक्षणिक संस्थांमधील आरक्षण हे फक्त एक तृतीयांशच ठेवले गेले पाहिजे आणि तेही फक्त पहिल्या दहा वर्षांपुरतेच!''

सर्वोच्च न्यायालयाने येथे बॅकवर्ड क्लास कमिशनच्या चेअरमनच्या शेऱ्याचाही आठवणीने उल्लेख केला. त्या चेअरमनने आपला जो अहवाल वरती पाठवला होता त्यात जातीनुसार आरक्षण राखून ठेवण्याच्या उपायांच्या शिफारशींबद्दल अहवालात फार गंभीर शंका उपस्थित केल्या होत्या. असे उपाय केले तर जातिव्यवस्था कायमची बळकट होऊन बसेल आणि हिंदूंखेरीज जे अन्य धर्मीय तेवढेच वंचित झाले आहेत आणि जातिभेदांपासून बाह्यत: दूर राहिले आहेत, त्यांनाही वगळले जाईल. अशा उपायांच्या परिणामावर विचार करताना या चेअरमनने आपले डोळे उघडून नीट पाहिले आणि त्याला जे दिसले ते त्याने खालीलप्रमाणे लिहून ठेवले आहे :

> ''असला उपाय कळल्यामुळे मला जबरदस्त धक्का बसला आणि मी शेवटी अशा निष्कर्षाला पोचलो की कमिशनने जे उपाय सुचवलेत ते समस्या सोडविताना अधिक भयानक ठरण्याची शक्यता आहे. रोगापेक्षा उपायच अधिक घातक आहेत.''

कमिशनच्या अहवालावर तेव्हाच्या केंद्र सरकारने बुद्धिपुरस्सर जाणूनबुजून विचार केला असल्याची आठवण येथे न्यायालयाने दिली. ही गोष्ट १९५० नंतरच्या दशकातली आहे हे ध्यानात घ्या. त्या वेळी पं. नेहरू राजकारणात कळसाला पोचले होते. एरवी याच नेहरूंचा शब्दन्‌शब्द हा झेलला जाऊन त्यानुसार पुढे कृती केली जायची. तर सर्वोच्च न्यायालय असे म्हणते की, ''भारत सरकारने कमिशनरच्या अहवालावर जे निवेदन प्रसृत केले आहे त्यानुसार असा निर्देश केला जातो की, आपला समाज हा समानतावादी बनण्याच्या मार्गात जो सर्वांत मोठा अडथळा येतो तो 'जातिपद्धती'चा. काही विशिष्ट जाती या मागास जाती आहेत असे मानल्यामुळे कदाचित त्या जातींच्या मागासलेपणाचा पाठपुरावा केल्यासारखे होईल. इतकेच नव्हे तर 'मागास जाती' हा शिक्का त्यांच्यावर अनंत काळ तसाच ठसलेला राहील.'' मदत करण्यासाठी मागास जाती ओळखण्याचे जे निकष कमिशनने ठरवले त्यातील काही दोषही सरकारने आपल्या निवेदनात व्यक्त केले. (संदर्भ : *एम. आर. बालाजी विरुद्ध म्हैसूर राज्य,* १९६३ Supp. (1) SCR 439, परिच्छेद १३)

घटनेतील कलम १५(४) अन्वये, आरक्षणाच्या जागांच्या विषयावरती नंतर केंद्र सरकारने म्हैसूर सरकारला एक पत्र लिहिले. त्यात केंद्र सरकारने असे निदर्शनास आणून दिले की, तांत्रिक शिक्षणासाठी जे ऑल इंडिया कौन्सिल आहे, त्यांनी अनुसूचित जाती व जमाती आणि मागासवर्गीय यांच्यासाठी २५ टक्के जागा आरक्षित ठेवाव्यात. थोड्या जागा इकडेतिकडे होतील, पण अगदी अपवादात्मक परिस्थितीतही अशा कमीजास्त जागा १० टक्क्यांपेक्षा जास्त होता कामा नयेत. म्हणून केंद्र सरकारने असे सुचवले की, राज्यातील बिनसरकारी शिक्षणसंस्थांमध्ये घटनेतील कलम १५(४)नुसार ज्या जागा आरक्षित ठेवायच्या आहेत त्या कोणत्याही परिस्थितीत ३५ टक्क्यांपेक्षा जास्त असता कामा नयेत. (संदर्भ : *एम. आर. बालाजी विरुद्ध म्हैसूर राज्य,* १९६३ Supp. (1) SCR 439, परिच्छेद १४) सर्वोच्च न्यायालयाने तर असे म्हटले की, ''या खटल्यातील वैशिष्ट्य हे की, राज्याने १०-७-१९६१ रोजी एक हुकूमनामा जारी करून आपले ठाम मत व्यक्त केले. त्यानुसार नागनगौडा समितीने ज्या ६८% आरक्षणाची शिफारस केली ती शिफारस राज्याच्या व्यापक हिताच्या दृष्टीने योग्य नाही. १०-७-१९६१ आणि ३१-७-१९६२ या काळात जे काही घडले त्याची नोंद कागदोपत्री झाली नाही. परंतु राज्याने आपले मन बदलले. 'आरक्षणाची ती शिफारस राज्याच्या व्यापक हिताची नाही' या आपल्याच आधीच्या निर्णयाकडे दुर्लक्ष करून समितीची शिफारस स्वीकारली...'' घटनेतील तरतुदी आणि सरकारी हुकूमनाम्यात होत गेलेले बदल आणि विविध समित्यांचे अहवाल यांचा तपशीलवार अभ्यास करून सर्वोच्च

न्यायालयाने "...घटनेच्या १५(४) कलमाशी स्वच्छपणे विसंगत असल्याने..." हे ६८ टक्के आरक्षण रद्द केले.

सर्वोच्च न्यायालय याबाबतीत म्हणाले की, "सर्वसाधारणपणे आणि व्यापक अर्थाने म्हणायचे झाल्यास ही आरक्षणाची खास तरतूद ५० टक्क्यांपेक्षा कमीच असली पाहिजे... ५० टक्क्यांपेक्षा किती कमी असली पाहिजे हे त्या त्या संदर्भित खटल्यावर अवलंबून असेल..." सर्वोच्च न्यायालयाने असेही खास जोर देऊन म्हटले की, "घटनेतील कलम १५(४) याबाबत जसा विचार केला जाईल अगदी तसाच विचार कलम १५(४) बाबतही करावा लागेल. कारण दोन्हीही कलमे ही एकाच गोष्टीसाठी म्हणजे दलित वर्गाचे उत्थान करण्यासाठी राज्याला व संस्थांना दिल्या जाणाऱ्या 'खास उपाय' योजण्याच्या अधिकारांसाठी आहेत."

> जन्मावर आधारित जातींसाठी ५० टक्के आरक्षण नोकऱ्यांत हवे, असे आज प्रत्येक जण समजतो आहे, ही बाब स्वयंसिद्ध असल्यासारखी आहे असे समजले जात आहे. जणू काही ही गोष्ट मंजूर केली नसली तरी न्यायालयांनी पवित्र मानलेली आहे असे समजले जाते आहे, मग भले ही बाब भारताच्या घटनेने मानलेली नसली तरी.

वर उल्लेखलेल्या खटल्यात टक्केवारीचा जो आकडा उद्भवला, त्याचा नोकऱ्यांतील आरक्षणाशी काहीही संबंध नाही हे आपण पाहिले. तसेच, या खटल्यातील आकडा हा विवेचनातून निघालेला निष्कर्ष म्हणून नव्हता. तो आकडा बऱ्यापैकी मान्य करता येण्याजोगा नव्हता की न्याय्यही नव्हता. नियमाला अपवाद असू शकतो, पण तो अपवाद मूळ नियमच गिळंकृत करण्याएवढा नसतो. हे दाखवण्यासाठी तो टक्केवारीचा आकडा खटल्यात दर्शविण्यात आला.

धर्म, मानववंश, जात, लिंग, जन्मस्थान यांनुसार भेदभाव करण्यास घटनेतील १५(१) हे कलम प्रतिबंध करते हे लक्षात घ्या. हे कलम असे सांगते की, "जरी असा भेदभाव करता येत नसला तरी सामाजिकदृष्ट्या व शैक्षणिकदृष्ट्या मागासलेल्या वर्गाचा किंवा अनुसूचित जातीजमातीचा विकास करण्यासाठी खास तरतूद करता येते."

म्हैसूर राज्याने (कर्नाटक) वैद्यकीय महाविद्यालये, इंजिनीअरींग महाविद्यालये आणि अन्य तंत्रशास्त्रीय महाविद्यालये येथे अनुसूचित जातींसाठी १५ टक्के आरक्षण व अनुसूचित जमातींसाठी ३ टक्के आरक्षण आधीच ठेवलेले होते. नंतर एक नवीन हुकूमनामा काढून सर्वांत मागास जातींसाठी (most backward castes) ५० टक्के आरक्षण ठेवले गेले. याचा अर्थ मूळ नियमाला (म्हणजे घटना कलम १५(४) ला) एक मोठा अपवाद केला गेला. हा अपवाद मूळ नियमापेक्षाही मोठा

ठरला. घटनेचे कलम १५(१) मध्ये सांगितलेली जातीपातींवरून भेदभाव करण्यावरून ठरवून दिलेली आरक्षणाची मर्यादा ओलांडली गेली.

ह्याबद्दल सर्वोच्च न्यायालयाने *सर्वसाधारणपणे आणि व्यापक अर्थाने* खुलासेवार सांगितले आहे.

सर्वोच्च न्यायालयाने जी भाषा वापरली ती केवळ गणिताच्या दृष्टीने खुलासा करणारी होती. काय करायला हवे याबद्दल सांगताना सर्वोच्च न्यायालयाचा कठोर दृष्टिकोन खालीलप्रमाणे प्रकट होतो :

> म्हणून, घटनेच्या कलम १५(४) संबंधी जे काही खरे आहे, तसेच कलम १६(४) बद्दलही ते खरे आहे... घटनकारांनी असे गृहीत धरले आहे की... कलम १६(४)नुसार पुरेसे आरक्षण ठेवताना कोणत्याही प्रकारे तर्कसंगत नसलेले (unreasonable), भरमसाठ किंवा वारेमाप (excessive or extravagant) आरक्षण ठेवले जाणार नाही याची खबरदारी घ्यावी. अन्यथा, जर तसे झाले तर मोठ्या प्रमाणात नोकरीतील सर्वसाधारण स्पर्धा संपेल, कर्मचाऱ्यांमध्ये असमाधान व नैराश्य पसरेल. परिणामी कार्यक्षमता खालावेल. म्हणून कलम १५(४)नुसार कोणी अयोग्य रितीने खास तरतूद करू पाहील तर, कलम १६(४)नुसार हे आरक्षण योग्य मर्यादा ओलांडणारे ठरेल व घटनेनुसार ते भ्रष्ट (fraud) ठरवता येईल.

जरी गणिताने आरक्षणाची टक्केवारी नीट दाखवून दिली तरीही नेमके तसेच घडत गेले, उलट ती चूक एक मापदंड ठरवला गेला. सर्वोच्च न्यायालयाने वापरलेल्या "सर्वसाधारणपणे व व्यापक अर्थाने" शब्दप्रयोगाचा फायदा उठवत, त्याच शब्दप्रयोगाच्या आडून न्यायालयाने टक्केवारीचा कोणताही पक्का नियम सांगितला नसल्याने ती ५० टक्क्यांची मर्यादाही ओलांडली गेली. आता बघा कसे होत गेले ते :

> प्रथम आरक्षणाची एक हवी ती मर्यादा.
> मग त्या मर्यादेचा आधार होऊ द्यायचा.
> मग तो आधार हा हक्क होतो.
>
> एकदा हा हक्क पक्का झाला की त्या पायावरती आणखी पुढे रेटत जायचे.
>
> जे काही रेटत नेत शिक्षणसंस्थंमध्ये साध्य केले, त्याला नंतर 'एक तर्काधिष्ठित उपपत्ती' (rationale) असे गोंडस नाव द्यायचे. मग त्या उपपत्तीच्या आधारे आपल्या आणखी मागण्या करायच्या आणि सरतेशेवटी त्या मागण्या नोकऱ्यांमध्ये राबवायच्या...

एक शब्द घुसवला गेला

ज्या हुकूमनाम्यांना आव्हान दिले गेले, त्या विवादास्पद हुकूमनाम्यांमुळे बढत्यांमधले आरक्षण हे ६६²/₃ टक्क्यांपर्यंत वाढवले गेले. (संदर्भ : *अखिल भारतीय शोषित कर्मचारी संघ (रेल्वे) विरुद्ध भारतीय संघराज्य* (१९८१) १ SCC २४६, पान २९८, परिच्छेद ९६) *बालाजी* खटल्यामध्ये सर्वोच्च न्यायालयाने शेवटी ५० टक्के आरक्षणाला मान्यता दिली होती. पण आता तीही मर्यादा ओलांडली गेली. न्यायमूर्ती कृष्णा अय्यर यांनी आता असे उचलून धरले की, कोणत्याही वर्षी बढत्यांमधील आरक्षण हे भरीवपणे (substantially) ५० टक्क्यांपेक्षा जास्त असायला नको. परंतु रेल्वे खात्याने ही ५० टक्क्यांची मर्यादा ओलांडून ती ६६²/₃ टक्क्यांपर्यंत नेण्याचे हुकूमनामा काढून ठरवलेले असल्याने ही मर्यादा ५० टक्क्यांपेक्षा "*लक्षणीयरीत्या* जास्त असल्याचे मानू नये." ही मर्यादा घटनेला धरून आहे! (या आधीचा संदर्भ : पान २९८, परिच्छेद ९६)

न्या. कृष्णा अय्यर यांनी आपले समर्थन दुहेरी प्रकारे केलेले आहे. समस्येवरती पूर्वीच्या आरक्षणाच्या मर्यादांमुळे त्यांच्या मते अनुसूचित जाती व जमातींना राज्याच्या सत्तेत योग्य तेवढा वाटा मिळाला नव्हता. त्यांना त्यासाठी आणखी जादा काही द्यायला हवे होते. त्यासाठी कमाल मर्यादा काटेकोरपणे पाळायला नको, त्याकडे फारसा कठोर दृष्टिकोन ठेवायला नको. म्हणून कायद्याने ठरवलेले मापदंड हे आणखी सैल करायला हवे होते, इत्यादी. ते म्हणाले, "जे काही करून दाखवतो तोच कायदा (Law is what law does)" त्यांच्या मते, पूर्वीच्या हुकूमनाम्यानुसार मापदंडांचे जे शिथिलीकरण झाले आहे ते नाखुषीने व कचरत कचरत झाले होते. त्यामुळे हवे ते साध्य झाले नाही. "शेवटी व्यवहारात काय घडते आहे यावर एक नजर ठेवीत कायदे कसे राबवले जात आहेत याचा सतत आढावा घेत राहाणे म्हणजेच सोशल इंजिनीअरींग. आरक्षणाच्या मर्यादा शिथिल केल्यामुळे इच्छित परिणाम फारसे न घडल्यामुळे आरक्षणाच्या मर्यादा आणखी आणखी शिथिल करत राहाणे." असे हे समर्थन न्या. कृष्णा अय्यर यांनी केले.

न्यायमूर्ती महोदायांनी असेही म्हटले की या संदर्भात assested हा शब्द वापरायला हवा. (assest = बाजू घेणे, ठासून सांगणे, लावून धरणे.) आरक्षणाच्या जास्त जागा, मर्यादा जास्त सैल करणे, बढत्यांमध्येसुद्धा त्यांचा वापर करणे, असे धोरण तीन वर्षे राबवले पाहिजे. "त्यामुळे ज्यांच्याजवळ उच्च गुणवत्ता आहे त्या उमेदवारांना या धोरणाची झळ बसणार नाही. तसेच, अनुसूचित जाती व जमातींच्या उमेदवारांचे लाभ ठराविक वर्षांत तरी कमी होणार नाहीत." (आधीचा संदर्भ : पान २७३-२७४, परिच्छेद ४४ व ४५.) न्या. चिन्नाप्पा रेड्डी यांनी तर याहीपुढे जाऊन

आपल्या निकालपत्रात याविरुद्ध बाजूंचा निकाल अधिक उडवून लावीत म्हटले :

"सार्वजनिक सेवेत अनुसूचित जाती व जमाती यांचे योग्य ते प्रतिनिधित्व राखण्यासाठी प्रत्येक कायदेशीर पद्धत वापरण्यास हरकत नाही. जरी अनुसूचित जाती व जमातींना सर्वसाधारणपणे ५० टक्के किंवा थोडे अधिक आरक्षण दिले जात असले, तरीही त्यांना दिल्या जाणाऱ्या आरक्षणासाठी अथवा त्यांना प्राधान्याने दिल्या जाणाऱ्या वागणुकीसाठी कोणतीही ठाम व पक्की मर्यादा नाही. ५० टक्क्यांचा नियम हे फक्त न्यायाधीशांनी सोयीसाठी केलेले एक मार्गदर्शन आहे. ज्या नियमाने प्राधान्याने वागणूक दिली जाते, त्याचे जे काही सद्य:स्थितीत परिणाम होतात, त्यांची दखल घेऊनच प्रत्येक खटल्यात विचार केला पाहिजे. उगीच नियमांचा भविष्यात होणारा तार्किक अथवा सैद्धांतिक परिणाम जोखू नये..." (या आधीचाच संदर्भ : पान ३१५, परिच्छेद १३५)

न्यायमूर्ती महोदयांनी आपल्या म्हणण्याच्या पुष्ट्यर्थ *पंजाब राज्य विरुद्ध हिरालाल* या खटल्याचा संदर्भ दिला. पंजाब सरकारच्या नोकरीतील कनिष्ठ उमेदवार हे सेवाज्येष्ठता असलेल्या उमेदवारांच्याही आधी केवळ आरक्षणाच्या नियमांच्या आधारे बढती घेऊ शकत होते. त्यात गुणवत्तेचा कोठेही संबंध येत नव्हता. केवळ विशिष्ट जातीमधील आईबापांच्या पोटी जन्माला आल्यामुळे त्यांना असा लाभ होत होता. परिणामी ज्यांना असा लाभ होऊ शकत नव्हता त्यांच्यात नैराश्य निर्माण होत होते. उच्च न्यायालयाने हिरालालच्या बाजूने निकाल दिला. मग पंजाब सरकार याविरुद्ध सर्वोच्च न्यायालयात गेले. तिथे उच्च न्यायालयाचा निर्णय फिरविण्यात आला त्या वेळी निकालात म्हटले गेले :

"आरक्षणाची मर्यादा कोठवर न्यावी ही बाब मुख्यत्त्वेकरून राज्य सरकारने ठरवायची आहे. त्यामुळे ही बाब न्यायालयाकडे पुनरावलोकनासाठी येऊ शकत नाही असे नाही. अनुसूचित जाती, जमाती व मागास वर्ग यांना नोकऱ्यांमध्ये पुरेसे प्रतिनिधित्व मिळावे यासाठीच फक्त आरक्षणाची तरतूद आहे... काही जणांना अशा आरक्षणाचा कदाचित जास्त प्रमाणात लाभ मिळत असला तरीही त्यामुळे असे आरक्षण वाईट ठरत नाही. दोन उंचवट्यांमधील अंतर किती आहे यावर उडीची लांबी अवलंबून असते, किती लांब उडी मारली यावर नसते."

"यापेक्षा अधिक कागदपत्रे, मुद्दे, बाबी या गोष्टी उच्च न्यायालयासमोर व आमच्यासमोर नसल्याने आम्ही यांतून असा निष्कर्ष काढतो की, तो टीकास्पद हुकूमनामा हा घटनेचे कलम १६(१) याचा भंग करणारा ठरतो. कलम १६(१) अन्वये असलेल्या आरक्षणानुसार केलेल्या नेमणुका या गृहीत धरलेल्या किंवा काल्पनिक शक्यतेच्या आधारे रद्द करता येत नाहीत. जे कोणी घटनेच्या कलमांचा आधार घेऊन अशा आरक्षणावरती तुटून पडतात, त्यांनी हे लक्षात ठेवावे की असे करण्याने कलम १६(१)चाच भंग होतो." (संदर्भ : *पंजाब राज्य विरुद्ध हिरालाल* (१९७०) ३ SCC ५६७, पाने ५७२-५७३; याचाच उल्लेख *अखिल भारतीय शोषित कर्मचारी संघ (रेल्वे) विरुद्ध भारतीय संघराज्य,* op.cit., पाने ३१३-३१४, परिच्छेद १३२)

एवढे झाल्यावर *इंद्र सहानी* खटल्यात *हिरालाल* खटला फेटाळला गेला.

अन्य मार्ग

५० टक्क्यांच्या मर्यादेचा प्रश्न पुन्हा एकदा न्यायालयासमोर आला. यामध्ये 'मागील बाबी तशाच पुढे नेण्याचा नियम' (carry forward rule) होता. याबद्दलचे संदर्भ आपण नुकतेच पाहिले आहेत. असे समजा की, या वर्षी ५० टक्के जागा आरक्षित ठेवल्या आहेत. पण त्यापैकी फक्त ३० टक्के जागा भरता येऊ शकतील, अगदी मापदंडांचे निकष पातळ केले तरी. कारण उरलेल्या २० टक्के जागांसाठी कोणीच लायक उमेदवार उपलब्ध होत नाहीत व ते शोधताही येत नाहीत. अशा वेळी अशी भूमिका घेतली गेली की त्या न भरलेल्या २० टक्के जागा पुढच्या वर्षीच्या कोट्यात सामील कराव्यात. म्हणजे पुढच्या वर्षी ५० अधिक २० टक्के जागा, म्हणजे एकूण ७० टक्के जागा आरक्षित ठेवाव्यात. यातील ६० टक्के जागा समजा त्या वर्षी भरल्या गेल्या, तर तिसऱ्या वर्षी ८० टक्के जागा आरक्षित होतील. ही टक्केवारी प्रत्येक वर्षी अशा रितीने वाढत जाईल.

आणि हे लक्षात ठेवा की, हल्लीची सरकारे ही 'खास सेवाभरतीचे कार्यक्रम' राबवित असतात, विशेषत: निवडणुका जवळ येत चालल्या की असे कार्यक्रम आवूर्जन राबविले जातात. ज्या जातींना आरक्षण लागू होऊ शकते अशाच जातीच्या उमेदवारांना भरतीसाठी या खास कार्यक्रमात अर्ज करता येतो. म्हणजे ५० टक्के आरक्षण साध्य केले जाते, शिवाय गेल्या वर्षी न भरल्या गेलेल्या आरक्षित जागाही भरल्या जातात, शिवाय जे उमेदवार पात्रतेचे गुण, वय इत्यादी अटींचा लाभ घेऊन नोकरीत पुढे सरकलेले असतात, तेही अशा खास कार्यक्रमांचा लाभ घेऊन आणखी

पुढे सरकतात. त्यासाठी ५० टक्क्यांचा वापर न करता सर्वसाधारण (general) वर्गाचा वापर केला जातो.

या सर्वांचा एकत्रित परिणाम पाहिला तर त्यावर विश्वास ठेवणे जड जाईल असा तो आहे. ऑक्टोबर/नोव्हेंबर २००५ मध्ये राजस्थान सरकारने प्राथमिक शाळांमध्ये ३३,००० शिक्षकांची भरती करण्याचे ठरवले. या संबंधात जी शपथपत्रे उच्च न्यायालय व सर्वोच्च न्यायालय येथे दाखल झाली, ती पाहता ३३ हजारांतील जागांमध्ये फक्त १९०० जागा ह्या ज्या जातींना आरक्षण मिळाले नाही त्या जातींतून भरती केलेल्या होत्या! ह्या संदर्भात सरकारी आकडे पाहिले तरी एकूण आकडा ६००० पेक्षा जास्त वर जात नव्हता.

मग त्या 'मागील बाबी तशाच पुढे नेण्याचा नियम' (carry forward) याला आव्हान दिले गेले. *देवदशन* खटल्यात सर्वोच्च न्यायालयाने हा carry forward नियम घटनाविरोधी ठरवून ठामपणे रद्दबातल केला आणि असे म्हटले की, ५० टक्क्यांची मर्यादा ही carry forward धोरणालाही लागू करावी. म्हणजे दर वर्षी नव्याने विचार करावा. घटनेचे कलम १५(४) हे कलम १५(१)ला अपवाद आहे, अन् म्हणून त्याकडून मूळ नियमच गिळंकृत करता येणार नाही. (संदर्भ : *टी. देवदशन विरुद्ध भारतीय संघराज्य,* AIR (१९६४) SC पान १७९, विशेष करून १३, १५, १६ हे परिच्छेद)

न्या. के. सुब्बाराव यांनी मात्र या निर्णयाबद्दल आपला तीव्र मतभेद व्यक्त केला. त्यांच्या मते, जे पददलित किंवा खरेखुरे वंचित आहेत त्यांना खास लाभ मिळवून दिले तरच हे समान संधी हे तत्त्व राबवता येते. घटनेची कलमे १५(४) आणि १६(४) ही अपवादभूत नाहीत. उलट, त्या कलमांनी प्रत्येक खटल्यातील मुख्य तरतुदींना वाटेतील अडथळा दूर करीत बळ पुरवले जाते. कार्यक्षम प्रशासनाच्या गरजा या कलम ३३५नुसार ठरवून दिल्या गेल्या आहेत, हे अनुसूचित जाती व जमातींना मदत करताना लक्षात घ्यावे. अन् म्हणून कलम १६(४) याचा संबंध येथे कोठेही पोचत नाही. "आरक्षणासाठी किंवा पदांसाठी राज्याकडून कोणतीही तरतूद केली जाऊ शकते, याचे कारण, अगदी सुरुवातीपासून तशी कोणतीही मर्यादा यावर मुळातच घातलेली नाही. त्यामुळे उच्चवर्णीयांच्या जातीतील उमेदवारांना अर्थातच अधिक कष्ट करावे लागतील. परंतु आरक्षणाच्या योजनेत असे होणार हे आनुषंगिक म्हणून समजले गेले आहे..." जे मापदंड आहेत त्यावर यामुळे दुष्परिणाम होईल, असेही न्यायमूर्ती महोदय मान्य करतात. ते पुढे सांगतात, "घसरलेल्या मापदंडांना राज्यांकडून कसे तोंड दिले जाईल ही गोष्ट सेवेसाठी कोणते किमान मापदंड ठेवले जातील यावर अवलंबून आहेत." 'बालाजी' खटल्यामध्ये न्यायालयाने वापरलेले 'सर्वसाधारणपणे म्हणता' (speaking generally) 'व्यापक अर्थाने' (broadly)

हे शब्दप्रयोग पाहिले तर त्यातून केवळ एक 'राबवण्याजोगे कामचलाऊ मार्गदर्शन' सुचवले जाते, कठोर किंवा न वाकवता येण्याजोगा कायद्याचा नियम सांगितला जात नाही. (पूर्वीचाच संदर्भ : विशेषत: परिच्छेद २२, २३, २४, २५, २६, २७, २९, ३०)

न्या. सुब्बाराव यांचे प्रतिपादन असे होते.

सावध करण्यासाठी वेळ नाही

तर हा असा वाद न्यायालयात आणि न्यायालयाबाहेर सतत चालूच राहिला. न्यायप्रक्रियेत उद्भवणाऱ्या अशा उत्साहाबद्दल आणि न्यायालयाच्या हेलकावे खाण्याबद्दल काही न्यायाधीश सावधगिरीचे इशारे देत राहिले. आपली राज्यघटना अशा प्रकारे आपण नको तितकी ताणत आहोत, घटनेमध्ये समानतेची दिलेली हमी आपण हळूहळू शून्यवत करीत आहोत, प्रशासनाला गंभीर धोका पोचवित आहोत आणि परिणामी खिळखळ्या झालेल्या प्रशासनामुळे शेवटी पददलितांचेच मोठे नुकसान होईल. न्यायालयांच्या हेलकावे खाण्याच्या मन:स्थितीमुळे शेवटी असे घडेल. या संदर्भात एक उदाहरण पहा : *वसंतकुमार* खटल्यात न्या. ए.पी. सेन यांनी सांगितले की, "घटनेची खास दोन ध्येये, म्हणजे प्रशासनाची कार्यक्षमता व सर्व व्यक्तींना समानता, यांकडे नेहमीच नीट लक्षपूर्वक लक्ष दिले पाहिजे. घटनेचा हेतू हा घटनेच्या प्रास्ताविकात (preamble) असे दर्शवितो की, देशातील *सर्व नागरिकांना* सामाजिक, आर्थिक व राजकीय न्याय सारखाच मिळाला पाहिजे..."

सर्व नागरिकांना या शब्दांवर जोर देऊन त्यांनी आपले प्रतिपादन व्यक्त केले. पुढे ते सावधगिरीचा इशारा देत म्हणतात, "व्यवहारात सामाजिक न्याय आणणे व तो प्रस्थापित करणे हे राज्याचे ध्येय आहे. अन् हे ध्येय राज्याने बऱ्यापैकी साध्य केलेच पाहिजे. तसे करताना सर्वांच्या हितांची जपणूक केली गेली पाहिजे. या संबंधात राज्याकडून असमंजस (irrational) व अवाजवी (unreasonable) पावले उचलली गेली तर त्यामुळे हळूहळू पण हमखास रितीने सामाजिक सौहार्दाचे धागे फाटत फाटत जातील. राज्याचे प्राथमिक कर्तव्य हे आहे की कलम १५(४) यानुसार घेतलेल्या निर्णयात संयम व नेमस्तपणा असायला हवा. कारण जो न्याय दिला जातो तो शेवटी माणसांच्या हृदयात जाऊन बसतो. जर राज्याने बेदरकारपणे असंमजस कृती केली तर लोकांमध्ये अन्याय झाल्याची भावना आणि काळाच्या मागे नेणारा भेदभाव वाढत जातो. तसे झाले तर मग सामाजिक न्यायाची प्रगती न होता उलट त्याचा विध्वंस होतो. जर घटनेची कलमे १६(१) व ३३५ ही घटनाकारांनी आवश्यक केली आहेत तर राज्यांनी त्या कलमांचे पालन करताना त्यांचा काही भंग केला तर अर्थातच हेच न्यायालय त्या संबंधात आपले कर्तव्य बजावेल." समाजातील

विविध जाती व वर्ग यांच्या लोकसंख्येच्या प्रमाणानुसार सरकारी नोकऱ्यांत त्याचे अचूक प्रतिनिधित्व असले पाहिजे असे घटनेमध्ये गंभीरपणे म्हटलेले नाही, समाजातील वर्गांचे पुरेसे प्रतिनिधित्व असावे एवढेच म्हटलेले आहे. न्यायमूर्ती महोदयांनी हे शेवटचे वाक्य जोर देत म्हटले. (संदर्भ : *के. सी. वसंतकुमार विरुद्ध कर्नाटक राज्य,* (१९८५) Supp. SCC ७१४, पाने ७७० ते ७७२, परिच्छेद ८५ ते ८७)

पूर्ण जोषात

परंतु एव्हाना पुरोगामी मंडळी जोषात आली होती. न्यायमूर्ती महोदय ओ. चिन्नाप्पा रेड्डी हे असेच पुरोगामी होते. ते आता म्हणू लागले की, कलम १५(४) आणि १६(४) यानुसार असलेली आरक्षणे ही ज्या वर्गांसाठी आहेत त्यांचे या कलमानुसार पुरेसे प्रतिनिधित्व होत नाही. घटनेतील या कलमांचा उद्देश हा सबंधित वर्गांचा पुरेसे प्रतिनिधित्व होण्यासाठी आहे. म्हणून जी टक्केवारी ठरविण्यास मुभा आहे ती 'पुरेसे प्रतिनिधित्व झाले आहे की नाही' या मुद्द्यावरूनच ठरवली पाहिजे. ते याबाबतीत म्हणाले, "जर गमावलेला पाया परत मिळवायचा असेल तर साहजिकच आरक्षणाची टक्केवारी ही दलित वर्गाच्या लोकसंख्येच्या टक्केवारीपेक्षा थोडीशी जास्त असायला हरकत नाही." मग ही मर्यादा ४० टक्के असो, ५० टक्के असो वा ६० टक्के असो. ते पुढे म्हणतात, "प्रशासन व व्यवस्थापन या क्षेत्रातील तज्ज्ञांनी याबाबत नक्कीच किती टक्केवारी ठरवायची ते त्यांनी पाहावे."

त्यांनी व्यक्त केलेल्या मतामधील खरे महत्त्वाचे वाक्य पुढेच आहे! "न्यायालयाकडून ठरवलेली टक्केवारींची मर्यादा ही त्यांच्या मनाला भावेल तशी (arbitrary) ठरवायचे म्हटले तर तसे करण्यासाठी घटनेने न्यायालयांना तशी परवानगी दिलेली नाही... बालाजी खटल्यामध्ये न्यायालयाने दूरदर्शी, सावध व काळजी घेणारे धोरण ठरवले होते. तेव्हा काळजीपूर्वक म्हणायचे झाल्यास ५० टक्क्यांची मर्यादा ही एक सर्वसाधारण व व्यापक अर्थाने आहे." न्या. चिन्नाप्पा रेड्डी आपले मत उचलून धरीत पुढे म्हणतात, "*बालाजी* खटल्यामध्ये आरक्षणाच्या टक्केवारीची जी कमाल मर्यादा ५० टक्के धरली आहे ती मर्यादा त्या न्यायालयाला तशी भावली होती. अशी न्यायालयाच्या मनाला वाटलेली (arbitrary) मर्यादा स्वीकारण्यास आमची तयारी नाही."

न्या. चिन्नाप्पा रेड्डी यांनी arbitrary या क्रियाविशेषणावरून arbitrarily या शब्दापर्यंत कशी मजल मारली ते यावरून दिसले. (arbitrary या शब्दाचा शब्दकोशात दिलेला अर्थ असा आहे : *सत्य अगर कायदा यांचा संबंध न आणता मनाला वाटेल त्याप्रमाणे निश्चित केलेला; लहरी; जुलमी.*) न्यायमूर्ती महोदय

म्हणतात की, "घटनेकडून आम्हाला *वाटेल तशी (arbitrary)* मर्यादा ठरविण्यास परवानगी दिली नाही. म्हणून तर सर्वोच्च न्यायालयाने *बालाजी* खटल्यात टक्केवारीची एखादी मर्यादा घालून दिली असेल, अन् तशी ती घालून दिलेली नाही, तर ती मर्यादा त्या न्यायालयाने वाटेल तशी (arbitrary) ठरविली आहे, असे म्हणावे लागेल. तेव्हा तशी टक्केवारीची कोणतीही मर्यादा आरक्षणाला नाही!!"

ते पुढे म्हणतात, "आपल्याला येथे असे दाखवून द्यायचे आहे की, '५० टक्क्यांपेक्षा जास्त आरक्षण दिले तर कार्यक्षमता खालावेल' या पूर्वीच्या म्हणण्याला कोणताही संख्याशास्त्रीय आधार अथवा पुरावा उपलब्ध नाही..." न्यायमूर्ती महोदयांच्या या परिच्छेदाच्या अगोदरच्याच परिच्छेदात त्यांनी डाव्या विचारसरणीने पवित्र मानलेल्या Monthly Review या नियतकालिकातील मजकुराचा आधार घेत 'संख्याशास्त्रीय आधार किंवा पुरावा' हा शब्दप्रयोग केला हे निर्विवाद आहे!

आपल्या मनाचा मोठेपणा दाखवीत पुढे आणखी काही मजकुराची भर घातली, ती अशी, "आमची जी काही निरीक्षणे आहेत त्यानुसार कोणत्याही खऱ्याखुऱ्या कार्यक्षमतेचा निर्देश होत नाही. कार्यक्षमता हा एक फक्त मार्गदर्शन करणारा घटक असावा, पण वस्तुस्थिती झाकणारा नसावा..." (पूर्वीचाच संदर्भ : पाने ७४५, ७४६, ७५१, ७५२ परिच्छेद ४९, ५७, ५८) त्यांच्या युक्तिवादाची पद्धत पाहता आणि काळानुसार लोप पावत चाललेले आणि नाके मुरडले जाणारे हेतू यांबद्दलची त्यांची तीव्र आवड पाहता, त्यांचे असले पुरोगामित्व कोणालाही मानवणारे नव्हते. ते जे काही सुचवत होते, त्याचे समर्थन करीत होते त्याबद्दल कोणीही त्यावर आक्षेप घेईल. कार्यक्षमता ही एखाद्या दिशाभूल करणाऱ्या धुराच्या पडद्यासारखी वापरणारे लोक दोषी आहेत, हे तर अधिकच वाईट आहे.

एन.एम. थॉमस खटल्यात तर न्या. फाझल अली यांनी याहीपुढे एक पाऊल टाकले. ते म्हणाले, "ज्या काही मान्य होऊ शकणाऱ्या टक्केवारीच्या मर्यादा असतील त्या खटल्यातील वस्तुस्थिती व परिस्थिती यांवर अवलंबून राहतील. याबाबतीत कोणताही पक्का नियम कधीच करता येणार नाही. गणितासारखी सर्व खटल्यांना लागू करता येणारी कोणतीही टक्केवारीची मर्यादा नाही... याच न्यायालयाने अशा प्रकारच्या खटल्यांमध्ये जे निकाल दिले आहेत त्यात ५० टक्क्यांपेक्षा जास्त आरक्षण असता कामा नये, असेही म्हटलेले आहे. परंतु तो केवळ एक सावधगिरीचा इशारा आहे आणि तो नियम सर्व प्रकारच्या वर्गवारीला लागू नाही. उदाहरणार्थ, समजा एखाद्या राज्यात मोठ्या प्रमाणात दलित वर्गाची लोकसंख्या असेल आणि तिथल्या एकूण लोकसंख्येच्या ८० टक्के हा वर्ग असेल तर त्यांना सरकारी नोकऱ्यात योग्य प्रतिनिधित्व देण्यासाठी ८० टक्के आरक्षण ठेवले पाहिजे. अशा वेळी 'ही आरक्षणाची टक्केवारी वाईट असून त्यामुळे कलम १६(४) ची पायमल्ली

होत आहे,' असे म्हणता येईल का? याचे उत्तर नकारार्थीच असणार. टक्केवारीच्या तरतुदीचा हेतू हा मागासवर्गाचे अपुरे प्रतिनिधित्व पुरेसे करणे हेच आहे.'' (संदर्भ : *केरळ राज्य विरुद्ध एन. एम. थॉमस खटला,* (१९७६) 2 SCC ३१०, पान ३८७, परिच्छेद १९१)

अखेर टक्केवारीची मर्यादा ८० टक्क्यांपर्यंत असू शकते हे दाखवले गेले!

जाता जाता *इंद्र सहानी* खटला पहा. या खटल्यात न्या. आर.एम. सहाय यांनी न्या. फाझल अली यांच्या मतांमधील हवाच काढून घेतलेली आहे. तसेच न्या. मॅथ्यू यांच्या युक्तिवादाच्या फुग्याला टाचणी टोचली आहे! त्यांनी कलम १६(४) मधील शब्दांकडे लक्ष वेधले आहे, ते असे : जर सर्व शेतकऱ्यांनी असे म्हटले की, सबंध देशातील लोकसंख्येच्या प्रमाणात सर्व वर्गांना प्रतिनिधित्व मिळाले पाहिजे, तर शेतकरी वर्गाला सर्वांत जास्त आरक्षण सहज मिळेल. त्यासाठी फक्त 'in proportion to it' एवढे चार शब्द घटनेच्या कलमात घातले तरी पुरे. न्या. मॅथ्यू यांनी उत्साहाच्या भरात जो 'proportional equality' (प्रमाणात असलेली समानता) शब्दप्रयोग सुचवला होता त्याकडे न्या. आर.एम. सहाय यांनी लक्ष वेधले. ते म्हणतात, ''न्या. मॅथ्यू यांनी *थॉमस* खटल्यात proportional equality या शब्दप्रयोगानुसार जी संकल्पना मांडली आहे ती *ग्रीफीन* आणि *हार्पर* या दोन अमेरिकी खटल्यांमधून उचललेली आहे. त्या खटल्यांच्या निकालांकडे मात्र त्यांनी पूर्णपणे दुर्लक्ष केलेले आहे. त्यापैकी एक खटला हा 'अनुवादाचा मोबदला' या संदर्भात अपिलामध्ये आला होता. दुसरा खटला हा 'तारतम्य न बाळगता सर्वांना एकच 'पोल टॅक्स' लावण्याच्या' संदर्भात होता आणि कलम १६(४)च्या कायद्याची पार्श्वभूमी हे दोन्ही पाहता आपल्या कलमाचा अनुवाद करताना त्या अमेरिकी खटल्यांचा आधार घेतला तर तो उपयोगी पडणार नाही. कोणत्याही प्रमाणात असलेले प्रतिनिधित्व हे नोकऱ्यांमध्ये अथवा लोकसभेतही आपल्या घटनेने मान्य केलेले नाही. अन् ही गोष्ट घटनेच्या कलम ३३१ मध्ये व्यक्त केलेली आहे. या कलमानुसार भारताच्या राष्ट्रपतीला लोकसभेमध्ये फक्त दोन अँग्लो-इंडियन सभासद सुचविण्याचा अधिकार दिला आहे. कोणत्याही परिस्थितीत दोनपेक्षा अधिक सभासद सुचविता येणार नाही. मग भले अँग्लो-इंडियन समाजाची लोकसंख्या कितीही असो...'' (संदर्भ : *इंद्र सहानी खटला,* op.cit., पान ६१८, परिच्छेद ६१४) यावर आता आपण काय बोलणार? परदेशी न्यायालयात उल्लेखलेली मते, पुरावे वगैरे संदर्भहीन स्वरूपात घेऊन ते आपल्या मतांच्या पुष्ट्यर्थ वापरणे ही एक नेहमी अवलंबिली जाणारी गोष्ट. अमेरिकी न्यायालयातील गोष्टींचे मागचे पुढचे संदर्भ काढून टाकून ते भारतातील खटल्यात कसे लागू करता येतील?

न्या. कृष्णा अय्यर हे पुरोगामीवाद्यांचे पारडे जड करण्यासाठी पुढे म्हणतात,

"माझे विद्वान बंधू न्या. फाझल अली यांच्या मतांशी मी सहमत आहे. पूर्वी दिलेल्या काही निकालांमुळे आरक्षणावरती ५० टक्क्यांची गणिती मर्यादा प्रत्येक वर्षी घालून देण्यात आली. तरीही त्या पूर्वीच्या निकालांचा फार आग्रह धरता येणार नाही. एखाद्या सरकारी खात्यातील आरक्षितांचे प्रतिनिधित्व हे त्या वर्षातील नोकऱ्यांच्या भरतीवर अवलंबून राहणार नाही. त्या अधिकाऱ्यांच्या पातळीवर एकूण किती भरती होऊ शकते यावर ते अवलंबून राहील. कलम १६(४)ची रचना आणि त्याबद्दल न्या. फाझल यांचे carry forward rule बद्दलचे दृष्टिकोन याच्याशी मी सहमत आहे." (संदर्भ : *केरळ राज्य विरुद्ध एन.एम. थॉमस खटला,* op.cit., परिच्छेद १४३)

आरक्षणाची ५० टक्क्यांची मर्यादा ही यानंतर पुन्हा एका मोठ्या झगड्यास कारणीभूत ठरू लागली. अन् असे दिसू लागले की, त्या मूठभर न्यायाधीशांनी घटना कलमाच्या भिंतीवर जे काही आघात केले त्यामुळे न्यायालयाला ही भिंत पार फोडून टाकावी लागणार. सुदैवाने तसे काही घडले नाही. आरक्षणासंदर्भातील विविध खटल्यात सर्वोच्च न्यायालयाने जे काही निकाल आत्तापर्यंत दिले होते त्यांचा एक भला मोठा गोषवारा घेण्यात आला. तसेच, *एन.एम. थॉमस* खटल्यात वेगवेगळ्या न्यायाधीशांनी जी आपली मते मांडली त्यांचाही गोषवारा घेण्यात आला. शिवाय *के.सी. वसंतकुमार* खटल्यातील न्या. ई.एस. वेंकटरामय्या यांचेही मत विचारात घेण्यात आले. या सर्वांचा विचार केल्यावर असे म्हटले गेले की, "वरील खटल्यात जी सात मते व्यक्त करण्यात आली त्यांचा काळजीपूर्वक विचार करता असे लक्षात येते की, त्या मतांनुसार या न्यायालयाला आपला ठाम दृष्टिकोन ठरविणे कठीण जात आहे. कलम १५(४) आणि कलम १६(४)नुसार असलेल्या आरक्षणाची टक्केवारी ही ५० टक्क्यांपेक्षा जास्त असू नये याबद्दलचा निष्कर्ष या खटल्यातील पीठाला बहुमताने नीट ठरविता आला नाही." आणखी एका मुद्द्याचा मागोवा घेता आला नाही. त्या संदर्भात न्यायालय म्हणते की, "अनुसूचित जाती व जमाती यांच्यासाठी तुलना होऊ शकणाऱ्या फक्त दलित जाती व वर्ग यांच्यासाठी आरक्षण ठेवले, तर ते ५० टक्क्यांपेक्षा जास्त होऊ शकणार नाही. (यामध्ये अनुसूचित जाती व जमाती यांचे १८ टक्के आणि 'खास गटाचे' १५ टक्के धरलेले आहे.) अन् ही गोष्ट कर्नाटक राज्यातील मागासवर्गीयांची एकूण लोकसंख्या लक्षात घेऊन व्यक्त केलेली आहे." ह्या शेवटच्या मुद्द्याकडे आपल्याला पुन्हा वळावे लागणार आहे. (संदर्भ : *के. सी. वसंतकुमार विरुद्ध कर्नाटक राज्य,* op.cit., पान ८१०, परिच्छेद १४८)

परंतु *वसंतकुमार* खटल्यात व्यक्त केलेले वरील मत हे केवळ 'सल्ला' स्वरूपाचे होते, ते बंधनकारक व्हायला हवे होते. पुरोगामी न्यायाधीश हा मुद्दा सोडणार नव्हते.

यातून काय निष्पन्न झाले ते पहा. आरक्षणास पात्र असणाऱ्या जातीतील उमेदवाराजवळ जर गुणवत्ता असेल तर त्याला आरक्षणाच्या यादीत स्थान देऊ नये. अशा उमेदवाराला 'खुल्या स्पर्धेतील उमदेवार' म्हणून संबोधण्यात यावे. हा प्रस्ताव सर्वोच्च न्यायालयाने स्वीकारला. त्यामुळे त्या उमेदवाराच्या जातीतील अन्य उमेदवारांचे प्रमाण एकूणात वाढेल. (संदर्भ : *इंद्र सहानी खटला,* op.cit., पान ७३५, परिच्छेद ८११)

न्यायमूर्ती रत्नवेल पंडियान हे गुळमुळीत बोलणाऱ्यांपैकी नव्हते. त्यांनी वरील प्रस्ताव संपूर्णपणे फेटाळला आणि म्हटले की, हे केवळ जाता जाता केलेले मतप्रदर्शन असल्याने '५० टक्क्यांपेक्षा जास्त आरक्षणाच्या जागा असू नयेत' हा प्रस्ताव सपशेल फेटाळला. त्यासाठी त्यांनी *बालाजी* खटल्याचे उदाहरण दिले. "आरक्षण हे १०० टक्के असता कामा नये." असा आग्रह त्यांनी धरला! ते म्हणतात, "आरक्षणाचे प्रमाण जादा वाढून जर काही वाईट गोष्ट व्यक्त झाली तर मात्र त्या विशिष्ट खटल्यात पुरेसे प्रतिनिधित्व दिले जात आहे की नाही एवढेच पहावे. म्हणून, जास्तीत जास्त ५० टक्के आरक्षण असावे असा निकाल टिकणारा नाही. जास्तीत जास्त ५० टक्के आरक्षण असावे ही गोष्ट शास्त्रीय माहितीवर आधारित नाही किंवा एखाद्या स्थिरावलेल्या व मान्यता पावलेल्या समीकरणावर आधारित नाही. उलट, प्रत्यक्षात घटनेचे कलम १६(४) यानुसार सरकारला आरक्षणाची टक्केवारी कितीही ठेवण्यास दिलेल्या अधिकारावर मर्यादा घालता येत नाही. सरकारी सेवेत पुरेसे प्रतिनिधित्व होते आहे की नाही यावर सारे काही अवलंबून आहे." (या आधीचाच संदर्भ : पान ४११, परिच्छेद १८३)

न्या. सावंत हे याच दिशेने जाऊन न्या. पंडियान यांची री ओढतात. परंतु ते शेवटच्या क्षणाच्या आधी जरासे थबकतात आणि *हिरालाल* खटल्यातील न्या. हेगडे यांचे निरीक्षण आठवतात. टक्केवारी एकदम उडी मारून कोठवर वाढवावी? या उडीची लांबी ठरवायला हवी, याबाबत न्या. हेगडे असे म्हणाले होते, "उडी किती लांब असावी हे तुम्हाला किती अंतर कापणे भाग आहे यावर अवलंबून आहे. मागास वर्ग हा लोकसंख्येच्या ७७१/२ टक्के आहे असे न्या. सावंत नमूद करून म्हणतात की, जेव्हा घटना परिषदेत (Constituent Assembly) यावर चर्चा चालू होती तेव्हा लोकसंख्येच्या प्रमाणात मागासवर्गाचे आरक्षण ठेवावे असे कोणीही म्हटले नाही." (संदर्भ : *इंद्र सहानी खटला,* op.cit., पान ५४३, परिच्छेद ४९५)

विशिष्ट जातींसाठी आरक्षण किंवा जे व्याख्येत बसत आहेत पण पात्रता नाही अशांसाठी आरक्षण

५० टक्क्यांच्या नियमाला एक ठराविक पळवाट लावण्यात आली. कलम १६(४)मध्ये

काय हेतू अनुस्यूत केला आहे ते आठवा. त्यात असे म्हटले आहे की, "राज्य सरकारच्या मते हे मागासवर्गाचे प्रतिनिधित्व पुरेसे वाटत नसेल तर त्या वर्गातील नागरिकांसाठी काही पदे आरक्षित ठेवण्याचा अधिकार देण्यात आला आहे."

सरकारी सेवेत पंजाब सरकारने अनुसूचित जाती व जमातींसाठी २२ टक्के आरक्षण ठेवले आहे. सेवेतील त्या पातळीवरती २०२ पदे उपलब्ध आहेत. म्हणजे २२ टक्क्यांनुसार अनुसूचित जाती व जमातींच्या वाट्याला ४२ पदे येतात. त्या पातळीवर (cadre) आधीच ४७ पदे ही अनुसूचित जाती व जमातीच्या उमेदवारांनी व्यापली होती. त्यातील १० जणांना, सेवाज्येष्ठता आणि पात्रता यांनुसार बढत्या मिळाल्या असल्याने सरकारने असे ठरवले की, अनुसूचित जातीच्या सेवकांचे नोकरीतील प्रतिनिधित्व हे ४२ जागांऐवजी ४७ जागा असे नसून ते फक्त ३७ जागांसाठीच आहे. त्यानुसार दुसऱ्या गटाची बढती झाली. या बढत्या *जोगिंदरसिंग विरुद्ध पंजाब सरकार* खटल्यात रद्दबातल करण्यात आल्या. (संदर्भ : 1982-2 Service Law Report 307) पुढे हा खटला अपिलात गेल्यावर खालच्या न्यायालयाचा निकाल रद्द ठरविण्यात आला. प्रथम तो पंजाब व हरियाना उच्च न्यायालयाने रद्द केला आणि नंतर सर्वोच्च न्यायालयाने रद्द केला.

परंतु या विषयाने पुन्हा *आर.के. सभरवाल* खटल्यात सर्वोच्च न्यायालयात डोके काढले. न्यायालयाने म्हटले की, 'सेवाज्येष्ठता व गुणवत्ता' या तत्त्वावर जे कोणी नोकरीत भरती झाले (किंवा ज्याची बढती झाली) त्यांना आरक्षणाच्या हिश्शातून वगळले पाहिजे व मगच आरक्षणासाठी ठेवलेल्या एकूण जागांचा विचार केला पाहिजे. ज्या कोणाला 'सेवाज्येष्ठता व गुणवत्ता' या घटकांचा लाभ मिळाला असेल त्यांना सर्वसाधारण (general) वर्गात टाकले जाईल. न्यायालयाने यासाठी दोन कारणे पुढे केली.

पहिले कारण असे की, ज्या वर्गासाठी आरक्षण आहे त्यांचे नोकऱ्यांमध्ये पुरेसे प्रतिनिधित्व नसेल तर कलम १६(४)नुसार त्यांच्यासाठी राज्याला *कोणतीही* तरतूद करण्याचे अधिकार दिलेले आहेत. म्हणून आरक्षणाच्या साठ्यात 'सेवाज्येष्ठता व गुणवत्ता' यांमुळे लाभ झालेल्या उमेदवारांची गणना करता येणार नाही. दुसरे असे म्हटले जाते की, ज्या जातींसाठी व वर्गांसाठी आरक्षण ठेवले आहे त्यांना त्यापेक्षाही जास्त प्रमाणात जागा मिळतात. "राज्य सरकारसाठी हा एक संबंधित घटक असल्याने आरक्षण चालू ठेवण्या संदर्भात कदाचित पुन्हा विचार केला जाऊ शकेल. जोपर्यंत मागासवर्गीयांसाठी ठेवलेली आरक्षणाची विशिष्ट टक्केवारी राबविली जात आहे तोपर्यंत हीच स्थिती चालू ठेवावी." (संदर्भ : *आर. के. सभरवाल विरुद्ध पंजाब राज्य,* (१९५५) 2 SCC, पान ७४५, परिच्छेद ४)

अशा निकालाचा परिणाम काय होईल याचा सहज अंदाज करता येईल. आपण

लवकरच त्यावर एक नजर टाकणार आहोत.

या मुद्द्यामधून बरेच काही प्रकट होते. कलम १६(४)चा हेतू पुन्हा एकदा आठवा. हा हेतू असा आहे : राज्याच्या नोकऱ्यांमध्ये मागासवर्गीयांना पुरेसे प्रतिनिधित्व मिळाले नाही तर राज्य सरकार त्यांच्यासाठी नोकऱ्यांत आरक्षण ठेवू शकते. एखादे काल्पनिक उदाहरण घ्यायचे झाल्यास ते असे असेल : 'क्ष' जात ही 'क्ष' नावाच्या वर्गात मोडते आहे आणि ह्या वर्गाचे राज्याच्या नोकरभरतीत पुरेसे प्रमाण किंवा प्रतिनिधित्व प्रकट होत नाही. अशा वेळी नोकऱ्यांतील जागांपैकी 'य' टक्के जागा 'क्ष' वर्गासाठी आरक्षित करून ठेवलेल्या आहेत असा हुकूमनामा राज्य सरकारने जाहीर केला. (किंवा तशीच गोष्ट बढत्यांबाबतही जाहीर केली.) अशा जातीमधील 'उ-१' ते 'उ-२०' अशा २० उमेदवारांना सेवाज्येष्ठता व गुणवत्ता यांनुसार नोकरीत भरती करून घेतले, किंवा त्यांना सेवाज्येष्ठता अथवा गुणवत्ता यानुसार बढत्या दिल्या, तर मागास जात असल्यामुळे होणाऱ्या लाभांना त्यांना वंचित व्हावे लागेल काय? जर आपण पुरोगामी न्यायाधीशांची मते मान्य केली तर या प्रश्नाचे उत्तर नक्कीच 'नाही' असे येते. मग 'कोणालाही आपली जात बदलता येत नाही.' असा धोशा हीच पुरोगामी मंडळी करीत असतात त्याचे काय? वस्तुस्थिती अशी असल्याने जेव्हा सरकार 'क्ष जातीला नोकऱ्यांमध्ये पुरेसे प्रतिनिधित्व मिळाले आहे' असे ठरवते. (किंवा नोकरीत अधिक वरच्या पातळीवरती) अथवा 'तसे नाही' असे ठरवते, तर अशा वेळी त्या उमेदवारांना 'क्ष' जातीच्या वर्गातून कोणत्या तर्कशास्त्राच्या आधारे वगळले जाते?

आरक्षित जागांची संख्या ही त्याच जातीसाठी अथवा वर्गासाठी आहे? असा प्रश्न उद्भवतो? *का ज्या जातीतील/वर्गातील उमेदवारांजवळ त्या पदांसाठी पुरेशी पात्रता नाही असा अर्थ होतो काय?*

सर्वोच्च न्यायालयातील *आर.के. सभरवाल* खटल्यात कलम १६(४) चा हेतू असा व्यक्त केला गेला की, एखादी विशिष्ट जात अथवा वर्ग हा फार काळ नोकऱ्यांत आपले पुरेसे प्रतिनिधित्व करू शकणार नाही. त्या कलमाचा हेतू असा आहे : *ज्या जातीच्या अथवा वर्गाच्या उमेदवारांना स्वतःला यशस्वी करता येत नसेल तर त्यांना पुरेसे प्रतिनिधित्व दिले जाईल!*

या संदर्भात जो कायदा आहे तो किती विसंगत आहे तेही ध्यानात घ्या. या नियमाचे कसे काय समर्थन केले जाऊ शकते? केवळ पुरेशा संख्येने उमेदवारांना लावून नोकरीत वरच्या पातळीवरती 'पुरेसे प्रतिनिधित्व हवे' म्हणून नोकरीतील पुढील वर्षात (carry forward) पाठवायचे? अन् तेही त्या पातळीवरती पुरेशी पदे रिकामी नसताना? एका वर्षात थोडीच अशी पदे रिकामी होतील? किंवा नव्याने निर्माण होतील? नोकरीतील पुढील वर्षात *प्रतिनिधित्वाची इच्छित*

पातळी पूर्ण करण्यासाठी?

सर्वोच्च न्यायालयापुढे जो खटला होता त्या पार्श्वभूमीवरती विरोधाभासात्मक वाटेल अशा रितीने न्यायालयाने आपले मत व्यक्त केले की, नोकरीतील एखाद्या स्तरावरती संपूर्णपणे पुरेसे प्रतिनिधित्व होते आहे की नाही याकडे न्यायालय पाहणार नाही.

नोकरीतील पदांची टक्केवारी अ + ब अशी करून, आरक्षित 'अ' टक्क्यांकडे दुर्लक्ष करून, काही जाती/वर्ग आपल्या माणसांनी सारी पदे भरलेली असतानाही आणखी त्याच जातीच्या उमेदवारांची भरती केले जाणे चालूच राहते, मग भले ते उमेदवार त्या पदांना/सेवेला लायक नसले तरी!

सरतेशेवटी इंद्र *सहानी* खटल्यातील न्यायाधीशांनी बहुमताने असे सांगितले की, आरक्षित जागांची एकूण संख्या एखाद्या वर्षासाठी जाहीर केली असेल, तर त्यातील फक्त ५० टक्के जागाच भराव्यात. यात बढत्यांमधून आलेले उमेदवारही समाविष्ट आहेत.

एकदा हे न्यायालयाकडून स्पष्ट झाल्यावर बाकी फारसे कशाचे निराकरण करण्याचे काम उरले नाही. यामुळे राजकीय वर्ग नामोहरम झाला. नंतर घटनेमध्ये ८१ वी दुरुस्ती करून कलम १६(४) ला नवीन दुरुस्ती जोडण्यात आली. आता हे कलम अत्यंत गुंतागुंतीचे व वाचताना क्लिष्ट असे झाले आहे. ते खालीलप्रमाणे आहे :

> पोटकलम (४) किंवा (४ अ)नुसार दर वर्षीच्या ज्या जागा भरण्यासाठी आरक्षण ठेवले असेल, अन् त्या जागा (संपूर्णपणे) भरल्या गेल्या नाहीत, तर त्या न भरलेल्या त्या वर्षीच्या जागा या *खास वेगळ्या वर्गातील* समजल्या जातील. अशा जागा भरण्यासाठी राज्य सरकार जे काही करेल त्याला घटनेच्या या कलमानुसार कोणताही प्रतिबंध करता येणार नाही. या खास वेगळ्या वर्गातील जागा पुढच्याच वर्षी किंवा त्यापुढच्या वर्षांमध्ये भरल्या जाव्यात. जागा भरण्याच्या या खास वर्गातील जागा ह्या भावी वर्षातील नेहमीच्या आरिक्षत जागांशी, म्हणजे दर वर्षीच्या कमाल मर्यादा असलेल्या ५० टक्के आरक्षित जागांच्या संख्येशी *एकत्र जोडण्याचा विचार करता येणार नाही.*

९.

नोकरभरतीचाच एक प्रकार : बढती

एका पाठोपाठ वाढत जाणारे बदल पाहता शेवट काय होईल त्याचे भाकीत सहज करता येईल.

सुरुवातीला आरक्षण केवळ नोकरभरतीपुरतेच मर्यादित होते. १९५५ पासून आरक्षणांनी बढत्यांमध्येही शिरकाव करण्यास सुरुवात केली. सुरुवातीला खालच्या पातळीवरील बढत्यांत आरक्षण शिरले, मग ते हळूहळू कडेकडेने व्यापत आत शिरू लागले. ज्या पद्धतीने न्यायालयांकडून धडाधड आरक्षणाच्या विस्ताराला मान्यता दिली जाऊ लागली, त्या पद्धतीमुळे दिखाऊ समतावादी संतुष्ट होऊन समाधानाने माना हलवित राहिले. या संदर्भात घटनेमध्ये केलेल्या खालील दोन तरतुदी आठवा.

कलम १६(१) मध्ये 'सार्वजनिक सेवांमध्ये समान संधी'चा उल्लेख आहे. तो उल्लेख खालील वाक्यात सांगितलेला आहे,

> *कोणत्याही सरकारी कार्यालयात नोकरीतील सर्व बाबींमध्ये किंवा सेवेत नेमणूक करताना सर्व नागरिकांना समान संधी दिली पाहिजे.*

वरील वाक्यात *'समान संधी'*, *'नोकरीतील सर्व बाबींमध्ये'* आणि *'कोणत्याही सरकारी कार्यालात सेवेत नेमणूक करताना'* हे तीन शब्दप्रयोग नीट ध्यानात घ्या.

घटनेचे कलम १६(४) मध्ये खालीलप्रमाणे म्हटले आहे :

> जर सरकारच्या मते सरकारी सेवेत कोणत्याही दलित वर्गातील नागरिकांचे पुरेसे प्रतिनिधित्व नसेल तर अशा नागरिकांसाठी नेमणुका किंवा पदे यांचे आरक्षण करताना ज्या काही तरतुदी सरकार करेल त्यांना या कलमानुसार कसलाही प्रतिबंध होणार नाही.

वरील मजकुरातील *नेमणुका* आणि *पदे* हे दोन शब्द ध्यानात घ्या. कलम १६(१)ची व्याप्ती ही कलम १६(४) पेक्षा अधिक आहे हे सर्वांनी मान्य केले आहे. याचे कारण 'नोकरीतील सर्व बाबींमध्ये' असा शब्दप्रयोग कलम १६(१) मध्ये केला आहे. एकामागोमाग दिल्या जाणाऱ्या सर्व निकालपत्रांमध्ये न्यायालयाने या शब्दप्रयोगात पगार, ठराविक काळाने होणारी पगारातील वाढ (increments) रजा, ग्रॅच्युइटी, निवृत्तीवेतन, निवृत्तीचे वय इत्यादी साऱ्या गोष्टी येतात. यातील प्रत्येकासंदर्भात नोकरांमध्ये कोणताही भेदभाव केला जाणार नाही, हे सर्वांनीच मान्य केले आहे. या संदर्भात सरकार कलम १६(४)चा वापर करू शकणार नाही आणि एखाद्या वर्गातील नोकरांना दुसऱ्या वर्गातील नोकरांपेक्षा कमी किंवा अधिक लाभ देण्याचा भेदभावही करू शकणार नाही.

अन् तरीही समस्या व अडचणी या फार पूर्वीच उफाळून आल्या. *रंगाचारी* खटल्यात सर्वोच्च न्यायालयाच्या पीठात मतभेद होऊन दोन भिन्न विचारप्रवाह निर्माण झाले. ''कलम १६(४)कडे सर्वसाधारणपणे व विशाल नजरेने पाहावे, त्याकडे तांत्रिकतेने पाहू नये किंवा त्याचे नसते स्तोम माजवू नये.'' अशी भूमिका पीठातील न्यायमूर्तींनी बहुमताने घेतली. *'नोकरीतील सर्व बाबींमध्ये'* आणि *'पदे'* हे दोन शब्दप्रयोग या संदर्भात नीट पाहावेत. या शब्दप्रयोगांना असलेल्या विशिष्ट अर्थांमुळे नंतर अनेक वर्षे न्यायालयात वाद घालून हा विषय ताणला गेला.

त्या तीन न्यायमूर्तींनी *'नोकरीतील सर्व बाबींसंबंधी'* या शब्दप्रयोगावर म्हटले, ''या आधी व नंतर उद्‌भवलेल्या नोकरीतील सर्व बाबी या नोकरीमध्ये लागू होणाऱ्या सर्व अटी व शर्ती यांचाच भाग आहे.'' आणि वरच्या पदांच्या बढतीसाठी असलेले हक्क व संधी या गोष्टी त्या अनुषंगाने येत असल्याने नोकरीचे सारे नियम, कायदेकानू हे आपोआपच लागू होतील.

न्यायाधीशांनी आणखी एका मुद्द्यावर जोर दिला. पोटकलम ४ हे 'नेमणुका' व 'पदे' असे दोन भिन्न शब्द वापरीत आहे. 'पदे' या शब्दामागे कायदेमंडळाचा एक लांबलचक इतिहास आहे. अगदी स्वातंत्र्यपूर्वकाळापासून गेली अनेक दशके नोकरीत नसलेली किंवा नोकरीबाहेरची अनेक पदे निर्माण केली जात होती. अशा पदांना posts हाच शब्द वापरला जाई. तीच प्रथा अद्यापही चालत आलेली आहे. उदाहरणार्थ, उत्तर प्रदेश राज्यात सरकारी नियमानुसार इन्स्पेक्टर जनरल ऑफ पोलीस यांची पदे निर्माण केली जात आली आहेत. संख्येने ती पदे समजा 'क्ष' आहेत. काही वर्षांनी परिस्थितीत बदल होत जातो. परिणाम करणारी अनेक कारणे उद्‌भवतात. अधिकाऱ्यांची संख्या वाढते व त्यातील अनेकांकडे वरिष्ठ पातळीवरील जबाबदाऱ्या सोपवता येत नाही, तरीही त्यांना वरच्या पातळीवरचे लाभ (perks) द्यावे लागतात. अशासारख्या अनेक अडचणी निर्माण होत जातात. मग 'क्ष+य'

अधिकाऱ्यांना इन्स्पेक्टर जनरल म्हणून नेमावे लागते. यातील 'य' ही संख्या ex-cadre posts म्हणून ओळखली जाते. अन् post म्हटले की ती नोकरीबाहेरची निर्माण केलेली पदे म्हणून नेहमी ओळखली जातात.

त्या तीन न्यायाधीशांनी post किंवा 'पदे' या शब्दाचा अर्थ नोकरीच्या उतरंडीमधील विविध पातळ्यांवरची पदे असा घेतला. त्यासाठी त्यांनी एक परिस्थितीजन्य कारण पुढे केले. हे सरकारी नोकऱ्यांत ज्या वर्गांचे अपुरे प्रतिनिधित्व आहे त्यांना पुरेसे प्रतिनिधित्व देण्यासाठी कलम १६(४) निर्माण केलेले आहे. जर 'पदे' शब्दाचा अर्थ 'नोकरीबाहेरील पदे' असा घेतला तर ठराविक प्रमाणात आरक्षण ठेवण्यामुळे त्या मागासवर्गाचे प्रतिनिधित्व कधीच पुरेसे होणार नाही. म्हणून 'पदे' हा शब्द ज्या अर्थी घटनाकारांनी वापरला आहे त्या अर्थी 'नोकरीतील निरनिराळ्या पातळीवरील पदे' असाच अर्थ त्यांना अभिप्रेत असावा. म्हणून, मागासवर्गांसाठी असलेले आरक्षण हे नोकरीत घेताना जसे त्यांना लागू होते तसेच वरच्या पातळीवर बढत्या देतानाही ते लागू होते.

त्या दोन शब्दप्रयोगांचे अर्थ ताणून मग आपल्या मताप्रमाणे ती न्यायाधीश मंडळी पुढे जाऊ लागली. ते म्हणू लागले की, "आम्ही असे समजूतदारपणे म्हणतो की, सामाजिक व शैक्षणिक अर्थाने मागासवर्गीय नागरिकांबद्दल घटनेने खूप कळकळ व्यक्त केली आहे. म्हणून १६(१) आणि १६(४) यांची रचना अत्यंत व्यापक अर्थाने व सर्वसाधारणपणे केली आहे, ती काही आपले पांडित्याचे प्रदर्शन करण्यासाठी किंवा तांत्रिक दृष्टिकोनातून केली नाही."

ज्या दोन न्यायाधीशांमध्ये तीव्र मतभेद होते त्या दोघांनीही आपापली संयुक्तिक कारणे देऊन सांगितले की, घटनेचे (वरील) अर्थ काढण्याची अजिबात गरज नाही, कारण त्यामुळे झाले तर खूप वाईटच होईल. post या शब्दामागे असलेला इतिहास त्यांनी दाखवून दिला. त्या शब्दाचा कसा वेळोवेळी वापर होत गेला हेही दाखवले. न्या. के.एन. वांछू यांनी आणखी एक कारण सांगितले. त्या कारणामुळे तो post हा शब्द appointment (नेमणूक) या शब्दासाठी जोडून घ्यावा लागला. घटनाकारांना नोकऱ्यांमध्ये अनेक पदे आहेत हे दर्शविण्यासाठी त्यांनी तो शब्द वापरला, असेही सांगितले. तसेच, वर्षातील नोकरभरतीमध्ये मागासवर्गाचे पुरेसे प्रतिनिधित्व पक्के व्हावे म्हणून त्यांना त्या शब्दाचा वापर करावा लागला. जर 'आरक्षण' म्हणजे 'त्या त्या वर्षातील आरक्षित जागांची संख्या' असा अर्थ त्यांच्या मनात असता, तर त्याचा परिणाम असा झाला असता की दीर्घकाळ मागासवर्गीयांचे पुरेसे प्रतिनिधित्व नोकऱ्यांत राहिले नसते. त्या त्या वर्षी किती जणांना नेमणुका दिल्या यांची संख्या लहान राहिली असती. समजा, १/२० जागांचा तिसरा हिस्सा (म्हणजे १/२० चा तिसरा भाग) एवढाच मागासवर्गीयांसाठी राहिला असता. मग त्यांचे पुरेसे प्रतिनिधित्व

होण्यासाठी दीर्घकाळ जावा लागला असता. म्हणून घटनाकारांनी post हा शब्द मुद्दाम घातला, असे समर्थन न्यायमूर्ती महोदय करतात. मगच त्या विशिष्ट वर्षातील भरतीमध्ये आरक्षणांची संख्या पुरेशी ठेवता येईल.

दोन्ही न्यायाधीशांनी असे दाखवून दिले की, ज्या कलम १६(१)नुसार प्रत्येक नागरिकाला जे समानतेचे मूलभूत हक्क बहाल केले आहेत त्याला कलम १६(४) हे अपवाद ठरते. ज्या हक्कांची हमी दिली आहे, त्यावरील त्या संदर्भातील वाक्यरचना ही कमी शब्दात करावी. म्हणजे मग हमी दिलेल्या स्वातंत्र्याला पुरेसा वाव मिळतो. ही वाक्यरचना प्रसिद्ध आहे व ती सर्वमान्य आहे. त्यामुळे "कलमासाठी घातलेली अट किंवा अपवाद याचा व्यावहारिक अनुवाद हा इतक्या स्वैरपणे ताणू नये की त्यामुळे मूलभूत हक्कांचाच नाश होईल; किंवा ते हक्क केवळ देखाव्यापुरतेच राहतील."

वाक्याच्या रचनेतून अनेक विरोधी अर्थ ध्वनित होतात. परंतु बहुतांश लोक सरळ सरळ जाणवणाराच अर्थ त्या वाक्यातून घेतात. न्या. के.एन. वांछू यांनी अशा वाक्यांचे एक उदाहरण दिले. वाक्यरचनेचा एकूण परिणाम ध्यानात घेऊन तिन्ही न्यायाधीशांनी घटनेतील 'पुरेसे प्रतिनिधित्व' या शब्दप्रयोगाचा अर्थ सामाजिक दृष्टीने व शैक्षणिक दृष्टीने वंचित राहिलेल्यांचे प्रतिनिधित्व नोकऱ्यातील प्रत्येक पातळीसाठी आहे असे मानले. "काही काही वेळा नोकरीतील उच्च पातळीवरती फक्त एकच पद असते. मग ते पद भरताना उमेदवार जर मागासवर्गातील नसेल तर त्या वेळी मागासवर्गाचे प्रतिनिधित्व होणार नाही. तसे होऊ नये म्हणून जी जी पदे एकेकच आहेत ती सर्व पदे मागासवर्गीयांसाठीच राखून ठेवावी लागतील. तसे नाही केले तर अशा पदांच्या बाबतीत नेहमीच मागासवर्गीयांचे अपुरे प्रतिनिधित्व असे म्हटले जाईल." (संदर्भ : *जनरल मॅनेजर, सदर्न रेल्वे विरुद्ध रंगाचारी,* १९६२ AIR ३६१९६२ SCR (२) ५८६; विशेष करून परिच्छेद ४३)

तथापि, ३ ते २ म्हणजे ३ ते २च. *रंगाचारी* खटल्यामध्ये बढत्यांमध्येही आरक्षण ठेवण्याचा निर्णय दिला गेला. त्या तीन न्यायाधीशांनी ठरवले की, शैक्षणिक व सामाजिक अशा दोन्ही दृष्टींनी मागास असलेल्यांचे प्रतिनिधित्व नोकऱ्यांत पुरेसे नसल्याने राज्यसरकारने "नोकऱ्यांत किती अपुरे प्रतिनिधित्व आहे हे गणित करून मग त्या दृष्टीने ठरवावे, किंवा गुणवत्तेच्या दृष्टिकोनातून किती अपुरे प्रतिनिधित्व होते आहे हे पाहावे... सामाजिक व शैक्षणिक दृष्टीने मागास असलेल्यांच्या विकासासाठी नोकऱ्यांमधील खालच्या पायऱ्यांवरती त्यांच्यासाठी अपुरे प्रतिनिधित्व ठेवणे एवढाच उपाय नाही. परंतु खुद्द या वर्गानेही नोकऱ्यात आपले पुरेसे प्रतिनिधित्व प्रकट होण्याची मनीषा धरावी. 'पुरेसे प्रतिनिधित्व' हा शब्दप्रयोग एकूण 'संख्या', 'मूल्य' आणि झालेल्या नेमणुकांचे स्वरूप यांचाही निर्देश करीत असतो.

तेव्हा या प्रकारात नुसते गणित न पाहता कशा व कोणत्या नेमणुका होतात हेही पाहिले पाहिजे. अशा रितीने पुरेशा प्रतिनिधित्वाची तपासणी ही गणित व गुणवत्ता या रितीनेही व्हावी. असे जर होत असेल तर सुरुवातीच्या टप्प्यात केवळ अपुरे प्रतिनिधित्व म्हणून जादा टक्केवारीने नेमणुका करणे योग्य ठरणार नाही.'' (यापूर्वीचाच संदर्भ : पान ५९६, परिच्छेद २५) वा! काय हा समस्येचा भेद! खालपासून पार वरच्या शेवटच्या पातळीपर्यंत मागासवर्गासाठी पदे राखून ठेवलीच पाहिजेत, मग भले ते मागासवर्गीय शैक्षणिकदृष्ट्या कसेही असोत.

केंद्र सरकारने वरील निकाल विचारात घेऊन एक हुकूमनामा काढला व त्यानुसार 'बढत्यांमध्ये आरक्षण ठेवले जाणार नाही', असे जाहीर केले.

परंतु १९७० नंतरचे दशक सुरू झाले आणि मागासवर्गीयांच्या उत्थानाशी आपली ''बांधिलकी'' प्रदर्शित करण्याची लाट आली. न्यायसंस्थेलाही तसे दाखवून देण्यास सांगितले गेले. मग अनेकांनी तसे हर्षाने करून दाखविले. खास काळजी घेऊन पददलितांच्या आर्थिक व शैक्षणिक स्थितींमध्ये सुधारणा घडवून आणण्याचे निर्देश घटनेने सरकारला दिले आहेत, असे आता न्यायाधीशमंडळींना आठवू लागले. मग या पददलितांचे अथवा मागासवर्गाचे हित संभाळण्यासाठी त्यांना सत्तेत किंवा शासनसंस्थेत भागीदारी द्यावी हाच मार्ग आहे. मग सत्तेत तशी भागीदारी देण्यासाठी सरकारी यंत्रणेत तशा जागा आपण निर्माण केल्याच पाहिजेत. परंतु सत्ता ही नेहमी सर्वोच्च पातळीवरती राहत असल्याने वरिष्ठ पातळीवरील पदांवरतीही मागासवर्गीयांना त्यांचा वाटा आपण दिलाच पाहिजे असा विचार करण्यात आला.

एन.एम. थॉमस खटल्यामध्ये आपण पाहिले की एच.आर. खन्ना व ए.सी. गुप्ता या दोन न्यायमूर्तींखेरीज इतर न्यायाधीशांनी वरील पुरोगामी धोरणाला साथ दिली. त्या वेळी मुख्य न्यायाधीश ए.एन. रॉय होते. या न्यायमूर्ती महोदयांनी आणिबाणीमध्ये असे काही काम केले की त्यामुळे न्यायसंस्थेला बट्टा लागला होता. यांच्याबरोबर न्या. फाजल अली व न्या. व्ही.आर. कृष्णा हेही होते. त्या तिघांनी आपले जे मत मांडले ते न्या. ए.एन. राय यांच्या शब्दांत असे, ''सरकारी नोकऱ्यांचा विचार करता आणि तत्संबंधित ज्या काही अटी आहेत त्याप्रमाणे निवडक वरिष्ठ पदावर मागासांना बढती देणे ही बाबसुद्धा अंतर्भूत आहे. निवडक पदांवर दिल्या जाणाऱ्या बढत्यांसाठीही नागरिकांना समान संधी देणारे घटनेतील कलम १६(१) हे लागू पडते.'' तथापि, ए.एन. राय यांनी अशीही सावधगिरीची सूचना दिली की, ''बढत्यांमध्ये काही प्रमाणात आरक्षण ठेवताना सरकारने हे लक्षात ठेवावे की, या धोरणाचा परिणाम हा प्रशासनाच्या कार्यक्षमतेवरती या टप्प्यावर होणार आहे. प्रशासनाची कार्यक्षमता ही सर्वांत महत्त्वाची असते, तिला सर्वोच्च प्राधान्य द्यायचे असते, हे अजिबात विसरता कामा नये. प्रशासकीय

कार्यक्षमतेचा बळी देऊन आरक्षण राबविणे ही गोष्ट शहाणपणाची ठरणार नाही आणि कधीही परवानगी देता येण्याजोगी नाही.''

न्या. फाझल अली यांनीही असे म्हटले, ''कलम १४ व कलम १६नुसार समानता ही व्यक्तीच्या नोकरीच्या नेमणुकीपासून निवृत्तीपर्यंत, ते अंतिमत: ग्रॅच्युइटी व निवृत्तीवेतन येथपर्यंत लागू होते. म्हणून सरकारला आपल्या नोकरवर्गाचे वर्गीकरण हे विविध वर्गात करण्याचा, तसेच अनुसूचित जाती व जमाती यांच्या लाभासाठी उपाययोजना करण्याचा, परिणामी खरीखुरी समानता राबवण्याचा पूर्ण अधिकार आहे.'' (संदर्भ : *केरळ सरकार विरुद्ध एन. एम. थॉमस,* (१९७६) २ SCC ३१० पाने, ३३३, ३८१,३८२, परिच्छेद २८, २९, १७१, १७६)

अखिल भारतीय शोषित कर्मचारी संघ या खटल्यात न्या. कृष्णा अय्यर हे वरील मुद्द्याकडे वळले. त्यांनी वरील समानतेच्या हक्काचा मुद्दा हा अलंकारिक भाषेत समजावून मांडला.

प्रथम त्यांनी न लागू करता येण्याजागी मार्गदर्शक तत्त्वे मांडली. त्यांनी सांगितले, ''प्रत्येक मार्गदर्शक तत्त्व हे देशाच्या प्रशासनात मूलभूत असते. सरकारचे पहिले कर्तव्य असते की अशी तत्त्वे लागू करण्यासाठी कायदे निर्माण करणे... घटनेतील कलम ४६ हे व्यवहारात परिणामकारक ठरण्यासाठी सरकारला भाग पाडत असते. तसेच, समाजातील दुर्बल घटकांचे, विशेषत: अनुसूचित जाती व जमातींचे आर्थिक व शैक्षणिक हित साधण्यासाठी, त्यांचे सामाजिक अन्यायांपासून रक्षण करण्यासाठी आणि सर्व प्रकारच्या शोषणांपासून त्यांना वाचवण्यासाठी सरकारने *खास काळजी घेऊन* कारभार केला पाहिजे... घटनेतील कलम १६(४) व कलम ४६ ही एकत्र वाचली तर घटनाकारांचा उदात्त हेतू घटनेमधून प्रकट होतो. भूतकाळात ज्या अनेक *हरिजन, गिरिजन* गटांचे शोषण होत आले आहे, ते शोषण सरकारने खास काळजी घेऊन समूळ नष्ट केले पाहिजे... यातून निघणारा निष्कर्ष हा उघड उघड समजून येणारा असून प्रशासनात अनुसूचित जाती व जमाती यांचा सहभाग खास काळजी घेऊन उत्तेजन दिले पाहिजे.''

न्या. कृष्णा अय्यर यांनी पुढे असेही म्हटले की, ''कलम १६(४)नुसार असलेले आरक्षण आणि त्यासाठी कलम ४६नुसार आखलेले धोरण व कृती हे महत्त्वाचे असेलही, परंतु मागासवर्गीयांना सवलती देण्याच्या नावाखाली धोरण व संबंधित कृती या भरकटत जाता कामा नये आणि त्यामुळे प्रशासकीय कार्यक्षमतेला हानी पोचता कामा नये. तसे घडू लागले तर ते थोपविण्यासाठी घटनेतील कलम ३३५ अन्वये प्रतिबंधक ताकीद दिली जाईल...'' परंतु न्यायमूर्तींकडून केवळ हा एक उल्लेख केला गेला होता. जवळजवळ प्रत्येक पुरोगामी न्यायाधीश आपल्या म्हणण्याच्या शेवटी नेहमीच असे बोलत आले होते. प्रशासकीय कार्यक्षमतेला हानी

पोचवणारे उपाय त्यांनी सांगितल्यावर शेवटी अशा वाक्यांची मोहोर ते उमटवायचे.

यानंतर त्यांनी जे काही थोडे परिच्छेद सांगितले त्यावरून तर त्यांच्या सांगण्याचे धोरण स्पष्ट होते. ते म्हणतात, ''सरकारने याहीपुढे जाऊन मजल मारली आहे. याचे कारण खऱ्याखुऱ्या सत्तेत दुर्बल घटकांना वाटा मिळण्यासाठी उच्च पातळीवरची दालने सरकारने त्यांच्यासाठी उघडली. या उच्च पातळीवरील अधिकाऱ्यांच्या हातातच खरी सत्ता एकवटलेली असते. आपला समाज जसा अनेक पातळ्यांवरील उतरंडीसारखा आहे आणि कनिष्ठ पातळीवरील लोकांच्या हातात जशी सत्ता नसते तसाच हा प्रकार आहे... सरकारमध्ये अधिकाधिक हरिजन मंडळी ही सफाई कामगार व झाडूवाले यांच्या रूपात सामील होण्यासाठी कलम १६(४) रचलेले नाही हे उघडच आहे. त्यांना अधिकारी व कार्यालयीन प्रमुख (boss) म्हणून प्रशासनात प्रवेश दिला पाहिजे. तसे झाले तरच प्रशासकीय सत्ता ही उच्च वर्ग व नीच वर्ग यांच्या सामाईक मालकीची गोष्ट (property) बनेल. मग ही प्रशासकीय सत्ता सारखी बनेल व एकाच समाजाचे ते एक अविभाज्य अंग होईल. सामाजिक पातळीवर स्तर असल्यामुळे जातिव्यवस्था टिकून राहते. ती जातिव्यवस्था यामुळे नाहीशी होईल व अभिसरणाचा प्रवाह उर्ध्वगामी होईल. ही गोष्ट नुसत्या आग्रही योजना राबवून होणार नाही, तर सत्तेमध्ये भागीदारी घेण्याचा अनुभव दिला गेल्यामुळे होणार आहे.'' (यापूर्वीचाच संदर्भ : पान २७४, परिच्छेद ४६)

आठापैकी आठ

अजूनही आरक्षणावरून वाद चालूच राहिले होते. *इंद्र सहानी* खटल्यात एकूण नऊ न्यायाधीश होते. त्यापैकी आठ जणांचे असे मत पडले की, *बढतीमध्येही आरक्षण ठेवणे हे घटनाबाह्य आहे.* नवव्या न्यायाधीशाने या वादात भाग घेतला नाही. बाकीच्या आठ न्यायाधीशांपैकी पाच न्यायाधीश म्हणाले की, ''बढत्या व नेमणुका यात सध्या अस्तित्वात असलेले आरक्षण हे येथून पुढे फक्त पाच वर्षे चालेल.'' यानंतर घटनेमध्ये ७७ वी दुरुस्ती केली गेली. एक नवीन १६(४) अ हे कलम घटनेमध्ये घालण्यात आले. त्यानुसार बढत्यांमध्येही स्पष्टपणे आरक्षण ठेवण्यात आले.

आपण आता येथे थोडे थांबून त्या आठ न्यायाधीशांनी जी कारणे सांगून बढत्यांमध्ये आरक्षण ठेवणे मान्य केले नाही त्या कारणांकडे पाहू. त्या कारणांची तपासणी आता बारा वर्षांनी आपण करीत असल्याने दरम्यानच्या काळात राजकारण्यांमुळे किती नुकसान झाले ते समजून येईल. तो घातक उपाय करण्यापूर्वी अनेक सावधगिरीच्या सूचना सरकारला देण्यात आल्या होत्या, थांबण्याविषयी कळकळीने सांगण्यात आले होते. अन् तरीही तो घातकी उपायांचा निर्णय सरकारने घेतला.

न्यायालयाने जे काही म्हटले त्याचे नीट निरीक्षण केले तर आणखीही एक महत्त्वाचा धडा आपल्याला त्यातून घेता येतो. जर न्यायालयाने आपल्या निवाड्यात अथवा वक्तव्यातसुद्धा थोडे जरी कुठे तरी 'तडजोड झाली तर चालेल', असे म्हटले तर लगेच त्याचा फायदा राजकीय वर्ग उठवतो. मग त्या वर्गाला हवा तसा विपर्यास करायला किंवा दुरुपयोग करायला संधी मिळते.

रंगाचारी खटल्यामध्ये न्यायालयाने आपले असेही एक मत व्यक्त केले. त्या मतानुसार "कलम १६(४) असे सांगते की, विविध वर्गांचे प्रतिनिधित्व सरकारी नोकऱ्यांत पडले पाहिजे आणि तेही पुरेशा प्रमाणातच. ते प्रमाण नुसतेच संख्यात्मक नसावे तर ते 'गुणवत्तात्मक'ही (qualitatively) असावे. यामुळेच बढत्यांमध्येही आरक्षण ठेवले पाहिजे." *रंगाचारी* खटल्यात सर्वोच्च न्यायालयाने नेमके म्हटले की, "कलम ३३५नुसार नोकऱ्यांत नेमणुका करताना ज्या गोष्टींच्या नोकरीसाठी गरजा आवश्यक आहेत त्या काढून टाकण्यात याव्यात." ह्याला न्यायालयाने जो आधार घेतला तो 'स्वीकारता येण्याजोगा नसल्याने' (on the basis which is not acceptable) अशा शब्दांत व्यक्त केला. अशा पद्धतीने जर नेमणुका झाल्या तर त्यामुळे प्रशासकीय कार्यक्षमता घसरण्याची जोखीम घेतल्यासारखे होईल, हा मुद्दा *रंगाचारी* खटल्यात सरळ धुडकावून लावण्यात आला. तसे व्यक्त करताना न्यायालयाने असा शेरा मारला की, "...जेव्हा एखादे सरकार नोकऱ्यांत भरती करताना किंवा पदे भरताना आरक्षण ठरवून देते, तेव्हा प्रशासकीय कार्यक्षमता गमावण्याची जोखीम घ्यावीच लागणार हे सरकारने लक्षात घेतले पाहिजे." हेच सर्वोच्च न्यायालय पुढे म्हणते, "आरक्षण ठेवल्यामुळे आणि ते बढत्यांमध्येही ठेवल्यामुळे प्रशासकीय गुणवत्ता घसरण्याची जोखीम वाढत असली, तरीही त्यावर आम्ही कसलेही भाष्य अथवा समर्थन करीत नाही... (प्रशासकीय दर्जा घसरू नये म्हणून) सुरुवातीच्या नेमणुकांसाठी मागासवर्गीयांवरती काही अटी घालव्यात असे कोणी म्हणेल, पण तसे करणे म्हणजे *गंभीर व स्वीकार न करता येण्याजोग्या गोष्टी समान संधीच्या नियमामध्ये घालून दिल्यासारखे होईल.* असे करण्यामुळे पुढे सबंध नोकरीत प्रत्येक बढतीच्या वेळी व प्रत्येक टप्प्यावर तशा अटी लादल्या जातील."

कायदा आणि व्यवहार या दोन्हींमध्ये एक महत्त्वाचे कारण सांगितले जाते. ते असे : एकदा उमेदवारांनी नोकरीत प्रवेश केला की ते सर्व एकाच वर्गाचे होतात, परंतु विशिष्ट जातीत जन्मल्यामुळे काही जणांना जर कायमचे लाभ दिले जात असतील तर मग त्यांचा वेगळा वर्ग निर्माण होईल. अशा भिन्न भिन्न वर्गांमुळे प्रशासनाला हानी पोचते. न्यायालयाने या बाबतीत म्हटले की, "असे जर झाले तर मग *मुख्य प्रवाहापासून कायम स्वरूपाचा वेगळा वर्ग* निर्माण करण्यासारखे होईल. मग प्रशासनात खालपासून वरपर्यंत एक वेगळा वर्ग तयार होईल. आरक्षणाचा लाभ

मिळणाऱ्या वर्गातील कर्मचाऱ्यांना अन्य कोणाशीही स्पर्धा करण्याची गरज उरणार नाही. ते फक्त आपल्याच वर्गातील कर्मचाऱ्यांशी स्पर्धा करीत राहतील. तसे झाले की मग *त्यांची कामे करण्याची इच्छा ओसरून जाईल व इतरांशी स्पर्धा करून कामे करण्यात आपले श्रेष्ठत्व ठरवण्याची मनीषाही नाहीशी होईल.* आपली बढती नक्की होणार आहे याची त्यांना खात्री पटल्याने 'आपण कामे केली काय नि नाही केली काय, त्यामुळे फरक पडणार नाही,' अशी त्यांची विचारसरणी बनेल. *असे झाले की मग खुल्या स्पर्धेतील कर्मचाऱ्यांमध्ये एक निराशेची भावना पसरत जाईल आणि त्या मागासवर्गीयांवरती ते सतत जळत राहतील.* या सर्वांमुळे प्रशासनाच्या कार्यक्षमतेवरती परिणाम होईल. मागासवर्गीय कर्मचाऱ्यांना वेगाने उन्नती घडविणाऱ्या मार्गावरती आणून ठेवल्याने ते बऱ्याच पायऱ्या गाळून उड्या मारत मारत पुढे जाऊ पाहतील. याचे दुष्परिणाम काय होतील ते वेगळे सांगायला नकोत. नोकरीत प्रवेश करताना सुरुवातीला आरक्षणाचा लाभ मागासवर्गीय उमेदवारांना द्यावा. पण एकदा त्यांनी नोकरीत प्रवेश केला की प्रशासकीय कार्यक्षमता टिकवून धरायची असल्याने या मागासवर्गीय कर्मचाऱ्यांनीही इतरांसारखीच कामात स्पर्धा करून बढतीसाठी प्रयत्न करावेत. नोकरीत प्रवेश केल्यानंतर मात्र त्यांना आपल्या जातीचा आधार घेता येणार नाही, असे याच न्यायालयाच्या एका विद्वान न्यायाधीशाने अन्य एका संबंधात म्हटले आहे. मागासवर्गीय कर्मचाऱ्यांनी इतरांबरोबर सारख्याच पायावरती कामे करणे इष्ट आहे. संपूर्ण नोकरभरतीमध्ये आधारासाठी सतत पांगुळगाडे पुरवले जाणार नाही. तसे काही केले तर प्रशासकीय कार्यक्षमतेच्या दृष्टीने ते योग्य ठरणार नाही आणि देशाच्या हिताच्याही दृष्टीने ते योग्य ठरणार नाही.''

मागासवर्गीय कर्मचाऱ्यांनी नोकरीमध्ये कायम खालच्याच पातळीवर काम करीत राहावे, असा याचा अर्थ होतो काय? न्यायालयाने ही भीती निराधार ठरवत म्हटले की, गुणवत्ता असलेल्या व्यक्तींना नेहमीच थेट रितीने वरच्या पदांवरती घेतले जाते. त्यासाठी न्यायालयाने दोन कारणे दिली. त्यातले एक कारण संयुक्तिक व योग्य आहे, तर दुसरे कारण घातक तडजोडीमधून पुढे आलेले आहे. पहिले कारण असे : घटना परिषदेत (constituent assembly) घटना बनविण्याच्या चर्चेत कोणीही 'बढत्यांसाठी आरक्षण असावे' हा मुद्दा अजिबात म्हटला नाही. ही बाब त्यांच्या चिंतनात अगर विचारात बिलकूल नव्हती असे दिसते.

दुसरे असे म्हटले जाते की, आरक्षणाच्या शिडीवरून चढत चढत वरिष्ठ पदांवर कदाचित जाता येत नसले तरी त्याच पदांसाठी थेट भरती होऊ शकते. त्या वेळी त्या थेट भरतीत आरक्षण ठेवलेले असतेच. ''केवळ तृतीय श्रेणी अथवा चतुर्थ श्रेणीसाठी भरती न करता प्रशासनाच्या वरिष्ठ पातळीवरील अनेक पदांसाठी थेट भरती होत असते हे तर जगजाहीर आहे. अखिल भारतीय पातळीवरतीही थेट

भरती होत असते, तशीच ती जिल्हा न्यायाधीशांच्या पातळीवरती होत असते. ही उदाहरणे तर सर्वांना ठाऊक आहेत.'' यामुळे पुढे काय होत जाते, हे आपण लवकरच पाहणार आहोत.

जे काही युक्तिवाद पुढे केले जात होते त्याची न्यायालयाला पूर्ण कल्पना होती. तसेच, न्यायसंस्थेला विरुद्ध दिशेने नेण्याचे प्रयत्न होत असल्याचीही न्यायालयाला पूर्ण कल्पना होती. तसले प्रयत्न हे घटनेला धरून जाण्याचे नव्हते की शहाणपणाचे नव्हते हे नक्की! न्यायालय म्हणते, ''*रंगाचारी* खटला हा तीन वर्षांपेक्षा अधिक काळ एक प्रकारे कायदाच समजून वापरला जात होता. 'बढतीमध्येही आरक्षण' ह्या मुद्द्याने *कर्मचारी संघ* खटल्यातही आपले डोके वर काढले होते. त्या खटल्यातील निकालाच्या आधारावरती काही राज्य सरकारातील पदे आणि काही केंद्रीय सरकारातील पदे यांसाठी असलेल्या बढत्यांमध्ये आरक्षण ठेवण्यात आले. परंतु 'कलम १६(४) हे बढत्यामध्येही आरक्षण ठेवते' हे *रंगाचारी* खटल्यातील मत तत्त्वत: टिकून राहणारे नाही अन् म्हणून ते फेटाळावे. बढत्यांमध्ये आरक्षण ठेवल्याने 'द्वेष व मत्सर निर्माण करणारा भेदभाव' (invidious discrimination) निर्माण होतो.''

देशाच्या वर्तमानकाळात व भविष्यकाळातही विश्वासघात

घटनात्मक आहे की नाही ही बाब एकवेळ सोडा, परंतु बढत्यांमध्ये आरक्षण ठेवल्याने प्रशासनावर परिणाम होतो हे मात्र न्यायालयाने गंभीरपणे घेतले. न्यायालय या संदर्भात जोर देऊन म्हणते की, ''एखाद्या कनिष्ठ पातळीच्या व्यक्तीजवळ गुणवत्ता नसतानाही त्याला लाभ व्हावा म्हणून बढतीच्या वेळी काही उमेदवारांकडे मुद्दाम दुर्लक्ष केले जाते. त्यामुळे दुर्लक्षित कर्मचाऱ्यांमध्ये वैफल्य, तीव्र मत्सर, शत्रुत्व आणि दुष्ट भाव निर्माण होतात. एवढेच नव्हे, तर एकूणच सर्व कर्मचाऱ्यांमध्येही तशाच भावना उफाळून येतात. हा असला भेदभाव अयोग्य आहे. त्यामुळे असमाधान, बेशिस्त व अकार्यक्षमता यांचा प्रादुर्भाव कर्मचाऱ्यांत होतो.''

घटनेतील कलम ३३५ ची आठवण करून देऊन न्यायालय म्हणते, ''राज्य व केंद्रीय सरकारी नोकऱ्यांत भरती करताना, पदांवर नेमणुका करताना अनुसूचित जाती व जमातींच्या उमेदवारांचा विचार करताना नेहमी प्रशासनाची कार्यक्षमता टिकवून धरण्याचा मुद्दा विचारात घेतलाच पाहिजे... जर हा मुद्दा अनुसूचित जाती व जमाती यांच्या घटनेनुसार सक्तीचा किंवा अपरिहार्य असेल, तर घटनेनुसार हेच तत्त्व सर्व मागासवर्गीय उमेदवारांनाही तेवढेच लागू होईल.'' एका सरकारी हुकूमनाम्याच्या संदर्भातील तंट्यात हे मत न्यायालयाने दिले. न्यायालय पुढे म्हणते, ''घटनेनुसार प्रशासकीय कार्यक्षमता ही सक्तीची व गरजेची आहे. कोणतेही अकार्यक्षम प्रशासन हे देशाचा वर्तमानकाळात आणि भविष्यकाळातही विश्वासघात करते.

"जेव्हा कनिष्ठ कर्मचारी (juniors) हे त्यांच्यापेक्षा कामात अधिक श्रेष्ठ असलेल्यांना (seniors) ओलांडून बढती घेतात, तेव्हा प्रशासनावर जो परिणाम होतो त्याकडे दुर्लक्ष करणे हे मूर्खपणाचे ठरेल... जेव्हा बढत्यांमध्येही आरक्षण ठेवले गेले तेव्हा ज्युनियर मंडळींवर काही परिणाम होणे अपरिहार्य ठरते. कारण जे सेवाज्येष्ठतेच्या क्रमात (seniority list) खाली आहेत ते सेवाज्येष्ठतेने आपल्यापेक्षा वरचढ असलेल्यांना झटपट ओलांडून बढत्या घेतात व त्याकडे बाकीचे नुसते हात चोळीत बसतात. मग जेव्हा पुढच्या प्रत्येक बढतीच्या पातळीवर आरक्षण ठेवले जाते तेव्हा हीच ज्युनियर मंडळी आणखी पुढे जाऊन एक पातळी वर चढतात. ही बाब अनेकांनी प्रत्यक्ष पाहिलेली आहे आणि अजूनही जिथे जिथे बढत्यांत आरक्षण ठेवले आहे तिथे असेच घडते, हे दिसत आहे. अशा परिस्थितीत, ज्यांना ओलांडले गेले आहे ते आपले काम मनाची शांती न ढळू देता पूर्वीच्याच समतोल वृत्तीने, निष्ठेने व रस घेऊन कामे करत राहतील, असे समजणे भाबडेपणाचे ठरेल. ही माणसे म्हणजे संत माणसे नाहीत. याचा अपरिहार्य परिणाम म्हणजे प्रशासनाच्या सर्व क्षेत्रांत एक चीड नैसर्गिकरीत्या उद्‌भवून पसरते, अंत:करणे धुसमत राहतात, वैफल्य पसरते, कामातला रस नाहीसा होतो, कर्तव्याची जाणीव बोथट होते व बेफिकिरी निर्माण होते, वरिष्ठांना आदरभाव दर्शविला जात नाही, अधिकाऱ्यांशी अपमानास्पदरितीने वागले जाते. मग सतत एक कुरबुरीचे व शत्रुत्वाचे वातावरण प्रशासनात पसरते. पुढे जेव्हा हे पूर्वीचे ज्युनियर आता वरिष्ठ बनून आपल्या (पूर्वीच्या) सिनियर मंडळींवर अधिकारी म्हणून येतात, तेव्हा तेथील वातावरण किती दूषित झालेले असेल याची केवळ कल्पनाच करावी. संपूर्ण प्रशासनावरती असा एक घातक परिणाम ओढवून घेतला जातो."

यामुळे जे नुकसान होते ते दुप्पट असते. न्यायालय पुढे म्हणते, "अशा बढत्यांमुळे जे वरच्या पदांवर गेले त्यांची कार्यक्षमता न वाढल्याने प्रशासनाचे नुकसान होते. याशिवाय जे अशी बढती घेतात त्यांनी जर उत्तम काम केले तर त्यासाठी त्यांच्यापुढे कसलेच प्रलोभन (incentive) ठेवले जात नाही. आपल्याला आणखी वर जायचे असेल तर राखीव कोट्यामधून आपण सहज बढती घेऊ शकतो हे त्यांना ठाऊक असते. अशा रितीने कसून काम करण्यासाठी त्यांच्यापाशी कसलीही प्रेरणा नसते. बढती मिळणार याची खात्री पटल्याने आपल्या कर्तव्याकडे आणि आपल्या सहकारी व वरिष्ठ यांच्याकडे पहाण्याचा दृष्टिकोन हा गढूळ व गुंतागुंतीचा होऊ शकतो. यामुळेसुद्धा प्रशासनाची कार्यक्षमता खचून जाते, घसरते व धोक्यातही येते."

तसेच, एखाद्याची वैयक्तिक कार्यक्षमता मापल्याने कार्यक्षमता पुढे सरकते किंवा खाली घसरते असे नाही. आपल्या प्रयत्नांचे यथायोग्य मूल्यमापन प्रशासन

पद्धतीकडून होत आहे, ही प्रशासन पद्धती त्याला मित्रत्वाची वाटत असेल, तसेच आपल्याला प्राधान्याने बढती मिळण्यास नंतर आपण उत्कृष्ट कामगिरी करून दाखविल्यास त्याचे चीज होईल, असे सारे जर त्याला पटले तर त्याची कार्यक्षमता टिकेल, वाढेल. पण त्याचबरोबर सरकारी कामाच्या जागी संपूर्ण वातावरणाचा परिणाम तिथल्या कर्मचाऱ्यांवर होत असल्याने तेही कार्यक्षमतेच्या संदर्भात महत्त्वाचे आहे. ''प्रशासनाची कार्यक्षमता टिकवून धरण्याशी तुमची कार्यक्षमता अथवा काम हे मिळतेजुळते हवे, अशा अर्थाची वाक्ये घटनेच्या कलम ३३५ मध्ये लिहिली आहेत. ती वाक्ये कर्मचाऱ्याच्या पात्रतेच्या संदर्भात नसून, अशा नेमणुकांमुळे प्रशासनाच्या कार्यक्षमतेवरती परिणाम करणाऱ्या सर्व घटकांच्या संदर्भात आहेत,'' असे न्यायालयाने मुद्दाम जोर देत म्हटले.

न्यायालय पुढे म्हणते, ''आरक्षित नेमणुकांमुळे सेवेत असलेल्या कर्मचाऱ्यांचे मानसिक धैर्य नष्ट होऊन त्याचा परिणाम प्रशासनाच्या कार्यक्षमतेवरती होणार असेल तर त्या घटकाचाही समावेश कलम ३३५ मध्ये व्हायला हवा. आपल्या कामाचे चीज फक्त बढतीमुळेच होईल असा कोणत्याही निष्ठावान व कष्टाळू कर्मचाऱ्याचा विश्वास असतो. पण जेव्हा ही बढतीसुद्धा त्याला नाकारली जाते, त्याच्यात काहीही वैगुण्य नसताना नाकारली जाते, तेव्हा तो निराश होतो, वैफल्यग्रस्त होतो आणि शेवटी तो मानसिकदृष्ट्या पार खचून जातो. प्रशासनावरती होत असलेला हा एक विनाशकारी परिणाम आहे. जे कोणी प्रशासन चालवतात त्यांच्या नोकरीच्या एकूण कार्यावरती काहीही संयुक्तिक कारण नसताना केलेला हा एक आघात असतो. म्हणून बढत्यांमध्येही ठेवली जाणारी आरक्षणे ही प्रशासनाच्या कार्यक्षमतेला अनुकूल नाहीत, सुसंगत नाहीत आणि ती घटनेनुसार वैधही नाहीत.''

याचबरोबर आणखीही एक कारण प्रकट होते. ते म्हणजे, 'घटनेकडून विविध वर्गामध्ये भेदभाव करण्यासही मुभा दिली आहे,' असा अर्थ काढला जातो; एकदा एखाद्या उमेदवाराने नोकरीत प्रवेश केला की तो प्रशासनाच्या मुख्य प्रवाहाचा एक भाग होतो, आणि 'त्याच्यावर भूतकाळात झालेला अन्याय हा दूर होतो.' म्हणून एकदा सरकारी नोकरीत प्रवेश केला की त्यानंतर जर भेदभाव केला की ती कृती, तो भेदभाव हा घटनाबाह्य ठरतो.

अखेर, आरक्षणाची जी सवलत घटनेने दिली आहे ती *सामाजिक वर्गांसाठी* दिलेली आहे. परंतु बढती ही *व्यक्तीला* दिलेली असते. शेवटी हा संघर्ष 'व्यक्ती विरुद्ध बाकीचे' असा ठरतो. न्या. कुलदीप सिंग हे *इंद्र सहानी* खटल्यात दाखवून देतात की कलम १६(४) हे कारभार करणाऱ्यांना (सरकारला/प्रशासनाला) एखाद्या *सामाजिक वर्गासाठी* आरक्षण ठेवण्यास परवानगी देते. परंतु जेव्हा प्रशासनाच्या उतरंडीत सरकारी पदेसुद्धा राखीव ठेवली जातात, तेव्हा त्याचा लाभ कोणत्याही

वर्गाला मिळत नसून फक्त व्यक्तींना मिळतो.

तडजोड

असे झाल्यावर मग तडजोडीची भाषा सुरू झाली. त्या तडजोडीला तीन पदर होते. पहिला पदर असा : न्यायालयाच्या म्हणण्यानुसार कोणत्याही बढत्यांमध्ये आरक्षण असता कामा नये, अशा गोष्टीला प्रतिबंध झाला पाहिजे. थेट भरती करायची असल्यास हरकत नाही. बढतीचा मार्ग टाळून मागासवर्गीय अशा पदांवर आरक्षणाच्या मार्गाने थेट जाऊ शकतात. परंतु न्यायालयाचे हे कठोर शब्द बरेचसे बोथट केले गेले. एवढेच नव्हे, तर आपल्या हेतूंसाठी सरकारने नेहमीच मापदंड शिथिल करावेत, सवलती द्याव्यात आणि असे धोरण राबविताना परिणाम शून्य करणारी न्यायालयीन स्थगिती कोणीही आणू शकणार नाही असेही आणखी सुचवले गेले. हे सारे करताना सरकारने आपल्या प्रशासनीय कार्यक्षमतेशी तडजोड करू नये.

न्या. सावंत यांनी सुचविलेल्या पर्यायामध्ये त्यांच्या मनातील परस्परविरोधी भावना आणि त्यांनी केलेली तारेवरची कसरत ही त्यांच्या शब्दरचनेतून प्रकट होते. एका बाजूला ते कलम १६(४) हे (प्रशासकीय) सत्तेचे नव्याने वाटप करण्यासाठी आहे असे म्हणतात. परंतु ही सत्ता प्रशासनातील अगदी वरच्या पातळीवरती असते. अन् म्हणून 'पुरेसे प्रतिनिधित्व', म्हणजे सर्व पातळीवरती, मागासवर्गीयांना मिळाले पाहिजे, केवळ संख्यात्मक दृष्टीने ते नोकऱ्यांमध्ये नको. पण त्याचबरोबर दुसऱ्या बाजूने, त्यांनी तडजोड न करणारे अनेक परिच्छेद 'बढत्यांमध्ये आरक्षण नको, कारण त्यामुळे प्रशासनाची कार्यक्षमता घटते,' या मुद्द्यावरती लिहिले आहेत. एका बाजूला ते आग्रहाने प्रतिपादन करतात की, मागासवर्गीयांना प्रशासकीय सत्तेत वाटा मिळवणे हेच ध्येय असल्याने मागासवर्गीयांनी सत्तेच्या पार गाभ्यात शिरले पाहिजे. परंतु त्याचवेळी ते अशी सावधगिरीची सूचना देतात की, "असे प्रतिनिधित्व एका रात्रीत किंवा एका पिढीत आणता येणार नाही... तसेच, असे प्रतिनिधित्व हे प्रशासकीय कार्यक्षमतेचा बळी देऊन मिळवता येणार नाही. कारण आरक्षण ठेवताना प्रशासकीय कार्यक्षमता ही सर्वश्रेष्ठ आहे." पुढे ते सुचवतात की, वरिष्ठ पातळीवरील सरकारी पदांवरती थेट नेमणुका कराव्यात आणि अशा थेट नेमणुकांमध्ये मात्र आरक्षण असावे. मागासवर्गातील उमेदवारांना या पदावर जाण्यासाठी त्यांच्याजवळ पुरेशी पात्रता नसेल तर ती उंचावण्यासाठी त्यांना खास मदत द्यावी. तसेच निवड समितीवरती मागास जातींमधील सभासद घ्यावेत, इ. इ.

परंतु यातल्या बहुतेक उपायांमुळे व्यवहारात प्रशासकीय कार्यक्षमतेला हानीच पोचणार आहे. अन् नेमकी अशीच हानी बढत्यांमध्ये आरक्षण ठेवल्याने होते आहे.

दुसरे असे की, न्यायालयाने विशेष करून म्हटले आहे की, या विशिष्ट

बाबीवरचा निर्णय हा, भावी काळात अपेक्षा पूर्ण होतील अशा रितीने राबवला जावा.

अन् जे सर्वांत परिणामकारक आहे, ते तिसरे असे आहे :

केंद्र सरकार, राज्य सरकारे किंवा कॉर्पोरेशन्स, मंडळे इत्यादी सरकारी म्हणून समजल्या जाणाऱ्या संस्था यांच्या नोकऱ्यांमध्ये जर यापूर्वी आरक्षणाच्या साहाय्याने घटनेतील कलम १२नुसार बढत्या झाल्या असतील, तर *आजपासून पुढे पाच वर्षांपर्यंत अशी आरक्षणे चालू राहतील.* या कालावधीत योग्य त्या वरिष्ठ अधिकाऱ्यांना त्या आरक्षणासंदर्भातील नियमांमध्ये बदल, रूपांतर वगैरेबद्दल नव्याने सुधारणा करता येतील. त्या सुधारणांमुळे घटनेतील कलम १६(४)नुसार अपेक्षित असलेले हेतू खात्रीने साध्य करणे जमेल, असे पहावे. कोणत्याही पातळीवरील नोकऱ्यांमध्ये मागासवर्गीयांचे पुरेसे प्रतिनिधित्व नीट होत नाही असे जर एखाद्या वरिष्ठ अधिकाऱ्याला वाटले, तर त्या पातळीवरती थेट भरती केली जावी. (संदर्भ : *इंद्र सहानी* विरुद्ध *भारतीय संघराज्य* खटला, (१९९२) Supp. (३) SCC पान २१७, परिच्छेद ३०१, ३०२, ३०८ ते ३१०, ५४३ ते ५४८, ६०२, ६२३, ६३५, ८२८ ते ८२९, ८५९).

न्यायालयाने आपल्या निकालात प्रचलित नियम, इत्यादिकांत दुरुस्ती करण्याची सवलत देऊन थेट भरती होऊ शकते, असे म्हटल्याने सत्ताधारी राजकारण्यांचे फावले. त्यांनी तत्काळ घटनेमध्ये अशी दुरुस्ती केली की न्यायालयाचा निकाल व निकालाचा हेतू पार निष्प्रभ झाला.

घटनेमध्ये दुरुस्ती केल्याने मूळ कारणे थोडीच नष्ट होतात?

आता खालील मुद्दे लक्षात घ्या :

बढत्यांमध्ये आरक्षण ठेवण्याच्या कारणांचा न्यायालयाने समाचार घेऊन ती कारणे अविवेकी, दूरदृष्टी नसलेली आणि अधिक घातक असल्याने ती आरक्षणे १९९२ नंतर फक्त पाच वर्षे चालू राहतील, असे म्हटले. पण या सर्व म्हणण्याकडे दुर्लक्ष करीत पुन्हा एकदा घटनेमध्ये दुरुस्ती केली गेली; अन् तीही पुढील पाच वर्षांत!

- बढत्यांमधील आरक्षणे ही कमी गंभीर स्वरूपाची असून ती संधीच्या समानतेकडे नेणारी आहेत काय?
- घटना दुरुस्ती केल्याने (न्यायालयाने भीती व्यक्त केलेली) 'एक वेगळाच व कायमस्वरूपी वर्ग' निर्माण होण्यास प्रतिबंध केला जाणार आहे काय?
- बढत्यांमधील आरक्षणांमुळे ज्यांना ओलांडून किंवा डावलून बढत्या दिल्या गेल्या, त्या खुल्या स्पर्धेतील कर्मचाऱ्यांच्या मनात उद्भवणारी चीड, धुमसत राहणारी अंत:करणे, निराशा, उद्वेग इत्यादी सारे केवळ घटनेत

दुरुस्ती केल्याने एकदम संपणार आहे?

- घटनेत दुरुस्ती केल्याने अशा माणसांच्या मनात वैफल्य, तीव्र मत्सर, शत्रुत्व व दु:ख हे येथून पुढे निर्माण होणार नाही? अन् एकूण सर्वसाधारण कर्मचाऱ्यांच्या मनातही याबद्दल काहीच भावना निर्माण होणार नाहीत?
- अशा आरक्षणांमुळे केला जाणारा भेदभाव हा अयोग्य आहे व त्यामुळे असंतोष, बेशिस्त व अकार्यक्षमता निर्माण होते. हे सारे त्या घटनादुरुस्तीमुळे नाहीसे होईल?
- जेव्हा ज्युनियर मंडळी अधिक कार्यक्षम सिनियर मंडळींना ओलांडून बढती घेतात, तेव्हा एकूणच प्रशासनावरती परिणाम होतो. त्या परिणामांकडे दुर्लक्ष करणे हा मूर्खपणा ठरेल. घटनादुरुस्ती केल्याने हा मूर्खपणा थोडाच कमी होईल?
- ज्या लायक व्यक्ती बढत्यांमध्ये डावलेल्या गेल्याने चीड, उद्वेग, मत्सर, निराशा या भावनांना बळी पडत होत्या, त्या सर्व व्यक्ती आता एकदम संत माणसे बनतील काय? अन् मग न्यायालयाने म्हटल्याप्रमाणे अशा बढत्यांमुळे प्रशासनातील सर्व क्षेत्रांत नैसर्गिक चीड, धुमसती अंत:करणे, वैफल्य, कामात रस नसणे, कर्तव्याबद्दल बेफिकिरी, वरिष्ठांबद्दल अनादर, सतत कुरबुरी व शत्रुत्व यांचे वातावरण वगैरे जे काही निर्माण होते ते सारे एकदम संपून जाईल काय?
- ज्यांना कोणाला आपल्या जन्मजात जातीमुळे आपल्याला नक्की बढती मिळणार याची खात्री वाटत होती, त्यांना त्या घटनादुरुस्तीमुळे कल्पना नसताना अचानक अनपेक्षित क्षेत्राकडून इन्सेटिव्हसारखे पारितोषिक नोकरीत मिळाले आहे काय?
- जर सर्व कर्मचारी एकाच प्रवाहातील असतील आणि त्या सर्वांमध्ये कसलाही भेदभाव प्रवाहात केला जात नाही, असे सत्य प्रशासनात असेल, तर ते सत्य एकदम आता शून्य ठरेल काय?

तडजोडीची किंमत

हा जो काही घटनाक्रम आहे त्यामधून सर्व दृष्टीने महत्त्वाचा असा एक धडा मिळतो. शासन व कायदेमंडळ यांच्याकडून न्यायालयाचा निकाल प्रत्यक्षात फिरविण्यासाठी पाच वर्षांचा कालावधी वापरला जाईल अशी अटकळ आहे. याबाबत कसलीही शंका नव्हती व नाही. पण तरीही न्यायालयाने तडजोडीसाठी पुढे पाऊल टाकले. *इंद्र सहानी* खटल्यासंबंधात प्रथम मी जेव्हा वाचले, तेव्हा मला आठवले की

न्यायमूर्ती कृष्णा अय्यर यांनी १९७५ सालामध्ये एक विनाशकारी तडजोड केली आहे. निवडणूक जिंकण्यासाठी भ्रष्टाचारी मार्गाचा अवलंब केल्याबद्दल श्रीमती इंदिरा गांधी यांना अलाहाबाद उच्च न्यायालयाने दोषी ठरवले होते. त्यांनी दिलेल्या निर्णयात इंदिरा गांधी यांना लोकसभेत बसण्यास अपात्र ठरवले होते. इंदिरा गांधी यांना सर्वोच्च न्यायालयात अपील दाखल करता यावे म्हणून न्या. सिन्हा यांनी आपल्या निर्णयाला काही काळ स्थगिती दिली होती. मग सर्वोच्च न्यायालयात एक अपील दाखल करण्यात आले. त्या वेळी तिथे न्या. कृष्णा अय्यर हेच सुटीवरचे न्यायाधीश म्हणून होते. त्यांनी सुरुवातीलाच म्हटले, *"मानवी इतिहासाचा ढोबळपणे एक धावता आढावा घेतला तर असे दिसून येईल की हा इतिहास सामाजिक प्रवाहाच्या जोरामुळे घडत असतो. हे सामाजिक प्रवाह चर्चा, वादविवाद किंवा कायद्याचा कीस पाडून जोखता येत नाहीत. शेवटी कायद्यापेक्षा मानवी जीवन मोठे असते. हे महान सत्य न्यायमंदिरातील कामकाजात मला येथे सांगितलेच पाहिजे."* न्यायमूर्ती महोदयांचा कल कोठल्या दिशेला आहे हे त्यांच्या या वक्तव्यावरून समजून येईल. अलाहाबाद न्यायालयाने पंतप्रधान इंदिरा गांधी यांना लोकसभेत बसण्यास प्रतिबंध केला. त्यावर दोन्ही बाजूच्या वकिलांनी या संदर्भात पूर्वीचे अनेक दाखले चाळले. न्यायमूर्ती महोदय म्हणाले, *"या खटल्यात पूर्वीचे दाखले व घडलेला व्यवहार आणि अन्य काही गोष्टी यांतून काही प्रकाश पडतो आहे का ते न्यायालयांनी पाहिले पाहिजे. परंतु भूतकाळातील गोष्टींना आंधळेपणाने चिकटून राहण्यातही अर्थ नाही. शेवटी न्यायसंस्थेची ताकद ही गतिशील असते, पुरोगामी असते आणि सामाजिकदृष्ट्या स्वच्छ, पारदर्शी व जागरूक अशी असते... जर व्यापक अर्थाने 'न्याय' हेच ध्येय असेल, आणि तसे ते आहे, तर कधी कधी वेळ प्रसंगी न्यायालयाची ताकदही उचंबळून यायला हवी."*

न्यायमूर्ती महोदयांच्या वक्तव्यातील शेवटच्या भागाकडे आपण नीट लक्ष देऊन पाहावे. कारण त्यात कायदा आणि न्यायसंस्थेची योग्य भूमिका या दोन्हीबाबतच्या कल्पनांचा खल केला आहे. या दिशेनेच पुढे जादा वाटचाल होऊ लागली. तोच ह्या पुस्तकाचा खरा व मुख्य विषय आहे. न्यायमूर्ती महाशयांना न्यायालयापुढे कसा पेच उभा राहिला आहे याची जाणीव झाली होती, हे त्यांच्या वक्तव्यातून सूचित झाले. त्या पेचातून बाहेर पडण्याचा एक मार्ग होता.

न्या. कृष्णा अय्यर वकिलांना उद्देशून पुढे म्हणाले, "न्यायालयाच्या अशा विचारांबद्दल एखादी संवेदनशील व चौकस व्यक्ती प्रश्नांचा भडिमार करेल. न्यायिक प्रक्रिया आणि पारंपरिक कामकाज पद्धती यांमुळे काही वेळा येथले न्यायदान हे फार पुरातन व जुनाट पद्धतीचे वाटेल. कारण, त्या वेळी समाजाकडे डोळे बंद करून आणि कायद्यावर नजर ठेवून पाहिले, किंवा कायदा व समाज यांच्या

समन्वयाकडे दुर्लक्ष करून पाहिलेले असते. 'सोय पाहाणे आणि न्यायाची बूज राखणे' असा नुसता एवढाच समतोल साधणे न पाहता, राष्ट्रीय संकटे आणि लोकशाहीचे भान एवढेच फक्त न्यायाधीशांसमोर निवाड्यासाठी ठेवले, तर त्यासाठी न्यायालयीन कार्यपद्धतीत आणि दृष्टिकोनात बदल करणे हे कदाचित गरजेचे ठरेल.'' यावरून त्यांना काय सुचवायचे आहे याचा अंदाज करता येईल. आपल्या न्यायशास्त्रात त्यांना काहीतरी झगमगीत, नेत्रदीपक गोष्ट करावी असे सुरुवातीपासूनच त्यांच्या मनात असावे. परंतु तसे करण्यात त्यांच्यापुढे एक अडथळा उभा होता. त्यांनीच तो अडथळा बोलून दाखविला. ते म्हणाले, *''प्रदीर्घ काळाची परंपरा असलेल्या या न्यायालयीन वातावरणात मी बसलो आहे. माझ्यासमोर न्यायदान करण्यासाठी जे काही आले आहे त्यासाठी मला कायद्याचा आधार घेणे भागच आहे. अन् हेच कायदे या न्यायालयाने दीर्घकाळ वापरल्याने आता पावन झाले आहेत. त्या आधारेच मला खटल्याचा विचार करणे भाग आहे.''*

ते पुढे म्हणतात, ''विचारांच्या पहिल्याच आवेगात, उच्च न्यायालयाने निकालाला जी १०० टक्के स्थगिती दिली आहे तिचा काळ मी वाढवून देत आहे... उच्च न्यायालयाने या खटल्याचा निराधार पाया जो उचलून धरला आहे, त्याचे स्वरूप पाहता त्यामध्ये अर्जदार (श्रीमती इंदिरा गांधी) या निवडणुकीसंदर्भातील कोणत्याही गंभीर कायद्यात, म्हणजे 'जनतेच्या प्रतिनिधी' कायद्याचा विभाग १२३ यामध्ये त्या सापडत नाहीत.'' परंतु न्यायमूर्ती महोदयांपुढे दोन समस्या उभ्या होत्या. त्यांच्या बोलण्यातून ते कळले. पहिल्या समस्येबाबत ते म्हणाले, ''उच्च न्यायालयाचे निष्कर्ष हे जरी ठीक असले तरी ते निष्कर्ष तकलादू आहेत हे सरतेशेवटी सिद्ध होऊ शकेल.'' दुसरी समस्या त्यांच्या तोंडून अशी बाहेर पडली की, ''कायदे कितीही कडक असले तरी न्यायालयात ते कायदे म्हणूनच समजले जातात...''

ह्या अडचणींसाठी आणि अन्य काही कारणांसाठी त्यांनी काही अटींवर स्थगिती दिली. श्रीमती गांधी यांचे लोकसभेचे सभसदत्व तसेच पुढे चालू राहील, पण त्यांना लोकसभेत मतदान करण्याचा हक्क राहणार नाही. परंतु एवढे सांगितल्यावर न्यायमूर्ती महाशयांनी चटकन शेवटच्या अटीबद्दल म्हटले, ''जोपर्यंत लोकसभेचे अधिवेशन चालू आहे तोपर्यंत ती अट सध्यापुरती तात्त्विक आहे.''

त्यांनीच मग यातून बाहेर पडण्याचा मार्ग सुचविला. ते म्हणाले, ''कायदे कितीही कडक असले तरी न्यायालयात ते कायदे म्हणूनच समजले जातात...'' कामे करताना आपल्यावर कशी बंधने पडतात याचा खुलासा करीत त्यांनी पुढे आणखी म्हटले, *''परंतु, जागरूक आणि तत्परतेने कृती करणाऱ्या कायदेमंडळाला (Legislature) मात्र सावध केलेच पाहिजे.''* (संदर्भ : इंदिरा नेहरू गांधी विरुद्ध राजनारायण १९७५, २ SCC १५९, पाने १६०, १६१, १६३, १६४,

परिच्छेद १, ३, ४, ८, १०, ३२)

न्यायमूर्ती महोदयांचा हा 'गतिशील, पुरोगामी आणि सामाजिकदृष्ट्या पारदर्शक व भान असलेला' हा उपदेश 'मार्ग दाखविणारा' ठरला. कारण 'सामाजिक प्रवाह चर्चा, वादविवाद किंवा कायद्याचा कीस पाडून जोखता येत नाहीत,' हे वाक्य बरोबर ठरले! त्यांनी जो निवाडा दिला तो त्यांच्याच पूर्वीच्या शब्दात 'जागरूक आणि तत्परतेने कृती करणाऱ्या कायदेमंडळाला सावध केले पाहिजे,' असा ठरला.

तर अशा ह्या जागरूक व तत्परतेने कृती करणाऱ्या कायदेमंडळाने घटनेला ३९ वी दुरुस्ती मंजूर केली, अन् ती कोणत्याही चर्चेविना फक्त एका दिवसात. खरोखरीच कायदेमंडळ (Legislature) हे 'जागरूक व तत्परतेने कृती करणारे' ठरले. इतक्या झटपट ही घटना दुरुस्ती केली गेली की सर्वोच्च न्यायालयाला हाच खटला परत नव्याने या घटनादुरुस्तीच्या संदर्भात चालवावा लागला!

रोग होतो आहे समजताच त्वरेने रोगप्रतिबंधक उपाय करावेत असे शाळेतल्या मुलांना शिकवले जाते. तितक्याच त्वरेने हे घडत गेले. ती घटनादुरुस्ती अशी :

- एखाद्या व्यक्तीची निवडणूक होत असताना किंवा त्यानंतर त्या व्यक्तीला पंतप्रधान म्हणून नेमले तर त्यावर (आता) कोणालाही शंका उपस्थित करता येणार नाही. याला अपवाद "सक्षम अधिकारी किंवा सक्षम संस्था या आहेत... त्यांच्यासमोर या बाबतीत आव्हान देता येईल. मात्र ते आव्हान कायद्यानुसार किंवा यासाठी लोकसभेने मंजूर केलेल्या खास कायद्यानुसार दिले गेले पाहिजे. अशा निवडणुका व त्यांची पार्श्वभूमी किंवा पाया यांवर आधारित निवडणुका यांच्या बाबतीत काही शंका अथवा वाद असल्यास आणि ते त्या संबंधित कायद्यात बसत असतील तर."
- अशा कायद्याची वैधता... आणि त्यानुसार असलेले सक्षम अधिकारी किंवा सक्षम संस्था यांनी दिलेले निकाल हे कोणत्याही न्यायालयात निर्विवाद म्हणून समजले जातील.
- जेव्हा एखाद्या व्यक्तीच्या लोकसभेवरील निवडणुकीसंदर्भात न्यायालयात खटला दाखल झाला असेल... व तो प्रलंबित असेल तर अशा वेळी त्या व्यक्तीची नेमणूक पंतप्रधान पदावर झाली असेल, तर त्या वेळी त्या व्यक्तीच्या निवडणुकीविरुद्ध केलेला न्यायालयातील दावा हे एक पंतप्रधानांविरुद्ध केलेले गैरकृत्य ठरवले जाईल.
- या घटनादुरुस्तीनुसार असणारे दुष्ट राक्षसी व निष्कर्ष काढणारे कलम (४) पहा : "१९७५ची ३९ वी घटनादुरुस्ती जाहीर होण्याअगोदरचा कोणताही घटनेनुसारचा कायदा लोकसभेने मंजूर केलेला असेल व त्यानुसार जे दावे

अथवा प्रकरणे त्या संबंधात असतील, तर ते पूर्वीचे कायदे अशा दाव्यांना अथवा प्रकरणांना लागू होणार नाहीत, किंवा संबंधित व्यक्तीच्या निवडणुकीलाही लागू होणार नाहीत. अशी निवडणूक कोणत्याही आधारावर रद्दबातल ठरविता येणार नाही, मग ते आधार कोणतेही असोत. किंवा (ती ३९ वी घटनादुरुस्ती) होण्याअगोदर जर एखाद्या न्यायालयाने रद्दबातल ठरवली असेल, तरीही ती झालेली निवडणूक वैध ठरेल. याला छेद देणारे कोणतेही हुकूमनामे किंवा त्यावर आधारित असलेले हुकूमनामे हे सर्वाथाने निरर्थक ठरतील व त्यांचा कोणताही परिणाम होणार नाही.''

- अशा हुकूमनाम्यांविरुद्ध केलेले कोणतेही अपील किंवा क्रॉस अपील यांच्या विरुद्ध न्यायालयात मागितलेली दाद ही (वर उल्लेखलेल्या) कलम (४)शी संबंधित असेल व ती ३९ व्या घटनादुरुस्तीपूर्वी नुकतीच प्रलंबित ठेवलेली असेल, तर सर्वोच्च न्यायालयाकडून ती दाद, ते प्रकरण हा कलम (४)शी सुसंगत राखण्यासाठी निकालात काढले जाईल.

पुरोगामी विचारसरणीच्या मार्गदर्शनापोटी देशाला केवढी किंमत चुकवावी लागली ते पहा! आपल्याला काही न्यायतत्त्वांचा बळी द्यावा लागला. तसेच, सर्वोच्च न्यायालयालाही केवढी इजा पोचली! कारण *इंदिरा नेहरू गांधी विरुद्ध राजनारायण* या खटल्यात सर्वोच्च न्यायालयाला कितीतरी धक्के बसल्याने कोलांट्या उड्या मारून कसरती कराव्या लागल्या. (संदर्भ : १९७५, Supp. SCC १)

नीट पाहिल्यास तुम्हाला असे दिसून येईल की, अनेक खटल्यांत न्यायालय हे दयाळू बनू पाहाते, लवचिक भूमिका घेऊ पाहाते आणि खटल्यातील वाद पुढे ढकलत असते. आपण हे पाहिलेच आहे की, ''आरक्षण हे कोणत्याही परिस्थितीत ५० टक्क्यांपेक्षा जास्त असता कामा नये.'' हे खुलासेवार सांगितले गेले तरी तो निर्णय न्यायालयाने 'जागरूक व तत्परतेने कृती करणारे कायदेमंडळ' यांच्या साहाय्याने कसा उलथवून टाकला. *इंदिरा गांधी निवडणूक* खटल्यात जे घडले तेच आरक्षणाच्या खटल्यात घडले. दोन्हीकडे घडविणारे तेच होते. तामिळनाडू कायदेमंडळ (Legislature) आणि नंतर १९९३ मध्ये लोकसभा येथे दलितवर्ग व अनुसूचित जातीजमाती यांच्या संदर्भातील एक कायदा (सरकारी नोकऱ्यांत आणि शैक्षणिक संस्थेत किती आरक्षण असावे याचा कायदा) मंजूर केला. त्याला पुढे बाधा पोचू नये किंवा कोणीही आव्हान देऊ नये म्हणून त्याला 'नाइन्थ शेड्यूलमध्ये' ठेवून न्यायालयांच्या कक्षेबाहेर ठेवला.

मग घटनेच्या दृष्टिकोनातून त्या कायद्याच्या वैधतेला आव्हान दिले गेले. त्यासाठी १९९४ मध्ये सात न्यायाधीशांच्या पीठासमोर एक याचिका दाखल केली

गेली. पण नंतर ११ वर्षे न्यायालय दरवर्षी तात्पुरते हुकूमनामे (interim orders) काढून राज्य सरकारला "वैद्यकीय व अभियांत्रिकी महाविद्यालये येथे थोड्याशा जादा जागा वाढवाव्या" म्हणून विनंती करीत होते. अशा जागांमध्ये आरक्षण नसलेल्या जातीच्या विद्यार्थ्यांना सामावून घेता आले असते. आरक्षण नसते तर याच विद्यार्थ्यांना गुणवत्तेच्या आधारावर महाविद्यालयात सहज प्रवेश मिळाला असता. यामागची जी मूळची समस्या आहे ती कधीच सोडविली गेली नाही. (संदर्भ ; सी.एफ.जे. वेंकटेशन, "सर्वोच्च न्यायालयाने एक हुकूमनामा काढून वैद्यकीय व अभियांत्रिकी महाविद्यालयात जादा जागा ठेवाव्यात" ८ मे २००४ रोजी 'द हिंदू' वृत्तपत्रातील बातमी.) राजकीय वर्गाकडून अनंत काळापर्यंत लांबवत नेण्याच्या या कृतीमधून काय निष्कर्ष काढणार? हा राजकीय वर्ग कुठेही मुसंडी मारून आपले ईप्सित साधणार आणि त्या वेळी न्यायालय आपली नजर दुसरीकडे वळविणार.

हा एक सर्व दृष्टीने महत्त्वाचा असलेला धडा मिळतो आहे : चालढकल करणे, दिरंगाई करीत राहाणे याने काहीही साध्य होत नसते. न्यायालयाने नेहमीच्या प्रथेनुसार किंचित जरी आपली मान सौजन्याने हलविली तरी उदारमतवादी वकील त्यांना आपले सहकार्य देण्यास सुरुवात करतात व न्यायाधीशाला म्हणतात, "तुमच्या म्हणण्यात बरेच तथ्य आहे... म्हणून मी आता दुसऱ्या बाजूचे चित्र एक मिनिटभर आपल्याला दाखवू का?" एवढे झाले तरी राजकारणी मंडळींना हे पुरेसे असते. पुरोगामी न्यायमूर्तींना यातून काय ते समजते. हा राजकीय वर्ग आणि ते पुरोगामी न्यायाधीश येथून पुढे सुटतात आणि मग असा प्रचार केला जातो की, न्यायालय जे मत उचलून धरते आहे ते खुद्द न्यायालयालाच खात्रीचे वाटत नाही, अन् तसे त्यांनी दर्शविले आहे. "तुम्ही म्हणता त्यात बरेच तथ्य आहे." असे म्हणणाऱ्यांना आपण एकच बाजू दर्शविती आहे याची पूर्ण जाणीव असते... यातून परत परत त्याच त्याच तडजोडी होत राहतात. अशा तडजोडींच्या गर्तेमधून देशाला बाहेर काढणे खरोखरच शक्य होणार नाही. त्यासाठी समस्येच्या मुळावरतीच घाव घातला पाहिजे.

बदल्यांमधील आरक्षणाबाबत जेव्हा जाहीर निवेदने झाली, तेव्हा त्यांची कार्यवाही कशी करायची असा प्रश्न उभा राहिला. मग परत न्यायालयाने तडजोडीचा मार्ग स्वीकारला.

मग जागरूक व तत्परतेने कृती करणाऱ्या कायदेमंडळाने पुन्हा घटनेमध्ये दुरुस्ती केली आणि न्यायालयाच्या निकालाला छेद देऊन तो निष्प्रभ केला. या घटनादुरुस्तीमध्ये न्यायालय ज्या बाबी प्रथमपासून वारंवार सांगत आले होते, त्या सर्व विनाशकारी ठरविण्यात आल्या. पुरोगामीवाद्यांच्या सवयीमुळे नंतर येणाऱ्या प्रत्येक न्यायाधीशाला पूर्वीच्या निकालपत्रांची सक्तीने री ओढावी लागली, एवढेच

नव्हे तर त्यात थोडी भर घालावी लागली. परिणामी, घातक टप्प्याटप्प्याने ते 'हक्क' अधिकाधिक वाढवित नेले गेले.

पुरोगाम्यांची आगेकूच
अशोकुमार गुप्ता विरुद्ध यू. पी. राज्य

या खटल्यात सर्वोच्च न्यायालयाने खालील मुद्दे व्यक्त केले :

- सरकारी नोकऱ्यांमध्ये अनुसूचित जाती, जमाती आणि अन्य मागासवर्गीय यांचे पुरेसे प्रतिनिधित्व होण्यासाठी कलम १६(४) आहे. या वर्गाला जोपर्यंत उच्च पदांमध्ये आरक्षण मिळत नाही तोपर्यंत त्यांचे 'पुरेसे प्रतिनिधित्व' झाले आहे असे समजता येणार नाही.
- जेव्हा एखादा उमेदवार नोकरीत भरती होतो तेव्हा नोकरीमधील सर्व कर्तव्ये तो धरून चालतो आणि नोकरीतील प्रत्येक वळणावरील सर्व हक्क त्याला प्राप्त होतात.
- नोकरीत प्रवेश केल्याने वरिष्ठ पदांवर जाण्याचे हक्कही त्याला आपोआपच प्राप्त होतात. थोडक्यात, बढती हा एक नोकरभरतीचाच एक पैलू आहे. सर्वोच्च न्यायालय याबाबतीत असे म्हणते की, *"बढतीचा हक्क म्हणजेच नोकरभरतीचीच एक पद्धत आहे.* नोकरीतील एका वर्गातून किंवा पोटवर्गातून दुसऱ्या वर्गात जाणे किंवा एका पदावरून दुसऱ्या पदावर जाणे, किंवा एका पातळीवरून दुसऱ्या पातळीवर जाणे, इत्यादी बाबी यांत मोडतात. या संदर्भात नोकरीतील प्रकार, पातळ्या, पदे इत्यादींमध्ये उमेदवाराचा बदल होतो तेव्हा दलितवर्ग व मागास जमाती यांना पुरेसे प्रतिनिधित्व मिळत नाही, असे जेव्हा एखाद्या संबंधित सरकारला वाटते तेव्हा 'बढत्यांमधले आरक्षण' हा एक समानतेचा पैलू म्हणून उत्क्रांत होतो."

किती टोकापर्यंत ताणले गेले आहे ते पहा. देशाची घटना सांगते की नोकऱ्यांमध्ये पुरेसे प्रतिनिधित्व असावे. पण या शब्दांमुळे सर्वोच्च न्यायालय असा अर्थ लावते की, "नोकरीतील प्रत्येक वळणावर, टप्प्यावर, पातळीवर, प्रकारावर, पदांवर, मागासवर्गीयांचे पुरेसे प्रतिनिधित्व असलेच पाहिजे... म्हणून संरक्षण देणारा भेदभाव राबवताना होणारा 'भेदभाव आणि न्यायाचे वाटप' या गोष्टी आरक्षणाची तत्त्वे व समानतेचे तत्त्व या गोष्टी बढती देताना त्यातून आपोआपच निर्माण होऊन येतात. असे होणे हे घटनेचा हेतू आणि घटनेतील कलम ३८, ४६, १४, १६ १६(१), १६(४) आणि १६(४) अ याचाच एक भाग आहे. समानतेचा हक्क, व्यक्तीची प्रतिष्ठा व पतप्रतिष्ठेतील समानता आणि संधीची समानता ह्या गोष्टी मूलभूत

हक्कांमध्ये मोडत असून त्यांच्या साहाय्याने दलितवर्ग व मागास जमाती यांना मुख्य राष्ट्रीय प्रवाहात आणावयास हवे.''

> त्यानंतरचे पहा : सर्वोच्च न्यायालय म्हणते, "प्रत्येक नागरिक किंवा जनतेचा गट यांना सरकारी व्यवस्थापनात सामील होण्याचा हक्क आहे... दलित वर्ग आणि मागास जमाती इतरांसारखेच नागरिक असल्याने त्यांनाही सरकारी व्यवस्थापनात सामील होण्याचा हक्क आहे... एखाद्या सरकारी कार्यालयात किंवा तिथल्या एखाद्या पदासाठी समानतेची संधी शोधणे हा नागरिकांचा एक मूलभूत हक्क असून तो घटनेचे कलम १६(१) यानुसार आहे. हे कलम घटनेतील कलम १४ याचेच दुसरे स्वरूप आहे किंवा पोटभाग आहे.''

हा सगळा प्रकार पुन्हा कोठल्या कोठे ताणला गेला आहे आणि नवीन शब्द घुसडून केवढा बुद्धिभेद केला गेला आहे ते लक्षात घ्या. 'कोणत्याही परिस्थितीत सरकारकडून लिंग, संप्रदाय, जात यांवरून कोणाही माणसाविरुद्ध भेदभाव केला जाणार नाही,' या तत्त्वाचे काय झाले? नेमणुका करताना या तत्त्वाला मनाई करणे हाच हक्क बनत गेला. 'समान संधी'चा हक्क हा आता प्रत्यक्षात नोकरीत प्रवेश करण्याचा हक्क बनला. नोकरीत 'समान संधी'चा हक्क असणे म्हणजे तो नोकरीतील अधिकारपदांच्या शिडीच्या प्रत्येक पायरीवर असला पाहिजे. म्हणजेच प्रत्येक पदासाठी तसे असले पाहिजे.

ज्या न्यायाधीशांनी मूळ तत्त्व ताणत नेले व त्यात नवीन शब्द घुसडले, हे त्यांनी आपल्या कर्तव्याचा एक भाग म्हणून केले. कारण यावर ते म्हणतात, *दिल्ली ट्रान्स्पोर्ट कॉर्पोरेशन विरुद्ध डी.टी.सी. मझदूर काँग्रेस आणि इतर* (संदर्भ : १९९१, Supp. 1 SCC 600 पान ७३७, परिच्छेद २७१) या खटल्यात असे ठरवले गेले की, "सामाजिक अभिसरणासाठी (social engineering) समाजात अस्तित्वात असलेला बिघडलेला तोल दूर करण्यासाठी, पुढे विकास घडविण्यासाठी, आणि समाजवादी लोकशाही भारताच्या गरजेसाठी कायदा असतो. त्यासाठी वास्तवात असलेली सामाजिक परिस्थिती आणि प्रत्यक्ष समाजजीवन हे विचारात घेतले पाहिजे आणि मगच तो टीकास्पद कायदा समाजहेतूला बाधा आणतो आहे की नाही यावर निर्णय घेतला पाहिजे.''

- सामाजिक न्याय हा एक मूलभूत हक्क आहे. आर्थिक अधिकार मिळणे हाही एक मूलभूत हक्क आहे. तसेच, जे वंचित लोक आहेत त्यांना आपल्या

सामाजिक स्थानासाठी व प्रतिष्ठेसाठी समानतेच्या हक्काची हमी मिळाली पाहिजे. जोपर्यंत वंचित व्यक्ती वरच्या पदांवरती पोचत नाहीत तोपर्यंत वरील हेतू पक्के साध्य होणार नाहीत.

- एवढेच नव्हे, तर अनुसूचित जाती व जमाती, अन्य मागासवर्गीय यांना वरची पदे मिळाली नाहीत तर 'समानता' फक्त कागदावरती आणि कायद्यामध्ये राहील. ती वस्तुस्थितीत असणार नाही.

न्यायालयाचे हे निवेदन आपल्याला पुढच्या टप्प्याकडे घेऊन जाते. अन् त्या टप्प्यावरच पुढचा इमला रचलेला आहे.

न्यायालय म्हणते,

> "कायद्यात म्हटलेली समानता कोणत्याही प्रकारचा भेदभाव घडू देत नाही. प्रत्यक्षात समानता आणण्यासाठी आदरणीय उपाय योजण्याची गरज आहे. तरच वेगवेगळ्या सामाजिक परिस्थितींमध्ये काही तोल राहील. दलित आणि अनुसूचित जमाती यांना सर्व पदांवरती, सर्व विभागीय पदांवरती किंवा सरकारी नोकऱ्यांमध्ये पुरेसे प्रतिनिधित्व देण्यासाठी वास्तवता व स्वयंसिद्ध सत्ये, सोयी व कलमे ३८ मध्ये व्यक्त केलेल्या संधी यांची गरज आहे. या सर्व गोष्टी मागासांना पुरवल्या तर खऱ्या अर्थाने समान प्रतिनिधित्व साध्य करता येईल." (संदर्भ : *अशोककुमार गुप्ता विरुद्ध यू. पी. राज्य* १९७७, 5 SCC 201; परिच्छेद २३, २५, २६, ४२, ४६.)

तेच तेच पुन्हा पुन्हा सांगितले की खरे वाटू लागते.

- सर्वांसाठी समान संधी हवी.
- जर अनुसूचित जाती व जमाती आणि अन्य मागासवर्गीय हे वरच्या पदांवरती जात नसतील आणि हवी ती किंमत देऊनही 'समानतेची संधी' पुरविता येत नसेल, तर हा सारा प्रकार म्हणजे एक ढोंग ठरते.

राज्यव्यवस्थेने निर्माण केलेली 'ती समानतेची संधी' प्रत्यक्षात आलेली आपल्याला कधी समजेल? तर सर्व मागासवर्गीय, अनुसूचित जाती व जमाती हे वरिष्ठ पदांवर गेल्यावरती. गुणवत्ता मोजण्यामध्ये असलेल्या विकृती लक्षात घेता आणि जे त्या गुणवत्तेचे मूल्यमापन करणार त्यांच्यातील जन्मजात विकृती लक्षात घेता, उच्च पदांवरून मागासवर्गीयांखेरीज अन्य कर्मचाऱ्यांना वगळून टाकले आणि वरिष्ठ पदे

अनुसूचित जाती व जमाती, अन्य मागासवर्गीय यांच्यासाठीच राखीव ठेवली तरच हे घडू शकेल. कोणीतरी यावर प्रकाश पाडला पाहिजे.

१०

‘समान संधी’पासून फलनिष्पत्तीपर्यंत, असमर्थतेच्या अभावापासून कर्तबगारीपर्यंत, मदत करण्यापासून अडचणीत घालण्यापर्यंत

भारताची राज्यघटना जेवढी स्पष्ट असायला हवी तेवढी तशी आहे. लिंग, वंश, जात इत्यादीवरून भेदभावाला त्यात मनाई केली आहे. प्रत्येक नागरिकाला कायद्यासमोर समान लेखण्याची हमी दिलेली आहे. सार्वजनिक सेवेतील नोकरीत शिरताना प्रत्येक उमेदवाराला समान संधीची हमी दिलेली आहे.

परंतु एन.एम. थॉमस खटल्यात न्या. के.के. मॅथ्यू म्हणतात, ‘‘जर समान संधी सर्वांना दिलेली असेल तर ती शेवटी प्रत्यक्षात परिणामस्वरूपात दिसायला हवी. पूर्वी जे लोक अधिक शिकलेले असत, अधिक बुद्धिमान असत त्यांना ही ‘समान संधी’ सहज उपलब्ध होत असे. त्यामुळे तेच सर्व पदे बळकावित. जे उमेदवार कमी शिकले व खुल्या स्पर्धेत ज्यांची बुद्धिमत्ता कमी पडली अशा कमी सुदैवी माणसांवर सहज मात केली जायची. म्हणून ‘समान संधी’ची परीक्षा ही परिणामी काय घडते यावर अवलंबून राहते.’’ (संदर्भ : *केरळ राज्य विरुद्ध एन. एम. थॉमस,* १९७६ 2 SCC 310, पान ३४६, परिच्छेद ७५) ‘‘कायद्याने असलेली समानता आणि वास्तवातील समानता यांतील फरक निपटून टाकण्यासाठी (wipeout) सरकारने प्रयत्न केलेच पाहिजेत. असे जे प्रयत्न केले त्याचेच फलस्वरूप ‘आरक्षण’ हे आहे,’’ असे *अखिल भारतीय शोषित कर्मचारी संघ* या खटल्यात न्या. चिन्नाप्पा रेड्डी म्हणतात. आपले स्वत:चे ध्येय घटनेमध्ये घालून ते म्हणतात, ‘‘समान संधी ही अशी असली पाहिजे की त्यातून समानतेचे परिणाम शेवटी उद्‌भवले पाहिजेत. नुसतीच लोकांना सामाजिकदृष्ट्या व आर्थिकदृष्ट्या अधिक चांगल्या स्तरावर जाण्यासाठी स्पर्धेत मदत करणे किंवा खुल्या स्पर्धेत इतरांवर मात करण्यासाठी मदत करणे पुरेसे नाही.’’ (संदर्भ : *अखिल भारतीय शोषित कर्मचारी संघ विरुद्ध भारतीय संघराज्य,* (१९८१) 2 SCR 185; AIR, (१९८१) SC २९८. आपले हे मत

न्यायमूर्ती महाशय यांनी स्वत: *वसंतकुमार* खटल्यात पान १५२७ वरील परिच्छेद ७६ मध्ये सांगितले आहे.)

यातील दोन वैशिष्ट्ये लक्षात घ्या. न्यायमूर्ती महोदय आपले साध्य हे 'समान संधी' व 'वास्तवातील समानता' यातील फरक ''निपटून टाकावा,'' असे सांगतात. 'समान संधी' हा शब्दप्रयोग घटनेत उल्लेखलेला आहे. तर 'परिणामांतील समानता' (equality of results) हा शब्दप्रयोग 'समान संधी'ऐवजी बेधडक वाचला. निपटून टाकण्यासाठी (wipe out)? कोणत्या समाजाला त्या दोन्ही शब्दप्रयोगातील फरक निपटून टाकता आला आहे? अशा प्रकारे जर आपले ध्येय किंवा साध्य ठरवले तर त्यामुळे असा एक पाया निर्माण होईल की त्या आधारे आरक्षणासारखे उपाय अविरतपणे अनंतकाळ चालू राहिले तर? ते फरक निपटून टाकण्याचे मुख्य ध्येय ठरवून त्यासाठीच आटापिटा करू लागलो तर अन्य मूल्ये (उदाहरणार्थ : स्वातंत्र्य) चिरडली जातील, त्याचे काय? ही बाब पुरोगामीवाद्यांना तर प्रथम समजत असलीच पाहिजे, कारण सोव्हिएत रशिया व पूर्व युरोपीय राष्ट्रे यांचे इतिहास हे हवे तसे करण्यात पुरोगामीवाद्यांनी आपली आयुष्ये वेचली होती.

दुसरे असे की, पुरोगामी न्यायाधीश मंडळी आपली मते, गृहीते, विचार वगैरेंचे समर्थन वर दिल्याप्रमाणे करीत असतात. परंतु सर्व मागासवर्गीयांमध्ये जे संपन्न स्तरातील मागासवर्गीय (किंवा आरक्षणलाभप्राप्त अभिजन वर्ग) आहेत ते कमी सुदैवी असलेल्या मागासवर्गीयांवरती मात करतील त्याचे काय? मग भेदभाव पुरता नाहीसा होणार नाही. यावर पुरोगामी मंडळी ही शक्यता त्वेषाने फेटाळतात.

लिंग, धर्म, जात वगैरेंच्या नावाखाली कोणाही व्यक्तीवर भेदभाव होऊ दिला जाणार नाही, यासाठी जी तरतूद केली आहे त्याचे रूपांतर हे त्या व्यक्तीला नोकरी देण्याच्या धोरणात केले गेले आहे. आणखीही एक 'सर्जनशील युक्ती' शोधून काढली आहे. त्यामुळे प्रत्येक व्यक्तीला समानतेची जी मूलभूत हमी दिली जाते त्यामध्येही काही मोडतोड, काटछाट केली गेली आहे. जे काही मागास वर्ग आहेत त्यांना साहाय्य करण्यासाठी कलम १५(४) आणि कलम १६(४) आहे, असा विचार न्यायाधीश मंडळी मांडत आली आहेत. थोडक्यात, हे न्यायाधीश काही गटांचा मागासलेपणा हटवण्याचे आपले लक्ष्य ठेवतात. म्हणून व्यक्तीला असलेला समानतेचा हक्क हा काही जणांच्या वाटेत येता कामा नये. हे 'काही जण' म्हणजे सामाजिक व शैक्षणिक अशा दोन्ही दृष्टीने मागासवर्गीय. त्यांना प्राधान्य असल्याने त्यांच्या वाटेत तो सर्वांना असलेला समानतेचा हक्क येता कामा नये.

आरक्षणाच्या संदर्भात असलेल्या सर्व खटल्यांमध्ये प्रत्येक निकालात असे मजल्यावर मजले चढवले गेले आहेत. आता आपण वैद्यकीय विषयातील शिक्षण व संशोधन याला वाहिलेल्या पदव्युत्तर संस्थांचा विचार करणार आहोत. त्या

संदर्भातही सर्वोच्च न्यायालयाने व्यक्तीला दिलेला समानतेचा हक्क फेटाळून लावला. न्यायालयाच्या मते या वेळी तो हक्क असमंजस व हास्यास्पद (absurd) असा आहे. 'जेव्हा वंचित समूहांच्या विकासासाठी उपाय योजले जातात तेव्हा व्यक्तीला असलेला समानतेचा हक्क हा मनात आठवावा' अशी सूचना केल्यावरही न्यायालयाने ''व्यक्तीचा हा हक्क वंचितांच्या विकासाला पाठबळ देत नसल्याने'' सरळ फेटाळून लावला. *डॉ. प्रदीप जैन विरुद्ध भारतीय संघराज्य* (संदर्भ : (१९८४) ३ SCC ६५४) या खटल्यात जे सांगितले गेले तेच येथे न्यायालयाने पुन्हा सांगितले. संबंधित न्यायमूर्ती म्हणतात, ''घटनेने व्यक्त केलेली समानतेची संकल्पना ही तशी बरीच प्रवाही आहे. ती संकल्पना राबवताना समानता आणण्याच्या सर्व प्रक्रियांना आणि सुरक्षितता देणाऱ्या भेदभावांना स्पर्श करून जाते. समानतेचा मंत्रघोष नुसता करत राहण्यात अर्थ नाही. तसे केले तर समानता केवळ एकाच जागी स्थिर राहते. समानता ही जनतेसाठी मोठ्या प्रमाणावरती त्यांच्या जीवनात वास्तवता म्हणून प्रकटली पाहिजे. एकावर एक असे वरचढ स्तर असलेल्या समाजावर जर सरंजामशाहीची छाप असेल आणि कधीही पुसली जाऊ शकणार नाही अशी असमानता कार्यरत असेल, तर अशा वेळी पुरोगामी उपाय सुचवणे हे योग्य ठरत नाही. कारण अशा उपायांमुळे समूहांचा दुबळेपणा, त्यांची अकार्यक्षमता दूर करून त्यांच्यात सामूहिक समानता आणण्यासाठी प्रयत्न केले तर ते समानतेला बाधक ठरतात. याचे कारण असे की प्रत्येक व्यक्तीला गुणवत्तेच्या आधारावर, त्याला मिळालेल्या गुणांवरती 'समान संधी'वर त्याचा हक्क पोचतो. म्हणून आम्ही ही सूचना पुढे करू शकत नाही. तसे केले तर समानतेचे घटनेतील कलम हे निष्क्रिय केल्यासारखे होईल व सध्याची असमानता हीच अविरत पुढे चालू राहील.'' (संदर्भ : *पोस्ट-ग्रॅज्युएट इन्स्टिट्यूट ऑफ मेडिकल एज्युकेशन विरुद्ध के. एल. नरसिंहन* १९७७, ६ SCC २८३ पाने ३०५ व ३०६, परिच्छेद २२)

यानंतर येतो तो व्यवहार्यतेचा मुद्दा. शिक्षण क्षेत्रात गुणवत्तेला धरून ठेवताना, विद्यार्थ्यांची देशपातळीवर परीक्षा घेऊन त्यांना जोखून मग शिक्षणसंस्थेत प्रवेश देणे हा एक आदर्श मार्ग आहे. राज्य व देश यांच्या पातळीवरती पात्रतेच्या परीक्षा घेतल्यास देशाकडून समान संधी दिल्यासारखे होईल खरे, परंतु नंतरच्या निकालात समानता असणार नाही. (नापास, पास, विविध श्रेणीत पास होणे, इ.) मग हाच पुरावा पुढे करून सांगितले जाईल की दिलेल्या संधीतून समानता आली नाही. म्हणून सर्वोच्च न्यायालय असे म्हणते, ''...एम.बी.बी.एस.ला प्रवेश देण्यासाठी देशपातळीवर एकच परीक्षा घेणे ही एक आवश्यक गोष्ट आहे यात शंकाच नाही. कारण भारत हे एक राष्ट्र आहे आणि या राष्ट्राच्या प्रत्येक नागरिकाला शिक्षणाची व विकासाची समान संधी मिळाली पाहिजे, या कल्पनेचा विचार करता अशी परीक्षा

घेणे योग्य ठरते. परंतु हा एक आदर्श प्रकार असून तो वास्तवामध्ये अशक्यही ठरू शकतो. आत्ताच्या परिस्थितीत अशी परीक्षा पद्धत चालू केल्यास त्यामुळे खरी 'समान संधी' अवतरणार नाही. जर मुळातच विषमता आणि असमानता संपूर्णपणे नसेल तरच अशा परीक्षा घेण्यात अर्थ आहे. परंतु आजमितीला तशी परिस्थिती आपल्या देशात अस्तित्वात नाही.''

नीट पहा, न्यायसंस्था किती टोकाला जाऊन पोचली आहे. ''... विषमता व असमानता संपूर्णपणे नसेल...''

न्यायालय पूर्वीचे काही निकाल पाहून त्यांची एक यादी करते. त्यात दोन राज्यांमधील खटले, एकाच राज्यातील दोन भूप्रदेशांमधील खटले, नागरिकांमधील खटले, गरीब व श्रीमंत यांच्यातील खटले हे सारे गोळा केले होते. त्या सर्व निकालाआधारे न्यायालय म्हणते की, ''...आपल्या देशात मोठ्या प्रमाणात सामाजिक व आर्थिक विषमता आहे. असमानता भरलेली आहे...'' न्यायालयाने गोळा केलेल्या प्रत्येक प्रकारच्या खटल्यात कोणीतरी चांगल्या परिस्थितीत नसतो, तर कोणामध्ये अधिक उर्जितावस्था आणण्याची क्षमता नसते. (संदर्भ : *सौरभ चौधरी विरुद्ध भारतीय संघराज्य,* (२००३) ११ SCC १४६, पान १७०, परिच्छेद ४९)

दोन राज्यांतील, दोन भूप्रदेशांतील, नागरिकांमधील खटल्यात दोन्हीही पक्ष कधीच सारखे नसणार. प्रत्येक पक्षाची परिस्थिती ही असमानच असणार. विषमता ही, अनेक पिढ्या गेल्या तरी जाणार नाही हे उघड दिसते आहे.

सरकारी नोकऱ्यांमध्ये 'खरीखुरी समानता' आणि 'परिणामस्वरूपी समानता' असत नाही. जर अनुसूचित जाती, जमाती व अन्य मागासवर्गीय यांनी वरची पदे घेतली तरच ती समानता येऊ शकेल. याचे कारण सत्ता, सामाजिक स्थान व प्रतिष्ठा त्या पदांभोवती नांदत आहे, असे पुरोगामी न्यायाधीश मंडळी म्हणतात. अशा वरच्या पातळीवरील स्थानांवर त्यांना (मागासवर्गीयांना) नेऊन ठेवणे हे सरकारचे कर्तव्य आहे, अन् म्हणून अशा पदांमध्ये आरक्षण ठेवणे हा एक जरुरीचा उपाय आहे. परंतु हेही पुरेसे नाही असेही सर्वोच्च न्यायालय म्हणते. *डॉ. प्रदीप जैन* खटल्यात न्यायालय म्हणते, ''समान संधी म्हणजे नुसती कायद्यात 'समान संधी' असून उपयोगाची नाही. *असमर्थतेचा अभाव असला की समान संधी येते असे नसून, कर्तबगारी अवतरली तरच ती येते.*''

परंतु एवढेही पुरेसे न वाटल्याने न्यायालय पुढे सांगते, ''...म्हणून प्रत्यक्षात जी असमानता समाजात अस्तित्वात आहे त्याचा विचार करून काही सकारात्मक कृती केली पाहिजे. तशी कृती ही सामाजिकदृष्ट्या, आर्थिकदृष्ट्या ज्यांची परिस्थिती प्रतिकूल आहे अशा व्यक्तींना किंवा ज्या व्यक्ती सुस्थितीमधील व्यक्तींपेक्षा दुरावस्थेत आहेत, असमर्थ आहेत त्यांना प्राधान्याने वरची पदे द्यावीत. तरच

खरीखुरी समानता अवतरेल.''

तराजूचा काटा आता पुरता विरुद्ध दिशेला झुकला आहे. न्यायालय पुढे म्हणते, ''अशी कृती जरी भेदभाव करणारी दिसत असली तरी या सकारात्मक कृतीमुळेच परिस्थितीमधील असमानता जाईल आणि एका विस्तृत पायावर उभी असलेली समानता येईल. त्यामुळे समाजातील दुर्बल घटकांना समानतेच्या पायावर उभे राहून अधिक समर्थ सामाजिक घटकांशी बरोबरी करता येईल. मग समाजातील कोणीही नागरिक हा समान संधीचा लाभ घेऊन आपले प्रकृती, चारित्र्य आणि बुद्धिमत्ता यांचा नैसर्गिकरीत्या कमाल वापर करेल, मग भले त्याचा जन्म, व्यवसाय व सामाजिक प्रतिष्ठा काही का असेना.''

अशा निवाड्याचे आणखी एक वैशिष्ट्य दिसते. पीठावरील एका न्यायाधीशाने पूर्वीच्या एका खटल्यातील बाबींसंबंधी आपला एक विचार व्यक्त केला. त्यासाठी त्याने आपले नोकरीतील पदही पणाला लावले. न्यायमूर्ती महोदय जे काही म्हणाले तोच खटल्याचा निकाल झाला. त्याचे असे झाले, *मारी चंद्रशेखर राव विरुद्ध डीन, जी.एस. सेठ मेडिकल कॉलेज* या खटल्यात न्यायालय म्हणाले, ''कायदेशीर समानता ही सरतेशेवटी ही आपल्या अस्तित्वाचे सबळ कारण (raison d'etre) म्हणून वास्तवातही प्रकट व्हायलाच हवी. म्हणून संपत्ती, शिक्षण किंवा सामाजिक पर्यावरण अशा गोष्टी ज्यांना कमी पडत असतील त्यासाठी सरकारने त्यांची भरपाई करणारी कृती अखेर केलीच पाहिजे. वास्तवात समाजात असमानता असल्याने याचा विचार करून अशा व्यक्तींना प्राधान्य व आरक्षण देऊन एक सकारात्मक कृती करायला हवी. आर्थिक, सामाजिक दृष्टीने कसलाही लाभ न मिळालेल्यांना किंवा प्रतिकूल परिस्थितीत सापडलेल्यांना प्राधान्य व आरक्षण दिले तर खरीखुरी समानता आणता येईल. अशा सकारात्मक कृतीने, जरी ती भेदभावाची वाटली तरी, त्यामुळे वास्तवातील असमानता निपटली जाईल व समानता एका विस्तृत पायावर उभी राहील...'' (संदर्भ : *मारी चंद्रशेखर राव विरुद्ध डीन जी. एस. सेठ मेडिकल कॉलेज,* १९९०, 3 SCC 130, पान १३८, परिच्छेद ८)

एका खटल्यातील न्यायाधीशाचे मत हे नंतरच्या खटल्यातील संपूर्ण पीठाचे मत कसे झाले ते वर दिले आहे. त्यातही, पूर्वीच्या खटल्यातील न्यायाधीश हा स्वतः त्या पीठाचा एक सभासद असताना! संधीची समानता ही न्यायाधीशांकडून कशी हेतुपूर्वक घोटाळा करणारी, गोंधळून टाकणारी आहे ते पहा. 'समान संधी' हा घटनेने प्रत्येकाला दिलेला एक हक्क आहे, हमी आहे. त्या हक्काचा शेवट कसा चमत्कारिक होतो ते आपण पाहिले. 'सकारात्मक कृती' या नावाखाली ती न्यायाधीश मंडळी काय काय घुसडतात ते लक्षात घ्या. ज्यांना इतरांशी स्पर्धा करता येत नाही की ज्यांना आपली उन्नती करण्यात अडचणी आहेत, त्यांना वर खेचण्यापुरता हा

टप्पा आहे, पायरी आहे, असे समजू नका. यातून एक स्पष्ट अर्थ असा प्रकट होतो की जे अधिक चांगल्या स्थितीत आहेत व जे अडचणींमुळे चांगल्या स्थितीत नाहीत त्या दोघांची मुद्दाम एकमेकांशी तुलना केली आहे. त्यामुळे चांगल्या स्थितीत नसणाऱ्यांची स्थिती अधिक करुणास्पद वाटते व तुलना करण्यामागे तोच हेतू आहे. न्यायालयाने त्या दोन्ही कल्पना एकमेकांत मिसळल्या आणि दोन वेळा तेच तेच शब्द परिणाम साधण्यासाठी वापरले. (unequals have to be treated unequally, etc.,) आपल्या निकालात न्यायालय पुढे म्हणते, "म्हणून, वास्तवातील सामाजिक असमानता लक्षात घेऊन दलितांच्या बाजूने काही सकारात्मक कृती केली पाहिजे. त्यासाठी त्यांना प्राधान्य देऊन आणि बढत्यांमध्ये त्यांच्यासाठी आरक्षण ठेवून किंवा ज्यांना लाभ मिळून जे सुस्थितीत आले आहेत त्यांच्यावर काही अडथळे लादून हे साध्य केले पाहिजे. म्हणजे समानता आणता येईल. अशी सकारात्मक कृती ही जरी भेदभाव करणारी वाटली तरी त्यामुळे विस्तृत पायावर एक समानता प्रस्थापित होऊ शकेल, वास्तवातील असमानता निपटली जाईल, आणि दलित व अनुसूचित जमाती या समानतेच्या पायावरती उभ्या राहतील, असे यामागचे न्यायालयाचे गणित होते. यामुळे मागासवर्गीयांना 'समान संधी'चा लाभ घेता येईल आणि त्यांना आपल्यामधील सुप्त गुण प्रकट करता येतील..."

हा 'संरक्षण देणारा भेदभाव' न्यायालयाच्या मते राज्यघटनेच्या कलम १६(४) व १६ (४-अ) मधेच घातलेला आहे. बढत्यांमध्ये आरक्षण ठेवल्याने समानता अवतरणार असल्याने अशा आरक्षणातून फक्त राज्यघटनेने व्यक्त केलेला हुकूम प्रकट होतो. (संदर्भ : *अशोककुमार गुप्ता विरुद्ध यू. पी. राज्य,* १९७७, ५ SCC २०१, पाने २२७ ते २३१, परिच्छेद २८, २९, ३०)

यातून उद्भवलेले तीन प्रश्न :

- आम्ही नेहमी अनुभवावर आधारित असलेल्या पुराव्यानुसारच वागावे आणि कसलाही तर्क करणे थांबवावे अशी सर्वोच्च न्यायालयाची इच्छा आहे काय? *इंद्र सहानी* खटल्यात 'बढत्यांमध्ये आरक्षण ठेवल्याने प्रशासनाच्या कार्यक्षमतेवर परिणाम होतो' असे जे याच न्यायालयाने त्यावर भर देऊन म्हटले आहे, ते आम्ही एकदम पूर्णपणे फेटाळून लावावे काय?
- राजकारणी लोकांनी राज्यघटनेमध्ये एक नवीन कलम घुसवले. त्याचा जबरदस्त बौद्धिक परिणाम न्यायालयावर झाल्याने, त्यांनी महत्त्वाच्या खटल्यातील पीठावरील एकूण एक आठही न्यायाधीशांनी एकमुखाने व नि:संदिग्धपणे जे म्हटले ते टाकून दिले गेले आहे काय?
- अनुभवावर आधारित मूल्यमापन केल्याने बढत्यांमधील आरक्षणाचे परिणाम

हे फक्त एकाच पुरोगामी न्यायाधीशाचे मत आहे असे समजावे काय? तसे असेल तर केवळ एका न्यायाधीशाचे मूल्यमापन हे आधारभूत ठरत नाही.

‘५० टक्क्यांपेक्षा कमी’ ते ‘१०० टक्केसुद्धा’ येथपर्यंत

सर्वोच्च न्यायालय याच मार्गावर वाटचाल करीत राहिले व ते शेवटी पुढील विचारसरणीपर्यंत पोचले : समजा, प्रशासनात उच्च पातळीवरती एकच जरी पद असले आणि त्यासाठी आरक्षण ठेवले तर ते १०० टक्के आरक्षण होईल. तरीही याच धोरणाला चिकटून राहावे. त्यासाठी अनुसूचित जाती व जमाती किंवा मागासवर्गीय उमेदवारांना आळीपाळीने ते पद द्यावे किंवा एखादा प्राधान्यक्रम ठरवून त्यानुसार क्रमाने द्यावे. असे केले तरी ते राज्यघटनेला धरून केल्यासारखे होईल. एकच पद असल्यास ते अनुसूचित जाती व जमातींसाठी राखून ठेवल्यास “तेही अन्य उमेदवारांशी बरोबरी साधण्यासाठी ‘समान संधी’चे पालन केल्यासारखे होईल.” त्या एकमेव पदासाठी सर्व उमेदवारांना वगळून टाकणे हे ‘समान संधी’ तत्त्वाचे पालन केल्यासारखे कसे काय होईल? – याचा खुलासा मात्र न्यायालयाने अजिबात केला नाही. (संदर्भ : *भारतीय संघराज्य विरुद्ध माधव*, १९७७, २ SCC ३३२; *भारतीय संघराज्य विरुद्ध ब्रिजलाल ठाकूर*, १९९७, ४ SCC २७८; *पोस्ट-ग्रॅज्युएट इन्स्टिट्यूट ऑफ मेडिकल एज्युकेशन अँड रिसर्च विरुद्ध के. एल. नरसिंहन्*, १९७७, ६ SCC २८३)

हे असले न्यायनिवाडे एवढे टोकाला जाऊन पोचू लागले की सरतेशेवटी न्यायालयालाच ते निवाडे उलटे फिरवावे लागले. जेव्हा केवळ एकच पद रिकामे असते तेव्हा न्यायालय आत्तापर्यंत म्हणत होते की ते फक्त एकाच व्यक्तीला आरक्षित ठेवावे. याचा अर्थ मागासवर्गीयांत व अनुसूचित जाती, जमातींत जे मोडत नाही ती संपूर्ण लोकसंख्या पूर्णपणे वगळून टाकावी. यामुळे समानतेच्या मूलभूत हक्काला बाधा येते, अन् म्हणून अशा रचनेला परवानगी देता येत नाही. (संदर्भ : *पोस्ट-ग्रॅज्युएट इन्स्टिट्यूट ऑफ मेडिकल एज्युकेशन अँड रिसर्च, चंदीगढ विरुद्ध फॅकल्टी असोसिएशन*, १९८८, ४ SCC 1) तर अशा गोष्टी परत न्यायालयाकडे जाऊन त्यावर खल व्हावा या गोष्टीवरून आपला राज्यकारभार हा कसा अवघड बनला आहे, हे कळून येईल. त्याच राज्यकारभारात आपली न्यायसंस्थासुद्धा सामील केली पाहिजे. हे आता कुठेतरी एक लक्ष्मणरेषा आखून थांबवायला पाहिजे.

सर्जनशील वाचन!

जेव्हा एकमेव पदासाठी आरक्षण ठेवण्याबाबत निकाल दिले जातात, तेव्हा चळवळवादी किंवा बंडखोर वृत्तीचा एक आविष्कार दिसून येतो. अशी निकालपत्रे देताना न्यायमूर्ती

मंडळी म्हणत की ते पूर्वीच्याच निकालांची री ओढत असतात. त्यासाठी त्यांनी घटनापीठाच्या (Constitution Bench) एका खटल्यातील निकालाचा दाखला दिला व अन्य खटल्यांचा उल्लेख केला. (संदर्भ : *आरती रामचौधरी विरुद्ध भारतीय संघराज्य,* १९७४(१) SCC ८७) या खटल्यामध्ये सर्वोच्च न्यायालयाने आपला असा विचार प्रकट केला की, एकच पद असल्यास त्यासाठी आरक्षण ठेवून रोस्टर पद्धतीने ते पद भरावे. असे करणे हे संपूर्णपणे राज्यघटनेला धरून आहे. पाच न्यायाधीशांनी मिळून एक न्यायपीठ त्यासाठी (Constitution Bench) नेमलेले होते. त्यांच्यासमोर तो खटला चालला होता. दोन्ही बाजूंचे म्हणणे ऐकून घेतल्यावरती न्यायपीठ म्हणाले, "ज्या अन्य खटल्यांतील मते, निवाडे आमच्यासमोर आणले गेले त्यावरून आम्हाला नाइलाजाने असे दाखवून द्यावे लागते आहे की, एकमेव अशा पदासाठी आरक्षण ठेवणे हे राज्यघटनेला धरून आहे, असे त्या खटल्यांमध्ये प्रतिपादन केलेले नाही! मग संदर्भ दिलेले सर्व खटले एकामागून एक पाहण्यास सुरुवात केली. सर्व पाहणी झाल्यावर न्यायालयाला एक टिप्पणी करणे भाग पडले. त्यामध्ये, 'त्या खटल्यांचे निकाल देणाऱ्या न्यायाधीशांना खटल्यातील प्रकरणांचे योग्य तऱ्हेने आकलन झाले नव्हते,' असा शेरा मारावा लागला. त्या न्यायाधीशांनी चुकीच्या समजुती (erroneous assumption) करून घेतल्या होत्या आणि त्यांनी चुकीचा अर्थ लावून वाचले होते, असेही न्यायालयाने नोंदवले."

परंतु जेव्हा अशा चुकीच्या रचना समानतेच्या नावाखाली रेटल्या जातात, तेव्हा मागासवर्गीय नसलेल्या आईबापांच्या पोटी जे जन्माला येतात ते अशा उफराट्या भेदभावाच्या धोरणाला बळी पडतील त्याचे काय? राज्यघटनेची जी मूळ रचना आहे त्यामागच्या कल्पनेला यामुळे खिंडारे पडतील. अन् तीही समानतेच्या नावाखाली! परंतु या मुद्द्यांकडे न्यायाधीशांनी दुर्लक्ष केले. मग न्या. कृष्णा अय्यर हे अशा प्रकरणातून जसा नेहमी मार्ग काढतात तसेच त्यांनी या वेळी येथे केले. त्यांनी *महाराव साहेब श्री भीमसिंगजी विरुद्ध भारतीय संघराज्य* या खटल्याचा आधार घेतला. ते म्हणाले, "जेव्हा आपण एखाद्या सामान्य कायद्यातील बाबी घटनादुरुस्तीपासून कशा वेगळ्या आहेत हे तपासून पाहतो, तेव्हा राज्यघटनेच्या मूळ रचनेची मोडतोड झाल्याचा प्रश्न उद्‌भवत नाही. प्रत्येक वेळी समानतेचा भंग झाल्यामुळे राज्यघटनेचा मूलभूत ढाचाच कोलमडतो, असे होत नाही. जेव्हा मोठ्या प्रमाणात समानता प्रत्यक्ष आणण्याचे प्रयत्न सुरू होतात तेव्हा राज्यघटनेच्या कडेकडेने अशी असमानतेची उदाहरणे घडणे अपरिहार्य असते.... प्रत्येक विशाल स्वरूपाच्या कारणासाठी काही जणांना हौतात्म्य पत्करावे लागते, अन् ही गोष्ट प्रत्येक समाजवाद्याला ठाऊक आहे.... राज्यघटनेच्या मूलभूत रचनेशी जी प्रतारणा झालेली असते त्यामुळे नुसतेच कलम १४ चे उल्लंघन होत नाही, तर ते एक धक्कादायक, विवेकबुद्धी नसलेले

किंवा तत्त्वहीन असे समानता न्यायाचे विडंबन केल्याचे उदाहरण ठरते.''

येथून पुढे जर कोणी एखाद्या उपायावर प्रश्नचिन्ह निर्माण करीत असेल तर त्याने तो उपाय हा नुसतेच कलम १४ चे उल्लंघन करणार नसून तो धक्कादायक, विवेकबुद्धी नसलेला किंवा तत्त्वहीन असे विडंबन करणारा आहे सिद्ध करून दाखवला पाहिजे.

एखाद्या निर्णयाने वा कायद्याने राज्यघटनेचा भंग झाला, अथवा तिच्याशी प्रतारणा झाली आहे असे वाटले, तर असमान न्याय दिला गेला असे वाटले तर *केशवानंद भारती* खटल्याचा त्याच्याकडून आधार घेतला जातो. त्या खटल्याचा निकाल हा आता न्यायसंस्थेत भुतासारखा वावरतो आहे. याबाबत पुरोगामी न्यायाधीश म्हणतात, ''जर एखादा न्यायनिवाडा हा एवढ्या टोकाला पोचला तर त्यामुळे लोकशाहीचा पायाच हादरतो आणि शेवटी ती लोकशाही मृत पावते. परंतु *केशवानंद भारती* खटल्याचा निकाल न्यायमंदिरातील दालनांमध्ये वावरू देणे म्हणजे असमानतेसाठी घातक याचिका उगारून न्यायव्यवस्थेला पक्षाघात करणे व लोकशाहीचे कार्य ठप्प करण्यासारखे आहे.''

तेव्हा असली कोणतीही जुनी खटल्यांची भुते जागी करीत नाही हे तुम्ही आधी पटवून द्यावे.

''राज्यघटनेच्या मूलभूत रचनेबद्दल आकर्षण दाखवून त्याचा उपयोग करून संपूर्ण कायद्याच्या क्षेत्रात घुसून एका नवीन समाजव्यवस्थेसाठी युद्ध लढायचे आणि 'मूलभूत रचनेचे' अस्त्र वापरून मूलभूत दारिद्र्य नष्ट करायचे, असेही करता येणार नाही. अन् कोणती गोष्ट मूलभूत आहे? नामशेष होण्यास कठीण असलेल्या, भयानक असलेल्या, सतत पसरत जाणाऱ्या आणि माणसाचे मूलभूत हक्क पायदळी तुडविणाऱ्या दारिद्र्याचे निर्मूलन करायचे? का सर्व तऱ्हेने परिपूर्ण अशा सुखसोयींचे कायदे उचलून धरीत आणि छानपैकी संपूर्ण समानता सादर करीत पूर्वीचीच युद्धमान परिस्थिती परत आणायची का? राज्यघटनेचा पराभव करण्यासाठी राज्यघटनेचाच उपयोग करण्याला न्यायसंस्था दाद देणार नाही! समानतेचे अस्त्र वापरून नामशेष होण्यास कठीण असलेली व भयानक असलेली सामाजिक असमानता टिकवून धरण्याची युद्धनीती ही एक क्लृप्ती आहे याबद्दल माझ्या मनात मुळीच शंका नाही. या न्यायालयाकडून, ती क्लृप्ती निपटून टाकायलाच हवी.'' (संदर्भ : भीमसिंगजी विरुद्ध भारतीय संघराज्य, १९८१, १ SCC, पान १६६, परिच्छेद २०)

अशा या 'कारणमीमांसेचा' परिणाम असा आहे की कोणीही कायद्यातला एखादा परिपूर्ण संयुक्तिक प्रश्न उपस्थित केला तर त्याला प्रथम असे सिद्ध करावे लागेल की, त्या प्रश्नाने तो न्यायालयाची दिशाभूल करीत नसून, तसेच भुकेल्या

कोट्यवधी लोकांना मदत करण्याच्या प्रयत्नांवरती तो एखादे अस्त्र सोडीत नाही. परंतु न्यायमूर्ती महाशयांनी जे उच्चारले त्यामुळे आता सर्व वादाचा अंत झाला आहे. आणि ती 'कारणमीमांसा' यापुढील सर्व खटल्यांत निकाल देताना मदतीसाठी एक हाताशी असलेला पवित्र लेख ठरला आहे. (संदर्भ : उदाहरणार्थ पहा, *सौरभ चौधरी विरुद्ध भारतीय संघराज्य,* op. cit., पान १७९, परिच्छेद ८५ यामध्ये अशा तऱ्हेचे आवाहन करण्यात आले आहे.)

कटकारस्थान!

११

'गुणवत्तावादी'

एन.एम. थॉमस खटल्यात न्या. व्ही.आर. कृष्णा अय्यर यांनी काय निकाल दिला ते आपण पाहिले. त्या वेळी ते म्हणाले, ''प्रशासकीय क्षमतांचा विचार तुम्ही वाऱ्यावर सोडून देऊ शकत नाही आणि *'हरिजनांचे कल्याण'* या नावाखाली तुम्हाला सरकारी कारभाराची चक्रे ठप्प करता येणार नाहीत. उत्तम सरकारसाठी प्रशासन काम करते, *हरिजनांना* नोकऱ्या पुरविण्यासाठी नाही...'' *अखिल भारतीय शोषित कर्मचारी संघ* खटल्यात मात्र त्यांनी प्रशासकीय कार्यक्षमतेच्या मुद्द्याची खिल्ली उडवली होती. या खटल्यात त्यांनी दिलेला निकाल हा त्या वेळी पुरोगामी न्यायशास्त्रात एक शिरपेच ठरला होता. प्रशासकीय कार्यक्षमता ढासळेल अशी भीती व्यक्त करणारे युक्तिवाद न्यायमूर्ती महाशयांनी फेटाळून लावले. *एन.एम. थॉमस* खटल्यातही त्यांनी असेच केले होते. या खटल्यात वादात असलेली पदे ही कारकुनी स्वरूपाची होती आणि ज्या पद्धतीने त्यांची कामे चालली होती त्यामुळे एकूण प्रशासकीय कार्यक्षमतेवरती फारसा परिणाम होत नव्हता. *रंगाचारी* खटल्यात सर्वोच्च न्यायालयाने उच्च पदांसाठी आरक्षणे मंजूर केली होती. त्या वेळी न्या. कृष्णा अय्यर यांनी म्हटले होते, ''वरिष्ठ अधिकाऱ्यांची निवड करताना तुम्ही कमी गुणवत्ता असलेल्या अनुसूचित जाती व जमाती यांच्यासाठी काही पदे आरक्षित ठेवू शकता... खालच्या पातळीवरील चपराशी, लोअर डिव्हिजन कारकून अशा पदांसाठी आरक्षण ठेवले तर मोठे संकट कोसळले असा बौद्धिक युक्तिवाद तुम्ही कसा काय करू शकाल? कार्यक्षमता पाळण्याचा मोठा वाटा हा उच्चपदस्थांकडे जास्त जातो, तर कनिष्ठ पदांच्या नेमणुका करताना कमी कार्यक्षमता लागते.''

रेल्वेने असे जाहीर केले होते की, नुसते नोकरीत प्रवेश करताना आरक्षण असणार नाही तर ते बढत्यांमध्येही ठेवले जाईल. अंतर्गत बढत्या व बढतीसाठी स्पर्धेतून निवड केलेले असो, दोन्ही प्रकारांत आरक्षणे असतील. अन् हे बढत्यांसाठी व नोकरीत प्रवेश करतानाचे असलेले आरक्षण ५० टक्के असणार नाही, तर ते ६६$^{१}/_{२}$ टक्के असेल. आणि बढत्यांमधले अनुसूचित जाती व जमातीच्या कर्मचाऱ्यांचे

केलेले मूल्यमापन हे त्यांच्या वरिष्ठांनी नोकरीत त्यांचे जे मूल्यमापन केले त्यापेक्षा एका ग्रेडने जास्त आहे असे समजले जाईल. जी उच्च पदे आरक्षित आहेत व जी या वर्षी भरली गेली नाहीत, ती पुढच्या तीन वर्षांसाठी जमेस धरली जातील; इत्यादी इत्यादी. याच न्यायमूर्ती महाशयांनी पूर्वी असे जाहीर केले होते की, आरक्षणासारखे सुधारणेचे उपाय करताना प्रशासकीय कार्यक्षमतेला सर्वोच्च प्राधान्य देऊन त्याबद्दलचा विचार आधी केला पाहिजे. पण आता हेच न्यायमूर्ती कार्यक्षमता घसरण्याची भीती अत्यंत कडक शब्दांत फेटाळून लावीत आहेत.

न्या. कृष्णा अय्यर यांनी याबाबत एक भला मोठा उतारा आपल्या निकालपत्रात लिहिला आहे. त्याचा लाभ नंतरच्या सर्व पुरोगामी न्यायाधीशांना होईल. त्यात ते लिहितात, ''कार्यक्षमता आणि अकार्यक्षमता याबद्दलचे ते जुनेपुराणे युक्तिवाद हे क्षुल्लक व बनवाबनवीचे आहेत. कारण, शेवटी उच्च पातळीवरती नेमले जाणारे *हरिजन/गिरिजन* यांची संख्या अत्यंत कमी टक्केवारीची आहे, अन् क्लास थ्री व क्लास फोर या श्रेणीमध्येही ती नगण्य आहे. आरक्षण नसलेल्या समाजातून येणारे उमेदवार हे बहुसंख्य असतात आणि ते बहुतेक कार्यक्षम असतात. तेव्हा छोट्या प्रमाणात असलेले आरक्षित उमेदवार यांच्यात पाठविले गेल्यावर संपूर्ण प्रशासकीय कार्यक्षमता पातळ होणार नाही की तिच्यावर फारसा परिणाम होणार नाही. प्रशासनातील सर्व पातळीवरील ५ ते १० टक्के अधिकारी हे सुमार दर्जाचे असल्याने सबंध प्रशासनाच्या कार्यक्षमतेची सरासरी पातळी कोसळेल, असे समजणे ही एक खरोखरीच अतिशयोक्ती ठरेल. शिवाय नोकरीत आल्यावरती खास प्रशिक्षण सर्वांना दिले जात असते आणि मार्गदर्शनही केले जात असते. त्यामुळे काही त्रुटी, उणिवा वगैरे असल्यास त्या नाहीशा होतात.'' (संदर्भ : *अखिल भारतीय शोषित कर्मचारी संघ (रेल्वे) विरुद्ध भारतीय संघराज्य* १९८१, १ SCC २४६, पान २९७, परिच्छेद ९३)

एन.एम. थॉमस खटल्यात असे म्हटलेले होते की, ज्या पदांसंबंधी प्रश्न उद्भवला आहे ती पदे कारकुनी स्वरूपाची असल्याने त्या बाबतीत आरक्षणे मंजूर करण्यात आली आहे. *शोषित कर्मचारी संघ*च्या खटल्यात असे म्हटले गेले की संपूर्ण पदांच्या एकूण संख्येत आरक्षण ठेवलेली पदे ही अत्यंत कमी असल्याने मंजूर करण्यात आली आहेत. परंतु संख्येचा प्रश्न बाजूला ठेवला तरी 'बढत्यांमध्येही आरक्षण ठेवण्याचे तत्त्व' या पुढच्या तशा प्रकारच्या सर्व खटल्यांत वापरले जाऊ लागले. *रंगाचारी* खटल्यातही सर्वोच्च न्यायालयाने हेच तत्त्व उचलून धरले! सर्व प्रकारच्या नोकऱ्यांत आरक्षण! सर्व पातळ्यांवरती आरक्षण!

आणि सर्व प्रकारच्या नोकऱ्यांत, सर्व पातळ्यांवरील सर्व पदांसाठी कमीत कमी ५० टक्के आरक्षण!

यामुळे आपले मापदंड खाली खाली नाही का घसरत जात? ही घसरगुंडी

थांबवण्यासाठी आपण मिळेल त्या संधीचा उपयोग करून प्रयत्न केले पाहिजेत, असेच यावरून नाही का सुचवले जात? किंवा यातून असे सुचते की, सर्वत्र मापदंड घसरत असताना आपणच आपल्या समोरची परिस्थिती का सुधारावयाची? न्या. कृष्णा अय्यर यांचा या बाबतीमधील हा एक दृष्टिकोन पहा. ते म्हणतात, ''होय, मापदंड कदाचित घसरू लागतील; परंतु जग मात्र पुढे जात राहिलेले आहे; जे कोणी गुणवत्तावादी आहेत त्यांचे वैयक्तिक हेतू, लाभ इत्यादी गोष्टींना आरक्षणामुळे बाधा येते आहे.''

पुढे ते एखाद्या फर्ड्या वक्त्याच्या थाटात म्हणतात, ''राजकारणापासून मास्तरकीपर्यंत ते पार शेवटी सरकारी बाबू आणि अन्य जणांपर्यंत प्रत्येक पिढीत कार्यक्षमता घसरत गेली आहे. यामध्ये जरी काहीसे सत्य असले तरी असे म्हणणे ही अलीकडे एक लोकप्रिय रीत बनली आहे.'' पण हे कशासाठी आहे? ते म्हणतात, ''तथापि, जग हे पुढे चालले आहे आणि फक्त खासगी हिताला बाधा पोचणाऱ्याच व्यक्ती कार्यक्षमतेत सतत घट होण्याच्या नावाने व त्यामुळे आकाश कोसळेल असा ओरडा करतात... जी कोणी अपरिपक्व माणसे प्रशासकीय कर्मचाऱ्यांचा वापर करून खेळखंडोबा करीत आहेत, त्यांच्या दुर्दैवाबद्दल आम्हाला काहीही वाटत नाही.'' सरकार हे अपरिपक्व मेंदूचे आहे, असे कोण म्हणाले होते? पुढे ते म्हणतात, ''...याचे कारण फक्त थोड्याशा हरिजन/गिरिजन मंडळींचा शिरकाव झाला म्हणून.'' निकालपत्रामध्ये ६६१/२ टक्के आरक्षण ठेवावे असे म्हटले गेले असताना हे न्यायमूर्ती महाशय 'थोड्याशा' (just a sprinkling) शब्दाने आरक्षणाचा उल्लेख कसा काय करतात? त्यानंतर ते मोठ्या दयार्द्र भावनेने म्हणतात, ''मागासवर्गीयांचे औदासिन्य व मागासलेपणा एवढा आहे की त्यांच्यासाठी इतकी लाभदायक तरतूद केली असताना या दुर्दैवी मंडळींना याची जाणीव होत नाही की, त्यांच्यातील पात्र उमेदवारांना देशाच्या प्रशासनातील आपली हक्काची जागा घेण्यात रस वाटत नाही... आधुनिक भारताची व्याधी ही कुठेतरी अन्यत्र असली पाहिजे. गुणवत्तावादी मंडळी ही अनेक अर्थाने जोखीम निर्माण करणारी असतात. त्या मानाने भाबडे आदिवासी व किंचित बऱ्या स्थितीत असलेले खालच्या जातीतील लोक अधिक बरे म्हटले पाहिजेत.'' असे असेल तर पं. नेहरू हे 'गुणवत्तावादी' होते असे म्हणावे काय? अर्थातच! १९६१ मध्ये पं. नेहरूंनी सर्व राज्यांच्या मुख्यमंत्र्यांना एक पत्र लिहिले होते त्याची येथे आठवण येते! (या पुस्तकाच्या सुरुवातीला ते पत्र छापलेले आहे.) देशाची राज्यघटना ज्यांनी रचली, लिहिली ते घटनाकार 'गुणवत्तावादी' होते काय? नक्कीच होते! कारण त्यांनी राज्यघटनेमध्ये कलम ३३५ घातले होते!

न्या. कृष्णा अय्यर आणखी म्हणतात, ''थोडीफार हरिजन मंडळी सुस्थितीत आली असल्याने, जे अजूनही तळागाळाशी राहिले आहेत त्यांच्यासाठी 'सैल गुणवत्ता' असलेल्या तरतुदी आता देण्यात काहीही प्रयोजन नाही, असला चुकीचा

युक्तिवाद करण्यातही अर्थ नाही.'' याच न्या. कृष्णा अय्यर यांनी एकदा आपला युक्तिवाद ताणत म्हटले होते की, मागास व वंचित वर्गातील सुस्थितीतील लोकांना आरक्षणाचे लाभ उठवल्याने दुप्पट त्रास होतो. हे सांगताना न्यायमूर्ती महाशय म्हणतात, ''वसंत ऋतूत विहार करणाऱ्या स्वॅलो पक्ष्याला वसंत ऋतू आणता येत नाही... जेव्हा सामाजिक परिस्थिती मागणी करेल तेव्हा हरिजनांचे लाभ हे फक्त खालच्या थरातील हरिजनांसाठीच सरकारकडून राखून ठेवले जातील. मग संपन्न थरात पोचलेल्या हरिजनांना आपल्याच तळागाळातील हरिजनांचे काहीही हिरावून घेण्यास सरकार प्रतिबंध करेल.'' (याआधीचाच संदर्भ : पान २९८, परिच्छेद ९४) वा! काय झकास युक्ती आहे. भविष्यकाळात कधीतरी ही समस्या सोडविण्यासाठी दुसऱ्यावर जबाबदारी ढकलून द्यायची.

न्या. कृष्णा अय्यर हे असा आग्रह धरतात की, ''अनुसूचित जातींचे कर्मचारी हे वरच्या पदांसाठी अधिक लायक असतात. कारण त्यांनी उपासमार व हलाखीची अवस्था भोगल्याने या गोष्टींचा नायनाट व्हावा असे त्यांना तीव्रतेने वाटत असते. त्यामुळे परीक्षा, मूल्यमापन असला काही तमाशा करून माणसाची लायकी जोखण्यापेक्षा दारिद्र्याचा अनुभव हाच एक अधिक विश्वासार्ह व योग्य असा पात्रतेचा निकष आहे.'' लक्षात घ्या, हा खटला रेल्वेमधील पदांसाठी आहे. आणि आगगाड्या सुरळीत चालू ठेवणे हे रेल्वेचे प्रमुख कार्य असते. वरिष्ठ पातळीवरील प्रमुख कार्य हे रेल्वेसारखी अवाढव्य संस्था सुरळीत चालू ठेवणे हेच असते. अन् भारतीय रेल्वे ही जगातील सर्वांत मोठ्या रेल्वेंपैकी आहे. परंतु दुसऱ्या क्षेत्रातील अडचणी जाणून घेण्याच्या वृत्तीची येथे आवश्यकता आहे!

न्यायमूर्ती महाशय म्हणतात, ''मूलभूत प्रश्न येथे असा उद्भवतो की, 'गुणवत्ता' आणि 'योग्यता' म्हणजे काय? एखादे जनतेचे कल्याणकारी सरकार आपण नजरेसमोर आणले तर ते चालवायला श्रेष्ठींचा वर्ग (elitists) उपयोगी पडेल का? या वर्गाची जनतेबद्दलची सहानुभूती आटून गेलेली असते. भारतीय जनतेच्या मापदंडानुसार सरकार चालवायला हा वर्ग यथायोग्य (suitable) नसतो आणि सरकारी कारभार चालविण्यासाठी लागणारे गुण (meritorious) त्यांच्याजवळ कमी असतात. एक संवेदनशील हृदय व उत्साहाने भारलेले मस्तक असेल आणि जनतेच्या अश्रूंची जाण असेल तर देशाच्या विकासाच्या गरजा चटकन समजल्या जातील. त्या गरजांमध्ये ग्रामीण भाव आणि गलिच्छ झोपडपट्ट्या यांना असणारे चांगले पर्यायही असतील. गुणवत्ता आणि योग्यता यांचे दोन मुख्य घटक हे 'कार्याला वाहून घेणे' आणि बौद्धिक एकनिष्ठा हे आहेत. भारतीय शिक्षणसंस्था असूनही ऑक्सफर्ड, केंब्रिज, हार्वर्ड, स्टॅनफोर्ड इत्यादी ठिकाणी जाऊन पदव्या प्राप्त केल्या की गुणवत्ता निर्माण होते असे नाही.'' यावर आपण असे धरून चालू की

या न्यायमूर्ती महाशयांकडे अशी काही माहिती असावी की, ज्यामुळे 'कार्याला वाहून घेणे व बौद्धिक निष्ठा असणे' हे गुण आरक्षणाच्या आधारे ज्यांनी पदे मिळवली त्यांच्यात जास्त प्रमाणात असावेत.

न्या. कृष्णा अय्यर समारोप करताना म्हणतात, "दुर्दैवाने, आपली निवड करण्याची प्रक्रिया अशी आहे की, त्यामुळे उमेदवारांची नीट पारख होऊ शकत नाही. ही प्रक्रिया एक प्रकारे विकृत आहे. अन् जे उमेदवार अनुसूचित जाती व जमातीचे आहेत त्यांनी ग्रामीण भारतातील धक्कादायक व दुःखद परिस्थिती एवढीच अनुभवली आहे. पण तरीही जी उमेदवार मंडळी संपन्न व अनुकूल परिस्थितीत वाढली आहेत, दुःखी व पिचलेल्या जनतेची कदर न करणारी आहेत त्यांच्यापेक्षा त्या अनुसूचित जाती व जमातींच्या उमेदवारांकडे एका अर्थाने जास्त क्षमता आहे." परीक्षा घेऊन आपण जी उमेदवारांची निवड करतो त्यावरतीही न्यायमूर्ती महोदय शोक व्यक्त करतात. सध्याच्या परीक्षा पद्धतीत काही वैगुण्ये आहेत हेही तितकेच खरे आहे. "आपली परीक्षा पद्धत ही स्मृतीला महत्त्व देत असल्याने पाठांतरातील 'गुणवत्ता' प्राप्त करणारे पुढे येतात. सर्जनशीलतेला ही परीक्षा पद्धत पार हाकलून देते." पुन्हा एकदा असे वाटते की, न्यायमूर्ती महोदयांकडे अशी काहीतरी ढोबळ माहिती असावी की, 'जे आरक्षणामार्फत वर आले आहेत त्यांच्यात जास्त सर्जनशीलता आहे,' असा निष्कर्ष काढण्यास ते प्रवृत्त झाले असावेत.

आणखी एक विशिष्ट मतप्रवाह आहे. तो मतप्रवाह असा आहे : भविष्यकाळ अवतरण्यासाठी त्याला जन्माला घालणे. थोडक्यात, इच्छित भविष्यकाळ यावा म्हणून आत्तापासून तशी अनुकूल परिस्थिती निर्माण करून बीजे पेरणे. न्यायमूर्ती म्हणतात, "एक मूलभूत सामाजिक रूपांतर आणि मूलगामी परिवर्तन यांबद्दल आम्ही काही बोलत नाही. परंतु उमेदवारांचे मूल्यमापन करताना आणि त्यांच्यात समाजवादी मूल्ये कितपत आहेत हे प्रशासनातील अधिकाऱ्यांकडून परीक्षा घेऊन तपासणे अत्यंत निकडीचे आहे. यावर राष्ट्रीय पातळीवरती परिसंवाद व चर्चा झाल्या पाहिजेत!"

राष्ट्रीय पातळीवरील चर्चा हा एक नेहमी अनुकूल उपाय असतो. जेव्हा सत्य गोष्टी नाकारता येत नाहीत किंवा निश्चित विधानांना कसल्याही पुराव्यांचा आधार देता येत नाही, तेव्हा नेहमीच भविष्यकाळातील राष्ट्रीय पातळीवरील चर्चा सुचवली जाते. तसे म्हटले म्हणजे, ज्या पद्धतीचा वापर आजवर होत आला आहे व त्यानुसार परिणामही मिळत आलेले आहेत त्यावरतीच संशयाची छाया टाकल्यासारखे होते!

परंतु हे न्यायमूर्ती महोदय चांगलेच पोचलेले होते. प्रशासनाच्या परीक्षा पद्धतीमधून फक्त विशिष्ट उमेदवारांना वगळावे अशी त्यांची मागणी होती. नेमकी अशीच चाल खेळून ब्रिटिशांनी गांधीजी, पं. नेहरू, जयप्रकाश नारायण, आंबेडकर यांना वगळले होते, असे न्यायमूर्ती महाशय सांगतात, "आपल्या निवडपद्धतीला, निवड परीक्षेला वसाहतवाद अजूनही चिकटलेला आहे. त्या पद्धतीत अंधश्रद्धेसारखा

चिवटपणा आहे आणि कार्यक्षमता आणि गुणवत्ता याबाबतच्या संकुचित कल्पनाही आहेत. त्यामुळेच गांधीजी, नेहरू, जयप्रकाश, आंबेडकर इत्यादींना वगळले गेले होते. मात्र जनतेच्या हृदयाची स्पंदने याच व्यक्तींना कळत होती.''

वरील थोर व्यक्तींना ब्रिटिशांनी काही परीक्षांमधून वगळले होते, का त्या व्यक्तींनीच परीक्षांवर बहिष्कार टाकून परीक्षेला बसायचे टाळले होते? सरकारी खात्यात नोकऱ्या करण्याऐवजी अधिक काही चांगले करण्याचे त्यांनी ठरवले होते ना!

परंतु न्यायमूर्ती महोदय यावर किंचित थबकून विचार करण्यास तयार नव्हते. आपल्या विधानांना जे विरोध करतात ते म्हणजे प्रस्थापित व्यवस्थेला, प्रत्येक नवीन कल्पनेला विरोध करण्याचा एक जुनाच प्रकार आहे, असे ते बोलून दाखवतात. ते पुढे असे म्हणतात :

> ''*हरिजन* आणि *गिरिजन* माणसे ही सरासरी गुणवत्तेच्या खालच्या पायरीवरची असतात, हे एक अतिशयोक्तीपूर्ण विधान आहे. हे विधान खोडून काढण्यासाठी मी फक्त येथे थोडेसे विषयांतर करून काही निरीक्षणे नोंदवली. हा दृष्टिकोन आणि समस्येला परंपरागत पद्धतीने भिडणे या गोष्टी जरा बाजूला ठेवा. याचे कारण प्रत्येक नवीन कल्पनेला नेहमीच विरोध होत असतो. परंतु शेवटी ती कल्पना स्वीकारली जातेच. प्रत्येक विचारावर सुरुवातीला पाखंडी मताचा शिक्का मारला जात असतो.''
> (आधीचा संदर्भ : पान २९९, परिच्छेद ९७)

आपल्या स्वत:च्या हेतूंसाठी आणि सर्वमान्य कल्पना मानण्यासाठी एक हुतात्मा येथे उभा राहत आहे!

परंतु, दोन तृतीयांश जागा आरक्षित ठेवाव्यात असा दिलेला निकाल आणि न भरलेली पदे, जागा त्यापुढील तीन वर्षे राखून ठेवावीत, बढत्यांमध्येही आरक्षण ठेवावे याबद्दल काय करायचे? असे जर होत गेले तर काही वर्षांतच १०० टक्के जागा आरक्षित होतील. सर्वसाधारण प्रकारातील कर्मचारी संपूर्णपणे निपटले जातील. नोकऱ्यातील *सर्व जागा* या जन्माच्या जातीनुसार भरल्या जातील. *कोणालाही* गुणवत्तेच्या आधारावरती नोकऱ्या मिळणार नाहीत. परंतु न्यायमूर्ती महाशय विचारतात की, असे झाले तरी बिघडले कुठे? त्यांच्याच शब्दात त्यांचा विचार पहा :

> ''न्यायालयातील काही वादींचे वकील असलेले श्री. वेणुगोपाळ यांनी असे दाखवून देण्याचा प्रयत्न केला आहे की, आरक्षणाची टक्केवारी व त्याला जोडलेली न भरलेल्या रिकाम्या आरक्षित जागा तशाच पुढे नेण्याची

पद्धत (carry forward), यांमुळे काही वर्षांत अनुसूचित जाती व जमातींच्या उमेदवारांना विशिष्ट पदे व विशिष्ट पातळीवरील जागा यांसाठी मक्तेदारी बहाल केल्यासारखे होईल. असे करताना 'पण कदाचित' अशा शब्दांचा अडथळा जरी आला तरी त्याची भीती वाटत नाही. त्याऐवजी 'झालेच पाहिजे' अशा शब्दांमुळेच आपल्याला विचार करावा लागेल. राज्यघटनेमध्ये सामाजिक वास्तवावरती विचारविनिमय झाला आहे, उगाच अंदाजपंचे शक्यतांचा विचार केलेला नाही."

या संदर्भात याआधी आपण पाहिलेले (दोन शक्यतांचे अंदाज असलेले) खटले आठवा.

ते काहीही असले तरी सरकारी वकिलाने जे सादर केले ते न्यायाधीशांनी मान्य केल्यामुळे 'जन्मजात असलेली जात' आणि 'घटनात्मकता नसलेली भेदभाव करणारी कृती' या गोष्टींची नोंद खटल्यात झाली. त्यावर आता थोडा काळ तरी खल होणे अटळ झाले :

...खूप पूर्वापार चालत आलेली सामाजिक विषमता अगर असमानता आणि नोकऱ्यांची टंचाई, जन्मजात जातीमुळे व घटनात्मक नसलेली भेदभाव करणारी कृती यांमुळे प्रत्यक्षात समानता आणणे कधीही शक्य नाही. आपण जर नीट व्यावहारिक भूमिका घेतली तरच आपल्याला वास्तव जीवनात समानता आणण्याच्या प्रयत्नांना खीळ बसणार नाही किंवा तसले कार्यक्रम भरकटणार नाहीत. (या आधीचा संदर्भ : पान २६७, परिच्छेद ३०)

न्यायाधीश महाराजांनी अकार्यक्षमता पसरेल या भीतीवरती कडक शब्दात हल्ला चढवला. ते म्हणाले, "या सगळ्या प्रकारात व्यक्त केली जाणारी भीती एखाद्या व्यंगचित्रासारखी आहे, विकृत रूपाची आहे. जर हरिजनांना रेल्वेच्या नोकऱ्यात सामावून घेतले नाही तर प्रदीर्घ काळ रेल्वेचे अपघात होणार नाहीत काय? न्यायालयांनी भोळेपणाची वस्त्रे चढवलेली नाहीत!" (या आधीचा संदर्भ : पान २७९, परिच्छेद ५८)

यावर वकिलाने रेल्वेच्या चौकशी समितीचा एक अहवाल न्यायालयात सादर केला. त्या अहवालात वृत्तपत्रातील रेल्वेच्या अपघातांच्या बातम्या, आकडेवारी व तत्सम माहिती होती. परंतु न्यायमूर्ती महाशयांनी ती माहिती अत्यंत तुच्छतेने फेटाळली आणि म्हटले :

"प्रशासनातील अकार्यक्षमतेवरती केलेले हे बेफाम आरोप आहेत."

अन्य मुद्द्यांवरती केलेले युक्तिवाद आता 'बेफाम आरोप' ठरले...

अनुसूचित जाती व जमातीच्या उमेदवारांच्या अकार्यक्षमतेमुळे आणि जे मागासवर्गीय नाहीत व ज्यांना डावलून त्यांच्यापेक्षा कमी क्षमता असलेले कनिष्ठ कर्मचारी बढती घेतल्याने नैराश्य आलेल्या व वैफल्यग्रस्त झालेल्या उमेदवारांनी 'रेल्वे अपघात चौकशी समिती, १९६८' या समितीचा आधार घेतला. त्या अहवालात असा उल्लेख आहे की, "इतर गोष्टींच्या समवेत असे आढळून आले आहे की, अनुसूचित जाती व जमाती यांच्या आरक्षणाच्या जागा भरण्यासाठी असलेल्या प्रक्रियेमुळे सुपरवायझर कर्मचाऱ्यांत असमाधान आहे. अनुसूचित जाती व जमाती यांच्या बढत्यांबद्दल जे धोरण आहे त्याविरुद्ध चौकशी समितीच्या अहवालाचा कल दिसतो."

चौकशी समितीच्या अहवालात असे म्हटले की,

"तथापि, रेल्वे बोर्डाने चौकशी समितीला असे आश्वासन दिले आहे की, योग्य त्या अधिकाऱ्यांना सूचना देऊन सांगितले गेले आहे की, ज़िथे सुरक्षिततेची बाब असेल तिथे अनुसूचित जाती व जमातींच्या उमेदवारांसाठी कोणतेही मापदंड सैल करू नका."

आणि आता पहा. न्यायालयात या संदर्भात ठेवलेली व अनुभवांवर आधारित असलेली सत्य माहिती न्यायमूर्तींनी उडवून लावली. ते म्हणतात :

"न्यायालयाची सहनशीलता तुटेपर्यंत ताणली जात आहे. आमच्यापुढे ठेवलेली माहिती ही अत्यंत हास्यास्पद युक्तिवादामध्ये वादींकडून अत्यंत चातुर्याने व आशेने वापरली गेली आहे."

रेल्वेच्या चौकशी समितीमधून बाहेर पडलेले निष्कर्ष विश्वासार्ह नाहीत असे दाखविणारा कणभरही पुरावा, सत्यस्थिती, एखादा शब्दही न्यायालयाला दाखवून देता आला नाही. समितीच्या अहवालाची दखल घेण्याऐवजी न्यायालयाने यामुळे आपली सहनशीलता तुटण्यापर्यंत ताणली जात आहे, असे म्हणून सरळ त्या अहवालातील माहिती फेटाळली आणि 'अत्यंत हास्यास्पद युक्तिवाद' अशा शब्दांनी संभावना

केली. हास्यास्पद युक्तिवाद? पण तो कोणी केला? उलट, न्यायमूर्ती महोदयांची मते अशी होती की ज्यामुळे वादींची सहनशीलता तुटेपर्यंत ताणली जात होती.

न्या. कृष्णा अय्यर म्हणतात, ''काही वृत्तपत्रांतील कात्रणे आणि निराशा झालेल्या व विकास न पावलेल्या कर्मचाऱ्यांचे प्रतिनिधित्व यांच्याशी आमचा काहीही संबंध नाही.'' वृत्तपत्रांतील बातम्या, अहवाल, न्यायालयाला अन्यायग्रस्तांनी धाडलेली पत्रे हे सारे अप्रत्यक्षरीत्या याचिकाच आहेत असे समजून त्यांची दखल घेणारे हेच न्यायमूर्ती होते, यावर विश्वास ठेवणे एखाद्यास कठीण जाईल!

न्यायाधीश महाराज म्हणतात, ''संबंध नसलेले, भिन्न घटक असलेले मुद्दे अत्यंत जोरदारपणे मांडले होते. परंतु, तरीही त्यामुळे न्यायालयीन निष्कर्षाला धक्का बसत नाही की ते बदलणार नाही. कारण हे निष्कर्ष फक्त घटनात्मक कसोटीवर आणि संबंधित वस्तुस्थितीच्या पायावर उभे राहिलेले आहेत.'' (या आधीचा संदर्भ : पान २८१, परिच्छेद ६१) रेल्वे अपघात चौकशी समितीच्या तज्ज्ञांनी जो शोध घेतला ते मुद्दे 'असंबंधित' आहेत असे कसे काय ठरवता येईल? वृत्तपत्रातील या संदर्भातील बातम्या, माहिती खटल्यातील मुद्द्याला धरून असल्या तरी ते सारे 'असंबंधित' आहे, असे कसे म्हणता येईल. असंबंधित व भिन्न स्वरूप असलेल्या घटकांमुळे न्यायालयीन निष्कर्षाला धक्का पोचणार नाही, असे न्यायालय म्हणते. त्यावरून इंदिरा गांधी यांच्या खटल्यातील न्यायाधीशांची संवदेनशीलता व जागरूकता यांची आठवण येते. त्या वेळी इंदिरा गांधी याच न्यायमूर्तींपुढे अलाहाबाद उच्च न्यायालयाच्या निकालाला स्थगिती मागण्यासाठी आल्या होत्या.

न्या. कृष्णा अय्यर हे पुढे आरक्षणासाठी शिथिल केलेल्या नियमांबद्दल सांगतात की ते नियम तसे किंचितच बदल करणारे आहेत आणि तेही भूतकाळात स्वीकारलेले आहेत. (या आधीचा संदर्भ : पान २७७, २७८, परिच्छेद २८२) या संदर्भात जी परिपत्रके काढली होती त्यामध्ये असे म्हटले होते की, जर अनुसूचित जाती व जमाती यांच्या कर्मचाऱ्याला 'उत्तम' (Good) असा शेरा मिळाला तर तो शेरा 'अधिक उत्तम' (Very Good) असा धरून तशी कर्मचाऱ्याची श्रेणी समजावी; जर त्याला 'अधिक उत्तम' असा शेरा मिळाला तर तो 'सर्वोत्तम' (Outstanding) असा समजावा. परंतु हे सरकारी परिपत्रक पाहूनही न्यायाधीश महाराज म्हणतात की, ''तो काही एवढा मोठा प्रश्न नाही.'' ते पुढे म्हणतात :

> ''वादींनी सादर केलेल्या परिपत्रकातील ॲनेक्श्चर-एच हे वादींच्या मते अनेक कारणांसाठी घटनात्मकदृष्ट्या अवैध आहे. पण एक गोष्ट अशी आहे की अनुसूचित जाती व जमातीच्या कर्मचाऱ्यांना एरवीपेक्षा एक ग्रेड जादा मिळून वरची श्रेणी मिळते. जर ती 'उत्तम' असेल तर 'अधिक उत्तम'

समजली जाते. श्रेणी देण्याची ही जी काही कथा असेल किंवा त्यात भ्रष्ट मार्ग अवलंबला गेला असेल, तर बढती देताना ते एक अनैतिक वर्तन आहे असे म्हणावे लागेल. परंतु याबाबतीत आम्ही सहमत नाही. वरवर पाहता असे दिसते की कर्मचाऱ्यांच्या क्षमतेचे पुनर्वर्गीकरण करण्याची प्रक्रिया ही अत्यंत किचकट असावी आणि त्यामुळे एखाद्यावर 'सरळ नसणारा, आतल्या गाठीचा' (disingenuous) असा शिक्का कदाचित बसू शकतो. अर्थातच ही सवलत एका श्रेणीतील फक्त एकूण कर्मचाऱ्यांपैकी २५ टक्क्यांसाठी (लक्षात घ्या, 'फक्त २५ टक्के') एका वर्षासाठी आहे. त्यामुळे प्रत्येक *हरिजन व गिरिजन* इतरांच्या डोक्यावर पाय देऊन वर जाण्याची लाट येईल असे नव्हे.''

'जेव्हा प्रत्येक हरिजन व गिरिजन हा इतरांच्या डोक्यावर पाय देऊन वर जाईल तेव्हा त्याचा परिणाम प्रशासनावर फक्त 'एक अनैतिक वर्तन' समजण्याएवढाच असेल?'

''वरच्या श्रेणीसाठी निवड करताना सवलती देण्याच्या ज्या सोयी आहेत त्याला आपण 'फक्त एक प्रशासकीय पद्धत' समजू पाहतो. राज्यघटनेतील कलम १५(४) आणि कलम १६(४) यानुसार अनुसूचित जाती व जमातीच्या कर्मचाऱ्यांसाठी कमी गुण असतील तरीही ते पुरेसे आहेत असे सुचवलेले आहे, किंवा त्यांना जादा गुण देऊन लाभ द्यावा असे म्हटले आहे. श्रेणींचे पुनर्वर्गीकरण करणे ही एक दडपल्या गेलेल्या वर्गासाठी एक आणखी उत्तेजन देणारी गोष्ट आहे. त्या बाबतीत कोणतीही शंका घेण्याचे कारण नाही.''

परंतु अशी संशय वाटण्याजोगी पद्धत वापरण्यापेक्षा मापदंडच पातळ करण्याची उघड उघड पद्धत असताना असे का केले जाते? यामुळे प्रशासनावरती कमी परिणाम होईल ना? न्यायमूर्ती महाशय पुढे काय म्हणतात ते पहा :

''अनुसूचित जाती व जमातीच्या कर्मचाऱ्यांना जादा गुण देणे किंवा किमान गुणांची शिफारस करणे, किंवा गुणवत्तेचे मापदंड पातळ करणे, अशा उपायांनी त्यांची प्रगती होत असेल तर, मला वाटते की, त्याविरुद्धफारसा आरडाओरडा करण्यात अर्थ नाही. तसे करणे म्हणजे अनुसूचित जाती व जमातींना जादा मदत करण्याचा भाग आहे. ही जादा मदत साध्या व समजण्याजोग्या कारणांमुळे त्यांना बहाल करण्यात येत आहे. ॲनेक्स्चर-

एचमध्ये सांगितल्याप्रमाणे कमीतकमी पात्रता आणि सुदृढ प्रकृतीचे मापदंड हे तसेच यापुढेही अनुसूचित जाती व जमाती यांच्यासाठीही चालूच राहतील, हे ध्यानात घेणे महत्त्वाचे आहे.'' (आधीचा संदर्भ पान २९४, परिच्छेद ८४)

एन.एम. थॉमस खटल्यामध्ये काय झाले ते पहा. नोकरीतील ज्या प्रकारात आरक्षण ठेवले होते त्यात अनेक सुस्थितीतील मागासवर्गीय कर्मचाऱ्यांनी आरक्षणाच्या लाभाची कशी मक्तेदारी केली, त्यावरती न्यायाधीशाने भर दिला होता. त्यांनी अत्यंत ठामपणे म्हटले की, यामुळे आरक्षणाच्या मूळ हेतूलाच बाधा येते आणि या पद्धतीचा पराभव होतो आहे. त्या न्यायमूर्तींचे शब्द आता जाता जाताही आपल्या कानात ऐकू येत आहेत. तेच न्यायमूर्ती तीच वस्तुस्थिती आता रेल्वेच्या कर्मचाऱ्यांच्या खटल्यात आपले खांदे उडवित फेटाळून लावीत आहे.

''मागासवर्गीयांपैकी आघाडीवरच्या काही कर्मचाऱ्यांनी कदाचित आरक्षित व अनारक्षित अशा दोन्ही जगातील लाभ पुरेपूर उठवले असतील, त्यांच्यातील मतपेढीची शक्ती पाहून काही पुरोगामी पक्षांची मंडळी निधर्मीवादावर त्यांच्याशी बोलायला भीतही असतील. पण त्यांच्या अशा साशंक भूमिकेशी आम्हाला काहीही कर्तव्य नाही. दीर्घ काळानंतर मागासवर्गीयांसाठी असलेल्या उपाययोजनांमुळे मागासवर्गीय जातींमध्ये कोणाचेही स्वार्थी हेतू निर्माण झाले नाहीत. परंतु काही रचनात्मक योजनांमुळे आर्थिक व सामाजिक अडचणींचे निराकरण होईल. परंतु हे सारे ज्या मार्गाबद्दल आहे त्याबद्दल आत्ता आम्ही फारसे काही बोलणार नाही.'' (या आधीचा संदर्भ : पान २९७, परिच्छेद ९२)

आरक्षणासंबंधात खटल्यात तीन प्रकारे कार्य केले जाते. ते असे : ''आम्हाला त्यांच्या साशंक भूमिकेशी काहीही कर्तव्य नाही; ती समस्या, तो सारा विचार भविष्यकाळातील प्रसंगाशी ढकलून पोचवायचा; किंवा आम्ही आता त्याबद्दल फारसे काही बोलणार नाही.'' थोडक्यात काय, तर आपले काम हे दुसऱ्या कोणावर तरी लादायचे आणि आपण पळवाट काढून जायचे.

''एक असे मत पुढे मांडले जाते की, काही श्रीमंत व प्रभाव पाडणारे *हरिजन* इतर *हरिजनांचे* लाभ आधीच येऊन पळवून नेतात. त्यामुळे मुळात दडपलेले तसेच कायम दडपलेले राहतात. प्रशासनाने असे काही उपाय

> शोधावेत की ज्यामुळे या स्वार्थी व आरक्षणप्राप्त संपन्न अभिजन वर्गाला शोधून काढून त्यांना पायबंद बसेल. परंतु या बाबतीत न्यायालय सरकारला तसे करण्यासाठी भाग पाडू शकत नाही.'' (या आधीचा संदर्भ : पान २९९, परिच्छेद ९८)

जो न्यायाधीश पुरोगामी वृत्तीचा आहे आणि ''सरकारला भाग पाडू'' असे म्हणण्यात ज्याला आनंद वाटतो तोच न्यायाधीश ''सरकारला भाग पाडू शकत नाही,'' असे म्हणतो, यात काय ते समजा!

परंतु हे सारे काही 'जात' या घटकावरतीच आधारलेले आहे ना? अनुसूचित जाती या *'जाती'* नाहीत, असे न्या. कृष्णा अय्यर हेच बोलून दाखवितात. खरोखर ते सुताने स्वर्ग गाठतात आणि तीन पायऱ्यांत ते ''अनुसूचित जाती या जाती नाहीत!'' असे जाहीर करतात– ही त्यांची पहिली पायरी; ''कोणत्याही प्रकारे अनुसूचित जाती या जातीमध्ये मोडत नाहीत,'' ही त्यांनी चढवलेली दुसरी पायरी. परंतु हा मुद्दा सत्याशी आगेमागे कुठेही भिडत नाही. ''म्हणून जे 'अन्य मागासवर्गीय' आहेत तेही कोणत्याही जातीत मोडत नाहीत!'' त्यामागे त्यांचे तर्कशास्त्र कसे आहे ते पहा :

> परिभाषेतील साम्य हे एक फसवे मार्गदर्शन असते आणि आपण कोठल्याही शब्दांनी निर्माण केलेल्या भ्रामक सत्यानुसार जाऊ शकत नाही. 'जात' हा शब्द अनुसूचित जातींना लागू पडतो की नाही याबद्दल शंकाच वाटते. काहीही असो. अनुसूचित जाती या त्यांच्या जमातीने घेतलेल्या नावानुसारच ओळखल्या जातात. एक जमातीची तुलना ही कोणत्याही जातीशी करता येणार नाही. यापूर्वी सांगितल्याप्रमाणे राज्यघटनेत पुरेसे सूचित केले आहे की, अनुसूचित जाती या नुसत्या जाती नाहीत. कदाचित जातीपेक्षा त्या अधिक आहेत किंवा कमी असतात. अन् काळाचा संदर्भ घेतला तरी ती माणसे कोणत्याही जातीतली नव्हती. पण परिस्थितीने त्यांना एका मागासलेल्या मानवी गटात ढकलले. *केरळ राज्य विरुद्ध थॉमस* या खटल्यात राय यांनी काही निरीक्षणे केली ती अशी, ''अनुसूचित जाती व अनुसूचित जमाती या नेहमीच्या जात या अर्थाने कोणत्याही जातीत मोडत नाहीत.'' या मताविरुद्ध दुसरा दृष्टिकोन असण्याची शक्यता असल्याने आणि तसा दृष्टिकोन काही न्यायाधीशांनी स्वीकारला असल्याने 'अनुसूचित जाती या जाती नाहीत' या विधानावर अगर मतावर आधारित निकाल देता येणार नाही...'' (यापूर्वीचाच संदर्भ : पान २८९, परिच्छेद ७७)

आधीच्या न्यायाधीशाने दिलेला निकाल अपुरा आहे, हे नंतरच्या न्यायाधीशांना समजते.

वरील शब्द हे न्या. ओ.चिन्नाप्पा रेड्डी यांनी काढलेले आहेत. आधीच्या खटल्यातील निकालामध्ये आरक्षणवाद्यांचे हक्क, सवलती, दावे इत्यादी वाढविण्यासाठी काही उपाय सुचवलेले असायचे व त्यांचे समर्थन केलेले असायचे. दिलगिरी मागितल्यासारखे शब्द वापरून पूर्वीच्या अपुऱ्या निकालावर ते कडक ताशेरे ओढत. *वसंतकुमार* खटल्यात हे न्यायमूर्ती महोदय म्हणतात,

> "उच्च पदावरती काम करताना अंगी कौशल्ये असावी लागतात हे आम्हाला मान्य आहे. अशा पदांसाठी, उच्च अथवा कनिष्ठ पदांसाठी आरक्षण आहे. परंतु जोपर्यंत त्या पदांसाठी आवश्यक असलेल्या किमान गरजांची पूर्तता केली जात आहे तोपर्यंत आम्हाला त्या आरक्षणांबद्दल खेद वाटत नाही. परंतु आरक्षणाची गरज अद्याप राहिली असल्याबद्दल मात्र आम्हास खेद वाटतो. टॉनी या विचारवंताच्या 'equality' या ग्रंथातील एक उतारा यापूर्वी आम्ही उद्धृत केला होता. त्यामध्ये त्याने मोठ्या दुःखाने म्हटले आहे की, इतरांपेक्षा आपण अधिक बुद्धिमान व अधिक नैतिक आहोत असे दाखवत राहणे हे मानवतेला किती लाजिरवाणे आहे..." (संदर्भ : *वसंतकुमार विरुद्ध कर्नाटक राज्य,* १९८५, Supp. SCC ७१४, पान ७६५, परिच्छेद ७६)

अनुसूचित जाती व जमाती, समाजातील दुर्बल घटक असलेल्या सर्वांना अजून खूप लांबची वाटचाल करायची आहे, असे *वसंतकुमार* खटल्यात न्या. ओ.चिन्नाप्पा रेड्डी म्हणतात. ते पुढे एक इशारा देतात की, "द्रोणाचार्य व एकलव्य यांचा काळ आता संपलेला आहे..." परंतु द्रोणाचार्य व एकलव्य यांच्या आधारावरती कोण आपली बाजू खटल्यात लढवित होते? अन् द्रोणाचार्य व एकलव्य यांच्यापैकी कोणीही या पुरोगामी न्यायाधीशांना थोडेच रोखून धरले होते? परंतु हा प्राचीन व निरुपयोगी संदर्भ खटल्यात भिरकावून देऊन आता पुढे आग पाखडली जाणार आहे हेच सूचित केले गेले.

लवकरच तसे झाले! न्यायमूर्ती महाशयांनी आपल्या सहकारी न्यायाधीशांवर त्यांच्या सरस, उच्चभ्रू, उदार, सहृदय असलेल्या वृत्तीवर कोरडे ओढत आरक्षणाच्या प्रश्नावर भाष्य केले. त्यांच्या मते हा जो उदार व सहृदय असलेला उच्चभ्रूंचा वर्ग आहे त्यांना समस्येच्या निकडीशी काहीही देणे घेणे नाही, देशाच्या गरजेची फिकीर नाही आणि कायद्याबद्दल काहीही वाटत नाही. जे आपला युक्तिवाद हा गुणवत्ता

आणि कार्यक्षमता या मुद्द्यांच्या आधारे पुढे रेटत असतात त्यांच्या मनात हे मुद्दे खोलवर रुजलेले असतात अन् ते नेहमी असाच वाद घालीत असतात. हीच माणसे एका अर्थाने खऱ्या संघर्षास कारणीभूत असतात.

मग हे न्या. चिन्नाप्पा रेड्डी *वसंतकुमार* खटल्यात पुढे म्हणतात, "उच्चभ्रू श्रेष्ठींच्या दृष्टिकोनाचा परिणाम असा होतो की, आरक्षणाचा प्रश्न हा हटकून 'गुणवत्तेचे तत्त्व विरुद्ध भरपाईचे तत्त्व' या स्वरूपाचे आहे असे मानले जाते. नाही, हा प्रश्न तसा नाही. खरा प्रश्न आहे तो दोन सामाजिक वर्गांमधल्या संघर्षाचा. यातील एक वर्ग हा दारिद्र्याच्या वाळवंटामधून, निरक्षरतेमधून व मागासलेपणामधून बाहेर पडलेला आहे आणि आरामशीर जीवनाच्या मरुभूमीत येऊन राहू लागला आहे. तर दुसरा वर्ग हा अजूनही दारिद्र्याच्या वाळवंटातच राहिला आहे व त्यांना मरुभूमीकडे वाटचाल करायची आहे." (याआधीचा संदर्भ : पान ७३७, परिच्छेद ३५) त्या दारिद्र्याच्या वाळवंटातून, निरक्षरतेमधून आणि मागासलेपणामधून जे कोणी बाहेर पडले व आपले आरामशीर जीवन जगत आहेत त्या वर्गामध्ये न्या. ओ.चिन्नाप्पा रेड्डी, त्यांचे सहन्यायाधीश आणि त्याच पीठावरील अन्य न्यायाधीश असावेत असे धरून चालावे. यातील काही न्यायाधीशांना तर 'गुणवत्ता व कार्यक्षमता' या घटकांच्या जोरावरती नोकरीत आगाऊ लाभ मिळाले आहेत!

शून्य बेरीज

क्वचित कधीतरी एखाद्या पुरोगामी न्यायाधीशाकडून समस्येवरती 'वेगाने विकास' ह्या खऱ्या उपायाबद्दल सांगितले जाते. परंतु त्या न्यायाधीशाचे सांगणे असे असते की, असे उपाय हे केवळ शाब्दिक आहेत. आरक्षणामुळे गुणवत्तेचे मापदंड घसरतील अशी भीती बाळगणारे लोक गुणवत्तावादी (merit-monger) आहेत, अशी या न्यायाधीशांची समजूत झालेली असते. तसेच, या गुणवत्तावाद्यांना आपल्या हितसंबंधांना धक्का पोचेल अशीही भीती वाटते, अशीही या न्यायाधीशांची समजूत झालेली असते. उच्च पदांमध्ये दोन तृतीयांश, म्हणजे ६६.६ टक्के आरक्षण ठेवले तर ते ५० टक्क्यांपेक्षा फारसे जास्त असणार नाही, अशा मताचा आधार घेऊन ते ६६.६ टक्के आरक्षण कायदेशीर झाल्यावरती अनुसूचित जाती व जमाती यांच्या आर्थिक हितसंबंधांचे रक्षण करण्यासाठी न्यायाधीश पुढे सरसावले. त्यासाठी त्यांना फक्त एकच मार्ग दिसला. तो म्हणजे, मागासवर्गीयांना सरकारी पदांमध्ये वाटा देणे, म्हणजे सत्तेमध्ये प्रमाणात भागीदारी देणे. ते प्रमाण केवळ उच्च पदांमध्ये ५० टक्क्यांपेक्षा अधिक आरक्षण असल्यासारखे असणार नाही. न्या. कृष्णा अय्यर म्हणतात की, समस्येवरचे खरे उत्तर 'विकासातली वाढ' हे आहे. थोडक्यात, भाकरीमध्ये जास्त वाटा मिळत नसेल तर भाकरीचा आकार वाढवावा! "पुरेशा

नोकऱ्यांचा अभाव असल्याने आपल्याजवळील बुद्धीच्या साहाय्याने वाळवंटातच हिरवाई आणावी,'' असे ते म्हणतात. तर हेच न्यायाधीश पुढचा शोकदायक परिणाम सांगतात, ''हरिजन व गिरिजन यांची लोकसंख्या अफाट आहे. भारताच्या एकूण लोकसंख्येच्या १/५ असलेली ही लोकसंख्या वाऱ्यावर सोडून दिलेली आहे. मग यातून नोकऱ्या मिळवण्यासाठी, तशी अधिक संधी उपलब्ध होण्यासाठी सत्तेच्या राजकारणाचा वापर करण्याचे जातीय प्रयत्न होतात. तसे घडणे हे अपरिहार्य आहे. आपल्या देशात 'जात' ही एक अत्यंत खोलवर व घट्ट रुजलेली गोष्ट आहे... अशा रितीने नोकऱ्या, राजकारण, जातीयवाद आणि निवडणुका यांची एक अदृश्य व अपवित्र युती होऊन ती राष्ट्रीय विकासाच्या विरोधात जाते. आर्थिक व सामाजिक समस्यांमधून भारतीयांना बाहेर पडायचे असेल तर फक्त राष्ट्रीय विकास हाच त्यावरती एकमेव उपाय आहे. जर घातक शक्तींच्या हातातून आपली लोकशाही राबवली जात असेल तर न्याययंत्रणेकडूनही मागासवर्गीयांना मागास म्हणून ठेवले जाईल आणि भेदभाव अविरतपणे चालू राहील. शेवटी स्वत:चे हित पाहणारी एखादी जात हीच 'जीवनाचा नियम' असल्यासारखी प्रभावशाली राहील.''

न्या. कृष्णा अय्यर यांचा संपूर्ण निकाल हा असा 'वैशिष्ट्यपूर्ण' आहे. ते पुढे इशारा देतात, ''जो मूळचा असमतोल आहे तो दुरुस्त करण्यासाठी आरक्षणाचा उपाय आहे. परंतु त्याचा अतिरिक्त वापर अजिबात करता कामा नये. अनुसूचित जाती व जमाती यांच्या व्यक्तिरिक्त असलेल्या मागासवर्गीयांना राज्यघटनेतील कलम १६(२) हे टाळता येणार नाही. जिथे मोठ्या प्रमाणात सांस्कृतिक व आर्थिक तफावत आहे तिथेच वापर करण्यासाठी ते कलम आहे.'' न्यायमूर्ती महाशयांच्या या म्हणण्याची तुलना ही त्यांनीच अन्यत्र या मुद्द्यावर केलेल्या वक्तव्याशी करून पहा. त्या वेळी ते म्हणाले होते, ''मागासलेपणा या शब्दाचे असलेले अर्धवट आकर्षण आणि मागासवर्गीयच असा शिक्का बसलेल्या जातींचे राजकारण यांबद्दल, एखाद्या योग्य प्रसंगी, न्यायालयीन तपासणीची मागणी करता येईल. सत्तेच्या राजकारणाकडून मानवी मूल्ये व तत्त्वे यांचा विध्वंस होता कामा नये.''

तर हे असे आहे. मग समस्येवर उपाय काय? यावर ते म्हणतात, ''आता आपल्याला स्थैर्याच्या नावाखाली ठप्प केली जाणारी प्रगती नको आहे. लहान होत चाललेल्या त्याच भाकरीवरून कडवटपणे हमरीतुमरीवर येणेही नको. परंतु, रचनात्मक कार्यातून होणारा ग्रामीण भागाचा विकास अगदी स्फोट झाल्यासारखा वेगाने झाला पाहिजे आणि अनुसूचित जाती व जमातीमधल्या सुप्त शक्तीचा वापर करून घेतला पाहिजे. वांझोट्या आरक्षणामुळे आपल्याला फारसे पुढे जाता येणार नाही. जर जनतेला प्रत्यक्ष विकासकार्यात आपण सामील करून घेतले, कागदी घोडे नाचवण्याचे थांबवून नीट योजना कार्यरत केल्या, तरच आपले हेतू साध्य होतील. अशा या

विश्लेषणात शेवटी असे सांगावेसे वाटते की उपासमार, दारिद्र्य या गोष्टी फक्त उत्पादन वाढवल्यानेच नाहीशा करता येतील. न्याय्य वाटपामुळे आणि सामाजिक भान ठेवून चालविलेले खटले यांमुळे असमाधान नाहीसे होईल. म्हणून ज्या याचिका दाखल केल्या आहेत त्यामागे दारिद्र्य हे कारण आहे व त्यामुळेच त्याबद्दल सहानुभूती वाटते. पण तरीही त्या याचिका या नकारात्मक स्वरूपाच्या आहेत असे खेदाने म्हणावे लागते. नोकरी संबंधातील या खटल्यातून काही ऐहिक स्वरूपाचा अर्थ काढण्याचा प्रयत्न कदाचित केला असेल, अन् त्यामुळे या याचिकांना एक गंभीर तळटीप जोडणे भाग आहे.'' (संदर्भ : *अखिल भारतीय शोषित कर्मचारी संघ (रेल्वे) विरुद्ध भारतीय संघराज्य,* १९८१, १ SCC २४६, पाने ३०१, ३०२, परिच्छेद १०१, १०२)

शेवटच्या शेऱ्याबद्दल आणि संबंधित उताऱ्याबद्दल न्यायमूर्ती महोदयांची प्रशंसा करायला हरकत नाही. 'खराखुरा संघर्ष' काय आहे यावरती न्यायमूर्तींनी ओघवत्या भाषेत आपले प्रतिपादन केले आहे.

मापदंड पातळ करणे; ६६.६ टक्के आरक्षण ठेवणे, नोकरीत शिरताना जसे आरक्षण आहे तसेच ते बढत्यांमध्येही ठेवणे; खालच्या पातळीवरील बढत्यांत जसे आरक्षण असते तसेच उच्च पातळीवरील पदांसाठीही आरक्षण ठेवणे इत्यादी न्या. कृष्णा अय्यर यांनी या खटल्यात म्हटले. पण यापुढेही जाऊन त्यांनी सर्वोच्च न्यायालयाच्या निकालपत्रात असेही म्हटले की, ''सर्व मागासवर्गीय गटांनी (म्हणजे अनुसूचित जाती व जमाती आणि मागास जाती) आपली एक संघटना बांधावी म्हणजे ते सर्व मिळून त्यांना हव्या असलेल्या गोष्टी हिसकावून घेऊ शकतील!''

न्यायमूर्ती महोदय पुढे म्हणतात, ''आमच्या देशाच्या शिल्पकारांना सामाजिक वादविवाद आणि समाजवादी दृष्टिकोनातून अज्ञान नष्ट करण्याचे कार्य ह्या गोष्टी चांगल्या ठाऊक होत्या. दलित व शोषित अशा दोन्ही 'नाही रे' वर्गातील लोकांना एकत्र आणून त्यांचा वापर चिवट अशा प्रस्थापित व्यवस्थेविरुद्ध करण्याचा हेतू त्यांच्या मनात येऊ शकला असता. परंतु तसे केल्यास एक मारक धोरण निर्माण होऊन दलित व शोषित यांच्यातील भ्रातृभाव धोक्यात आला असता व राष्ट्राच्या एकात्मतेला तडा पोचला असता आणि विकास कार्याला खीळ बसली असती. म्हणून देशाच्या शिल्पकारांनी हा मार्ग चोखाळला नाही. जोपर्यंत 'दलित विरुद्ध शोषित' हा भ्रामक संघर्ष समाजशास्त्रज्ञ चर्चेतून उघडा करून दाखवत नाहीत तोपर्यंत लोकशाहीच्या विश्वासाला ओहोटी लागत राहणार, या घटनात्मक चळवळीबद्दल न्याययंत्रणा आणि मानवतावादी न्याय या गोष्टी फक्त पुस्तकात राहून विरून जातील आणि २६ जानेवारी १९५० रोजी व्यक्त केलेल्या आशेवरती विरजण पडले असते. मग जनतेला आपली फसवणूक झाली असे वाटले असते व त्या निराशेचे पडसाद नंतर कित्येक दशके उमटत राहिले असते.''

आपले निकालपत्राचे वाचन शेवटास आणताना न्यायमूर्ती महोदय आपल्या नेहमीच्या प्रतिपादनाकडे वळत म्हणाले, ''आर्थिकदृष्ट्या मागासलेले आणि सामाजिक व आर्थिक अशा दोन्ही दृष्टींनी मागासलेले हे दोन्ही वर्ग खरेतर 'नाही रे' (have-not) वर्गात मोडतात. *म्हणून त्या दोघांनी आर्थिक व्यवस्थेचे रूपांतर संयुक्त प्रयत्नाने घडवून आणले पाहिजे.* आणि त्यासाठी त्यांनी घटनेतील कलम ३८ हे प्रत्यक्ष व्यवहारात उतरवण्यासाठी पुरेसा दबाव निर्माण केला पाहिजे... सामाजिक न्याय प्रस्थापित अर्थव्यवस्थेत उतरवण्याच्या प्रयत्नात या दोन्ही वर्गांचा एकमेकांशी असलेला तुटकपणा, परकेपणा यांमुळे दोघांच्या संयुक्त लढ्यातील आक्रमक आवेश हा कमी होतो. भारतीय जनतेमध्ये एक निराशेची भावना नेहमी पसरलेली असते, आणि कमालीची सहनशीलता असते. परंतु कधीतरी यांचीही मर्यादा संपते व जनतेचा धोकादायक स्फोट होतो. ही गोष्ट प्रशासनानेही नीट लक्षात ठेवावी. यावर फक्त सर्व गोष्टींबद्दल क्षमायाचनेची मोहीम उघडली तर ती मोहीम थोडीफार कलम ३८च्या जवळपास येऊ शकते.'' (या आधीचाच संदर्भ : पान २६६, परिच्छेद २६ आणि पान ३००, परिच्छेद १००)

वेगाने विकास घडविण्यामध्येही काही धोके दडलेले असतात. परंतु न्या. रेड्डी यांना एवढी घाई झाली होती की त्या मुद्द्याचा ते विचार करत नव्हते. ते म्हणतात, ''जर बागेतील झाडांना पुरेशी फळे लागली नसतील, तर बागेतील माणसांची इच्छा, बागेबाहेरच्या माणसांना बाहेरच ठेवावे अशी असेल.'' एक क्षणभर थांबून हे वाक्य पुन्हा वाचा. 'शून्य बेरीज' ही वेडगळ संकल्पना यातून प्रकट होते. तसे जर झाले तर भारताला परत ३० वर्षे मागे नेल्यासारखे होईल. जर सर्वांचा मिळून विकास करायचा असेल तर ही गोष्ट सर्वांना शक्य होणार नाही. झाडांना एकूण किती फळे यावी हा आकडा ठरलेला आहे. अन् म्हणून एखाद्याला जास्त फळे हवी असतील तर दुसऱ्याला अर्थातच कमी फळे मिळतील.

आणि न्यायमूर्ती रेड्डी आणखी म्हणतात, ''तथाकथित गुणवत्तावादी तत्त्वानुसार होणारे विनाशक परिणाम हे कुपोषित, दारिद्र्याने पिडलेले, जेमतेम साक्षर असलेले आणि कोणीही त्यांना सहज त्रास द्यावा अशा माणसांवरती होतील. अशी माणसे आपल्या देशात अफाट आहेत आणि त्याचे परिणाम काय आहेत ते सर्वांना उघड उघड ठाऊक आहे.'' आणखी एक नेहमीचा उपाय असा आहे : जेव्हा तुमच्या मुद्द्याला आधार देण्यासाठी तुमच्याकडे पुरेसा पुरावा नसतो तेव्हा तुम्ही जाहीर करता की, हा प्रस्ताव अत्यंत उघड समजतो आहे आणि आता फक्त भरीव पुराव्यानिशी तो सिद्ध करायचा आहे!

परंतु ही फक्त एक आरंभीची सलामी आहे.

१२

काहीही असो, 'गुणवत्ता' म्हणजे काय?

"आणि गुणवत्ता म्हणजे आहे तरी काय?'' न्यायमूर्ती ओ. चिन्नाप्पा रेड्डी हा प्रश्न विचारतात. त्या प्रश्नातले काही शब्द संधिसाधू उचलतील, नंतर घाबरलेले राजकारणी पुरुष उचलतील. मग राजकारण्यांच्या शब्दांचा प्रतिध्वनी हा सर्वोच्च न्यायालयाच्या एखाद्या न्यायाधीशाच्या तोंडून उमटेल. केवळ 'प्रतिध्वनी परिणाम' साधण्यासाठी केलेले ते भाषण होते!

न्यायमूर्ती महोदय म्हणतात, "असे परिणाम घडवून आणणाऱ्या पद्धतीमध्ये थोडीच गुणवत्ता असेल? अनुसूचित जाती व जमातींमधला एखादा मुलगा किंवा दारिद्र्याच्या वातावरणात मोठा झालेला एखादा अन्य मागासवर्गीय मुलगा घ्या, ते दोघेही अशिक्षित आहेत आणि संस्कृतीला घातक असलेल्या वातावरणातले आहेत. परंपरा व समाज यांनी त्यांच्याकडे फार खालच्या दृष्टिकोनातून पाहिलेले होते. त्यांच्याकडे वाचण्यासाठी घरी पुस्तके नाहीत, मासिके नाहीत, रेडिओ नाही, टीव्ही नाही. घरी होमवर्क करताना त्यांना कोणाचीही मदत होत नाही. ते जवळच्याच लोकल बोर्डच्या शाळेत किंवा कॉलेजात जातात. त्यांचे आई-वडील निरक्षर आहेत, अज्ञानी आहेत आणि जे काही ज्ञान त्यांच्याकडे आहे तेही अपुरे आहे. त्यांच्या मुलाला तेही समजत असल्याने तो आपल्या आई-वडिलांचा सल्ला महत्त्वाच्या कामासाठी कधीही मागत नाही. तो मुलगा जवळच्या सार्वजनिक वाचनालयात मोठ्या कष्टाने पावले टाकीत जातो, बाहेरच्या जगात काय चालले आहे हे जाणण्यासाठी तिथली वृत्तपत्रे वाचतो. अशा मुलाकडे गुणवत्ता नाही हे कसे म्हणता येईल. त्याने अत्यंत प्रतिकूल परिस्थितीशी झगडत ४० टक्के किंवा ५० टक्के गुण स्पर्धा परीक्षेत मिळवले आहेत. त्या उलट वरच्या प्रतिष्ठित वर्गातील मुलांना सर्व प्रकारचे लाभ मिळत आलेले होते, ती मुले सेंट पॉल्स हायस्कूल किंवा सेंट स्टीफन्स कॉलेज अशा शिक्षणसंस्थांत शिकली आहेत, शिवाय त्यांना घरी खास शिकवणीही ठेवली असेल. मग स्पर्धा परीक्षांमध्ये अशा मुलांना ७० टक्के,

८० टक्के किंवा ९० टक्के गुण पडले तर त्यात नवल ते काय? जी मुले अनेक अडथळे सहज ओलांडून शिकू शकतात, त्यांची आयुष्यातील प्रगती ही पण सरळ, सुरळीत व सुखाची होत असते. ते सतत अधिकाधिक रितीने नेहमी चमकत असतात. जर हा मुलगा वसंत ऋतूतील फूल बनणार नसेल तर मग तो कदाचित शरद ऋतूतील फूल बनेल. मग अशा मुलाला तथाकथित गुणवत्तेच्या उंबरठ्यावरती का थोपवून धरायचे?''

यातून काही मार्ग निघू शकणार नाही का? हा काय न्याय आहे? ''कार्यक्षमतेच्या गरजांना किमान मापदंडाच्या अटींचे संरक्षण मिळते. भूतकाळात मध्यम किंवा सामान्य प्रतीच्या विद्यार्थ्यांनी अनेकदा उच्च वर्गातील मुलांवरती मात केल्याची उदाहरणे आहेत. म्हणून जेव्हा आपण अनुसूचित जाती व जमाती आणि मागासवर्गीय मुलांचा विचार करतो तेव्हा ते तथाकथित गुणवत्तेचे तत्त्व त्यांच्याविरुद्ध का वापरायचे?'' (संदर्भ : *के.सी. वसंतकुमार विरुद्ध कर्नाटक राज्य,* १९८५, Supp. SCC ७१४, पाने ७३७ व ७३८, परिच्छेद ३५)

एखादी व्यक्ती खडतर परिस्थितीमध्ये जगत आलेली असेल आणि अशा व्यक्तीला काही काम दिले तर त्या व्यक्तीला ते काम सहजासहजी पुरे करता येत नाही. एखाद्या व्यक्तीच्या अंगात भविष्यकाळातील कौशल्ये आत्मसात करण्याची सुप्त क्षमता असेल, तर मग नंतर तो वसंत ऋतूतील फूल न बनता शरद ऋतूतील फूल बनण्याची शक्यता आहे. परंतु या गोष्टीचा आता काय उपयोग? आत्ता जर त्याला काम दिले तर ते काम करणे त्याला जमणार नाही, हेही तितकेच खरे आहे. अन् जेव्हा असे बोलून दाखविले जाते तेव्हा व्यक्तीच्या स्वाभाविक वृत्तीवर दिलेला तो निकाल आहे, असे नसते. एखादी व्यक्ती किती उंच चढून जाऊ शकते किंवा चढून जाऊ शकत नाही हे सांगणे, म्हणजे तो काही न्यायालयीन निकाल ठरत नाही. ही बाब उल्लेखणे म्हणजे केवळ एखाद्या मुद्द्याचा जाता जाता केलेला ऊहापोह आहे. न्यायाधीश महोदयांना निदान एवढी उघड उघड गोष्ट चांगली समजली आहे. अन् म्हणूनच ते आपले वक्तृत्वात मोठमोठे विद्वत्ताप्रचुर शब्दप्रयोग वापरून निसटू पाहत आहेत. त्या वेळी *फक्त* हाच एक वादाचा मुद्दा होता. आरक्षणाचा आग्रह धरणाऱ्या न्यायमूर्तींनी खटल्यातील महत्त्वाच्या प्रश्नाकडे दुर्लक्ष करण्यासाठी, तो टाळण्यासाठी तसले वक्तव्य केले. कारण त्यांना मनातून खोलवर पटले होते की हा वादी माणूस म्हणून फारसा महत्त्वाचा नाही, त्यांनी कितीही प्रयत्न केले तरी त्याला फार वर जाता येणे शक्य नाही...

''जे उच्चभ्रू आहेत त्यांच्या ओठांवर आरक्षणाचा विषय काढल्यावर 'कार्यक्षमता' हा शब्द नेहमी येतो.'' न्या. रेड्डी सांगतात, ''असे दिसते की, जर एकूण आरक्षण हे ५० टक्क्यांपेक्षा पुढे गेले तर कार्यक्षमता घसरेल; तसेच जर न भरलेल्या

आरक्षणाच्या जागा तशाच पुढे साठवत नेल्या (carry forward) तरीही कार्यक्षमता घसरेल. आणि बढत्यांसाठी आरक्षण ठेवले तरीही कार्यक्षमतेवर विपरित परिणाम होईल असेही या उच्चभ्रू लोकांना वाटते. *बढत्यांमधले आरक्षण आणि carry forward नियम यांचा निषेध पाहून एखाद्याला वाटेल की मुलकी सेवा (civil service) म्हणजे एखादे स्वर्गीय नंदनवन आहे की ज्यात प्रमुख देवदूत, निवडक उच्चभ्रू मंडळी आणि सर्वांत श्रेष्ठ असलेली मंडळी हीच फक्त प्रवेश करतात आणि त्यांनाच उच्च पदाकडे नेणाऱ्या शिडीवर पाय ठेवता येतो.''*

परंतु ही कारणमीमांसा उलट रितीने तर जात नाही ना? जर सरकारी मुलकी सेवा हे एक स्वर्गीय नंदनवनाचे क्षेत्र असेल तर देवदूतांखेरीज अन्य लोकांच्या प्रवेशाने त्याला धक्का पोचला असता. तसे जर मुलकी सेवेचे क्षेत्र मानले तर ते एवढे नाजूक मानवी क्षेत्र असले पाहिजे की त्यात किंचितही मापदंड (standards) कमी केले तर ही मुलकी सेवा टिकणार नाही.

न्यायमूर्ती महाशय पुढे म्हणतात, ''पण सत्य हे वेगळेच आहे. ते सत्य असे की मुलकी सेवा म्हणजे नंदनवन नाही आणि जे उच्चवर्गीय यांमध्ये वरिष्ठ अधिकारी आहेत ते काही आदर्श कार्यक्षमता हमखास किंवा अटळपणे दर्शवितातच असे नाही.''

दोन मुद्दे आता लक्षात घ्या : पहिला मुद्दा असा की, 'अटळपणे दर्शवितात असे नाही' हा शब्दप्रयोग पहा. दुसरा मुद्दा असा आहे की, सरकारी कामे करण्यासंबंधात न्यायमूर्ती महाशय बेधडक वरिष्ठ वर्गातील 'उच्चवर्णीय' (chosen classes) हे 'आदर्श कार्यक्षमता अगदी अटळपणे दर्शवितातच असे नाही' हे कशाच्या आधारे म्हणतात? तसे जर असेल तर सरकारी मुलकी सेवेची गुणवत्ता त्यामध्ये कमी गुणवत्ता असलेल्या लोकांना नोकरीत घेतले तर ती सरासरी गुणवत्ता कशी काय घसरेल?

दुसरा शब्दप्रयोग 'अटळपणे असे नाही' हा थोड्याशा चातुर्याने अत्यंत कडकपणे वापरलेला आहे.

हे न्यायाधीश महाराज पुढे आपले मत मांडतात, ''यामागे मानलेले गृहीत असे आहे की, जे उच्चवर्णीय आणि उच्च जातीमधील आहेत व त्यांच्यात गुणवत्ता आहे असे धरून चालून खुल्या वर्गातील पदे मिळाली आहेत ते आरक्षणामधून पदांवरती आलेल्यांपेक्षा 'नैसर्गिकरीत्या' चांगले काम करून दाखविणार. मग कार्यक्षमतेचा जो स्वच्छ प्रवाह आहे तो आरक्षणामुळे कार्यक्षमतेच्या पवित्र कार्यक्षेत्रात आलेल्यामुळे प्रदूषित होणार. हे असे उच्चभ्रूवर्गाने धारण केलेले एक ठराविक दुष्ट गृहीत आहे.''

किंचित थांबून जरा परत नीट वाचून बघा. ''गृहीत धरलेली गुणवत्ता, नैसर्गिकरीत्या उत्तम काम करण्याची क्षमता, 'कार्यक्षमतेचा स्वच्छ प्रवाह प्रदूषित होईल' 'पवित्र

कार्यक्षेत्र' हे एका बाजूला तर 'प्रदूषित करणारे आरक्षणामुळे वर आलेले', 'उच्चभ्रू वर्गाने धारण केलेले एक ठराविक दुष्ट गृहीत' हे दुसऱ्या बाजूला आहे. वरील सर्व शब्दप्रयोग एका वस्तुनिष्ठ न्यायमूर्तींच्या दिलखुलास मनाची लक्षणे दाखवतात काय?

न्यायमूर्ती महाशय पुढे म्हणतात, ''जर आरक्षणाची टक्केवारी ही ५० टक्क्यांपेक्षा जास्त झाली तर, जर आरक्षणाच्या जागा भरल्या गेल्या नाहीत व त्या नंतरच्या कोट्यामध्ये सामावल्या तर किंवा बढत्यांमध्येही आरक्षण ठेवले तर प्रशासनाची कार्यक्षमता हमखास घसरेल, या गृहीताला संख्याशास्त्रीय आधार नाही की कोण्या तज्ज्ञाने त्यासाठी पुरावाही पुढे केलेला नाही.'' कार्यक्षमता 'हमखास' घसरेल असे नसेल तर मग ती घसरणारच नाही! खरे काय ते त्यांनीच दाखवून द्यावे.

न्यायमूर्ती महोदय म्हणतात, ''या संदर्भातील युक्तिवाद पुढे रेटणे आणि मते व्यक्त करणे हे विशिष्ट कारणास्तव व पुरावा नसलेल्या अनुमानावरती आधारलेले असतात.'' न्यायमूर्ती महोदय आणखी काय म्हणतात ते पुढे पहा ''नीचवर्गीय किंवा मागासवर्गीय यांना उच्चवर्णीय जातींनी युगानुयुगे जी अपमानास्पद वागणूक दिली त्याचे रूपांतर आता उघडपणे किंवा अंतर्मनात अवाजवी कलुषित मतांमध्ये होत आहे. जागरूक किंवा अव्यक्त मनात ते व्यक्त होते आहे. जेव्हापासून ह्या पददलित जाती आणि मागास वर्ग भाकरीमधील आपला योग्य वाटा मागू लागले तेव्हापासून हे सुरू झाले आहे. याचा अर्थ उच्चवर्णीयांना साहजिकच त्या भाकरीमधील छोटा तरी तुकडा देणे भाग आहे. 'युगानुयुगांची अपमानास्पद वागणूक', 'अवाजवी कलुषित मते' यांवर आधारित असलेले हे युक्तिवाद कलुषित मनातून उद्‌भवले आहेत, ते मन अव्यक्त मन नसून जागरूक मन आहे असे जर मी म्हटले आणि त्याचा 'ढोबळ पुरावा' म्हणजे तरी काय? समाजाच्या एका भागाने दुसऱ्या भागाला आपल्या भाकरीतील वाटा 'छोट्या तुकड्याच्या रूपाने' दिलाच पाहिजे, असा त्याचा अर्थ होतो ना?''

न्यायमूर्ती महोदय पुढे म्हणतात, ''तरीही व्यवहारात असे दिसते की उच्चभ्रू समाजाच्या नोकऱ्यांमधील, उच्च पदांमधील मक्तेदारीला फारसा धक्का बसलेला नाही. पण तरीही उच्च जातींना वरिष्ठ पदांवरील आपली मक्तेदारी संपुष्टात येईल अशी भीती वाढत चाललेली आहे...'' न्यायमूर्ती महोदयांच्या या विधानाला कोणता संख्याशास्त्रीय आधार आहे, कोणता ढोबळ पुरावा आहे? उच्च जातीतील लोकांना अशी भीती वाटते हे कशावरून त्यांनी ठरवले? इतरांच्या माथ्यावर असले गैरहेतू लादून आपला युक्तिवाद सदरहू न्यायमूर्ती करत आहेत ना?

ते पुढे म्हणतात, ''उच्च जातीच्या लोकांना आपल्या कलुषित मतांच्या

पलीकडे जाऊन परिस्थिती समजावून घेणे सहज जमू शकते. तर, खालच्या जातीच्या लोकांना आणि वर्गांना आपल्या मनातील कडवट कलुषित मतांच्या आणि विरोधाच्या पलीकडे जाणे फार कठीण जाते.''

न्या. रेड्डी पुढे म्हणतात, ''कार्यक्षमता हा शब्द अत्यंत पवित्र व उदात्ततेचा गाभा असल्याने तो प्राणपणे जपला पाहिजे असे म्हटलेले नेहमी ऐकू येते.'' सरकारी सेवेतील आणि पदांमधील ५० टक्के जागा ह्या जन्मावर आधारित राखून ठेवाव्यात असा आग्रह धरणे हे एक विडंबन आहे आणि म्हणून सरकारने त्याच्या परिणामांकडे बारकाईने लक्ष दिलेच पाहिजे. कारण अशा आरक्षणांमुळे सरकारी कामकाजाच्या कार्यक्षम कारभारावर विपरीत परिणाम होणार आहे. यातून युक्तीपूर्ण रितीने असे मनात भरवले जाते की, जे कोणी 'सरकारी प्रशासनातील कार्यक्षमता ही अत्यंत पवित्र आहे,' असे बोलून दाखवतात त्यांना फक्त 'कार्यक्षमता' हा गुणधर्म एवढा उंच उचलून धरायचा आहे, जेणेकरून न्याय इत्यादी गोष्टींना वगळले जावे. असे जर असेल तर मग भारताची राज्यघटना आणि तिचे शिल्पकार यांच्याबद्दल एखाद्याने काय बोलावे? राज्यघटनेच्या कलम ३३५ मध्ये असे म्हटले आहे, ''केंद्र सरकार वा राज्य सरकारच्या सेवेतील नोकऱ्या व पदे भरताना अनुसूचित जाती व जमाती यांच्या उमेदवारांच्या हक्कांचा विचार हा प्रशासनाची कार्यक्षमता टिकवून धरण्याच्या संदर्भात नेहमी केला जाईल.'' मग आता खुद्द राज्यघटनेवरती कलुषित मतांचे आरोप करावेत का? खालच्या जाती या भाकरीच खाऊन टाकतील अशी भीती राज्यघटनेच्या शिल्पकारांमध्ये होती काय? 'कलम ३३५ आणि त्यामध्ये असलेला दूरदर्शीपणा' हा एक वैशिष्ट्यपूर्ण रितीने व हुशारीने उच्चभ्रूवर्गाने धारण केलेले एक दुष्ट गृहीत आहे काय? का युगानुयुगे उच्च जातींनी खालच्या जातींना दिलेल्या हीन वागुणकीची उदाहरणे दाखवून देण्याचा खटाटोप आहे?

''एखाद्या गुरूने आपल्या शिष्याच्या कानात सांगावा तसा 'कार्यक्षमता' हा काही मंत्र नव्हे,'' असेही न्यायमूर्ती महाशय तुच्छतेने म्हणाले.

यानंतर येते ते एक 'स्वंयसिद्ध तत्त्व'. अशीच तत्त्वे कित्येक अन्य न्यायनिवाड्यांतही प्रकट होतात. उदाहरणार्थ, ''केवळ परीक्षांमध्ये भरपूर गुण कमावले म्हणजे एखादा चांगला प्रशासक बनतोच असे नाही.'' हे जर खरे धरले तर ज्याने स्पर्धा-परीक्षांमध्येही नेहमी खूप गुण मिळवले आहेत त्याला सरकारी सेवेत प्रवेशासाठी कायम नकारघंटा मिळणार. अन् ज्याला सर्वांत कमी गुण मिळाले आहेत त्याला सरकारी सेवेत नेमणूक दिली गेली असली तरीही जास्त गुण असलेल्याला डावलले जाणार? आपण पुढे यावर विचार करणार आहोत, पण एका बारीकशा प्रश्नाची दखल येथे घेणे भाग आहे. जर स्पर्धा-परीक्षेत मिळवलेले गुण हे त्या उमेदवाराच्या लायकीची विश्वासार्हता दर्शवित नसेल, तर ते एक मार्गदर्शक तत्त्व म्हणून

उच्चवर्गीय व मागासवर्गीय यांच्या निवडीसाठी वापरता येणार नाही. मग आरक्षित जागा भरतानाही हे तत्त्व का वापरले जाते? शेवटी कुठे तरी एका मर्यादेपाशी मागासवर्गीय उमेदवारांना सरकारी सेवेत प्रवेश नाकारला जातो. कारण त्या उमेदवारांनी आवश्यक तेवढे गुण परीक्षेमध्ये मिळवलेले नसतात. आरक्षणाची तरतूद केल्याने कार्यक्षमता घसरणार नाही असे खरोखरीच वाटत असेल, तर मग हीच न्यायाधीश मंडळी "मागासवर्गीयांनी आपापसात जबरदस्त स्पर्धेतून जावे," असे कसे म्हणतात? स्पर्धा-परीक्षांमध्ये खरोखरीच जबरदस्त स्पर्धा असते. आणि सर्व उमेदवारांना एकाच फूटपट्टीने, म्हणजे गुणसंख्येच्या पट्टीने मोजले जाते. असे असताना न्यायमूर्ती महोदय जे काही म्हणतात ते उचलून धरता येईल? गुणवत्ता मापनाचा हा जो एक ढोबळ मार्ग आहे, तो मार्ग बंद केल्यास ज्यांच्यात खरोखरीच उत्तम प्रशासक दडलेला आहे अशांना आपण वगळल्यासारखे होईल, त्याचे काय?

न्या. चिन्नाप्पा रेड्डी या विचाराच्या संदर्भात नेहमीप्रमाणे दुसऱ्याच्या अनुभवाच्या आधारे म्हणतात, "कार्यक्षम प्रशासकाच्या अंगी अन्य गुणही असले पाहिजेत. सहानुभूती, समजून घेण्याची कुवत हवी आणि समाजातल्या मोठ्या प्रमाणावरील दुर्बल घटकाच्या समस्या शौर्याने सोडविण्याची ताकद त्याच्यापाशी असली पाहिजे. ही गोष्ट साध्य करण्यासाठी त्याच दुर्बल घटकातील उमेदवारापेक्षा अधिक योग्य असा दुसरा कोण असणार?" न्यायमूर्तींना अभिप्रेत असलेल्या 'अशा' कोणत्या अधिकाऱ्यांनी दुर्बल घटकांच्या समस्या सोडविण्याचे अपवादात्मक काम आत्तापर्यंत करून दाखवले आहे? अगदी ठळक उदाहरण असे आहे की, उत्तर प्रदेश व बिहार या राज्यांतून अनेक मागासवर्गीय उमेदवार आरक्षणाद्वारे सरकारी सेवेत अधिकारी म्हणून आले आहेत. ती माणसेही अन्य माणसांप्रमाणेच भ्रष्ट आणि स्वार्थी निघाली.

तसेच, उत्तर प्रदेश, बिहार व अन्य राज्यांतील जे राजकारणी आपल्याला 'दुर्बल घटकांचे एकमेव तारणहार' म्हणवून घेतात आणि जे सत्तेचे सोपान चढून जातात, ते न्यायमूर्ती महोदयांच्या विचाराप्रमाणे वागत नाहीत असे दिसते.

"मागासवर्गीयांची स्थिती ३५ वर्षांनंतर आता बरीच सुधारली नाही का? असा प्रश्न आपणच स्वत:ला विचारावा," असे न्यायमूर्ती महोदय विचारतात. प्रत्यक्षात मागासवर्गीयांची स्थिती अत्यंत सुधारली आहे. परंतु जर न्यायमूर्ती महोदयांच्या मतानुसार ती 'अत्यंत सुधारली नसेल' तर ते प्रश्न त्यांच्याकडे वळवून विचारावेसे वाटते की, 'गेली ५० वर्षे सतत आरक्षणात वाढ करीत गेल्याने मागासवर्गीयांची स्थिती वाटते त्यापेक्षाही जास्त सुधारली आहे ना?'

न्यायाधीश महोदय विचारतात, "परिस्थिती कितीही वेगळी असली तरी जिल्हा प्रशासन, राज्य सरकार, केंद्र सरकार येथील नोकरशहांनी जास्तीत जास्त मागासवर्गीय सामावून घेतले आहेत का, असा प्रश्न विचारणे हे रास्त ठरणार नाही का?"[०] परंतु

हाही प्रश्न दुसऱ्या रितीने विचारता येईल. जर मनुष्याच्या जन्मजात जातीच्या आधारे निवड न करता, ती केवळ गुणवत्तेच्या आधारे केली गेली असती, तर प्रशासनामध्ये समाजातील सर्व वर्गातील उमदेवारांनी मग त्यात मागासवर्गीयही आले, प्रवेश केला असता व त्यांची स्थिती अधिकाधिक चांगली झाली असती ना? नोकरभरती, बढत्या, या संबंधातील हक्क, वगैरेच्या गुंत्यात अडकून न राहता फक्त 'जबाबदारी' व 'नोकरीतील कामगिरी' या दोन घटकांवर आधारित संपूर्ण प्रशासनाची रचना केली असती तर किती भले झाले असते?

गुणवत्ता आणि कार्यक्षमता याबद्दल न्यायमूर्ती महोदय थोडेसे टाळून काळजीपूर्वक शब्द निवडतात; परंतु त्यामुळे या शब्दांचे अर्थच काळवंडून जातात. ते म्हणतात, ''सरकारी मुलकी सेवेत कार्यक्षमतेची गरज नाही असे काही आम्ही म्हणत नाही. किंवा कार्यक्षमता ही एक भ्रामक कल्पना आहे असेही आम्ही म्हणत नाही. आम्हाला फक्त एवढेच म्हणायचे आहे की, या गोष्टींबाबत अति चोखंदळपणा करून कार्यक्षमतेचा उगाच बाऊ करू नये... *कार्यक्षमतेचा आता विचार करण्यात अर्थ नाही,* असेही आम्ही म्हणत नाही. आम्हाला असे म्हणायचे आहे की, *कार्यक्षमतेच्या नावाखाली राळ उडवून उच्चवर्गीयांनी नोकऱ्यांमधील आपली मक्तेदारी निर्माण करू नये. विशेषत: उच्च पदे आणि व्यावसायिक संस्था यांबाबतीत असे काही करू नये.* समस्येच्या गाभ्याला पोचण्यापूर्वी आपल्या मनात अनेक जळमटे राहतील याची आम्हाला भीती वाटते. समानता प्रस्थापित करताना आपण केव्हा चकव्यात जाऊ त्याचा नेम नाही, आपण आपले भ्रम टाकून दिले तरी आपली श्रद्धा मात्र आपण गमावता कामा नये. समानता प्रस्थापित करण्यात माणसाचे मोठेपण आहे.''

त्यांच्या भाषणाचा जो शेवट झाला त्याचा परिणाम उघड होता. ते म्हणाले, ''गुणवत्ता आणि कार्यक्षमता याबद्दल जे कोणी बोलतील, त्यांनी या गोष्टीला वाजवीपेक्षा जादा किंमत दिली जाणार नाही, हे पाहावे. तसे बोलताना अगर करताना, उच्च पदे आणि उच्च संस्था येथे जी 'उच्चवर्गीयांची' मक्तेदारी झाली आहे त्यालाच आपण खतपाणी घालत नाही ना, हेही पाहावे. उलट, या दोन गोष्टी नसलेल्यांच्या बाजूने बोलण्यासाठी जे गुणवत्ता व कार्यक्षमता यांबद्दल बोलत असतील, या दोन गोष्टींचा फार बाऊ झाल्याने त्यांना कमी लेखत असतील, त्यांनी उच्च जातींची मिरासदारी चालू ठेवण्यासाठी त्यांचा वापर केला जात आहे असे समजावे! ते उच्चवर्गीय हे अजूनही आपल्या भ्रमात अडकलेले आहेत, त्यांच्या मनात अजूनही जुनी जळमटे तशीच आहेत आणि प्रत्येक माणसाच्या प्रतिष्ठेसाठी त्यांनी आत्मपरीक्षण करून पाहावे.'' (संदर्भ : अशा सर्व प्रश्नांवरती *के.सी. वसंतकुमार विरुद्ध कर्नाटक राज्य,* १९८५, Supp. SCC ७१४, पाने ७३८ ते ७४० यातील मजकूर नेहमी या नंतरच्या खटल्यांत वापरला जातो. उदाहरणार्थ,

इंद्र सहानी विरुद्ध भारतीय संघराज्य, op. cit., पान ५०६, परिच्छेद ४०४; *अशोककुमार गुप्ता* खटला, op. cit., परिच्छेद ३६)

या नंतरच्या प्रत्येक खटल्यात न्यायालयाकडून हाच युक्तिवाद सतत आपल्या निकालात केला गेला. प्रत्येक वेळी त्यात एखाद दुसरे वचन, सुभाषित वेळोवेळी घातले गेले. आरक्षणामुळे गुणवत्तेला कमी जोखले जाईल, या विधानावर *इंद्र सहानी* खटल्यात न्यायमूर्ती पी.बी. सावंत यांनी खूपच आग पाखडली. त्यांनी आपल्या निकालाची सुरुवातच पं. नेहरूंच्या 'डिस्कव्हरी ऑफ इंडिया' या पुस्तकातील उताऱ्याने केली. पं. नेहरू या उताऱ्यात म्हणतात :

> म्हणून सर्वांना समान संधी दिली पाहिजे. एवढेच नव्हे, तर मागासवर्गीयांना शिक्षण, आर्थिक स्थिती व सांस्कृतिक विकास यांसाठी खास संधी उपलब्ध करून दिली पाहिजे. यामुळे जे पुढे गेले आहेत त्यांना गाठणे या वर्गाला जमेल. अशा प्रयत्नांमुळे संपूर्ण भारतात संधीची दारे सर्वांना खुली होतील आणि एवढी उर्जा व क्षमता निर्माण होईल की त्यामुळे आश्चर्यचकित होण्याइतपत वेगाने देशामध्ये बदल घडून येतील.

या विषयावरती पं. नेहरूंचे जे काही विचार होते त्याचे विवेचन करण्याची ही जागा नव्हे. परंतु या छोट्या उताऱ्यातील पाच मुद्द्यांवर येथे सांगितले पाहिजे. पहिला मुद्दा असा : नेहरू म्हणतात की, *सर्वांना समान संधी* उपलब्ध करून दिली पाहिजे. त्या संधीमधून गुणवान उमेदवारांना वगळून अन्य जणांना समान करणे, असे ते म्हणत नाहीत. दुसरे असे की, जे मागे पडले आहेत त्यांना 'जे इतर पुढे गेले आहेत त्यांना गाठणे जमेल.' त्यासाठी मागे पडलेल्यांना खास संधी दिल्या पाहिजेत, असे पं. नेहरू प्रतिपादन करतात. तिसरे असे की, अशा या 'खास संधी' उपलब्ध करून देण्यामागचा हेतू हा *'पुढे गेलेल्यांना गाठणे जमावे, तेवढी क्षमता मागासवर्गीयांत यावी'* असा आहे. याचा अर्थ, कामे करताना आवश्यक असलेले मापदंड टाळण्याची क्षमता मागासवर्गीयांत यावी, असे नाही. चौथे असे की, या उताऱ्यामध्ये पं. नेहरू हे 'शिक्षण, आर्थिक स्थिती व सांस्कृतिक विकास यासाठी खास संधी मागासवर्गीयांना द्यावी' असे आपले मत व्यक्त करतात. याचा अर्थ 'नोकऱ्यांमध्ये आरक्षण ठेवावे' असा कसा होईल? ज्यात आरक्षणाचा उल्लेखही नाही असा 'डिस्कव्हरी ऑफ इंडिया'मधील एक उतारा आपल्या निकालपत्रात टाकून देणे जर न्यायमूर्तींना योग्य वाटत असेल, तर १९४५च्या आसपास लिहिलेल्या या लिखाणाच्या उल्लेखाबरोबरच पंतप्रधान पं. नेहरू यांनी १९६१ मध्ये आरक्षणाच्या विषयावर नेमके बोट ठेवणारा जो मजकूर लिहिला त्याचा का उल्लेख केला नाही? (तसे लिहिलेले पं. नेहरूंचे

एक पत्र या पुस्तकात सुरुवातीलाच छापले आहे.)

परंतु हे पुरोगामी न्यायाधीश असले विवेचन केले तरी डळमळणारे नाहीत. त्यांनी जे लिहिले ते दयेपोटी आणि अन्य काही गोष्टींसाठी. न्या. सावंत पुढे लिहितात, ''भारतीय समाजात असमानता ही घरांमध्ये असते आणि सर्व सामाजिक विकास कामातसुद्धा ती आढळते. अमानवी स्वरूपाची भयानक वस्ती, मर्यादित व अडखळत होणारे सामाजिक परस्परसंबंध, खालच्या दर्जाच्या शिक्षणसंस्था आणि घाणेरडे व्यवसाय यामुळे विषमता ही विविध मार्गाने टिकवून धरली जाते.'' तसे असेल तर मग त्या ज्या काही अडचणी आहेत, त्याला उद्देशून का बोलले जात नाही? त्या गलिच्छ वस्त्या का सुधारल्या जात नाहीत? उच्च दर्जाचे शिक्षण देणाऱ्या संस्थांची संख्या का वाढवली जात नाही? घाणेरडे व्यवसाय चांगल्या स्वरूपात का केले जात नाहीत आणि त्यामुळे नवीन व्यवसाय का सुरू होऊ दिले जात नाहीत? परंतु न्यायमूर्ती महोदयांचे लक्ष वेगळ्या मुद्द्यांकडे होते.

आपली प्रगती साधताना, प्रतिकूल परिस्थितीशी झगडताना माणसाला बऱ्याच गोष्टी साध्य करत राहाव्या लागतात. ज्या गोष्टी सारख्याच वाटतात त्या साध्य करताना प्रत्येकासाठी कमी-अधिक प्रयत्न आवश्यकतेनुसार करावे लागतात. त्याबद्दल न्या. सावंत म्हणतात, ''सर्वदृष्ट्या विनाशकारी असलेल्या अशा परिस्थितीच्या जाळ्यातून जे निसटले ते सुदैवी म्हटले पाहिजेत. मनुष्याला बधीर करणाऱ्या, त्याचा शक्तिपात घडवणाऱ्या सामाजिक परिस्थितीतून त्यांनी निदान काही कमीतकमी तरी साध्य करून आपला बचाव केला. अशा माणसांनी आपला मागासलेपणा घालवण्यासाठी आता इतरांशी स्पर्धा केली पाहिजे.'' न्या. सावंत यांच्या या म्हणण्यामुळे आपण परत व्यावहारिक पातळीवर उतरलो. न्या. चिन्नाप्पा रेड्डी यांनी जसे विचारले तसेच हेही न्यायमूर्ती विचारतात, ''जे काही त्या माणसांनी साध्य केले ते पारंपरिक मापदंडानुसार जरी खालच्या पातळीवरचे असले, तरीही त्या प्राप्त परिस्थितीत त्यांनी ते साध्य केले हेच किती कौतुकास्पद आहे! त्या परिस्थितीशी झगडताना त्यांनी जी हिंमत, निर्धार, बुद्धिमत्ता, उद्यमशीलता, आपल्यातील सुप्त शक्ती आणि शिक्षण व शिष्यवृत्ती यांकडे असलेला आपला कल, हे सारे प्रकट केले नाही का?''

यानंतर प्रश्न येतो तो प्राथमिक वाजवीपणाचा : ''परिस्थितीशी झगडत त्यांनी काही साध्य केले त्यांची तुलना सुस्थितीत वाढलेल्या, सर्व काही अनुकूल सुखसोयी असलेल्या, संपन्न कुटुंब व तशा समाजात वाढलेल्या आणि उच्च प्रतीचे शिक्षण मिळालेल्या व्यक्तींशी होईल काय? संपन्न व उच्च स्तरीय समाजात वाढल्यामुळे त्यांना जे लाभ झाले, ते जर एका मोजपट्टीवर ठेवून आपली गुणवत्ता किती उच्च

आहे याचा दावा दिमाखाने एखाद्या मूलभूत हक्कासारखा फडफडवत केला, तर ते कितपत योग्य ठरेल?''

यानंतर न्यायमूर्ती महाशय सैद्धांतिक स्वरूपाचे विचारू लागतात, ''कदाचित अनेक व्यक्ती अशाही असू शकतील की त्या उच्च वर्गातील असूनही त्यांनी आपल्याला मिळणाऱ्या सुविधांचा पूर्ण लाभ उठवला नसेल, अन् तरीही इतरांच्या तुलनेत त्यांनी अधिक गुण मिळवले असतील. परंतु त्यांची तुलना त्यांच्या सर्व सुखसोयी असलेल्या संपन्न वातावरणाच्या पार्श्वभूमीवर केली तर त्यांची गुणवत्ता कदाचित तशी खालच्या पातळीवर येते. कारण चांगली पार्श्वभूमी लाभली तर कदाचित यापेक्षाही उच्च गुणवत्ता इतर कोणी दाखवून देऊ शकतील.''

यानंतर ते एक निष्कर्ष काढणारे उदाहरण देतात. ते म्हणतात, ''या संदर्भात डॉ. आंबेडकर यांचे उदाहरण हे उल्लेख करण्यासारखे आहे. मॅट्रिकच्या परीक्षेत फक्त ३७.५ टक्के गुण मिळून डॉ. आंबेडकर उत्तीर्ण झाले होते. (संदर्भ : धनंजय कीर यांनी लिहिलेले डॉ. आंबेडकर हे पुस्तक) त्या वेळी उत्तीर्ण होण्यासाठी ३५ टक्के गुणांची आवश्यकता होती. जर डॉ. आंबेडकर यांचे मूल्यमापन त्यांनी मिळवलेल्या गुणांच्या आधारे केले असते तर देश आज त्यांच्या बुद्धिमत्तेचा कधीही लाभ घेऊ शकला नसता.''

या उदाहरणावरून न्यायमूर्ती महोदय हे आपले सर्वसामान्य विधान मांडतात आणि गुणवत्तेची जी फूटपट्टी आहे त्याबद्दल आपला राग व्यक्त करतात. तसेच, त्या फूटपट्टीऐवजी दुसरी एक फूटपट्टी सुचवतात. तेवढ्यासाठी आपल्या निकालपत्रात ते कष्ट घेतात. ते म्हणतात, ''जे कोणी गुणवत्तेचा मुद्दा उचलून धरतात ते दुर्दैवाने एक मूलभूत वास्तव विसरतात. (अन्य संदर्भात मात्र ते हाच मुद्दा उचलून धरण्यात ते पहिले असतात.) ते वास्तव किंवा तो मुद्दा असा : पारंपरिक पद्धतीने गुणवत्ता मोजली जाण्याची पद्धत ही शास्त्रीय नाही किंवा खरीखुरी गुणवत्ता जोखणारी नाही. एखाद्या तोंडी किंवा लेखी परीक्षेत मिळालेल्या गुणांमुळे त्या व्यक्तीची विशिष्ट पदासाठी लागणारी लायकी अथवा योग्यता सिद्ध होत नाही किंवा त्या व्यक्तीची स्पर्धा करण्याची क्षमताही नीट समजत नाही. तसेच त्या गुणांमुळे अन्य व्यक्तीशी नीट तुलना करून पाहणे हेही तितकेसे योग्य ठरत नाही. शिवाय वेगवेगळ्या पदांसाठी वेगवेगळ्या चाचण्या घेऊन उमेदवाराची पात्रता अथवा योग्यता ठरवावी लागते ते वेगळेच.''

आणि मग न्या. कृष्णा अय्यर यांच्यानुसार स्पर्धात्मक क्षमता (competence) व योग्यता (suitability) यांमध्ये जो फरक आहे, तो येथे दाखवताना न्या. सावंत म्हणतात, ''या देशाच्या मूलभूत समस्या सर्व जनतेशी निगडित आहेत. खेड्यांतून आणि शहरांतून झोपडपट्ट्यांमध्ये खरा भारत दिसून येतो. तिथल्या समस्या सोडविण्यासाठी

व तिथल्या लोकांचे जीवनमान उंचवण्यासाठी असे अधिकारी हवेत की ज्यांना ह्या समस्यांचे प्राथमिक ज्ञान आहे आणि त्या समस्या सोडवण्यात त्यांना रस आहे. त्यासाठी दुसऱ्यांची दुःखे कल्पनेने अनुभवण्याची शक्ती हवी आहे, नुसती सहानुभूती नको. स्वातंत्र्यानंतर इतक्या वर्षांत पददलितांसाठी ज्या योजना राबवल्या गेल्या त्यामुळे त्यांचे जीवनमान किंचितच सुधारले आणि त्यांच्यासाठी असलेल्या बहुसंख्य कल्याणकारी योजना या नुसत्या कागदावरती राहिल्या. यामागची जी मुख्य कारणे आहेत त्यापैकी एक कारण असे आहे की, त्या योजना राबवणारी जी यंत्रणा होती त्यामध्ये उच्चवर्गीय अधिकाऱ्यांचा भरणा जास्त होता आणि पददलितांच्या समस्येबद्दल ते उदासीन होते...'' (संदर्भ : *इंद्र सहानी विरुद्ध भारतीय संघराज्य,* op.cit., पाने ५०६ व ५०७, परिच्छेद ४०४ ते ४०८)

अध्यापनातून दिसून येणारे साम्य

अध्यापनाच्या व्यवसायाबद्दल न्या. सावंत यांची जी मते आहेत ती क्षणभर आपण जाता जाता पाहू या. त्यांचे मत असे आहे, ''मागासवर्गीयांसाठी जागांची ठराविक संख्या राखून ठेवण्याऐवजी प्राधान्यक्रमाने आरक्षणे ठेवावीत. ही एक गंभीरपणे विचार करण्याजोगी बाब आहे. अध्यापन क्षेत्रात प्राधान्यक्रमाने आरक्षण ठेवणे हे योग्य नाही आणि ते मागासवर्गीयांच्या हिताचेही नाही.'' त्यासाठी त्यांनी दिलेली कारणे जरूर वाचा. वाचताना त्यातले नेमके शब्द हे तेवढ्या जोरदारपणे सर्वसाधारणपणे कारभार करायला व प्रशासनाला लागू पडत नाहीत. न्या. सावंत आपल्याला सांगतात,

> ''सर्व प्रकारच्या जगण्यात व्यक्तीचा विकास हा शिक्षणातून उगम पावत असतो.''

अन् ही गोष्ट सर्वसाधारण सरकारी कारभारालाही लागू आहे. उत्तर प्रदेश, बिहार व झारखंड या राज्यांतील लोक जातींच्या समर्थनासाठी दिलेल्या घोषणांत वाहून गेले होते. त्यांना शिक्षणाचे महत्त्व हे आज नक्की पटलेले असेल.

> ''म्हणून शिकवण्याचा किंवा अध्यापनाचा पेशा हा सामाजिक आयुष्यात एक कळीचा पेशा ठरतो. ज्या दर्जाचे शिक्षण मिळते त्यामुळे प्रत्येकाच्या क्षमतेला व स्पर्धात्मक कुवतेला आकार मिळतो आणि आयुष्यातील वाटचालीचा पाया घातला जातो.''

सर्वसाधारण कारभाराचा दर्जा, संस्थेचे योग्य रितीने कार्य चालणे यांमध्ये सामाजिक

जीवनात एक विशिष्ट दर्जा मिळतो. कारभाराच्या उत्तम दर्जामुळेच स्पर्धात्मक क्षमतेला आकार मिळतो. हा आकार फक्त व्यक्तीच्या क्षमतेला नव्हे तर साऱ्या देशाच्या क्षमतेला मिळतो. अन् म्हणून त्यामुळे भावी आयुष्याचा पाया घातला जातो.

"म्हणून समाजाच्या सर्व विभागांच्या हितासाठी, त्यात सामाजिकदृष्ट्या मागासलेले व पुढारलेले सारे जण आले, आणि संपूर्ण राष्ट्रासाठी अत्युत्तम शिक्षण मिळेल याची ग्वाही सर्वांना दिली गेली पाहिजे व तसे ध्येय असले पाहिजे."

अगदी बरोबर, असेच घडावे : म्हणून समाजातील सर्व विभागांच्या हितासाठी, त्यात सामाजिकदृष्ट्या मागासलेले व पुढारलेले सारे जण आले आणि संपूर्ण राष्ट्रासाठी सर्वोत्तम प्रशासनाची ग्वाही दिली पाहिजे व तसे ध्येय असले पाहिजे.

"मागासवर्गीय विद्यार्थी असो किंवा उच्चवर्गीय विद्यार्थी असो, त्याने शक्य तितक्या उत्तम दर्जाचे शिक्षण आपल्याला दिले जाईल अशी अपेक्षा ठेवावी. असे शिक्षण त्याला उपलब्ध व्हावे आणि त्याच वेळी प्रत्येक शिक्षणसंस्थेच्या व्यवस्थापनाचे हे कर्तव्य आहे की त्यांच्यातर्फे त्याला शक्य तितके उत्तम शिक्षण प्रदान केले जाईलच."

आता हाच मजकूर थोडासा बदलून आरक्षणाच्या संदर्भात असाही सांगता येईल : मागासवर्गीय नागरिक असो वा उच्चवर्गीय नागरिक असो, त्याला अशी अपेक्षा करण्याचा हक्क आहे की, शक्य तितक्या उच्च दर्जाचा सरकारी कारभार त्याला लाभावा आणि त्याच वेळी प्रत्येक कार्यालयाच्या व्यवस्थापनाचे हे कर्तव्य आहे की, त्यांच्यातर्फे प्रत्येक नागरिकाला शक्य तितके प्रयत्न करून सर्वोत्तम प्रशासनाच्या बुद्धिमत्तेचा व सेवेचा लाभ हमखास दिला जाईल.

"म्हणून शिक्षकांची/अध्यापकांची नेमणूक करताना कोणत्याही आधारावर, कशाचीही तडजोड केली जाऊ नये."

वरील शब्द बदलून असे आपण म्हणू की, प्रशासनाच्या नेमणुका करताना कोणत्याही आधारावर कशाचीही तडजोड केली जाऊ नये.

"काही थोड्या जणांना आरक्षणामार्फत शिक्षकांच्या नोकऱ्या मिळतील, पण त्यामुळे काही वर्षांत हजारो मागासवर्गीय विद्यार्थ्यांना शिक्षण मिळेल. कारण या विद्यार्थ्यांची स्पर्धेत भाग घेण्याची क्षमता ही उच्चवर्गीय विद्यार्थ्यांच्या एवढी होणे गरजेचे आहे. त्याहीपेक्षा अधिक असे आहे की, निकृष्ट शिकवण्यामुळे अन्यवर्गीय विद्यार्थ्यांना मिळणाऱ्या शिक्षणाचा दर्जा घसरेल. उच्चवर्गीय विद्यार्थ्यांनाही निकृष्ट शिक्षण मिळाल्याने त्यांचे तसेच नुकसान होऊ शकते. परंतु याची भरपाई ते घरी शिकवण्या लावून किंवा खासगी क्लासेसमध्ये जाऊन करू शकतील. तसे मागासवर्गीय विद्यार्थी करू शकत नाहीत. ज्या शिक्षकांची भरती आरक्षणातून झाली नाही त्यांना अध्यापनाचे काम करताना अधिक मेहनत घ्यावी लागेल. तरच त्यांच्याबद्दल आदर निर्माण होईल. अपात्र व अकार्यक्षम शिक्षकांच्या निकृष्ट शिकवण्यामुळे शिक्षण संस्थांमध्ये जे बेशिस्त वातावरण निर्माण होते ते काही थोडेथोडके नाही. मग भले ते शिक्षक मागासवर्गीय अथवा उच्चवर्गीय अशा कोणत्याही वर्गातून आलेले असोत. म्हणून अध्यापनाच्या क्षेत्रात कोणत्याही वर्गासाठी कसलेही आरक्षण अजिबात नको."

वरील मजकुरात 'विद्यार्थी' शब्दाऐवजी 'नागरिक' हा शब्द घाला; 'शिक्षक' शब्दाऐवजी 'प्रशासक' व 'मंत्री' हेही शब्द योग्य तिथे घाला. अन् मग बघा न्यायाधीश महाराजांचे वक्तव्य आपल्या देशासाठी किती समर्पक व यथायोग्य ठरते ते! याच मुद्द्याला धरून एका उपमेची आठवण इथे होते : जेव्हा पोलिसांमध्ये मापदंड कोसळतात व त्यांची सेवा निकृष्ट व विश्वासार्ह ठरत नाही, तेव्हा श्रीमंत वर्ग आपल्या सुरक्षिततेसाठी खासगी सुरक्षासंस्थांची व्यवस्था करतात, तर ज्यांना तसे करणे शक्य नसते त्यांना हतबलपणे पुंडाईला सामोरे जाण्याखेरीज दुसरा पर्याय नसतो.

न्यायमूर्ती महोदय नंतर असा एक उपाय सुचवतात, "जेव्हा मागासवर्गीय उमेदवार व उच्चवर्गीय उमेदवार यांची गुणवत्ता सारखीच असेल, तेव्हा मागासवर्गीय उमेदवाराला प्राधान्य द्यावे. असा प्राधान्यक्रम ठरवण्यासाठी निवड समितीमध्ये उमेदवाराची पात्रता जोखण्यासाठी मागासवर्गीय सभासद असले पाहिजेत. आणि त्यांनी उमेदवारांची पात्रता जोखण्यासाठी नुसते त्यांनी मिळवलेले गुण पाहून चालणार नाही, तर त्यांची एक शास्त्रीय पद्धतीवर आधारलेली चाचणी घेतली पाहिजे. अध्यापनाची त्यांना मुळात किती आवड आहे, आपले विचार किती समर्थपणे तो मांडू शकतो, त्याला आजवर किती शिष्यवृत्त्या मिळाल्या आहेत, एक शिक्षक म्हणून त्याचा स्वभाव व मानसिक प्रवृत्ती कशी आहे हे सारे पाहिले

पाहिजे...'' (यापूर्वीचाच संदर्भ, पान ५४९, परिच्छेद ५०८ ते ५१०)

तुलना करण्यासाठी 'कामाची आवड', 'स्वभाव व प्रवृत्ती', 'पात्रता अथवा क्षमता' इत्यादी मुद्द्यांद्वारे प्रशासक व्यक्तीचे मूल्यमापन करण्यासाठी मात्र न्यायमूर्ती महोदय नकार देतात. यासाठी ते एकच कारण पुढे करतात ते असे : ज्यांनी मागासवर्गीय समस्येचा प्राथमिक अनुभव घेतला आहे आणि मागासवर्गीयांची समस्या सोडवण्याची क्षमता व तशी बांधिलकी त्यांनी मानली आहे, अशा उमेदवाराची निवड करावी! त्यांच्या मते प्रशासनामध्ये 'दुसऱ्यांची दुःखे जाणण्याची शक्ती' ही महत्त्वाची असते, शिक्षण नव्हे!

न्या. टी.के. थॉमस हे जातींच्या पलीकडे हा मुद्दा नेतात. त्यांनी अनेकांची दुःखे, समस्या पाहिल्या होत्या व नीट जाणून घेतल्या होत्या. पण एक समस्या सोडवण्याचा उपाय सांगताना ते दुसरी समस्या निर्माण करतात. ते म्हणतात, ''झोपडपट्टीत व गलिच्छ वस्तीत राहणारे, फुटपाथवरच जीवन जगणारे, महारोगासारख्या भयंकर रोगांनी ग्रासलेले व त्यामुळे विद्रूप शरीरे धारण करणारे, अशी सर्व माणसे ही दारिद्र्याच्या भयानक जात्यामध्ये भरडून निघत असतात. ही माणसे श्रीमंतांच्या हवेल्यांपाशी भीक मागून कसेबसे जगत असतात. त्यांची हीन परिस्थिती, त्यांचे भोग व त्यांची अवहेलना पाहिली की ती माणसे सर्व धर्म, जाती, मानववंश यांच्या पलीकडे पोचलेली आहेत असे जाणवते.'' हे एक चांगले, जातींवर व आधारलेले आणि निधर्मी प्रतिपादन आहे. त्यानंतर ते आपल्या अमोघ वक्तृत्वाच्या साहाय्याने सांगतात, ''ही अशी माणसे पाहिली की, ती मागासलेपणाची मूर्तिमंत स्मारके आहेत असे वाटते. त्यांचे अस्तित्व म्हणजे आपली राष्ट्रीय बेपर्वाई आणि राज्यघटनेच्या हेतूमध्ये व्यक्त केलेल्या आश्वासनांचा घात वाटतो.'' मग यानंतर ते समस्येवरती उपाय सुचवण्यामागचे धोरण सांगतात. ते म्हणतात, ''*कोणत्याही शहरात अशी माणसे सहज दृष्टीस पडतात. जी जनावरांसारखे जीवन जगत आहेत, उकिरडा चिवडून त्यात सापडतील ते खरकटे किंवा अन्नकण खात आहेत, रस्त्यावरून जाताना मोटारीतील उदार व्यक्तीने त्यांच्याकडे फेकलेल्या नाण्यांवर कशीबशी उपजीविका करत आहेत, अशा माणसांना दारिद्र्याच्या गर्तेतून बाहेर पडण्यासाठी, अन्याय्य भूतकाळातून मुक्त होण्यासाठी आणि त्यांच्याबाबतीत सतत चालणाऱ्या भेदभावापासून सुटका होण्यासाठी साहाय्यभूत होईल अशी मदत देणे भाग आहे. कारण त्या मदतीसाठी तेच पूर्णपणे पात्र आहेत.*'' (यापूर्वीचाच संदर्भ, पान ४४२, परिच्छेद २७०)

तर असे लोक हे मदतीसाठी पात्र आहेत. दुसरे असे की, त्यांना मदत वगैरे करण्यासाठी कोणता निकष ठेवला आहे? तर जे सध्या त्यांचे जनावरासारखे अस्तित्व आहे, जे उकिरडे धुंडाळून आपले अन्न शोधतात, आणि जे लोकांनी

फेकलेल्या नाण्यांवर आपली उपजीविका करतात. तिसरे असे की, त्यांना साहाय्यभूत होईल अशी मदत ही त्यांच्या प्राप्त परिस्थितीतून सुटका होण्यासाठी आहे.

सर्व निकालपत्रांचा ओघ हा एकाच प्रकारच्या साहाय्यभूत कृतीकडे वळतो असे दिसते. अशा कृतींमुळे भूतकाळातील दारिद्र्याच्या खाईतून सुटका आणि वर्तमान काळातील सतत चालणाऱ्या भेदभावातून मुक्तता हे साध्य केले जाईल. सरकारने त्यांच्या बाबतीत अशी कृती करणे म्हणजे त्यांच्यासाठी सरकारी नोकऱ्यांत ५० टक्के आरक्षण ठेवणे. तसे जर खरोखरीच घडू लागले तर काय होईल याची कल्पना करा. झोपडपट्टीतील लोक, फुटपाथवर राहणारे लोक, महारोगासारख्या भयानक व दुर्धर रोगांनी ग्रासलेले लोक हे सरकारी प्रशासनातील पदांवर येतील. त्यांना ती पदे का बहाल केली? तर केवळ ते जनावरासारखे जगत आहेत व उकिरडे धुंडाळत व लोकांनी भीक म्हणून फेकलेल्या नाण्यांवर आपली उपजीविका करीत आहेत म्हणून. या दुर्दैवी लोकांचे सरकारकडून पुनर्वसन व्हावे म्हणून कोणीही विरोध करणार नाही. त्यांना घरे, शिक्षण, आरोग्याच्या सोयीसुविधा इत्यादी देण्यासही कोणाचा विरोध असणार नाही. परंतु वादाचा मुद्दा असा आहे की, साहाय्यभूत कृती म्हणजे फक्त एकमेव अशी कृती की, नियमानुसार ज्यांना मागासवर्गीय ठरवले आहे अशांसाठी सरकारी नोकऱ्यात ५० टक्के जागा बहाल करणे. निकालपत्रात प्रत्येक न्यायमूर्तीने हीच गोष्ट उचलून धरली आहे.

संधिसाधूपणा हेच तत्त्व

काहीही असले तरी व्यक्तीची गुणवत्ता व कार्यक्षमता यांची दखल आपण का घ्यायची? जेव्हा कारभाराच्या संपूर्ण व्यवस्थेत गुणवत्तेचा अभाव असतो तेव्हा आपण व्यक्तींकडून या दोन गोष्टींची मागणी का करायची? प्रशासनाची जी व्यवस्था उलथवून टाकण्याच्या लायकीची आहे, त्या व्यवस्थेसाठी काम करणाऱ्यांकडून कार्यक्षमतेची मागणी करणे म्हणजे ती विकृत झालेली व्यवस्था आहे तशीच अविरतपणे जिवंत राहू देण्यासारखे आहे. हा मुद्दा कोणी माथेफिरू वेडा मांडत नाही, तर तो मुद्दा सर्वोच्च न्यायालय, दर वेळी पुन्हा पुन्हा मांडत आलेले आहे. आपल्या म्हणण्याला अधिक भरभक्कम आधार मिळावा म्हणून मग ते गेल्या शतकातील एका संधिसाधू पुढाऱ्याच्या अतिशयोक्त व अलंकारिक मुक्ताफळाकडे वळतात. हा पुढारी म्हणजे श्री. व्ही.पी. सिंग. आपल्या उपपंतप्रधानांना काढून टाकल्यावर त्याने लगेच जाहीर केले होते की, आपण आता दिल्लीच्या विजय चौकात एक भव्य मेळावा घेणार आहोत. हे समजल्यावर व्ही.पी. सिंग घाबरले. मग आपले स्थान टिकवण्यासाठी त्यांनी झटकन बासनात गुंडाळून ठेवलेला मंडल आयोगाचा अहवाल बाहेर काढला आणि जाहीर केले की आता आणखी आरक्षणांची

बरसात केली जाणार आहे. मग आपल्या स्वत:च्या खास सोयीनुसार त्यांनी आपल्या संधिसाधूपणाला एका तत्त्वाचा मुलामा चढवला. त्या वेळी लोकसभेत त्यांनी जाहीर केले :

> ''आपण नेहमी गुणवत्तेबद्दल बोलतो. परंतु खुद्द प्रशासन व्यवस्थेची स्वत:ची गुणवत्ता काय आहे? समाजाचा जो वर्ग लोकसंख्येत ५२ टक्के आहे, त्या वर्गाला सरकारी नोकऱ्यांत फक्त १२.५५ टक्के स्थान मिळते. तेव्हा या प्रशासनाच्या व्यवस्थेची गुणवत्ता आहे तरी काय? तसेच, हा वर्ग 'क्लास वन' श्रेणीतील अधिकाऱ्यांमध्ये अवघा ४.६९ टक्के एवढाच आहे. अन् त्याही वरच्या श्रेणीमध्ये तर संबंध देशातील लोकसंख्येच्या १० टक्केसुद्धा नाही. संपूर्ण प्रशासकीय रचनेत तर हा वर्ग ४.६९ एवढाही नाही. गुणवत्तेच्या प्रश्नाकडे म्हणजे एखाद्याला गुणवत्तेच्या आधारे नकार द्यायचा की नाही याकडे वळण्याआधी, मला प्रशासनाच्या व्यवस्थेच्या गुणवत्तेलाच आव्हान द्यायचे आहे. आम्हाला प्रशासनाची रचना मूलत: बदलून टाकायची आहे. अगदी जाणीवपूर्वक व डोळे उघडे ठेवून. मला हे ठाऊक आहे की, ही रचना बदलायची म्हटल्यास त्याला विरोध होणारच...''

संधिसाधूपणाचा हा कळस झाला होता. व्ही.पी. सिंग यांच्या प्रदीर्घ राजकीय कारकीर्दीत त्यांनी तसे आव्हान शेवटपर्यंत कधीही दिले नाही! परंतु, *इंद्र सहानी* खटल्यातील न्यायाधीश महाशयांनी व्ही.पी. सिंग यांच्या या वक्तव्याचा आधार आपल्या निकालपत्रात घेतला. (संदर्भ : *इंद्र सहानी विरुद्ध भारतीय संघराज्य,* op. cit., पान ६५०, परिच्छेद ६७४)

नंतर न्या. जीवन रेड्डी यांनी न्या. चिन्नाप्पा रेड्डी यांच्या निकालपत्रातील उतारे उद्धृत करून त्यांचा आधार घेतला. त्या निकालपत्रावरती आपण या पुस्तकात पूर्वी खल केला होता. त्यांच्या मते, म्हणजे न्या. चिन्नाप्पा रेड्डी यांच्या मते खरा संघर्ष हा दोन सामाजिक विभागांमध्ये आहे. मागासलेपणाच्या, निरक्षरतेच्या व दारिद्र्याच्या रणरणत्या वाळवंटातून बाहेर पडून जे आता मरुस्थलावर – ओॲसिवर सुखाने जगत आहेत त्यांचा आणि जे त्याच वाळवंटात अजूनही राहात आहेत व ओॲसिसकडे जायचे ज्यांच्या फक्त मनात आहे, अशा दोघांमधला हा संघर्ष आहे. परंतु या मरुस्थळी किंवा ओॲसिसमध्ये झाडांना जी फळे लागली आहेत ती फक्त आत्ता पोचलेल्यांपुरतीच आहेत. जे अजूनही तिथे पोचणार आहेत ते जर खरोखरीच तिथे पोचले तर मग मरुस्थलामधील सर्व फळे सर्वांना पुरणार नाहीत. एका गटाला

जास्त फळे मिळाली तर दुसऱ्या गटाच्या वाट्याला फारसे काही येणार नाही, हे नक्की.

राज्यघटनेतील कलम १६(४) हा काही दारिद्र्य निर्मूलनाचा कार्यक्रम नाही, असे न्या. पी.बी. सावंत म्हणतात. या कलमाचा हेतू हा कोणाची आर्थिक उन्नती करण्याचा नाही. त्या कलमाचा एकच हेतू आहे व तो म्हणजे सरकारी यंत्रणेतून जे कोणी आजवर वगळले गेले. त्यांना सत्तेच्या पुनर्वाटपात सहभागी करून घ्या. तसे पुनर्वाटप केले तर त्यांच्या शैक्षणिक, सामाजिक व आर्थिक मागासलेपणाचा अंत होईल. (यापूर्वीचाच संदर्भ, पाने ५३८, ५४३, परिच्छेद ४८२, ४९५) न्या. पी.बी. सावंत यांच्या मते अशा वर्गातील माणसे ही देशाच्या लोकसंख्येच्या ७७ १/२ टक्क्यांपेक्षा कमी आहेत.

अशा पद्धतीने जर सारी समस्या एका चौकटीत ठोकून ठोकून बसवू पाहू लागलो तर त्यातून दोन गैरसोयी निर्माण होतील. पहिली गैरसोय म्हणजे त्यांना प्रौढ मतदानाचे अधिकार दिल्याने जातीवर आधारित असलेले राजकारण करणाऱ्या पक्षांना मोकळा मार्ग दिला जाऊन ते एका पाठोपाठ अनेक राज्यांतील सत्ता बळकावतील. मग अशाने मतदानात सत्तेचा तोल एकाच बाजूला निर्णायकरीत्या झुकवता येऊ शकल्याने ते पक्ष केंद्रीय सत्तेवरतीही पोहोचतील. मागासवर्गीयांची लोकसंख्या ही ७७ टक्के आहे असे मानले तरी मिळालेल्या सत्तेच्या पुनर्वाटपाचा लाभ त्या मागासवर्गीय लोकांपर्यंत आपोआप पोचणार नाही? उलट, तसे पाहिले तर अशा रितीने सत्तेचे पुनर्वाटप त्यांच्याच बाजूने झाले नाही का? मंडल आयोगाने जो निर्देशांक वारंवार सांगितला तोच पहा. आयोगाने दक्षिणेकडील राज्ये व उत्तरेकडील राज्ये येथल्या राजकारणाची तुलना केली. दक्षिणेकडील राज्यांमधील उच्च जातींचे मुख्यमंत्री व मंत्री यांच्याऐवजी तिथे मागासवर्गीयांची वर्णी लागली. तसे उत्तरेकडच्या राज्यांत घडले नाही. (संदर्भ : c.f., रिपोर्ट ऑफ बॅकवर्ड क्लास कमिशन, पहिला भाग, खंड १ आणि २, भारत सरकार, न. दिल्ली, १९८०, प्रकरण ८, पाने ३१ ते ३६) सध्या मात्र ही गोष्ट उत्तरेकडील राज्यांतही घडली आहे. म्हणजे ध्येय साध्य झाले! खरोखरच आता लोकसभेमध्ये जे मागासवर्गीयांची बाजू घेऊन टाहो फोडतात त्यांनी आधीच्या खासदारांना बाजूस सारून आपले वर्चस्व प्रस्थापित केले आहे. चर्चेसाठी, भाषणासाठी ते ज्या पद्धतीने वागतात ते पाहिले असता त्यांच्या वागण्याचे मापदंड घसरले आहेत असे दिसते. राज्यांच्या विधानसभेत जेवढे मापदंड घसरले आहेत तेवढी खालची पातळी त्यांनी गाठली आहे.

जर असे आयोग हे आमच्या नागरिकांना मुख्यमंत्री अथवा मंत्री यांचे चारित्र्य पहा, जात पाहू नका, असे सांगू लागले तर आपण ज्या गर्तेत कोसळण्यासाठी

ढकलले जात आहेत ते तरी निदान थांबेल. पण हे बाजूला ठेवा. सत्तेचे संक्रमण हे केव्हाच चालू झाले असून ते पूर्ण होण्याच्या मार्गावरती आहे. मग असे असताना आणखी आरक्षणाचे हत्यार उगारत राहाणे जरुरीचे आहे का?

परंतु असे विचारल्यावर पुरोगामी न्यायाधीश मंडळी लगेच आपली दिशा बदलतात. "राजकीय सत्ता मिळाली म्हणजे खरीखुरी सत्ता मिळाली असे होत नाही," असे ही न्यायाधीश मंडळी बोलू लागतात. राजकीय सत्ता ही मागासवर्गीयांचे सामाजिक, शैक्षणिक आणि आर्थिक मागासलेपण संपवण्यासाठी, त्यामुळे झालेले तोटे भरून काढण्यासाठी वापरली पाहिजे. अन् येथेच तर अडचण उपस्थित होते. न्यायमूर्ती महोदय म्हणतात, "सत्ता राबवण्याचे एकमेव माध्यम म्हणजे प्रशासकीय यंत्रणा. जर ही यंत्रणा, सत्ता राबवण्यामागच्या हेतूशी सहानुभूती बाळगणारी नसेल तर राजकीय सत्ता ही परिणामशून्य किंवा निष्प्रभ होते आणि कधी कधी तर ती षंढासारखी बनते. स्वातंत्र्यानंतर ४४ वर्षे झाली, लोकांच्या हातात सत्ता दिली गेली, तरीही ज्या मागासवर्गीयांनी पूर्वी स्वातंत्र्य चळवळीत आपले योगदान मोठ्या प्रमाणात दिले ते अजूनही मागासवर्गीयच का राहिले आहेत, याचे उत्तर येथे मिळते." (संदर्भ : इंद्र *सहानी* खटला, op.cit., पान ५०४, परिच्छेद ४०१)

म्हणून आरक्षणे आहेत.

म्हणून आरक्षणे अनंत काळपर्यंत चालू राहत आहेत.

काहीही झाले तरी, गुणवत्ता व कार्यक्षमता यावर परिणाम होणार नाही.

न्या. फाझल अली हे *एन.एम. थॉमस* खटल्यात विचारतात, "वंचितांना सवलती, सैल नियम, सोयी, त्यांच्यापुढील अडथळे दूर करणे आणि योग्य आरक्षण एवढे दिल्यावर समानता येणार नाही? केवळ ते एखाद्या ठाम मापदंडापर्यंत पोचत नाहीत म्हणून?"

ही एक पहिली पायरी अशी आहे : जे काही मापदंड लावले आहेत त्यांचे महत्त्व प्रथम कमी करणे किंवा त्यांना कमी लेखणे. अन् तसे करताना त्या मापदंडाला पर्यायी मापदंड किंवा एखादी पद्धत सुचवण्याचे मात्र टाळायचे. योग्यता, पात्रता, क्षमता यांच्यासाठी काही नवीन मापदंड सुचवले की टीकाकारांना कदाचित जुने मापदंड व नवीन मापदंड यांची तुलना करण्याची संधी मिळेल आणि "तुम्ही सुचवलेले मापदंड कसे काय अधिक चांगले आहेत?" असे विचारतील.

देशाच्या अनेक भागांत लोकांमध्ये एकमेकांत फारसा संपर्क नसतो, तिथे दळणवळणाची साधने नसतात, आरोग्य सेवा नसते याची न्या. फाझल अली आठवण करून देऊन म्हणतात, "अशा भागातून आलेले नागरिक हे कायम

मागासलेले रहावेत असे आपल्याला म्हणता येईल काय?'' मग थोडे थांबून ते परत विचारतात, ''या माणसांनी नेहमी मागासलेले राहावे काय?''

'नोकऱ्यांतील आरक्षण हा एकमेव सर्वांत चांगला असा समस्येवर उपाय आहे काय?' हा प्रश्न मागासवर्गीयांच्या दृष्टिकोनातून आणि तसे आरक्षण उत्तम रितीने राबवणे राज्य सरकारला शक्य असल्याने त्यांच्याही दृष्टिकोनातून पहा. तसेच, ''मागासवर्गीयांनी त्यांचा मागासलेपणा तसाच पुढे चालू ठेवावा काय? ते सुद्धा केवळ ते विविध संस्थांनी निर्माण केलेल्या कृत्रिम मापदंडापर्यंत पोचू शकत नाहीत म्हणून?'' या प्रश्नाशी आधीच्या प्रश्नाची तुलना करून पहा. ''याचे उत्तर नकारार्थीच येईल,'' असे न्यायमूर्ती महोदय म्हणतात. (संदर्भ : *एन.एम. थॉमस* खटला, op.cit., पान ३७७, परिच्छेद १४३)

ते मापदंड 'कृत्रिम' आहेत!

'केवळ' ते कृत्रिम मापदंडापर्यंत पोचू शकत नाहीत!

ठरवून भ्रष्ट करण्याची विकृती

महत्त्व कमी लेखणे ही एक पहिली पायरी झाली. ही सर्व निकालपत्रे नीट समजावून घेताना उच्च जातींनी आपले वर्चस्व टिकवण्यासाठी निर्माण केलेल्या परीक्षांपेक्षा 'गुणवत्ता' व 'कार्यक्षमता' यांना किंचितच महत्त्व दिलेले त्यात आढळले. शिवाय गुणवत्ता व कार्यक्षमता मोजण्याच्या त्या चाचण्या अथवा परीक्षापद्धती याही सदोष ठरवल्या गेल्या. त्यामुळे नुसत्या कवडीमोल ठरल्या नाहीत तर त्या हमखास विकृत ठरतील असे पाहिले गेले!

''मागास जातींमधील उमेदवार व कर्मचारी यांना इतरांचे मापदंड लावणे हे नुसतेच अतार्किक, मुळात न पटण्याजोगे, अयोग्य आणि असमर्थनीय आहे, इतकेच नाही तर, मागासवर्गीयांना ज्या सामाजिक कलंकांना व बहिष्काराला अद्यापही, जातींच्या स्तरामुळे वास्तवात तोंड द्यावे लागते, त्या गंभीर स्थितीकडे दुर्लक्ष करण्याजोगे आहे.'' असे रत्नवेल पंडियान हे इंद्र *सहानी* खटल्यात म्हणतात. ते पुढे म्हणतात, ''नोकऱ्या मिळवताना मागासवर्गीय उमेदवारांना नोकरीच्या अटींसाठी ज्या कठोर चाचणी परीक्षा आणि क्षमतेच्या चाचण्या द्याव्या लागतात, या साऱ्या चाचण्या उच्च बुद्धिमत्ता चाचण्या असल्याने मागासवर्गीयांसाठी मुद्दाम तयार केलेले अडथळे म्हणून ठरतील.'' त्यांच्यासाठी मापदंड शिथिल करणे, वेगाने बढत्या देणे अशी मंडल आयोगाने सुचविलेली प्राधान्याची वागणूक दिल्यास जी भीती वाटू लागते ती न्यायमूर्ती महोदयांनी बाजूला सारली. अशा सवलतींमुळे सरकारी कारभाराचे संपूर्ण वातावरण दूषित होईल आणि सर्वत्र कामामधला उत्साह निघून जाईल. त्याबद्दल न्यायमूर्ती महोदय म्हणतात, ''याबद्दल उलट असे नाही का म्हणता येणार

की, मंडल आयोगाने शिफारस केलेल्या त्या सवलती न राबवल्यास मागासवर्गीयांमधला उत्साह निघून जाईल, त्यांना नैराश्य येईल व ते असमाधानी राहतील?'' (संदर्भ : इंद्र सहानी खटला, op.cit., पान क्र. ४००, परिच्छेद १४३)

त्या सवलती किती काळ चालू ठेवायच्या याबाबतीत न्यायमूर्ती महोदय एक चाचणी पद्धत घालून देतात. ते म्हणतात, ''मागासवर्गीयांना शृंखलाबद्ध जीवन जगावे लागत आहे. त्या शृंखला लोखंडाच्या असोत वा रेशमाच्या असोत, परंतु जोपर्यंत त्या दूर होत नाहीत आणि ते त्यातून मुक्त होत नाहीत, तोपर्यंत त्या सवलती चालूच राहतील... त्यांना एवढ्या सवलती देत राहिले पाहिजे की शेवटी त्यांना जेव्हा कळेल की आपली प्रगती खुंटवणारी एकही बेडी आता पायात नाही तोपर्यंत. त्यांची त्या बेड्यांतून मुक्तता झाली तरीही आपल्या बेडी न घातलेल्या स्पर्धकाबरोबर पळण्याचे पुरेसे धैर्य येणार नाही. कारण एव्हाना त्या बेड्या अजूनही आहे असे वाटण्याइतपत त्यांना उमज पडणार नाही. जेव्हा तशी उमज त्यांना येईल तोपर्यंत त्यांच्या सवलती चालूच राहतील.'' (यापूर्वीचाच संदर्भ, पान ४०३, परिच्छेद १५३) थोडक्यात, मागासवर्गीयांना आपल्या बेड्या गळून पडल्या आहेत याची जाणीव होईपर्यंत त्यांच्या सवलती चालू ठेवाव्यात.

आपण पाहिले की, न्या. सावंत जाहीर करतात की, राज्यघटनेतील कलम १६(४) हे कलम दारिद्र्य निर्मूलनाचा उपाय म्हणून वापरता येणार नाही. मग ते कलम जनतेचे मानसिक पुनर्वसन करण्यासाठी योगायोगाने घडवले गेले आहे काय? तसे असेल तर सरकारी कार्यालये ही पुनर्वसन करून देणारी केंद्रे आहेत काय? की राज्यघटनेने फर्मावलेला पुनर्वसन करण्याचा एक दंडक आहे काय? किंवा प्रशासनाच्या कार्यक्षमतेशी तडजोड न करता आरक्षणे, सवलती इत्यादी तरतुदी पुरवाव्यात असे सांगणारा हा एखादा दंडक आहे काय?

यापुढे जाऊन न्या. पंडियन हे नेहमीचा मती कुंठीत करणारा युक्तिवाद पुढे रेटताना म्हणतात, ''आरक्षणाच्या कार्यक्रमामुळे कदाचित गुणवत्तेचा बळी दिला जाईल.'' हे कसे काय? त्याबद्दल ते म्हणतात, ''कारण कलम १६(४)नुसार जे लाभार्थी आहेत त्यांना मूलभूत पात्रता व लायकी यांबद्दलच्या अटी पाळाव्याच लागतील.'' येथे थोडेसे चुकीचे विधान केले जात आहे. कारण या खटल्यात 'मूलभूत पात्रता' ही शिथिल करण्यात आल्याचे दाखवून दिले होतेच. ''आणि मागासवर्गीय उमेदवारांनी आपापसात स्पर्धा करावी, मागासवर्गीय नसलेल्या उमेदवारांशी नव्हे.'' पुन्हा एकदा येथे थोडीशी शब्दचलाखी केली आहे. सरकारी रचनेत सर्वोत्तम उमेदवार येण्यासाठी जी आवश्यक गरज आहे तिथेच ही शब्दचलाखी केली गेली आहे. (याआधीचा संदर्भ, पान ४०४, परिच्छेद १५६)

नुसत्या चाचण्या नव्हेत, तर चाचणी घेणारेही विकृत

आपण न्या. चिन्नाप्पा रेड्डी यांचे एक निरीक्षण पाहिले आहेच. त्याबद्दल ते म्हणतात, ''केवळ परीक्षेत जास्तीत जास्त गुण मिळवले म्हणजे काही तो उमेदवार चांगला प्रशासक ठरत नाही.'' हे अशा प्रकारचे विधान करून चाचणी परीक्षेबद्दल प्रश्न उभा करण्याचे तंत्र अशा न्यायाधीशांनी आपल्या निकालपत्रामध्ये नेहमी वापरलेले आहे. *सौरभ चौधरी विरुद्ध भारतीय संघराज्य* या खटल्याचे उदाहरण पहा :

> भारतीय राज्यघटनेच्या कलम १४ मध्ये गुणवत्तेचे सार म्हणजे काय असते ते नीट जतन करून ठेवलेले आहे. परंतु याचा अर्थ सर्व नागरिकांना व सर्व परिस्थितीत समानतेचे कलम लागू करावे का? आपल्या देशाने उत्कृष्टतेचे ध्येय गाठण्यासाठी धडपड करावी, हे खरे आहे. याचा अर्थ असा होईल की गुणवान विद्यार्थ्यांनी उच्च शिक्षण घेण्यासाठी नकार देऊ नये असाही होतो. यामुळे एक प्रश्न उपस्थित होतो. *विद्यार्थ्यांची गुणवत्ता कुणी ठरवायची आणि त्यासाठी कोणते मापदंड वापरायचे?* गुणवत्ता मापनाचे निर्विवाद निकष ठरवणे हे अत्यंत अवघड आहे. एखाद्या उमेदवाराचे एखाद्या परीक्षेतील यश किंवा अपयश पाहून, त्यातून त्या विद्यार्थ्याची गुणवत्ता जोखून, तो उमेदवार उत्कृष्टता साध्य करू शकेल की नाही हे ठामपणे ठरवता येईलच असे नाही. म्हणून मोठा प्रश्न असा आहे की समतोल साधण्याच्या तराजूचे पारडे कोठवर व किती हलवावे... (संदर्भ : *सौरभ चौधरी विरुद्ध भारतीय संघराज्य,* २००३, ११ SCC १४६ पान १६४, परिच्छेद ३८)

वरील मजकूर पहा. वापरले जाणारे निकष हे प्रत्यक्षात कोठवर विश्वासार्ह आहेत, याबद्दल नुसती शंका व्यक्त केली नाही, तर ती *शंका* म्हणजेच *निष्कर्ष* असे भासवून शेवटी न्यायालयाने तोच निष्कर्ष *ढोबळ पुराव्यावर आधारित* म्हणून वापरला आहे!

न्या. चिन्नाप्पा रेड्डी यांनी आपल्या एका निकालपत्रात एक वचन किंवा म्हण वापरली, त्यावर आधारित न्या. के. कुमारस्वामी यांनी एक मोठी इमारत रचली. त्यांच्या निकालपत्रातील, 'गुणवत्ता जोखण्यासाठी कारण अगदी जरुरीचे असण्याचे नाही' या अर्थाचे शब्दप्रयोग हे 'खरी गुणवत्ता' दर्शवितात. तर गुणवत्ता ठरविण्याची लोकप्रिय पद्धत ही कलुषित व तत्सम विचार यातून उगवलेली आहे, असे न्या. के. कुमारस्वामी म्हणतात. ते पुढे म्हणतात, ''मग प्रश्न असा आहे की :

'प्रशासनाची कार्यक्षमता' या शब्दप्रयोगाला काय अर्थ आहे? *डी.टी.सी. खटल्यामध्ये* (परिच्छेद २७५ मध्ये) असे आढळले आहे की, प्रतिकूल परिस्थितीतही जे काम करू शकतात, त्यांच्या बाबतीत कार्यक्षमता शब्द वापरला जातो. पण हा शब्द फसवा आहे व तो तुलनात्मकदृष्ट्या वापरला जातो. *जर एखाद्या वरिष्ठ अधिकाऱ्याला आपल्या हाताखालील एखाद्या खुशमस्कऱ्या पण भ्रष्ट कर्मचाऱ्याबद्दल ममत्व वाटत असेल तर तो अधिकारी त्या कर्मचाऱ्याचे सारे काही सहन करतो. मग तो त्याला कार्यक्षम ठरवतो, त्याची प्रशस्ती करतो. अशा वेळी त्या कर्मचाऱ्याची भ्रष्ट वागणूक कुठेही आड येत नाही. तसेच जेव्हा याच वरिष्ठ अधिकाऱ्याला हाताखालचा एखादा कर्मचारी कार्यतत्पर, एकनिष्ठ आणि प्रामाणिक असतो; परंतु तो सोयीचा वाटत नाही, तेव्हा त्याची आपल्या कार्यालयातून उचलबांगडी करण्यासाठी त्याचा गोपनीय अहवालात असे काही विरोधी ताशेरे ढोबळ शब्दात मांडून सूचित करतो की, 'ही व्यक्ती अपेक्षेएवढी कार्यक्षम नाही' (not up to the mark) किंवा, 'या व्यक्तीला अजून जनतेशी जमवून घेता येत नाही,' वगैरे वगैरे. कधी कधी तर 'ही व्यक्ती म्हणजे सरकारी सुरक्षिततेला एक जोखीम आहे,' असाही शेरा मारून त्याचा गोपनीय अहवाल तो वरिष्ठ अधिकारी खराब करतो. अशा रितीने त्या माणसाची कार्यनिष्ठा, प्रामाणिकपणा, नोकरीतील करिअर पार उद्ध्वस्त केले जाते. या संबंधात असलेली कोणत्याही प्रकारांची उदाहरणे अगदी विपुल आढळतील...''* (संदर्भ : *अशोककुमार गुप्ता विरुद्ध उत्तर प्रदेश,* १९९७, ५ SCC २०१, पान २३१, परिच्छेद ३४)

कोणत्याही मूल्यांकन अहवालावर किंवा गुणवत्ता अहवालावर शंका वाटावी असा शब्दांचा फुलोरा वापरला जातो. जर सर्वोच्च न्यायालयाकडून असे मूल्यांकन होत असेल तर जो अधिकारी कर्मचाऱ्यांचा गोपनीय अहवाल लिहून देतो त्याला आपण कोणाही खुशमस्कऱ्यामुळे विचलित झालेलो नाही, कोणीही भ्रष्टाचारी आढळले नाही, कोणाबद्दलही आपले मन कलुषित नाही किंवा कोणीही प्रामाणिक, कार्यनिष्ठा इत्यादी गुण असलेला कर्मचारी आपल्याला अडथळा वाटत नाही, वगैरे वगैरे लिहितो, त्या अधिकाऱ्यालाच हे सारे सिद्ध करून दाखवावे लागेल.

ज्या सरकारी अधिकाऱ्यांची जबाबदारी ही नोकरभरती करणे, उमेदवार पारखणे, आणि रिकामी सरकारी पदे भरणे अशी आहे, त्यांच्याबद्दल न्यायाधीश मंडळींच्या मनात काही कलुषित किंवा विकृत मते असावीत हे यावरून वाटते. सर्वोच्च न्यायालय म्हणते, ''ही एक सर्वांना ठाऊक असणारी बाब आहे की, नोकरभरती करताना दलित वर्गातील व जमातीमधील उमेदवारांची जी निवड आरक्षित जागांसाठी करायची असते ती निवड वास्तववादी नसते. या वर्गातील पात्र उमेदवार उपलब्ध असताना, बढत्यांसाठी उमेदवार उपलब्ध असतानाही असे ठरवले जाते की 'कोणीही

पात्र उमेदवार उपलब्ध नाही.' मग त्या राखीव जागा रिकाम्या सोडल्या जातात. तीन वर्षे त्या पुढच्या वर्षीच्या कोट्यामध्ये मिळवल्या जातात. मग तशा जागांची संख्या साठत साठत एकूण जागांपेक्षा ५० टक्के होते. किंवा ती निवड तीन वर्षांपेक्षाही अधिक पुढे गेल्यास सरकार त्या पदांवरचे आरक्षण काढून टाकते...'' (संदर्भ : *पोस्ट-ग्रॅज्युएट इन्स्टिट्यूशन ऑफ मेडिकल एज्युकेशन अँड रिसर्च विरुद्ध के. एल. नरहिंसन्*, १९७७, ६ SCC २८३, पान ३००, परिच्छेद १६)

म्हणून,

- सरकारी कारभाराच्या व्यवस्थेला गुणवत्ता नसते.
- गुणवत्ता व कार्यक्षमता यांच्या कल्पना म्हणजे 'आर्य संस्कृतीने लावलेला एक शोध आहे.' उच्चवर्गीयांचा प्रभाव कायम टिकवून धरण्यासाठी केलेली ती एक युक्ती आहे.
- ज्या उपायांनी व कार्यपद्धतींनी गुणवत्ता व कार्यक्षमता यांचे मापन केले जाते त्या असंबंधित असून बहुतेक वेळा त्या विकृती दर्शविण्यापर्यंत मजल मारतात.
- उमेदवारांची पात्रता तपासणारे अधिकारी हे कलुषित मते झालेले असतात, असे अधिकारी आपल्या हाताखालील प्रामाणिक पण गैरसोयीचे वाटणाऱ्या कर्मचाऱ्यांना वर येऊ देत नाहीत. कारण ते कर्मचारी त्या अधिकाऱ्यांच्या चुकीच्या कामात त्यांना साथ देत नाहीत.

असे असेल, तर मग कोण कार्यक्षम राहील? खरोखर, अशा परिस्थितीत जर कोणी कार्यक्षम राहत असेल तर तोच सरकारी व्यवस्थेचे एक कार्यक्षम हत्यार आहे... अशी व्यवस्था उलथून पाडली पाहिजे. सर्वोच्च न्यायालयाचे न्यायाधीश म्हणतात की अशा शोषण करणाऱ्या व्यवस्थेचे गुलाम कशासाठी व्हावे?

हे, किंवा अन्य

१३

नोकरभरतीमध्ये मागासवर्गीयांना जागा देण्यावर एक व्याख्यान

सरकारी नोकरीत मागासवर्गीयांची भरती करताना आणि कालांतराने त्यांना बढत्या देताना त्यांच्यासाठी अनेक मापदंड सैल करण्यात आले. एकेक निकष पातळ होत गेला. अन् हे करताना सतत असे बोलले गेले की, यामुळे प्रशासनाच्या कार्यक्षमतेवरती काहीही परिणाम होणार नाही! एका पार्लमेंटरी कमिटीने कोणते निकष, मापदंड किती सैल करायचे याची यादीच करून दिली.

एखाद्या जागेसाठी असलेली कमाल वयोमर्यादा ही आणखी पाच वर्षांनी वाढवून देण्यात आली.

जिथे कामाच्या अनुभवाची अट घातली असेल त्यातही बरीच सवलत देण्यात आली.

एखाद्या पदासाठी थेट भरती करताना आवश्यक असलेले पात्रतेचे निकषही सैल करण्यात आले.

जिथे निवड करताना (non-selection method) आपोआप बढती होऊ शकते, तिथे बढतीसाठी पुरेशा संख्येने उमेदवार उपलब्ध नसतील तर अनुसूचित जाती व जमातीमधील पात्र उमेदवारांना बढती दिली तरी चालेल. "सेवाज्येष्ठता क्रमाच्या यादीत पार तळापर्यंत जाऊन आरक्षित जागा भरेपर्यंत हे करावे." असे सांगण्यात आले.

जिथे निवड पद्धतीनुसार (selection method) बढती देता येते तिथल्या जागा नेहमीपेक्षा (normal zone) पाचपट वाढवाव्यात आणि भराव्या. त्यामुळे नेहमी अनुसूचित जाती व जमाती यांच्यामधून बढतीसाठी पुरेसे पात्र उमेदवार मिळत नसल्याने त्यांची जी संख्या कमी पडत असे, तसे आता होणार नाही.

थेट भरती करताना अनुसूचित जाती व जमातीच्या उमेदवारांच्या मुलाखती या वेगळ्या घ्याव्यात. परिणामी त्या उमेदवारांचे मूल्यमापन होताना अन्य अनारक्षित उमेदवारांच्या गुणवत्तेचे प्रभाव पडणार नाहीत.

जिथे मर्यादित स्वरूपात खात्याच्या स्पर्धा-परीक्षा बढत्यांसाठी घ्यायच्या असतील, तिथे परीक्षेत उत्तीर्ण होण्यासाठी आवश्यक गुणांची मर्यादा ही मागासवर्गीयांसाठी सैल करावी.

जिथे कुठे बढत्यांसाठी परीक्षा घेण्याचे ठरवले जाईल तिथेही मागासवर्गीयांसाठी आवश्यक मर्यादा सैल कराव्यात. यासाठी समितीने जो मजकूर तयार केला त्यामध्ये पुढील वाक्य आहे : ''परीक्षेत उत्तीर्ण होण्यासाठी जी सर्वसाधारण पातळी अथवा मर्यादा ठरवली जाईल, ती मर्यादा अनुसूचित जाती व जमातीच्या उमेदवारांसाठी सैल करावी. मात्र ते उमेदवार नोकरीसाठी अयोग्य (unfit) असता कामा नये.'' (सवलतींची ही यादी पाहायची असेल तर एक उदाहरण पहा. राज्यसभा, डिपार्टमेंट रिलेटेड पार्लमेंटरी स्टँडिंग कमिटी ऑन होम अफेअर्स, राज्यघटनेवरील ६६ वा अहवाल– ६८ वी दुरुस्ती– यावरील कायद्याचा प्रस्ताव २८ जुलै २०००, राज्यसभा सेक्रेटरिएट, पाने ५, ६, ३३, ३४)

अशी ही पार्लमेंटरी कमिटीने केलेली एक ठराविक यादी आहे. जेव्हा जेव्हा प्रभावी व संघटित अशा आरक्षणवादी किंवा मागसवर्गीय जातींची मनधरणी करणे राजकीय वर्गाला भाग पडते, तेव्हा ते मागासवर्गीयांसाठी असलेल्या अटी आणखी सैल करून ठेवतात. 'प्रभावी व संघटित आरक्षणवादी' म्हणजे नोकरीतील मागासवर्गीय कर्मचाऱ्यांची संघटना आणि नोकरीबाहेरील मागासवर्गीयांच्या संघटना. अशा रितीने बढत्या दिल्या गेलेल्या मागासवर्गीय कर्मचाऱ्यांची संख्या ही ४० टक्के आहे तर अन्य सर्वसाधारण कर्मचाऱ्यांची संख्या ६० टक्के आहे. मागासवर्गीयांची टक्केवारी आणखी वाढविण्यासाठी, सिलेक्शन पोस्टमध्ये त्यांची संख्या वाढवण्यासाठी आणखी मागण्या केल्या. त्यासाठी एक योजना आखण्यात आली. त्या योजनेला The best among failures scheme असे म्हटले जाऊ लागले. या योजनेनुसार जर एखाद्या मागासवर्गीय उमेदवाराला २० टक्क्यांपेक्षा जास्त गुण मिळाले नसतील तरीही त्याला वरच्या पदावर (higher selection post वर) बढती दिली जाईल. बढती देताना एक नावापुरती अट घातली जाते. ती अट अशी : निवड केलेल्या उमेदवाराला बढतीच्या पदासाठी अनुभव देणारे सहा महिन्यांचे प्रशिक्षण दिले जाईल. जेव्हा तो ते प्रशिक्षण आत्मसात करेल त्यानंतर त्याची बढती नोकरीत ग्राह्य धरली जाईल. आणखीही एक सवलत मागासवर्गीय उमेदवाराला दिली आहे. बढतीसाठी निवड होण्याआधीही तो उमेदवार ते प्रशिक्षण घेऊ शकतो.

अशी ज्या सवलतींची यादी आहे, यासाठी असलेला आत्ताचा नियम असा आहे की, ''जर तो उमेदवार नोकरीसाठी अयोग्य (unfit) नसेल तर'' त्या मागासवर्गीय उमेदवाराला बढती दिलीच पाहिजे. थोडक्यात, ज्या उमेदवाराविरुद्ध त्याच्या रेकॉर्डमध्ये जोपर्यंत असा शेरा मारला जात नाही तोपर्यंत त्याला बढत्या मिळत

राहणार. पण सध्याच्या वातावरणात कोणता अधिकारी असा शेरा मारण्यास धजाविल? जो कोणी असा शेरा मारेल त्यालाच त्यासाठी जबाबदार धरला जाईल. ज्याच्याविरुद्ध शेरा मारला त्याला काहीही विचारले जाणार नाही. त्या अधिकाऱ्याला आपण मारलेला शेरा कसा बरोबर आहे हे सिद्ध करावे लागेल. तसेच मागासवर्गीयांबद्दल आपले मत कलुषित नाही, हेही त्यालाच सिद्ध करावे लागणार.

तर अशा ह्या सवलती आहेत. त्यांची संख्या व त्यांची व्याप्ती यांची कल्पना त्या सवलतींची नावे पाहिली तरी कळून येईल. ती नावे अशी : *अनुभवांमध्ये सवलत, मापदंडांमध्ये सवलत, पात्रता गुणांमध्ये सवलत, पात्रतेच्या परीक्षांमध्ये सवलत, मूल्यमापन करण्याच्या मापदंडांमध्ये सवलत.* अशा नावांमुळे सारे काही लक्षात येईल. या गोष्टी जर राबवल्या तर प्रशासनाची कार्यक्षमता घसरेल याची शंकाच उरत नाही.

राज्यघटनेतील कलम ३३५ची आज्ञा आणि ज्या निकालपत्रात कलम १६(४)नुसार सवलती द्यायचा उल्लेख आहे, त्या सवलती ३३५ला धरून असल्या पाहिजेत. तसेच न्यायालयाच्या ज्या निकालपत्रात वेळोवेळी सरकारी प्रशासनाला सर्वोच्च महत्त्वाचे मानले आहे, ती निकालपत्रे वगैरे सर्व पाहता सर्वोच्च न्यायालयाने जाहीर केले की अशा सवलतींना परवानगी देणे शक्य नाही.

इंद्र सहानी खटल्यात नऊ न्यायाधीशांच्या पीठाने वर म्हटल्याप्रमाणे त्या सवलतींना १९९२ मध्ये सपशेल नकार दिला.

एस. विनोदकुमार खटल्यात दोन न्यायाधीशांच्या पीठाने हाच निकाल परत एकदा दिला. त्या वेळी पीठाने आपल्या निकालपत्रात स्पष्ट केले की, बढत्यांमधल्या आरक्षणाला जे पाच वर्षांचे संरक्षण दिले आहे त्यांनाही त्या सवलती लागू होत नाहीत.

नंतर तीन वर्षांनी, म्हणजे १९९९ मध्ये पाच न्यायाधीशांच्या पीठाने *अजित सिंग विरुद्ध पंजाब राज्य* या खटल्यात तेच परत ठासून सांगितले की, अशी सवलत कायद्याला मंजूर नाही. त्यांनी वरती असेही म्हटले की, ''राज्यघटनेतील तरतुदींचा अर्थ अशा पद्धतीने काढला पाहिजे की सर्व कर्मचाऱ्यांमध्ये, अगदी आरक्षित प्रकारामध्येही स्पर्धेची भावना वाढली पाहिजे.''

एक कायद्याचा सल्ला

वरील प्रत्येक निकालपत्रामुळे राजकीय वर्गाचा आरडाओरडा अधिकाधिक कर्कश स्वरूपात होत गेला. न्यायालयीन निकालपत्रानुसार जी कारवाई करण्याचे हुकूम दिले गेले ते मागे घेण्याचे वचन सरकारने दिले. मग आपल्या सर्वोच्च कायदेतज्ज्ञाचे मत सरकारने घेतले. त्या मतानुसार न्यायालयाच्या निकालाकडे लक्ष द्यावे आणि ते बंधनकारक मानावे असा सल्ला सरकारला मिळाला. अन् इतकेही करून आरक्षणाच्या

सवलती वगैरे जर राबवायच्या असतील तर ते घटनाविरोधी ठरेल, म्हणून आधी राज्यघटनेत पाहिजे ती दुरुस्ती करावी व मगच पुढचे पाऊल टाकावे. परंतु त्या दुरुस्तीलासुद्धा न्यायालयात आव्हान मिळू शकते. त्याऐवजी सरळ सरकारनेच न्यायालयात जाऊन सनदशीर मार्गाने आपले इप्सित साध्य करावे. असा तो सल्ला होता :

> राज्यघटनेमध्ये कधी दुरुस्ती करता येते? तर कलम १६ साठी एखादी अट (proviso) घालून किंवा त्याला उपकलम जोडून नव्हे, तर कलम ३३५मध्ये एखादी अट घालून. यामुळे राज्यघटनेची मूलभूत रचना असलेल्या समानतेच्या हक्काला कोणत्याही प्रकारे बाधा आणणारा परिणाम घटनादुरुस्तीमुळे होत नाही. आणि प्रशासनाची कार्यक्षमता टिकवून धरण्याच्या कलमामध्ये योग्य प्रकारे दुरुस्ती करता येते. असे केल्याने कोणत्याही प्रकारे राज्यघटनेच्या मूलभूत रचनेची मोडतोड होत नाही किंवा ती रचना नष्ट होत नाही. (संदर्भ : Departmental Related Parliamentary Standing Committee on Home Affairs, 66th Report on the Constitution (88th Amendment) Bill, op.cit., Page 10)

वरील मजकुरातील खुबी फक्त कायदेतज्ज्ञ, वकील मंडळी व न्यायाधीश यांनाच समजू शकेल, असे मी धरून चालतो. जेव्हा कलम १६ मध्ये काही बदल वा दुरुस्ती केली जाते, तेव्हाच राज्यघटनेच्या रचनेला बाधा पोचते. पण कलम ३३५ मध्ये दुरुस्ती केल्यास मात्र तशी बाधा पोचत नाही!

त्या ३३५ कलमात कोणती अट (proviso) दुरुस्ती म्हणून घालायची त्याचाही मसुदा त्या कायद्याच्या सल्ल्यात सुचवला होता. राजकारण्यांनी तो मसुदा बराच विस्तारून अधिक समावेशक असा केला. मग राज्यघटनेत ८२वी दुरुस्ती झाली.

कलम ३३५ हे आता त्यात दुरुस्ती केल्यामुळे खालीलप्रमाणे सौम्य झाले आहे.

> (या कलमानुसार) अशी मुभा दिली जाते आहे की अनुसूचित जाती व जमाती यांमधील उमेदवारांना राज्य सरकारच्या व केंद्र सरकारच्या नोकरीतील वर्गासाठी, पदांसाठी बढती घेताना लागणाऱ्या *कोणत्याही परीक्षेत आवश्यक असणाऱ्या गुणांची मर्यादा शिथिल करता येईल किंवा मूल्यांकन करताना लागणारे मापदंड खाली आणता येतील.*

थोडक्यात, नोकरीतील कोणत्याही बढतीसाठी वा पदासाठी उत्तीर्ण होण्यासाठी लागणाऱ्या गुणांची मर्यादा, मूल्यांकनांचे मापदंड हे शिथिल करता येतील. परंतु आदर्श तत्त्व तर असे सांगते की, *प्रशासनाच्या कार्यक्षमतेला सर्वोच्च प्राधान्य* दिले पाहिजे. आणि मग पंतप्रधान हे प्रशासकीय सुधारणांच्या योजना जाहीर करू लागतात!!

आणखी एक तटबंदी उडवली

अजून एक छोटी गोष्ट घडायची होती. ती अशी : *आर.के. सबरवाल विरुद्ध पंजाब राज्य* हा खटला पहा. आरक्षणाच्या संदर्भात असलेल्या अशा अन्य खटल्यांसारखाच हा खटला. हा खटला अटीतटीने लढवला गेला होता. या खटल्यातील न्यायाधीशांच्या कॉन्स्टिट्यूशन पीठाचे मत असे पडले की, रोस्टर पद्धतीनुसार अनुसूचित जाती व जमातींच्या उमेदवारांना वेगाने बढत्या मिळत असताना ते त्यांच्यापेक्षा सेवाज्येष्ठता जास्त असलेल्या सहकाऱ्यांना ओलांडून जाऊ शकत नाहीत. दुसऱ्या शब्दात सांगायचे झाल्यास, जर रोस्टर पद्धतीनुसार उमेदवाराने आपल्यापेक्षा जास्त सेवाज्येष्ठता असलेल्या 'य' उमेदवाराला (समजा तीन वर्षाने) त्याची बढतीची वेळ झालेली असतानाही ओलांडले तर? जेव्हा 'य' उमेदवाराला (तीन वर्षांनी) बढती मिळाली तर त्याची ३ वर्षांची सेवाज्येष्ठता त्याला पुन्हा मिळेल. हा मुद्दा नोकरीतील अनेक ठिकाणी अत्यंत निर्णायक ठरत होता. रोस्टर पद्धतीमुळे 'क्ष' उमेदवाराने 'य' उमेदवाराला ओलांडले तर नंतर 'य'ला बढती मिळवून त्याला त्याच पदाच्या पातळीवर गाठले, तर 'क्ष' म्हणजे मी 'य'पेक्षा या पदावर आता जास्त काळ असल्याने येथून पुढे सेवाज्येष्ठता क्रमात (सिनिऑरिटीत), मीच पुढे असणार. मग कालांतराने आणखी वरच्या पदावर बढती देण्याची वेळ आली की कोणास पसंती दिली जाईल? 'क्ष'ला की, 'य'ला? सरकारी सेवेतील 'जनरल' प्रकारातील पदे ही अनुसूचित जाती व जमाती यांच्यासाठी आरक्षित ठेवलेली नाहीत. पण अशा नियमांच्या चमत्कारिक रचनेमुळे अनुसूचित जाती व जमातींना त्याही जनरल प्रकारात सहज प्राधान्य मिळून जाते. त्यांचाही तेथे हक्क पोचतो. जनरल प्रकारात बढती ही फक्त गुणवत्ता व सेवाज्येष्ठता यांच्या आधारे असायला हवी. परंतु सर्वोच्च न्यायालयाचे मत असे पडले की, प्राधान्यक्रम राबवायचा असेल तर जनरल प्रकारातील पदांसाठी अनुसूचित जाती व जमातींचे उमेदवार हे पात्र ठरू शकतात. यामुळे परिणामस्वरूपी या उमेदवारांना आपोआपच सेवाज्येष्ठता मिळते. अशा रितीने उलट क्रमाने भेदभाव निर्माण होतो.

काही वेळाने सर्वोच्च न्यायालयाने ही आपोआप मिळणारी 'परिणामस्वरूपी सेवाज्येष्ठता' राज्यघटनेचा भंग करणारी आहे, असे म्हणून ती रद्द करून टाकली.

बढत्यांमध्येही आरक्षण ठेवल्याने रोस्टर पद्धत इत्यादींमुळे अनेकांनी उड्या मारत मारत इतरांना मागे टाकीत वरची पदे मिळवली असली तरी ज्यांना 'जनरल' प्रकारात मागे टाकले, त्यांच्यापेक्षा जास्त सेवाज्येष्ठता मिळणार नाही, असे न्यायालयाने बजावले. कारण रोस्टर पद्धत, बढत्यांतही आरक्षण इत्यादींमुळे 'जनरल' प्रकारातील जास्त सेवाज्येष्ठता असलेल्या 'य' अधिकाऱ्याला ओलांडून 'क्ष' जाईल आणि त्याला पुढची आणखी वरची ग्रेडही मिळेल. परंतु जेव्हा एरवीच्या पद्धती पार करून 'क्ष'पेक्षा अधिक सिनियर असलेल्या 'य'ला वरचे पद व वरची ग्रेड मिळेल, तेव्हा त्यानंतर काय होईल? त्यानंतर हे दोघे 'क्ष' आणि 'य' आणखी वरच्या पदांसाठी बढतीला लायक ठरतील तेव्हा 'य'ची सेवाज्येष्ठता किंवा सिनिऑरिटी जास्त ठरेल. अन् मग काय घडेल?

तेव्हा अशा कारणांमुळे जे अनेक दावे निर्माण झाले, (उदाहरणार्थ : *वीरपाल सिंग चौहान* खटला) त्यामुळे न्यायालयाने असे म्हटले, "आरक्षण लाभार्थी उमेदवार आणि 'जनरल' प्रकारातील उमेदवार या दोघांमधील सेवाज्येष्ठतेचा प्रश्न निर्माण होईल तेव्हा तो त्यांच्या 'पॅनेल पोझिशन' वरून सोडवावा. म्हणजे खालच्या पातळीवर असताना दोघांपैकी कोणाची सेवाज्येष्ठता जास्त आहे ते पहावे. *आरक्षणाच्या निकालामुळे वेगाने बढती होऊ शकते, पण त्यामुळे 'परिणामस्वरूपी सेवाज्येष्ठता' मिळू शकत नाही.*"

म्हणून जर अनुसूचित जाती व जमातीच्या उमेदवाराला रोस्टरमुळे सेवाज्येष्ठता मिळाली असेल तर,

> जेव्हा एखाद्या आणखी वरच्या श्रेणीतील पद अनुसूचित जाती व जमातींच्या उमेदवारांसाठी आरक्षित असेल तेव्हा तशा उमेदवाराला प्रथम त्या पदासाठी बढती दिली जाईल. पण जेव्हा 'जनरल' प्रकारातील आणखी वरच्या श्रेणीतील पदावर भरती करायची असेल, तेव्हा 'जनरल' प्रकारातील उमेदवाराचा विचार केला जाईल. हा उमेदवार जरी उशिराने बढती घेत येथवर पोचला असला तरी त्याची एकूण सेवाज्येष्ठता विचारात घेऊन त्याचाच बढतीसाठी प्रथम विचार करावा. अर्थातच त्या वेळी सेवाज्येष्ठता व गुणवत्ता (seniority-cum-merit) किंवा गुणवत्ता व सेवाज्येष्ठता ही तत्त्वे लक्षात घ्यावीत.

याखेरीज अन्य काही शब्दरचना केली तर त्यामुळे कलम १४ व १६(१) यांचा भंग झाला असता. वरील नियम डावलल्याचे जे परिणाम होतील त्याकडेही न्यायालयाने लक्ष वेधत म्हटले,

जर हा नियम व तो पाळण्याच्या अटी यांकडे दुर्लक्ष केले, तर एक वेळ अशी येईल की, उच्च श्रेणीतील बहुतेक पदे अशा व्यक्तींकडे जातील ज्यांची नोकरीतील भरती मुळातच आरक्षणाच्या माध्यमातून आणि रोस्टरमधून झालेली असून ते 'जनरल' प्रकारातील बढतीसाठी असलेल्या उमेदवारांना केवळ यामुळे भराभर ओलांडून वर चढलेले असतील. ही गोष्ट राज्यघटनेचे कलम १६(४) किंवा कलम ३३५ यांना धरून असणार नाही. (संदर्भ : *अजितसिंग जनुजा विरुद्ध पंजाब राज्य*, १९९६, २ SCC ७१५, पान ७३५ परिच्छेद १६, तसेच, *आर.के सबरवाल विरुद्ध पंजाब राज्य*, १९९५, २ SCC ७४५; आणि *भारतीय संघराज्य विरुद्ध वीरपालसिंग चौहान*, १९९५,६ SCC ६४८)

अजितसिंग विरुद्ध पंजाब राज्य या खटल्यात सर्वोच्च न्यायालयाच्या घटनापीठाने या संदर्भातील कायद्याचा अर्थ एवढ्या स्पष्टपणे सांगितला आहे की, त्याबाबत कोणताही संदेह किंवा शंका न उरावी. (संदर्भ : १९९९ चा ७ SCC पान २०९) अन् तसाच निर्णय *रामप्रसाद विरुद्ध डी.के. विजय* याही खटल्यात दिला आहे. (संदर्भ : १९९९ चा ७ SCC पान २५१) यानंतर पुन्हा एकदा *जतिंदर पाल सिंग विरुद्ध पंजाब राज्य* याही खटल्यात तसाच निर्णय दिला गेला. (संदर्भ : १९९९ चा ७ SCC पान २५७) आणखी पुन्हा एकदा *सुबेसिंग बहमनी विरुद्ध हरियाणा राज्य* या खटल्यात तसाच निर्णय दिला. (संदर्भ : १९९९ चा ८ SCC पान २१३)

तरीही अनेक राज्य सरकारे कोणतीही भीती न बाळगता बेपर्वाईने सर्वोच्च न्यायालयाच्या निकालांकडे दुर्लक्ष करीत होती. मग साहजिकच हा प्रश्न पुन्हा २००० मध्ये सर्वोच्च न्यायालयाकडे आला. पुन्हा एकदा सर्वोच्च न्यायालयाने नि:संदेहपणे निकाल दिला. सेवाज्येष्ठता आणि त्यासह भरभर दिल्या जाणाऱ्या बढत्या ही गोष्ट राज्यघटनेचा भंग करणारी आहे. खरोखर, एवढ्या थराला जाऊन 'जनरल' प्रकारातील कर्मचाऱ्यांच्या समानतेचा हक्क हिसकावून घेतला जावा आणि त्यामुळे राज्यघटनेच्या मूलभूत रचनेलाच धक्का दिला जावा हेच धक्कादायक आहे!

एम.जी. बडप्पाननवार विरुद्ध कर्नाटक राज्य या खटल्यात (संदर्भ : २००१चा २ SCC पान ६६६) सर्वोच्च न्यायालयाने याआधी दिलेल्या सर्व निकालांची आठवण सांगत आरक्षण लाभार्थींसाठी, इतरांच्या सेवाज्येष्ठतेवर मात करणारे नियम व योजना रद्दबातल ठरवल्या. याबाबत सर्वोच्च न्यायालय म्हणाले, "रोस्टर पद्धतीमुळे होणारी बढती... ही फक्त मागासवर्गीयांचे प्रतिनिधित्व सर्व पातळीवर व्हावे एवढ्याच मर्यादित उद्दिष्टांसाठी आहे. नेहमीच्या पद्धतीतून न जाता, म्हणजे

जिथे सेवाज्येष्ठता पाहिली जाते किंवा एखादी निवड पद्धत असते, तेव्हा जर नियमांचा वेगळा अर्थ लावून आरक्षण लाभार्थींना सेवाज्येष्ठताही बहाल केली जात असेल, तर ते नियम... राज्यघटनेच्या कलम १४ व कलम १६ यांवर अतिक्रमण करणारे आहेत. या ठिकाणी कलम १६(४अ) हेही मदतीला येऊ शकत नाही. अशी सेवाज्येष्ठता जर बहाल केली गेली तर त्याचा अर्थ असमान व्यक्तींना समानतेची वागणूक, किंवा समानतेपेक्षाही जादा वागणूक दिल्यासारखे होईल.'' (such seniority if given, would amount to treating unquals equally, rateher, more than equals.) (संदर्भ : *एम. जी. बडप्पाननवार विरुद्ध कर्नाटक राज्य,* २००१, SCC ६६६ पान ६७२, परिच्छेद १२)

> भारताच्या राज्यघटनेचे 'समानता' हे मूल वैशिष्ट्य आहे आणि समान व्यक्तींना असमान वागणूक देणे म्हणजे भारताच्या राज्यघटनेच्या *मूलभूत रचनेवर* घाव घालण्यासारखे आहे. (तिरपी अक्षरे मूळचीच) आमच्या मते हे आणखी एक कारण असल्याने जे रोस्टर पद्धतीचा लाभ घेतात, त्यांना सेवाज्येष्ठता देता येत नाही. म्हणून जर तशी सेवाज्येष्ठता बहाल केली तर त्यामुळे समानतेच्या तत्त्वाचा भंग केला जाईल. राज्यघटनेचा जो मूळचा ढाचा आहे त्याचा 'समानता' हा एक भाग आहे. म्हणून कलम १६(४अ) हे आरक्षण लाभार्थी उमेदवारांच्या मदतीस येऊ शकत नाही. भारताच्या राज्यघटनेची ही कायदेशीर स्थिती आहे. (यापूर्वीचाच संदर्भ : पाने ६७२ व ६७३, परिच्छेद १३)

सर्वोच्च न्यायालयाने निकालात असेही म्हटले की, 'जनरल' प्रकारातील अधिकाऱ्यांच्या रास्त बढत्या हिसकावण्यात आल्यामुळे त्यांच्यावरती अन्याय झाला आहे. दरम्यानच्या काळात हे अधिकारी सेवानिवृत्त झाले. ती राज्यघटनाविरोधी योजना राबवली गेली नसती तर ''त्यांना नाकारलेले सर्व लाभ त्यांना मिळाले असते.''

इंद्र सहानी खटल्यात यामागची कारणे न्यायालयाने विस्तृतपणे विशद करून सांगितली. या खटल्यात न्यायालयाने ठासून म्हटले की, यामागची तर्कावर आधारलेली उपपत्ती किंवा विचार (rationale) असा आहे की, असमान मानल्या जाणाऱ्यांना इतरांसारखे वागवता कामा नये आणि मागासवर्गीयांना पुढारलेल्यांसारखे कसलेही लाभ मिळत नव्हते. शतकानुशतके ही माणसे दडपली गेली होती.

> पुढारलेले व मागासलेले, म्हणजे लाभ घेणारे व लाभ न घेणारे, हे दोघेही आता एकाच प्रवाहात आले असल्याने भूतकाळातील अन्याय आता दूर

होत आहेत. नोकरीतील सेवाकाल, नोकरीतील एखाद्या प्रकारातील सेवाज्येष्ठता, अचूकपणे सांगायचे झाल्यास उच्चवर्गीय अथवा पुढारलेला वर्ग अस्तित्वात असणे हा काही भूतकाळातील अन्यायाचा परिणाम नाही किंवा या वर्गाच्या पूर्वजांनी मागासवर्गीयांबद्दल केलेल्या भेदभावाचा परिणाम नाही. नोकरीतील एखाद्या कर्मचाऱ्याने वर्षानुवर्षे नोकरीत आपल्या परीने सरकारची सेवा केल्याचा हा परिणाम आहे. त्याच्या ह्या सेवेच्या फळात कसलीही कपात पुन्हा एकदा 'भेदभावाचे बळी' घेऊन करता येणार नाही.

तात्त्विक पातळीवर अनेकांनी समानतेचा पुरस्कार केला आहे किंवा न्यायालयांकडून ही असमानता दूर करण्यासाठी त्यांनी 'सर्व बाबतीत समानता ही समान परिस्थितीत राबवणे' हे धोरण वापरले. पण एकदा का 'काही जणांना समान वागणूक देण्यासाठी त्यांना आपण वेगळ्या रितीने वागवले पाहिजे' हे धोरण अमलात आणले आणि लाभ मिळालेले व लाभ न मिळालेले असे दोन वर्ग आपण समान करून त्यांना एकाच वर्गात आणले, तर पूर्वी झालेल्या भेदभावाच्या पायावर आपण एके काळी दडपले त्यांना आता आणखी फायदे देऊ लागलो तर समान लोकांना असमान वागणूक दिल्यासारखे होईल. यामुळे भूतकाळातील भेदभावनीतीचे परिणाम पुसले न जाता ते कायम केले जातील. (संदर्भ : *इंद्र सहानी विरुद्ध भारतीय संघराज्य* खटला, १९२२, Supp. (3) SCC २१७, पान ६२४, परिच्छेद ६२३ व ६२४)

थोडक्यात, सर्वोच्च न्यायालयाने पुन्हा एकदा या संदर्भातील कायदा हा निःसंदिग्धपणे व वारंवार सांगितला.

न्यायसंस्थेकडून हा शेवटचा बंधारा वाचवण्याचा प्रयत्न झाला. मग राजकारणी एक्झिक्युटिव्ह मंडळी घटनादुरुस्तीसाठी पुढे सरसावली. त्यांना हे न्यायालयाचे निकाल उलटवून लावायचे होते. मग लोकसभेत ८५ वी घटनादुरुस्ती मंजूर केली गेली. या आधी जी ७७ वी घटनादुरुस्ती झाली होती तिला फार काळ लोटला नव्हता. त्यानुसार कलम १६(४अ) हे अस्तित्वात आले. तेच कलम आता हवे तसे सुधारून येथून पुढे असे झाले आहे.

अनुसूचित जाती व जमातींचे पुरेसे प्रतिनिधित्व सरकारी सेवेत अद्याप नाही, असे राज्य सरकारांचे मत असल्याने त्या अनुसूचित जातीजमातींना सरकारी नोकरीतील कोणत्याही पातळीवर अथवा श्रेणीत *परिणामस्वरूपी सेवाज्येष्ठतेसह* आरक्षण ठेवण्यासाठी तरतुदी करायच्या असतील तर या

कलमानुसार तसे करण्यास कोणताही प्रतिबंध होणार नाही.

याचा परिणाम असा झाला की ज्यांना रोस्टर पद्धतीमुळे भराभर बढत्या मिळत जातील, त्यांचा आणखी वरच्या श्रेणीतील पदांवरती आधीच अग्रहक्क पोहोचेल, मग भले ती पदे अनारक्षित किंवा 'जनरल' प्रकारातील असोत.

सुटकेसाठी श्रद्धेची मदत

ज्यांची गुणवत्ता पात्रतेच्या मर्यादेपेक्षा कमी आहे त्यांना वरच्या पदांवर ढकलले तर काय परिणाम होतील? ते परिणाम व्यक्तींवर होतील व नोकरीतील मापदंडांवरतीही होतील. तसेच आता वेगळा उपक्रम झाल्यामुळे मूल्ये व दृष्टिकोन बदलतील. त्यामुळे ज्यांच्यासाठी हे सारे घडवले आहे त्यांना इंधन पुरवल्यासारखे होईल. परिणामी सरकारी नोकऱ्यांमध्ये सर्वत्र कामाची गुणवत्ता, शिक्षणसंस्थांमधील विद्यार्थ्यांची गुणवत्ता ही एरवीच्या खालावण्यापेक्षाही अधिक खालावत जाईल. असा हा परिणाम दुप्पट होत जाईल हे ओळखणे अगदीच सोपे आहे. अन् हा मुद्दा पुरोगामी न्यायाधीश मंडळीही बोलून मान्य करतात. परंतु ते असे काही होणार नाही याबद्दल आशावादी आहेत, त्यावर त्यांची श्रद्धा आहे. त्यामुळे ते असे म्हणतात की, ज्या उमेदवाराला आरक्षणाच्या मार्गाने नोकरीत घेतले आहे तो सरतेशेवटी अशा सुरुवातीच्या अडथळ्यांवर मात करील.

अन् मग अनेक वेळा केल्याप्रमाणे ते शेवटी नाकारण्याच्या विधानाकडे मदतीसाठी धाव घेतात. अन् हा अगदी साधासोपा मार्ग ते चोखळतात. मग ते जाहीरपणे म्हणतात की, प्रसंगानुसार उचित असल्याने गुणवत्ता नसलेल्या उमेदवारांना वरच्या पदांवर ठरवून दिल्याप्रमाणे नेऊन ठेवले की कार्यक्षमतेवर परिणाम होईल, हा एक निराधार तर्क आहे. आपल्या निकालपत्रात शेवटी सर्वोच्च न्यायालयाचे एक पीठ पूर्वीच्या दोन न्यायाधीशांच्या निकालावर एक उपदेश सांगू लागतात. ते आपल्याला आठवण करून देतात की, "एखादी गोष्ट सिद्ध करायची असेल तर पुरावे आणि परिस्थिती यांवर आधारित निष्कर्ष काढला जातो. या गोष्टी तर्क किंवा अंदाज यांपासून काळजीपूर्वक वेगळ्या करायला हव्यात. आपल्या मनाचा कल हा परिस्थितीशी जुळवून घेण्याचा असतो आणि तसे करताना थोडासा जोर लावून एकमेकांशी जुळणारे काही भाग तयार करून त्यातून एक चित्र बनवायचे असते." न्यायालयाचे विचार त्यांनीच केलेल्या नैतिक उपदेशाकडे नेणाऱ्या वाक्यातून खुद्द न्यायालये काय करतात हे अचूकपणे प्रकट झाले आहे ना?! तर ते न्यायालय पुढे सांगते, "ही जी समस्या आहे ती सिद्ध करण्यासाठी असा पुरावा हवा की त्यातून थेट किंवा परिस्थितीजन्य असा निष्कर्ष काढता येईल. जर काही प्रत्यक्ष अवलोकन

केलेल्या किंवा परिस्थितीजन्य घटना नसतील तर त्यातून काहीच निष्कर्ष काढता येणार नाही. काही वेळा अशा पुराव्यांमधून अन्य सत्ये बाहेर पडतात. ती सत्ये व्यावहारिक असतात. जणू काही कोणीतरी त्याचे थेट अवलोकन केलेले आहे असे वाटण्याइतपत ती तशी असतात. तर काही काही वेळा बाहेर काढलेले निष्कर्ष हे रास्त संभाव्यातेपलीकडे जाणारे नसतात. कधी कधी एखाद्या वादात ठामपणे सिद्ध केलेल्या घटना, गोष्टी या तोंडी, लेखी किंवा परिस्थितीजन्य स्वरूपात नसतील तर, निष्कर्ष काढण्याची पद्धत येथे लागू पडत नाही. मग शेवटी काय उरते? तर केवळ अंदाज व तर्क. म्हणून, एखाद्या वादग्रस्त वस्तुस्थितीमध्ये पुराव्याच्या आधारे काढलेला निष्कर्ष जरी ग्राह्य धरला, तरी काही ना काही ठोस पुरावे व परिस्थिती कागदोपत्री दिसायला हवेत. तरच त्यातून निष्कर्ष काढता येतील. जिथे अद्याप समस्या उद्भवल्या नाहीत, अन् म्हणून पुरावे व वस्तुस्थिती समोर नाही, तिथे 'बढत्यांमध्येही आरक्षण ठेवल्याने प्रशासनाची कार्यक्षमता घसरते' हा केवळ एक तर्क आहे, असेच म्हटले पाहिजे. कार्यक्षमतेची घसरण ही केवळ तर्कावर अथवा एखाद्या मतावर आधारित आहे. त्याला आधारासाठी कोणताही पुरावा नाही...''

एवढ्या या लांबलचक व कणभरही 'वस्तुस्थिती व पुरावा' नसलेल्या वक्तव्यानंतर सांगितले जाते की, अन् म्हणून आरक्षण हे समर्थनीय आहेत. ते नुसतेच नोकरीत शिरताना नव्हे तर बढत्यांमध्ये ही समर्थनीय आहेत (संदर्भ : *अशोककुमार गुप्ता विरुद्ध उत्तर प्रदेश राज्य,* १९९७, ५ SCC पान २०१)

न्यायमूर्ती महोदयांच्या तर्क, अंदाज, निष्कर्ष वगैरेवर दिलेल्या लांबलचक वक्तव्याची तुलना दुसऱ्या एका खटल्यात केल्यास खूपच विरोधाभास आढळेल. एकदा असे कळून आले की, लाभार्थी मागास गटातील काही विभाग हे आता पूर्वीपेक्षा बऱ्यापैकी वर आलेले आहेत आणि हीच मंडळी सर्व आरक्षित जागा व्यापून टाकीत आहेत. म्हणून आंध्र सरकारने एक हुकूमनामा काढून दलित जातींचे चार विभाग केले व प्रत्येक विभागाला विशिष्ट प्रमाणात ठराविक आरक्षित जागा वाटून दिल्या. सर्वोच्च न्यायालयाने आंध्र सरकारचा हा हुकूमनामा रद्दबातल ठरवला. न्यायालय म्हणाले की, ''इतर गोष्टींच्या समवेत त्या चार विभागांतील दोन विभाग किंवा पोटसमाज (रेली आणि आदिआंध्र) हे कसेबसे साक्षर झाले आहेत. या समाजातील फक्त २ टक्के लोक माध्यमिक शाळांमध्ये पोचलेले आहेत. यांच्यापैकी कोणीही इंजिनीअरींग अथवा अन्य व्यवसाांच्या महाविद्यालयात प्रवेश घेतला नाही.'' तसे घडवण्यासाठी काही उपाय केले, म्हणजे इंजिनीअरींगमध्ये प्रवेश घेताना आरक्षण ठेवले, तर त्या पोटसमाजाचा फायदा होईल काय? आपण कितीही 'आरक्षणमुळे प्रशासनाचा दर्जा घसरेल' या म्हणण्याकडे दुर्लक्ष केले तरीही त्या पोटसमाजाचा लाभ होईल असे नाही. न्यायालय पुढे म्हणते, ''वस्तुस्थिती स्पष्टपणे

असे दाखवून देते की इंजिनीअरींग, मेडिकल अथवा सरकारी नोकऱ्या यांमध्ये आरक्षण ठेवल्यामुळे समस्या सुटेलच असे नाही. कारण मूलभूत शिक्षण आधी न मिळाल्याने त्या पोटसमाजातील विद्यार्थी इंजिनीअरींग आदी महाविद्यालयांकडे कसे पोचतील. केवळ आरक्षण ठेवले की प्रश्न सुटतोच असे नाही. चतुर्थ श्रेणीतील पदे भरतानाही अशीच अडचण येते. कारण त्या पदांसाठी किमान मॅट्रिक झालेले असावे लागते. *तेव्हा अशा परिस्थितीत मागासवर्गीयांसाठी शिष्यवृत्ती ठेवणे, वसतिगृहात राहण्याची सोय करणे, खास शिकवण्या ठेवणे इत्यादी उपाय आवश्यक आहेत. म्हणजे मग ते पोटसमाज अनुसूचित जमातींच्या पातळीला येऊन पोचतील. (उदाहरणार्थ : माडिगा व माला हे पोटसमाज.)* या पोटसमाजातील मुले जोपर्यंत शिक्षित होत नाहीत तोपर्यंत शिक्षण व सरकारी नोकरी यांमध्ये त्यांच्यासाठी केलेल्या तरतुदी ह्या निष्फळ ठरतील किंवा त्या केवळ दंतकथेमध्येच राहतील. मग अशा तरतुदीमागचे हेतू इत्यादीवर टीकेची झोड उठू शकते. म्हणून तरतुदींचा लाभ हा अन्य प्रकारांकडे वळेल. आमच्या मते या संदर्भात राज्य सरकारने विधायक पावले टाकली पाहिजेत.'' (संदर्भ : *ई. व्ही. चिन्नय्या विरुद्ध आंध्र प्रदेश,* २००५, १ SCC ३९४ पान ४३५, परिच्छेद ११४) न्यायालयाचे हे अवलोकन आरक्षणाची भुरळ दाखवलेल्या अनेक समाजगटांना लागू पडते.

न्यायालयाला जी आशा वाटते आहे, त्यावरची श्रद्धा त्यांनी अचूकपणे व्यक्त केली नाही. त्याबद्दल त्यांनी एवढेच म्हटले आहे की, ''हे समाजगट अथवा पोटसमाज आपल्या सुरुवातीच्या अडचणींवरती सरतेशेवटी मात करतील.'' न्यायालयाने या संदर्भातील प्रचलित मतांपासून आपल्याला योग्य रितीने दूर ठेवले आणि ज्या समाजगटातील व्यक्तींना नोकऱ्या हव्या आहेत त्यांनी प्रथम त्यासाठी पूर्वतयारी केलीच पाहिजे व मगच आपल्यासाठी नोकरीत असलेल्या हक्कांवर दावा केला पाहिजे, अशा रितीने न्यायालयाने आपल्या मताचा पाया व्यक्त केला. ज्या व्यक्ती मेडिकल व इंजिनीअरींग महाविद्यालयात प्रवेश घेण्यासाठी धडपडत असतात, पण त्यासाठी त्यांची कमी पूर्वतयारी झालेली असते, त्यांच्यासाठी न्यायालयाचे हे वक्तव्य थोडेसे शब्द बदलून कसे चपखल लागू पडते ते पहा. या इथे सर्वोच्च न्यायालय स्पष्टपणे म्हणते की, प्रथम उमेदवाराने आपली पूर्वतयारी केलीच पाहिजे. थोडक्यात, इतके केल्यावर एकदा नोकरीत प्रवेश केल्यावर ते सुरुवातीच्या अडचणींवर मात करतील. पण एका प्रकारच्या उदाहरणांमध्ये असे घडले तरी दुसऱ्या प्रकारच्या उदाहरणांमध्ये तसे घडणार नाही!

नियमांना सोडून देण्याइतपत त्यांचे शिथिलीकरण

जेव्हा आपल्या कर्मचाऱ्यांचे मूल्यांकन सरकार करते तेव्हा जर मापदंड शिथिल

होतात, तर मग शिक्षण संस्थांमध्ये तसे का नसावे? जर मापदंड शिथिल होऊ शकतात, तर मग हे शिथिल करणे कोणत्याही कमाल मर्यादेपर्यंत जाऊ शकते. इतके की, तो मापदंड शेवटी रद्दच केला जाऊ शकतो. अन् नेमके तसेच घडलेले आहे.

१९६१ ते १९६५च्या दरम्यान न्यायालयांना नि:संशयपणे गुणवत्तेचे मापदंड शिथिल होऊ नये असे वाटत होते. याबद्दल सर्वोच्च न्यायालयाने *एम.आर. बालाजी* खटल्यात आपला आग्रह व्यक्त केला होता. मागास समाजात जागृती होत गेल्याने त्यांच्याकडून उच्च शिक्षणासाठीच्या मागण्या वाढत गेल्या, असे न्यायालयाने नमूद केले होते. पण त्याचबरोबर एक सावधगिरीचा इशाराही दिला होता : "दर वर्षी उच्च शिक्षणाची मागणी वाढत जात असल्याने ती पुरी करणे जरुरीचे आहे आणि त्या मागण्यांना वाट देण्यासाठी एखादा स्वतंत्र मार्ग शोधावा लागेल. परंतु त्याचबरोबर हेही खरे आहे की, उच्च शिक्षणाचे मापदंड हे कोणत्याही परिस्थितीत खाली आणता कामा नयेत... शिक्षणासाठीची मोठी मागणी पुरी करण्यासाठी असंख्य शिक्षणसंस्था उघडाव्या लागतील, व्यावसायिक शिक्षणाच्या शाळा काढाव्या लागतील आणि पॉलिटेक्निक्स सुरू करावी लागतील... परंतु आपल्या विद्यापीठांमधले सर्व प्रवेश हे समाजातील दुर्बल घटकांसाठी राखून ठेवले आणि गुणवत्ताप्राप्त व स्पर्धेसाठी सक्षम असलेल्या विद्यार्थ्यांना प्रवेशापासून दूर ठेवले, तर ते राष्ट्रीय हिताच्या विरुद्ध ठरेल. हीच गोष्ट युनिव्हर्सिटी एज्युकेशन आयोगानेही निरीक्षण करून सांगितली आहे. (त्या आयोगावरती डॉ. सर्वपल्ली राधाकृष्णन, डॉ. झाकीर हुसेन आणि अनेक नामवंत शिक्षणतज्ज्ञ होते.) आयोगाने असे म्हटले होते की, *'राजकीय बदलासारख्या उलथापालथी घडवून आणणारे जे खोलवर गेलेले मूलभूत प्रश्न आहेत, त्यांचे निराकरण हे विद्यापीठांमधील कार्याने होते. ही कार्ये ज्याला दिसत नाही तो खरोखरीच आंधळा आहे, असे म्हटले पाहिजे.'*

आपल्या व्यवस्थेकडून ठेवलेले आरक्षण हे कितपत यथायोग्य आहे, शिष्टसंमत ठरते आहे यांवर विचार करताना एक वास्तव मुद्दा आपण लक्षात घेतला पाहिजे की, हे विद्यापीठातील उच्च शिक्षणाकडे नजर ठेवून आरक्षण निर्माण केलेले आहे. हे सावधगिरीचे इशारे कोणीतरी माथेफिरू संधिसाधूंना वाचून दाखवावेत. कारण आय.आय.टी. व आय.आय.एम.सारख्या ज्या काही गुणवत्तेच्या व उत्कृष्टतेच्या संस्था अद्याप तग धरून आहेत, त्या संस्थांच्या घशातही ही माथेफिरू मंडळी आरक्षण कोंबू पाहत आहेत. "देशाच्या आर्थिक विकासासाठी तंत्रज्ञ, शास्त्रज्ञ, डॉक्टर, अर्थतज्ज्ञ, इंजिनियर्स आणि तज्ज्ञ यांची गरज एवढी प्रचंड आहे की, ती भागवताना गुणवत्ता जर शिक्षणसंस्थांमधील प्रवेशातील आरक्षणांमुळे पूर्णपणे डावलली गेली, तर राष्ट्रीय हिताबद्दलच मने कलुषित होऊ लागतील. म्हणून,

समस्या सोडवताना राष्ट्रीय हित व एकूण समाजाचे हित यांच्याकडे दुर्लक्ष करता कामा नये. समस्या सोडवताना कलम १५(४)नुसार केलेली आरक्षण इत्यादिंची खास तरतूद ही मागासवर्गीयांसाठी केलेली असल्याने त्यातून अन्य समाज पार वगळून टाकला आहे. या संबंधात येथे हे सांगितले पाहिजे की, युनिव्हर्सिटी एज्युकेशन आयोगाने मागासवर्गीयांना मदत करण्याबाबत विचार केला होता. आयोगाने आरक्षणाबाबत असे निरीक्षण केले की, *प्रवेश देताना आरक्षणाची टक्केवारी ही एकूण जागांपेक्षा फक्त एक तृतीयांश हवी. आणि आरक्षणाचे तत्त्व हे फक्त दहा वर्षेच राबवावे.*'' (संदर्भ : *एम.आर. बालाजी विरुद्ध म्हैसूर राज्य,* १९६३, Supp. (1) SCR, पान ४३९, परिच्छेद ३२)

पूर्वी *रंगाचारी* खटल्यात आरक्षणवाद्यांच्या बाजूने निकाल दिला होता. त्या खटल्याची आठवण सर्वोच्च न्यायालयाला झाली. न्यायालयाचे असे मत पडले की, वंचितांचा उद्धार हा सर्वांत महत्त्वाचा असला तरी *प्रशासनाची कार्यक्षमताही तेवढीच सर्वोच्च महत्त्वाची असते, हे विसरता कामा नये. प्रशासनाच्या कार्यक्षमतेची किंमत देऊन आरक्षण ठेवणे हे शहाणपणाचे नाही आणि त्यास परवानगीही देण्याच्या लायकीचे नाही.* नक्कीच कलम ३३५ चा हा परिणाम आहे यात शंकाच नाही. नोकऱ्या देताना आरक्षण किंवा काही पदे आरक्षित ठेवणे यांमुळे प्रशासनाची कार्यक्षमता काही प्रमाणात घसरते, या गोष्टी सैद्धांतिकदृष्ट्या पटण्याजोग्या आहेत. परंतु प्रशासनाची कार्यक्षमता गमावण्याची जोखीम ही सरकारकडून आरक्षणांची तरतूद करताना नेहमी मनात बाळगली पाहिजे. कलम १६(४)नुसार आरक्षण ठेवता येते हे खरे आहे. पण त्यामागचा उद्देश मागासवर्गीयांना पुरेसे प्रतिनिधित्व देण्यापुरताच आहे. *अन्य कर्मचाऱ्यांचे कायदेशीर हितसंबंधांना अवाजवी किंवा बेकायदेशीररीत्या धक्का पोचवणे किंवा नोकरीत विशिष्ट लोकांची मक्तेदारी निर्माण करणे यांसाठी त्याचा उपयोग होता कामा नये.* कलम १६(४)नुसार असलेले अधिकार राबवताना मागसवर्गीयांच्या पुरेशा प्रतिनिधित्वाची समस्या सोडवताना, रास्त व वस्तुनिष्ठ रितीने विचार केला पाहिजे. त्याचबरोबर मागासवर्गीयांचे दावे आणि अन्य लोकांचे दावे यांत कुठेतरी रास्त तोल ठेवला पाहिजे. तसेच, प्रशासनाची कार्यक्षमताही मनात ठेवली पाहिजे.'' (संदर्भ : *जनरल मॅनेजर, सदर्न रेल्वे विरुद्ध रंगाचारी,* १९६२, २ SCR. पाने ५८६ व ५९६)

तराजू झुकला

राजकीय वर्गाने सवंग लोकप्रियतेचा आधार घेतल्याने त्यांना 'प्रगतीशील' असे संबोधले जाऊ लागले. मग साहजिकच त्याला अनुलक्षून त्यांची सार्वजनिक व्यासपीठावरून भाषणे सुरू झाली. न्यायालयाचेही तसेच झाले. सुरुवातीला न्यायालये

समतोल साधण्याकडे बघत. पण लवकरच न्यायाचा तराजू हा एकाच दिशेने झुकत जाऊ लागला.

ए. पेरियाकरुप्पन खटल्यात सर्वोच्च न्यायालयाने असे धोरण ठेवले की, 'सर्वांत जास्त गुणवत्ता असणाऱ्यांना नोकरीत ठेवल्यामुळे राष्ट्राला होणारे तत्कालिक लाभ' आणि 'वंचितांना वर उचलून घेण्यामुळे होणारे दीर्घकालीन लाभ' यांमध्ये तोल राहावा. सर्वोच्च न्यायालय पुढे म्हणते, "केवळ भूतकाळामधील कारणांमुळे जर काही लाभ दिले जात असतील, तर ते मूलभूत हक्क म्हणून समजू नयेत." ज्या मूलभूत हक्कांबद्दल वाद आहे तो हक्क म्हणजे 'समानता'. न्यायालयाने याबद्दल एक प्रस्ताव स्वीकारला तो असा : ज्यांचा जन्म खालच्या जातीतील आईबापांच्या पोटी झाला, असे उमेदवार राज्यघटनेने दिलेल्या समानतेच्या हक्काची मागणी न करता फक्त भूतकाळातील कारणांमुळे दिल्या जाणाऱ्या हक्कांची मागणी करतात, आणि हेच आमचे मूलभूत हक्क म्हणून मानावेत, असा प्रस्ताव पुढे करतात! न्यायालयाने तो प्रस्ताव आता मान्य केला आहे.

आता *मध्य प्रदेश राज्य विरुद्ध निवेदिता जैन* हा खटला पहा. या ठिकाणी न्यायाचा तराजू पार उलटासुलटा झुकला आहे. या खटल्यात उच्च शिक्षणसंस्थांचा प्रश्न निघतो. *एम.आर. बालाजी* खटल्यात मेडिकल महाविद्यालयांबद्दल प्रश्न उभा राहिला. परंतु या वेळी याच सर्वोच्च न्यायालयाने आपले मत जाहीर केले. त्या मतानुसार, *प्रवेश देताना लागणारे पात्रतेचे निकष सरकार शिथिल करू शकते. ते निकष किती शिथिल करावेत याला कोणतीही मर्यादा नाही. आरक्षणाखेरीज अन्य जागा भरण्यासाठी सरकार आवश्यक त्या मर्यादेपर्यंत ही शिथिलता वाढवू शकते, अगदी पार ती मर्यादा बाजूस सारण्यापर्यंतसुद्धा.* या खटल्यात प्रवेश मागणाऱ्या उमेदवाराला अशी अट घातली होती : घालून दिलेल्या किमान मर्यादेएवढे गुण त्या उमेदवाराने परीक्षेत मिळवलेले असले पाहिजेत. याबद्दल न्यायालयाचे म्हणणे असे पडले की, अशा अटीमुळे शिक्षणाचा दर्जा घसरतो असे होत नाही. कारण न्यायालयाच्या मते त्या उमेदवाराला प्रवेश मिळाल्यानंतर इतर सर्वांना सारख्याच लावल्या जाणाऱ्या मापदंडानुसार आपला अभ्यास करावा लागणार आहे. म्हणून ही मूलभूत समजली जाणारी अट जरी दूर सारली काय न सारली काय हा शिक्षणक्रम पुरा करून बाहेर पडणाऱ्या डॉक्टरांच्या दर्जाला धक्का लागणार नाही! (संदर्भ : *मध्य प्रदेश राज्य विरुद्ध निवेदिता जैन,* AIR, 1981, SC २०४५; आणि १९८१, ४ SCC पान २९६)

१४

प्रत्यक्षातील नोकरभरती

राज्यघटनेत जे काही लिहिले आहे त्याच्या सरळसोट अर्थाकडे न्या. आर.एच. खन्ना व न्या. ए.पी. सेन यांच्यासारख्या न्यायाधीशांनी लक्ष वेधले. परंतु तरीही आरक्षणवाद्यांची आक्रमकता कमी झाली नाही. *एन.एम. थॉमस* खटल्यात सर्व संबंधितांना राज्यघटनेने स्वीकारलेल्या योजनेची न्या. खन्ना यांनी आठवण करून दिली. ही योजना अनुसूचित जाती व जमाती यांना मदत करण्यासाठी होती. परंतु ती योजना राबवण्याचे मार्ग व त्यांची व्याप्ती अशी होती की त्यामुळे प्रशासनाच्या कार्यक्षमतेला बाधा पोचणार नव्हती. कलम ३३५नुसार जी गोष्ट सक्तीची केली होती, त्यामध्ये असे लिहिले होते की, "कमीतकमी शैक्षणिक पात्रतेची आवश्यकता किंवा अट किंवा अन्य मापदंड हे सरकारी सेवेतील कार्यक्षमतेसाठी अत्यावश्यक असल्याने ते रद्द करण्याची जरुरी नाही." (संदर्भ : *केरळ राज्य विरुद्ध एन.एम. थॉमस,* १९७६, २ SCC ३१०, पाने ३९३, ३९४, परिच्छेद २०५)

यानंतर सर्वोच्च न्यायालयाने चार वर्षांनी आवश्यक त्या पात्रतेच्या सर्व अटी काढून टाकण्याला लगाम घातला. न्या. ए.पी. सेन यांनी उमेदवारांवरती चुकीची कृपा करण्याच्या परिणामांबद्दल सावधगिरीने इशारे दिले. त्यांनी वापरलेले शब्द, त्यांनी ज्या संस्थांचे संदर्भ दिले त्या संस्था हे सारे पुढे न्यायालयासमोर पुन्हा एकदा येणार होते. आणि न्यायालयाने या संदर्भात नंतरच्या खटल्यात प्रकट केलेले वक्तव्य पाहता असे लक्षात येते की, गेल्या काही वर्षांत न्यायालयांवर राजकीय मतांचा प्रभाव किती पडत गेला आहे. न्या. सेन यांनी दाखवून दिले की, जर मापदंड किंवा निकष खाली आणले किंवा पातळ केले तर काय नुकसान होऊ शकते. अन् या धोक्यापासून देशाला वाचवण्यासाठी आपली राज्यघटना किती काळजीपूर्वक जपली गेली आहे. ते म्हणतात, "मला येथे कलम १५(४) आणि कलम १६(४) यांमध्ये संरक्षण करणाऱ्या भेदाचे तत्त्वज्ञान कसे अनुस्यूत केले आहे, गुंतवले आहे आणि कलम २०(२) ची बंधने दाखवून असे सांगायचे आहे की, ही कलमे एका

मर्यादेपलीकडे फार ताणता येत नाहीत.'' मग राजकीय मतांच्या प्रभावाबद्दल बोलताना ते म्हणाले, ''लोकांची सेवा करायला सरकार असते. कित्येक सेवा अशा आहेत की तिथे तज्ज्ञ माणसे व कौशल्ये यांची गरज असते. तज्ज्ञ माणसे व कौशल्ये हाच त्या सेवांचा गाभा आहे. उदाहरणार्थ, ज्यांना वैद्यकीय मदतीची गरज आहे अशांसाठी सरकारने सार्वजनिक रुग्णालये उघडून ती चालवली आहेत. जनतेच्या आरोग्यावर आणि आयुष्यावर वैद्यकीय सेवा थेट परिणाम घडवून आणतात. तंत्रज्ञानातील उच्च पदवी व कौशल्ये प्राप्त केलेले वैमानिक व इंजिनीअर्स ज्ञान व अनुभव यांच्या जोरावर व्यावसायिक तज्ज्ञ बनतात. नागरिकांचे आयुष्य अशाही लोकांवर अवलंबून असते. अशासारख्याच आणखी काही क्षेत्रांत सरकार काही ना काही करत असते. या क्षेत्रातही व्यावसायिक, तंत्रज्ञ, वैज्ञानिक किंवा खास कौशल्ये असलेल्या माणसांना सामावून घेतले जाते. अशा नोकऱ्या किंवा केंद्र अथवा राज्य सरकारची पदे येथे वेगळी आरक्षित पदे नसावीत असे आपल्याला वाटते. येथे नेमणुका करताना फक्त गुणवत्ता आणि निर्णायक विचारशक्ती हवी.'' (संदर्भ : *के.सी. वसंतकुमार विरुद्ध कर्नाटक राज्य,* १९८५, Supp. SCC ७१४, पान ७७२, परिच्छेद ८८)

नीट पाहिल्यावर असे लक्षात येईल की, न्यायालयाची अशी वक्तव्ये नंतरच्या वर्षांत कमी होत गेली. तसेच, अनेक पायऱ्या उतरत न्यायालय खाली आले. सर्व संस्थांमध्ये मापदंडाचे महत्त्व सर्व पातळ्यांवरती उचलून धरण्यापासून खाली येत येत शेवटी न्यायालय म्हणू लागले की, ''उच्च पातळीवर तरी मापदंड शिथिल करू नका.'' न्या. सेन यांच्या निकालपत्रात तर निदान काही क्षेत्रांतील संस्थांमध्ये तरी मापदंड आहे तसेच ठेवावेत, असे म्हटलेले आहे. नंतर काही दिवसांनी हीच विशिष्ट बाब *इंद्र सहानी* खटल्यात 'खास आणि अतिखास' अशा क्षेत्रांत (specialities and superspecialities) आरक्षण नसावे असे निकालपत्रात सांगण्यात आले. त्या वेळी न्या. सेन यांनी जी इंजिनीअरींग, विमानविद्या, वैद्यकीय सेवा, इत्यादी क्षेत्रांची उदाहरणे दिली, तीच उदाहरणे याही खटल्यात दिली गेली. आरक्षण अडवण्यासाठी ही एक मर्यादित स्वरूपाची व शेवटची तटबंदी उरली. त्याचेही पुढे काय झाले ते आपण लवकरच पाहू.

येथून पुढे अगदी उघड उघड दिसत असलेल्या वस्तुस्थितीकडेही न्यायालय काणाडोळा करू लागले. आरक्षणाबाबतीत आधीच्या सर्व निकालांची जाणीव असूनही अनेक न्यायालयांनी क्षुल्लक कारणांचा, शब्दांमधील किंचित फरकांचा, तारखांचा उपयोग करून आरक्षणाच्या बाजूने निकाल दिलेले आहेत. त्यातून मनात सामाजिक न्याय वगैरे बाळगणारे पुरोगामी न्यायाधीश तर आरक्षणाच्या विरुद्ध असलेल्या अगदी ढळढळीत वस्तुस्थितीकडे निष्काळजीपणे पाहू लागले.

अजयकुमार सिंग खटल्यात असाच एक प्रसंग घडला. न्यायालयाने त्याची नोंदही केली आहे. खटल्यातील अर्जदाराच्या वकिलाने असे दाखवून दिले की, ज्या काही मुद्द्यावर खल चालू आहे त्याबद्दल सर्वोच्च न्यायालयाने काही रूपरेषा आखून दिली आहे आणि ती सर्वत्र सारखी लागू केली पाहिजे, नाही तर लोकसभेने जे वेगळे कायदेमंडळ स्थापन केले आहे त्यांच्या कार्यकक्षेवर वाईट परिणाम केल्यासारखे होईल. (संदर्भ : *मध्य प्रदेश राज्य विरुद्ध निवेदिता जैन,* १९८१, ४ SCC २९६) त्या खटल्यात जे काही मांडले गेले त्यावर आधारित पुढे जाण्याचा हुकूम एका राज्य सरकारने दिला. त्या हुकूमनाम्यात म्हटले होते, "जो विद्यार्थी आरक्षण लाभार्थी प्रकारात मोडतो त्याने पदव्युत्तर शिक्षणासाठी प्रवेश-परीक्षा दिली व त्यात त्याला जरी 'एक' गुण मिळाला, तरीही पदव्युत्तर शिक्षणक्रमासाठी पात्र ठरतो. मात्र या प्रवेश-परीक्षेत खुल्या स्पर्धेतील विद्यार्थ्यांना पात्र ठरण्यासाठी किमान ५० टक्के गुण मिळवणे भाग आहे." न्यायालयाच्या नजरेस हे आणून देत त्या वकिलाने म्हटले, "असेच जर होत राहिले तर शिक्षणाच्या दर्जावर परिणाम होईल."

परंतु सर्वोच्च न्यायालयाने हा युक्तिवाद फेटाळत म्हटले, "आमच्या मते श्री. हरीश साळवे हे एक अतिरंजित चित्र रंगवित आहेत. *निवेदिता जैन* खटल्याच्या निकालपत्राचे संपूर्ण वाचन केल्यास असे दिसेल की, एम.बी.बी.एस.मध्ये प्रवेश घेण्यासाठी खुल्या स्पर्धेतील विद्यार्थ्यांना पात्रतेसाठी किमान गुण ५० टक्के ठरवून दिलेले आहेत. तर अनुसूचित जाती व जमातीच्या विद्यार्थ्यांसाठी ४० टक्के गुणांची मर्यादा घातलेली आहे..." परंतु त्याच मजकुरातील पुढच्याच वाक्यात हेच न्यायालय वकील महाशयांची भीती कशी रास्त आहे हे मान्य करते. अन् तरीही अशा वस्तुस्थितीकडे हे न्यायालय खुषीत पाठ फिरवते.

न्यायालय म्हणते, "एका विशिष्ट वर्षात असे घडले की पात्रतेसाठी आवश्यक असलेले गुण ५ टक्क्यांनी कमी केले तरीही अनुसूचित जाती व जमातीचे पुरेसे उमेदवार उपलब्ध नव्हते. त्यामुळे त्यांच्यासाठी ठेवलेला आरक्षित कोटा भरला गेला नाही. अशा परिस्थितीत सरकारने एक अपवादात्मक पाऊल उचलले. त्या वर्षीच्या प्रवेश-परीक्षेत आवश्यक असलेल्या किमान गुणांची मर्यादाच काढून टाकली. मर्यादा शिथिल करण्याचे जे अधिकार सरकारला मिळाले होते त्यानुसार त्यांनी तसे केले." न्यायालयाच्या मतानुसार ही गोष्ट नेहमीची किंवा कायम स्वरूपाची नव्हती तर त्या वर्षीच्या अपवादात्मक परिस्थितीसाठी तसे केले गेले होते.

त्याच मजकुरात पुढे पाच परिच्छेदांनंतर आपल्याला आणखीही एक प्रसंग कळून येतो. त्या उदाहरणातसुद्धा खुल्या स्पर्धेतील परीक्षेत ५० टक्के गुण मिळविण्याची मर्यादा असून अनुसूचित जाती व जमातींच्या विद्यार्थ्यांसाठी तीच मर्यादा ४० टक्के गुणांची आहे, असे न्यायालय सांगते. न्यायालय पुढे म्हणते,

''पण जर आरक्षित जागांसाठी पुरेसे विद्यार्थी उपलब्ध नसतील तर हीच मर्यादा ४० टक्क्यांवरून ३० टक्क्यांवर खाली नेलेली होती... पात्रतेसाठीचा हा एक छोटासा फरक आहे आणि कल्पनाशक्ती न ताणता असे म्हणता येईल की, उच्च शिक्षण देणाऱ्या संस्थेच्या मापदंडावर नवीन मर्यादा लादली गेली आहे असे म्हणता येईल.'' आता आपण अशा परिस्थितीत प्रवेश केला आहे की विविध महाविद्यालयात आवश्यक गुणांच्या मर्यादेत किती कपात होऊ शकते हे पाहिले जाते. दिल्ली विद्यापीठात तर गुणांची मर्यादा ही दशमान चिन्हे वापरून ठरवली जाते. (उदा. ४९.५७, इत्यादी.) मग आत्ताच्या अशा परिस्थितीत क्षुल्लक व सूक्ष्म गोष्टींवरून वाद निर्माण होतात व न्यायालयाकडे धाव घेऊन याचिका दाखल केल्या जातात. मग तारखांमधले फरक, दुसऱ्या फेरीतील गुणांच्या टक्केवारीतील सूक्ष्म फरक अशा छोट्याछोट्या बाबींच्या आधारे निर्णय दिले जातात. अन् तसे करताना ५० टक्के गुणांची मर्यादा ४० टक्क्यांवर आणली जाते. ४० टक्क्यांची मर्यादा ३० टक्क्यांवर आणली जाते. किती हा 'छोटासाच फरक' आहे, नाही? (अशा उदाहरणांसाठी संदर्भ : *अजयकुमार सिंग विरुद्ध बिहार राज्य,* १९९४, ४ एसएस ४०१ पाने ४२०, परिच्छेद २७ व २९)

अजयकुमार सिंग खटल्यात सर्वोच्च न्यायालय मान्य करते की, ''सर्वोच्च न्यायालयाचीच आधीची निकालपत्रे ही पूर्वपक्ष म्हणून प्रतिपादलेली आहेत. आरक्षणे ही गुणवत्ताविरोधी पायावर आधारलेली आहेत, असा समज त्या वेळी झालेला होता. काही निकालपत्रांत न्यायालयाने असे गृहीत धरले होते की, आरक्षण म्हणजे कमीतकमी गुणवत्ता धारण करणाऱ्या व्यक्तींची निवड करणे.'' (या संदर्भात *चित्रलेखा विरुद्ध म्हैसूर राज्य,* AIR १९६४, SC १८२३; *जानकीप्रसाद परिमू विरुद्ध जम्मू व काश्मीर राज्य* १९७३, १ SCC ४२० आणि *एम. आर. बालाजी विरुद्ध म्हैसूर राज्य* १९६३ Supp. (१) SCR ४३९ या खटल्यांकडे न्यायालयाने लक्ष वेधून घेतले.) मग हे न्यायालय शेवटी जाहीर करते, ''ही असली गृहिते किंवा समज यांना कसलाही आधार नाही.'' न्यायालयाने एवढे म्हटले की पुरे!!

प्रथम कशी सुरुवात होते ती पहा. गुणवत्ता व कार्यक्षमता यांचा जो बळी द्यावा लागतो, याबद्दल सर्वोच्च न्यायालय असे मानत आले आहे की, राज्यघटनेत जे आश्वासन दिले आहे त्याची पूर्तता करण्याची ही किंमत आपल्याला दिली पाहिजे. ते आश्वासन कोणते? तर सर्वांना, विशेषत: खालच्या जातीच्या लोकांना, सामाजिक न्याय दिला जाईल. यानंतर निकालपत्रात *इंद्र सहानी* खटल्यातील एक संदर्भ नेहमी उद्धृत केला जातो. सर्वोच्च न्यायालय त्या आधारे आपला मुद्दा असा मांडते :

...नोकरीत प्रवेश करताना सुरुवातीला गुणवत्तेचा संबंध व महत्त्व यांकडे

दुर्लक्ष करता येणार नाही. आरक्षणाची कल्पना मुळातच 'कमीत कमी गुणवत्तेच्या उमेदवारांची निवड करणे' असे सूचित करते. आपल्याला याकडे दुर्लक्ष करून चालणार नाही. त्याच वेळी आपण हेही ओळखले पाहिजे की ही एवढी किंमत आपल्याला मोजायला हवी. राज्यघटनेने सामाजिक न्यायाचे जे वचन दिले आहे ते पाळायचे असेल तर असे करणे आवश्यक आहे.

न्यायालयाचे हे वक्तव्य पुरोगामी मंडळींच्या हृदयात थोडासा कंप उठवणारे आहे! कारण यामध्ये गुणवत्तेच्या महत्त्वाला मान्यता दिलेली आहे. त्याचबरोबर अक्षम्य अशी जाणीवही करून दिली आहे; ती म्हणजे, ''आरक्षणाची कल्पना मुळातच 'कमीत कमी गुणवत्तेच्या उमेदवारांची निवड करणे' असे सूचित करते.'' तथापि त्यापुढचेच वाक्य जे जमिनीवर आणते. नंतरच्या मजकुरातही ते दिसून येते. तो मजकूर खालीलप्रमाणे :

> ''आमचे असे ठाम मत आहे की, संधी मिळाली तर मागासवर्गीय उमेदवार हे त्यांच्या मूळच्या कमतरतेवरती, अडचणींवरती नक्कीच मात करणार आहेत आणि खुल्या स्पर्धेत भाग घेऊ शकतील. एवढेच नव्हे तर काही काही वेळा ते त्या स्पर्धेत चमकून उठतीलही. मागासवर्गीयांना निसर्गाने गुणवत्ता बहाल केलेली आहे. त्यांच्यासारखीच गुणवत्ता अन्य वर्गीयांनाही बहाल केलेली आहे. अन् त्यामुळेच ही गोष्ट सिद्ध करण्यासाठी त्यांना आपण संधी देण्याची गरज आहे. म्हणून, आरक्षण हे गुणवत्ताविरोधी आहे, असे म्हणता येणार नाही. आरक्षणास पात्र असणाऱ्या उमेदवारांमध्येही गुणवत्ता असू शकते. सुरुवातीला नोकरीत भरती होताना *थोडासा फरक* त्यासाठी करायला हरकत नाही. कारण *कालांतराने* तो फरक नक्कीच निघून जाणार आहे. मागासवर्गीय उमेदवारही खुल्या स्पर्धेत भाग घेतील आणि आपली कार्यक्षमता इतरांइतकी सुधारतील.''

तथापि वरील मजकुरातील भावी स्थिती येण्यासाठी फार ताण दिला जातो आहे! जे उमेदवार आरक्षणाच्या माध्यमातून आज नोकरीत प्रवेश करीत आहेत, ते सरतेशेवटी आपल्यातील कमतरतेवरती मात करतील, हे खरे असेलही. परंतु, त्यांना अशा मार्गाने नोकरीत घेण्यामुळे त्यांच्यात नोकरीसाठी आवश्यक ती कार्यसंस्कृती रुजणार नाही. 'ही नोकरी माझी हक्काची आहे, मला त्यामुळे काही अधिकार प्राप्त झाले आहेत,' अशी जाणीव होणे आवश्यक आहे. पण त्याऐवजी 'प्रत्येकाला नोकरी

मिळवणे व ती टिकवून धरणे' एवढीच जाणीव त्यांना होत राहील. हीच त्यांची कार्यसंस्कृती ठरेल. आपण जरी असे धरून चाललो की, आज तरी आपल्यातील कमतरतेमुळे ते अडखळत जात असतील, तरी ते सर्व जण त्या कमतरता अखेर भरून काढतील. परंतु न्यायालय एका वस्तुस्थितीकडे डोळेझाक करीत आहे. *सध्या नोकरीतील कामे करावयाची आहेत,* ही ती वस्तुस्थिती आहे आणि त्याची दखल न्यायालय घेत नाही. जर आजच्या नोकरीतील कामे अपुरी ठेवली, आपले कर्तव्य नीट पार पाडले नाही, तर अनुसूचित जाती व जमातींच्या उमेदवारांसह *प्रत्येकाचे* भवितव्य अंधूक होईल.

परंतु सर्वोच्च न्यायालय हा मुद्दा आपल्या विचारात घेत नाही की आपल्या मार्गात येऊ देत नाही. *इंद्र सहानी* खटल्यात आणि नंतरच्या खटल्याच्या निकालपत्रातही त्यांनी हा मुद्दा येऊच दिला नाही. शेवटी यातून भावी काळात काय निष्पन्न झाले हे न्यायालयाने *अजयकुमार सिंग* खटल्यात आशा दाखवत त्यावरची आपली श्रद्धा व्यक्त केली आणि त्यावर आपल्या विचारांचे अनेक मजले चढवले.

''मागासवर्गीयांना परीक्षेत उत्तीर्ण होण्यासाठी कोणतीही सवलत दिलेली नाही,'' असे न्यायालयाने म्हटले. शिक्षणक्रमामध्ये किंवा नोकरीत प्रवेश करणे त्यांना शक्य व्हावे एवढेच न्यायालयाने पाहिलेले आहे. एकदा शिक्षणक्रमामध्ये त्यांना प्रवेश मिळाला की अन्य विद्यार्थी जसे शिक्षण घेतील तसेच शिक्षण तेही घेतील. तसेच नोकरीत शिरलेल्यांनाही तिथली ठरवून दिलेली कामे करावी लागतील. न्यायालय म्हणते की, ''जी काही परिस्थिती त्यांच्याभोवती असेल ते 'कमी गुणवत्ता' म्हणणाऱ्यांना एक उत्तर आहे. आरक्षणाच्या कोट्यातून ज्यांनी शिक्षणासाठी प्रवेश घेतला ते इतरांपेक्षा मागे पडतात किंवा अखेरच्या परीक्षेत त्यांना कमी गुण मिळतात असे दाखविण्यासाठी कोणताही ढोबळ पुरावा किंवा पाहणी आमच्यापुढे आली नाही. वेगवेगळ्या मार्गाने अथवा प्रकाराने त्यांनी शैक्षणिक संस्थेत प्रवेश घेतला तरी बाहेर पडताना मात्र ते इतरांसारखेच कोणत्या तरी श्रेणीतून बाहेर पडतात.'' (संदर्भ : *अजयकुमार सिंग,* op.cit., पान ४०८, परिच्छेद ६)

निकालपत्रातील यापुढच्याच परिच्छेदात काय म्हटले आहे ते पहा. आरक्षणाच्या मार्गाने वैद्यकीय महाविद्यालयात ज्यांनी पदवी मिळवण्यासाठी प्रवेश घेतला, त्यांना नंतर पदव्युत्तर शिक्षणक्रमासाठी आरक्षणाच्याच मार्गाने जावे लागेल का, याबद्दल न्यायालयाने काहीतरी मार्गदर्शन करायला हवे. पण तसे आत्मविश्वासपूर्वक बोलण्यासाठी न्यायालय तयार नाही असे दिसते! *अजयकुमार सिंग* खटल्यातील अर्जदारांचा वकील म्हणतो की, त्यांनी एकदा आरक्षणाचा लाभ घेऊन प्रवेश मिळवला आहेच. असे असताना पुन्हा तसा लाभ कशासाठी उठवायचा? जरी त्यांनी पदवीपूर्व शिक्षणासाठी एका वेगळ्या व त्यांना प्राधान्य देणाऱ्या मार्गाने प्रवेश मिळवला

असला आणि इतरांसारखे त्यांच्याबरोबर ते शिकले व नंतर तीच परीक्षा उत्तीर्ण झाले, तरी नंतर वर्गातील सर्वच जण पदवीधर म्हणून बाहेर पडले आहेत. अन् हे न्यायालयाच्या वक्तव्यानुसार घडले असताना त्यांना आता पदव्युत्तर शिक्षणासाठी पुन्हा आरक्षणाच्या हक्काची गरज का भासते? यावर न्यायालयाने जे उत्तर दिले त्यामध्ये त्यांचा अल्प आत्मविश्वास प्रकट झाला आहे. निकालपत्रातील पुढील उताऱ्यावरून ते समजून येईल.

न्यायालय म्हणते, ''प्रथम, ज्या गृहीतावर हा युक्तिवाद केला आहे ते गृहीतच असमर्थनीय आहे. एखाद्या उमेदवाराने पदव्युत्तर वैद्यकीय शिक्षणासाठी आरक्षणाच्या मार्गाने प्रवेशाचा प्रयत्न केला असला तरी कदाचित त्याने आरक्षणाच्या मार्गाने एम.बी.बी.एस. पदवीच्या शिक्षणासाठी प्रवेश मिळवताना आरक्षणाच्या मार्गाचा अवलंब न करता खुल्या स्पर्धेतून प्रवेश घेतला असेल तर? मेडिकलचा पदव्युत्तर अभ्यासक्रम हा अत्यंत कठीण व अवघड असतो. तेव्हा अशा वेळी त्याला आरक्षणाचा लाभ घ्यावासा वाटेल.''

न्यायालयाच्या या म्हणण्यातून दोन मुद्दे फटकन बाहेर पडतात. पहिला मुद्दा असा की, मागासवर्गीय विद्यार्थ्याला इतरांसारखे तेच ते पदवीपूर्व अभ्यासक्रमाचे शिक्षण मिळत होते, इतरांसारख्याच अभ्यासाच्या सोयीसुविधा त्याला होत्या. पण आपल्या विषयांवरती त्याला पकड बसवता आली नाही म्हणून त्याला आता खास वागणूक दिली जाण्याची अपेक्षा आहे. याचा अर्थ सर्वोच्च न्यायालयाच्या यापूर्वीच्या परिच्छेदाला छेद देणारी घटना येथे घडते आहे. दुसरे असे की, न्यायालय आपल्या इच्छेनुसार असे धरून चालते की, अशा विद्यार्थ्यांच्या गटाने इतर मागासवर्गीय विद्यार्थ्यांप्रमाणे एम.बी.बी.एस.च्या शिक्षणासाठी आरक्षणाच्या मार्गाचा अवलंब केला नव्हता. तसे असेल तर मग तसा नियम का नाही करीत? तो नियम असा असू शकेल : *ज्यांनी पदवीपूर्व शिक्षणासाठी प्रवेश घेताना आरक्षणाच्या मार्गाचा अवलंब केला त्यांना नंतर पदव्युत्तर शिक्षणासाठी प्रवेश घेताना परत आरक्षणाच्या मार्गाचा अवलंब करता येणार नाही.*

अशा धरून चाललेल्या परिस्थितीबाबत किंवा उदाहरणात न्यायालय मूग गिळून बसणे पसंत करते. न्यायालय पुढे काय म्हणते ते पहा : ''दुसरे असे की, कलम १५(४)नुसार असा कोणताही नियम नाही की ज्यामुळे एखाद्या विद्यार्थ्याला आपल्या शैक्षणिक कारकिर्दीत आरक्षणाचा लाभ एकापेक्षा जास्त वेळा घेता येणार नाही.'' मग तसे असेल तर न्यायालय त्या दृष्टीने योग्य असा निर्णय का देत नाही? ज्या विद्यार्थ्याने प्रवेश मिळवून तो एका शैक्षणिक वर्गाचा (class) इतरांसारखाच एक सभासद बनला आहे, त्या शैक्षणिक प्रवाहाचा एक भाग बनला आहे, त्याला आता वेगळी वागणूक देणे म्हणजे समान असणाऱ्यांना भेद करणारी असमान

वागणूक देण्यासारखे आहे. अन् म्हणून कलम १४ चा भंग येथे केला जातो. कलम १४ हे तर राज्यघटनेचे मूलभूत वैशिष्ट्य आहे.

पण अशा कोंडीत पकडणाऱ्या प्रश्नांना नेहमी उत्तरे देण्याची सवय असलेले न्यायालय म्हणते, ''मर्यादेची रेषा कुठे ओढावी ही गोष्ट कायद्याच्या कक्षेतील ठरू शकत नाही. पण समाजाच्या विशाल हितासाठी आणि अन्य घटकांसाठी सरकारला एक धोरण निर्माण करावे लागते.'' झाले, न्यायालयाने असे म्हटल्यावर अनेक प्रकरणांपुढे एक मर्यादारेषा ओढली गेली! (संदर्भ : *अजयकुमार सिंग* खटला, op.cit., पाने ४०८ व ४०९, परिच्छेद ४ ते ८)

इंद्र सहानी खटल्यातील पूर्वीच्या निकालाकडे मग न्यायालयाचे लक्ष वेधण्यात आले. त्या निकालपत्रात म्हटले होते की, प्रशासनाच्या उतरंडीमधील उच्च स्तरावर, विशेषत: काही खास क्षेत्रांतील स्तरावर, आरक्षणाची भलावण करता येत नाही. सर्वोच्च न्यायालयाने एका महत्त्वाच्या उताऱ्यात काय म्हटले आहे ते पहा :

> कलम ३३५ चा ऊहापोह चालू असताना, आमचे असे मत बनले आहे की, काही विशिष्ट क्षेत्रांतील कामाचे स्वरूप पाहता किंवा प्रशासनाच्या उतरंडीमधील काही पायऱ्यांवर तसे काम असल्याने याआधी खुलासा केलेली गुणवत्ताच फक्त या ठिकाणी चालू शकते. अशा परिस्थितीत तिथे आरक्षण लागू करणे योग्य ठरणार नाही. उदाहरणार्थ, जिथे संरक्षण खात्याची संशोधन व विकासयोग्य कामे चालतात अशा संस्था/खाती/संघटना येथील पदांसाठी तज्ज्ञ (specialists), खास तज्ज्ञ (super specialists) लागतात. त्यांचा उपयोग औषधे, इंजिनीअरींग, तत्सम विज्ञान व गणितशास्त्र यांसाठी होतो. अशा ठिकाणी तंत्रज्ञानासाठी पदे असतात. त्याप्रमाणेच अत्यंत वरिष्ठ पातळीवरील पदे, उदाहणार्थ, शिक्षण क्षेत्रातील प्राध्यापक, इंडियन एअरलाइन्स व एअर इंडिया येथे लागणारे वैमानिक, अणुशास्त्र व अंतराळशास्त्र या विषयांसाठी लागणारे शास्त्रज्ञ व तंत्रज्ञ इत्यादींसाठी आरक्षणाची तरतूद करणे हे योग्य ठरणार नाही असे सांगावेसे वाटते.
>
> ...आमचे असेही मत झाले आहे की, विशिष्ट सेवा, विशिष्ट पदे यांसाठी आरक्षणाचे नियम लागू करण्यात अर्थ नाही. त्यासाठी जी काही कारणे आहेत त्यांपैकी काही कारणे अशी आहेत :
>
> १) संरक्षण क्षेत्रातील मुलकी पदांखेरीज सर्व तंत्रज्ञांची पदे.
>
> २) संशोधन व विकास यांसाठी असलेल्या सर्व सरकारी संस्थांतील तंत्रज्ञांची पदे, 'अणुऊर्जा व अंतराळ' यांच्याशी संबंधित असलेली आणि

संरक्षण साहित्यांचे उत्पादन करणाऱ्या खात्यातील तंत्रज्ञांची पदे.

३) प्राध्यापकांची पदे व त्याही वरची पदे.

४) औषधे, इंजिनीअरींग, अन्य शास्त्रीय व तंत्रवैज्ञानिक शास्त्रे अशा विषयांसाठी लागणारी खास तज्ज्ञांची (super specialists) पदे.

५) इंडियन एअरलाइन्स, एअर इंडिया येथील वैमानिक व सह-वैमानिक यांची पदे.

वरील यादी ही केवळ नमुन्यादाखल दिलेली आहे. प्रत्यक्षात ही यादी खूपच लांबलचक ठरेल. खरी यादी करण्याचे काम भारत सरकारचे आहे. त्यांनी विचार करून तशी पदे शोधून काढावीत आणि त्या पदांसाठी आरक्षणाचे नियम लागू करू नयेत. परंतु, ती टीकेस पात्र झालेली १३/८/१९९० ची ऑफिस मेमोरंडमची सुरू झालेली कार्यवाही थोपवता येणार नाही.

इंद्र सहानी खटल्यातील हा न्यायालयाचा मजकूर आहे हे लक्षात घ्या. सर्वोच्च न्यायालयाने दोनदा भर देऊन म्हटले आहे की, आरक्षण लागू करू नये अशा पदांची दिलेली यादी ही केवळ नमुन्यादाखल आहे, संपूर्ण नाही.

वैमानिकांची पदे यादीत घातल्याने एक गोष्ट लक्षात येते. वैमानिक व सहवैमानिक यांची पदे आरक्षणात वगळण्यामागे असे सांगता येईल की, त्या पदांसाठी लागणाऱ्या मापदंडात किंचित जरी तडजोड केली किंवा ती किंचित शिथिल केली तर त्यामुळे शेकडो जिवांचे प्राण धोक्यात जातील. हेच तर्कशास्त्र वापरायचे ठरवले तर विमानाच्या देखभालसाठी जमिनीवर जी कामे चालतात तीही तितकीच महत्त्वाची असल्याने तिथेही अचूकता व कौशल्य यांची गरज असते. नाहीतर विमानाला व पर्यायाने विमानप्रवाशांच्या जिवांना धोका पोचू शकतो. म्हणून ग्राऊंड इंजिनीअर्स, विमान तंत्रज्ञ इत्यादी ठिकाणीही आरक्षण ठेवता कामा नये. तसेच हवाई वाहतूक नियंत्रण कक्षही तेवढाच महत्त्वाचा आहे. त्यांच्याकडून वैमानिकांना मार्गदर्शन मिळत असते. प्रवाशांचे सामान तपासणाऱ्या सुरक्षा रक्षकांचे कामही तेवढेच महत्त्वाचे आहे. या सर्व ठिकाणी आरक्षण ठेवावे की न ठेवावे?

विमान वाहतुकीचे नियंत्रण करणाऱ्यांवर जेवढी जबाबदारी असते तेवढी रेल्वे वाहतूक करणाऱ्या कक्षावर नसते. मग तिथे काय करायचे?

तसेच औषधे निर्माण करताना कोण तज्ज्ञ नि कोण खासतज्ज्ञ समजणार? मज्जाशास्त्र (Neurology) आणि हृदयरोगशास्त्र (Cardiology) यांचा उल्लेख सर्वोच्च न्यायालयाने करून तिथे आरक्षण लागू करू नये असे म्हटले आहे. पण मग बालरोगाच्या शस्त्रक्रिया (Pediatric Surgery) ह्या थोड्याच कमी महत्त्वाच्या

ठरतील? किंवा पोटाच्या विकाराचे शास्त्र व संबंधित कामे कितपत महत्त्वाच्या समजायच्या? नवजात बालकांची काळजी घेणाऱ्या शास्त्राचे काय? कर्करोगाच्या पेशींबद्दलचे शास्त्रही (Oncology) तेवढेच महत्त्वाचे नाही का?

जेव्हा एखादा प्रस्ताव उचलून धरण्याची पाळी येते तेव्हा ही न्यायाधीश मंडळी आपल्या निकालपत्रात पानेच्या पाने खर्च करतात. मग त्यामध्ये ते सर्वसाधारण विवेकबुद्धी अथवा काही तत्त्वांवर आधारित शब्दसंसार उभा करतात आणि तो आपल्या म्हणण्याला कसा पुष्टी देणारा आहे हे दाखवतात.

अन् जेव्हा ते तसे करीत नाहीत तेव्हा? *अजयकुमार सिंग* खटल्यात *इंद्र सहानी* व त्या आधीच्या खटल्यातील काही आधार घेतले गेले. मग सर्वोच्च न्यायालयाने सूक्ष्म भेद दाखवीत काही मुद्दे पुढे केले. सर्वोच्च न्यायालय म्हणते, "वरील खटल्यातील निरीक्षणे पाहता 'संशोधन व विकास' करणारी खाती, औषध उत्पादने, इंजिनीअरींग आणि तत्सम क्षेत्रे यांतील पदांबद्दल न्यायालय विचारांत आहे. न्यायालय वरील क्षेत्रांतील प्रवेशाबद्दल आपले मत व्यक्त करीत नाही. तसेच, एम.एस. किंवा एम.डी. ही खास तज्ज्ञांची (super specialities) क्षेत्रे नाहीत." यातील गोंधळून टाकणारा भाग पहा : खास तज्ज्ञांची क्षेत्रे ही त्या त्या विषयाशी निगडित आहेत का? त्या विषयातील पदवीबद्दल न्यायालयाचा काहीतरी गोंधळ झाला आहे.

आता ही न्यायाधीश मंडळी म्हणतात, "कोणत्याही परिस्थितीत हे न्यायालय त्या क्षेत्रात आरक्षण नकोच, असे म्हणत नाही. सरकारने त्या पदांसाठी आरक्षण ठेवायचे की नाही यावरती सल्लामसलत करावी. त्या वेळी त्या पदांची पातळी व स्वरूप हे लक्षात घ्यावे." (संदर्भ : १९८०, २ SCC ७६८, पान ७७८, परिच्छेद २० ते २३. तसेच, *प्रदीप जैन विरुद्ध भारतीय संघराज्य* १९८४, ३ SCC ६५४ हाही संदर्भ पहावा) *इंद्र सहानी* खटल्यात ९ न्यायाधीशांनी जे काही म्हटले ते *अजयकुमार सिंग*च्या खटल्यातील ३ न्यायाधीशांच्या पीठाने पार निष्प्रभ करून टाकले. या दोन्ही खटल्यांमधील दोन्ही पीठांवरच्या न्यायाधीशांमध्ये एकेक पुरोगामी न्यायमूर्ती (activist) होते. यावरून काय समजायचे ते समजावे!

तज्ज्ञांसाठीचे अणि खास तज्ज्ञांसाठीचे (super specialities) जे शिक्षणक्रम असतात, तिथल्या प्रवेशासंबंधीच्या अनेक खटल्यांत सर्वोच्च न्यायालयाने आपले निकाल दिलेले आहेत. उदाहरणार्थ, *डॉ. जगदीश सरन विरुद्ध भारतीय संघराज्य* या खटल्यात न्यायालयाने आपली निरीक्षणे नोंदवली आहेत. (या आधीचाच संदर्भ पहा.) सर्वोच्च न्यायालयाने इतर गोष्टींच्या समवेत म्हटले आहे :

> ...परंतु, हे लक्षात घ्या की, कितीही दंगे केले किंवा अगदी प्रत्येक विद्यापीठात प्रत्येक शिक्षणक्रमासाठी आरक्षण ठेवले, तरी अपवादांमुळे

मूळ नियमाला कधीही बाधा पोचत नाही. उदाहरणार्थ, तुम्ही एकूण एक गुणवान उमेदवारांना वगळू शकणार नाही. तसे केले तर कमी दर्जाच्या उमेदवारांची भलावण होईल. मग त्यामुळे वैद्यकीय क्षेत्रातील स्पर्धा कमी होतील. दूरगामी परिणामाच्या दृष्टीने हे वैद्यकीय क्षेत्राला घातक आहे.

यावर क्षणभर थांबा आणि न्यायालयाने एव्हाना किती गोष्टींना मान्यता दिली आहे ते पहा. ''तुम्ही एकूण एक गुणवान विद्यार्थ्यांना वगळू शकणार नाही...'' यामध्ये काय करू नये किंवा काय करता येणार नाही हे सुचवलेले आहे.

आपण आता त्यापुढचा भाग वाचू या :

महाविद्यालयात प्रवेश मिळवण्यासाठी आलेल्या सर्वच्या सर्व गुणवान व बुद्धिमान मुलांना प्रवेश नाकारून पुढे समाजावर अर्धवट आणि कुडबुडे डॉक्टर लादण्यात काय हशील आहे? सर्वोत्तम विद्यार्थ्यांना प्रवेश नाकारल्याने राष्ट्रीय नुकसान होईल. अन् कोणत्याही प्रदेशाच्या हितापेक्षा राष्ट्राचे हित जास्त महत्त्वाचे असते. म्हणून, कोणताही अतिरेक न करता, मर्यादेत राहूनही राज्य सरकारचे धोरण राबवायला तसा वाव आहे...

समानतेची आणखी एक मर्यादा येथे पडते. एखाद्या प्रदेशाची मूलभूत वैद्यकीय गरज किंवा एखाद्या अडचणीतल्या गटाला पुढे आणण्यासाठी त्यांना प्राधान्य देऊन केलेल्या कृतीचे समर्थन करता येईल. परंतु हाच उपाय मोठ्या प्रमाणावरती तज्ज्ञ निर्माण करण्यासाठी करता येत नाही. त्यासाठी लागते ती उत्तम कौशल्ये व बुद्धिमत्ता असलेली माणसे. अशी माणसे एकेक करून वेचून, निवडून गोळा करावी लागतात. पीएच.डी., एम.डी. किंवा आणखी वरच्या पातळीवरचे नैपुण्य व या पातळीवरची बुद्धिमत्ता आंतरराष्ट्रीय बौद्धिक पातळीवर मोजावी लागते. अशा वेळी त्या क्षेत्रातला एखादा महान शास्त्रज्ञ किंवा तंत्रज्ञ गमावणे म्हणजे राष्ट्रीय नुकसान झाल्यासारखे आहे. म्हणून व्यापक विचार केल्यास तसे गमावणे फार गंभीर व नुकसानकारक ठरते. येथे समानता ही उत्कृष्टतेच्या पातळीवर मोजली जाते. समानतेला आणखी अर्थ प्राप्त होतो आणि फारशी जोखीम न घेता समानता पातळ करता येत नाही. *दि इंडियन मेडिकल कौन्सिल या संस्थेने अगदी योग्य रितीने ठासून सांगितले आहे की, स्थानिक लोकांची खुशामत करण्यासाठी गुणवत्तेशी खेळ केला तर हे बूमरँग उलटेल. एखाद्या क्षेत्रात पाहिजे तशी खुजी माणसे तयार करण्याला 'धोकादायक कला' म्हटले पाहिजे.* इंडियन मेडिकल कौन्सिलने केलेल्या शिफारशी येथे विचारात घेण्यास हरकत नाही. त्या शिफारशी म्हणजे सामाजिक शहाणपणातील

अंतिम शब्द नसेल, परंतु विचार करायला लावणाऱ्या आहेत हे नक्की. त्या शिफारशींमधला काही भाग खालीलप्रमाणे आहे :

> "पदव्युत्तर प्रशिक्षणासाठी प्रवेश देताना विद्यार्थ्यांतून केवळ गुणवत्तेच्या कठोर निकषावरती निवड झाली पाहिजे. ती गुणवत्ता विद्यार्थ्यांच्या पदवीपूर्व शिक्षणातील अभ्यासाच्या नोंदीवरूनच ठरवली पाहिजे. पदव्युत्तर शिक्षणासाठी निवड करण्याची प्रक्रिया ही विद्यापीठांकडून राबवली पाहिजे."

दिल्ली विद्यापीठाचे एक उदाहरण पहा. त्यांनी आपल्या मेडिकल महाविद्यालयात पदव्युत्तर शिक्षणासाठी आपल्याच विद्यापीठातून पदवी घेतलेल्या विद्यार्थ्यांसाठी ७० टक्के जागा राखून ठेवल्या. परंतु आता सर्वोच्च न्यायालयाच्या निर्देशानुसार मेडिकलच्या पदव्युत्तर शिक्षणासाठी सर्वांत हुशार, बुद्धिमान अशा विद्यार्थ्यांना प्रवेश द्यावा असे म्हटले आहे. या ठिकाणी ज्या ७० टक्के जागा दिल्ली विद्यापीठातून मेडिकलची पदवी घेतलेल्यांसाठी ठेवल्या, ते एक प्रकारे संस्थेने ठेवलेले आरक्षण म्हटले पाहिजे. शिवाय "देशाच्या हितापुढे स्थानिक हित महत्त्वाचे नाही," असेही सर्वोच्च न्यायालय म्हणते. कारण, "बुद्धिमान विद्यार्थ्यांना प्रवेश दिला नाही तर ते एक 'राष्ट्रीय नुकसान' ठरेल. कोणतेही स्थानिक हित हे राष्ट्रीय हितापेक्षा मोठे असू शकत नाही." असे जर सर्वोच्च न्यायालयाचे मत आहे, तर मग स्थानिक हिताच्या जागी 'जात' हा घटक का ठेवला जात नाही? का जात हा घटक येथे बसत नाही? सर्वांत उत्कृष्ट अशा विद्यार्थ्यांना प्रवेश नाकारणे म्हणजे 'राष्ट्रीय नुकसान' आहे, तर मग जातीविरहीत प्रवेश पद्धती ही त्याहीपेक्षा वरच्या दर्जाची नाही का?

सर्वोच्च न्यायालयाच्या निवेदनात, इंग्रजीतील पुढील शब्द आले आहेत : 'medical midgetry', 'midgetry when summitry is the desideratum, is a dangerous art.' यांवरून हे शब्द पुरोगामी न्यायमूर्तींकडून आलेले आहेत हे सहज कळते. एवढेच नव्हे, तर कोणत्या पुरोगामी न्यायमूर्तींकडून ते शब्द आले आहेत तेही समजून येते! (अर्थातच ते पुरोगामी न्यायमूर्ती म्हणजे न्या. व्ही.आर. कृष्णा अय्यर क्यू. चिन्नाप्पा रेड्डींसाठी बोलले आणि स्वत:साठीही बोलले! अन्य कोणासाठी बोलताना, कोणाची दु:खे सांगताना आपल्या निकालपत्रात ते नेहमी अशीच भाषा वापरतात.)

जगदीश सरण खटल्यात सर्वोच्च न्यायालयाने इंडियन मेडिकल कौन्सिलचे मत उद्‌धृत केले. पण *अजयकुमार सिंग* खटल्यात हेच मत फेटाळून लावलेले आहे. का? तर ते मत म्हणे केवळ शिफारसवजा आहे, त्याला फक्त सल्ल्याचे स्वरूप आहे म्हणून आणि म्हणून ते बंधनकारक नाही!

इंडियन मेडिकल कौन्सिल ही एक स्वायत्त संस्था आहे हे जरी खरे असले तरी आणि ज्या समस्येसाठी हे मत दिले ते आरक्षण क्षेत्राविरुद्ध असले तरीही तो फक्त सल्ला होता हेही खरेच. ते काहीही असले तरी कौन्सिलला सर्वसाधारण धोरणानुसार, म्हणजे राज्यघटनेतील तरतुदीनुसार वागावे लागते... *अजयकुमार सिंग* खटल्यात व्यक्त केलेली न्यायालयाची उपपत्ती अशी आहे. (संदर्भ : *अजयकुमार सिंग विरुद्ध बिहार राज्य,* op.cit., परिच्छेद १७ ते २४)

पुढच्याच एका खटल्यात न्यायालय आणखी पुढे जाते. मेडिकल कौन्सिलने आपले नियम घालून दिले असले तरी ते नियम अमलात आणायचे की नाही याचे अधिकार राज्य सरकारला असतात. त्यामुळे, मेडिकल व अन्य काही शिक्षणक्रमासाठी प्रवेशाचे हे कौन्सिल पुरस्कृत नियम राज्य सरकारने सपशेल बाजूला ठेवले. राज्यघटनेचे कलम १५(४) हे शिक्षणसंस्थांमध्ये आरक्षण ठेवावे की नाही, याबद्दल काहीच सांगत नाही. पण काहीही असले तरीही मेडिकल कौन्सिलचे नियम कोणत्याही परिस्थितीत, पदव्युत्तर शिक्षणासाठी आरक्षण ठेवण्यास प्रतिबंध करतात. परंतु त्यावर निकालपत्रात असे भाष्य केले आहे की, ''परंतु आता सत्ताधाऱ्यांना तसे करायला सांगायला खूप उशीर झाला आहे.'' (संदर्भ : पहा, उदाहरणार्थ, *सौरभ चौधरी विरुद्ध भारतीय संघराज्य* २००३, ११ SCC १४६, परिच्छेद ४३; *अजयकुमार सिंग* op.cit., परिच्छेद २ व ४)

कोणत्याही खटल्यात, अगदी *जगदीश सरण* खटल्यातही, न्यायालयाने, ''उत्कृष्टतेसाठी तडजोड करू नये,'' असे मत व्यक्त केले असले तरी, लगेच हेच न्यायालय घाईघाईने पुढे म्हणते की, ''परंतु ही गोष्ट अनुसूचित जाती, जमाती आणि राज्यघटनेनुसार जे मागासवर्गीय आहेत त्यांच्यासाठी निर्माण केलेल्या आरक्षणांना लागू पडत नाही. कारण ती एक राज्यघटनेने केलेली आज्ञा आहे.'' (संदर्भ : *जगदीश सरण* खटला op.cit., परिच्छेद २५; *अजयकुमार सिंग,* op.cit., परिच्छेद १०)

याच सर्वोच्च न्यायालयाचे आधीचे मत आठवा. त्या वेळी न्यायालयाने असे म्हटले होते की, आरक्षणामुळे मापदंड पातळ होता कामा नये. कारण आरक्षणाचा हेतू हा शिक्षणक्रम किंवा नोकरी येथे *फक्त प्रवेश मिळवून देण्यापुरताच* आहे. एकदा तसा प्रवेश मिळाला की आरक्षणाच्या उमेदवाराला अन्य 'जनरल' प्रकारातील उमेदवार जसे शिक्षण घेतात किंवा जशा नोकऱ्या करतात तशाच प्रकारातून जावे लागेल आणि त्याचे मूल्यांकनही तशाच मापदंडानुसार होईल. मग याच तर्कशास्त्रानुसार न्यायालयाला पुढे सांगावेच लागते की, ''*इंद्र सहानी* खटल्यात व त्या आधीच्या खटल्यातील निकालपत्रात आरक्षणे ही तज्ज्ञ व खास तज्ज्ञ यांची गरज असलेल्या शिक्षणक्रमाला अथवा नोकऱ्यांना लागू झालीच पाहिजेत.'' *पोस्ट-ग्रॅज्युएट इन्स्टिट्यूट ऑफ मेडिकल रिसर्च एज्युकेशन अँड रिसर्च* या खटल्यात न्यायालयाने आपल्या

निकालपत्रात म्हटले आहे :

> ''प्रश्न असा आहे की, तज्ज्ञ व खास तज्ज्ञ तयार करणाऱ्या शिक्षणक्रमात प्रवेशासाठी आरक्षण ठेवल्याने आवश्यक असलेली व्यावसायिक कुशलता काही प्रमाणात गमावली जाते का? आम्ही विचारपूर्वक धारण केलेल्या दृष्टिकोनानुसार पाहिले असता तसे काहीही घडत नाही. कोणत्याही मेडिकल शिक्षणक्रमामध्ये अगर पदव्युत्तर शिक्षणक्रमामध्ये प्रवेश घेतलेल्या विद्यार्थ्याला तिथे ठरवून दिलेल्या मापदंडानुसार परीक्षा द्याव्या लागतात. आरक्षणामार्फत प्रवेश घेतलेल्या विद्यार्थ्यालाही तेच मापदंड व त्याच परीक्षा लागू होतात. मग तो शिक्षणक्रम हा मेडिकलचा असो वा कोणत्याही तंत्रशाखेचा असो. त्यामध्ये आरक्षण प्रकारातील विद्यार्थ्याला कसलीही सवलत दिली जात नाही. पदव्युत्तर शिक्षणक्रम, पीएच.डी. किंवा उच्च तंत्रज्ञान येथे प्रवेशाची संधी कमी गुण मिळालेल्या उमेदवारांना, 'जनरल' प्रकारातील उमेदवारांपेक्षा सुरुवातीला गुणात सवलत देऊन दिली जाते. उदाहणार्थ, जर 'जनरल' प्रकारातील विद्यार्थ्याला प्रवेशासाठी ८० टक्के गुणांची आवश्यकता ठेवली असेल तर आरक्षणामार्फत येणाऱ्या विद्यार्थ्यांसाठी त्यापेक्षा १० टक्के कमी गुणांची आवश्यकता ठेवली जाते. एखाद्या 'जनरल' प्रकारातील डॉक्टरला किंवा तंत्रज्ञाला पदव्युत्तर किंवा पदवीपूर्व परीक्षेत उत्तीर्ण होण्यासाठी ज्या मापदंडाची पूर्तता करावी लागते तशीच पूर्तता अन्य प्रकारातील विद्यार्थ्यांनाही करावी लागते. तथापि, प्रवेश घेताना मात्र आरक्षणास पात्र असलेल्या उमेदवाराला कमी गुणांची सवलत प्रवेशासाठी दिली आहे. त्यामुळे व्यावसायिक कुशलतेवर काहीही परिणाम होणार नाही!'' (संदर्भ : *पोस्ट-ग्रॅज्युएट इन्स्टिट्यूट ऑफ मेडिकल रिसर्च एज्युकेशन अँड रिसर्च विरुद्ध के. एल. नरसिंहन,* १९७७, ६ SCC २८३ पान ३०८, परिच्छेद २५)

पूर्वीचे आरक्षणाचे नियम बाजूस सारून नवीन नियम नुसते ताणत ताणत नेऊन सर्वोच्च न्यायालयाने आरक्षणाचा विस्तार करून त्याला न्यायिक दर्जा दिला! *पोस्ट-ग्रॅज्युएट इन्स्टिट्यूट ऑफ मेडिकल रिसर्च एज्युकेशन अँड रिसर्च* या खटल्यात सर्वोच्च न्यायालयाने आपली पूर्वीचीच विधाने पुन्हा एकदा प्रतिपादन केली. ''आरक्षणाचे लाभ दिले की उत्कृष्टता घसरते ही समजूत चुकीची आहे... ज्या विद्यार्थ्याने आरक्षणाच्या मार्गाने प्रवेश मिळवला, त्यालासुद्धा तीच उत्कृष्टता साध्य करणारी पदवी मिळवावी लागते; तसेच, जास्त गुण मिळवणे म्हणजे व्यावसायिक नैपुण्याचा,

कार्यक्षमतेचा किंवा उत्कृष्टतेचा एक हमखास पुरावा आहे असे समजणेही बरोबर नाही.''

सर्वोच्च न्यायालय पुढे म्हणते :

''पूर्वी म्हटल्याप्रमाणे, आरक्षणाचा लाभ दिल्याने उत्कृष्टता अटळपणे घसरतेच असे नव्हे. कुशलता व खास कुशलता शिकवणाऱ्या पदव्युत्तर शिक्षणक्रमासाठी प्रवेश घेतलेल्या प्रत्येक विद्यार्थ्याला तोच अभ्यासक्रम पार करावा लागतो, तेच मापदंड पाळावे लागतात आणि उत्कृष्ट नैपुण्य दर्शवावे लागते. तरच तो पदवी मिळविण्यास पात्र ठरतो. या संदर्भात आरक्षण प्रकारातील विद्यार्थ्याला कसलीही सवलत दिली जात नाही. 'जनरल' प्रकारातील विद्यार्थ्यांबरोबर तीच पदवी परीक्षा देऊन मिळवावी लागते आणि 'जनरल' प्रकारातील विद्यार्थ्याने मिळवली तशीच उत्कृष्टता त्यानेही मिळवावी अशी *अपेक्षा ठेवली जाते.* फक्त प्रवेश मिळवताना त्याला कमी गुणांची सवलत दिली जाते इतकेच. उच्च नैपुण्याचा, कार्यक्षमतेचा किंवा उत्कृष्टतेचा हमखास पुरावा म्हणजे भरपूर गुण नव्हे. अभ्यासू विद्यार्थ्याने आपली बुद्धी चालवून किती क्षमता मिळवली आहे आणि किती कौशल्ये अंगी बाणवली आहेत हे मिळवलेले गुण सांगतात. मग ते 'आरक्षण' प्रकारातील किंवा 'जनरल' प्रकारातील विद्यार्थ्याने मिळवलेले असो. आपल्या मनाचा वापर कसा केला जातो आहे, विषयातील किंवा क्षेत्रातील आपली कौशल्ये व क्षमता वाढविण्यासाठी सतत किती प्रयत्न केले जात आहेत यांवर त्या विद्यार्थ्याचे यश अवलंबून असते.''

येथवर न्यायालयाने पूर्वीच्या पुरोगामी न्यायाधीशांनी जे काही आपल्या निकालपत्रात सांगितले तेच परत एकदा सांगितले. पण आता त्यात एक नवीन भर टाकली, ती अशी :

''गुण जे मिळवले जातात ते विविध मार्गांनी मिळवले जातात, हे सर्वांना ठाऊक आहे. विशिष्ट टक्के गुण मिळवले की त्यामुळे कुशलता, कार्यक्षमता आणि उत्कृष्टता यांचा निर्देशांक कळतो असे नाही. *संस्थांतर्गत परीक्षांमध्ये दिले जाणारे गुण हे जात, संप्रदाय, वर्ण, धर्म इत्यादींनुसार दिले जातात.''*

एक क्षणभर थांबा आणि पुन्हा एकदा वाचा : संस्थांतर्गत परीक्षांमध्ये दिले जाणारे गुण हे जात, संप्रदाय, वर्ण, धर्म इत्यादींनुसार दिले जातात. अशा प्रकारे आपल्या

परीक्षा पद्धतीला तुच्छ लेखण्यासाठी न्यायालय हे आपल्यापुढे एखादा ढोबळ पुरावा बेधडक मांडत आहे काय? भारतामध्ये जात, संप्रदाय, वर्ण, धर्म इत्यादींनुसार गुण बहाल केले जातात? मेडिकल, इंजिनीअरींग येथे प्रवेशासाठी, तसेच स्पर्धा परीक्षेसाठी अन्य मागासवर्गीयांची (ओबीसी) संख्या सतत वाढत आहे ते मग कशाचे लक्षण आहे? एखाद्या अगदी कट्टर पुरोगामी असलेल्या व्यक्तीने असे काही घडते त्यासाठी अद्याप कोणताही पुरावा पुढे आणला नाही! अन् तरीही न्यायालय याचिका आल्याने...

अन् हेच न्यायालय मागासवर्गीयांच्या भरतीवरती आपल्याला एक व्याख्यान झोडते.

हेच न्यायालय आपल्याला आठवण करून देते की, ''एखादी गोष्ट सिद्ध करायची असेल तर पुरावे व परिस्थिती या आधारे निष्कर्ष काढावा लागतो. तसे करताना तर्क व अंदाज यांना स्थान देता येत नाही. एखादी परिस्थिती दुसऱ्या परिस्थितीला लागू करण्यात मनाला आनंद वाटतो. आणि तीच परिस्थिती आणखी थोडी ताणून जबरदस्तीने एखाद्या पूर्ण सत्याचा एक भाग बनवण्याकडेच मनाचा कौल असतो.''

जर काही वस्तुस्थिती गायब असेल, तर न्यायालय त्यासाठी आणखी वरच्या पातळीवर, तात्त्विक पातळीवर जाण्याचा उपाय सांगते!

> ''कौशल्ये, खास कौशल्ये अथवा तज्ज्ञपणा यांतील पदवी मिळविण्यासाठी किंवा तंत्रज्ञानातील पदवी मिळविण्यासाठी अडचणीतील लोकांना संधी व सोयीसुविधा पुरवाव्यात, असे राज्यघटनेत सांगितलेले आहे. तसे करण्यास नकार देणे म्हणजे एखाद्याला समानतेचा हक्क पूर्णपणे नाकारण्यासारखे आहे. मूलभूत हक्कांचा अर्थ हा उदारपणे लावला पाहिजे. त्यामुळे नागरिकांना राज्यघटनेतील भाग ३ व भाग ४ यांतील हक्क उपभोगणे शक्य होईल. अन् ही एक स्थिरावलेली अशी कायदेशीर परिस्थिती आहे. (संदर्भ : *दी अहमदाबाद सेंट झेवियर्स कॉलेज सोसायटी विरुद्ध गुजरात राज्य* MANU/SC/0088/1974; *Marri Chandrashekhar Rao v. s. Dean, Seth G. S. Medical Collage* MANU/SC/0457/1990 and *Ashok Kumar Gupta V State of U.P.*, MANU/SC/1176/1997) अशा परिस्थितीत उच्च न्यायालयाचा दृष्टिकोन असा राहतो की, पदव्युत्तर शिक्षणक्रमासाठी आरक्षण ठेवणे हे उच्च दर्जाच्या कार्यक्षमतेला मारक ठरते आणि कलम १४ चा भंग करते, असे म्हणणे स्पष्टपणे चूक आहे, बेकायदेशीर आहे आणि राज्यघटनेला धरून नाही. अशा रितीने आम्ही असे म्हणतो की, (वैद्यकीय, इंजिनीअरींग इत्यादी)

पदव्युत्तर शिक्षणासाठी आरक्षण ठेवणे हे राज्य घटनेचे कलम १४, १५(१) आणि १५(४) यांनुसार वैध आहे.'' (संदर्भ : *पोस्ट-ग्रॅज्युएट इन्स्टिटयूट ऑफ मेडिकल एज्युकेशन अँड रिसर्च,* op.cit., पाने ३०८ व ३०९, परिच्छेद २५ व २६)

थोडक्यात सांगायचे झाल्यास, एक तर तुम्हाला 'जन्मजात जातीनुसार आरक्षण ठेवल्यास राष्ट्रीय नुकसान होईल?' असे म्हणणाऱ्या *इंद्र सहानी* खटल्यातील नऊ न्यायाधीशांवर विश्वास ठेवायला हवा किंवा *पोस्ट-ग्रॅज्युएट इन्स्टिटयूट ऑफ मेडिकल एज्युकेशन अँड रिसर्च* या खटल्यात आरक्षण ठेवावे असे म्हणणाऱ्या तीन न्यायाधीशांवर विश्वास ठेवावयास हवा. पहा तुम्हाला काय करायचे ते!

'व्यावसायिक कौशल्ये, तंत्र इत्यादी शिक्षणासाठी आरक्षण ठेवणे म्हणजे समानतेचा एक घटक सांभाळण्यासारखे आहे काय?' या प्रश्नाकडे मी नंतर वळतोच आहे. आत्ता आपण फक्त एवढेच लक्षात घ्या की, मेडिकल महाविद्यालयातील आरक्षण कोणत्याही मार्गाने संकुचित करणे म्हणजे समानता नाकारणे आहे. या व्यक्तींपैकी काही जण विशेषत: राजकीय क्षेत्रातील, उच्च पदांवर असल्याने अशी मागणी करतात की, ''राज्यसरकारने आपल्या आजारासाठी अत्यंत खर्चिक अशा रुग्णालयातील वैद्यकीय सुविधा पुरवल्या पाहिजेत, वेळप्रसंगी परदेशातही पाठवले पाहिजे.'' अशा सोयी आपल्याला मिळतील हे या देशातील गरिबांच्या स्वप्नातही कधी येणार नाही! समाजवाद हा फक्त जनतेसाठी आहे. समानता वगैरे फक्त दुसऱ्यांच्या बाबतीत! स्वत:ला मात्र खास, स्पेशल सोयीसुविधा! गांधीजी असते तर हे पाहिल्यावर त्यांनी खेदाने आपली मान हलवली असती. त्यांनी असे शिकवले होते की, जे गरिबांच्या वतीने बोलू इच्छितात, जे जनतेचे नेतृत्व करतील त्यांनी प्रथम आपल्याजवळील गोष्टींचा त्याग करावा व उपासमार अनुभवावी. आपण जे काही करीत नाही ते दुसऱ्याने करावे असा उपदेश त्याला करता येणार नाही. परंतु आपल्या नेत्यांचे नेमके याउलट असते. याचे कारण जे शतकानुशतके दडपले गेलेले आहेत, त्यांचे प्रतिनिधित्व ते करीत असल्याने आपल्याला अत्यंत खर्चिक, उच्च दर्जाची वागणूक व सवलती मिळाव्यात असे त्यांना वाटते! त्या सुखसोयींच्या सवलती हिसकावून घेण्याकडे जरा तिरपा कटाक्ष टाकला तर असे कळेल की, 'त्या सुखसोयी नाकारणे म्हणजे ज्यांचे आम्ही प्रतिनिधित्व करतो त्यांची त्यांचा अपमान करण्यासारखे आहे,' अशी त्यांची समजूत झाली आहे! हे असे वागणे म्हणजे खरेतर उलट भेदभाव तसाच पुढे चालू ठेवणे, इतकेच नव्हे तर शतकानुशतकांची दडपशाहीसुद्धा पुढे चालू ठेवणे होते!

उत्कृष्टतेचा व श्रेष्ठतेचा हा एक मार्ग

आपण ज्या प्रकारची प्रकरणे पाहत आहोत त्यामध्ये न्यायालय काही कल्पना पार फेटाळून लावते. त्या कल्पना अशा : शिक्षणक्रमामध्ये किंवा नोकऱ्यांमध्ये निम्म्या जागा राखून ठेवणे, त्या जागांसाठी गुणवत्ता हा निकष न लावता जन्मजात जात हा निकष लावल्यास कार्यक्षमतेवरती कल्पना करता येणार नाही एवढा परिणाम होईल. तसेच 'आरक्षणाने प्रवेश किंवा नोकऱ्या मिळालेले उमेदवार हे शेवटी आपल्यात सुधारणा करीत इतरांना गाठतील' या कल्पनेवरती न्यायालयाची एवढी श्रद्धा आहे की 'कार्यक्षमता कोसळेल' ही भीती ते उडवून लावतात. न्यायालयातील पुरोगामी न्यायाधीश तर याहीपुढे जातात. त्यांची विचारसरणी अशी आहे :

- राज्यघटनेमागचा हेतू (preamble) हा राज्यघटनेच्या मूळ ढाच्याचाच एक भाग आहे.
- त्या हेतूमध्ये समानतेवरती विचार व्यक्त केला आहे.
- म्हणजे प्रत्यक्ष व्यवहारात याचा अर्थ सामाजिक व आर्थिक न्याय, समानतेची संधी, मनुष्याचे समान स्थान, सर्व मनुष्यांचा सारखाच मोठेपणा किंवा पत, प्रत्येकाला समान राजकीय सत्ता.
- सामाजिक व आर्थिक न्याय देऊन गरिबांना आर्थिक सत्तेत वाटा देणे.
- हा आर्थिक सत्तेतला वाटा एक मूलभूत हक्क आहे.
- राज्य सरकारच्या नोकरीतील पदांसाठी आरक्षण ठेवणे ही एक गरिबांना सामाजिक व आर्थिक न्याय पुरवण्याची पद्धत आहे. तसेच, त्यांना आर्थिक सत्तेत वाटा देणे, समानतेच्या संधीची त्यांना खात्री देणे, सर्वांना सारखाच मोठेपणा व सर्वांची सारखीच स्थिती आहे असे मानणे आणि त्यांना राजकीय सत्तेतही वाटा देणे.
- जर फक्त खालच्या पातळीवरील पदांसाठी आरक्षण ठेवले तर सत्ता, स्थिती, मान्यता हे फक्त वरिष्ठ पातळीवरील लोकांसाठीच राहील.
- तसेच, पददलितांसाठी वरच्या पातळीवरील पदांमध्ये आरक्षण ठेवले तर त्यामुळे "दलित आणि अनुसूचित जमातींच्या कर्मचाऱ्यांमुळे वरिष्ठ पातळीवरील उत्कृष्टतेमध्ये भरच पडेल."

सर्व संकल्पनांमध्ये पुरोगामी मंडळींनी मुद्दाम गोंधळ उडवून दिला आहे. त्यामुळे त्यांच्या मनात काय आहे ते समजून येते. एका उताऱ्यामध्ये असो वाचायला मिळते : "व्यक्तीची समान सामाजिक स्थिती व समान सामाजिक मान्यता ही केव्हा

अबाधित राहील, तर जेव्हा दलित व अनुसूचित जमाती यांच्या कर्मचाऱ्यांना बढतीच्या नेमणुकांची संधी देऊन वरच्या पदावर चढवले जाईल तेव्हा. म्हणजे मग ते बढती पावलेले वरच्या पदांवरचे उमेदवार हे उत्कृष्टतेसाठी व्यक्तिश: आणि व अन्य कर्मचाऱ्यांबरोबर सामुदायिकरीत्या धडपड करतील, प्रशासनाची कार्यक्षमता वाढवतील. आपल्या कार्यक्षमता सुधारण्यासाठी त्यांना इतरांसारखीच संधी दिली जाईल आणि प्रशासकीय उतरंडीवरील कार्यालये चालविण्याची जबाबदारी ते पेलतील.'' (संदर्भ : *अशोककुमार गुप्ता विरुद्ध उत्तर प्रदेश राज्य,* १९९७, ५ SCC २०१, पान २२५, परिच्छेद २६) यातील 'नेमणुका', 'बढत्या' त्यातून निघालेले 'सामाजिक स्थिती व मान्यता' हे शब्द आणि प्रशासनाची कार्यक्षमता वगैरे सर्व शब्दप्रयोग हे एकमेकांत घुसलेले आहेत! परंतु यावर त्यांना कोण प्रश्न विचारणार?

प्रशासनाची कार्यक्षमता, कलम ३५५नुसार घातलेल्या मर्यादा आणि उत्कृष्टतेचा मागोवा घेऊन तो साध्य करणे यावर मात्र ते उडी मारतात व उत्कृष्टता व कार्यक्षमता यांच्या व्याख्या व्ही. पी. सिंगसारखे लोक बदलून टाकतात. प्रशासनाची कार्यक्षमता ही खरोखरीच लक्षात घेतलीच पाहिजे, परंतु

- पददलितांच्या आकांक्षा आणि गरजा पुऱ्या होतील तेव्हा प्रशासनाची रचना कार्यक्षम होईल.
- जेव्हा पददलितांना प्रशासनात पुरेसे प्रतिनिधित्व मिळेल तेव्हाच हा प्रश्न संपेल.
- जेव्हा पददलितांना सत्तेत वाटा मिळेल तेव्हाच ह्या सर्व व्यवस्थेत गुणवत्ता निर्माण होईल व उत्कृष्टता येईल अन् सत्तेत वाटा मिळावा अशी पददलितांची महत्त्वाकांक्षा आहे.
- आणखी असे की, सत्ता ही प्रशासनाच्या वरिष्ठ पातळीवर विसावलेली असते. त्या वरिष्ठ पातळीवर नुसते पददलित जाऊन उपयोगी नाही, तर पुरेसे प्रतिनिधित्व होईल एवढ्या संख्येने ते जायला हवेत. तरच ती प्रशासनाची 'व्यवस्था' ही न्याय्य व योग्य ठरेल.

ते न्यायाधीश खालीलप्रमाणे युक्तिवाद करतात :

> राज्यघटनेने प्रत्येक व्यक्तीला दुहेरी आदेश दिले आहेत. त्यासाठी कलम ५१-अ हे शिरोधार्य मानावे. दुसरे असे की, प्रत्येकाने आपल्या देशाची उत्कृष्टता कशी वाढेल यासाठी सर्व काही करावे. अनुसूचित जाती व

जमाती आणि अन्य मागासवर्गीय यांनाही इतरांप्रमाणे ही कर्तव्ये करण्याचे आदेश लागू होतात. यावरून असे समजते की आपली 'व्यवस्था' अशी असली पाहिजे की अनुसूचित जाती, जमाती व अन्य मागासवर्गीय यांनीसुद्धा आपल्या देशाला वरच्या पातळीवर नेण्याचे कर्तव्य करावे. राज्यघटनेने एक अटळ शर्त त्यांच्या जगण्यासाठी अशी घातलेली आहे की, त्यांनी महाविद्यालयात जाण्याच्या दिशेने वाटचाल चालू ठेवावी व मग नोकऱ्यांत प्रवेश करावा. पण एवढेही पुरेसे नाही. ते जोवर आपल्यातील एकूण एक सुप्त गुण बाहेर काढीत नाहीत आणि वरची पदे त्यांना मिळवता येत नाहीत, तोपर्यंत 'व्यवस्थेकडून' बाकीच्यांना वगळून त्यांच्यासाठी राखीव पदे ठेवलीच पाहिजेत. जोपर्यंत त्यांच्यात देशाच्या उत्कृष्टतेत भर घालण्याची क्षमता येत नाही आणि वरच्या पदांवर ते जाऊन बसत नाहीत तोपर्यंत 'व्यवस्थेने' त्यांना त्या पदांवर नेऊन बसवले पाहिजे. अन् म्हणून पदव्युत्तर शिक्षणासाठी, तसेच पदवीपूर्ण शिक्षणासाठी आरक्षण आवश्यक आहे. प्रवेशासाठी व बढत्यांसाठीही आरक्षण आवश्यक आहे. सर्व प्रकारच्या नोकऱ्यांत आरक्षण आवश्यक आहे! आणि आता सरकारी नोकऱ्यांप्रमाणे खासगी क्षेत्रातही!

१५

भ्याडपणाला तत्त्वांची साथ

आता एखादा न्यायाधीश राज्यघटनेच्या कलम ३३५ आधारे आपले खालील मत बनवू शकेल :

> प्रशासनाच्या कार्यक्षमतेवर कसलाही परिणाम होऊन द्यायचा नाही, हे ध्यानात घेऊन, खरीखुरी समानता आणण्यासाठी अनुसूचित जाती व जमाती यांचे *दावे (claims)* सरकारने विचारात घेतलेच पाहिजेत. तसे करणे हे सरकारचे मूलभूत कर्तव्य आहे.

किंवा एखादा न्यायाधीश आपले मत खालीलप्रमाणे बनवू शकेल :

> अनुसूचित जाती व जमातींचे *दावे (claims)* विचारात घेताना सरकारने ही गोष्ट लक्षात घेतली पाहिजे की प्रशासनावर त्यामुळे होणारे परिणाम पहावेत. कारण प्रशासनाच्या कार्यक्षमतेला सर्वोच्च (paramount) महत्त्व आहे.

आता प्रत्येक न्यायाधीशाचे निकालपत्र भिन्न भिन्न होईल. दुसऱ्या मताच्या न्यायाधीशाने जे निकालपत्र लिहिले, त्यानंतर पुन्हा तो खटला उभा राहिला तर नवीन न्यायाधीश आधीच्या निकालपत्रातील एखादा उतारा निवडेल. जर आधीचा न्यायाधीश पाल्हाळ लावणारा असेल तर नवीन न्यायाधीशाला ते पाल्हाळ उपयोगी पडते. कित्येक न्यायालयांत असे पाल्हाळीकरण, विस्तृत युक्तिवाद करण्याची पद्धत आहे. अन् असे निकाल आहेत की, प्रत्येक निकालपत्रातील प्रत्येक वाक्य हे आधीच्या निकालाला पुष्टी देणारे असेल. *रामभगत सिंग विरुद्ध हरियाणा राज्य* या खटल्यात सर्वोच्च न्यायालयाने पुन्हा एकवार सांगितले की, समसमान लोकांमध्येच समानता असू शकते, म्हणजे, "जेव्हा असमान व्यक्ती स्पर्धेत उतरतात तेव्हा त्या

स्पर्धेच्या अटी शिथिल केल्याच पाहिजेत. नाहीतर सरकारची भरती आणि नोकरी या संदर्भात ही स्पर्धा असमान लोकांची होईल.'' यापुढे म्हटलेले आहे :

> समाजातील अशा विभागातील ऐतिहासिक गट हे अन्य समाजातील उमेदवारांच्या तुलनेत परिपूर्ण समानतेच्या पातळीवरती स्पर्धेसाठी असमर्थ असतात. म्हणून त्यांना समानतेच्या दृष्टीने कशी संधी दिली जाईल हे पाहिले पाहिजे. तेवढ्यासाठी त्यांना समान स्पर्धेत भाग घेता यावा म्हणून मदत केली पाहिजे.

यानंतरचे वाक्यन्‌वाक्य तुम्ही नीट पहा :

> परंतु समानेतची संधी ही सार्वजनिक सेवा किंवा नोकऱ्या यांसाठी वापरली पाहिजे. अन् यावर भर देणे हे महत्त्वाचे आहे. सार्वजनिक सेवेचे गुणसामर्थ्य आणि कार्यक्षमता ही सर्वांत आधी विचारात घेण्याची बाब आहे.
>
> सार्वजनिक सेवांमध्ये प्रवेश करण्यासाठी स्पर्धा करताना सर्वांसाठी समानता असलीच पाहिजे. सार्वजनिक सेवा आणि सार्वजनिक खात्यातील नोकऱ्या या समानतेच्या दृष्टीने नोकऱ्या पुरविण्यासाठी किंवा सर्वांसाठी नाहीत. सार्वजनिक सेवा आणि सार्वजनिक नोकऱ्या यांच्याकडून फक्त जनतेची सेवा केली गेली पाहिजे. असे करताना त्यात जर काही अडथळे येत असतील किंवा सेवेची कार्यक्षमता घसरत असेल तर, या सार्वजनिक सेवांमध्ये राज्यघटनेत दिलेल्या समानतेच्या अटी पाळण्यास परवानगी देता कामा नये. अन् ही गोष्ट वस्तुनिष्ठरीत्या बुद्धी वापरून आणि वाजवी रितीने पार पाडली पाहिजे.

यापुढे असे सांगितले आहे :

> अनेकदा असे सांगितले जाते की, अनुसूचित जाती व जमातींसाठी समानता राबवण्यासाठी सुलभता असलेल्या व मूल्य वाढवणाऱ्या कार्यक्षमतेचा बळी देता कामा नये.

सुरुवातीला तरीही कार्यक्षमता राखलीच पाहिजे असे म्हटले जाते. नंतर दुसऱ्या खेपेला, खरीखुरी समानता जमवून आणलीच पाहिजे अशा अर्थाची वाक्ये

आहेत. (संदर्भ : *रामभगत सिंग विरुद्ध हरियाणा राज्य,* १९९७, ११ SCC ४१७, पान ४२०, परिच्छेद ४)

या सर्व वाक्यांतून तुम्हाला हवा तो निष्कर्ष काढा. प्रत्यक्षात धोरण राबवण्यासाठी न्यायालयाने एक तर असा सल्ला दिला असेल की, दोन हेतू साध्य करताना त्यात समतोल साधावा, किंवा जो कोणी कार्यकारी सरकारी अधिकारी असेल त्यानेच दोन्ही हेतूंपैकी कोणते कमी किंवा अधिक महत्त्वाचे आहे ते ठरवावे, असेही म्हटले असेल. किंवा एका इच्छित हेतूकडून दुसऱ्या हेतूकडे जाण्याचा मार्ग ठेवला असेल. हे कसे किंवा कितपत कायदेशीर वगैरे विचारू नका. ती बाब त्यांनी नुसती हवेत सोडून दिली आहे.

परंतु याहीपेक्षा एक मोठी समस्या आहे. हे घडविण्यासाठी जी उच्च दर्जाची नैतिक उमेद व उत्साह लागतो, तो जातीयवाद्यांकडून (casteists) सार्वजनिक व्यासपीठावरील आपल्या भाषणातून हिसकावून घेतला जातो. (जातीयवादी म्हणजे प्रत्येक गोष्टीचे खापर जातींवर, जातिव्यवस्थेवर फोडणारे) तसेच, न्याययंत्रणेतील अशा विचारांच्या पुरोगामी मंडळींकडून हिसकावला जातो. ही पुरोगामी मंडळी भारतातील वस्तुस्थितीकडे पाहून निष्कर्ष काढतात की 'जात म्हणजेच वर्ग.' त्यामुळे जेव्हा आरक्षण लाभार्थींच्या विरुद्ध निर्णय घेण्याची पाळी येते तेव्हा तेव्हा सारी न्याययंत्रणा, अगदी चांगल्या काळीसुद्धा भ्याड बनते आणि बचावात्मक धोरण स्वीकारते. या संदर्भात एका खटल्यात न्याययंत्रणा कशी वागली त्याचे ढळढळीत उदाहरण डोळ्यासमोर येते.

प्रत्येक खटल्यात भ्याडपणा

आपल्या बहुतेकांना असे वाटते की, "निदान जातींवर आधारलेल्या आरक्षणांपासून न्याययंत्रणा तरी वाचलेली आहे." आपले असे मत होण्यामागे आपले अज्ञान आहे. प्रत्यक्षात तिथे काय घडते आहे हे आपल्याला ठाऊक नाही. पटना येथील उच्च न्यायालयाने खालच्या पातळीवरील न्यायालयात १४ टक्के जागा ह्या अनुसूचित जातींसाठी आणि १० टक्के जागा ह्या अनुसूचित जमातींसाठी राखून ठेवल्या आहेत. १९९१ मध्ये बिहार सरकारने एक वटहुकूम काढून त्याच जागा ५० टक्क्यांवर नेल्या. मात्र त्या नुसत्या अनुसूचित जाती व जमातींसाठी अन्य मागासवर्गीय (OBC) यांच्यासाठीही त्यात जागा ठेवल्या. लवकरच सरकारच्या विधिमंडळाने हा वटहुकूम मंजूर करून त्याचे कायद्यात रूपांतर केले. शेवटी हा वाद सर्वोच्च न्यायालयाकडे गेला.

सर्वोच्च न्यायालयाने तो कायदा रद्द केला. ज्या आधारावर असे केले गेले आणि तसे करताना जी दिलगिरी व्यक्त केली गेली, ते पाहता यामागे काय आहे

ते सहज समजून येईल.

खालच्या पातळीवरील न्याययंत्रणेत नेमणुका करण्याचे अधिकार हे राज्यपालांना असतात. मात्र त्यांनी त्यासाठी उच्च न्यायालयाशी आधी सल्ला मसलत करायची असते, असे सर्वोच्च न्यायालयाचे निर्देश आहेत. ही सल्लामसलत परिणामकारक ठरायलाच हवी. उच्च न्यायालयाच्या एखाद्या उमेदवाराबद्दलच्या दृष्टिकोनाला अर्थातच प्राधान्य दिले जाते. अन् जर त्या दृष्टिकोनाविरुद्ध असलेल्या एखाद्या पुराव्याकडे डोळेझाक केली जात असेल, तेव्हाच राज्यपाल संबंधित उमेदवाराबद्दलचा उच्च न्यायालयाचा सल्ला बाजूस सारू शकतो. म्हणून सर्वोच्च न्यायालयाने असा निकाल दिला की, "बिहार सरकारने एक कायदा करून त्या सल्लामसलतीला बाजूस सारले ही एक आक्षेपार्ह गोष्ट आहे आणि म्हणून तो कायदाच रद्द करून टाकला. जर गरज वाटली तर, राज्यपाल आणि उच्च न्यायालय या दोघांनी मिळून मागासवर्गीयांसाठी एक प्रतिनिधिमंडळ ठरवून एकमेकांत सल्लामसलत करावी."

न्यायालय पुढे म्हणते की, "हे सुद्धा गरजेचे आहे. कारण उच्च न्यायालय हे घटनात्मकदृष्ट्या वरच्या पातळीवरील अधिकारी असल्याने, खुद्द त्यांनाच सामाजिक कर्तव्याचे भान आहे. येथे अनुसूचित जाती व जमातींसाठी २४ टक्के जागा आधीच आरक्षित ठेवलेल्या असताना उगाच एखादा कायदा करून तीच गोष्ट करण्यास भाग पाडण्याऐवजी जर आणखी काही जागा अन्य मागासवर्गीयांसाठी (OBC) राखून ठेवाव्यात असे राज्यपालाला वाटले असते, तर त्याने त्यासाठी उच्च न्यायालयाचे मन वळवायला हवे. अन् हे तर त्याचे सामाजिक ऋण फेडण्यासारखे आहे." सर्वोच्च न्यायालय म्हणते, "जर उच्च न्यायालयाशी योग्य रितीने परिणामकारक विचारविमर्ष केला तर राज्यपालांच्या दृष्टिकोनानुसार आरक्षणाची तरतूद केली जाऊ शकते आणि, न्याययंत्रणेत किती टक्के आरक्षण असावे तेही ठरवले जाऊ शकते. यासाठी योग्य त्या अधिकाऱ्यांकडून आरक्षणासाठी कोणते उपाय करावेत, किती टक्के आरक्षण असावे याबद्दलच्या सूचना मागवता येतील. अन् त्या साऱ्या सूचना राज्यघटनेचे कलम ३३५नुसार नोकरीतील मागासवर्गीयांची टक्केवारी ही प्रशासनाची कार्यक्षमता घसरू न देण्याइतपत किती असावी याला मिळत्याजुळत्या असतील."

या संदर्भात काही जणांनी न्याययंत्रणेच्या निष्ठांवरती ज्या शंका व्यक्त केल्या त्याबद्दल न्यायालयाने दु:ख व्यक्त केले. सर्वोच्च न्यायालय म्हणते,

> "जेव्हा राज्यपाल हा पब्लिक सर्व्हिस कमिशनच्या व उच्च न्यायालयाच्या सल्ल्याने घटनेच्या चौकटीत बसतील असे नियम करू पाहतो, आणि प्रत्यक्ष वस्तुस्थितीनुसार या खटल्यात बिहार ज्युडिशियल सर्व्हिस रिक्रूटमेंट नियम, १९५५ यानुसार अनुसूचित जाती व जमातींसाठी आरक्षण ठेवलेले

आहे आणि पाटणा उच्च न्यायालयाने आरक्षणाची टक्केवारीही राज्य सरकारच्या नोटिफिकेशननुसार ठेवलेलीच आहे. असे असताना, विधिमंडळाला असे का वाटते की, राज्यपाल कलम २३४ विचारात घेणार नाही किंवा राज्यघटनेचे कलम १६(१) आणि १६(४) यानुसार दिलेली आज्ञा पाळणार नाही? सुपिरिअर ज्युडिशियल सर्व्हिसचा विचार करता, आजवर त्यासाठी कसलेही आरक्षण ठेवले गेले नव्हते हे खरेच आहे. परंतु केव्हाही राज्यपाल अशी तरतूद उच्च न्यायालयाच्या सल्ल्याने करू शकतो. त्याच वेळी तो प्रशासनाची कार्यक्षमता टिकवून धरण्याचे मनात ठेवून कलम ३३५नुसार दिली गेलेली आज्ञाही पाळू शकतो. *कधीकधी कायदे करणाऱ्यांना उगाचच असे वाटत असते की, उच्च न्यायालय किंवा त्यातील न्यायाधीश हे घटनेचे कलम १६ व विशेषत: १६(४) यांनुसार राज्यघटनेने दिलेल्या आज्ञा पूर्णपणे विसरून गेले असावेत. हे पाहून आम्हाला खरोखरच दु:ख होते.* न्याययंत्रणेत भरती करताना कलम १६(१) आणि कलम १६(४) यांचा विचार उच्च न्यायालय करणार नाही, असे समजणे अयोग्य ठरेल. राज्यघटनेच्या तीन मजबूत खांबांपैकी न्याययंत्रणा एक खांब आहे. अन् ज्यांना कोणाला या न्याययंत्रणेच्या कामाकाजाबद्दल विश्वास वाटतो, त्यांनी हे धरून चालावे की, राज्यघटनेच्या गरजांनुसार हे सर्व नीट समजावून घेण्यासाठी अधिक अभ्यासाची, तज्ज्ञ मतांची आवश्यकता असते.'' (संदर्भ : बिहार राज्य विरुद्ध बालमुकुंद साह, २०००, ४ SCC ६४०, पान ७२५, परिच्छेद ६७)

अर्थातच, हेही तितकेच खरे आहे की फक्त न्याययंत्रणाच घसरत जाणाऱ्या स्थितीला थोडासा विलंब लावू शकते. आपण पाहिले आहे की, वेळोवेळी अंमलबजावणी करणारी सरकारी कार्यकारी मंडळी आणि विधिमंडळे यांच्याकडून सर्वोच्च न्यायालयाचे निकालही उलटवून लावले जातात. त्यासाठी ते कायद्यात बदल करीत नाहीत, तर खुद्द राज्यघटनेत दुरुस्ती करतात. परंतु मी येथे बचावाची भूमिका घेऊन असे म्हणेन की, न्यायालयाच्या दृष्टिकोनामुळे, घसरत जाणाऱ्या स्थितीला तात्पुरता तरी ब्रेक लागतो.

उमेदवारांची नव्हे, तर खुद्द निकषांचीच परीक्षा चालू आहे!

आणखी एक पाऊल पुढे जाणे आवश्यक आहे : निकष, मापदंड हे किती पातळ करीत जाणार? जेव्हा खुद्द सर्वोच्च न्यायालयाला न्याययंत्रणेत भरती करण्याची पाळी आली तेव्हा एका प्रश्नाला तोंड द्यावे लागले. त्या वेळी याच न्यायालयाला म्हणावे लागले की, जे काही मापदंड पूर्वी ठरवून दिले आहेत ते पुरेसे शिथिल

करावेत. पण पुरेसे म्हणजे किती पुरेसे? ते 'पुरेसे' तपासण्यासाठी कोणती चाचणी आहे की ज्यामुळे आरक्षणाच्या आधारे उमेदवारांची भरती करता येईल? *रामभगत सिंग विरुद्ध हरियाणा राज्य* या खटल्यात हीच बाब कशी मांडली आहे ते पहा :

> न्याययंत्रणेत नोकरभरती करायची असल्याने अधिक कार्यक्षमतेची गरज आहे आणि आम्ही त्याबद्दल सजग आहोत. देशाच्या न्याययंत्रणेतील जे कोणी अधिकारी येथील प्रशासनाच्या वरच्या पदांवर जाण्याची धडपड करतात, त्यांच्यासाठी तर अशी कार्यक्षमता आवश्यक असते. परंतु, शक्य असेल तर त्याचबरोबर 'समान संधी' जपण्यासाठी एक ठराविक टक्केवारी (किती जणांना आरक्षणाच्या मार्गाने त्या पदासाठी घ्यायची ती संख्या) पक्की करायला हवी. तसे करताना त्या पदासाठी लागणाऱ्या कार्यक्षमतेशी अजिबात तडजोड करू नये. *ही कार्यक्षमता मागासवर्गीय समाजाने मिळवण्याजोगी आहे.* मागासवर्गीय समाज म्हणजे अर्थातच अनुसूचित जाती व जमाती. काही पायांवर आधारित ती टक्केवारी जोपर्यंत ठरवली जात नाही आणि अनुसूचित जाती व जमाती वस्तुनिष्ठ पद्धतीने आवश्यक ती पात्रता ते जोपर्यंत आपल्यात निर्माण करीत नाहीत, तोपर्यंत 'समान संधी' हे तत्त्व राबवणे अशक्य आहे. (संदर्भ : *रामभगत सिंग विरुद्ध हरियाणा राज्य,* १९७७, ११ SCC ४१७, पान ४२०, परिच्छेद ५)

यातील टप्पे लक्षात घ्या :

- कार्यक्षमता ही अर्थातच अत्यंत महत्त्वाची आहे.
- म्हणून त्यासाठी काही निकष, मापदंड हवेत.
- परंतु हे मापदंड असेच असायला हवेत की ते मागासवर्गीयांना साध्य करणे शक्य व्हावे.
- जर ह्या मापदंडानुसार उमेदवारांना आरक्षणाच्या मार्गावरून नोकरभरतीकडे जाता येत असेल, तरच ते मापदंड बरोबर आहेत असे समजावे. अन्यथा 'समान संधी'चे तत्त्व राबवता येणार नाही.

या खटल्यात न्यायालय ते मापदंड ठरवण्याचे काम निदान सरकारवर सोपवत आहे. ती कसोटी काय आहे, तर आरक्षणाच्या जागा भरल्या जातील एवढे मापदंड खाली नेणे. कॉम्प्ट्रोलर व ऑडिटर जनरल यांच्या कार्यालयातील नोकरभरती करताना सर्वोच्च न्यायालयाने पूर्वीचे मापदंड रद्द केले आणि जाहीर केले की, "कॅगने आरक्षणासाठी जे मापदंड शिथिल केले ते सारे 'निव्वळ भ्रामक' आहेत."

अधिकारी व तज्ज्ञांनी जबाबदारीने काम करण्यासाठी जे मापदंड ठरवून दिले ते न्यायालयाने १२ पटीने कमी केले आणि सरकारला आदेश (mandamus) दिला की, अनुसूचित जाती जमातींच्या उमेदवारांनी एखाद्या पदासाठी परीक्षा दिली तर त्यांना मिळालेल्या गुणांत सरळ २५ गुण मिळवावेत. (संदर्भ : *कॉम्प्ट्रोलर अँड ऑडिटर जनरल ऑफ इंडिया विरुद्ध के. एस. जगन्नाथन,* १९८६, २ SCC ६७९.) सुदैवाने, हा निर्णय नंतरच्या खटल्यांमध्ये फेटाळून लावण्यात आला. पहा, उदाहरणार्थ, *अजितसिंग विरुद्ध पंजाब राज्य (II),* १९९९, ७ SCC २०९. या खटल्यात पाच न्यायाधीशांच्या पीठाने असे ठरवले की, कलम १६(४) हे अशी तरतूद करून देते की ज्यामुळे सरकारी कार्यालयाला मार्गदर्शन होऊन काही जागा आरक्षित ठेवता येतील. त्यासाठी सरकारवर कोणतेही बंधन घालून तसे करावयास भाग पाडलेले नाही, किंवा तसा अधिकार कोणाही व्यक्तींना दिला गेला नाही. ''जिथे उलट प्रकारचा भेदभाव सुरू होतो तिथे सकारात्मक कृती थांबते,'' असे उद्गार न्यायालयाने या महत्त्वाच्या खटल्यात काढले.

राज्यघटना समजावून घेण्याचा मार्ग न्यायाधीशांची यथायोग्य भूमिका

पुरोगामी न्यायाधीशांनी आरक्षणांच्या बाबतीत अन्य न्यायाधीशांवरती धडकी भरवणारा दरारा निर्माण केला आहे, तर सार्वजनिक सभेत आरक्षणाच्या बाबतीत केल्या जाणाऱ्या मापदंडाविषयीच्या मुक्ताफळांनी नेमस्त न्यायाधीशांना हादरवून सोडलेले आहे. परंतु प्रश्न एवढ्यापुरताच नाही. न्याययंत्रणेतील व त्या बाहेरच्या क्षेत्रातील साऱ्या पुरोगामी मंडळींनी न्याययंत्रणेच्या विवेकबुद्धीमध्ये दोन मूलभूत कल्पना घुसवल्या आहेत. राज्यघटना कशी समजावून घ्यावी आणि त्या संबंधात न्याययंत्रणेची भूमिका काय असावी याबद्दलच्या त्या चमत्कारिक कल्पना आहेत.

जेव्हा त्यांना वाटते तेव्हा आपले न्यायाधीश मागील खटल्यातील विचारांना, तत्त्वांना ठामपणे चिकटून राहतात. अन् ही गोष्ट जगभर सर्व देशांत आढळून येते. या संदर्भात वाटेल तितक्या खटल्यांची उदाहरणे दाखवता येतील. न्यायाधीशांच्या निकालपत्रातील संपूर्ण विचारसरणी ही आधीच्या खटल्यातील निकालांवर आधारलेली असते. अशा निकालपत्रांमध्ये आपली न्यायालये ही कायम मागील खटल्यांतील विचारांकडे आदराने पाहत असतात. परंतु जेव्हा त्यांनी निवडलेले एखादे कारण पुढे रेटायचे असते तेव्हा हीच न्यायाधीश मंडळी मागच्या खटल्याचा आधार घेत नाहीत, किंवा राज्यघटनेत वापरलेल्या शब्दांचा कीस पाडत नाहीत.

राज्यघटना ही सतत अनेक विषयांना स्पर्श करणारी गतिमान कागदपत्रे आहेत, असे वेळोवेळी सांगितले जाते. एखाद्या जिवंत पदार्थासारखी ही राज्यघटना आहे.

मागील खटल्यांची, उदाहरणांची खीळ पुढच्या खटल्यांना बसू दिली जात नाही, असे म्हटले जाते.

ही अशी ठराविक वक्तव्ये न्या. व्ही.आर. कृष्णा अय्यर यांची असतात. आपण पाहिलेच आहे की, रेल्वेत नोकरीतील प्रवेशाच्या वेळी आणि बढत्यांच्या वेळी काही आरक्षणे ठेवली. बढतीच्या वेळी जिथे निवड करायचा प्रकार आहे आणि निवड न करायची पदे आहेत तिथे ५० टक्के आरक्षणे न ठेवता २/३ म्हणजे ६६.६ टक्के आरक्षणे ठेवली. अनुसूचित जाती व जमातींच्या उमेदवारांसाठी अशी अट घातली की त्यांचे मूल्यांकन झाल्यावर त्यांना जी श्रेणी मिळेल त्याहीपेक्षा वरची श्रेणी त्यांना मिळावयास हवी. एखाद्या वर्षी काही आरक्षित पदे जर भरली गेली नाहीत तर ती पदे पुढील तीन वर्षे तशीच राहू दिली जाऊन योग्य त्या उमेदवारांची वाट पाहिली जाते. यावर सर्वोच्च न्यायालयात खटला दाखल करण्यात आला. आपण पाहिलेच की न्या. कृष्णा अय्यर व न्या. चिन्नाप्पा रेड्डी यांनी त्यावर आपली कशी मान्यता दिली आणि त्यासाठी त्यांनी किती आटापिटा केला. परिणामी, नंतर दोन न्यायाधीशांनी या खटल्याचे उदाहरण देत *देशदशन* खटल्यातील आधीच्या पाच न्यायाधीशांनी दिलेला निकाल पार फेटाळून लावला. (संदर्भ : *परमानंद सिंग खटला, 'पर्स्पेक्टिव्ह ऑन शोषित संघ'*, SCC जर्नल, १९८२, १ SCC (Jour) ३७)

त्या दोन न्यायाधीशांनी आपल्या म्हणण्याचे समर्थन कसे केले? ते म्हणतात, "घटनात्मक कायद्याबद्दल ज्या सामाजिक समस्या उठतात त्या न्यायाधीशांनी कशा हाताळाव्यात हे पाहता, आम्ही हे विसरता कामा नये की, भारतीय राज्यघटना ही एक राष्ट्रीय सनद असून त्यात *सामाजिक क्रांती* सुप्तपणे दडलेली आहे. आपली राज्यघटना म्हणजे एखाद्या लोकशाहीवादी, धर्मनिरपेक्ष व साम्यवादी समाजात बंडखोरीच्या मूल्यांना जागा न देणारे कायदेशीर चर्चापत्र नाही. आपला समाज हा सर्व नागरिकांना समानतेने जवळ करणारा आहे. तो राजेशाही व वसाहतवादी अमलाच्या प्रदीर्घ रात्रीनंतर लाखो *हरिजन-गिरिजन* लोक आपल्याला निदान मानवतेने वागवा अशी अपेक्षा करणाऱ्या लोकांना जवळ करणारा आहे." न्या. कृष्णा अय्यर यांनी आपल्या निकालपत्रात खुलाशासाठी असे लिहिलेले आहे.

ते पुढे लिहितात, "त्या बंडखोर प्रवृत्तींनी आपल्या राज्यघटनेच्या मुळांना खतपाणी घातलेले आहे. एक जातीविरहीत समाज आपण निर्माण करू, यावर तशी प्रवृत्ती असणाऱ्यांची गाढ श्रद्धा आहे. त्यांना तुम्ही कोणतेही लेबल लावा, पण तरीही मागासवर्गीयांची घोडदौड होत राहणार. विशेषत: ज्या अनुसूचित जाती व जमाती यांचा निर्विकारपणे उल्लेख केला जातो व जो समाजाचा करुणास्पद विभाग आहे, त्यांचीही घोडदौड होत राहणार. सामाजिक इतिहासातील भेदक, सत्यांची जाणीव ठेवणे आणि राज्यघटनेचा अर्थ लावून तो साकार करणे, उगाच विद्वत्तापूर्ण

रितीने क्रूर शब्दच्छल करून राज्यघटनेतील अर्थ उद्ध्वस्त न करणे, अशी ही न्यायिक देशभक्तीची कर्तव्ये आहेत. तिसऱ्या जागातील (विकसनशील जगातील) परिस्थितीशी ही कर्तव्ये अत्यंत निगडित असून त्यामुळे स्वातंत्र्य ही एक जिवंत वस्तुस्थिती राहील.'' थोडक्यात, जो कोणी या व्यतिरिक्त आपला वेगळा व विरोधी आवाज उठवेल त्याची गणना 'क्रूर शब्दच्छल' यात होईल व तो न्यायिक देशभक्तीमध्ये कमी पडेल. तसेच, तो सामाजिक इतिहासातील भेदक सत्यांकडे काणाडोळा करीत असेल.

न्यायमूर्ती महोदय पुढे म्हणतात, ''कलम १६(४)कडे कायद्याच्या अरुंद फटीतून पाहून अनुसूचित जाती व जमातीच्या दारिद्र्याची जी सामाजिक परिस्थिती दिसते त्यामुळे आपण घाबरता कामा नये. परंतु सामाजिक लोकशाहीच्या ज्या अफाट मागण्या आहेत, त्याचा केवळ जो एक छोटा तुकडा दिसतो, तो एवढा भयानक आहे की, त्यामुळे आपले डोळे फिरावेत. यामुळे आपल्याला आपल्या प्रजासत्ताकाचे खरे दर्शन फक्त १/५ भारतीय माणसांकडून होते.''

न्यायमूर्ती महोदय पुढे म्हणतात, ''आपली राज्यघटना ही गतिमान कागदपत्रे आहेत. त्यामध्ये *सामाजिक क्रांतीचे अंतिम रूप* दिसते. आपल्या राज्यघटनेला पंडुरोग झालेला नाही की ती तटस्थही नाही. *अनेक उद्देशांनी ती ठासून भरलेली असून त्यात अनेक मूल्येसुद्धा अंतर्भूत आहेत.* अन् आपल्या प्रजासत्ताकाचा उल्लेख ज्या विविध वर्णनात्मक विशेषणांनी होतो, त्यावरून ते कळून येते. जिथे प्राचीन सामाजिक अन्याय हा 'आत्म्याचा आनंदाचा प्रवाह' संपूर्ण मानवी विभागांसाठी गोठवून टाकतो, तिथे आमची राज्यघटना तटस्थ राहू शकत नाही. *चळवळवाद्यांनी समानता* आणण्याचे प्रयत्न करणे ही मानवी समानतेसाठी आखलेली व्यूहरचना आहे. कलम १४ व कलम १६ यांसाठी व्यक्त केलेला तो काही कायदेशीर शाप नाही. हे प्रयत्न जर रोखले तर *सुधारणांना राज्यघटनेमार्फत विरोध केल्यासारखे होईल आणि सामाजिकदृष्ट्या जे बौद्धिक अर्थ लावले जातात त्याची ॲलर्जी झाल्यासारखे होईल.* पुन्हा एकदा पहा, जे कोणी समस्येबद्दल किंवा समस्येमधील तपशिलांना विरोधी विचार व्यक्त करतात आणि राज्यघटनेचे स्वाभाविक स्वरूप हे 'राज्यघटनात्मक विरोध व कायद्याचा कीस काढणारे' असा अर्थ लावतात, ते अर्थातच निर्बुद्धपणे केलेल्या अर्थाच्या जाळ्यात अडकतात!''

''घटनात्मक प्रश्नांकडे कोणत्याही संदर्भातून न बघणे जमत नाही किंवा एखाद्या विचारहीन पोकळीत अशा प्रश्नांकडे पाहिल्यासारखे होईल. परंतु तशा प्रश्नांची उत्तरे ही सामाजिक परिस्थितीच्या संदर्भात शोधली पाहिजे. तसे केले तर मिळणाऱ्या उत्तरांना जिवंत अर्थ प्राप्त होतो. शेवटी घटनांचे जे विश्व आहे तेच शब्दांच्या विश्वात पुन्हा जिवंत होऊन प्रकट होते. शब्दांचा कीस पाडून त्या

शब्दच्छलाच्या आधारे कितीही विवाद निर्माण केले, तरी त्याने कायदा बदलत नाही की समजत नाही. शाब्दिक कीस पाडणे ही जरी भुरळ घालणारी गोष्ट असली, तरी ती जीवनातील वस्तुस्थितीपासून दूर जाणारी असेल तर व्यर्थ आहे.'' न्यायमूर्तींचे सहकारी न्यायाधीश राज्यघटनेतील तपशिलांना चिकटून राहत असतील तरी, दुसऱ्या शब्दात सांगायचे झाल्यास, तेही शब्दच्छलाच्या चिखलात गुंतून पडतात. मग ते विचारहीन पोकळीत निर्णय घेतात. कायद्यापासून दूर जातात व शेवटी अर्थहीनतेचे बळी ठरतात.

''राज्यघटना ही काही अन्य मजकुरासारखी वर्गीकरण करण्याजोगी नाही. तिचा अर्थ प्रत्येक वेळी कायद्याच्या संदर्भातच लावला जाईल असेही नाही, हे उघडच आहे. आपल्या जन्मासारखीच राज्यघटना वसाहतवादाविरुद्धच्या संघर्षातून जन्माला आली आहे. जगात अन्यत्र चाललेले लढे, संघर्ष, क्रांत्या, अन्य देशांच्या राज्यघटना यांचा प्रभाव तिच्यावर पडलेला आहे. एका अधिक चांगल्या जगाचा शोध घेण्यासाठी ही राज्यघटना न्याय, अर्थकारण, समाजकारण व राजकारण यांच्याशी निगडित झाली आहे. त्यामुळे तिचा अर्थ लावताना या सर्व गोष्टींचे भान असले पाहिजे. तरच आपण नागरिकांना जो न्याय देऊ तो शुष्क व कठोर कायद्याच्या गणिती चौकटीतला नसणारा असेल, त्याऐवजी तो 'परिपूर्ण न्याय' असेल. *जेव्हा भारतीय राज्यघटना विशद करून सांगण्याची पाळी येते, तेव्हा त्यातले शब्द, वाक्ये एवढ्याचाच विचार करून चालत नाही, तर त्या शब्दांमागे उभे असलेले तत्त्वज्ञान किंवा 'जोष व संवेदना' यांचीही दखल घेतली पाहिजे.''* परंतु 'जोष व संवेदना' यांचा उल्लेख करणाऱ्या न्यायमूर्ती महाशयांना त्या शब्दांबद्दल शंका वाटतात असे दिसते. ते पुढे म्हणतात, ''राज्यघटनेमागे जोष व संवेदना कशा आल्या, त्याच्या इतिहासात जाण्याचे आपल्याला कारण नाही, किंवा त्यासाठी बाहेरून कोठून तरी स्फूर्ती आणून मार्गदर्शन घेतले, असेही नाही. राज्यघटनेचा जो प्रस्ताव (Preamble) आहे, सरकारच्या धोरणासंबंधीची मार्गदर्शक तत्त्वे आणि तशा अन्य काही तरतुदी आहेत, त्या साऱ्यांमध्ये मात्र तशा गोष्टी, उल्लेख वगैरे सापडेल.'' म्हणजे राज्यघटनेच्या कलमांमध्ये असलेले काहीही नाही, जे आहे ते फक्त राज्यघटनेबाहेरच्या संबंधित मजकुरात आहे. (संदर्भ : *अखिल भारतीय शोषित कर्मचारी संघ (रेल्वे) विरुद्ध भारतीय संघराज्य,* १९८१, १ SCC २४६, पाने २५८, २६०, २६३, २६४, ३०८; परिच्छेद ११, १४, १५, २०, २४, १२२)

पुरोगामी न्यायाधीशांच्या हातात जेव्हा आरक्षणाशी संबंधित खटला येतो, तेव्हा ते त्या आधारे आपल्या मनातील मूळ पुरोगामी हेतू अगदी ठरवून पुढे रेटू पाहतात. त्यासाठी वर उल्लेखलेल्या आधीच्या खटल्यांमधील काही ओळी, विचार वगैरेंचा त्यांना सहजासहजी आधार मिळतो. त्या ओळी, विचार शोधण्यासाठी त्यांना फार

कष्ट पडत नाहीत. तसेच, मागे ज्या खटल्यात निकाल दिलेला होता, तो खटला आणि आत्ताचा हातातला खटला यांतील भेद दाखवण्यासही त्यांना फारसे जड जात नाही. जरी तो मागचा खटला त्यांच्या हेतूच्या आड येत असला तरीही त्यांचे फारसे बिघडत नाही.

इंद्र सहानी खटल्यातील निकालपत्रात असे म्हटले आहे की, तंत्रज्ञान व उच्च तंत्रज्ञान असलेल्या शिक्षणक्रमात जर काही जागा आरक्षणासाठी ठेवल्या, तर त्याचा अंतिम परिणाम हा प्रत्येक माणसाला तापदायक ठरेल. मेंदूवरती एखाद्या डॉक्टरने काहीतरी थातूरमातूर शस्त्रक्रिया केली तर ती परिणामी रुग्णाला घातक ठरेल, मग तो रुग्ण खालच्या जातीचा असो वा उच्च जातीचा असो! परंतु अशा विचारांना ओलांडून जाणे हे पुरोगामी न्यायाधीशांना कठीण जात नाही. पूर्वी पाहिल्याप्रमाणे प्रथम ते विषय व पदव्या यांचा गोंधळ उडवून देतात. *इंद्र सहानी* खटल्यात न्यायालयाने म्हटले होते की, तंत्रज्ञानाच्या शिक्षणात आरक्षण ठेवू नये; पण प्रश्न आहे तो शिक्षणक्रमांचा. म्हणून तिथली निरीक्षणे येथे लागू पडत नाही, असे पुरोगामी न्यायाधीश म्हणू लागले. दुसरे असे की, जरी ती निरीक्षणे काहीही असली तरी न्यायालयाने निर्णयाचे स्वातंत्र्य कार्यकारी अधिकाऱ्याला दिले होते. म्हणून त्या निरीक्षणांचा अडथळा कुठेच येत नाही. असे हे 'वेगळेपण' कमी, अपुरे असल्याने लगेच पुरोगामी न्यायमूर्ती आपले जुने हत्यार हातात घेतात.

गुणवत्ता ठरवण्यासाठी जे निकष वापरले जातात, त्या निकषाबद्दलच ते शंका उपस्थित करतात. परंतु कोणत्याही परिस्थितीत ती गुणवत्ता कशी जोखावी, मोजावी, याचे निकष ते सांगत नाहीत की त्यावर काही उपायही सुचवित नाहीत. अशा वेळी ते म्हणतात, ''समाजाच्या भल्यासाठी 'गुणवत्ता खालावण्याचा युक्तिवाद' हा आम्ही स्वीकारू शकत नाही. यापूर्वीच सांगितले होते की, परीक्षा उत्तीर्ण झालेल्यांमध्ये आम्ही अधिक काही निवड करू शकत नाही. किमान ज्ञान, किमान सफाई साध्य केल्याखेरीज कोणीच परीक्षा उत्तीर्ण होत नाही. दुसरे असे की, शैक्षणिक कर्तबगारी असली म्हणजे प्रत्यक्ष व्यवहारात ती व्यक्ती कार्यक्षम असेलच अशी हमी नसते. कायदा आणि औषधे अशा दोन्ही विषयांत आम्ही पाहिले आहे की ज्या व्यक्तींना या विषयांत फार मोठी शैक्षणिक पार्श्वभूमी असते, त्या व्यक्ती प्रत्यक्ष व्यवहारात मात्र फारशा यशस्वी होऊ शकत नाहीत. तर जे विद्यार्थी कमी बुद्धिमान समजले जात होते तेच नंतर आपल्या व्यवसायात यशस्वी होतात. म्हणून एखाद्या डॉक्टरची शैक्षणिक पार्श्वभूमी खूप चांगली असली की तो पुढे एक व्यवहारात यशस्वी डॉक्टर बनेलच, असे समजणे चुकीचे आहे. प्रत्यक्षात तसे खरोखरच घडेल किंवा घडणार नाही.'' प्रत्यक्षात हे अजून सिद्ध व्हायचे असले तरी आधीच तो डॉक्टर यशस्वी होणार नाही, हे ते पुरोगामी न्यायाधीश धरून चालतात! (संदर्भ : *अजयकुमार सिंग विरुद्ध बिहार राज्य,* १९९४, ४ SCC ४०१, पान ४०९, परिच्छेद ९)

इंद्र सहानी खटल्यात सर्वोच्च न्यायालयाने असे ठरवले की, बढत्यांमध्ये आरक्षण ठेवू नये. मग नेहमीप्रमाणे पुन्हा एकदा हा निकाल झटकून टाकण्यात पुरोगामी न्यायाधीशांना काहीच अडचण आली नाही.

इंद्र सहानी खटल्यात न्यायालयाने ही बाब वादग्रस्त नाही असे ठरवले. त्या संबंधात न्यायालय म्हणते :

> ''मंडलच्या खटल्यामध्ये केंद्रीय सरकारी नोकऱ्यांमध्ये अन्य मागासवर्गीयांनाही आरक्षण ठेवावे असे दोन सरकारी मेमोरंडममध्ये म्हटलेले आहे. हे आरक्षण नोकरीत शिरण्यासाठी असून, त्यानुसार सुरुवातीला थेट प्रवेश दिला जावा, असे सांगणारे होते. बढत्यांमध्ये आरक्षण असावे की नाही ही मुळात वादाची बाबच नाही असे त्याच खटल्यात मान्य केले गेले होते, अगदी समोरासमोर मान्य केले होते. परंतु त्या खटल्यातील विद्वान न्यायाधीश मंडळींच्याबद्दल योग्य तो आदर ठेवून व त्यांनी व्यक्त केलेल्या दृष्टिकोनाबद्दलही भीड ठेवून असे सांगावेसे वाटते की, त्यांनी 'ती बाब वादग्रस्त नाही' असे ठरवले. जरी त्यावर वकिलांनी हरकती घेतल्या होत्या व एका अधिक मोठ्या पीठाचा संदर्भ दिला होता, तरीही...''

प्रत्यक्षात *इंद्र सहानी* खटल्यात सरकारी वकिलांनी असा मुद्दा मांडला होता की, जो हुकूमनामा सरकारने काढला आहे व आव्हान दिले आहे, त्या हुकमानुसार बढत्यांमध्ये आरक्षण ठेवण्याची बाब सांगितलेली नाही. त्यामुळे या खटल्यात याबद्दल प्रश्नच उभा राहिला नाही. सबंध खटला हा नऊ न्यायाधीशांच्या पीठाने चालवला. त्यातील आठ जणांनी नीट विचार करून आपला निवाडा जाहीर केला आणि त्यामागच्या कारणांचा खुलासाही केला. बढत्यांमध्ये आरक्षण ठेवावे असे सरकारी हुकूमनाम्यात कुठेच म्हटले नव्हते. याबद्दल ते न्यायाधीश म्हणतात, ''परंतु हे लक्षात ठेवले पाहिजे की, या मोठ्या पीठापुढे हा खटला येण्याचे कारण 'अखेर आरक्षणाबाबतची कायदेशीर भूमिका नीट ठरवली जावी,' असे आहे. या प्रश्नाकडे एक नीट शेवटचा दृष्टीक्षेप मोठ्या पीठाकडून टाकला जावा आणि हा प्रश्न नीट अधिकार पद्धतीने (authoritative) सोडवावा. म्हणून या कारणासाठी आम्हाला या प्रश्नावर आमची मते व्यक्त करावीशी वाटतात... उच्च पदासाठी बढती देताना आरक्षण ठेवावे की नाही हे त्या हुकूमनाम्यात सांगितलेले नाही. कारण कलम १६(४)नुसार आरक्षणाची जी संकल्पना आहे ती अत्यंत महत्त्वाची असल्याने तिच्याकडे दुर्लक्ष करून चालणार नाही.'' (संदर्भ : *इंद्र सहानी विरुद्ध भारतीय संघराज्य खटला,* १९९२, Supp. 3 SCC २१७, पाने ४५६,७४१, परिच्छेद ३००, ८२० व ८२१)

आता ह्या नऊ न्यायाधीशांमधील एकच न्यायाधीश असे जाहीर करतो की, बाकीच्या आठ न्यायमूर्तींनी जे सांगितले ते एका न उद्‌भवलेल्या प्रश्नावर (non-issue) सांगितलेले आहे. अन् म्हणून त्यातून असे सूचित होते की, त्यांनी जे काही सांगितले आहे ते दुर्लक्ष करण्याजोगे आहे किंवा दखलपात्र नाही.

''केवळ राज्यघटनेतील शब्दांच्या आधारे पुढे जाण्यात अर्थ नाही,'' असे पुरोगामी न्यायमूर्ती कृष्णा अय्यर म्हणतात. ते पुढे सांगतात की, ''भारतीय राज्यघटना हा एक महान सामाजिक दस्तऐवज आहे. मध्ययुगीन रचना असलेला व उच्च-नीच स्तरांची उतरंड असलेला हा समाज एका आधुनिक निधर्मी लोकशाही समाजात रूपांतरीत व्हावा म्हणून लिहिलेली राज्यघटना क्रांतिकारी आहे. त्यात ज्या तरतुदी केल्या आहेत त्यांचे आकलन, वैज्ञानिक व सामाजिक दृष्टिकोनातून पाहिले तरच होते. केवळ पांडित्याचे स्तोम माजविणाऱ्या रूढ कायदेशास्त्रानुसार तसे आकलन कधीही होणार नाही...''

मोठमोठे विद्वत्ताप्रचुर शब्दप्रयोग करणे, अतिशयोक्तीपूर्ण रितीने बोलणे अथवा लिहिणे ही पुरोगामित्वाची लक्षणे आहेत. राज्यघटनेची पुरोगामी न्यायाधीशांनी मानलेली रचना आणि न्याययंत्रणेची त्यानुसार काय भूमिका असावी या दोन्ही गोष्टींमुळे काय होईल याची नुसती कल्पना करा. न्यायमूर्ती पंडियान म्हणतात, ''मनुष्याच्या समाजातील स्थानात समानता आणि त्याला दिल्या जाणाऱ्या संधींत समानता, हे सुंदर व सोनेरी शब्दप्रयोग कंप पावणाऱ्या व झगमगणाऱ्या राज्यघटनेच्या तेजस्वी प्रस्तावातून कोरून काढलेले आहेत. अशी ही राज्यघटना आपल्या सार्वभौम, साम्यवादी, निधर्मी व लोकशाही प्रजासत्ताकाच्या उद्दिष्टांपैकी एक उद्दिष्ट सतत उत्सर्जित करीत असते... आपली राज्यघटना ही निर्विवादपणे एकमेव अशी आहे. त्यातील भाग ३मधील 'मूलभूत हक्क' वाचले तर त्यातून आपल्या दुर्दम्य महत्त्वाकांक्षा प्रकट होतात. त्याद्वारे घटनात्मक हक्क आपल्याला प्राप्त होतात. एखाद्या खिडकीच्या तावदानातून ते हक्क येत नाहीत, तर काचेच्या लोलकामधून आलेले किरण जसे वक्रीभवन पावून अधिक मनोहर स्वरूपात बाहेर पडतात, तसे हे हक्क तीव्रपणा व सुंदर रूप धारण करून येतात. त्यातून आपल्याला राज्यघटनेमधल्या सामाजिक, राजकीय व आर्थिक क्षेत्रातील समानतेचे वितरण होते... जरी स्वातंत्र्य मिळाल्यानंतर ४५ वर्षांत आणि राज्यघटनेच्या उदयानंतर ४२ वर्षांत आपण प्रगती करीत आलो. परंतु ती 'क्लेशदायक गूढ जाणीव' ही भारतीयांना अनेकदा खुजे करून सोडते. 'समाजातील स्थान व दिली जाणारी संधी या संदर्भातील समानता' हा हक्क आपल्या नागरिकांना 'पाळण्यापासून थडग्यापर्यंत' दिला गेला असल्याने समाधानकारकरीत्या त्याची पूर्तता झाली आहे. कलम १६(४) मधील 'सार्वजनिक नोकऱ्यांत समान संधी' या तत्त्वाची आम्ही तुतारी फुंकली खरी, पण अजून ती

प्रत्यक्षात उतरली आहे काय? या संदर्भात अत्यंत *दु:खपूर्ण अंत:करणाने कोणीही या प्रश्नाचे उत्तर नकारार्थी* देईल...

"आपल्या राज्यघटनेचा पाया घालणाऱ्या सर्व मुत्सद्द्यांनी कलमे १४, १५, १६ विशेष शब्दांत, म्हणजे *सर्वसमावेशक अशा धाटणीमध्ये अशी व्यक्त केली आहेत की, समाजातील कृश, पिचलेले व दारिद्र्यात राहणारे, कसेबसे जगत आहेत, जवळ पैसा नाही, वशिला नाही की शिक्षण नाही, शिक्षण असेलच तर उच्च शिक्षणापासून दूर आणि सामाजिक दडपणाखाली असलेल्या समाजगटांना समानता नाकारता कामा नये... कसलीही इभ्रत नसलेले समाजातील स्थान आणि मानवी पातळीखालचे जीवन जगावे लागणारी परिस्थिती यांची एक पुसून न टाकता येण्याजोगी छाप त्यांच्यावर पडली आहे की आता जीवनातील कोणत्याही क्षेत्रात यश मिळण्याची आशा त्यांनी कायमची गमावली आहे. किंवा यशाची तशी शक्यता वास्तवतेत न उरता फक्त कल्पनेत उरली आहे... अशी ही आहे मागासवर्गीयांची भयानक परिस्थिती आणि कारुण्यपूर्ण स्थिती...*" (संदर्भ : *इंद्र सहानी विरुद्ध भारतीय संघराज्य* खटला, १९९२, Supp. 3 SCC २१७, पाने ३६१ व ३६२, परिच्छेद ३ व ४)

प्रगल्भ शब्दांचा ढंगदार शैलीत उपयोग केला की पहा, आपण सांगू तो अर्थ पटवता येणे सहज शक्य होते!

अशा रितीने जर न्यायाचे लगाम सैल सोडले तर राज्यघटनेची सतत ओढाताण होत राहील. मग कोणत्याही न्यायाधीशांचे पीठ असले तर ते या तंत्राचा उपयोग करून आपली मते न्याय्य आहेत असे म्हणू शकतील. तसे झाले तर न्यायालयीन शिस्तीचा भंग होऊ लागेल आणि कायद्याचे अर्थ नीट कळणे दुरापास्त होऊन बसेल.

एन.एम. थॉमस खटल्यात न्या. एच.आर. खन्ना यांनी हे असले धोके दाखवून दिले. तसेच त्यांनी पाहिले की, परदेशातील कायदेतज्ज्ञांच्या शब्दांवर किंवा अमेरिकन न्यायाधीशांनी आपल्या निकालात जे काही वेगळ्या संदर्भात म्हटलेले असेल त्यावर आपल्या न्यायाधीश मंडळी आपल्या निवाड्याचा संपूर्ण इमला उभा करतात. म्हणून न्या. खन्ना यांनी इशारा दिला की न्यायाधीशांनी उगाच कुठली संदर्भहीन असलेली वक्तव्ये आपल्या हेतूंसाठी वापरू नये. मग भले ती वक्तव्ये करणारे विद्वान प्रसिद्धी पावलेले असले तरी. न्या. खन्ना म्हणतात, "एखाद्या प्रसिद्ध तत्त्वज्ञ अगर विचारी व्यक्तीने जरी आपल्या दृष्टिकोनाला पाठिंबा दिला आहे असे वाटत असले, तरी आपल्या विरुद्ध मतांनाही तशाच तुल्यविद्वानांचा पाठिंबा मिळू शकतो. शेवटी निष्कर्ष काहीही निघो, ज्या युक्तिवादामध्ये तर्कदृष्ट्या काहीही दोष नाही तोच युक्तिवाद त्या निष्कर्षाला पाठिंबा देतो." न्या. खन्ना यांनी शक्य तितक्या मृदूपणे न्यायालयात जे काही चालले होते त्याविरुद्ध आपले इशारे दिले आणि न्यायालयाला उद्देशून आवाहन केले की कोणत्या तरी मतप्रणालीच्या आधारे जाण्याचे टाळावे.

न्या. खन्ना पुढे म्हणतात, "राष्ट्राच्या जीवनाचे वाहन राज्यघटना आहे. त्या आधारे सरकारला व्यवहारातील समस्या सोडवता येतात. म्हणून, आवश्यक गोष्ट अशी की, राज्यघटनेतील तरतुदी स्पष्ट करून दाखवताना अत्यंत व्यावहारिक भूमिका घेतली पाहिजे. अन् अशी कोणतीही भूमिका घेऊ नये की ज्यामुळे न्यायालय स्वत:च अमूर्त सिद्धान्तांच्या जंजाळात गुरफटून जाईल... राज्यघटनेतील तरतुदींचा अर्थ काढताना त्याचा हातातल्या खटल्यावर काय परिणाम होईल, एवढेच नव्हे, तर आपण जो तरतुदींचा अर्थ लावून निवाडा करणार आहोत त्याचा भावी काळातील अशाच खटल्यांवर काय परिणाम होणार आहे हेही पाहिले पाहिजे. आपल्या हातातील एकाच खटल्यातील वस्तुस्थिती पाहून आपण आपले एकच एक साचेबंद धोरण पक्के केले तर त्यामुळे असे दार उघडले जाईल की त्यामध्ये बाहेरून सर्व प्रकारचे रस्ते एक मोठे आदर्श नजरेसमोर ठेवून 'समान संधी'सारख्या इच्छित गोष्टी साध्य करण्यासाठी आत घुसतील. जर काही भाग पाडणारे कारण नसेल तर, राज्यघटनेचा जो परिणाम गेली अनेक वर्षे स्थिरावला आहे तो अस्थिर करणारा मार्ग आपण टाळला पाहिजे." (संदर्भ : *केरळ राज्य विरुद्ध एन. एम. थॉमस,* १९७६, २ SCC ३१०, पाने ३९८ व ३९९, परिच्छेद २१३ व २१४)

परंतु पुरोगामी न्यायमूर्तींना याचे काहीही सोयरसुतक नाही. ते म्हणतात की, आम्ही क्रांतीची पावले टाकीत आहोत; राज्यघटनेची ही स्थिती अगदी अचूकपणे उलटून लावली पाहिजे, कारण फार वर्षे ती स्थिती स्थिरावली आहे. आपणच क्रांतीचे पाईक आहोत अशी त्यांची खात्री पटली आहे. मध्ययुगीन, पारंपरिक व अनेक स्तर असलेल्या समाजाचे एका आधुनिक सर्वधर्मीय लोकशाहीत रूपांतर त्यांना करायचे आहे. या आधीच्या क्रांतिकारकांनी जी स्वप्ने उराशी बाळगली ती प्रत्यक्षात आणण्यासाठी ते धडपडत आहेत.

शब्द नाहीत की नुसती हुशारीने विद्वत्तापूर्ण शब्दात तयार केलेली रचनाही नाही; परंतु त्याच रचनेच्या दिशेने झुकणारी राज्यघटना आणखी ताणत नेणे!

काही विशिष्ट खटल्यांत राज्यघटनेची रचना नुसती असंख्य शब्दांच्या अवडंबरात हवी तशी सांगणे, फुलवत नेणे हेही ठीक नाही असे ते म्हणतात. *मूळ राज्यघटनेतील शब्द जो अर्थ प्रकट करतात, त्याच दिशेने तुम्ही तो अर्थ फुलवत नेला पाहिजे.* सर्वोच्च न्यायालय *अशोककुमार गुप्ता* खटल्यात आपल्याला बजावते की, "प्रस्तावात (preamble) म्हटलेली ध्येये साध्य करण्यासाठी राज्यघटनेतील विशाल शब्द हे संकल्पनेची चौकट तयार करतात व काही मार्ग दाखवतात. राज्यघटनेचा अर्थ

लावताना नेहमी हे लक्षात ठेवले पाहिजे. संकल्पनांमध्ये बदल होत जाऊन त्यांचा विस्तार वाढू शकतो आणि हक्कांची व्याप्तीही लांबत जाऊ शकते. जे काही राज्यघटनेबद्दल वाद आहेत ते नुसते त्यातील शब्दांचे अर्थ लावून मिटणार नाहीत. *ते शब्द कसे विकसित पावले जाऊ शकतात हेही पाहून ते स्वीकारले पाहिजेत.* राज्यघटनेचा हेतू हा तत्त्वांची बाह्यरेखा दाखवून देणार आहे, त्यात उगाच तपशील भरता येणार नाही.'' (संदर्भ : *अशोककुमार गुप्ता विरुद्ध उत्तर प्रदेश राज्य,* १९९७, ५ SCC २०१, पान २४२, परिच्छेद ४७)

क्रांतिकारक न्यायाधीश

न्यायाधीश हा पुरोगामी असलाच पाहिजे ह्या मताचा एक पूर्वपक्ष आहे आणि त्याहीपेक्षा ही गोष्ट अनेक शाब्दिक अलंकार वापरून जाहीर केली पाहिजे हा एक दुसरा पूर्वपक्ष. न्यायालय त्याच खटल्यात याबद्दल म्हणते, ''वर्तमानकाळातील उत्साह, जोष व मते याचे न्यायाधीशाला भान असले पाहिजे... भरतीच्या मोठ्या लाटा व प्रवाह हे किनाऱ्यावरील माणसांना वेढून टाकतात. चाल करून येताना व ओसरतानाही त्या लाटा दोन्ही बाजूंना फाकून माणसांना टाळत नाहीत. वाटेतल्या न्यायाधीशांवरही त्या लाटा निर्विकारपणे चाल करून ओसरून जातात. सामाजिक हेतूंसाठी कायदा उपयोगी पडला पाहिजे. न्यायाधीश हा एखाद्या पंचाप्रमाणे (jury) तटस्थ, कायदे करणाऱ्या लेजिस्लेटरचे शहाणपण असणारा, इतिहासतज्ज्ञासारखा सत्यशोधनाचा ध्यास घेतलेला, प्रेषितासारखा दूरदृष्टी असलेला, वर्तमानकाळाची गरज जाणणारा, भविष्यातील गरजा हेरून अनुकूल पावले टाकण्याइतपत लवचिक बुद्धीचा आणि कोणत्याही वैयक्तिक प्रभावाखाली किंवा विशेष आवडीच्या प्रभावाखाली न येणारा असावा. म्हणून, राज्यघटनेच्या हेतुपूर्ण व गतिमान संकल्पनांचा नेमका अर्थ काढून तोच अर्थ उपयोगात आणणारा न्यायाधीश हवा. *तसेच, काळाच्या गरजा स्वच्छ, स्पष्ट व व्यवस्थित जाणून घेऊन कायद्यातील अर्थपूर्ण शब्द, शब्दरचना जाणणारा हवा.* न्यायाधीशाने हेही लक्षात ठेवले पाहिजे की, *सामाजिक कायदे हे अतिचिकित्सकपणे वाद घालणाऱ्यांसाठी असलेली ती कागदपत्रे नाहीत, तर जनतेच्या जीवनाचे योग्य ते व्यवस्थापन करणारी कागदपत्रे आहेत असे समजा.* कायदा नीट समजावून घेण्यासाठी कायद्यामागचा उत्साह, जोष, तळमळ, इतिहास आणि तो कायदा कसा केला हे सारे आधी नीट समजावून घेतले पाहिजे. जनतेच्या स्वातंत्र्याचा विस्तार करण्याचे सामर्थ्य कायद्यात असायला हवे. तसेच, तेवढ्याच कमालीच्या काळजीपूर्वक रितीने त्या कायद्यानुसार होणारी व्यवस्था अशी असली पाहिजे की, त्यामुळे न्याय्य समाजव्यवस्थेला आधार मिळायला हवा. म्हणून न्यायिक प्रक्रियेतून आढावा घेतल्या जाण्याच्या ताकदीचा वापर झाला पाहिजे.

समाजाच्या बदलत्या गरजा भागवण्यासाठी कोणती सामाजिक मूल्ये गरजेची असतात याचा वेध आढावा घेताना झाला पाहिजे. *सध्याची सामाजिक विषमता किंवा असमतोल हटवून समाजव्यवस्थेची पुनर्रचना ही कायद्याच्या अंमलबजावणीतून झाली पाहिजे.* असे घडताना त्यावर हिंसाचाराचे घाणेरडे प्रभुत्व असता कामा नये व शेवटी अशा हिंसाचाराला विजय मिळता कामा नये. समाज एकसंध होण्यासाठी आणि खुल्या सार्वजनिक सुविधा येथे मागासवर्गीयांनाही सहज उपलब्ध होण्यासाठी किंवा सार्वजनिक जागेत प्रवेश मिळवण्यासाठी कायद्यामार्फत किती प्रगती झाली आहे हे तपासण्याचे काम न्यायाधीशांकडून करवून घेतले पाहिजे. *शेवटी कायदा हाच सर्व गोष्टींचा परिणाम असल्याने तो शोधत न बसता तसा निर्माण केला पाहिजे.''* (यापूर्वीचाच संदर्भ, पान २४२, परिच्छेद ४७)

'राज्यघटनेच्या गतिमान संकल्पनांचे हेतुपूर्वक अर्थ लावणे', 'सामाजिक कायदे हे अतिचिकित्सकपणे वाद घालणाऱ्यांची कागदपत्रे नव्हे, ती जनतेच्या जीवनाचे योग्य ते व्यवस्थापन करणारी कागदपत्रे आहेत', 'सध्याची सामाजिक विषमता आणि असमतोल हटवला पाहिजे आणि कायद्यामार्फत समाजव्यवस्थेची पुनर्रचना झाली पाहिजे', 'न्याययंत्रणा कायदा शोधत नाही, कायदा करीत असते.' पहा, किती मथळे, किती वचने ओरडून सांगितली जात आहेत. निकालपत्रामधली ही असली वाक्ये येथे उल्लेखलेली आहेत ती सारी प्रातिनिधिक स्वरूपाची आहेत.

अशा या पुरोगामित्वाचा उदो उदो करण्यासाठी न्यायालय अनेक विशेषणांची खैरात करत असते. खालील उतारा पहा :

> ''म्हणून, मानवी परिस्थितीसाठी ज्या काळाच्या गरजा वाटतात व ज्या सामाजिक गरजा आहेत, त्यांना न्यायाधीशांनी प्रतिसाद दिला पाहिजे; जगण्याचा हक्क सार्थ केला पाहिजे, राज्यघटनेला आणि कायद्याच्या इच्छेला परिणामस्वरूप दिले पाहिजे. *राष्ट्राचे जीवन बदलून टाकणारे वाहन* असे हे न्यायालय असल्याने त्याने राष्ट्राच्या गरजांना प्रतिसाद दिला पाहिजे, कायद्याचा अर्थ व्यावहारिक दृष्टीने करून, तो समाजकल्याणासाठी वापरून राज्यघटनेतील अभिप्रेत गोष्टी मूर्त स्वरूपात उतरवल्या पाहिजेत. नागरिकांसाठी राज्यघटनेचा अर्थ विस्तृतपणे व उदारपणे लावून त्यांना आपले हक्क बजावू दिले पाहिजेत...
>
> ''म्हणून, जनतेला *सामर्थ्य, रक्त व मांस* पुरवण्याचे कर्तव्य न्यायालयाने पार पाडावे आणि *तत्त्वांचे अर्थ असे लावावेत,* की स्पर्धा करण्याच्या हक्कात समतोल साधला जाईल. राज्यघटनेच्या जिवंतपणात सामावलेले

जे अर्थ आहेत ते आपल्या भाषेत किंवा शब्दात *विस्तृतपणे व उदारपणे* न्यायालयाने मांडावेत. न्यायालयाचे न्यायकार्य करण्यासाठी न्यायिक मुत्सद्देगिरी वापरली पाहिजे, न्यायिक आढावा घेतला पाहिजे आणि कायद्यानुसार होणारा सुरळीत सामाजिक बदल हा भूतकाळाला धरून त्याद्वारे वर्तमानकाळातील आत्यंतिक गरजा व महत्त्वाकांक्षा यांना भिडले पाहिजे. हे न्यायालय एखाद्या सावध पहारेकऱ्यासारखे उभे राहत आले आहे व त्यासाठी त्याला अन्य कायद्यांचा अर्थ लावण्यापेक्षाही राज्यघटनेचा अर्थ लावण्यासाठी अधिक स्वातंत्र्य दिलेले आहे. म्हणून, ज्यामुळे सामाजिक एकता होण्यात अडथळे येतील किंवा ज्यामुळे प्रगतीचा वेग मंदावेल, असे राज्यघटनेचे लावलेले अर्थ स्वीकारण्याची बंधने या न्यायालयावरती नाहीत. मात्र राज्यघटनेच्या लावलेल्या अर्थामुळे जर राज्यघटनेच्या (भाग ३ व ४ सह) प्रस्तावामधील (preamble) आदर्श बाबी जर स्थिरावत असतील, तर मात्र तो अर्थ न्यायालयाकडून स्वीकारला जाईल. राज्यघटनेतील भाग ३ व ४ हे अर्थपूर्ण अशी सत्ये दर्शवतात, सर्व समाजगटांसाठी एक जिवंत वस्तुस्थिती दाखवतात. कारण त्यामध्ये दुर्बल घटकांसाठी सामाजिक न्यायाचे हक्क दिलेले आहेत आणि त्यांच्या आर्थिक उन्नतीसाठी प्रयत्न केलेले दिसतात; आणि त्यांच्यावर होत असलेल्या अन्यायाला प्रतिबंध केलेला आहे. भेदभावापासून संरक्षण देणे हे एक कवच पुरवण्यासारखे आहे आणि त्यामुळे न्याय मिळाल्याची जाणीव होते...'' (यापूर्वीचाच संदर्भ, पान २४४, परिच्छेद ४८ ते ५१)

असे जे तुतारी फुंकल्यासारखे शब्दबंबाळ निकाल आरक्षणाच्या खटल्यात दिले जातात, ते चालू फॅशनप्रमाणे असतात. सर्वोच्च न्यायालय *बिहार राज्य विरुद्ध बालमुकुंद साह* या खटल्यात म्हणते, ''भारतीय राज्यघटनेचे वर्णन 'सामाजिक क्रांतीचा एक दस्तऐवज' असे केले जाते. त्यामुळे जी जी सरकारी साधने ऊर्फ खाती आहेत, त्यावरती त्या सामाजिक क्रांतीची जबाबदारी पडते. न्याययंत्रणा ही जरी स्वतंत्र यंत्रणा असली, तरीही ती एक प्रकारे समांतर सरकार आहे. त्यामुळे यंत्रणेवरतीही त्या सामाजिक क्रांतीची जबाबदारी पडते. आत्ताची समाजाची 'जैसे थे' स्थिती बदलून तिचे रूपांतर एका नवीन मानवी व्यवस्थेत व्हायला हवे. त्या व्यवस्थेत न्याय, सामाजिक, आर्थिक व राजकीय यांत सामावलेली इच्छाशक्ती, योजना वगैरे सर्व राष्ट्रीय संस्थांना कळवतील. मग कालांतराने सर्वांची स्थिती व प्रतिष्ठा ही समान झालेली असेल व सर्वांना समानतेची वागणूक मिळेल... ब्रिटिशांच्या काळातील न्यायव्यवस्था ही स्थिर समाजाला उपयुक्त होती, परंतु ज्या

समाजात स्त्रिया, मजूर, अल्पसंख्य, दलित आहेत त्यांना आणि विषमता असलेल्या समाजाला व न्यायाची तीव्र गरज असलेल्यांना ब्रिटिशकालीन न्यायपद्धतीचा उपयोग नाही. ग्रॅनव्हिल ऑस्टिन याच्या शब्दात सांगायचे झाल्यास, न्याययंत्रणेला *सामाजिक-आर्थिक क्रांतीची एक भुजा व्हायला पाहिजे* आणि नीट ठरवून सामान्य माणसांच्या आवाक्यातील सामाजिक न्याय त्याला मिळवून द्यायला हवा.'' (संदर्भ : बिहार राज्य विरुद्ध बालमुकुंद साह, २०००, ४ SCC ६४०, पान ७२७, परिच्छेद ७६. या खटल्यात न्यायाधीशांनी जे काही म्हटले ते सारे न्या. जी.एन. भगवती यांनी कुप्रसिद्ध 'ट्रान्सफर ऑफ जजेस,' या खटल्यात म्हटले होते. फक्त जराशा वेगळ्या शब्दात त्यांनी म्हटले.)

निवडक पुरोगामित्व

ते काहीही असले तरी, प्रत्येक खटल्यात न्यायाधीशाने उत्साही, उदार व स्वत: कृतीत भाग घेतलाच पाहिजे, असे असून चालत नाही! न्या. कृष्णा अय्यर यांनी अन्याय दूर करण्यासाठी न्यायालयाने कितपत प्रत्यक्ष भाग घ्यावा याबद्दल पूर्वी सांगितलेले लक्षात आहे ना? त्यांच्यासारखे न्यायाधीश हे सरकारी कार्यकारी अधिकाऱ्यांना ताळ्यावर आणण्यासाठी आणि सामान्य व्यक्तीच्या मदतीसाठी धावून जाण्याकरता नुसत्या प्रक्रियेचा विचार करण्याने विचलित होत नाहीत, हे लक्षात घ्या. तसेच, त्यांच्यासारख्या न्यायाधीशांनी 'धोरणाच्या' कक्षांचा विस्तार कसा कमी केला तेही आठवावे. मग *शोषित कर्मचारी संघटना* खटल्याचा निकाल वाचताना याच न्यायमूर्तींनी म्हटले होते, ''ज्यांच्यावर अन्याय झाला त्यांच्याबद्दल सहजच एखाद्याला सहानुभूती वाटणार. कारण अशी माणसे खालच्या स्तरामध्ये असंख्य आहेत आणि ते आर्थिकदृष्ट्या मागासलेले असून त्यांच्यावर कंटाळवाण्या कष्टाच्या कामाचे ओझे लादले गेले आहे... परंतु राज्यघटनेने सामाजिकदृष्ट्या मागासवर्गाला प्राधान्य दिलेले *असल्याने कलम १६(४)च्या चौकटीत सरकारने केलेल्या तरतुदींच्या योग्यतेवरती आम्ही न्यायाधीश कसे काय प्रश्न विचारणार?* यावरचे उत्तर उघड उघड असे आहे की, न्यायालयातील याचिका ही राज्यघटनेला विरोधी नसलेली गोष्ट कशी काय मोडून टाकणार? मग भले त्या गोष्टीचे अथवा बाबीचे परिणाम ज्यांना भोगावे लागतात ते कितीही दु:खदायक असले तरी.''

परंतु भविष्यकाळात मात्र यावर काही आशादायक उपाय असेल असे ते म्हणतात. त्यांच्या शब्दात : ''पुरोगामित्वाचा कल हा अर्थातच 'नाही रे' वर्गाच्या पायावर असला पाहिजे. परंतु मागास वर्ग समाजगट हे नुसते गरीब नाहीत, तर त्यांच्यावर अपमानास्पद अत्याचारही झालेले आहेत.'' परंतु या वेळी मात्र आपल्यावरची जबाबदारी नाकारण्याकडे न्यायमूर्तींचा कल दिसतो. ते म्हणतात, ''आमचा यातल्या

साशंक बाबींशी काहीही संबंध नाही...'' बरोबर आहे. दीर्घ कालावधीनंतर मागासवर्गीयांच्या अडचणी रचनात्मक कार्यातून दूर करणे हाच उपाय आहे. तरीही ते म्हणतात, ''पण ते सारे दुसऱ्या मार्गावरचे आहे आणि त्या मार्गावरून चालण्याची आपल्याला गरज नाही.'' (संदर्भ : *अखिल भारतीय शोषित कर्मचारी संघ (रेल्वे) विरुद्ध भारतीय संघराज्य,* (१९८१) १ SCC २४६, पान २९७, परिच्छेद ९२)

अर्थातच, अन्य काही मागण्या तेवढ्याच आग्रही आहेत आणि त्या मागण्या जणू काही न्यायालयाकडे रोखून पहात आहेत. परंतु न्यायाधीश मंडळींचे लक्ष तिकडे जाऊनही ते अजिबात विचलित होणार नाहीत. न्यायमूर्ती महोदय म्हणतात, ''जातीयवादाचे राजकीयकरण, संशय येणार नाही अशा लोकांमध्ये त्याचा प्रचार आणि शाळा कॉलेजांमध्ये जातींची जाणीव, ही मागासवर्गीयांच्या आरक्षणाद्वारे करून देणे, इत्यादी गोष्टी ह्या निधर्मीवादाच्या गुलाबाला झालेले रोग आहेत... काही रचनात्मक उपायांनी सकारात्मक उपाय करता येतील व विकास होऊ शकेल. परंतु राज्यघटनेसंबंधी काही प्रश्नांचा विचार करताना न्यायिक प्रक्रियेने राजकारण व प्रशासन यापासून दूर राहिले पाहिजे. फक्त अर्थशास्त्रीय, समाजशास्त्र आणि अन्य विषयांची क्षेत्रे अपवादभूत आहेत...''

सामाजिक क्रांतीचा एक हात न्याययंत्रणेचा असला पाहिजे, यावर भाषण देणारा हाच न्यायाधीश आता म्हणतो, ''समस्येवर मार्ग काढण्यासाठी सरकारने पर्यायी मार्ग स्वीकारावेत का, किंवा मागासवर्गीयांच्या अडचणी दूर कराव्यात का, मागासवर्गीयांना जे लाभ दिले आहेत ते जादा असून अतिदयाळूपणे ते दिले आहेत का, मागासवर्गीयांना सामाजिक 'नाही रे' वर्गातील समजून जेवढी सहानुभूती दर्शवली जाते, तेवढीच सहानुभूती आर्थिकदृष्ट्या विपन्नावस्थेत असलेल्या किती माणसांना दिली जाते, वगैरे अनेक प्रश्न असले तरी ते न्यायालयाच्या कक्षेबाहेर आहेत. कारण कलम १६ अशा गोष्टींसाठी आहे. त्या कलमावर आजवर अशा अनेक उलट सुलट गोष्टींचा भडिमार झालेला आहे... आपण एक गोष्ट ध्यानात घेतली पाहिजे की, न्यायालय हे राज्यघटनेनुसार काम करते, राज्यघटनेवर मात करीत नाही. न्यायालय हे राज्यघटनेचा अर्थ लावते, त्याला दुरुस्ती सुचवित नाही. राज्यघटनेतील तरतुदी व्यवहारात कशा आणता येतील हे न्यायालय पाहते, पण 'घटनात्मक रचना' या नावाखाली आपल्या वैयक्तिक तत्त्वज्ञानानुसार राज्यघटना पातळ करीत नाही...''

आता स्वत:वरील जबाबदारी कशी झटकली जाते ते पहा : ''आपली ध्येये ही घटनात्मक वेव्ह-लेन्थनुसार कशी राहतील हे पाहणे आमचे काम आहे. आणि जर – फक्त जर – एखाद्या योजनेत घटनात्मक हमीचे स्पष्टपणे उल्लंघन झाले असेल तर न्यायालय सरळ तसे जाहीर करून ती योजनाच रद्द ठरवते. पण जर एखादी सरकारी योजना प्रशासनाला कलम १६(४)नुसार दिलेल्या खास तरतुदींच्याही

पलीकडे गेली असेल तर न्यायालय त्यामुळेही ती योजना रद्द ठरवू शकते."

कलम ३३५ वर न्या. कृष्णा अय्यर यांनी एक लांबलचक वक्तव्य केले होते ते आठवा. प्रशासनाची कार्यक्षमता घसरू न देणे, ती वाढवणे हे आपले कर्तव्य आहे, तसे करणे भाग आहे, असे त्यांनी म्हटले होते. मग त्या खटल्याच्या बाबतीत काय? अशा वेळी खांदे उडवून हात झटकून टाकणारे आपण पूर्वी पाहिले होते. त्या वेळी त्यांनी म्हटले होते, "हरिजन-गिरिजन यांची नोकऱ्यांतील टक्केवारी नगण्य वाटावी एवढी कमी आहे; त्यांच्यामुळे प्रशासनाच्या एकूण कार्यक्षमतेवरती फारसा परिणाम होऊ शकणार नाही... म्हणून कार्यक्षमता व अकार्यक्षमता यांच्याबद्दलची असली मते ही जुनीपुराणरी आहेत आणि ती थोडीशी बनवाबनवीची आहेत."

खरोखर, ज्यांच्या वैयक्तिक हितावर आरक्षणामुळे परिणाम झाला आहे तेच फक्त वरील मतांना विरोध करू शकतील. जरी मापदंड खाली घसरत असतील तरी जगाची प्रगती पुढे चालूच राहिली आहे. जे आरक्षणाचे लाभ घेऊन सुस्थितीत गेले आहेत ते नंतरही तसले लाभ घेतच राहतात. याबद्दल एका खटल्यात न्या. कृष्णा अय्यर यांनी एक सावधगिरीचा इशारा गंभीरपणे दिला होता. त्यांच्या मते हे सुस्थितीत पोचलेले लोक दुहेरी नुकसान करीत असतात. त्यामुळे समस्या मिटली असे होत नाही. "वसंत ऋतूत येणारा पक्षी अवेळी आला म्हणून त्या वेळी वसंत ऋतू अवतरत नसतो..." (यापूर्वीचाच संदर्भ, पान २९७, परिच्छेद ९३, ९४)

न्या. कृष्णा अय्यर यांनी त्या खटल्यात असे उद्‌गार काढले होते, "आरक्षणाचे हक्क हे सर्व हक्कांपेक्षा सर्वोच्च मूलभूत हक्क (super-fundamental right) होता कामा नये. आरक्षणाच्या धोरणाला 'अमरत्व' बहाल करू पाहाणे म्हणजे आरक्षणामागच्या मूळ हेतूलाच हरताळ फासण्यासारखे आहे. तसेच, या तरतुदीचे राजकारण करून पक्षाला जातीय पाठिंबा मिळवणे म्हणजे कलम १६(१) ला सुरुंग लावणे, सर्वांत मागासलेल्या समाजगटांपलीकडेही अनुसूचित जाती व जमाती या नावाखाली जातींवर आधारित असलेले आरक्षण नेणे ही एक घटनात्मक व गंभीर जोखीम घेण्यासारखे आहे. खरोखर पाहता निधर्मी राज्यात 'जात' म्हणजे 'वर्ग' नव्हे..."

वरील सावधगिरीच्या इशाऱ्यातील प्रत्येक शब्द हा न्यायमूर्तींनीच मांडलेल्या त्या खटल्याच्या निकालपत्रातील मुद्द्यांवरती आघात करणारा आहे.

वाचकांना न्यायाधीश मंडळींच्या शाब्दिक आतषबाजीत, भाषेच्या जंजाळात रस नसेल, किंवा नीट आकलन होत नसेल तर त्यांनी ते निकालपत्र सुरुवातीपासून वाचावे :

> "तो *मूलभूत विचार* असा आहे : गुलामगिरीची पद्धत नष्ट करण्याचे कार्य प्रदीर्घ काळ चाललेले होते. रोममधील साम्राज्याने गुलामगिरी टाकून दिली, अमेरिकेनेही ती टाकून दिली, आणि आपणही गुलामगिरी टाकून

दिली. परंतु आपल्याकडे फक्त 'गुलामगिरी हा शब्द पुसला गेला. प्रत्यक्षात ती गुलामगिरी चालूच राहिली.' (लिओ टॉलस्टॉय) आपल्याकडे यापेक्षा वेगळे काय आहे? बिचारे गुलाम डोळ्यात प्राण आणून गुलामगिरीतून सुटकेची आशा करीत होते, अन् फसवले जात होते. आशा व फसवणूक यातील दरी ही अत्यंत वेदनादायक असते. हे सत्य जाणवल्यावर 'अनुसूचित जाती व जमाती' या नावाने आता उल्लेखला जाणारा व वेठीला धरला गेलेला समाजविभाग आणि ती दरी भरून काढण्यासाठी प्रशासनाने आरक्षण व अन्य सवलतींच्याद्वारे त्यांना सार्वजनिक सेवेत देऊ केलेल्या नोकऱ्या हा खरा मोठा प्रश्न आहे. या प्रश्नावर तोड काढण्यासाठी कायद्याने मान्य केलेली मनुष्यामधली समानता आणि प्रत्यक्ष व्यवहारातली करुणास्पद असमानता यांचा राज्यघटनेमार्फत शोध घेतला जातो. रेल्वे बोर्डाने या प्रश्नावर जे आकर्षक मार्ग समोर ठेवले, त्यावर अधिकार कक्षेबाहेर जाऊन हल्ले चढवले गेले. मग न्यायालयाला त्यावर आपले स्पष्ट मत द्यावे लागले. ते मत तात्त्विक नव्हते, तर व्यावहारिक होते. 'थिसिज ऑन फ्युएरबाख, १८८८' यात असे म्हटले आहे की, 'तत्त्वज्ञांनी विविध मार्गांनी ह्या जगाचा फक्त अर्थ लावला. परंतु मुद्दा असा आहे की, हे जग बदलायचे कसे?' हाच तो प्रश्न आपल्या देशाच्या निर्मात्यांपुढे पडला होता. त्यासाठी त्यांना श्रद्धेशी मुकाबला करावा लागला होता व न्यायिक हस्तक्षेपासाठी व्यावहारिक सत्य उलगडून सांगणे भाग पडले होते...'' (या पूर्वीचाच संदर्भ, परिच्छेद १, २)

दोन महत्त्वाच्या कारणांसाठी *शोषित कर्मचारी संघ* हा खटला प्रसिद्ध आहे. *बालाजी* आणि *देवदशन* या दोन्ही खटल्यांत आपण पाहिले की, न्यायालयाने आरक्षित जागा अथवा पदे ही ५० टक्क्यांपेक्षा जास्त असू नयेत, असे म्हटले. *देवदशन* खटल्यात तर न भरलेल्या आरक्षित जागांची संख्या पुढच्या काही वर्षांत सामावणे (carry forward) रद्द केले. कारण त्यामुळे पुढच्या वर्षात आरक्षित जागांची संख्या ही ५० टक्क्यांपुढे जात होती. शोषित कर्मचारी संघ खटल्यामध्ये न्यायालयाला ५० टक्क्यांच्या मर्यादेच्या जवळपास पोचण्यात फारशा अडचणी आल्या नाहीत. त्या वेळी न्यायालयाने असे आश्वासून सांगितले की, तशी मर्यादा ठेवण्यात पूर्वीच्या निवाड्यातील युक्तिवाद, पद्धती व निष्कर्ष यांच्याशी सुसंगती साधण्यात आली आहे. परंतु असे सांगताना न्यायालयाने 'मर्यादा' या शब्दामागे एक अनिश्चित असलेला व ताणला जाऊ शकणारा अर्थ असलेला शब्द घातला! त्याचा परिणाम पुढील काही वर्षांत दिसणार नव्हता. परंतु आरक्षणवाद्यांना नोकऱ्यांत जी

आपली टक्केवारी हवी होती ती मात्र त्यामुळे साध्य करता आली. तरीही ५० टक्क्यांमध्ये त्यामुळे फारशी वाढ झाली नाही... आणि ६६ $^{१}/_{२}$ एवढी आरक्षणातील टक्केवारी ही नंतर न्यायालयाने मान्य केली. त्याला नंतर आव्हान दिले गेले. *अन् तरीही ती टक्केवारी ५० टक्क्यांपेक्षा लक्षणीयरीत्या जास्त नव्हती...!* (यापूर्वीचाच संदर्भ, पान २९६, परिच्छेद ९९)

शोषित कर्मचारी संघ खटल्याबद्दल आणखी एक वस्तुस्थिती सांगण्याजोगी आहे. या खटल्यामध्ये तीन न्यायाधीशांचे पीठ होते. न्या. कृष्णा अय्यर व न्या. चिन्नाप्पा रेड्डी या दोन न्यायाधीशांनी वर उल्लेखलेले प्रस्ताव उचलून धरले. तिसरे न्यायमूर्ती आर.एस. पाठक यांनी निकालपत्राला आपले भिन्न मत नोंदवले. याचा परिणाम काय झाला? *देवदशन* खटल्यात पाच न्यायाधीशांनी दिलेला निकाल फिरवला! याबद्दल त्यांना कोण विचारणार? ते पाच न्यायाधीश विविध प्रकारे असलेल्या जगाचा अर्थ लावत होते. मुद्दा होता तो ते जग बदलण्याचा!

अन् तरीही या खटल्यात याच न्यायमूर्तींनी *रंगाचारी* खटल्यात 'आरक्षणाच्या टक्केवारीबद्दल पुन्हा विचार करावा' ही याचिका फेटाळून लावली. आता असे दिसते की, एखादा न्यायाधीश आधीच्या दुसऱ्या खटल्याशी पूर्णपणे सहमत होऊ शकतो, तर दुसरा न्यायाधीश त्याच्या खटल्याच्या निकालाला पूर्णपणे चुकीचा ठरवू शकतो, त्याप्रमाणे पुढे जाऊन आपल्या समोरचा खटला उलटवून लावू शकतो. न्या. कृष्णा अय्यर तर ठामपणे म्हणाले होते की, *रंगाचारी* खटल्यातील निवाड्याशी आपण *पूर्णपणे सहमत* आहोत. परंतु मी दुसरीच एक बाब नजरेसमोर आणतो आहे. ती म्हणजे, तरीही त्यांनी आपल्या समोरच्या दाव्याचा पुनर्विचार करण्यास नकार दिला. रंगाचारी खटल्याचा संदर्भ वीस वर्षे न्यायालयाकडून मान्य केला जात होता व वेळोवेळी त्याचा उल्लेख केला जात होता. त्यानुसार सरकारही आपल्या कार्यवाही करीत होते. *देवदशन* खटल्यातील न्याय व सत्य याही खटल्यात होते. मग एकदम त्या खटल्यातील काय मान्य होईनासे झाले? दीर्घकाळ त्यानुसार सारे काही चालले होते ना? यावर न्या. कृष्णा अय्यर म्हणतात, "आपण तो खटला उघडून त्यातील भुतावळ जागी करून बाहेर पडू देता कामा नये." ("We should not open this Pandora's Box.") राज्यघटनेचा नीट अर्थ लावण्यासाठी आपण आपला चष्मा नव्याने घडवला पाहिजे, असे हेच न्यायाधीश महोदय जाहीरपणे अनेकवार म्हणत होते. मग त्यांनी आपल्या नेहमीच्या सवयीप्रमाणे रंगाचारी खटलतील मुद्द्यांचे प्राधान्यक्रम बदलून एक तत्त्व पुढे मांडले. "राज्यघटनेबद्दलचे प्रस्ताव असे असतात की, त्यामुळे संपूर्ण राष्ट्राचे विधिलिखित बदलले जाऊ शकतात. असले प्रस्ताव म्हणजे सतत काही वर्षांनी ऑलिंपिक स्पर्धातील उच्चांकांना आव्हान दिल्यासारखे व ते नव्याने प्रयत्न केल्याने

मोडण्याजोगे नाहीत. परंतु जर त्या प्रस्तावांवर न्यायालयाने आपले शिक्कामोर्तब केले तर त्या दिशेने देशाला जाता येते आणि प्रत्येकासाठी मानवी विकासाचा स्वर्ग गाठता येतो. राज्यघटनेच्या रचनेशी शब्दच्छल करणे म्हणजे त्या रचनेचा उपयोग करून शब्दकोडे सोडविण्यासारखे आहे. अन् ही गोष्ट अपवित्र समजली गेली पाहिजे. *अगदीच* मानवी हक्कांना *जर* कधी गंभीर बाधा पोहोचू लागली तरच, किंवा राज्यघटनेतील मूलभूत मुद्देच आश्चर्यकारकरीत्या फिरवले जाऊ लागले तरच राज्यघटनेचा उहापोह करावा.'' (यापूर्वीचाच संदर्भ, पान २७६, परिच्छेद ५१)

मला वाटते की, वरील उद्‌गारांमध्ये 'अगदीच' व 'जर' हे दोन्ही शब्द असल्याने संपूर्ण म्हणण्याला एवढी लवचिकता प्राप्त होते की, एका खटल्यात जी गोष्ट करण्यास मुभा मिळते त्याच्या विरुद्ध असलेली गोष्ट दुसऱ्या खटल्यात करता येते. प्रत्येक वेळी अशीच शब्दपेरणी करून पळवाटा काढल्या जातात.

युक्तिवादाचा कळस

प्रत्येक खटल्यात कोणते ना कोणते तरी समर्थन हे कमालीचे ताणून पार कळसाला पोचवता येते. जर त्या पुरोगामी न्यायाधीशाने ताणलेले वक्तव्य तुम्ही स्वीकारले नाही, तर मग तुमच्याविरुद्ध गदारोळ करीत म्हटले जाते, ''पिढ्यान्‌पिढ्या न्याय नाकारलेल्या एका समाजाला मानवतेची जागृती झाल्यावर तो आता फार काळ दबून राहणार नाही. इतर देशात जसे ब्लॅक पँथर्स निर्माण झाले तसे आता येथे दलित पँथर्स स्फोट पावून उफाळतील.'' न्या. कृष्णा अय्यर यांचे हे इशारेवजा वक्तव्य आहे. ते पुढे म्हणतात, ''सामाजिक न्याय व सरकारी नोकऱ्यांमध्ये आर्थिक समतोलासाठी राखीव जागा या समस्या आपल्याला ओरडून सांगत आहेत की, आणखीन प्रशासकीय प्रयत्न करा. जे सरकार आपल्या दबलेल्या समाजगटांसाठी असे करणार नाही, ते सरकार 'हरिजन कल्याण' या नावाखाली फसवतील. म्हणून, दडपलेल्या समाजमानसाचा खराखुरा आतला आवाज न्यायालयाने ऐकावा आणि मुकी जनता भिंतीवर काय व्यक्त करते ते आपले सिद्धांत बाजूला ठेवून पाहावे! जिथे सामाजिक न्यायाची दारे अमलामुळे बंद होतात तिथे भरडलेला समाज रस्त्यावरच्या चळवळीत काही आशा शोधू लागतो. आपल्या राज्यघटनेच्या शिल्पकारांनी सरकारच्या थेट कृती कशा असतात ते जवळून पाहिले होते. त्या वेळी मूलभूत न्याय बाजूला ठेवून त्या कृती केलेल्या होत्या. परिणामी, या शिल्पकारांनी 'समान संधी'चे तत्त्व राज्यघटनेत अंतर्भूत केले. अशा सजीव कायद्याची वैद्यकीय तपासणी केली तर त्यातून नेमके निदान होऊ शकेल.'' या शेवटच्या वाक्यातून न्यायमूर्ती महोदयांना काय सुचवायचे आहे ते देव जाणे!

ज्या अपेक्षांची पूर्ती होईल, त्याही पलीकडे जाऊन भरमसाठ अपेक्षा वाढवत

नेण्याने, उगाच अशी खळबळजनक वक्तव्ये करून आणि ती राबवण्याचे काम सरकारी कार्यवाहांकडे (executives) देऊन एक समतोल राखला जाण्याचा दावा ही पुरोगामी न्यायाधीश मंडळी करतात. 'लोकांनी आपल्या हक्कांची काय अपेक्षा करावी याचे त्यांना मार्गदर्शन करून' आणि 'कार्यक्षम प्रशासनासाठी कशाची गरज आहे' अशा दोन्हींमधला तो समतोल आहे असे त्यांचे म्हणणे आहे. परंतु असे काही म्हणून ते आपल्याच मनातील प्रतिक्रिया व्यक्त करतात ना?

परंत, कितीही साधकबाधक विचार पुरोगामी न्यायाधीशांपुढे ठेवला, तरीही राज्यघटनेचा वापर हा सामाजिक क्रांतीसाठी करायचा हे त्यांचे धोरण बदलत नाही, की त्यांच्या तशा कृती कमी होत नाहीत. "न्याययंत्रणेच्या स्वातंत्र्याला फक्त एकच भीती असते. ही गोष्ट न्यायप्रेमी मंडळींना पूर्णपणे समजत नाही. उन्मत्त जमावाच्या धमक्यांमुळे न्यायालय विचलित होऊ शकत नाही. कारण ते फक्त राज्यघटनेला बांधलेले असते." एवढे जरी न्यायमूर्ती महोदय म्हणाले तरीही प्रत्यक्ष त्यांच्या नेहमीच्या वागणुकीत फरक पडत नाही. डॉ. आंबेडकर यांनी प्रजासत्ताक नष्ट होऊ शकण्यासंबंधी काही सावधगिरीचे इशारे दिले होते. त्यांचा उल्लेख न्या. कृष्णा अय्यर नेहमी करायचे. घटना परिषदेतील (Constituent Assembly) आपल्या समारोपाच्या भाषणात डॉ. आंबेडकर शेवटी म्हणाले होते, "आर्थिक स्वातंत्र्य व सामाजिक स्वातंत्र्य असेल तरच राजकीय स्वातंत्र्य अस्तित्वात राहील. अन् या दोन्ही आर्थिक व सामाजिक स्वातंत्र्यात आपण निखालस कमी पडतो... या असल्या विरोधाभासात आपण किती काळ जगत राहू शकू? आपण सामाजिक व आर्थिक आयुष्यात किती काळ समतेला थोपवून धरणार आहोत? आपण सतत तसे दीर्घकाळ करीत राहिलो तर त्यामुळे एवढेच घडेल की आपली राजकीय लोकशाही संकटात सापडेल." डॉ. आंबेडकरांनी यानंतर जे म्हटले त्याचा उल्लेख न्या. कृष्णा अय्यर हे पुढे दिलेल्या (तिरप्या अक्षरातील) शब्दात सांगतात. *"आपल्याला हा विरोधाभास शक्य तितक्या लवकरात लवकर संपवला पाहिजे. नाहीतर विषमतेचा जाच ज्यांना होतो आहे, ज्यांना जगणे मुश्किल होते आहे, ते लोक ज्या राजकीय लोकशाहीची रचना आपण मोठ्या मेहनतीने केली आहे ती रचनाच उद्ध्वस्त करून टाकतील."* (यापूर्वीचाच संदर्भ, पान २६१, परिच्छेद १६)

न्यायमूर्ती महोदयांनी डॉ. आंबेडकरांचे उद्गार उद्धृत करून एक निर्वाणीचा युक्तिवाद केला आहे, तो युक्तिवाद अथवा लोकशाही उद्ध्वस्त होण्याचा इशारा देऊन न्यायमूर्ती महोदयांनी न्याययंत्रणेसाठी एक उपाय सुचवला आहे. पण तो उपाय म्हणजे एक नैसर्गिक पेचप्रसंग आहे. त्याबद्दल ते सांगतात, "सामाजिक अभिसरण (Social Engineering) हा त्यावर एक उपाय आहे. मात्र तसे करताना नवीन व्यूहरचना चोखाळल्या पाहिजेत. मग त्यामुळे जहाल समाजगटाकडून होणारे

अन्याय थांबतील किंवा जबरदस्त ताणाखाली आल्याने ते समाजाला शरण जातील. मानवी दृष्टिकोनातून जो समतोल हवा आहे, तो मग दडपल्या गेलेल्या लोकांमधून निर्माण होऊन पसरेल. याच लोकांना नेहमी सामाजिक लाभांपासून वंचित ठेवले गेले होते. तसे करणारी माणसे ही त्याबद्दल ठाम होती आणि धूर्त होती, कठोर समानतेचा आग्रहाने पुरस्कार करणारी नव्हती.''

आता बीबीसी रेडिओवरून १९७० मध्ये प्रसारित झालेले What is wrong with Law या मालिकेतील ॲन्थनी लिस्टर यांचे भाषण पहा : ''दुर्बल घटकांना साहाय्य करण्यासाठी कधी कधी भेदभाव केला तरी तो कायद्याकडील अस्सल समानतेला उचलून धरत असतो. सिंहासाठी एक कायदा केल्यावर बैल मंडळी दडपली जाणारच किंवा अनातोली फ्रान्स याने म्हटल्याप्रमाणे, 'कायदा हा आपल्या समान दृष्टिकोनातून श्रीमंत व गरीब अशा दोघांनाही पुलाखाली फुटपाथवर झोपण्यास प्रतिबंध करतो, रस्त्यात भीक मागू देत नाही आणि पावाची चोरीही करू देत नाही.' ''

म्हणून, काही अनुप्रासयुक्त शब्दांनी आपल्याला झटकन सर्व मजकुराचा मथितार्थ लक्षता येतो. अशा मजकुरांमुळे न्यायाधीश महाशयांना स्फूर्ती मिळून ते अलंकारिक भाषेत पुढीलप्रमाणे भाषणे ठोकतात. ''न्यायाचे पुनर्वाटप हरिजन मंडळींना करताना परिणामकारक सुधारणा, भूतपूर्व समाजाला मिळणाऱ्या हक्कात समान भागीदारी इत्यादी गोष्टींवरती सरकारने भर द्यायला हवा. त्यासाठी कमी काळासाठी व दीर्घ काळासाठी सामाजिक योजनाआखून त्या राबवायला हव्यात. एखाद्या वर्गाचा प्रभाव असला की प्रदीर्घ काळातून जे जागे होतात, त्यांचे जागे होणे हे संतापयुक्त असते. ते कडाडून विरोध करू लागतात. मग हा संघर्ष विचारातही होतो. 'जैसे थे' वाद आणि 'सुखी समानतेची भूक' आणि 'दोन्ही विचारांचा संगम असलेला विचार, यात हा वाद, अशा विचारांत संघर्ष सुरू होतो. आपल्या देशाच्या शिल्पकारांना आध्यात्मिक दृष्टी होती आणि *इतिहासाच्या लौकिक अर्थाने ते भारावलेले* होते. त्यांनी सामाजिक दबावांना आधीपासूनच जुमानले नाही आणि आर्थिक उठावांना उत्तेजन दिले. त्याचाच भाग म्हणून त्यांनी समानतेची तीन कलमे निर्माण केली. ती म्हणजे, सामाजिक न्याय, आर्थिक न्याय व राजकीय न्याय! मी येथे असे सुचवतो की, उपकलमे १६(१) व १६(२) यांचे जे पर्यायी अर्थ आहेत हे लक्षात घेता न्यायालयाने त्यातील 'न्यूनगंड' इत्यादी शब्द असलेली किळसवाणी भाषा काढून टाकावी. कारण त्या शब्दांनी भारतीय राज्यसंस्थांमध्ये एक प्रकारचे अनुवांशिक नुकसान होऊन विकृती जडली आहे. तसे केले तर ती विकृती दबेल व उपाययोजनांची प्रगती होत राहील. अन् हा मुद्दा समाजशास्त्र व सामाजिक मानववंशशास्त्र यामध्येही सांगितलेला आहे. माझ्या मते याची कसोटी अशी पाहिली पाहिजे की, कार्यरत असलेल्या लोकशाहीत सर्व समाजगटाचा सहभाग झाला आणि प्रशासनात सर्व

लोकांचे बऱ्यापैकी प्रतिनिधित्व उमटले, तर तशा सहभागाचा तो एक निर्देश समजावा...'' (संदर्भ : *केरळ राज्य विरुद्ध एन. एम. थॉमस,* १९७६, २ SCC ३१०, पान ३६१, परिच्छेद १८ व १९)

अखेर, भाषणाचा शेवट असा झाला की त्यामुळे उदारमतवाद्यांनी, म्हणजे अप्रत्यक्ष क्रांतिकारकांनी टाळ्या पिटल्या असतील. परंतु, 'गतिमान राज्यघटना', 'हेतुपूर्वक वापरण्याचे एक हत्यार' असे आपल्या राज्यघटनेबद्दल मानणाऱ्यांनी त्या वेळी जरासे अतिच केले. इतर पुरोगाम्यांचे अनुकरण करणारी जी पुरोगामी मंडळी आहेत त्यांना असे आढळले आहे की आपल्या आधीची पुरोगामी मंडळी ही फारच मागासलेली होती! ज्यांनी आपली निकालपत्रे टोकाला नेऊन लिहिली, ज्यांनी राज्यघटनेच्या साध्या शब्दातून प्रत्येक वेळी नवीन अर्थ काढला, अशा अनेक न्यायाधीशांनी आपल्या निकालपत्रांचे समर्थन हे 'प्राधान्यक्रमाचे तत्त्व' वापरून, तसेच 'रक्षण करणारा किंवा भरपाई करणारा भेदभाव' हे तत्त्व वापरून केले. त्यांना असे वाटले असेल की आपण सांगितलेली क्रांती आता वंचितांसाठी प्रगती करेल. न्या. चिन्नाप्पा रेड्डी यांना मात्र अशा न्यायाधीशांचे निवाडे अथवा वक्तव्ये ही आपली श्रेष्ठता मिरवण्याचे प्रकार वाटतात!

वसंतकुमार खटल्यात आपण त्यांना म्हणताना पाहिले की, पिढ्यान्‌पिढ्या अस्तित्वात असणारी एखादी दुष्ट प्रवृत्ती दूर करण्याचे कर्तव्य करणे हे एक 'अन्य राष्ट्रांमध्ये दुर्मीळ असणारे उदारतेचे व दूरदृष्टीचे' लक्षण आहे. अन् म्हणून एक उत्कृष्ट व सामावून घेणारा दृष्टिकोन बाळगला आहे. 'प्राधान्यक्रमाचे तत्त्व', 'रक्षण करणारे किंवा भरपाई करणारा भेदभाव' अशा शब्दप्रयोगांना न्या. रेड्डी यांनी, ''ते शब्दप्रयोग अमेरिकी न्यायालयाच्या निकालपत्रातून घेतले आहेत,'' असा आरोप केला. ते पुढे म्हणतात, ''हे असले उसने दृष्टिकोन आपण जोपर्यंत टाकून देत नाही तोपर्यंत समस्त दलितवर्गांचे दावे आणि समस्या समजावून घेणे कठीण जाईल.'' (संदर्भ : *के. सी. वसंतकुमार विरुद्ध कर्नाटक राज्य,* १९८५, Supp., SCC ७१४, पान ७३४, परिच्छेद ३४)

अमेरिकी न्यायालयातील वक्तव्ये उसनी वापरण्यात न्या. चिन्नाप्पा रेड्डी यांच्यासकट सर्व पुरोगामी न्यायाधीश मंडळी पुढे असतात. मॅक्स वेबर, आर. एच. टॉनी, मार्क गॅलन्टर आणि अन्य तज्ज्ञांची न्यायविषयक मते अमेरिकेतील Monthly Review अशा मासिकात छापून येत असतात. त्यात अमेरिकी न्यायालयात उच्चारलेली वक्तव्ये, सुभाषिते, इत्यादींची रेलचेल असते. त्यातून आपली पुरोगामी मंडळी ते सारे सरळसरळ उचलून घेत असतात.

Theses on Feurbach या पुस्तकाबद्दलही असेच म्हणावे तेवढे थोडे आहे.

प्रत्यक्षातील वास्तवता

१६

व्यवहारातील परिस्थिती

मंडल आयोगाच्या शिफारसी अमलात आणण्याचा वादग्रस्त निर्णय जेव्हा व्ही.पी. सिंग यांच्या सरकारने जाहीर केला, तेव्हा आम्ही भारतातील निरनिराळ्या राज्यांत यावर कशी प्रतिक्रिया घडते ते *इंडियन एक्स्प्रेस* वृत्तपत्रात काम करताना पाहू लागलो. प्रत्येक राज्यातील घटना एकच आकृतिबंध दाखवत होत्या.

मेडिकल व इंजिनीअरींग महाविद्यालयात प्रवेश मिळविण्यासाठी केरळ राज्यात एकच सामाईक प्रवेश-परीक्षा घेतली जाई. या परीक्षेत मिळालेले गुण सहसा जाहीर केले जात नसत. फक्त श्रेणी अथवा पातळी जाहीर केली जाई.

त्यावर्षी २०,००० उमेदवार मेडिकलला प्रवेश मिळावा म्हणून प्रवेश-परीक्षेला बसले होते. अन् राज्यातील मेडिकल महाविद्यालयात त्या वेळी फक्त ७०० जागा उपलब्ध होत्या.

ज्या उमेदवाराचा जन्म उच्च जातीत झाला आहे त्याने ४१२ क्रमांकाची श्रेणी किंवा त्याही वरची श्रेणी मिळवली, तरच त्याला मेडिकल महाविद्यालयात प्रवेश मिळत असे. जितका श्रेणीचा क्रमांक कमी तितकी ती उच्च पातळीवरची असे.

केरळमध्ये 'एझाव्हा' नावाची एक मागासवर्गीयांतील जात आहे. त्या जातीतील उमेदवाराला मेडिकल महाविद्यालयात प्रवेश मिळविण्यासाठी त्याला १६०५ क्रमांकाच्या पातळीवरची श्रेणी मिळवावी लागे. मुस्लीम उमेदवारांना केरळात ओबीसी म्हणून आरक्षण ठेवलेले असल्याने त्यांना १७२५ क्रमांकाची श्रेणी प्रवेशासाठी गाठावी लागे. लॅटिन कॅथॉलिक हेही ओबीसी वर्गात मोडत असल्याने त्यांनाही आरक्षण ठेवले होते. त्यातील उमेदवारांना २६५३ क्रमांकाची पातळी अथवा श्रेणी मिळाली तरीही प्रवेश मिळत असे. अनुसूचित जातीच्या उमेदवारांनी ४,४०९ ची पातळी गाठली तरी प्रवेशासाठी तेवढी पुरत असे. खरे सुदैवी असत ते अनुसूचित जमातीचे उमेदवार. त्यांनी आपल्या जमातीचे प्रमाणपत्र दाखवले व जरी त्यांना १४,२४६ क्रमांकाची पातळी मिळाली तरी सहज प्रवेश दिला जाई.

डॉक्टर बनण्यासाठी काहीतरी निवडीची प्रक्रिया असायला हवी.

गुणवत्तेसाठी आपल्या तरुणांना उत्तेजन देण्यासाठी काहीतरी मार्ग असायला हवा.

असाच निवडीचा आकृतिबंध प्रत्येक राज्यात दिसून येतो, असे त्या त्या राज्यातील राजधान्यांमधून माझ्या सहकाऱ्यांनी मला *'इंडियन एक्स्प्रेस'*मध्ये कळवले.

आंध्र प्रदेशातील अशा परीक्षेला बसून अनारक्षित जागांसाठी उच्च जातीच्या उमेदवारांना किमान ४५ टक्के गुण मिळवावे लागतात. तर ज्या जातींसाठी आरक्षण ठेवले आहे त्या जातीच्या उमेदवाराने कितीही किमान गुण मिळवले तरी त्याला प्रवेश दिला जाई.

चंडीगडमध्ये 'पोस्ट-ग्रॅज्युएट इन्स्टिट्यूट ऑफ मेडिकल एज्युकेशन अँड रिसर्च' ही एक नामवंत शिक्षणसंस्था आहे. ती संस्थाही अपवाद ठरली नाही. जनरल प्रकारातील उमेदवाराला प्रवेश-परीक्षेत किमान ५० टक्के गुण मिळवावे लागत. तर अनुसूचित जाती व जमाती, मागास जाती यातील उमेदवारांना कितीही कमी गुण मिळवले तरी त्यांना प्रवेश दिला जात होता. त्यांच्या बाबतीत २० टक्के गुण, १५ टक्के गुण आणि ११ टक्के गुण असलेल्यांनाही प्रवेश मिळू शकत होता. म्हणजेच आरक्षित जागांसाठी त्या उमेदवारांमध्येच स्पर्धा होई. थोडक्यात, ज्यांना गुणवत्ता नाही असे उमेदवार जादा संख्येने आले तरच त्यांच्यात स्पर्धा होई.

कर्नाटक राज्यात अनुसूचित जातीच्या उमेदवाराला प्रवेश-परीक्षेत ६७ टक्के गुण मिळाले तर मेडिकल महाविद्यालयात प्रवेश दिला जाई. तर अन्य मागासवर्गीय (ओबीसी) उमेदवाराला ७५ टक्के गुण मिळवावे लागत. परंतु जो कोणत्याच मागासवर्गीयांतील नाही अशा उमेदवाराला मात्र किमान ९० टक्के गुण मिळाले तरच प्रवेश होता.

मध्य प्रदेशात त्या वर्षी जनरल प्रकारातील विद्यार्थ्याला मेडिकल किंवा इंजिनीअरिंगला प्रवेश हवा असेल तर ६६.६ टक्के गुण मिळावावे लागत. परंतु अनुसूचित जातीच्या उमेदवाराला प्रवेशासाठी ३५.७ टक्के गुण मिळाले तरी पुरेसे धरले जात. एरवी याच राज्यात सर्वत्र कोणत्याही परीक्षेत उत्तीर्ण होण्यासाठी किमान ४० टक्के गुणांची आवश्यकता असे.

राजस्थानमध्ये जनरल प्रकारातील उमेदवारांना उत्तीर्ण होण्यासाठी ६५ टक्के मिळवावे लागतात, तर अन्य मागासवर्गीयांना (ओबीसी) ४८ टक्के मिळवावे लागतात आणि अनुसूचित जातीच्या उमेदवारांसाठी हीच मर्यादा ४० टक्के आहे.

पंजाबमध्ये जनरल प्रकारासाठी ५० टक्क्यांची मर्यादा आहे आणि अनुसूचित जातींसाठी २५ टक्क्यांची मर्यादा आहे.

गुजरातमध्ये अशाच रितीने ६० टक्के व ४५ टक्के अशा मर्यादा आहेत.

गोव्यामध्ये ७९ टक्के व ४८ टक्के मर्यादा ठेवल्या आहेत.

उत्तर प्रदेशात त्या वर्षी जनरल प्रकारासाठी ६४.३ टक्के ही मर्यादा होती. ती नंतर ६० टक्क्यांवर व शेवटी ५८.३ टक्क्यांवर आणली गेली. तर ज्यांना आरक्षण लागू आहे त्यांना हीच मर्यादा पूर्वी २५ टक्के होती ती २$^{१}/_{३}$ पटीने कमी करून देण्यात आली!

गुणवत्ताधारकांवरती कडक बंधने, इतरांना मात्र मोकाट सोडले

आरक्षित जागांच्या उमेदवारांना प्रवेश-परीक्षेत १० ते २५ टक्के गुण मिळवण्याची सवलत प्रत्येक राज्यात असते असे नाही. जनरल किंवा खुल्या प्रकारातल्या जागांची संख्या कमी करत नेल्याने या प्रकारातील स्पर्धा तीव्र होत गेली. प्रवेशासाठी पात्र होण्यासाठी जेवढे गुण परीक्षेत मिळवायला हवे त्याच्यापेक्षा खूप अधिक गुण आता खुल्या स्पर्धेत उमेदवारांना मिळवावे लागतात. त्या उलट आरक्षण प्रकार ज्या जातींसाठी आहे त्या जातींमधील उमेदवार दिवसेंदिवस कमी संख्येने येत असल्याने त्यांचे किमान गुण हे आणखी कमी कमी केले जात आहेत.

आपले पंतप्रधानपद टिकविण्यासाठी व्ही.पी. सिंग यांनी मंडल आयोग राबवण्याचा निर्णय घेतला. त्या वर्षी बिहार राज्यात मेडिकल कॉलेजात प्रवेश मिळविण्यासाठी प्रवेश-परीक्षेत ५० टक्के गुणांची मर्यादा खुल्या प्रकारात होती, तर आरक्षण प्रकारातील उमेदवारांना किमान ४० टक्के गुण मिळवावे लागत होते. पुरेशा जागांऐवजी स्पर्धा वाढली होती व त्यामुळे प्रत्यक्षात खुल्या प्रकारातील उमेदवारांना ७० टक्के किंवा त्यापेक्षा अधिक गुणांनी प्रवेश-परीक्षेत उत्तीर्ण होणे भाग पडे. तर आरक्षण प्रकारातील उमेदवारांना ३५ टक्के व त्यानंतर ३३ टक्के गुण मिळवले तर त्यांच्या आरक्षणाच्या जागांचा कोटा पूर्ण होत होता.

उत्तर प्रदेश राज्यात खुल्या प्रकारातील प्रवेश-परीक्षेत उत्तीर्ण होण्यासाठी ५५ टक्के गुण लागत, तर आरक्षण प्रकारातील विद्यार्थ्यांना ४० टक्के गुण आवश्यक असत. प्रत्यक्षात खुल्या स्पर्धेतील विद्यार्थ्यांना ७७ टक्क्यांपेक्षा कमी गुण मिळाले व जरी ते प्रवेश-परीक्षेत उत्तीर्ण झाले असले, तरी त्यांना मेडिकलला जागा मिळत नसे. त्या उलट आरक्षण प्रकारातील उमेदवाराने ४८ टक्के गुण मिळवले तरी त्याला जागा दिली जाई.

मध्य प्रदेश राज्यात पाच वर्षांपूर्वी प्रवेश-परीक्षेत उत्तीर्ण होण्यासाठी ४० टक्के गुण मिळवावे लागत. तर आरक्षण प्रकारातील उमेदवाराने कमीत कमी २५ टक्के गुण मिळवले तरी त्याच्यासाठी कोट्यातून जागा मिळत असे.

पंजाब राज्यातील अनुसूचित जातींच्या उमेदवारांना मेडिकल कॉलेजात जागा मिळविण्यासाठी प्रवेश-परीक्षेत किमान ४० टक्के गुण मिळवावे लागत. ती मर्यादा

आता २५ टक्क्यांवर आली आहे.

थोडक्यात,

- केवळ जातीतल्या जन्मामुळे उमेदवारांच्या किमान पात्रतेच्या गुणांमध्ये अति फरक पडतो, असे सहज लक्षात येते.
- खुल्या प्रकारातील स्पर्धेमध्ये जागांसाठी तीव्र स्पर्धा होऊन पात्रतेच्या नियमापेक्षा अधिक गुण मिळवावे लागतात, तर आरक्षणाचा कोटा भरण्यासाठी सतत पात्रतेचे निकष अथवा किमान गुणांची पातळी खाली नेली जाते.
- ही किमान गुणांची पातळी भयानक खाली नेली जाते.

सद्यःस्थिती

२००५ या सालच्या शेवटच्या तीन महिन्यांत 'दी इंडियन एक्स्प्रेस'चा प्रमुख संपादक शेखर गुप्ता या माझ्या मित्राने काही माहिती गोळा करून पाठवली. विसाव्या शतकाच्या शेवटी असलेली प्रवेश-परीक्षेच्या उत्तीर्णासाठी असलेल्या मर्यादा प्रत्यक्षात किती झाली आहे, याची मी विचारणा केली होती. ती माहिती खाली देत आहे! त्यामध्ये काही मासलेवाईक उदाहरणेही आहेत. त्यावरून काय तो बोध वाचकांनी घ्यावा.

कर्नाटक राज्यात सर्व मेडिकल, इंजिनीअरींग आदी सर्व व्यावसायिक शिक्षणक्रमांत प्रवेश मिळविण्यासाठी आरक्षणाचे कोटे ठेवले गेले. खुल्या प्रकारातील उमेदवारांना मेडिकलसाठी प्रवेश-परीक्षेत उत्तीर्ण होण्यासाठी ५० टक्के गुण मिळवावे लागत, तर आरक्षणाच्या कोट्यातून प्रवेश-परीक्षा देणाऱ्यांना ४० टक्के गुण मिळवावे लागत. इंजिनीअरींगकडे जाणाऱ्या खुल्या प्रकारातील उमेदवारांना उत्तीर्ण होण्यासाठी किमान ३५ गुण मिळवावे लागत. वास्तुशास्त्र शाखेकडे जाणाऱ्या उमेदवारांसाठी ह्याच मर्यादा ५० टक्के व ४० टक्के अनुक्रमे ठेवल्या गेल्या होत्या. व्यावसायिक शिक्षण देणाऱ्या कॉलेजांमध्ये प्रवेश घेऊ इच्छिणाऱ्यांना सामाईक प्रवेश-परीक्षा (Common Entrance Test) आधी द्यावी लागे. त्यातील श्रेणीवर पुढचा प्रवेश अवलंबून असे. २००५ मध्ये मेडिकलला जाऊ इच्छिणाऱ्या खुल्या प्रकारातील उमेदवारांना ५४०च्या खालची श्रेणी मिळाली तरी प्रवेश नाकारला जात होता. परंतु आरक्षण प्रकारातील उमेदवारांना ४७९० एवढी खालची श्रेणी मिळाली तरी प्रवेश दिला जात होता.

ज्यांना प्रवेश पाहिजे आहे अशा विद्यार्थ्यांना आधी भौतिकशास्त्र (physics), रसायनशास्त्र व जीवशास्त्र या विषयांतील परीक्षा द्याव्या लागत. या सगळ्या परीक्षा ६० मार्कांच्या असत. आरक्षण वर्गातील उमेदवारांना भौतिकशास्त्रात २.७५ गुण,

रसायनशास्त्रात ६.५ गुण आणि जीवशास्त्रात ८ गुण मिळाले की त्यांची श्रेणी खूप खाली घसरे, म्हणजे ती ४०,७९९ या आकड्यांपर्यंत घसरे. तरीही त्या उमेदवाराला प्रवेश मिळून जाई. तर याच विषयांमध्ये खुल्या वर्गातील उमेदवाराने ३४.२५, ४१ आणि ४८ गुण अनुक्रमे मिळवले तरीही त्याला प्रवेश मिळत नसे.

दंतवैद्याच्या शिक्षणक्रमासाठी एखाद्या विद्यार्थ्याला ३१,०१४ एवढी श्रेणी मिळाली तर त्याला प्रवेश नाकारला जाई. परंतु आरक्षण वर्गातील एका विद्यार्थ्याला ४२,४३९ एवढी खालची श्रेणी मिळाली तरी प्रवेश दिला गेला. भौतिकशास्त्रात ५ गुण, रसायनशास्त्रात शून्य गुण आणि जीवशास्त्रात ५ गुण मिळाल्यामुळे त्याला एवढी खालची श्रेणी मिळाली होती.

इंजिनीअरींगसाठी प्रवेश मिळवताना आपण आणखी एक घटक लवकरच पाहणार आहोत. तो घटक म्हणजे 'न भरलेल्या जागा'. याचा परिणाम असा होई की, अनुसूचित जातीच्या विद्यार्थ्याने जरी ६०,०७९ एवढी खालची श्रेणी गाठली तरी त्याला सहज प्रवेश दिला गेला. एवढी खालची श्रेणी मिळाली म्हणजे त्याला भौतिकशास्त्र, रसायनशास्त्र व गणित या विषयात प्रत्येकी ६० पैकी शून्य, ३.५ व शून्य असे गुण मिळवले होते.

२००४ मध्येही अशीच स्थिती होती. आरक्षण वर्गातील एका विद्यार्थ्याने भौतिकशास्त्र, रसायनशास्त्र व जीवशास्त्र या विषयात अनुक्रमे ६.५, १२ आणि २० गुण मिळवून २९,१९६ ची श्रेणी गाठली, तरी त्याला मेडिकलच्या शिक्षणक्रमासाठी प्रवेश दिला. अन् खुल्या वर्गातील विद्यार्थ्याने ४९६ एवढी वरची श्रेणी गाठली तरी त्याला मेडिकलसाठी जागा नाकारली गेली. याचे एकमेव कारण असे की तो विद्यार्थी पुरेशा मागासलेल्या वर्गातील मानला गेला नाही.

दंतवैद्याच्या शिक्षणक्रमासाठी आरक्षण वर्गातील विद्यार्थ्याने जरी ६.२५, १३.७५, १२.५ एवढे गुण अनुक्रमे भौतिकशास्त्र, रसायनशास्त्र आणि जीवशास्त्र यात मिळवून ३५,७३४ एवढी खालची श्रेणी गाठली तरी त्याला प्रवेश दिला गेला. तर जनरल किंवा खुल्या वर्गातील विद्यार्थ्याने २,६५८ ची वरची श्रेणी गाठली तरी त्याला प्रवेशाची संधी नाकारली गेली.

इंजिनीअरींगच्या शिक्षणासाठी आरक्षण वर्गातील विद्यार्थ्याला भौतिकशास्त्र, रसायनशास्त्र व गणित या विषयांत अनुक्रमे एक, अर्धा व शून्य गुण मिळून ३५,७३४ ची श्रेणी मिळाली तरीही त्याला प्रवेश दिला गेला.

झारखंड राज्यामधून अशीच बातमी आली. के.के. नावाच्या आरक्षण वर्गातील एका विद्यार्थ्याला २००४ मध्ये प्रवेश दिला गेला. त्याला भौतिकशास्त्र व रसायनशास्त्र या विषयात अनुक्रमे शंभरपैकी २ आणि १ गुण मिळाले होते. एस.एच. नावाच्या एका विद्यार्थिनीची अशीच हकिकत आहे. तिला प्रवेश-परीक्षेत एकूण ३०० पैकी

४ गुण मिळाले होते. अन् तरीही तिला इंजिनीअरींग कॉलेजात प्रवेश दिला गेला....

२००६ सालच्या पूर्वार्धात हे जे काही चालले होते त्याबद्दल सर्वोच्च न्यायालयात त्याबद्दल आठवण करून देणारी एक याचिका दाखल करण्यात आली. प्रवेश-परीक्षेत एन. सेन्थील कुमार याने सर्वोत्तम गुण मिळवून, तो पहिला आला. पाँडिचेरीच्या जवाहरलाल नेहरू इन्स्टिटयूट ऑफ पोस्ट-ग्रॅज्युएट मेडिकल एज्युकेशन अँड रिसर्च या संस्थेत त्याला प्रवेश हवा होता. परंतु त्याला प्रवेश नाकारला गेला! तिथल्या निम्म्या जागा ह्या अनुसूचित जातींसाठी राखून ठेवल्या होत्या आणि उरलेल्या निम्म्या जागा ह्या ऑल इंडिया इन्स्टिटयूट ऑफ मेडिकल सायन्सेस, दिल्ली यांची प्रवेश-परीक्षा उत्तीर्ण झालेल्यांसाठी राखून ठेवण्यात आल्या होत्या. ज्या तीन न्यायाधीशांपुढे ही याचिका आली ते अत्यंत अस्वस्थ झालेले दिसत होते, असे वृत्तपत्रातील बातमीध्ये म्हटलेले होते. ॲडिशनल सॉलिसिटर जनरल तर म्हणाला, ''अनागोंदीने आता प्रवेश केला आहे...''

हे असले नियम व मापदंड अस्तित्वात असतील तर वर उल्लेखलेले प्रकार होणार. त्याचा दुष्परिणाम शिक्षणाच्या दर्जावर आणि ते तज्ज्ञ तयार होतील त्यांच्यावरती होणार नाही का? ज्यांना प्रवेश नाकारला गेला त्या विद्यार्थ्यांच्या पार्श्वभूमीवर, ज्या विद्यार्थ्यांसाठी थोड्याच जागा ठेवल्या होत्या त्यांची क्षमता, यांच्यामुळे शिक्षण क्षेत्रावर थेट परिणाम घडून येणारच. अन् त्याहीपेक्षा जास्त परिणाम हा अप्रत्यक्षपणे वरील चमत्कारिक निकालांमुळे खात्रीने होणार : स्पर्धेत उतरलेल्या विद्यार्थ्यांचे धैर्य त्यामुळे खचणार आणि जे पुढे मेडिकलचे प्राध्यापक होतील ते कठोर परिश्रमाचे महत्त्व आपल्या विद्यार्थ्यांना कसे सांगू शकतील? जनरल प्रकारातील विद्यार्थी आणि आरक्षण प्रकारातील विद्यार्थी यांना पुढच्या आयुष्यात परिश्रमाचे महत्त्व कळणार नाही. त्यांना फक्त कोणत्या जातीत जन्म होतो त्याचे महत्त्व कळेल.

ज्ञान म्हणजे महाशक्ती (superpower) असते म्हणे! जाता जाता एक गोष्ट ध्यानात घ्या. १९९० पासून काही राज्यांत थोडासा बदल झाला आहे. त्यामुळे परिस्थितीत थोडीशीच का होईना याही मार्गाने सुधारणा झाली आहे. गुजरात, पंजाब, राजस्थान आणि महाराष्ट्र येथून आलेल्या बातम्यांनुसार वरील परिच्छेदातील चमत्कारिक नियमानुसार होणारे गोंधळ यापुढे इंजिनीअरींगच्या प्रवेशासाठी कधीही होणार नाहीत. या राज्यांमध्ये अनेक इंजिनीअरींग कॉलेजेस उघडली गेली आहेत. त्यांच्याकडून असे समजले जाते की, बऱ्याच जागा आता रिकाम्या राहत आहेत. केवळ जातीवरून कोणत्याही विद्यार्थ्याला प्रवेश नाकारला जात नाही. परंतु आता एक वेगळीच समस्या उभी राहते. ज्या विद्यार्थ्याला प्रवेश-परीक्षेत शून्य गुण मिळाले असतील त्यालाही आता प्रवेश मिळू शकतो. मग भावी इंजिनीअरींगची गुणवत्ता कितपत

चांगली राहील? म्हणजे ही समस्या तशीच गंभीर राहिली आहे. परंतु वस्तुस्थिती अशी आहे की, वरील परिच्छेदात वर्णन केलेले प्रवेशाचे गोंधळ आरक्षणामुळे होत नाहीत. यातून एकच अर्थ निघतो, तो म्हणजे शिक्षण संस्था आणि त्यातील जागा यांची संख्या वाढवली पाहिजे. ती संख्या एवढी वाढली पाहिजे की, निदान आरक्षण प्रकारातील जागांची संख्या अति ठेवल्यामुळे होणारे गोंधळ तरी नक्की थांबतील.

परंतु या उपायालाही एक उघड उघड मर्यादा आहे. आपण असा उपाय सरकारी नोकऱ्यांबाबत करू शकणार नाही. सरकारी नोकऱ्यांची संख्या वाढवत राहाणे ही कठीण गोष्ट आहे!

नोकऱ्यांमध्ये

सरकारी नोकऱ्यांत जर अशाच उपायाने समस्या सोडवू लागलो तर तिथेही शिक्षण क्षेत्रातल्यासारखेच परिणाम दिसून येतील, अन् तेही पार सर्वोच्च पातळीपर्यंत.

नोकरीत प्रवेश करताना केवळ निम्म्या जागा आरक्षणासाठी राखून ठेवल्या तरी उपयोग नाही. नोकरीमध्ये खालपासून सर्वोच्च पातळीपर्यंतच्या *प्रत्येक पातळीवरती* अशा जागा राखून ठेवाव्या लागतील. म्हणजेच बढत्यांमध्येही तसेच करावे लागणार. तसेच अनेक सरकारी खात्यांच्या शाखांमध्येही बढत्यांमध्ये अनेक प्रकार, उपप्रकार असल्याने सर्वत्र तसेच करावे लागणार. शेवटी अनेक कारणांमुळे पोटप्रकार वाढत गेल्याने *रोस्टर पद्धत* सुरू होते.

प्रत्यक्षात ही पद्धत राबवताना गुजरात व कर्नाटक राज्यात अनेक सरकारी खाती कोसळू लागली आहेत. कसे ते पहा :

निरनिराळ्या पातळीवरती जनरल व आरक्षण प्रकारातील पदाला शेवटी *रोस्टर पद्धत* लावावी लागलेली आहे. काही पदे ही क्रमांकामुळे ओळखली जाऊ लागली. त्या पदावरती किती जणांचा आता हक्क पोचला आहे हे तो क्रमांक दर्शवतो. ती पदे *फक्त त्या व्यक्तींनाच* दिली जाणार आहेत. त्यांचा तो प्राधान्यक्रम आहे. त्या व्यक्ती अर्थातच आरक्षण वर्गातील मागासवर्गीयांपैकी कोणत्या तरी एका जातीतल्या आहेत. उदाहरणार्थ, एखाद्या खात्यातील एखादे पद (क्रमांक १) हे फक्त अनुसूचित जातींच्या उमेदवारालाच मिळते, तर दुसरे एखादे पद (क्रमांक ४) अनुसूचित जमातीपैकी कोणालातरी मिळते. जे उमेदवार अनुसूचित जाती व जमातीपैकी नाहीत त्यांचा हक्क आता फक्त क्रमांक २ व क्रमांक ३ वरील पदांवर पोचतो. त्यासाठी त्यांना ती पदे रिकामी होण्यासाठी बराच काळ वाट पहावी लागणार. जेव्हा ती पदे रिकामी होतील तेव्हा त्यांना सर्व कर्मचाऱ्यांबरोबर स्पर्धा करावी लागणार. त्यामध्ये अनुसूचित जाती व जमातींचे कर्मचारीही असणार. त्यांनाही इतरांप्रमाणे जनरल प्रकारातील पदासाठी स्पर्धा करण्याचा हक्क आहे.

पण एवढ्यावरच काही संपत नाही. काही राज्यांत रोस्टर पद्धत अगदी बारकाईने तपशीलवार पाहिली जाते. तिथे क्रमांक २ व ३ची पदे फक्त अनुसूचित जाती व जमातींपैकीच उमदेवारांनी भरली जावीत एवढेच नाही, तर त्या जाती व जमातींपैकी नेमक्या कोणत्या जातींना कसा प्राधान्यक्रम असावा हेही ठरवले जाते. म्हणजे रोस्टर पद्धतीत आणखी पोटप्रकार घातले गेले. मग 'अ' गटातील जाती, 'ब' गटातील जाती असे उपप्रकार अस्तित्वात येतात. अशा पद्धतीमुळे आरक्षण वर्गातील अनेक उमेदवार हे बरेच टप्पे गाळत गाळत (Leap Frog), किंवा उड्या मारत मारत इतरांना मागे टाकत पुढे जातात. एम.के. मिस्त्री हा माझा सहकारी त्या वेळी अहमदाबादमध्ये काम करीत होता. त्याने मला एक घडलेले उदाहरण सांगितले. एका मागासवर्गीय उमेदवाराला *एका दिवसात दोन बढत्या मिळाल्या.* तर बाकीचे त्याच्या बरोबरीचे कर्मचारी हे हात चोळीत चरफडत राहिले. दुसरे एक उदाहरण पहा. दिल्लीमध्ये अशाच एकाने *१९५७ मध्ये नोकरीत प्रवेश केला.* ही व्यक्ती अत्यंत कार्यक्षम आहे असे त्याच्या कार्यालयातील सर्वांचे मत होते. १९९२ मध्ये आम्ही केलेल्या पाहणीमध्ये तो एका तरुण स्त्रीच्या हाताखाली काम करीत होता. *तिचा जन्म १९६६ मध्ये झाला होता.* तिचा जन्म एका मागासवर्गीय जातीत झालेला असल्यामुळे तिला वेगाने अनेक बढत्या दिल्या गेल्या.

अशी अनेक उदाहरणे आहेत व अनेक उदाहरणे घडत आहेत.

प्रथम : नोकरीत प्रवेश करताना आरक्षण.

नंतर : बढत्यांमध्ये आरक्षण.

त्यानंतर : बढत्यांमध्ये रोस्टर पद्धतीने अत्यंत बारकाईने आरक्षण ठेवणे.

अन् इतके झाले तरीही सरकारी कार्यक्षमतेवर याचा काहीही परिणाम होणार नाही यावर आपण विश्वास ठेवायचा.

दी इंडियन एक्स्प्रेस वृत्तपत्रात काम करताना माझ्या सहकाऱ्याने प्रत्येक राज्यातील, प्रत्येक सरकारी खात्यातील या संबंधातील परिस्थिती मला कळवली. सर्वत्र असेच दुष्परिणाम झालेले दिसून आले. उत्तर प्रदेशातील वैद्यकीय सेवा, रेल्वे, केरळमधील शैक्षणिक रचना, वगैरे सर्व ठिकाणी जनरल प्रकारातील कर्मचाऱ्यांमध्ये मोठ्या प्रमाणात नैराश्य आणि चीड पसरलेली आढळून आली. आरक्षण प्रकारातील कर्मचारी आणि जनरल प्रकारातील कर्मचारी यांच्यात कमालीचा कडवटपणा भरून राहिला आहे.

याव्यतिरिक्त काही खास प्रकारचे परिणामही दिसून आलेत.

पहिला प्रकार असा : पात्रतेचे खाली आणलेले निकष, मागासवर्गीयांच्या भरतीसाठी खास मोहिमा, इत्यादी करूनही मागासवर्गीय जातींसाठी ठेवलेला नोकरीतील वाटा (कोटा) भरला जात नाही. साहजिकच अशा परिस्थितीत जे कोणी आरक्षणाच्या मार्गाने नोकरीत प्रवेश करतात ते भाग्यवान ठरतात. त्यांना कोणाचीच

स्पर्धा न उरल्याने ते भराभर अनेक टप्पे ओलांडून बढत्या मिळवित वरच्या, आणखी वरच्या पदांकडे सहज जाऊ शकतात. मागासवर्गीय डॉक्टर शोधून काढणे ही एक कठीण गोष्ट आहे. परंतु १९९२ मध्ये उत्तर प्रदेश राज्यातील आरोग्य खात्यात व वैद्यकीय खात्यात ६ टक्के मेडिकल पदे भरली गेली होती. परंतु अशा मागासवर्गीय डॉक्टरांची संख्या बढतीमध्ये कायद्यानुसार २० टक्के तरी असली पाहिजे आणि तशा जागा त्यांच्यासाठी राखून ठेवल्या होत्या. याचा परिणाम असा होई की, मागासवर्गीय डॉ. 'अ'ची शिफारस जॉईंट डायरेक्टरच्या पदासाठी अन्य १०० डॉक्टरांना डावलून केली, तर डॉ 'ब'ला अन्य ५०० डॉक्टर डावलून बढती दिली. तर डॉ. 'क'ला अन्य ९०० डॉक्टरांना डावलून वरच्या श्रेणीतील पगार दिला गेला. डॉ. 'ई' याला तर एका मोठ्या शहरातील चीफ मेडिकल ऑफिसरचे पद हे ११०० डॉक्टरांना डावलून दिले गेले. डॉ. 'फ' याला दिल्ली जवळतील एका मोठ्या शहरातील चीफ मेडिकल ऑफिसरचे पद अन्य १५०० डॉक्टरांना डावलून दिले गेले... याचा परिणाम काय झाला? माझा सहकारी एस. के. त्रिपाठी मला लखनौहून कळवतो की, "उत्तर प्रदेश राज्य सरकारचे वैद्यकीय व आरोग्य खाते हे आपल्या खात्यातील कर्मचाऱ्यांमध्ये अत्यंत मोठ्या प्रमाणात पसरलेल्या चीड भावनेचे शमन कसे करावे या चिंतेत आहे. याचे कारण बढत्यांमध्येही २० टक्के वाटा आरक्षणासाठी ठेवल्याने अनेकांना आपल्यावर झालेल्या अन्याय जाणवला..."

या संबंधातील आकडेवारी १९९०च्या सुरुवातीलाही अनेक उदाहरणांत अत्यंत वाढली होती. एवढी वाढली होती की ती पाहताना दचकून टाकल्यासारखे होईल. एका राज्यातील जनरल एज्युकेशन खात्यात सर्वोच्च पातळीवरती २० पदांपैकी फक्त तीनच पदे रिक्त राहिली. बाकीची १७ पदे आरक्षण वर्गातील उमेदवारांना दिली गेली. दक्षिण-पूर्व रेल्वेमधील क्लेम्स ऑफिसातील सर्वोच्च पातळीवर ६ पदे रिकामी होती. ती सर्व पदे मागासवर्गीयांना मिळाली. रेल्वेच्या कर्मचाऱ्यांनी यासंबंधात न्यायालयात धाव घेतली असताना हे उदाहरण उघडकीस आले. पश्चिम रेल्वेमधल्या कर्मचाऱ्यांनी कागदपत्रांच्या आधारे अशाच अनेक तक्रारी न्यायालयात दाखल केल्या. त्यातील एका उदाहरणानुसार सर्वोच्च पदाच्या अलीकडच्या २९ पदांपैकी २१ पदांवर आरक्षण वर्गातील व्यक्तींना बढती देण्यात आली. तर चीफ वर्क्स मॅनेजरच्या ऑफिसातील सुपरिटेन्डन्टच्या २६ पैकी १६ जागांवर आरक्षण वर्गातील व्यक्तींना बढती दिली गेली... केवळ विशिष्ट जातीत जन्माला आल्यामुळे कसा लाभ होतो ते पहा.

सर्व खाती व योजना यांना रोस्टर पद्धत लागू होते. या पद्धतीनुसार विशिष्ट पदे ही मागासवर्गीयांसाठी राखून ठेवलेली असतात. या पदांसाठी जी किमान पात्रता लागते ती ठरवून देण्यात आली आहे. उदाहरणार्थ, ज्या व्यक्तीने बढतीच्या

आधीच्या पदावर विशिष्ट वर्षे काम केलेले असले पाहिजे. परंतु रोस्टर पद्धतीमध्ये अशा पात्रतेच्या अटी मागासवर्गीयांसाठी नेहमीप्रमाणे बाजूला सारल्या गेलेल्या आहेत. खात्याच्या परीक्षा ह्या सक्तीच्या असतात. त्यामुळे बढती मिळाल्यानंतर कामे करताना आवश्यक असलेली किमान क्षमता कर्मचाऱ्याजवळ आहे की नाही हे आधी समजू शकते. रेल्वेतील कर्मचाऱ्यांनी या संबंधात आपल्या खात्यात काय चालले याबद्दलचे पुरावे तपशीलवार गोळा करून माझ्यापुढे ठेवले. त्यातील काही उदाहरणे पुढीलप्रमाणे : 'अ' नावाच्या व्यक्तीने नोकरीत ऑगस्ट १९५८ मध्ये प्रवेश केला तो एक तात्पुरता वॉटरमन म्हणून. १९८० मध्ये ही व्यक्ती 'ऑफिस सुपरिटेन्डन्ट' झाली. ग्रेड ३ मधील हे सर्वांत उच्च पद होते. हे पद 'अ' याला त्याच्या गुणांच्या जोरावर किंवा काही कौशल्यावर मिळालेले नव्हते. केवळ त्याच्या जातीमुळे तो या पदापर्यंत चढत गेला. हा 'अ' याही पदापेक्षा अधिक वरच्या पदापर्यंत चढत गेला असता, परंतु त्याचे शिक्षण साधे मॅट्रिकपर्यंतही झाले नव्हते म्हणून त्याची प्रगती येथवर थांबली... आणखीन असेच एक उदाहरण रेल्वे कर्मचाऱ्यांनी पुढे ठेवले. १९५८ मध्ये 'ब' ही व्यक्ती 'कारकून' पदावर रुजू झाली. त्याच्या आधी त्याच्यापेक्षा जास्त काळ कारकुनाची नोकरी केलेल्या ८३ व्यक्ती होत्या. म्हणजे या व्यक्तीचा सिनिऑरिटी यादीत ८४ वा क्रमांक होता. जुलै १९७४ पर्यंत या 'ब' ला ग्रेड-३ मधील एकूण चार बढत्या मिळाल्या. मार्च १९८२ पर्यंत तो डिव्हिजनल पर्सोनेल ऑफिसर झाला. जेव्हा आम्ही पाहणी करीत होतो तेव्हा तो ज्युनिअर ॲडमिनिस्ट्रेटिव्ह ऑफिसर होण्याच्या बेतात होता. त्याची येथवरची मजल ही त्याच्या कर्तृत्वामुळे झाली नव्हती किंवा त्याने आपल्या स्पर्धकांपेक्षा काही जादा पात्रता कमावली नव्हती, तर केवळ त्याच्या जातीमुळे तो वर चढत गेला... आणखी एक उदाहरण पहा : 'क' या व्यक्तीने रेल्वे खात्यात एक 'सफाईवाला' म्हणून प्रवेश केला. नंतर आरक्षणाच्या कोट्यामधून त्याला कारकुनाचे पद बहाल करण्यात आले. सिनिऑरिटी यादीमध्ये त्याचा क्रमांक १३१ होता. पण नंतर भराभर बढत्या घेत (Leap-frogging) तो बाकीच्यांना मागे टाकीत 'सिनियर क्लार्क' झाला... ही 'क' व्यक्ती मॅट्रिकपर्यंत शिकलेली होती. येथून पुढे 'क्लास वन अधिकारी' या पदाच्या दिशेने त्याची प्रगती चालू झाली होती. याला परत तेच ते कारण होते. कर्तृत्व किंवा पात्रता नाही, तर फक्त जात....!

यामुळे चार परिणाम स्पष्ट होतात :

- जनरल प्रकारातील कर्मचारी उच्च पदापर्यंत पोचण्यासाठी जेवढा काळ घेतात, त्यापेक्षा कमी वर्षांत आरक्षण प्रकारातील कर्मचारी तेथवर सहज पोचतात.

- अशा आरक्षण वर्गातील व्यक्ती निवृत्ती होताना एखाद्या उच्च पदापर्यंत पोचतात की तेथवर अन्य कर्मचाऱ्यांना निवृत्त होईपर्यंत पोचता येत नाही.
- आरक्षण गटातील कर्मचाऱ्यांचा तरुण वयात उच्च पदाच्या दिशेने प्रवास चालू झाल्याने जनरल प्रकारातील कर्मचाऱ्यांच्या तशा प्रवासात ते अडथळा ठरू लागतात. अन् ही गोष्ट या कर्मचाऱ्यांच्या पिढीच्या दृष्टीने कायमचीच ठरते.
- भराभर वेगाने बढत्या होत गेल्याने, मागासवर्गीयांना नोकरीत घेण्याच्या मोहिमा राबवल्याने व त्यामुळे बऱ्याच जणांना थेट उच्च पदावर घेतल्याने आणि विनाशक रोस्टर पद्धत राबवल्यामुळे, अनेक खात्यांमध्ये मोठ्या प्रमाणात उच्च पदांवरती आरक्षणाच्या मार्गाने आलेले विराजमान झालेले आहेत.

अधिकाऱ्यांची मते

कर्नाटक, मध्य प्रदेश, राजस्थान, पंजाब या राज्यांतील सरकारी अधिकाऱ्यांना वरील प्रश्न विचारल्यावर सर्वांच्याकडून एक उत्तर आले, "होय, परिस्थिती नक्कीच बदलली आहे. ती पूर्वीपेक्षा अधिकाधिक खराब झालेली आहे." त्यांच्या या उत्तराचा पडताळा हा विविध खात्यांतून गोळा केलेल्या माहितीच्या आधारे घेतला.

कर्नाटक राज्य : अनुसूचित जातींसाठी राज्य सरकारने १५ टक्के आरक्षण ठेवले आणि अनुसूचित जमातींसाठी ३ टक्के आरक्षण ठेवलेले आहे. दोन्ही मिळून १८ टक्के जागा या आरक्षण गटातील आहेत. सार्वजनिक बांधकाम व जलसिंचन खात्यातील अधिकाऱ्यांनी इंजिनीअर्सबद्दलची माहिती पाठवली. नोकऱ्यांत १८ टक्के आरक्षणाचा वाटा असल्याच्या पार्श्वभूमीवर ज्युनियर इंजिनीअर्सच्या (स्पेशल ग्रेड) एकूण जागांपैकी २५ टक्के जागा ह्या आरक्षणाच्या मार्गाने व्यापल्या होत्या. तर असिस्टंट एक्झिक्युटिव्ह इंजिनीअर्स (डिव्हिजन १) व एक्झिक्युटिव्ह जागांपैकी ६६ टक्के जागा आरक्षणाच्या मार्गाने व्यापल्या गेल्या होत्या. चीफ इंजिनीअर्सच्या जागांपैकी १५ टक्के जागा आणि 'इंजिनीअर्स-इन-चीफ'च्या जागांपैकी ३० टक्के जागा ह्या आरक्षणाच्या मार्गाने व्यापल्या होत्या.

अधिकाऱ्यांकडून मिळालेल्या माहितीनुसार पुढील घटना घडतील. रोस्टर पद्धतीमुळे इंजिनीअर्स-इन-चीफची सर्व पदे, चीफ इंजिनीअर्सची पदे ९५ टक्के, सुपरिटेन्डन्ट इंजिनीअर्सची ८२ टक्के आणि एक्झिक्युटिव्ह इंजिनीअर्सची पदे ४२ टक्के अनुसूचित जाती व जमाती यांच्याकडून २००६ पर्यंत व्यापली जातील.

शिवाय त्यांनी इंजिनीअर्सच्या बाबतीत एक तक्ताही मला पाठवला. १९८२ व १९८४च्या दरम्यानच्या काळातील ही माहिती आहे. आरक्षण प्रकार व जनरल प्रकारातील जे इंजिनीअर्स साधारणपणे एकाच वेळी नोकरीस लागले, त्यांचीच माहिती त्यात आहे. त्यातील आरक्षणाच्या मार्गाने आलेला प्रत्येक जण हा १९९१

ते १९९२च्या दरम्यान असिस्टंट एक्झिक्युटिव्ह इंजिनीअर बनला. तर जनरल प्रकारातील इंजिनीअरला हीच श्रेणी मिळायला २०१२ ते २०१४ पर्यंत वाट पहावी लागणार आहे.

बंगलोर वॉटर सप्लाय आणि स्युअरेज बोर्डमधले सुमारे ८० टक्के चीफ इंजिनीअर्स हे अनुसूचित जाती व जमातीमधील आहेत. एक वर्षात या पदावरील १०० टक्के चीफ इंजिनीअर्स हे फक्त मागासवर्गीय असतील.

त्या बोर्डमधील अधिकाऱ्यांनी मला एक तक्ता पाठवला. जनरल प्रकारातील इंजिनीअर्सपैकी जे १९७१ ते १९७४च्या सुमारास नोकरीला लागले, त्यांना चीफ इंजिनीअरचे पद मिळण्याआधीच सेवानिवृत्त व्हावे लागले. अन्य पीजेएसएम, बीजीएसएस, एसएस, एसआरआरके या सरकारी संस्थांमध्ये चीफ इंजिनीअरच्या पदापर्यंत पोचण्यास कोणत्याही इंजिनीअरला किमान वीस वर्षे तरी लागत. ही परिस्थिती २००२ मधली आहे. तर टीव्ही आणि एसएमबी या सरकारी संस्थांमध्ये जर आरक्षणाच्या मार्गाने एखादा नोकरीत शिरला तर *आठ वर्षांत* तो एक्झिक्युटिव्ह इंजिनीअर बने. ही परिस्थिती १९९७ मधली होती. म्हणजे त्याच्याच बरोबर जनरल प्रकरातून नोकरीत शिरलेल्या इंजिनीअर्सच्या *पाच वर्षे* आधी तो चीफ इंजिनीअर बनू शके. एवढेच नाही तर त्या दोघांनी नोकरीतील पुढचा टप्पा एकाच वेळी गाठून ते सुपरिटेन्डन्ट इंजिनीअर्स २००२ मध्ये झाले आणि पुढची पायरी गाठली तरीही चीफ इंजिनीअर होण्यास २००५ साल उजाडावे लागे!

कर्नाटक पॉवर ट्रान्समिशन कॉर्पोरेशनकडून अशीच माहिती आली. जे नोकरीत आरक्षणामधून शिरले, त्यांना बढती देताना रोस्टर पद्धतीमुळे आणि 'परिणामस्वरूप ज्येष्ठता' (Consequential Seniority) मिळत असल्याने २८ टक्के चीफ इंजिनीअर्स आणि २८ टक्के सुपरिटेन्डन्ट इंजिनीअर्स हे अनुसूचित जाती व जमातींपैकी आहेत. २०१४ सालापर्यंत सर्व चीफ इंजिनीअर्सची ६१ टक्के पदे याच जातीतील कर्मचाऱ्यांची असतील.

मध्य प्रदेशातील पब्लिक वर्क्स खात्याकडून अशीच माहिती हातात आली. १९७९ ते १९८४ या काळात नोकरीत शिरून पुढे जे अधिकारी झाले, त्यांची एक यादी होती. त्यांच्यापैकी कोणालाही २००६ पर्यंत कसलीही बढती मिळाली नव्हती. जणू काही त्यांना कायम असिस्टंट इंजिनीअर म्हणूनच नोकरीत राहावे लागणार होते. त्यानंतर इंजिनीअर्सची आणखी एक यादी आली. त्यातील अधिकारी हे नोकरीत आरक्षणाच्या मार्गाने १९८७ साली आले होते. त्यांना आरक्षणाचा लाभ मिळून २००१ ते २००२च्या काळात ते सर्व जण एक्झिक्युटिव्ह इंजिनीअर्स बनले. त्यांतील चौघे जण २००५च्या सुमारास सुपरिटेन्डन्ट इंजिनीअर बनले. ते सर्व जण आणि आणखी दोघे जण हे २००९ पर्यंत चीफ इंजिनीअर बनण्याच्या

मार्गावरती होते. त्यांच्यापैकी एक जण हा २००९ मध्ये इंजिनीअर-इन-चीफ बनला आणि २०१० मध्ये तिघे जण त्याच पदावरती गेले... २०१० ते २०३० या कालखंडात 'इंजिनीअर-इन-चीफ', चीफ इंजिनीअर आणि सुपरिटेन्डन्ट इंजिनीअर अशा सर्व पदांवरती आरक्षणाच्या मार्गाने आलेले सर्व जण असतील. इंजिनीअर-इन-चीफ हा जनरल प्रकारातील असेल तर तो त्या वेळी सर्वांत कमी सेवाज्येष्ठता असलेल्या एक्झिक्युटिव्ह इंजिनीअरपेक्षाही ज्युनियर असेल...

पंबाज व राजस्थान येथूनही अशीच माहिती हातात आली आहे... राजस्थानच्या मेडिकल व हेल्थ डिपार्टमेंटमध्ये जे कर्मचारी अत्यंत तरुण आहेत, त्यांना जे डॉक्टर पूर्वी नोकरीत शिकवत होते, मार्गदर्शन करीत होते त्याच डॉक्टरांचे आज ते साहेब बनले आहेत.

न्यायालयाची निकालपत्रे

आरक्षणामुळे जे काही नुकसान झाले आहे, जी काही सरकारी कारभाराची मोडतोड झाली आहे आणि रोस्टर पद्धतीच्या शोधामुळे शिक्षणसंस्थांची जी हानी झाली आहे, त्याला सर्वोच्च न्यायालयाची निकालपत्रे कितपत जबाबदार आहेत ते पाहण्यासाठी त्यावर आपण एक दृष्टिक्षेप टाकून पाहू.

एकामागोमाग एकेक निकालपत्रे पाहताना त्यामध्ये आपल्याला तिढेपणा, मनोविकृती अशा चमत्कारिक गोष्टी आढळून येतात. एकेका खटल्यात आरक्षणाचा उदो उदो करताना आरक्षणाचे महत्त्व वाढवत नेल्याने आणि सतत गुंतागुंतीचे नियम निर्माण करून बाह्यत: राज्यघटनेच्या अंमलबजावणीच्या नावाखाली ते नियम लादले गेले.

परंतु *अजितसिंग विरुद्ध पंजाब राज्य* खटल्यात आणि अन्य खटल्यांत सर्वोच्च न्यायालयाने आपल्या निकालपत्रात प्रत्यक्ष व्यवहारात काय चालते त्याचे ओझरते दर्शन दाखवले होते. सर्वोच्च न्यायालयाने पहिले की, आरक्षण राबविण्यासाठी इतका जोर लावू नये की, त्यामुळे शेवटी उलट्या पद्धतीने वेगळाच भेदभाव अस्तित्वात येईल. ''म्हणून हे आरक्षणाचे प्रकरण एवढे मर्यादेबाहेर रेटू नये की ज्यामुळे समानतेचा मूलभूत हक्कच कोसळेल. जेव्हा उलटा भेदभाव सुरू होतो तेव्हा कोणतीही त्या संबंधातील सकारात्मक कृती ही संपुष्टात येते. राज्य घटनेतील तरतुदींचा अर्थ अशा रितीने लावला पाहिजे की, त्यामुळे सर्वांमध्ये एक स्पर्धेचे वातावरण व जोष निर्माण होईल. या सर्वांमध्ये आरक्षणाचे लाभार्थीही धरलेले आहेत.'' आरक्षणासाठी जी रोस्टर पद्धत शोधून काढली त्याच्या परिणामाबद्दल न्यायालय म्हणते :

"एखाद्या मागासवर्गीय उमेदवाराने आपल्या गुणवत्तेच्या साहाय्याने स्पर्धा करण्याचे नाकारले आणि आरक्षित पदासाठी त्याने प्रयत्न केला व त्या पदासाठी रोस्टर पद्धत लागू केली असेल तर? अन् जर ती रोस्टर पद्धत मागासवर्गीय उमेदवाराला अन रोस्टर पॉइंटला बढती देण्यासाठी असेल (लेव्हल-१), (लेव्हल-२) तर? *त्यातून तो उमेदवार गुणवत्तेच्या यादीत शेवटी असेल तर साहजिकच तो जनरल प्रकारातील उमेदवारांशी स्पर्धा करण्याच्या भानगडीत न पडता रोस्टर पद्धतीने वर जाणार. रोस्टर पद्धत ही अनेक जागांकडे नेणारी असते. अशा १०० जागा असतील तर प्रत्येक जागेवर हा उमेदवार बढती घेऊन लेव्हल-२ वर जाऊ शकतो. त्या वेळी जनरल प्रकारातील अनेक उमेदवारांना तो बाजूला सारू शकतो.* रोस्टर पॉइंट प्रमोशनचा हा परिणाम आहे." (संदर्भ : *अजितसिंग विरुद्ध पंजाब राज्य, II*, १९९८.७ SCC २०९, पान २३४, परिच्छेद ४१)

वर वर्णन केलेला रोस्टर पद्धतीचा परिणाम हा सर्वोच्च न्यायालयाच्या निकालपत्रातील आधीच्याच परिच्छेदाशी सुसंगत नाही. न्यायालयाने म्हटले आहे की, उलटा भेदभाव (Reverse Discrimination) होता कामा नये; समानतेचा मूलभूत हक्क कोसळता कामा नये; सर्वांमध्ये स्पर्धेचे वातावरण व जोष निर्माण झाला पाहिजे, त्यात आरक्षणलाभार्थीही मोडतात. सर्वोच्च न्यायालयाला रोस्टर पद्धतीच्या मर्मभेदक परिणामांची दखल घेणे भाग पडले, हे यावरून दिसून येते. त्याच निकालपत्रात पुढे असे म्हटले आहे की,

"आपण आता आपल्यासमोर असलेल्या अनेक बाबींकडे वळणार आहोत. ती सर्व एक भेदक परिस्थिती आहे. *वीरपाल* याने ही परिस्थिती आपल्यासमोर मांडली. त्यातले एक उदाहरण असे आहे : *सर्व ३३ उमेदवारांनी ११ पदांसाठी अर्ज केला होता व ती सर्व पदे अनुसूचित जाती व जमातींसाठी होती...* हेच उदाहरण जनरल प्रकारातील उमेदवारांनी आमच्यासमोर मांडले. यातील वस्तुस्थितीबद्दल वाद नाही. फक्त या संबंधातील काही कारणे दोन्ही पक्षांनी बाजूला सारली होती. कारण कोणीच त्यावर शास्त्रोक्त विचार करून नीट तपासणी केली नव्हती. याबद्दल निरीक्षणे अशी : *(१) अजितसिंग खटल्यामध्ये... ३०-९-१९९४ रोजी असलेली परिस्थिती अशी होती की, 'सुपरिटेन्डन्ट (ग्रेड १)' या पदावर एकूण १०७ अधिकारी होते. त्यातले पहिले २३ जण हे मागासवर्गीय होते. अंडर सेक्रेटरी या पदाच्या पातळीवर असलेल्या १९ जणांपैकी ११ जण हे*

अनुसूचित जातीपैकी होते. डेप्युटी सेक्रेटरी पातळीवरील चारापैकी दोन जण हे मागासवर्गीयांपैकी होते. ३०/९/१९९४ रोजी वर सांगितलेल्या तीनही उदाहरणातील मागासवर्गीयांचे प्रमाण हे २२.५ टक्के, ५४ टक्के आणि ६७ टक्के अनुक्रमे होते. आरक्षणलाभार्थी उमेदवारांची सेवाज्येष्ठता विचारात घ्यायची असेल तर अशी स्थिती येते की आधीच्या डेप्युटी सेक्रेटरी पातळीवरती १०० टक्के मागासवर्गीयांपैकी असायला हवे होते. अन् तशीच या आधीची स्थिती, म्हणजे मागासवर्गीय अंडर सेक्रेटरीच्या पातळीवरील सर्व पदांवर असायला हवे होते. त्याही आधीची स्थिती सुपरिटेन्डन्ट (ग्रेड १)च्या पदांवरती ५३ टक्के मागासवर्गीय असायला हवे. (खालच्या पातळीवरील सर्व पदांवर जास्तीत जास्त मागासवर्गीय असले तरच कालांतराने तशी स्थिती वरच्या पातळीवरील पदांवरती येणार) (२) *जतिंदरपाल सिंगच्या* खटल्यात... प्रिन्सिपॉलपदाच्या पातळीवरील १३४ जागांवरती अनुसूचित जातींचे अधिकारी असतील तर यापेक्षा वरच्या पातळीवरील ७२ जागांवरती कालांतराने सर्व अनुसूचित जातींची माणसे असतील. शिवाय यामध्ये बढतीची वाट पाहणाऱ्या उमेदवारांची भर घातली तर वरच्या पदांवरच्या २१७ आणि १११ असे अनुसूचित जातींचे उमेदवार अनुक्रमे असतील. म्हणजे अनुक्रमे १०० टक्के व ७१ टक्के जागा अनुसूचित जातींच्या असतील. (परंतु प्रत्येक प्रकारात फक्त ५६ जागाच होत्या.) प्रिन्सिपॉलपदाच्याही वरच्या पदांवरती काय अवस्था असेल याचा नेमका तर्क करणे कठीण आहे. (३) *कमलकांत* खटल्यात... आजमितीस (अ) डेप्युटी सेक्रेटरी पातळीवरील पहिली ८ पदे ही अनुसूचित जाती व जमातींच्या अधिकाऱ्यांनी व्यापली होती. (ब) अंडर सेक्रेटरी (ग्रुप ए) पदांपैकी वरच्या पातळीवरील ४० जागा आरक्षण वर्गातील व्यक्तींनी व्यापल्या होत्या. या अशा स्थितीबद्दल कोणताही वाद नव्हता. परंतु ही स्थिती उद्‌भवण्याचे कारण रोस्टर पद्धत सतत सतत वापरली गेली म्हणून. पुढे *सभरवाल* खटल्याचा निकाल लागला तेव्हा ही पद्धत थांबवली गेली.

पुन्हा एकदा, वाटल्यास सराव करायचा आहे म्हणून, सर्वोच्च न्यायालय काय म्हणते ते पहा. न्यायालय वस्तुस्थितीचे मूल्यमापन अशा खटल्यात कसे करते ते पहा. आर.के. सभरवाल खटल्यात सर्वोच्च न्यायालय असे सांगते की,

‘‘याचिकाकर्त्यांनी आपल्या याचिकेत म्हटल्याप्रमाणे ते सिनिऑरिटी यादीत

१९, २३, २६, २९, ३०, ३१, ३४ व ३८ या क्रमांकावरती आहेत तर प्रतिवादी हे ४६, १४० व १५२ या क्रमांकावरती आहेत. प्रतिवादी रतनसिंग याला अनुसूचित जातींसाठी राखून पदावर बढती न देता चीफ इंजिनीअरींगच्या पातळीवरील पदावर बढती देण्यात आली. तसे करताना त्यांनी, त्या पदावर ज्यांना आधी हक्क पोचतो अशा ३६ ज्येष्ठ सहकाऱ्यांना डावलले आहे. त्यामध्ये याचिकाकर्तेही आहेत. त्याचप्रमाणे, प्रतिवादी सुरजितसिंग आणि ओम प्रकाश यांनाही आरक्षणातील पदे रिकामी असतानाही सुपरिटेन्डन्ट इंजिनीअर्सच्या पदांवरती बढती देण्यात आली. तसे करताना त्यांनी सेवाज्येष्ठतेचे हक्क असलेल्या ८२ व ८५ आपल्या सहकाऱ्यांना डावलले. याचिकाकर्त्यांच्या म्हणण्यानुसार प्रतिवादींच्या बढतीच्या वेळी हे याचिकाकर्ते सुपरिन्टेन्डन्टींग इंजिनीअर्स म्हणून अनेक वर्षे कामे करीत होते. पुढे ते प्रतिज्ञेवर आपल्या याचिकेत सांगतात की, प्रतिवादी ४,५ व ६ हे प्रत्यक्षात एक्झिक्युटिव्ह इंजिनीअर्स म्हणून कामे करीत होते. त्या वेळी याचिकाकर्ते हे सुपरिन्टेन्डन्टींग इंजिनीअर्स म्हणून कामे करीत होते.'' (संदर्भ : *आर.के. सभरवाल विरुद्ध पंजाब राज्य,* १९९५,२ SCC ७४५, पान ७४८, परिच्छेद १)

उच्च न्यायालय व सर्वोच्च न्यायालय यांच्या अनेक निकालपत्रांत याच्या कित्येक पटीने अशी उदाहरणे दिसून येतात. ही परिस्थिती २००६ मध्येही अगदी अशीच चालू होती, असे दी इंडियन एक्स्प्रेसच्या वार्ताहराने मला कळवले. एकेका राज्यामागोमाग राज्यांतून अशी उदाहरणे समजून येत होती व यादीत भर पडत होती. रोस्टर पद्धतीचे परिणाम व्यक्तींवरती, प्रशासकीय कार्यावरती तसेच कर्मचाऱ्यांच्या मनोधैर्यावरती कसे होतात ते यावरून सहज कळून येते.

गुजरात राज्यातील 'बीजी' या स्त्री उमेदवाराची कथा बघा. १९७६ मध्ये अनुसूचित जमातीच्या कोट्यामधून ती नोकरीमध्ये 'सेक्शन ऑफिसर' म्हणून लागली. आज ती ॲडिशनल सेक्रेटरी या पदावर काम करीत आहे. याचे कारण तिला एका पाठोपाठ एकेक बढत्या कमी कालावधीत रोस्टर पद्धतीमुळे मिळत गेल्या. तिच्याबरोबर लागलेले अन्य उमेदवार हे अजूनही खालच्या पातळीवरतीच कामे करीत बसले आहेत.

पंजाब राज्यातील इलेक्ट्रिसिटी बोर्डातील कर्मचाऱ्यांमध्ये अशा रोस्टर पद्धतीमुळे पूर्णपणे दुफळी माजली आहे. जेव्हा ८५ वी घटनादुरुस्ती अमलात आणण्यास सुरुवात झाली, तेव्हा तिथले कर्मचारी म्हणू लागले की, चीफ इंजिनीअरांच्या २८ जागांपैकी २१ जागा आता आरक्षण मार्गातून येणाऱ्या उमेदवारांना मिळणार.

त्याच्या वरच्या पातळीवरील पदांना हळूहळू ही रोस्टर पद्धत लागू होऊ लागली. २००५च्या शेवटच्या तीन महिन्यात ११० सुपरिन्टेन्डिंग इंजिनीअर्स हे बढतीची प्रतिक्षा करीत होते. त्यातील फक्त १० जणांना आता बढती मिळू शकणार होती. बाकीच्यांची बढतीची पाळी यायच्या आत ते सेवानिवृत्त होणार होते.

कर्नाटक राज्यात, सरकारी नोकऱ्यांतील बढत्या ह्या ३३ पॉइंट रोस्टरनुसार होतात. प्रत्येक खात्यातील दर सातव्या जागेनंतर एक जागा ही एका अनुसूचित जातीच्या उमेदवाराला बढती देऊन भरायची. तसेच दर ३२ वी जागा एका अनुसूचित जमातीच्या उमेदवाराला बढती देऊन भरायची. याचा परिणाम काय झाला त्यासाठी हे एक उदाहरण पहा. १९७० मध्ये 'क्ष' याने पोलीस खात्यात प्रवेश केला. *त्याच्यानंतर ९ वर्षांनी* ज्याने नोकरीत प्रवेश केला, त्या सब-इन्स्पेक्टरने बढतीमध्ये 'क्ष' याला ओलांडले. 'य' याला बढती मिळून तो २००४ मध्ये 'सुपरिन्टेन्डन्ट ऑफ पोलीस' या पातळीवरती पोचला. परंतु 'य' नंतर *नऊ वर्षांनी* जे नोकरीत आरक्षणाच्या मार्गाने शिरले, ते सुपरिन्टेन्डन्ट ऑफ पोलीस या पदावरती *पाच वर्षे* होते.

जाता जाता हे सांगितले पाहिजे की, कर्नाटकात एसपी पातळीवरच्या ७६ पदांपैकी ५० पदांवरती आता आरक्षण मार्गाने आलेले उमेदवार कामे करीत आहेत.

उत्तर प्रदेश राज्यातील इंडियन एक्स्प्रेसच्या वार्ताहराकडून माहिती आली की, इलेक्ट्रिसिटी बोर्डात सुमारे ३००० इंजिनीअर्स नोकरीस आहेत. त्यातील ६५० हे आरक्षण प्रकारातील आहेत. तिथे नियम मोडून अनेक गोष्टी घडल्या आहेत किंवा घडवल्या गेल्या आहेत. उदाहरणार्थ, १९७४ मध्ये जनरल प्रकारातून नोकरीला लागलेल्या इंजिनीअर्स मंडळींना आत्ता (२००४–२००५) कुठे एक्झिक्युटिव्ह इंजिनीअर्सचे पद मिळवणे जमले आहे, तर १९७४ मध्ये नोकरीला लागलेले इंजिनीअर्स आत्ता डेप्युटी जनरल मॅनेजर्सच्या पातळीपर्यंत पोहोचू शकले आहेत. १९८९ मध्ये आरक्षणाच्या मार्गाने जे नोकरीत शिरले तेही आता डेप्युटी जनरल मॅनेजर बनले आहेत. त्याप्रमाणेच १९९७ मध्ये नोकरीत प्रवेश केलेले अनुसूचित जातीमधील अधिकारी यापूर्वीच एक्झिक्युटिव्ह इंजिनीअर्स बनले. तर जनरल प्रकारातील जे अधिकारी १९८५ मध्ये नोकरीला लागले ते अजूनही असिस्टंट इंजिनीअर्स म्हणूनच कामे करीत आहेत. (एक्झिक्युटिव्ह इंजिनीअर्स आणि त्या पदाच्या वरची पदेही 'क्लास-१' मधली असतात. असिस्टंट इंजिनीअर म्हणून सात वर्षे काम केल्यावर त्यांना पहिली बढती मिळते. एखाद्या अधिकाऱ्याला सुपरिन्टेन्डिंग इंजिनीअर किंवा डेप्युटी जनरल मॅनेजर हे पद मिळण्यास नोकरीत १६ वर्षे काम करावे लागते.)

उत्तर प्रदेशातील जलसिंचन खात्यात १९७८ साली नोकरीला लागलेल्या

असिस्टंट इंजिनीअर्सना अद्यापही त्यांची पहिली बढती दिली गेली नाही. ही बढती एक्झिक्युटिव्ह इंजिनीअर्सच्या पातळीवर नेणारी आहे. तथापि, जे अनुसूचित जातीचे इंजिनीअर्स चार वर्षांनी, म्हणजे १९८२ साली नोकरीत शिरले त्यांना केव्हाच सुपरिन्टेन्डिंग इंजिनीअर्स आणि चीफ इंजिनीअर्सच्या पातळीवरील पदांवर बढती देण्यात आली होती.

मध्य प्रदेशातील वार्ताहराने एक वैशिष्ट्यपूर्ण उदाहरण कळवले. 'क्ष' हा डायरेक्टोरेट ऑफ पब्लिक रिलेशन्स या सरकारी खात्यात इन्फर्मेशन असिस्टंट म्हणून १९९१ साली लागला. रोस्टर पद्धतीमुळे संभाव्य बढतीसाठीच्या यादीत त्याचे सहावे नाव होते. नंतर दोन वर्षांनी 'य' या नोकरीस लागला. संभाव्य बढतीच्या यादीत त्याचे नाव २१ व्या क्रमांकावर गेले. जरी तो 'क्ष' पेक्षा १५ अंकाने दूर होता, आणि जरी तो दोन वर्षे उशिरा नोकरीत शिरला तरीही, 'य' ला असिस्टंट पब्लिक रिलेशन्स ऑफिसरच्या पदावर सतत अन्याय सहन करीत रहावे लागले असले तरीही त्याला बढतीसाठी अजून चार वर्षे वाट पहावी लागणार आहे...

झारखंड राज्यातील उदाहरणे न्यायालयांमध्ये गेली आहेत. 'एसकेएस' नावाच्या व्यक्तीच्या अधिकारी उदाहरणाची ते तपासणी करीत आहेत. तो १९८० मध्ये अधिकारी म्हणून सरकारी नोकरीला लागला. त्या वेळी झारखंड राज्य नव्हते. बिहारच्या राज्यातील गुणवत्ता यादीत पहिल्या वीस जणांत त्याचा क्रमांक आला होता. त्या वेळी 'एसएस' आणि 'जेटी' ह्या मागासवर्गीय व्यक्ती शेवटच्या वीस जणांत पार तळाशी होत्या. आज बढत्यांमध्ये ही आरक्षणे ठेवल्याने ते दोघे जॉइंट सेक्रेटरी पदावर गेले आहेत आणि 'एसकेएस'चे साहेब बनले आहेत. बिचारा एसकेएस अजूनही डेप्युटी सेक्रेटरी म्हणूनच नोकरी करीत बसला आहे.

'प्रभात खबर' या झारखंडमधील वृत्तपत्राचा संपादक हरिवंश हा होता. तो माझा एक चांगला मित्र आहे. त्याने मला बरीच आकडेवारी पाठविली. *इंद्र सहानी* आणि अन्य खटल्यांत जी कॅव्हेट्स दाखल केली त्यानुसार प्रशासनाच्या कार्यक्षमतेला धक्का पोचला आहे. त्यात आता आणखी एक उल्कापात झाला. मे २००१ मध्ये झारखंड राज्याने असा निर्णय घेतला की सरकारी नोकऱ्यांत ५० टक्क्यांऐवजी ६० टक्के जागा ह्या मागासवर्गीयांसाठी आरक्षित ठेवायच्या. ही गोष्ट उच्च न्यायालयात गेली. न्यायालयाने हा ६० टक्क्यांचा सरकारचा निर्णय रद्द करून पूर्वीचाच ५० टक्क्यांचा निर्णय कायम केला. परंतु त्याच वेळी आणखी एक घटक कार्यरत होता. बिहार राज्यातून झारखंड वेगळे करून त्याचे एक राज्य केले. अशा रितीने नवीन बिहार व एक झारखंड अशी दोन राज्ये निर्माण झाली. मग सरकारी कचेऱ्यांमध्येही विभागणी होऊन त्या दोन राज्यांत वाटल्या गेल्या. आरक्षणाचे धोरण आणि

विशेषत: राज्यघटनेतील ८५ वी दुरुस्ती ही २००६च्या सुरुवातीस झाली. यामुळे जॉइंट सेक्रेटरी पातळीवरील ६४ टक्के जागा या अनुसूचित जाती व जमातीच्या कर्मचाऱ्यांना बहाल करण्यात आल्या. त्याचप्रमाणे, राज्याच्या अर्थ खात्यातील जॉइंट सेक्रेटरीची ६० टक्के पदे ही अनुसूचित जाती व जमाती यांना देण्यात आली. यांनी अशी पदे व्यापू नये असा मुद्दा येथे नाही. परंतु त्यांनी केवळ आपल्या जातीच्या जोरावर आणि राज्यघटनेचा अर्थ बदलून टाकण्यामुळे एवढ्या मोठ्या प्रमाणावरती ही पदे व्यापून टाकली ही बाब विचार करण्यासारखी आहे.

राजस्थान राज्यातील दी इंडियन एक्स्प्रेसच्या वार्ताहराकडून अशी अनेक उदाहरणे माझ्याकडे पाठवली गेली. डॉ. 'जेएस' याने १९८२ मध्ये डॉक्टर म्हणून सरकारी नोकरीत प्रवेश केला. मेडिकल कॉलेजात तो असिस्टंट प्रोफेसर या पदावर काम करीत होता. त्याच्या नोकरीला २३ वर्षे झाली तरी त्याला एकही बढती दिली गेली नाही. त्याचे तीन विद्यार्थी तर आरक्षणाच्या मार्गाने प्राध्यापक बनले आहेत. तसाच डॉ. 'आरए' हा सर्जरी विषयातील एक प्राध्यापक होता. त्याचे सहा-सात सहकारी आणि विद्यार्थी हे प्राध्यापक बनले आहेत. परंतु याला मात्र अद्याप कसलीही बढती मिळाली नाही. 'आरकेजी' राजस्थान राज्याच्या सचिवालयात एक अप्पर डिव्हिजन कारकून म्हणून ३० वर्षे नोकरी करतो आहे. परंतु 'बीएसएम' या माणसाने आरक्षणाच्या मार्गाने लोअर डिव्हिजन क्लार्क म्हणून 'आरकेजे'च्या फक्त दोन वर्षे आधी नोकरीत प्रवेश केला. त्याला नंतर चार बढत्या मिळाल्या. आज तो डेप्युटी सेक्रेटरी आहे...

गुवाहाटीहून अशीच चमत्कारिक उदाहरणे समोर आली आहेत. परंतु आसाममध्ये असे घडणे हे नेहमीचेच असते.

मी ही उदाहरणे देतो आहे त्यावरून माझ्याबद्दल कृपा करून कोणीही चुकीची समजूत करून घेऊ नका : याचे कारण मी सेवाज्येष्ठता कल्पनांच्या विरुद्ध बंड करतो आहे, इत्यादि असे काही नसून जर सरकारी नोकरांना काही लाभ व हक्क आपोआप मिळणार असतील, काही पदे मिळण्याची खात्री दिली जात असेल तर, त्यासाठी त्यांचे कार्य, गुणवता व पात्रता बघितले जाणार नसतील मी तशा नियमांविरुद्ध, रचनेविरुद्ध आहे. जर नोकरीमधील आपले काम चांगल्या रितीने करणाऱ्या एखाद्या कर्मचाऱ्याचा यादीतील क्रमांक खाली असल्यामुळे त्याची सेवाज्येष्ठता विचारात घेतली जाणार नसेल, तर ते चूक आहे. ज्याची सेवाज्येष्ठता जास्त आहे पण त्याला चांगल्या तऱ्हेने काम करता येत नसेल, तर त्याच्याऐवजी पहिल्या माणसाला वरची जागा द्यायला पाहिजे. परंतु या दोन्ही व्यक्तींमध्ये आरक्षणाच्या मार्गाने दुसऱ्यांना मागे टाकून बढत्या घेत जाणाऱ्याला कुठे बसवणार? त्याने बढती मिळवली तरी ती आपल्या गुणवत्तेच्या जोरावर मिळवल्याचे उदाहरण

कोठेही अद्याप दिसले नाही. जी व्यक्ती बढती देण्याच्या यादीत १४० किंवा १४२ या क्रमांकावरती आहे *आणि केवळ विशिष्ट जातीतील व्यक्ती आहे म्हणून* तिला पार १९ क्रमांकावर असलेल्या व्यक्तीला ओलांडून बढती देण्यामुळे कोणत्या प्रकारचे वर्तन व प्रयत्न आपण करीत आहोत? आपण कोणत्या गोष्टीला उत्तेजन देत आहोत?

हे असे का होते आहे याचा विचार करता असे कळून येईल की सर्वोच्च न्यायालयाच्या निकालपत्रात जे पात्रतेचे व अन्य स्वरूपाचे आरक्षणाचे निकष सैल केले गेले त्यामुळे त्या चुकीच्या व अन्यायकारक घटना परिणामी घडतात. *इंद्र सहानी* खटल्यात पीठावरील बहुसंख्य न्यायाधीशांनी असे मानले होते की, "आरक्षणाच्या विस्तृत कल्पनेमध्ये *सर्व पूरक व साहाय्यक तरतुदी येतात, त्याप्रमाणेच अपवादात्मक माफीच्या खास तरतुदी, सवलती आणि नियमांतील शिथिलता इत्यादी छोट्या तरतुदीही येतात.* अर्थातच प्रशासनाची कार्यक्षमता टिकवून धरण्याच्या गरजेपोटी म्हणजे – कलम ३३५च्या ताकिदीनुसार – या तरतुदी त्यासाठी अनुकूल आहेत. त्या न्यायाधीशांनी आपले असे मत ठरवण्यासाठी राज्यघटनेच्या कलम १६(४) मधील 'कोणत्याही तरतुदी' ह्या शब्दप्रयोगाचा आधार घेतला. ते कलम असे सांगते की, "आरक्षणासाठी कोणत्याही तरतुदी करण्याला या कलमाकडून कसलाही प्रतिबंध होत नाही." येथे 'कोणत्याही तरतुदी' या शब्दप्रयोगाचा वापर हा 'आरक्षणाद्वारे नेमणुका' आणि 'महत्त्वाची समजली जाणारी पदे' यांसाठी केला आहे, असे न्यायाधीशांचे म्हणणे होते. त्यांच्या मते 'कोणत्याही तरतुदी' या शब्दप्रयोगाला योग्य तो अर्थ आपण दिला पाहिजे. तो शब्दप्रयोग काही उगाच तिथे चिकटवून दिलेला नाही. (संदर्भ : *इंद्र सहानी विरुद्ध भारतीय संघराज्य,* १९९२, supp. (३) SCC २१७, परिच्छेद ४३. याचा उल्लेख *भारतीय संघराज्य विरुद्ध वीरपाल सिंग चौहान,* १९९५, ६ SCC ६८४, परिच्छेद २३ व २४ सारखा केलेला आहे.)

यातील 'नियमातील शिथिलता' (relaxation) हे शब्द सरकारी सेवेच्या पद्धतीवर का लादले? असे कसे ते लादता येतील? अन् तरीही आपले मानदंड, निकष यांच्यावर काहीही परिणाम झाला नाही, असे म्हणता येईल?

सरकारी सेवेत मापदंड कसे टिकून राहतील? जर आरक्षणवादी अत्यंत कार्यक्षम झाले, तर मग एखाद्या शिक्षणक्रमातील किंवा नोकऱ्यातील निम्म्या जागा राखून ठेवायची गरज मग कुठे उरते? तशा निम्म्या जागांसाठी दलितेतर लोकसंख्येला स्पर्धा करू न देणे हीच गोष्ट असे दर्शवते की मागासवर्गीयांजवळ हवी ती पात्रता नाही. जर एखाद्या अनुसूचित जातीतील किंवा मागासवर्गीय समजल्या गेलेल्या व्यक्तीने आपल्या गुणवत्तेच्या जोरावर स्वत:ला 'जनरल' प्रकारात दाखल करून

घेतले तर त्याला आपोआपच मागासवर्गीयांचे लाभ नाकारले जातात, आरक्षणाच्या कोट्यातून वगळले जाते. म्हणून ज्यांना आरक्षणाच्या कोट्यात धरले जाते त्यांना *व्याख्येनुसार* आरक्षणाच्या मार्गाखेरीज अन्य कोणत्याही मार्गावर पाऊल टाकण्याची क्षमता नाही असे समजले जाते. आरक्षणाच्या योजनेत ही गोष्ट अगदी स्वच्छ, स्पष्ट व नि:संदिग्ध अशी दिसत असल्याने आपली न्यायाधीश मंडळी कोणत्या आधारावरती प्रशासनाच्या कार्यक्षमतेला धक्का पोचणार नाही असे ठरवतात?

तीन मुद्दे लक्षात घेण्याजोगे आहेत :

- मागासवर्गीय हे इतरांना ओलाडूंन पुढे जातात, याचे कारण ते इतरांपेक्षा अधिक गुणवान, कार्यक्षम आहेत असे नसून इतरांना ओलांडण्यासाठी आरक्षणाचे नियम, रोस्टर इत्यादी रचना निर्माण केली आहे म्हणून ते तसे करतात.
- त्यांना याची पूर्ण जाणीव आहे व म्हणून इतरांनाही तशी जाणीव आहे. असे असताना कर्मचाऱ्यांचे धैर्य, शिस्त आणि संपूर्ण कार्यसंस्कृतीवर परिणाम होणार नाही, असे कसे म्हणता येईल?
- जे मागासवर्गीय आरक्षणाच्या मार्गाने भराभर बढत्या घेत पुढे जातात (Leap-frogging) ते वयाने तरुण असतात. त्यामुळे काही वर्षांतच ते अस्तित्वात असलेली सर्व उच्च पदे व्यापून बसतात. परिणामी जनरल प्रकारातील कर्मचाऱ्यांना, त्यांचा कसलाही दोष नसताना वरच्या पदांवर कधीही जाता येणार नाही. त्यांची जात हाच त्यांचा दोष ठरतो.

दोन मुद्द्यांची भर वरच्या निष्कर्षात घालणे आहे.

जेव्हा आरक्षण २२.५ टक्क्यांपासून पुढे वाढत जाऊ लागले तेव्हापासून वरील परिणाम होऊ लागले. आता ५० टक्के जागा आरक्षित ठेवणे हा एक मापदंड होऊन बसला आहे.

तसेच, बहुतेक राज्यांत आरक्षणाचा वाटा ऊर्फ कोटा हा सरकारी सेवेतील फक्त क्लास २, ३ आणि ४ यासाठी ठेवला आहे. म्हणजे आरक्षणांचे मार्ग हे फक्त क्लास-१ पर्यंत पोचतात. त्यानंतर मात्र राज्यघटनेनुसार पुढील *सर्व पातळ्यांवरील* बढत्यांना आरक्षणाचा कोटा लागू होत नाही.

वस्तुस्थितीचे असे अनेक प्रकार पाहिल्यावर सर्वोच्च न्यायालय काय म्हणेल? त्यातून पुरोगामी न्यायमूर्ती पी.बी. सावंत यांनी इंद्र *सहानी* खटल्यात दिलेली सावधगिरीची सूचना लक्षात घेऊनही? त्यासाठी *इंद्र सहानी* खटल्यात उद्‌धृत केलेली पान २४६ ते २५२ वरील वाक्ये पुन्हा वाचा. त्यांनी दिलेली सावधगिरीची

सूचना खरी ठरली नाही का? पुढे काय होईल ते त्यांनी जसे ओळखले, नेमके तसेच आत्ता घडते आहे. जनरल प्रकारातील कर्मचारी आपल्यावर अन्याय झाला आहे या भावनेने अत्यंत क्षुब्ध मन:स्थितीत आहेत, आणि आरक्षणलाभार्थी मंडळींवर कोणाचाही अंकुश राहिलेला नाही, ते अजूनही नियमांचा फायदा उठवत इतरांना ओलांडून बढत्या घेत पुढे चालले आहेत, मग भले ते नोकरीत कामे करीत असो वा नसो. या वस्तुस्थितीचे वाईट परिणाम अन्य कर्मचाऱ्यांवरती होतात. न्यायमूर्ती सावंत यांनी इशारा दिल्यानुसार, ज्या परिस्थितीत नेहमी सरकारी यंत्रणा काम करते त्यावर प्रशासन अवलंबून असते. ती परिस्थिती आता बिघडून गेली आहे.

नोकऱ्यांमध्ये जातींवरून भेद पडले आहेत. अधिकाऱ्यांना कळून चुकले आहे की, गुणवता व कार्य यांची दखल घेतली जात नाही. आपल्या हाताखालच्या कर्मचाऱ्यांच्या वाईट वर्तनाबद्दल किंवा गचाळ कामाबद्दल अधिकारीवर्ग बोलत नाही किंवा त्याबद्दल लिहूनही ठेवत नाही. एका विशिष्ट जातीच्या माणसांविरुद्ध द्वेषाबद्दल कुणी जबाबदार धरले तरी त्यांना त्याची पर्वा नाही.

राज्यघटनेचे एक मूलभूत वैशिष्ट्य

हा मजकूर मुख्यत्वेकरून कलम १५ व १६ यांबद्दल आहे. पण आपण हे लक्षात ठेवले पाहिजे की, यातल्या विचारांसारखे अन्य विचार हे कलम ३३० व ३३२ ला लागू होतात. या कलमाअंतर्गत लोकसभेतील खासदारांच्या ५१२ जागा व सर्व राज्यातील आमदारांच्या ४,०९१ जागा यातील अनुक्रमे १२० आणि १,०८१ जागा अनुसूचित जाती व अनुसूचित जमाती यांच्यामध्ये विभागल्या आहेत. उदाहरणार्थ, लोकसभेच्या १२० खासदारांच्या जागा ह्या अनुसूचित जातींसाठी ७९ आहेत व अनुसूचित जमातींसाठी ४१ जागा राखलेल्या आहेत. या सर्व १२० जागा ह्या राखीव मतदारसंघ म्हणून आरक्षित आहेत. फक्त मागासवर्गीय उमेदवार या जागांवर सहज उभे राहतील.

चार वैशिष्ट्ये पाहिल्यावर त्यातून काही गोष्टी लक्षात येतात. पहिले म्हणजे, अशा आरक्षित रचनेला १९३२ साली गांधीजींनी मान्यता दिली होती. ब्रिटिश सरकारच्या कम्युनल ॲवार्डला शह देण्यासाठी ती मान्यता दिली होती. त्या वेळी असे वाटले होती की, अशा आरक्षित जागा या वीस वर्षे राहतील. १९५२ मध्ये ही रचना लोप पावेल. त्याऐवजी ती आरक्षित मतदारसंघाची रचना आत्तापर्यंत तशीच चालत आलेली आहे. अजूनही भविष्यात असे आरक्षित मतदारसंघ नाहीसे होतील हे कल्पनेतही आणू शकत नाही.

दुसरे वैशिष्ट्य असे की, जे आमदार, खासदार असे जातींच्या आधारावरती निवडून येतात ते स्वत:ला आपल्या जातीचे एकमेव प्रतिनिधी समजतात. ते इतरांना

भेटणे, काही कामे करणे इत्यादी, असे त्यांचे वर्तन हे केवळ स्वत:च्या जातीच्या दृष्टिकोनातून असते. त्यासाठी ते पक्षाचे धोरणही धुडकावतात. यामुळे नवीन कायदे पास करणे व नवीन धोरण ठरवणे यांवरती त्याचा परिणाम होतो. सर्व पक्ष हे अशा खासदार-आमदारांच्या गटांपुढे झुकतात, त्यांच्या दबावाखाली येतात. हे गट जितके प्रभावी बनतात तितके ते अशा रितीने राजकारणात प्रगती करतात, तितकी त्यांची जातीची ओळख पक्की होत जाते. त्यांच्या मतदारांच्या नजरेतून ती जातीची ओळख पक्की होत जाते. तिसरे असे की, त्या जातीच्या किंवा जमातीच्या गटांचे आमदार-खासदार यांचे आरक्षित मतदारसंघ हे संपूर्ण मतदारांमध्ये २० ते ३० टक्क्यांचे प्रतिनिधित्व करतात. पक्षावाचून ते एकटे आपल्या जातीतर्फे उभे राहू शकत असल्याने त्यांच्या मतदारसंघातील मागासवर्गीय नसलेली ७०-८० टक्के जनता आपले प्रतिनिधित्व त्या मतदारसंघातून करू शकत नाही.

चौथे वैशिष्ट्य असे की, अनुसूचित जाती व जमातींमधल्या ज्या प्रभावी पोटजाती आहेत (उदाहरणार्थ, सवाई माधोपूरची 'मीना' जमात) त्या या रचनेलाच कोंडीत पकडतात व कित्येक दशके त्यांचा प्रभाव त्या मतदारसंघावरती राहतो.

मतदारांचे जे मूलभूत प्रतिनिधित्व राज्यघटनेनुसार व्हायला हवे, त्या मूलभूत प्रतिनिधित्वावरती वरील वैशिष्ट्यांचा घाला पडतो. अन् अजूनही यावर कोणीही ही त्रुटी काढून टाकण्यासाठी कसलाही उपाय अथवा दुरुस्ती सुचवू शकले नाही. नजीकच्या भविष्यातही तसे काही घडेल असे वाटत नाही.

योग्य मार्ग

१७

सरकारी रचना आणि त्यापलीकडे

शेवटी असे स्पष्ट दिसून आले की त्यांनी मागासवर्गीयांची समस्या सोडविण्यासाठी जी काही उपाययोजना राबवली, ती अतिरेकीपणे केलेली पुनरुक्ती किंवा त्याहीपेक्षा जास्त होती. ती उपाययोजना पुरोगामी न्यायाधीशांनी सुचवलेली नव्हती. तर मुळातच त्यांच्या विचारात रुजलेली असल्याने शेवटी निकाल देताना शब्दरूपात ती प्रकट झाली. परंतु त्यांचे दृष्टिकोन आणि त्यावर आधारलेले हे पुस्तक यात मूलभूत फरक खूपच आहे.

- आज जी *मनुस्मृती* आपल्याजवळ आहे ती ७०० वर्षांपूर्वीची असावी असा अंदाज आहे. ती मूळची *मनुस्मृती* नसून त्यावरून पुन्हा नव्याने निर्माण केलेली आहे. त्यामध्ये मूळ *मनुस्मृती*मधील उताऱ्यांत बरेच काही घुसडून दिले असावे. परंतु घुसडताना जे काही बदल केले ते कोणी केले? तसे करण्याचा त्यांचा अधिकार काय होता?
- मनूने जे काही श्लोक रचले असतील त्यात त्याने जे म्हटले ते खरोखरच त्याला तसेच म्हणायचे होते का? त्या वेळी आपला देश तसाच होता का?
- त्या श्लोकाचे अर्थ जे सुचवतात, तसेच दोन हजार वर्षांपूर्वी भारतात होते का?
- पुरोगामी मंडळी जे 'आजच्या भारताचे वास्तव' सांगतात, त्यातील 'वास्तवावर' आज आपले लक्ष केंद्रित करायचे का आपण असे उपाय योजायचे की त्या वास्तवावरील जे कलंक आहेत ते निघून जातील?
- अनेक शतके अन्याय चालू होता असे धरून चालले, तर तो अन्याय काही वर्षांत दूर होईल? जर तसा तो काही वर्षांत दूर करण्यासाठी पावले टाकली, तरीही इतिहासात नेहमी दिसून आलेले या समस्येतील विपर्यास, विषमता आणि प्रगतीला बसणारी खीळ यांना प्रतिबंध होईल? शिवाय सध्याच्या राजवटींचे इतिहास हे 'न्याय' व 'समानता' या नावाखाली घडलेले असल्याने तेही या समस्येबरोबर नाहीसे होतील?

- आपल्या राज्यघटनेचे लक्ष्य हे 'समान संधी'वर आहे, का तसे प्रत्यक्षात घडण्यावर लक्ष्य आहे? 'सर्वत्र समानता अवतरावी' अशी इच्छा करणे हे अळवावरचे पाणी ठरते आहे काय? कशाचेही आणि प्रत्येक गोष्टीचे समर्थन करता यावे अशा रचनेच्या शोधात कोणी असेल तर हे समर्थन किती ताणत नेणार? आणि किती काळ असा शोध चालत राहणार?
- ही पुरोगामी मंडळी ज्या समानतेवरती आपले लक्ष केंद्रित करून एवढे ताणत नेतात की त्यामुळे राज्यघटनेत जी तत्त्वे शिरोधार्य मानली आहेत, त्यातली काही तत्त्वे पायदळी तुडवली जातात त्याचे काय?
- समानता आणण्यासाठी 'नाही रे' वर्गातील लोकांना जवळ आहे ते वाटून दिले तर समानता अवतरेल किंवा त्यांचा विकास होईल?
- सरकारला वंचित लोकांना सरकारी सेवेत सामावून घेण्यासाठी उपाययोजना करताना काही अडथळे येऊ नये, असा राज्यघटनेतील कलम १६(४) चा हेतू आहे, का तसे करण्याचा सरकारला या कलमाने हुकूम सोडलेला आहे?
- का या कलमाने सत्तेचे आमूलाग्र पुनर्वाटप करण्याचे ध्येय आहे?
- वंचितांना (disadvantaged) सरकारी सेवेतील ५० टक्के नोकऱ्या दिल्याने त्यांना मदत होईल, का प्रशासकीय यंत्रणा ही सर्वांत उत्तम कर्मचाऱ्यांनी चालवल्याने त्यांना मदत होईल?
- सरकारी सेवेत निम्म्या जागा मागासवर्गीयांसाठी ठेवल्याने मदत करण्याचा मार्ग उपलब्ध होतो, का हा एक कठोर उपाय करून त्यांची कार्य करण्याची क्षमता उंचावण्याचा एक प्रयत्न आहे?
- वंचितांना मदत करण्यासाठी काही उपाय योजले तर त्यासाठी राज्यघटना परवानगी देते का किंवा ज्यांच्याकडे प्राविण्य आहे, कौशल्ये आहेत, त्यांची तुलना मागे पडलेल्या लोकांबरोबर करावी असे राज्यघटना म्हणते का?

जो मुख्य फरक आहे तो व्यावहारिक दृष्टिकोनाशी जास्त संबंधित आहे. तसे निवाडे न्यायालयाने द्यावेत. न्यायाधीश मंडळी अलीकडच्या इतिहासाकडे गंभीरतेने पाहत नाहीत. इतिहासातून मिळणाऱ्या एका मध्यवर्ती धड्याची ते दखल घेत नाहीत. भाषणबाजी आणि राजकारण, अंतिम हित व सत्ता, निकषाभोवतीच घुटमळत राहणे, किंवा सरकारी कार्यक्रमालाचा फार महत्त्व देणे इत्यादी घटक ही राजकारणाची अंगे बनली आहेत. जातीवर आधारित असलेला कोणताही कार्यक्रम कायदेशीर करण्यामुळे न्यायाधीशांनी देशाच्या शरीरातील एका दुष्ट गाठीचे अस्तित्व कायम टिकवून धरले आहे. त्या गाठीच्या वाढीचा वेग त्यांनी कमी केला नाही. उलट त्यांनी कर्मचाऱ्यांच्या वर्तणुकीचे मापदंडच खाली आणले. त्यामुळे ज्यांना ते मदत करू

इच्छितात त्यांचेच शेवटी नुकसान होते आहे. त्यांनी एक गंभीर व अधिक वाईट गोष्ट केली आहे, ती म्हणजे त्यांनी आपल्या देशामध्ये आणि जनतेमध्ये फूट पाडणाऱ्या हातांना मदत केली आहे.

इशारे देणारी कॅव्हेट्स बाजूला सारली

सर्वोच्च न्यायालयाने अथवा त्यातील थोड्या न्यायमूर्तींनी आरक्षण ठेवण्याआधी दाखल झालेल्या अनेक कॅव्हेट्सची नोंद घेतली आहे. त्यावरून असे दिसते की :

- आरक्षणच्या तरतुदी या फक्त गरजूंना मदत करण्यासाठी आहेत, कोणत्याही व्यक्तीला अथवा समाजगटांला हक्क बहाल करण्यासाठी नाही, सरकारला काही विशिष्ट कर्तव्य करण्यासाठी दिलेला तो अधिकार नाही.
- आरक्षण हे विशिष्ट हेतू साध्य करण्यासाठी आहे, आणि ते पाहून न्यायालयाचे समाधान व्हायला हवे. उदाहरणार्थ, राज्यघटनेतील कलम १५(४) हे शैक्षणिक संस्थंमध्ये आरक्षण ठेवण्यासंबंधात आहे.
- आरक्षणामुळे 'अन्य महत्त्वाचे सार्वजनिक हित' आणि 'सर्वांचे भले' हे दोन हेतूही साध्य व्हायला हवेत.
- प्रशासनाची कार्यक्षमता टिकवून धरणे ही एक अटळ गोष्ट आहे. तसेच, एक सावधगिरीची बाब नेहमी मनात बाळगली पाहिजे, ती म्हणजे कोणत्याही योजनेमुळे प्रशासनाची कार्यक्षमता ही पातळ होता कामा नये. राज्यघटनेचे कलम ३३५ हे एक महत्त्वाची आज्ञा अशी देते की, "एखादे अकार्यक्षम प्रशासन हे वर्तमानकाळाचा व तसेच भविष्यकाळाचा घात करीत असते." त्यामुळे या आज्ञेकडे दुर्लक्ष करून केलेले कोणतेही आरक्षण हे द्वेषमूलक आहे आणि त्याला परवानगी देता कामा नये... "प्रशासनाची कार्यक्षमता उचलून धरण्याची सरकारला आवश्यकता भासते", "कार्यक्षमतेकडे दुर्लक्ष करणे म्हणजे राष्ट्राचा अध:पात होणे", "प्रशासनाची कार्यक्षमता ही सरकारला कधीच न डावलता येण्याजोगी आहे", "कार्यक्षमता कमजोर होऊ देणे म्हणजे खुद्द राष्ट्रालाच दुखापत करण्याजोगे आहे."
- आरक्षणाची व्याप्ती एवढी वाढवू नये आणि ती अशा प्रकारची असू नये की त्यामुळे उलटा भेदभाव (Reverse discrimination) सुरू होईल.
- काही नोकऱ्यांत आरक्षण असता कामा नये. उच्च पदांसाठी, तज्ज्ञ व खासतज्ज्ञ यांच्याकडून शिकवल्या जाणाऱ्या शिक्षणक्रमांत आणि तसल्या नोकऱ्यांतही आरक्षण ठेवल्यास फार गंभीर परिणाम होऊन ते सर्वांनाच भोगावे लागतात, त्यात मागासवर्गीयही आलेच.

- "राज्यघटनेतील तरतुदींचा अर्थ अशा पद्धतीने लावला पाहिजे की सर्व कर्मचाऱ्यांमध्ये एक निकोप स्पर्धेचे वातावरण पसरले पाहिजे." त्यात आरक्षणाच्या मार्गाने नोकरीत आलेले कर्मचारीही मोडतात.
- आरक्षण हा एक तात्पुरता उपाय आहे. "जशी सामाजिक पार्श्वभूमी बदलेल, आणि तो बदल हा घटनात्मकदृष्ट्या अत्यंत अपेक्षित असल्याने" आणि "नोकऱ्यांमध्ये मागासवर्गीयांकडून आपले पुरेसे प्रतिनिधित्व होऊ शकत असल्याने" वेगळ्या आरक्षणाची गरज उरणार नाही. आरक्षण हे अशा पद्धतीने रचले पाहिजे व राबवले पाहिजे की, त्यामुळे "आरक्षण हा एक अतिमहत्त्वाचा मूलभूत हक्क होणार नाही." आरक्षणासारख्या खास उपायांची गरज किती लवकर संपेल यावरती आरक्षणाच्या धोरणाची परीक्षा होईल. (*इंद्र सहानी* खटल्याव्यतिरिक्त अन्य खटलेही या संदर्भत पहावेत. उदाहरणार्थ, *प्रीती श्रीवास्तव विरुद्ध मध्य प्रदेश राज्य*, १९९९, ७ SCC १२० परिच्छेद ३२, ३८, ४८, ५३, ५८; आणि *अजित सिंग विरुद्ध पंजाब राज्य (II)*, १९९९, ७ SCC २०९, परिच्छेद १८.

परंतु, वर दिलेले सल्ले, मार्गदर्शन, बंधने, उपदेश वगैरे सर्व काही राजकीय वर्गाकडून आणि पुरोगामी न्यायाधीशांकडून उद्ध्वस्त करण्यात आले.

आता खालील विचारसरणी तयार झाली आहे :

- न्याययंत्रणा ही सामाजिक-आर्थिक क्रांतीचा एक हात असला पाहिजे.
- राज्यघटना हे एक हत्यार आहे. ते हत्यार जिवंत, प्रवाही आणि हेतू बाळगणारे असल्याने ते सामाजिक-आर्थिक क्रांतीसाठी आवश्यक आहे.
- या क्रांतीसाठी, जे सामाजिक लाभांपासून वंचित राहिले त्यांना वर ओढून आणण्याची गरज आहे.
- ज्या वेळी त्यांना सरकारी पदांवर जाण्यासाठी मार्ग सापडेल तेव्हा हे घडेल.
- यासाठी सरकारने सर्वांना समान संधी अशी दिली पाहिजे की जात, धर्म, लिंग, इत्यादी यांवरून कोणाच्याही बाबतीत भेदभाव होणार नाही.
- सर्वांना समान संधी दिल्याचे अनुकूल परिणाम झाले नाहीत तर 'समान संधी' हे ढोंग ठरेल.
- सरकारी नोकरीत प्रवेश करताना होत असलेला भेदभाव नुसता दूर करण्याने पददलितांना वरची पदे मिळवणे जमणार नाही आणि समानता हे ढोंग ठरेल. म्हणून निम्मी उच्च पदे ही जातीवर आधारित ठेवून विभागली गेली आहेत.
- खरी सत्ता व प्रतिष्ठा फक्त सरकारी पातळीवरील अगदी वरच्या पदांवर

राहत असते. अन् पददलित व्यक्ती गुणवत्तेच्या जोरावरती त्या पदांपर्यंत पोहोचू शकणार नाहीत. गुणवत्तेचे मोजमाप कसे करणार? आणि जे कोणी करतात ते मोजमाप विकृत आहेत. त्यामुळे उच्च पातळीवरील निम्म्या जागा या जातिनिहाय राखून ठेवल्याच पाहिजेत.

- आरक्षण ठेवले तरीही कदाचित अनुसूचित जाती व जमाती आणि अन्य मागासवर्गीय (OBC) यांच्यातून पुरेसे उमेदवार मिळाले नाहीत. म्हणून मुळात निवडीचे मापदंड एवढे पातळ करायचे की त्यामुळे आपल्याला हवे तेवढे 'पात्र' उमेदवार मिळतील.
- एवढे करूनही वरिष्ठ पदांसाठी कदाचित मागासवर्गीय माणसे मिळणार नाहीत. तरीही त्यांच्यासाठी जागा राखून ठेवून त्या पुढेही उपलब्ध (carry forward) करणे.

वैशिष्ट्ये

निकालपत्रांमागे जे काही धोरण न्यायमूर्ती अवलंबित आले होते त्यांची खालील वैशिष्ट्ये उठून दिसतात.

आपण स्वत: तयार केलेल्या आरक्षणाच्या विविध प्रस्तावांचा मारा आपल्या निकालपत्रात करण्यात काही न्यायमूर्ती आघाडीवर असत. आपण फार मोठ्या नैतिक पातळीवरून सांगतो आहोत अशी त्यांची समजूत असते. अन् ज्यांची आपल्यासारखी मते नाहीत त्यांना हिणवायचे आणि काही हेतू व उद्देश त्यांच्या माथी मारायचे, हे आपण पाहिले आहे. जे मुद्दे वादग्रस्त आहेत ते "उच्चभ्रू वर्गाचा हा एक नेहमीचा ठराविक दुष्ट दृष्टिकोन असतो" अशी त्यावर कडाडून टीका करून ते मुद्दे फेटाळायचे. किंवा याबद्दल ते म्हणत की, "उच्च जातींकडून युगानेयुगे होत आलेल्या अपमानाचे प्रतिबिंब दाखवणारे हे मत आहे", किंवा "हा एक अयोग्य मत्सराचा परिपाक आहे", "कारण वंशवादी आर्यन लोकांचा हा कट..."

वरील वैशिष्ट्यांनंतर आणखी एक वैशिष्ट्य निकालपत्रांमागे दिसून येते. ते म्हणजे, त्या न्यायाधीशांपैकी मूठभर न्यायाधीशांनी असे काही 'युक्तिवाद' केलेत की त्यामुळे त्यांच्या निकालपत्रांचा परिणाम गेल्या काही वर्षांत प्रकर्षाने दिसून आला. बाकीचे न्यायाधीश अपल्या समोरील खटल्याचा – मग तो कितीही लहान खटला असो – निवाडा देताना खूप अलंकारिक भाषा वापरायचे, सुभाषिते वापरायचे, अन्य ग्रंथांतील उतारे द्यायचे. अन् हा प्रकार ते सतत सतत करीत. आपल्या आधीच्या पुरोगामी न्यायाधीशांच्या निकालपत्रातील भाषा व मुद्दे ते नेहमीच वापरत असत. त्याआधीच्या न्यायाधीशांच्या निकालपत्रात परदेशी न्याययंत्रणेच्या विचारांची व मतांची छाप उमटलेली असायची. ती परकीय मासिके किंवा तिथल्या रेडिओवरील

न्यायतज्ज्ञांची भाषणे यातून उतारे उचलून ते सरळ सरळ आपल्या निकालपत्रात वापरीत.

तिसरे वैशिष्ट्य असे की, कलंक वाटावेत असे अनेक डाग काही निकालपत्रांवर उमटलेले असत :

- न्यायाधीश नेहमी कडक शब्दात सावधगिरीचा इशारा देतात. विशेषतः जेव्हा प्रशासनाची कार्यक्षमता ही कलम ३३५नुसार याबाबत कसलीही तडजोड न होऊ शकणारी बाब मान्य करताना तो इशारा देतात. पण त्यानंतर लगेच ते सरकारने पुढे केलेली आरक्षणाची योजना मान्य करून टाकतात. खुद्द त्या योजनेमुळेच नुकत्याच सांगितलेल्या सावधगिरीच्या इशाऱ्याची दखल घेणे आवश्यक असते.
- अगदी आजपर्यंत न्यायाधीशांनी उचलून धरलेल्या मतांमध्ये अफाट फरक आढळतो, अगदी छोट्या छोट्या व प्राथमिक मुद्द्यांवरूनसुद्धा.
- आपल्या मतांना तकलादू का होईना पण काही ढोबळ आधार शोधण्याचा प्रयत्न त्यांनी बहुतेक वेळा केलेला नाही. त्यांनी उचलून धरलेली मते ही त्यांच्या प्रवृत्तीमधून, त्यांचा जो कल आहे त्या विचारातून बाहेर फेकलेली नुसती मते असतात. त्यांच्या निकालात अतिशयोक्तपूर्ण सांगणे असते, कधी ते अलंकारिक भाषेत सांगतात, आपल्या निष्ठांचे प्रदर्शन मांडल्यासारखे ते असते. अशा निकालपत्रांचा परिणाम काय होईल त्याची आधी सहज कल्पना येऊ शकते. अन्य निकालांमुळे जसे पुढे होते तसेच येथे होते. यातून निर्माण होणारा परिणाम हा वास्तवावरती, सत्य घटनांवरती किंवा कायद्यावरती अवलंबून नसतो. एवढेच काय तो राज्यघटनेतील तरतुदींवरतीही अवलंबून नसतो. तो परिणाम केवळ त्या खटल्यातील न्यायाधीशांच्या पीठावर अवलंबून असतो.

चौथे वैशिष्ट्य असे आहे : जे अन्य न्यायाधीश पीठावर खटला ऐकायला बसतात ते नुसते ऐकत राहतात. त्यांना त्या युक्तिवादामागचे धोरण पटले म्हणून ते असे करीत राहतात का? का मध्यमवर्गीय माणसांप्रमाणे त्यांच्यातही स्वतःला एक प्रकारे दोषी मानण्याचा गंड होता काय ? का जेव्हा पुरोगामी मंडळी नीट ठरवून आरोपांचा भडिमार करताना, त्याला संघटितरीत्या तोंड देता येत नाही म्हणून? का त्यांच्यात नैतिक भेकडपणा असल्याने आपल्यावर 'गरीबांचे शत्रू' असा शिक्का बसेल अशी भीती वाटते म्हणून?

जसजसा काळ पुढे सरकत गेला तसतसे 'आपणच फक्त पददलितांचे तारणहार' असा अभिनिवेश बाळगणारे आता निर्लज्जपणे अधिक आक्रमक झालेत.

जेव्हा एखाद्या फोरममध्ये त्यांना किंमत दिली जात नाही, तेव्हा ते दुसऱ्या फोरममध्ये शिरतात. त्यांचे सहकारी मागे वाकून आपली 'तटस्थता' सिद्ध करू पाहतात व वेळ पडल्यास मागे सरून आपली अनुकंपा व्यक्त करू पाहतात!

एक नेहमीचे ठरविक व विशेष काही सांगणारे उदाहरण पहा : राज्यघटना प्रत्यक्षात कशी राबवली जाते आहे हे पाहण्यासाठी राष्ट्रीय आयोग नेमला होता. त्या आयोगाच्या अहवालाची रूपरेषा तयार करताना काय घडले ते पहा. डॉ. सुभाष कश्यप हे या अहवालाचे मुख्य लेखक होते. त्यांनी जे निष्कर्ष काढले त्याला विरोधी असलेले उतारे परदेशातून दुसरीकडून कुठूनतरी चोरून बेधडक त्या अहवालात घुसवायचा प्रयत्न झाला. याला विरोध करणारी एक टिप्पणी डॉ. कश्यप यांनी अहवालात लिहिली. डॉ. कश्यप त्यात असे म्हणतात की आरक्षणावर चर्चा होऊन जो मजकूर पक्का ठरवला आणि जो ड्राफ्टिंग कमिटीने मान्य केला तो खालीलप्रमाणे होता :

> वंचित समाजगटांच्या लोकांच्या क्षमता वाढवणे आणि त्यांना समाजातील अन्य लोकांबरोबर आणणे, हे आरक्षणाचे अंतिम ध्येय असले पाहिजे, असे मत आयोगाने नोंदवले. आरक्षणामुळे काही समाजगट हे इतरांपासून अलग होता कामा नयेत आणि हा प्रकार भारतीय समाजाचे एक कायमचे वैशिष्ट्य होता कामा नये. या बाबतीत एक महत्त्वाची आठवण अशी होते की, डॉ. आंबेडकरांनी अनुसूचित जातींना कायमचे आरक्षण देण्यास विरोध केला होता. त्यांनी दहा वर्षे आरक्षण ठेवावे असे म्हटले होते. त्याऐवजी चाळीस वर्षे झालेल्या आरक्षणाची मुदत वाढवण्याचा कायदा करण्याचा अधिकार लोकसभेला दिला नसता. कारण *दलित वर्ग* हा शिक्का भारतीय समाजावर कायमचा बसू नये, अशी त्यांची इच्छा होती. दुर्दैवाने गेल्या ५० वर्षांपेक्षा अधिक काळ आरक्षणामुळे हा वंचित दलित वर्ग अन्य लोकांजवळ फारसा आला नाही, अपेक्षेएवढ्या पातळीपर्यंत पोचला नाही. ज्या समाजगटांसाठी ते आरक्षण ठेवले त्याचे फारसे लाभही त्या समाजगटांपर्यंत पोचले नाहीत. अनेक उदाहरणांतून असे दिसते की ते लाभ त्याच समाजगटातील काही विशेष गटच आपल्याकडे सतत ओढत आलेले आहेत.

नेमक्या वरील मताविरुद्ध असलेले उतारे हे अहवालात झळकतात. त्या उताऱ्यात म्हटले आहे की, आरक्षणाचे सर्व कायदे हे नव्या शेड्यूलमध्ये घालावेत, म्हणजे ते पूर्णपणे न्याययंत्रणेच्या परीक्षणापलीकडे राहतील! आणखीही पुढे असे म्हटले आहे की, धार्मिक अल्पसंख्य समाजासाठी राज्यघटनेत दुरुस्ती न करता सरकारने

आरक्षण ठेवावे. राज्यघटनेच्या कलम १४, १५ व १६ यांनुसार तसे करता येईल! (संदर्भ : Report of the National Commission, to Review the Working of The Constitution, खंड १,२००२, पाने ११६, १२३, ५१०.) या घुसडलेल्या, मजकुराला कोण जबाबदार आहे अशी चौकशी मी डॉ. कश्यप यांच्याकडे केली असता त्यांनी मला एका पुरोगामी न्यायाधीशाचे नाव सांगितले.

या सर्व गोष्टींचा शेवटी परिणाम असा होतो की, ज्या काही आरक्षणाच्या तरतुदी केल्या जातात त्या सक्तीच्या होत जातात. अन् खरोखर तसे घडले आहे!

भेदभाव करणारे कायदे, नियम काढून टाकण्याची तरतूद सरकारच्या मार्गात अडथळा म्हणून उभी राहणार नाही. दलितांचा उद्धार करणे हे सरकारचे पहिले कर्तव्य असल्याने त्यासाठी खास उपाय योजना सरकार करू शकते. मग जे कोणी नोकरीस पात्र नाहीत अशांसाठी नोकऱ्या आरक्षित करणे हेही सरकारला आपले कर्तव्य वाटते. मग यानंतर उच्च पदांवरील नोकऱ्यांचाही आपल्यासाठी विचार व्हावा, अन् तसा तो आपला *हक्क* आहे, असेही पुढे वाटू लागते. उच्च पदांसाठी आपला विचार केला जाण्याचा जसा हक्क आहे, मग ती पदे व्यापण्याचाही मूलभूत हक्क प्राप्त होतो. याचा परिणाम असा होतो की, जर 'य' ह्या मागासवर्गीय कर्मचाऱ्याच्या वार्षिक मूल्यमापनाचा अहवाल लिहिण्याची वेळ येते तेव्हा 'क्ष' कर्मचारी म्हणतो की, बढती मिळण्याची 'य'ची लायकी नाही. त्याने असे म्हटले की लगेच 'य'चा मूलभूत हक्क 'क्ष'कडून पायदळी तुडवला जात आहे अशी तक्रार केली जाते. म्हणून मग 'क्ष'वरतीच अशी मोठी जबाबदारी टाकली जाते की, 'मागासवर्गीयांबद्दल आपले कलुषित मत नाही' हे 'य'चे आणि त्याच्या वकिलाचे समाधान होईपर्यंत सिद्ध करीत रहावे.

आता आपण या समस्येच्या कुठेतरी शेवटाला पोचत आहोत. जिचा परिणाम किंवा शेवट काय होईल अशी एक घटनामालिका पुन्हा पुन्हा घडते आहे. आणखी एका गटाला त्रास देण्यासाठी सरकारकडून नेहमी उत्तेजन दिले जात असते. सरकार व प्रशासन हे नेहमी कोणताही कायदा मंजूर करताना आपली असाहायता व्यक्त करीत म्हणतात, "भाई, व्होटका तकाझा है, इतनी बार समझानेपर भी तुम समझते नही।" अन् मग खासगीत बोलताना ते सांगतात की, "हा कायदा कोर्टात टिकणार नाही. कोर्ट रद्द करेल." परंतु जरी नंतर न्यायालयाने तो कायदा किंवा सरकारी परिपत्रक रद्द केले, तरीही सरकार एवढ्या जाचक भूमिकेने पछाडलेले असते की, ते सरळ न्यायालयाचे निकालपत्र धुडकावून लावतात. मग ते अजून पुढे जाऊन पुन्हा त्या कायद्यात आणि वेळ पडल्यास राज्यघटनेतही दुरुस्ती करतात. कायद्याचे जे काही बंधारे किंवा तट वाचवण्याचा न्यायालय प्रयत्न करते, तेच शेवटी सरकार ओलांडते.

विश्वासाचा भास ऊर्फ ढोंग

निदान न्याययंत्रणेतील नेमणुकांत तरी आरक्षणाचा विषाणू घुसला नाही असे वाटून आपल्याला थोडेसे हायसे वाटते. निदान आरक्षणाचे लोण ख्रिश्चन व मुस्लीम यांच्यापर्यंत पोचले नाही म्हणूनही हायसे वाटते. परंतु या दोन्ही समजुती फसव्या आहेत.

बिहारमधील प्रकरणाप्रमाणेच, गुजरात, हरियाणा, कर्नाटक, झारखंड, राजस्थान इत्यादी ठिकाणी न्याययंत्रणेतील खालच्या पातळीवरती आरक्षणाचा वाटा केव्हापासून राबवला जातो आहे. तामिळनाडूमध्ये तशी अधिकृतपणे 'कोटा पद्धत' नाही. परंतु परंपरेनुसार सरकार न्याययंत्रणेच्या खालच्या पातळीवर विविध जातीच्या उमेदवारांना नोकऱ्या दिल्या जातात. परंतु ही पद्धत केवळ खालच्या पातळीवर राहत नाही. ह्या पातळीवरती एखादा कर्मचारी काही वर्षे काम करीत राहिला तर मग वरच्या पातळीवरती न्यायाधीशांची नेमणूक करण्याच्या प्रक्रियेत त्या कर्मचाऱ्याला बरेच महत्त्व प्राप्त होते. असाच एक 'महत्त्वाचा' बनलेला माणूस खूप कुख्यात झाला. तो माणूस काही जणांची नेमणूक वरच्या न्यायालयात होऊ द्यायचा नाही. जोपर्यंत एका विशिष्ट जातीतील विशिष्ट व्यक्तीला त्या नेमणूक होणाऱ्या गटात सामील केले जात नाही, तोपर्यंत सर्वांच्या नेमणुका तो ठप्प करायचा. याचे दुष्परिणाम खूप होतात. केवळ माणसे निवडून त्यांच्या नेमणुका करण्याच्या पलीकडचा हा प्रकार होता. जेव्हा पक्षकार काही न्यायाधीशांना 'आपली माणसे' म्हणून संबोधतात आणि अन्य काही न्यायाधीशांना 'त्यांची माणसे' म्हणून संबोधतात, तेव्हा संपूर्ण विश्वातील न्याययंत्रणा काळवंडून जाते.

धर्मावर आधारित असलेले आरक्षण अजून मुस्लीम, ख्रिश्चन व शीख यांना दिलेले नाही, अशी आपली जी समजूत आहे ती केवळ भ्रामक आहे. अल्पसंख्य आयोगाचे चेअरमन तरलोचर सिंग हे माझे स्नेही आहेत. त्यांनी ५८ जातींची आणि १४ जमातींची यादी मला पाठवली, त्यातील जे धर्माने मुस्लीम होते त्या सर्वांना आरक्षण दिले गेले. वर दिलेल्या तिन्ही धर्मांतील कोणताही धर्म नंतर जरी कोणी स्वीकारला, तरी त्यांच्या आरक्षणाला बाधा पोचत नाही. तामिळनाडूतील नियम असा आहे की, एखाद्याच्या वडिलांचे नाव मागासवर्गीय जातीत/सर्वांत मागासवर्गीय जातीत/अनुसूचित जातीत/अनुसूचित जमातीत जर समाविष्ट झाले आणि जरी त्या माणसाने धर्मांतर केले, तरीही त्याला आरक्षणाचा लाभ मिळत राहतो.

गुजरातमध्ये मागासवर्गीय जातीत नुसताच आरक्षणाचा लाभ घेत राहत नाहीत, तर त्याचबरोबर धर्मांतर झाल्यावर रोस्टर पद्धतीचाही लाभ घेत राहतात. राज्यात १३७ जाती व पोटजाती ह्या सामाजिक व शैक्षणिक दृष्टीने मागासलेल्या म्हणून ठरवल्या आहेत. त्यातील २८ जाती ह्या मुस्लीम धर्मातील आहेत.

कर्नाटकात *'जन्मावेळची जात'* हा एक निकष धरला जातो. अनेक मुस्लीम जातींना आरक्षणाच्या यादीत घातलेले आहे. उदाहरणार्थ; लालबेगी, मझबीज, अन्सारी इत्यादी. मध्य प्रदेश व प. बंगाल राज्यातही अशाच स्वरूपाची स्थिती आहे. कलकत्यामधील 'दी इंडियन एक्स्प्रेस'च्या माणसाने मला कळवले की, प. बंगालचे कम्युनिस्ट सरकार मोठ्या दिमाखाने स्वत:ला धर्मनिरपेक्ष म्हणून घेत असले तरी त्यांनाही सरतेशेवटी सरकारी नोकऱ्यांत आणि शिक्षण संस्थांमध्ये मुस्लिमांसाठी आरक्षण ठेवावे लागले. तसेच सरकारने अल्पसंख्य आयोगाला कळवले की, आंध्र प्रदेश राज्यात अशी आरक्षणे किती व कशी ठेवली आहेत याचा आधी आढावा घ्यावा. मग बंगालमध्ये तसे करावे. परंतु ती योजना बारगळली. कारण आंध्रच्या उच्च न्यायालयाने ती योजना राज्यघटनेला धरून नाही म्हणून रद्द ठरवली.

आंध्र उच्च न्यायालयाचा हा निकाल फिरवण्याच्या सरकारी हालचाली सुरू झाल्या असताना केंद्र सरकारने सैन्यातील जवान व अधिकारी यांची धार्मिक वर्गवारी काढण्याचा प्रयत्न केला. अशी धार्मिक आकडेवारी काढण्याचा प्रयत्न केवळ अनवनाधाने झाला नव्हता.

यासाठी दिल्लीचे चीफ जस्टिस राजिंदर साचार यांच्या अध्यक्षतेखाली सरकारने आधी एक समिति नेमली होती. समितीमधील प्रत्येक सभासद हा काळजीपूर्वक निवडलेला होता. त्यांची मते ही 'धर्मनिरपेक्ष' असतील हे आधी पाहिले गेले होते. या समितीमार्फत जी माहिती मिळवायची, ज्या शिफारसी मिळवायच्या त्यासाठी आधी काही संदर्भ व अटी काळजीपूर्वक तयार करून त्यांना देण्यात आल्या. शेवटी मुस्लिमांना वेगळ्या धार्मिक गटाच्या निमित्ताने कोणती आरक्षणे व सवलती द्यायच्या हे आधी ध्यानात घेऊन त्या दृष्टीने ते संदर्भ व अटी तयार केल्या होत्या.

एव्हाना जानेवारी २००६ मधल्या निवडणुका तोंडाशी आल्या होत्या. केरळ सरकारने मागास जातींसाठी व मुस्लिमांसाठी आणखी एक 'पॅकेज' जाहीर केले. त्यानुसार राज्याचे सरकारी नोकरीतील नियम हे असे बदलून टाकले जाणार होते की, मागासवर्गीय व मुस्लिम धर्मीय यांची थेट भरती करून घेऊन त्यांच्यासाठी वेगळा ठेवलेला नोकरीतील ४० टक्क्यांचा वाटा (कोटा) पूर्ण करता यावा. जर या दोन्ही समाजगटांमधून नोकरीसाठी योग्य ते उमेदवार मिळाले नाहीत तरी त्या जागा गुणवत्तेच्या जोरावर अन्य समाजगटांच्या उमेदवारांकडून भरल्या जाणार नाहीत असे नियम तयार करून ठेवले. केरळ राज्याच्या पब्लिक सर्व्हिस कमिशनकडून आता एक 'वेगळी पूरक यादी' तयार केली जाणार होती. म्हणजे मग मागासवर्गीय व मुस्लीम समाजगटातील लोकांनाच सरकारी नोकऱ्यांत प्रवेश दिला जाणार होता. सरकारी शिक्षण संस्थांमधील पदवीपूर्व व पदव्युत्तर शिक्षणक्रमासाठी याच समाजगटातील विद्यार्थ्यांना २० टक्के जागा राखून ठेवण्यात येणार होत्या. हे नवीन आरक्षणाचे

धोरण व्यवस्थित राबवले जाते आहे की नाही यावर स्वत: मुख्यमंत्री लक्ष ठेवणार होते. याशिवाय एक वेगळा आयोग नेमून त्यामार्फत आरक्षणाच्या धोरणानुसार सर्व जागा भरल्या जात आहेत हे पाहिले जाणार होते.

निवडणुका जवळ आल्याने तामिळनाडूतील डीएमके पक्षाच्या आघाडीने असे जाहीर केले की, ते सत्तेवर आल्यावर मुस्लीम व ख्रिश्चन यांच्यासाठी कायदे करतील.

झारखंड सरकारने जाहीर केले की त्यांच्या राज्यातील ३२ जमातींचे लोक हे सर्वांत जास्त मागासलेले आहेत. त्यातील ९ जमातींमध्ये साक्षरतेचे प्रमाण अवघे १० टक्के आहे. तर अशा ३२ जमातींच्या लोकांना सरकारी नोकऱ्या थेट दिल्या जाणार होत्या. त्यातील जे उमेदवार पदवीपरीक्षा उतीर्ण झाले असतील त्यांनाच फक्त नोकरीत शिरण्यापूर्वीची प्रवेश-परीक्षा माफ करण्यात आली होती. बाकीच्यांना मात्र तीच प्रवेश-परीक्षा सक्तीची होती.

आता पुरोगामी न्यायाधीशांनी पूर्वी जे काही करून ठेवले होते ते पहा. त्यांनी मुस्लीम व ख्रिश्चन या समाजाला आरक्षण देण्यास हरकत नाही, अशी निकालपत्रे दिली होती. राज्यघटनेमध्ये communities हा शब्द वापरला गेला आहे. तर न्या. जीवन रेड्डी, न्या. पी.बी. सावंत आणि न्या. थोमेन यांनी *इंद्र सहानी* खटल्यात communities या शब्दा ऐवजी classes (वर्ग) हा शब्द वापरला होता. community आणि class हे दोन्ही शब्द caste (जात) या शब्दापेक्षा अधिक व्यापक आहेत. असे न्यायालय म्हणते. त्यामुळे जातीपेक्षा मोठे असलेले समाज अथवा समाजगट त्यात मोडू शकतात. फक्त त्यासाठी एकच अट घातलेली होती, ती म्हणजे ते समाज अथवा समाजगट हे 'मागासलेले' म्हणून ओळखले जाणारे हवेत. दुसरे असे की, इस्लाम, ख्रिश्चन व शीख या धर्मांच्या शिकवणीपेक्षाही त्या धर्मातीलही जाती प्रभावी ठरतात. त्यांचे समर्थन करताना त्याबद्दल नीट खुलासा होतो. ही अशी वस्तुस्थिती असताना फक्त हिंदूमधील मागासवर्गीयांना आरक्षण ठेवणे ही गोष्ट द्वेषमूलक आहे... (उदाहरणार्थ पहा, *इंद्र सहानी विरुद्ध भारतीय राज्यसंघटना,* op.cit., पाने ३७०, ३८५, ५३३, ५३४, ५३५, ४४०, ४४७, ४६३, ७१२, ७१६, ७२७, परिच्छेद ३४, ८३ ते ८७, ८९ ते ९२, २६७, २६८, २८२, ३२३ (५), ४७४ ते ४७८, ७७७, ७८२, ७९६, ७९७.)

राज्यघटनेला जी ९३ वी दुरुस्ती झाली, त्यामुळे सर्वोच्च न्यायालयाचे निर्णय उलटवले गेले. आणि राज्य सरकारांना शिक्षण संस्थांमध्ये आरक्षणाच्या जागा किती असाव्यात हे ठरवण्याचे अधिकार दिले. नुसत्या सरकारी शिक्षण संस्थांतच नव्हे, तर जी खासगी महाविद्यालये सरकारकडून कसलीही आर्थिक मदत घेत नाहीत त्या संस्थामध्येही किती आरक्षणाच्या जागा असाव्यात हेही ठरवण्याचे अधिकार सरकारला मिळाले. 'केन्द्रीय मनुष्यबळ व विकास' खात्याने पुढे पाठपुरावा करून आयआयटी

व आयआयएम या शिक्षण संस्थांमध्ये हे धोरण राबवण्याची सक्ती केली. या संस्थांमध्येच फक्त गुणवतेला महत्त्व देऊन ती जोपासली जात होती. पण शेवटी या संस्थांमध्येही ४९.५ टक्के जागा या गुणवत्तेपेक्षा जातीला महत्त्व देऊन आरक्षित ठेवण्यात आल्या.

येथून पुढच्या निवडणुकांमध्ये काय होईल हे पाहणे यथायोग्य ठरेल. आरक्षणाची व्याप्ती खासगी क्षेत्रासह सर्वत्र वाढवण्याचा प्रस्ताव सरकार पुढे करेल. कायदा खाते व समाजाल्याण खाते यांनी या संदर्भात एव्हाना पावले टाकल्याच्या बातम्या बाहेर आल्या आहेत. ते आता राज्यघटनेचे कलम १९(१) (ग) यात बदल करून खासगी क्षेत्रातही तशी सक्ती करणारा कायदा आणणार आहेत आणि तो कायदा नाइन्थ शेड्यूलमध्ये समाविष्ट करणार आहेत. तसे झाले की तामिळनाडूतील कायदा ६९ टक्के आरक्षण ठेवेल आणि न्यायालयीन परीक्षणाच्या बाहेर तो कायदा राखला जाईल. जेव्हा यावर असेम्ब्लीत मतदान होईल तेव्हा प्रत्येक पक्ष हा तीन ओळीचा व्हिप जारी करून आरक्षणाच्या बाजूने आपल्या पक्षाचे मतदान होईल असे पाहील. तसे करण्यामुळे सत्ताधारी पक्षाप्रमाणेच आम्हीही आरक्षणाला बांधील आहोत असे त्यांना दाखवता येईल...

अचलता

ही जगड्व्याळ व अटळ अशी तर्कप्रणाली खालीलप्रमाणे आहे :

- प्रथम अपवाद म्हणून सादर करणे व नंतर हा अपवादाचा उपायच मूळ नियमाला खाऊन टाकतो.
- एका गटाला सवलत दिली, कदाचित ती लायक गटाला दिली, की मग इतर गट एकामागोमाग त्या सवलती हिसकावून घेतात. ते गट त्या सवलतींसाठी पात्र नसले तरीही तसे करतात. 'जाट' जातीला मागासवर्गीयांत घातल्यावर राजस्थानात मंडल आयोगाची पूर्ण अंमलबजावणी होण्यासाठी एक मंच उपलब्ध झाला. एका सुबुद्ध सरकारी नोकराने सांगितले की, आता गुज्जर लोकांनी अशा मागण्या करायला सुरुवात केली आहे की, ''जर जाट जमातीसारख्या प्रबळ जमातीने आपल्याला मागासवर्गीयांत टाकले, तर मग आम्ही तसे का करू नये?''
- एका क्षेत्रात जे तुम्ही पेराल ते अन्य क्षेत्रांतही पसरून उगवू लागते. कर्करोग जसा प्रथम एका अवयवात मूळ धरतो व नंतर वाढत वाढत शरीरभर पसरतो, तसाच हा प्रकार आहे.
- मूळच्या गटासाठी उपाययोजना लागू करताना अन्य गट ती उपाययोजना गिळंकृत करू लागतात. यामुळे त्या उपाययोजनेची प्रगती मार खाते आणि त्यामागचा पायाच उखडला जातो.

- एकदा दिलेली सवलत हा हक्क बनतो, त्या सवलतीला मर्यादा पडली व त्यापलीकडे सवलती नाकारल्या गेल्या तर या गोष्टीचा पाया बनतो. ज्यांना त्या सवलती हव्या आहेत ते या पायावर आधारित चर्चा करू लागतात.
- ज्यांना या पायाचा थोडाफार आधार मिळतो ते त्याला मग आपला हक्क समजतात. मग त्यानंतर ते अधिक मागण्या करू लागतात.
- एकदा दिलेली सवलत परत कधीही काढून घेता येत नाही. जर एखादे स्टॅन्डर्ड अथवा मापदंड शिथिल केले तर ते पुन्हा मूळच्या पातळीवर आणता येत नाही.
- प्रथम जी परिस्थिती ढासळली आहे, सडत आहे तिला आळा घालण्यासाठी प्रयत्न केले जातात, जे साध्य करण्यासाठी उपाययोजना केली जात आहे त्याला चिकटून राहिले जाते, अतिरिक्त दिसणाऱ्या खर्चाला आळा घातला जातो. काही शूर माणसे त्यांत आपल्या एखाददुसऱ्या सुधारणा करू पाहतात. मग हे कार्य तोपर्यंत जगड्व्याळ होते व त्यामुळे जे मूळचे सुधारण्याचे प्रयत्न आहेत ते त्याखाली चिरडले जातात. लवकरच सुधारणेचे प्रयत्न सोडून दिले जातात. मग अशी बतावणी केली जाते की, जे काही घडत आहे त्याचा मूळ ध्येयाशी संबंध आहे. त्यासाठीच सुरुवातीला अपवाद केला होता.
- न्यायालयासारखे जे पालक आहेत त्यांनी असे पाहिले पाहिजे की, अपवादामुळे अंतिम हेतू साधण्यासाठी मदत झाली पाहिजे. जी पद्धत, कार्ययंत्रणा अवाढव्य होऊन पुढे जात राहिली आहे ती उगाच पटवून देत बसू नये की तिचे समर्थन करत बसू नये.
- जी गोष्ट तात्पुरती अपवादात्मक असायला हवी ती कायमस्वरूपी बनत असेल तर शेवटी तीच गोष्ट साऱ्या समाजाला खाली खेचते.

तर अशी ही जातीवर आधारित असलेली उपाययोजना आहे. जातीवर आधारित आरक्षणे अशी आहेत.

सरकारी कारभार

जी काही सरकारी कारभाराची, प्रशासनाची रचना आहे त्यातली निम्मी यंत्रणा अशा लोकांकडून चालवली जाते की, त्यासाठी त्यांची पात्रता व्याख्येनुसार नाही.

"अरे भाई, पण सरकारी कारभार किंवा काम म्हणजे तरी काय असते?" एका पुढाऱ्याने या संदर्भात मला विचारले. या पुढाऱ्याने राजकारणात मंडल अहवालाला कडाडून विरोध केला होता. तो पुढे म्हणाला, "सरकारी काम म्हणजे केवळ

फायली पुढे ढकलणे.''

सरकारी काम म्हणजे काय असते याबद्दलची आपली कल्पना किती घसरली आहे! या अशाच कल्पनांमुळे सरकारी यंत्रणेचा अध:पात होत राहिला आहे.

सरकारी काम म्हणजे फक्त फायली पुढे ढकलणे?

प्रशासन म्हणजे फक्त एवढेच असते?

आपल्या अस्तित्वाच्या सर्व बाबींवरती सरकारचा हात फिरतो. अनेक गोष्टींसाठी ते आवश्यक असते. त्यावरून प्रशासनाची रचना, सरकारी कारभार हे कळू शकतात.

दहशतवादाशी मुकाबला करायचा आहे? मग त्यासाठी तुम्ही कोणत्या डीएसपी अधिकाऱ्याला निवडाल? जो कोणी दहशतवाद्यांना निपटून काढण्यात तज्ज्ञ आहे त्याला निवडाल का तो डीएसपी मागासवर्गीय जातीचा आहे म्हणून त्याला निवडाल? अन् ते पद रोस्टर पद्धतीनुसार नंबर नऊचे असेल म्हणून त्याची नेमणूक कराल?

आपल्या आजूबाजूच्या जगात पहा. किती वादळी वेगाने नवनवीन उत्पादने बाजारात येत आहेत. त्यासाठी किती नवीन तंत्रज्ञाने जन्म घेत आहेत! आपल्या समाजात सरकार हा घटक वाईट असो का चांगला असो, पण तो किती आवश्यक आहे ते पहा. कोणत्या उत्पादनांना उत्तेजन द्यावे, कोणत्या उत्पादनांना प्रतिबंध करावा, कोणते तंत्रज्ञान व्यवहारात उपयोगी आणावे, आणू नये, वगैरे सर्व सरकारमुळे ठरते.

अत्यंत खास, स्पेशलाइज्ड, आघाडीवरचे तंत्रज्ञान, ज्ञान आपल्या हेतूंसाठी लागणार आहे ना?

कोणी एक जण विशिष्ट जातीत जन्माला आला आहे म्हणून त्याला निवडाल का तो आपल्या व्यवसायात किंवा तंत्रज्ञानात निष्णात आहे म्हणून त्याला निवडाल?

''आत्ताच्या कर्मचाऱ्यांजवळ तेवढे गुण नाहीत, असे तुम्हाला म्हणायचे आहे का?''

असे धरून चाला की तसे गुण त्यांच्याजवळ नाहीत.

परंतु त्यासाठी, त्यांच्याजवळील कमतरतेसाठी कोण जबाबदार आहे? आपणच निवडीची प्रक्रिया तयार केली होती, बढत्यांसाठी व पदांसाठी गुणवत्तेचे व कौशल्यांचे नियम तयार केले होते. त्या नियमांचे काय झाले? त्याचे उत्तर असे आहे का, की सध्याच्या कर्मचाऱ्यांजवळ कामे करण्यासाठी अशी गुणवत्ता व कौशल्ये एवीतेवी नसल्याने, ज्यांच्याजवळ व्याख्येनुसार कामाची अशी कौशल्ये नाहीत त्यांना सरकारी नोकऱ्यांत घुसडल्याने वरच्या पदांवर बढत्या दिल्याने कुठे बिघडते? मग त्यात विशिष्ट जातीची माणसे घुसवली तर कुठे बिघडते?

फक्त अतिगुणवानांसाठी?

तज्ज्ञ व गुणवत्ता असलेली माणसे फक्त एक किंवा दोन खात्यांसाठीच जरुरीची

नसतात. सरकारच्या प्रत्येक खात्यात प्रत्येक गोष्टीसाठी अशी माणसांची नितांत गरज असते. आंतरराष्ट्रीय बाजारपेठेत पत वाढवणे, राष्ट्राच्या संरक्षणासाठी योग्य त्या शस्त्रास्त्रांची पारख करणे, पर्यावरणावर तेहरी धरणाचा काय परिणाम होतो, बाजारातील कोणती उत्पादने ही कर्करोगास कारणीभूत ठरतात, ऊर्जेच्या उत्पादनासाठी अणुभट्टी, उष्णतेवर चालणारी जनित्रे, जलविद्युत टर्बाइन्स इत्यादींपैकी कोणती पद्धत सर्वांत चांगली आहे ते पाहणे अशी ही नेहमीच्या कार्यांची यादी आहे. याची उत्तरे सरकारी खात्यांना आज शोधावी लागतात. कोणत्या खात्याला ज्ञानाची जरुरी नाही ?

कर्करोगावरचे उपचार, यकृतावरची शस्त्रक्रिया, गुडघ्याची वाटी बदलणे इत्यादी गोष्टींसाठी त्या त्या विषयातील तज्ज्ञ व तंत्रकौशल्ये असणाऱ्या व्यक्ती लागतात. सर्वोच्च न्यायालयाने काही हेतूंसाठी आवश्यक गुणवत्तेच्या माणसांची जी यादी केली होती त्याहीपेक्षा प्रत्यक्षात अनेक व विविध विषयांतील तज्ज्ञ माणसांची गरज समाजाला असते. वरील विषयांतील शल्यकर्म करणाऱ्या रुग्णालयांचे व्यवस्थापनही तेवढेच कौशल्यपूर्ण असते. त्याखेरीज त्या रुग्णालयांत यशस्वी शस्त्रक्रिया होऊ शकणार नाहीत. सरकारला जर एकूण एक रुग्णालयांवरती नियंत्रण ठेवायचे असेल, प्रत्यक्ष किंवा अप्रत्यक्षपणे तिथल्या घडामोडींवरती ताबा ठेवायचा असेल तर सरकारला श्रेष्ठ व तज्ज्ञ व्यक्ती यांची गरज लागणार नाही का?

आजच्या काळात कोणत्या क्षेत्रात फक्त फायली पुढे ढकलणे चालू शकेल?

अन् हे ध्यानात घ्या की आपला प्रजासत्ताक देश म्हणजे स्वतंत्र, स्वयंपूर्ण असे ग़ाव नाही. जगापासून आपण वेगळे होऊ शकत नाही. आपल्या सरकारचे अर्थकारण हे सर्व घटकांशी जोडलेले असून ते घटकही एकमेकांवरती अवलंबून आहेत. एखाद्या शरीराचे अंतर्गत कार्य जसे अनेक अवयवांवरती अवलंबून असते तसे झाले आहे. अशा वेळी कमी दर्जाचे काम एखाद्या क्षेत्रात होऊ लागले, म्हणजे पोलीस खात्यासारख्या एखाद्या खात्यात जातिवाद असेल, तर बाहेरच्या जगाशी असलेले आपले आर्थिक संबंध सुरळीत चालू ठेवण्यासाठी संपूर्ण सरकारी रचना अकार्यक्षम ठरेल.

गुणवत्तेला बाजूला हटायला भाग पाडणे

सरकारी नोकऱ्यांत सुरुवातीपासूनच निम्म्या जागा आरक्षित ठेवल्या आणि बढत्यांतही निम्म्या जागा आरक्षित ठेवल्या, तर काय होईल? तर ज्यांच्याजवळ गुणवत्ता आहे ते सरकारी नोकऱ्यांपासून सरकारी संस्थांपासून नेहमी दूर राहतील. तसेच जिथे आरक्षण ठेवले आहे अशा संस्थांपासूनही दूर *राहतील.* ज्याच्याजवळ गुणवत्ता आहे व जो आरक्षण लागू होणाऱ्या जातीतला नाही, त्याला सरकारी नोकरीत शिरतानाच समजून चुकेल की त्याची करिअर येथे कोसळेल, कोणत्याही मुद्द्यावरून, कोणत्याही

क्षणी तसे घडू शकेल. जेव्हा त्याची बढतीची वेळ येईल, रोस्टरवरचे क्रमांक नऊचे पद हे नेमके त्या वेळी वाटेत उभे राहिले तर?

"परंतु तुम्हाला असे म्हणायचे आहे का, की मागासवर्गीय मुलांना बुद्धी नसते, गुणवत्ता नसते ?"

अजिबात तसे म्हणायचे नाही.

त्यांच्यात अनुवंशशास्त्रदृष्ट्या कसलाही दोष नाही. परंतु *आत्ता* आपण ज्या गटाबद्दल बोलतो आहोत तो गट 'मागासवर्गीय मुलामुलींचा नाही', तो गट अशा जातीच्या मुलामुलींचा आहे की ज्यांना आरक्षणाद्वारे नोकऱ्या मिळाल्या. तर मुद्दा असा आहे की *सध्याच्या काळात व्याख्येनुसार* ते आपल्या नोकरीसाठी पात्र नाही.

खालील दोन वस्तुस्थितींनुसार ही गोष्ट स्पष्ट होते :

- या व्यक्ती गुणवत्तेनुसार *पात्र नाहीत.* जे कोणी तसे असतील त्यांचे मूल्यमापन आरक्षणाच्या कोटा पद्धतीमुळे केले गेले नाही.
- या व्यक्तींना नोकरीत प्रगती करण्यासाठी सतत आरक्षणाची गरज लागणार आहे. याच कारणामुळे मंडल आयोगाने नुसते नोकरीत शिरताना आरक्षणाचा कोटा ठेवला नाही, तर तो बढत्यांमध्येही ठेवला. अन् ते पक्के करण्यासाठी राज्यघटनेमध्ये दुरुस्ती करावी लागली. ती दुरुस्ती केल्याने आरक्षणाच्या मागण्या होऊ लागल्या आणि त्या नुसत्या पदवीपूर्व शिक्षणक्रमासाठी नाही तर पदव्युत्तर शिक्षणक्रमासाठीही होऊ लागल्या.

म्हणून, *सध्या, किंवा आत्ताच्या दिवसांत* ते नोकऱ्यांसाठी पात्र नाहीत. अन् नोकऱ्यांतील जागा तर *आता* मोकळ्या ठेवता येत नाही.

रचना मोडून काढताना

या सर्वाचा वाईट परिणाम मर्यादित स्वरूपात राहत नाही. कारण, गुणवान उमेदवार सरकारी नोकरीत शिरण्यास कचरतीलच, पण इतकेही करून शिरलेच तर नोकरीत अर्ध्यावर असतानाच त्यांना वगळले जाईल. असे असताना सरकारी नोकरीत शिरण्याचा वेडेपणा ते करतील काय?

सरकारी सेवा आणि सरकारी खाती ही कोसळण्याच्या बेतात आली आहेत आणि जातींच्या धोरणामुळे काही राज्यांत तर त्यांना आत्ताच तडे जाऊ लागले आहेत. आरक्षणाच्या योजना ह्या सर्व सरकारी नोकऱ्यांना लागू होत असल्याने सर्व सरकारी प्रशासनांत मोठमोठ्या भेगा पडत चालल्या आहेत. ते तडे, त्या भेगा ह्या एका खात्यापुरत्या राहणार नाहीत. त्या सरकारच्या संपूर्ण रचनेलाच ग्रासून टाकतील.

एक पोलीस अधिकारी गोळ्या झाडण्याचा हुकूम सोडतो... पाच जणांचा मृत्यू होतो... त्या पोलीस अधिकाऱ्याचे दैव हे आता त्याच्या वरिष्ठ साहेबावर अवलंबून राहते. मग तो साहेब किंवा गृह खात्यातील संबंधित अधिकारी त्याच्याच जातीचा असेल किंवा त्याच्या विरोधी जातीचा असेल. सर्व काही त्या वरिष्ठाच्या मर्जीवर अवलंबून असेल...

कोणाला हे काल्पनिक किंवा गमतीचे वाटेल. परंतु अशा गोष्टी बिहारसारख्या राज्यात केव्हाच घडायला लागल्या आहेत.

अशा आरक्षणांच्या योजनांमुळे आणखीही एक कमजोर करणारा, शक्तिहीन करणारा परिणाम घडत असतो.

नोकरी ही अशी असावी की मिळवण्यासाठी कष्ट करावे लागतील. नोकरी मिळाल्यावर ती टिकवण्यासाठी अत्यंत प्रयत्न करावे लागावेत. तसेच नोकरीत प्रगती करण्यासाठीही प्रयत्नच करावे लागावेत. नोकरीत आपोआप प्रगती होता कामा नये, तसेच नोकरी ही कुणाच्याही हक्काची होता कामा नये.

परंतु आरक्षणांमुळे ती गोष्ट काही जणांच्या मनात अशी बसू लागली आहे की, सरकारी नोकरी आपल्या हक्काची आहे आणि नंतरच्या बढत्याही तशाच हक्काच्या आहेत. अन् ते हक्क केवळ आपल्याला विशिष्ट जातीत जन्मल्यामुळे मिळालेले आहेत, कामामुळे नाहीत.

अशा कल्पना बाळगल्या तर आधुनिक समाज कसा टिकून राहील?

त्यांना मदत कशी होते?

"सरकारी नोकऱ्यांत आरक्षण ठेवण्याविरुद्ध मी नक्कीच आहे. कारण कोणताही समाजगट हा फक्त नोकऱ्या करण्यासाठी नसतो, तर संपूर्ण समाजाच्या सेवेसाठी तो असतो, हे त्यामागचे साधे सोपे कारण आहे."

किती गर्भित अर्थाचा हा शेरा आहे! वरील वाक्ये काका कालेलकर यांनी पहिल्या मागासवर्गीय आयोगाचा अहवाल पाठवताना त्या सोबत जोडलेल्या पत्रातील आहेत.

यातून काही विचार उमटतात. अनेक कट्टर उदारमतवादी मंडळीही ज्यामुळे आपण पुरोगामी ठरू अशी कोणतीही गोष्ट जबरदस्तीने खेचून घेतात, अगदी प्रामाणिकपणे खेचून घेतात. म्हणून अनेकदा काही जण विध्वंसवादी कृत्यात त्यांनी भाग घ्यावा म्हणून त्यांना चुकीचे मार्गदर्शन करतात. आत्ताची आंदोलने ही केवळ 'मागासवर्गीयांसाठी' आहेत असे त्यांना सांगितले जाते.

आपण एव्हाना पाहिले आहे की ज्या समाजविभागासाठी योजना राबवल्या जातात ते 'मागासवर्गीय' नसतात. इतरांवरती प्रभाव, दडपण टाकणारे उत्कर्ष झालेले ते समाजविभाग असतात. परंतु क्षणभर समजा की आपण अस्सल मागासवर्गीयंबद्दल, गरिबांबद्दल बोलतो आहोत.

एखादा पोलादाचा कारखाना उभा राहतो आहे. त्यासाठी सर्वांत चांगली मदत कशी करावी? जे लोक खरोखरीच पात्र आहेत, संबंधित विषयातील तज्ज्ञ आहेत, आपले काम कमीतकमी वेळात, श्रमात व खर्चात करू शकतात ती माणसे त्या कारखान्याला पुरवली तर मदत केल्यासारखे होईल. का त्या ऐवजी कारखान्यामध्ये *व्याख्येनुसार* पात्र नसलेली निम्म्या नोकरांची भरती केली आणि त्यामुळे उरलेल्या निम्म्या नोकरांच्या आधारे कामे चालू केली तर कारखान्याची क्षमता फक्त निम्मीच वापरली जाईल. मग लवकरच कारखाना तोट्यात जाईल. कारण कदाचित त्या कारखान्याला चीनमधील कमी उत्पादनखर्च असलेल्या कारखान्याशी स्पर्धा करावी लागेल व त्या स्पर्धेत सरळ हार पत्करावी लागेल.

जर एखादा पोलादाचा कारखाना (स्टील मिल), किंवा सतत चालणाऱ्या प्रक्रियेचा रासायनिक कारखाना जर त्याच्या अर्ध्या नोकरवर्गाच्या साहाय्याने उत्तम चालला आणि त्यात फक्त जन्माच्या जातीमुळे उरलेला निम्मा नोकरवर्ग असेल तर मला आश्चर्यच वाटेल.

विप्रो, इन्फोसिस, टाटा कन्सल्टन्सी, भारतातील ऑटोमोबाइल कंपन्या यांचे जगभर ग्राहक आहेत. त्या ग्राहकांच्या कंपन्या आपल्याला लागणारे यंत्राचे भाग निर्माण करण्यासाठी भारताकडे वळत आहेत. पण जर भारतीय कंपन्यांनी आपला निम्मा नोकरवर्ग हा लायकीवरून न निवडता केवळ जातीवरून निवडून, त्यांची भरती केली तर काय होईल? त्या परकीय कंपन्या, ते ग्राहक आपल्या देशाकडे पाठ फिरवतील काय?

''एक टक्क्यातील २७ टक्के''

''अरुणजी, आज तुम्ही एवढे अस्वस्थ का झाले आहात? सबंध देशातील एकूण नोकऱ्यांपैकी केंद्र सरकारकडील नोकऱ्या अवघ्या एक टक्के आहेत. त्या एक टक्क्यातील २७ टक्के म्हणजे काहीच नाही. त्यामुळे काही आकाश कोसळणार नाही.''

सार्वजनिक आयुष्य असणाऱ्या लोकांमधील मधू दंडवते हे एक माझे फार जवळचे मित्र आहेत. पूर्वी ते अर्थमंत्री होते. राष्ट्रपती भवनात अचानक त्यांची व आमची समोरासमोर गाठ पडली होती. त्या वेळी व्ही.पी. सिंग यांचे सरकार होते आणि मंडल आयोगाविरुद्ध आंदोलन चालू होते. व्ही.पी. सिंग मंडल आयोगाच्या शिफारशी प्रत्येकाच्या गळ्यात उतरवू पाहत होते. वरील प्रश्न त्या वेळी मधू दंडवते हे मला विचारीत होते.

त्यांनी तसे विचारल्यावर मला मोठे दुःख झाले. त्या प्रश्नाबरोबरच त्यांनी मला असेही म्हटले होते की, ''तुमच्याएवढे धैर्य आमच्या कोणातही नाही.'' असे बोलून ते एक प्रकारे मला चिडवीत होते. परंतु आपले सहकारी व स्वतः यांबद्दल मात्र ते

काहीही बोलण्यास तयार नव्हते.

सरकारी नोकऱ्यांतील ५० टक्के जागा या आरक्षित ठेवणे म्हणजे एक नवीन विषाणूचा भला मोठा डोस सरकारी यंत्रणेत देण्यासारखे होते. त्यामुळे देशाचे संपूर्ण शरीर लुळे पडणार होते. इतरांपेक्षा मधू दंडवते यांना हे चांगले ठाऊक होते.

परंतु प्रत्यक्षात आमचे आपापले युक्तिवाद हे एकमेकांच्या विरोधात जात होते.

मला कळेना की देशातील ५२ टक्के लोकसंख्येला, एक टक्क्यातील २७ टक्के नोकऱ्या आरक्षित ठेवल्याने कशी काय मदत होऊ शकणार होती?

तेव्हापासून हाच प्रश्न, हाच युक्तिवाद सारखा चर्चेत येत गेला. त्यामुळेच आता सध्याच्या राजकीय वर्गाने खासगी क्षेत्रातही आरक्षण ठेवावे या मतापर्यंत जाण्याचे धाडस केले आहे.

स्वत: समाज

खरोखर, याचे परिणाम अर्थकारणावरती होतात. तसेच, सरकारवरतीही होतात. त्यामुळे समाजात फूट पडून समाजाचे तुकडे तुकडे होतात. कारण अशा योजनेमुळे सर्व समाजगट आणि अत्यंत आक्रमक असलेले समाजगट यांच्यात खळबळ माजून एकमेकांतील फुटीरता, वेगळेपणा अधिक तीव्र होईल.

राज्याच्या विधिमंडळात जातीवर आधारित आरक्षण ठेवल्यास निवडणुकीला उभा असलेला प्रत्येक उमेदवार हा आपल्या जातीच्या मतदारांची किती मते मिळतील यावरच विचार करणार. विधिमंडळ आणि आरक्षण या दोन्ही गोष्टी एक केल्यास संपूर्ण देशभर जातिवाद कसा उफाळून येतो हेही आपण पाहिले आहे.

अशा गोष्टी करण्यामुळे सामाजिक पीछेहाट वेगळ्या मार्गाने होऊ लागते. कसे ते पहा :

- अशा वेळी व्यक्तींना लाभ होतो, कारण ते एका समाजगटातले असतात.
- नुसते *एखाद्या* समाजगटातले असून फारसा उपयोग होत नाही, तर एखाद्या जातीचे प्रतिनिधी म्हणून उभे रहावे लागते.
- याचा एवढा मोठा फायदा होतो की आपल्या जातीचे सरकार स्थापन करणे *सहज* जमते.

वरील प्रत्येक वैशिष्ट्य हे देशाला कमजोर करण्याचा परिणाम घडवून आणतात.

जेव्हा एखादी व्यक्ती आपल्या कर्तृत्वाने काही लाभ न मिळवता, एका गटातील व्यक्ती म्हणून कामे करून जर लाभ मिळवत असेल, तर ती व्यक्ती तो गट अधिक बळकट करू लागते.

मॅन्कूर ओल्सन (Mancur Olson) या विचारवंताने The Rise and Decline of Nations हे पुस्तक लिहिले. त्यात तो म्हणतो की, "असे गट हे संपूर्ण समाजाला प्रतिकूल (anti-the whole) ठरतात." तो विचारवंत असेही सांगतो की, "त्या गटातील समाजगटातील व्यक्तीने आपल्या गटाच्या सामाजिक हितासाठी स्वतःला झोकून दिले तरीही ती कृती तर्कबुद्धीला अनुकूल अशी अजिबात नसते, भले ती कृती संपूर्ण समाजाच्या विरोध नसली तरीही. जेव्हा असे समाजगट वाढत जातात आणि सत्ता मिळवतात तेव्हा सारा समाज थबकून राहतो, गोठून अवघडलेल्या ताठर स्थितीत जातो..."

(मॅन्कूर ओल्सन याने लिहिलेले The Rise and Decline of Nations हे पुस्तक १९८२ मध्ये येल, न्यू हॅवन येथे प्रकाशित झाले. त्यात म्हटल्याप्रमाणे अनेक देशांचा ऱ्हास होत होत तो एवढा झाला की, त्याचे विश्लेषण करताना Stationary Bandits व Raving Bandits असे शब्दप्रयोग वापरले गेले. याच लेखकाने (Power and Prosperity, [प्रकाशक Basic Books, New york, 2000] हेही पुस्तक लिहिले असून ते वास्तवतेच्या अधिक जवळ पोचते.)

आपल्याकडील राजकारणातील अनेक गटांवरती जात किंवा धर्म यांचा प्रभाव पडलेला आहे. अन् आपल्या समाजाला, आपल्या अर्थकारणाला आणि आपल्या सरकारला नवीन वैज्ञानिक शोध, नवीन उपयोजिता, चपळाई यांची गरज असताना आरक्षणाची समस्या उभी राहते आहे.

आरक्षणवाद्यांना आत्ता जे लाभ होत आहेत, *उर्वरीत समाजाच्या खर्चाने* होत आहेत. त्यांना ज्या नोकऱ्या मिळत आहेत त्यापासून इतरांना दूर ठेवल्यामुळे.

नेमक्या आत्ता, याच वेळी सर्वांनी एकत्र येण्याची, सर्वांच्यात सौहार्द असण्याची नितांत गरज आहे. ज्या काही व्यक्ती पुढे जाऊ पाहत आहेत ते आपलाच गट बळकट करण्याचे प्रयत्न करीत असतात. ते गट म्हणजे त्या व्यक्तींची जात.

प्रत्येकानेच आपला निषेधाचा स्वर वरच्या पट्टीत लावला आहे, विशेषतः पुरोगामी मंडळी तसे करीत आहेत. पण त्या स्वरातून आपल्या समाजाचा शाप उमटत आहे.

त्याला जे काही लाभ दिले गेले आहेत ते तो त्या गटाचा, म्हणजे जातीचा, उमेदवार असल्याने दिले गेले आहेत. त्याला मिळाले आहे सरकारामधील एक कार्यालय. अन् सरकार म्हणजे काय असते हे त्याला आता तीव्रतेने समजायला पाहिजे, त्यातील बारकावे त्याला कळायला पाहिजेत, त्यातून जे जे काही उगम पावून बाहेर पडते, बाहेर पाडले जाते ते त्याला पकडता येईल. 'सरकार' ह्या कल्पनेने अजून तरी सरकारी रचनेला विकृत करून निष्क्रिय केले नाही ना?

अन् आता हे सारे सरकारी रचनेच्या बाहेर पसरवले जात...

१८

अन्य मार्ग

गेली तीस वर्षे, प्रत्येक प्रसंगी, प्रत्येक निकष खाली आणताना, नवीन जात आरक्षणासाठी यादीत घालताना एकच हेतू मनात असतो. तो म्हणजे व्होट बँकेचा, मतदार पेढीचा. तसा एक संदेश त्यातून त्या वेळी प्रसारीत होत असतो. याबद्दल पुरोगामी न्यायाधीश कसलीही फिकीर करीत नाहीत. तो न्यायाधीश फक्त नवीन काही साध्य झाले एवढेच पाहत असतो. *वसंत कुमार* खटल्यात आपल्याला न्या. ओ. चिन्नाप्पा रेड्डी यांनी सांगितले की, ''कधी कधी हे आपल्याला आडमार्गाने सुचवले जाते की 'जादा प्रमाणात आरक्षण ठेवणे हा फक्त मते मिळवण्याचा एक उपाय आहे.' तसे कदाचित असेल किंवा नसेल. आपण फक्त एवढेच म्हणू शकू, 'वाईटातून चांगले निघो' आणि जितक्या लवकर दडपल्या गेलेल्या वर्गांना आपण मुक्त करू तितके आपल्या राष्ट्राला ते चांगले ठरेल.'' (संदर्भ : *के. सी. वसंत कुमार विरुद्ध कर्नाटक राज्य*, १९८५, supp. SCC ७१४, पान ७५२, परिच्छेद ५८)

हा एक नमुन्याचा तुकडा! आपला राजकीय वर्ग काही सवलती एखाद्या समाजगटाकडे फेकतो, समस्या सोडवायची असेल तर त्यासाठी काही रक्कम फेकली जाते आणि आपणच कसे गरिबांचे व दुर्लक्षितांचे तारणहार आहोत, हे जाहीर केले जाते. जम्मू व काश्मीर राज्य, ईशान्येकडील राज्ये येथे मोठमोठ्या रकमा ओतल्या की जसे दिल्लीतील केंद्र सरकारला कर्तव्य केल्याचे फसवे समाधान लाभते, तसलाच हा प्रकार. शेवटी ते पैसे आर्थिक बंडखोरांच्या हातात पडतात. परंतु तुम्ही ही गोष्ट जर दाखवून दिली तर तुमच्यावरच उलट सवाल केले जातात की, ''ते काय काश्मिरींच्या विरोधी आहेत? ईशान्य भारतातील माणसे तिथल्या लोकांच्या विरोधी आहेत?'' सार्वजनिक वाटप पद्धतीसंबंधी राजकीय वर्गाची अशी समजूत झालेली असते की, आपण धान्य किंवा साखर रेशनवर दिले की गरिबांच्या संदर्भातील आपले कर्तव्य आपण पार पाडले आहे. इकडे नियोजन आयोग असा अहवाल प्रसिद्ध करतो की, ३० ते १०० टक्के धान्य हे शेवटी

खुल्या बाजारात पोचते. (प्लॅनिंग कमिशनचा अहवाल Midterm Appraisal of Ninth Five Year Plan, 1997-2002, Govt. of India, October 2000, page 163 पहा.) सार्वजनिक वाटपातील धान्य व साखर अशी कशी निघून जाते? नियोजन आयोगाच्या त्याच अहवालात असे दाखवून दिले आहे की, गरिबी निर्मूलन कार्यक्रमावरती जेवढी रक्कम खर्च केली जाते ती दरवर्षी सुमारे ४०,००० कोटी रुपये एवढी आहे. देशातील गरीब कुटुंबांची संख्या ही सुमारे ५ कोटी मानली जाते. म्हणजे प्रत्येक कुटुंबाच्या वाट्याला दर वर्षी रु. ८०००/– यायला पाहिजे. याबद्दल आयोग पुढे म्हणतो की, "आपण असे जरी मानले की ही ५ कोटी कुटुंबे अगदी निर्धन असून त्यांच्याकडे उत्पन्नाचा कोणताही मार्ग नाही. त्यांना जर ते ४०,००० कोटी रुपये मिळाले तर प्रत्येक कुटुंब दररोज ३ किलो धान्य हे बाजारभावाने म्हणजे ७ रु. किलो दराने खरेदी करतील व ते दारिद्र्यरेषेच्या वरती येतील." (पहा : Midterm Appraisal of Ninth Five Year Plan, १९९७-२००२, Op. cit., P. ४८३)

तुम्ही जर अशा वाटप योजनेबद्दल प्रश्न विचारू लागाल तर, अगदी नियोजन आयोगाच्या आहवालाचा आधार घेऊन ती वाटप योजना गरिबी निर्मूलनासाठी फार महागडी ठरते आहे असे काही बोलू लागाल, तर तुम्हाला तत्काळ 'गरिबांचे शत्रू' असे संबोधून हिणवले जाईल.

आरक्षणाच्या बाबतीतही अगदी असेच घडते आहे. *ए. परियाकरुप्पन* खटल्यामध्ये सर्वोच्य न्यायालय म्हणाले होते की, "फक्त कुणाच्यातरी किंवा कुण्या समूहाच्या लाभासाठी आरक्षण असता कामा नये." आरक्षणाच्या धोरणाचे सामर्थ्य हे ती आरक्षणे किती लवकर संपवता येईल त्यावर अवलंबून आहे, असे *शोषित कर्मचारी संघ* खटल्यात म्हटले गेले होते. त्यावेळचे प्रमुख न्यायाधीश वाय.व्ही. चंद्रचूड हे *वसंत कुमार* खटल्यात म्हणाले होते, "नोकऱ्यांमध्ये, शिक्षणामध्ये आणि विधिमंडळामध्ये, लोकसभेमध्ये आरक्षण ठेवण्याच्या धोरणाचा दर पाच वर्षांनी आढावा घेतला जावा." पण आज तुम्ही या धोरणाबद्दल चौकशी करून 'आरक्षण कधी संपणार?' म्हणून विचाराल तर ताबडतोब तुमच्यावर *दलितविरोधी* हा शिक्का मारला जाईल. कदाचित याहीपेक्षा काही वाईट बोलले जाईल.

फक्त थोड्याच पोटजाती अनुसूचित जाती व जमातींच्या यादीत घालण्यात आल्या आहेत? मागासवर्गीयांच्या यादीत समाविष्ट केलेल्या जाती कशासाठी मागासवर्गीय ठरवल्या आहेत? त्यांच्याजवळ काही नाही म्हणून, किंवा त्या जाती एवढ्या प्रबळ आहेत की राजकारण्यांनाच त्यांच्या भोवती पिंगा घालावा लागतो म्हणून? पस्तीस वर्षांपूर्वी सर्वोच्च न्यायालयाने प्रशासनाला सांगितले होते की,

आरक्षणाचे लाभ नक्की कोण उठवत आहे यावर लक्ष ठेवा. या आधारे तुम्ही विचाराल की, "एखाद्या संस्थेत किंवा खात्यात ठेवलेल्या आरक्षणामध्ये किती टक्के जागा कोणत्या जातीला मिळतात?" यावर काहीही उत्तर दिले जात नाही. उलट विचारणाऱ्यावरतीच असा आरोप केला जातो की, "सबंध आरक्षणाच्या धोरणावरतीच शंका घेण्याचा हा एक कट आहे. मागासवर्गीयांनी भोगलेल्या दु:खाच्या कहाण्या ऐकून व त्यांनी अविरत सोसलेला छळ सांगितल्यावरही, असा काही कट करून मागासवर्गीयांना आरक्षणामार्फत जे काही तुटपुंजे लाभ होतात तेही तुम्ही हिसकावून घेऊ पाहता आहात."

आपले मानदंड, निकष हे सतत शिथिल करून खाली खाली नेत ते सरकारी नोकरीतील अधिकाधिक निकृष्ट पातळीवरील कामाकडे नेले जात आहेत. त्यामुळे कर्मचाऱ्यांची अकार्यक्षमता वाढत जाते आहे. ते आपली कर्तव्ये कार्यक्षमतेने करू शकत नाहीत. यामुळे आणि सार्वजनिक भाषणांतील हिणकसपणा वाढल्याने कार्यक्षमतेची जी घसरगुंडी होत चालली आहे ती कोणाला थोपवता येईनासे झाले आहे. हा अध:पात कोठवर जाईल याचा अंदाज घेता येतो, पण तो थोपवणे अटळ होऊन बसले आहे. याचे परिणाम आपल्या समोर जिथे कुठे दिसतात ते खाली देत आहे :

- आपल्या कायदेमंडळांची जे खुशामत करणारे आहेत त्यांच्यात.
- आपल्या शिक्षणसंस्था आणि आपले मुलकी प्रशासन येथे घसरत जाणारे मापदंड, निकष, इ.
- नुसते मतदारसंघ किंवा कायदेमंडळे येथे होणारी फाटाफूट सोडा, पण जातींच्या नावाखाली केल्या जाणाऱ्या नोकऱ्यांमध्येही तसेच घडत आहे.
- गुणवत्तेवर नेहमीच केले जाणारे आघात.

ओर्टेगा गॅसेट हा पाश्चात्त्य लेखक जे म्हणाला तेच खरे आहे : उच्चभ्रू वर्गाकडून प्रथम मापदंड बाजूला सारले जातात. सामान्यपणा हाच एक मापदंड होऊन बसतो. ग्राम्य आचरण व भाषा हेच खरे मानले जाते. दुसऱ्याला भेडसावणे हाच युक्तिवाद समजला जातो. हल्ला हाच पुरावा....

पंडित नेहरू यांनी अशा गोष्टी काही वर्षांपूर्वी बोलून दाखवल्या होत्या. खोटे सांगण्याने ते नुसते मूर्खपणाचे कृत्य होत नाही, तर त्यामुळे भयानक उत्पातही घडू शकतो.

काय असायला हवे

या गर्तेतून बाहेर यायचे असेल तर जे काही आहे ते उघड करा.

कोणालाही त्याचा जन्म, जात, धर्म, मानववंश इत्यादीनुसार पत, प्रतिष्ठा, नोकरी, पद, सवलती वगैरे दिल्या जाऊ नये.

वरील गोष्टी कोणालाही हक्क म्हणून दिल्या जाऊ नयेत. त्या मिळविण्यासाठी माणसाला धडपड करावी लागली पाहिजे.

सर्व सरकारी पदे हीसुद्धा अशीच असतात. यासाठी एक सर्वोत्तम उपाय आज असा आहे की सरकारची आपल्या आयुष्यातील भूमिका ही कमी कमी होत गेली पाहिजे. १९९१ पासून सुधारणांचा हा विषय चर्चिला जात होता. या उपायाच्या सामर्थ्याची चुणूक अर्थकारणाच्या प्रगतीत दिसून येते. गेल्या पंधरा-वीस वर्षांत होत असलेली अर्थप्रगती ही त्यामुळे होत होती. परंतु या संदर्भात काही किमान कार्ये सरकारकडून व्हायला पाहिजे. त्यासाठी स्पर्धेत भाग घेण्याची क्षमता आणि ते तंत्र उपयोगात आणत राहिले पाहिजे. जे काम सरकारने करायला पाहिजे ते *आजच* करायला पाहिजे, *येथे आणि आत्ताच* करायला पाहिजे.

जर कुणाकडे एखादे काम करण्याची क्षमता असेल तर ते काम त्यालाच करायला दिले पाहिजे. याला पर्याय नाही. केवळ कोणाला तरी हक्क म्हणून तसले काम करायला दिले असेल आणि ते काम चांगले करण्याची क्षमता त्याच्यात *आज* नसेल, तर ते महत्त्वाचे काम त्याच्याकडून चुकीचे केले जाईल, नीट केले जाणार नाही किंवा तो ते काम तेवढ्यासाठी करणारही नसेल, तर त्यामुळे देशाचे नुकसान होईल, ते नुकसान थेट प्रत्यक्षपणे होणार नाही, तर अप्रत्यक्षपणे सरकार त्या कामाला कायदेशीर मान्यता देणार नाही. अशा रितीने सामान्य कामाचा किंवा सामान्यपणाचा विषाणू आपले मूळ धरेल.

म्हणून कोणालाही केवळ त्याच्या जन्माच्या वैशिष्ट्यामुळे कोणताही लाभ, सवलत, हक्क, नोकरी, पद, प्रतिष्ठा मिळता कामा नये. आपल्याकडच्या प्राचीन लिखाणांमध्ये पुरेशी ताकीद देऊन म्हटलेले आहे की, कोणीही व्यक्ती ही त्याच्या वर्तनाने, वागणुकीने ओळखली जाते, त्याच्या जन्माने नव्हे. अरविंद शर्मा यांनी आपल्या विद्वत्तापूर्ण अभ्यासाने असे दाखवून दिले आहे की, प्राचीन काळी हिंदुस्थानातील जातिव्यवस्थेमध्ये खूप लवचिकता होती, प्रवाहीपणा होता. प्राचीन काळापासून हिंदुस्थानातील राजे मंडळी ही कोणत्याही जातीतली असायची. सेवक आणि शिक्षकही कोणत्याही जातीमधले असायसचे, सैन्यामध्ये ब्राह्मण दळ, क्षत्रिय दळ, शूद्र दळही होते. चाणक्य शूद्र दळाला जास्त किंमत द्यायचा, तर त्याला ब्राह्मणांना सहज प्रसन्न करून घेता येते, याची त्याने दखल घेतली होती. (अरविंद शर्मा यांनी

Classical Hindu Thought, An Introduction हे पुस्तक लिहिले आहे. ऑक्सफोर्ड युनिव्हर्सिटी प्रेस, न. दिल्ली यांनी ते प्रकाशित केले असून त्यातील पाने १३२ ते १८० ही या संदर्भासाठी वाचावीत. अरविंद शर्मा यांनी आणखी एक पुस्तक Modern Hindu Thought, An Introduction, लिहिलेले असून ते ऑक्सफोर्ड युनिव्हर्सिटी प्रेस, न. दिल्ली यांनीच प्रकाशित केले आहे. त्यातील पाने १२६ ते १७० ही जरूर वाचावीत.)

कोणत्याही जुन्या लिखाणातील, जन्मावरून माणसाची पत व व्यवसाय ठरवणारा मजकूर आपण टाकून दिला पाहिजे. मनुष्य त्याच्या जन्मावरून, वर्णावरून, वंशावरून जर आपल्या सिद्धान्तामधून धर्मापर्यंत पोचत असेल तर त्याच्या विरुद्ध आपले प्राचीन तत्त्वज्ञान असे आहे की कोणताही माणूस जन्माने कसाही असो, प्रत्येकाला एकेक आत्मा असतो आणि सर्व आत्मे समान असतात.

जातिव्यवस्थेचा अशा रितीनेही अर्थ लावता येईल. जातींवरती गांधीजींनी भरपूर लिखाण केले आहे. त्यांच्या मते असे काही करणे हे नवीन अर्थ लावण्यासारखे होणार नाही. उलट त्यामुळे जातिव्यवस्थेला मूळचा अर्थ दिल्यासारखे होईल. तो अर्थ असा : एक जात दुसऱ्या जातीपेक्षा श्रेष्ठ किंवा कनिष्ठ असते या समजामधून जातींना सोडवले, तर त्यातून एक नवीन पद्धत जन्माला येईल. त्या पद्धतीनुसार लोकांना एकमेकांबद्दल असलेली आपली कर्तव्ये पाळण्यास स्फूर्ती मिळेल. मग स्पर्श नाकारणे, इत्यादी एकमेकांच्या जातींबद्दल असलेले समज आणि आंधळ्या गैरसमजुती यांना वाव राहणार नाही.

बी.बी.सी. या वृत्तसंस्थेचा वार्ताहर मार्क टुली हा अनेक वर्षे भारतात राहिला होता. त्याने आपल्या No Fullstops In India या पुस्तकात लिहिले आहे की, "आजमितीसही भारतातील कोट्यवधी जनतेला जातीमुळे आपली ओळख कळते व कळवता येते. तसेच जातीमुळेही त्यांना सुरक्षितता लाभते. अनेक जातींना परंपरा लाभलेल्या असतात हे खरे आहे. त्यातल्या एका परंपरेनुसार लोक आपल्या जातीतील इतरांना मदत करीत असतात. ह्या परंपरेमुळे ती जात आपल्या जातिबांधवांना प्रगती करण्यास मदत करत असल्यामुळे ही परंपरा फार महत्त्वाची ठरते."

बंगळुरूच्या इंडियन इन्स्टिट्यूट ऑफ मॅनेजमेंट संस्थेतील प्रा. आर. वैद्यनाथन हे असा मुद्दा मांडतात की, परस्परांना मदत करण्याची परंपरा हे एक गुपित आहे. त्यासाठी ते वस्त्रउद्योगातील तिरपूरमधील गौन्डर जातीचे उदाहरण देतात, आगपेट्या उद्योगातील विरुधनगरमधील नाडर जातीचेही उदाहरण सांगतात. या जाती आपल्या जातीच्या माणसांना त्या उद्योगात वर येण्यास मदत करतात, पतपुरवठा करतात. असाच प्रकार मारवाडी, सिंधी, कच्छी, पटेल वगैरे जातींमध्ये आहे. आपल्या जातीच्या माणसाला आपण होऊन पतपुरवठा करणे, आपल्या जातीच्या संघटनेचा

लाभ त्याला देणे, त्याला कायदेशीर मदत पुरवणे, जोखीम पत्करून एकमेकांना मदत करणे आणि अपयशी जातिबांधवाला पुन्हा भक्कम पायावर उभे राहण्यास मदत करणे अशी परंपरा ते पाळत आल्याने विशिष्ट उद्योगात किंवा अन्य उद्योगांतही ती जात प्रगती करीत पुढे जाते. प्रा. वैद्यनाथ अशा उदाहरणांवरून असा निष्कर्ष काढतात की, 'जात हे एक महत्त्वाचे सामाजिक भांडवल आहे.' हीच परंपरा अगर पद्धत अनुसूचित जाती व जमाती, अन्य मागासवर्गीय यांच्या उद्धारासाठी वापरली तर ते 'वैश्य' वर्णाचे होतील. म्हणजेच त्यांना बँकांकडून पतपुरवठा झाला तर ते उद्योजकही बनतील किंवा आपला स्वतंत्र व्यवसाय सुरू करतील. (आर. वैद्यनाथन यांचे Caste as Social Capital हे पुस्तक वाचा. http://newinsight.net/columns/full_column22.htm)

तेव्हा या पद्धतीचे बरेच उपयोग आहेत. आधुनिक शब्दप्रयोगांच्या साहाय्याने या पद्धतीचा पुन्हा एकदा अनुवाद करता येईल. परंतु एव्हाना जातिव्यवस्थेतर इतिहासाचे मोठे ओझे पडले होते. अनेक व्यवहार या व्यवस्थेशी निगडित झालेले होते. तसेच अनेक पारंपरिक गोष्टी या व्यवस्थेच्या नावाने अशा राबवल्या जात आहेत की त्या घातक आहेत. आणि त्या एवढ्या घट्ट रुतून बसल्या आहेत की त्यांचा त्याग करणे हेच श्रेयस्कर ठरेल.

अन् आता वस्तुस्थिती अशी आहे की त्या घातक गोष्टी आधुनिक काळाने पुसून टाकल्या आहेत. वीस-तीस वर्षांपूर्वी धर्ममार्तंड धार्मिक नियम नीट लिहून काढीत होते. त्या नियमांनुसार कोणाच्या हातचे अन्न किंवा पाणी स्वीकारायचे ते परत एकदा ठरवत होते. परंतु आता नळातून पाणी येत असल्याने म्युनिसिपल पाणी व्यवस्थेत कोण काम करते आहे हे थोडेच आपण पाहतो? हॉटेलातील अन्न कोण बनवतो हेही आपण पाहत नाही. तीस-चाळीस वर्षांपूर्वी असे नियम ठरवून दिले होते की, हरिजन व्यक्तीची सावली जरी अंगावर पडली तरी ब्राह्मणांना दिवसातून तीन-चार वेळा अंघोळ करावी लागे. पण आता बस, आगगाडी येथील गर्दीतून प्रवास करताना किती जणांची शरीरे आपल्या अंगाला दाबली जातात, घासली जातात? आताच्या काळात पत्रकारिता, इंजिनीअरींग, संगणक, पर्यावरणशास्त्र, वैद्यकशास्त्र, औषधीशास्त्र इत्यादी विषयांवाचून आपले काहीही चालत नाही.

आधुनिकीकरणाने जातिव्यवस्था हळूहळू कोसळत आहे हे नक्की. दोन घटकांमुळे आपले जीवन बदलले आहे. ते घटक म्हणजे निवडणुकांचे राजकारण आणि सरकारी धोरणे. यामध्येही तीन अंतर्गत पोटघटक आहेत. आपल्या राजकीय कर्तृत्वाच्या आधारे आपली बाजू मांडणे हे राजकारण्यांना दिवसेंदिवस कठीण जात असल्याने ते काही समाजगटांना, म्हणजे काही जातींना आकर्षित करू पाहत आहेत. दुसरे असे की, अनेकांनी असा निष्कर्ष काढला आहे की सरकारी मदत ही

जातींकडे वळवली की नेत्यांचे काम होते. अन् तिसरा उपाय म्हणजे आरक्षण.

ज्यांना वंचित केले गेले होते अशांना वर आणले पाहिजे, हे खरे आहे. परंतु ही मदत विशिष्ट स्वरूपात दिली पाहिजे. त्यात काही सकारात्मक उपाय असे असले पाहिजेत की त्यामुळे त्यांचे राहणीमान सुधारून त्यांना इतरांबरोबर स्पर्धा करता आली पाहिजे. परंतु कोणत्याही परिस्थितीत त्यांच्यासाठी निकष खाली आणता कामा नये आणि नोकऱ्यांत काही पदे राखून ठेवता कामा नये.

जी मदत द्यायची आहे ती कोणाला द्यायची हे ठरवताना फक्त त्या व्यक्तीचा विचार झाला पाहिजे, तिच्या जातिगटाचा किंवा कोणत्याही गटाचा विचार होता कामा नये. असे ते सरकारी धोरण असायला हवे.

योग्य किंवा लायक व्यक्ती शोधताना त्या व्यक्तीची आर्थिक स्थिती, उत्पन्न, शिक्षण इत्यादी पारखले पाहिजे. थोडक्यात, ते निकष पूर्णपणे जातीविरहित असले पाहिजेत, तसेच ते धर्मविरहित व वंशविरहितही असले पाहिजेत. जेव्हा काही सार्वजनिक वाटप करायचे असते तेव्हा ज्यांना ते वाटप किंवा मदत द्यायची आहे त्यासाठी आर्थिक निकष लावला जातो. परंतु असाच निकष आरक्षणाच्या बाबतीत लावण्याचा विचार मांडला जातो, तेव्हा लगेच ''मागासवर्गीयांमध्ये फूट पाडण्याचे कारस्थान'' असा ओरडा सुरू होतो.

विशिष्ट मागासवर्गीयांसाठी वेगळे मतदारसंघ असण्यावर जेव्हा आपण विचार करीत होतो, तेव्हा त्यामागच्या एका निर्णायक कारणाशी आपण भिडलो होतो. ते कारण असे : जेव्हा कोणतेही सरकारी धोरण, कार्यक्रम वगैरे ठरवायचे असतात तेव्हा लगेच त्या संदर्भात राजकारण गोळा होऊ लागते. कारण तिथेच सत्ता सामावलेली असते. तशीच सत्ता कायद्यामध्येही सामावलेली असते. अनेकदा न्यायालयात यावरती ऊहापोह झाला असताना एक साधे व सज्जन न्यायमूर्ती एच.आर. खन्ना यांनी सरळ सरळ याबद्दल जे सांगितले होते ते खरे होते. ते जे काही म्हणाले ते आपण लक्षात ठेवले पाहिजे. *एन. एम. थॉमस* खटला चालवणारे काही न्यायाधीश त्यांनी घेतलेल्या पवित्र्यामुळे अक्षरश: हुरळून गेले होते. त्या वेळीही न्या. खन्ना यांनी आपल्या नेहमीच्या नम्र भाषेत लिहिले होते :

> ''अनुसूचित जाती व जमाती आणि अनेक मागासवर्गीय यांची स्थिती सुधारण्यासाठी सर्व प्रयत्न करण्यात कसलेही मतभेद नाहीत, हे मला सांगावेसे वाटते. आापणा सर्व जणांचे त्या बाबतीत एकमत झाले आहे, लोकसंख्येचा एक भाग मागासलेला राहणे आपल्या समाजरचनेवरचा एक कलंक आहे आणि राज्यघटनेच्या ४६नुसार तो कलंक पुसून टाकलाच पाहिजे. या समाजाने, भूतकाळात दुर्लक्षिलेल्या आणि शोषण केलेल्या

कृत्यांची भरपाई करण्यासाठी आटोकाट प्रयत्न केले पाहिजेत आणि त्यांना समानतेच्या, वास्तवतेच्या एका परिणामकारक अशा पायावरती पुढारलेल्या समाजविभागांबरोबर आणले पाहिजे. तथापि प्रश्न असा आहे, की असे करण्यासाठी जी पद्धत वापरायची ती राज्यघटनेतील कलम १६च्या पोटकलम १ला धरून असली पाहिजे. वरील प्रश्नाचे उत्तर हे माझ्या दृष्टीने नकारार्थी असणार आहे. कारण, अनुसूचित जाती व जमाती यांचे हित सुरक्षित ठेवण्यासाठी जो आपला उत्साह आहे त्यापासूनही आपण खबरदारी घेतली पाहिजे. म्हणजे मग आपल्या मनाची आंदोलने थांबतील आणि कलम १६(१)च्या तत्त्वानुसार जो निकाल दिला आहे त्यापासून दूर जाणेही थांबेल. तसेच, सरकारी नोकऱ्यांतील जी 'समान संधी'ची तत्त्वे आपण घटनेत उदात्त मानली आहेत ती नुसतीच कागदावरती पवित्र राहतील आणि केवळ ते एक वेडावणारे चित्र वाटेल. कलम १६(४)च्या पलीकडे असलेल्या अमूल्य तत्त्वांकडे जाण्यासाठी जेव्हा आपण मार्ग तयार करू लागू, तेव्हा साहजिकच गुणवत्तेचे आदर्श, नोकरीतील कार्यक्षमता आणि भेदभाव नसलेले वातावरण सरकारी नोकऱ्यांत आणताना काही ना काही हानी होईल.'' (संदर्भ : *केरळ राज्य विरुद्ध एन. एम. थॉमस,* १९७६, २ SCC ३१०, पाने ४०० व ४०१, परिच्छेद २२१)

न्या. गजेंद्रगडकर यांनी दिलेल्या सावधगिरीच्या सूचनेला सहमत होत न्या. ए.सी. गुप्ता यांनी कलम १५(४)च्या संदर्भात आपला आवाज उठवला. म्हणजे, एका आदर्शाचा पाठपुरावा करताना टाकलेल्या पावलांचे समर्थन करताना आपण राज्यघटनेतील अन्य आदर्श तुडवित नाही ना हेही पाहिले पाहिजे. *एम. आर. बालाजी* खटल्यात न्या. गजेंद्रगडकर यांनी म्हटले की,

''कलम १६(४)नुसार अनुसूचित जाती व जमाती किंवा विशिष्ट वर्ग यांच्या प्रगतीसाठी ठेवलेल्या खास तरतुदींकडे आपण जेव्हा पाहतो, आणि ती तरतूद जेव्हा अधिकृतपणे 'खास तरतूद' बनते तेव्हा ती 'तरतूद' म्हणून राहत नाही, हे आपण लक्षात घेतले पाहिजे. म्हणून त्या मागासवर्गीयांच्या प्रगतीकडे पाहताना सरकार उरलेल्या समाजाच्या प्रगतीकडे दुर्लक्ष करू शकते. तसे केले तर ते समर्थनीयही ठरू शकते. याचे कारण ती खास तरतूद वापरताना संपूर्ण समाजाच्या हिताचा वापर करून कलम १५(४)नुसार केलेली खास तरतूद ही दुर्बल घटकांच्या प्रगतीसाठी

केलेली असते. तसे करण्यास राज्यघटनेने मुभा दिलेली आहे. परंतु, एखादी तरतूद ही अत्यंत अपवादात्मक असेल तर अर्थातच ती तरतूद कलम १५(४)च्या अखत्यारीत येत नाही. कलम १५(४) मंजूर करताना जिथे मागासवर्गीयांची प्रगती होण्याचा प्रश्न येतो तेव्हा उर्वरीत समाजातील लोकांच्या मूलभूत हक्कांकडे संपूर्णपणे दुर्लक्ष केले तरी चालते, असे लोकसभेच्या मनात होते.'' (संदर्भ : १९६३, Supp. १ SCR ४३९; AIR १९६३ SCC ६४९)

वरील विधान अगदी अचूकपणे व्यक्त केलेले आहे, अन् तरीही ते बिलकूल परिपूर्ण नाही. समाजातील दुर्बल घटकांची उन्नती करण्यासाठी राज्यघटनेने 'खास उपाय करावेत' असे सांगितलेले आहे, परंतु हे 'खास उपाय' म्हणजे 'आरक्षण' असे ठरवण्यात आले. गरीब वर्गांची फसवणूक करण्यासाठी 'खास उपाय' हा शब्दप्रयोग काढून टाकण्यात आला. त्या मार्गाने गरिबांना उत्तम रितीने मदत करता येवो वा न येवो, किंवा त्यातील लाभ खरोखर गरीब वर्गाला मिळो वा न मिळो, या दोन्ही मार्गांची नीट पारख कधीच केली गेली नाही.

न्या. गुप्ता यांनी जम्मू व काश्मीर राज्य विरुद्ध टी.एन. खोसा या खटल्यात सर्वोच्च न्यायालयाने काय म्हटले ते पहा :

...जिथे जाणिवा थांबतात अशा मार्गावरून जाताना आपल्या हातून वर्गवारीचा असा सिद्धान्त उत्क्रांत न होवो की तो सिद्धान्त अमूल्य समानतेची दिलेली हमी उद्ध्वस्त करून टाकेल अथवा बुडवून टाकील. आदर्श समाजाचा उत्साह व जोष हा समानता तत्त्वामुळे आहे. अन् म्हणून कोणीही आश्चर्याने विचारू नये की, समानता आणि समान संधी ही दोन तत्त्वे राबवताना खाली काय उरते?

न्यायमूर्ती गुप्ता शेवटी म्हणतात, ''माझा असा विश्वास आहे की हे शब्द नुसते अलंकारिक नाहीत, परंतु ते अत्यंत गंभीरपणे घेण्याजोगे (आहेत)'' (संदर्भ : *केरळ राज्य विरुद्ध एन.एम. थॉमस,* op.cit., पाने ४०५ व ४०६, परिच्छेद २३२)

थोडक्यात, आपल्या सर्व देशबांधवांची उपासमारीतून व दारिद्र्यातून मुक्तता व्हावी. जन्मावर आधारित असलेली विषमता कमीतकमी होत गेली पाहिजे. परंतु मागचा इतिहास पाहता, निदान गेल्या १०० वर्षांचा इतिहास पाहता, असे दिसते की, मानवी गटांमध्ये नेहमीच विषमता राहिलेली आहे. अनेक सरकारे, चळवळी आणि व्यक्ती यांनी नेहमीच विषमतेविरुद्ध आपला आवाज मोठ्याने उठवलेला

होता, उच्चारवाने जाहीर केले होते की, ते समानता आणणार आहेत. पण नेमक्या अशाच राजवटींनी अगदी क्रूरपणे, अत्यंत दुष्टपणे व निर्लज्जपणे सर्वांत जास्त विषमतेचे प्रकार जोपासले. अलंकारिक व अतिशयोक्त भाषेत जेव्हा समानतेची भलावण होते, तशाच भाषेत अन्य मूल्यांचा, म्हणजे स्वातंत्र्य व मूलभूत स्वतंत्रता यांचेही अंदाज घेतले जाऊ लागतात. न्या. खन्ना यांना एक फार मोठी भीती आपल्या देशाबाबत वाटते. जेव्हा केव्हा नवीन युक्ती शोधून त्याद्वारे जनतेच्या भावना चेतवल्या जातात, तेव्हा आदर्श व राज्यघटनेने उचलून धरलेली अन्य ध्येये उखडली जाऊ लागतात.

उपासमारी नष्ट झालीच पाहिजे. तसेच, जन्मावर आधारित असलेली विषमता अगदी कमीतकमी झाली पाहिजे. आपल्या राज्यघटनेच्या शिल्पकारांच्या मते एका बाजूने भेदभाव व बहिष्कार यांवर कायद्याने बंदी घालून आणि दुसऱ्या बाजूने वंचितांना प्रत्यक्ष मदत करून अन्य वाईट गोष्टी निपटल्या पाहिजेत.

सर्व परिस्थिती आटोक्यात येऊन सुसह्य होण्याची प्रक्रिया मंद आहे. ती प्रक्रिया जर घाईघाईने चालू ठेवली तर त्यामुळे सरकारला आपली किमान कार्ये करणे मुश्किल होईल. शेवटी काय होईल? तर काही हक्कांचा संच हा दुसऱ्या काही हक्कांच्या स्थापनेमुळे रद्द होईल.

आर्थिक निकषांमुळे जे वंचित राहतात, ज्यांना काही लाभ होत नाहीत अशा गरजू व्यक्ती शोधून त्यांना सरकारने शक्य तेवढी जास्तीत जास्त मदत करावी. म्हणजे त्यांचे स्टँडर्ड, राहणीमानाचे निकष उंचावतील. शिवाय त्यांना मोफत व जादा शिकवण्या देणे, अनुदानित व रास्त दराने पौष्टिक आहार, राहावयास घरे इत्यादी पुरवावे. परंतु कोणत्याही नोकरीसाठी अथवा पदासाठी सुरुवातीला त्यांची ते काम करण्याची क्षमता नीट आधी पारखली पाहिजे. मगच त्यांना ती नोकरी मिळेल. एवढी एकच एक कसोटी, निकष त्यांना लावावा.

नोकरीत शिरल्यावरती आणि नोकरीच्या सबंध करिअरमध्ये त्यांना नीट कामे करावी लागतील आणि ज्या पातळीवर ती व्यक्ती कामे करीत आहे, त्या पातळीवर व पुढच्या पातळीवर त्याने आपल्या कर्तृत्वाने प्रगती केली पाहिजे.

नोकरीत शिरताना आणि पुढच्या प्रत्येक पदावर जाऊन प्रगती करताना जे मापदंड असतील ते त्यांना पाळावेच लागतील आणि त्यानुसार आपले कर्तव्य पार पाडावे लागेल.

कोणत्याही नोकरीसाठी ह्या अटी रास्त आहेत. नोकरी करणाऱ्या व्यक्तीच्या आवश्यक त्या क्षमतेची चाचणी घेतली जाईल. जर गरज भासली तर चाचणीच्या पद्धती, निकष, मापदंड हे सतत चालू ठेवून योग्य व्यक्ती त्यातून निवडल्या जातील हे बघितले जाईल.

परंतु कोणत्याही काळी आणि कोणत्याही पातळीवरती अस्तित्वात असलेले मापदंड *'शिथिल केले जाणार नाहीत, खाली आणले जाणार नाहीत.'*

जे काही सर्वांत उत्तम मापदंड त्या काळात अस्तित्वात असतील तेच सर्वांना, अगदी प्रत्येकाला सारखेच लावले जातील.

जी काही या क्षेत्रात किंवा अन्य क्षेत्रात मदत केली जाईल त्यावरती सरकार व बिनसरकारी संस्था त्या मदतीवरती, ज्यासाठी मदत दिली त्या उपायांवरती पूर्ण नजर ठेवतील आणि शेवटी फलित काय झाले हे अजमावतील. तसेच अशा योजनांपासून कोणाला कसे लाभ होत आहेत याचे अहवाल प्रसिद्धीस देतील.

प्राथमिक तयारी

यासाठी तीन गोष्टींची जरुरी आहे. राजकीय वर्गाच्या आकांक्षांना, वाईट प्रवृत्तींना आपण दिलेले उत्तेजन न्यायाधीशांनी आठवावे.

- न्यायाधीशांनी असे पाहावे की सद्य:स्थितीत काही बौद्धिक टूम किंवा फॅशन्स असतील तर त्यामुळे ते विचलित होणार नाहीत.
- आपल्या हातातील खटल्याच्याही पलीकडे त्यांनी पाहावे आणि आपल्या निर्णयामुळे कोणकोणते विविध परिणाम घडतील त्याचा अंदाज घ्यावा. अन् जशी उदाहरणे सापडतील तसे त्यांचे किती विविध परिणाम घडू शकतील हे त्यांनी आपल्या अलंकारिक भाषेत मांडावे.
- ज्या ठिकाणांमुळे वादग्रस्त खटले उभे राहिले त्या त्या ठिकाणी न्यायमूर्तींनी जाऊन भेट द्यावी आणि न्यायालयाच्या निकालांमुळे तिथल्या परिस्थितीत काय फरक पडला ते आजमावे. निकालानुसार परिस्थितीत बदल झाला किंवा त्याचा राजकीय लाभ घेऊन कोणी आज आपले तथाकथित विचार अथवा मुक्ताफळे उधळीत आहेत का तेही पहावे. कोणत्या तरी काल्पनिक क्रांतीचे दूत बनून ते खरोखरीच देशाची सेवा करीत आहेत किंवा जुनी व्यवस्थाच कायम करीत आहेत तेही पहावे.
- पुरोगामी न्यायाधीशांना वाटत असते की आपण एका महान क्रांतीसाठी काम करीत आहोत. आपल्याला फक्त आता व्यवहारात ती क्रांती आणि राज्यघटनेचे वारे कसे आणता येईल एवढेच पाहायचे आहे. त्यांची ही समजूत त्यांच्या जाहीर निवेदनातून व्यक्त झालेली असते. त्यासाठी ते आपल्या निकालपत्रातून व्यावहारिक पातळीवरती काय करावे ते सांगतात. त्याचा फायदा राजकीय वर्गातील दुष्ट प्रवृत्ती घेतात. १९६० नंतर राजकीय वर्गाला न्यायालयाने इशारा द्यायला हवा होता. त्यामुळे उगाच वाटेल ती

भपकेबाज विधाने न करता थोडेसे थबकून न्यायालयाने विचार करायला हवा होता. अशी थांबून परीक्षण करण्याची भूमिका सध्या न्यायालयांनी घेण्याची नितांत आवश्यकता आहे. कारण राजकीय पक्ष आता चुकीच्या मार्गावरती जाण्याच्या तयारीत आहेत. त्यांना थोडी जरी मदत मिळाली अथवा अधिक बळ प्राप्त झाले, तर त्याच दिशेने ते जाऊ लागतील. त्या मार्गाने जाण्यासाठी ते अक्षरश: वेडेपिसे झालेले आहेत. त्यांचे नेतेही तसेच झालेले असल्याने त्यांच्याकडून जे उपाय योजले जातील त्यामुळे या देशाचा घात होईल. अन् तसे ते खासगीमध्येही कबूल करतात.

- पुरोगामी न्यायाधीशांनी पुन्हा परिस्थितीचा आढावा घ्यावा. कारण न्यायालयाच्या निकालांनी नेहमीच परिस्थितीवर बराच कब्जा केला होता. काही उपाययोजना केली तर राजकीय वर्गही बऱ्यापैकी शांत होईल. न्यायालयांनी परिस्थिती सुधारण्यासाठी, ताळ्यावर आणण्यासाठी थोडे जरी प्रयत्न केले तरी त्यांच्यातील पुरोगामी न्यायाधीश व राजकीय वर्ग हे आणखी पुढे जाण्यापासून थोपवले जातील. *इंद्र सहानी* खटल्यात जी पाच वर्षांची स्थगिती दिली ती मापदंड खाली आणण्यासंदर्भात दिलेल्या कायदेशीर मतानुसार होती. ती पाच वर्षांची स्थगिती असे दर्शवते की, राजकीय वर्ग वाटेल तो मार्ग चोखाळण्याची शक्यता होती आणि काय वाटेल ते करून सारी योजना उलटवून लावून आपली सोय त्यांनी पाहिली असती.

दुसरे असे की, आज देशाला ज्या गर्तेत राजकीय वर्गाने ढकलले आहे, त्याकडे जे काही जण पाहत आहेत, तसेच ते याबद्दल काही करू इच्छितात त्यांनी जातीयवाद्यांपासून शिकले पाहिजे. जातीयवादी हे नुसतेच आक्रमक नाहीत, ते जेवढे बाहेर आहेत तेवढे आत कायदेमंडळातही आहेत, ते सरकारी सेवेत आहेत व सेवेबाहेरही आहेत, आणि ते सर्व जण व्यवस्थित संघटित आहेत. वेळप्रसंगी ते एकत्र येऊन मुठीसारखे काम करतात. अन् म्हणून प्रत्येक राजकीय पक्षाला त्यांच्यापुढे वाकावे लागते. प्रत्येक राज्यात मला हाच आकृतिबंध दिसून येतो. राजकीय वर्ग आपल्या देशाला कोणत्या दिशेने भिरकावून देतो आहे हे पाहून आत्तापर्यंत अनेक जण हादरले आहेत. सबंध समाजात जातीवरून कधीच फूट पडली आहे हेही पाहून ते हादरले आहेत. अशा फूट पाडणाऱ्या राजकीय लोकांविरुद्ध फक्त एखाददुसरी व्यक्ती उभी राहते. म्हणून जे कोणी नवीन भारताची उभारणी आपल्या वैज्ञानिक शोधांनी, कठोर परिश्रमांनी, उत्कृष्टतेचा मागोवा घेऊन करतात, त्यांनी तरी जे काही भलत्याच दिशेने चालले आहे त्याविरुद्ध बोलले पाहिजे. त्यांनी *संघटित* व्हायलाच पाहिजे.

तिसरे असे की – आणि ते सर्वांत महत्त्वाचे आहे – सार्वजनिक जीवनातील व्यक्तींची वृत्ती खराब होत चालली आहे, हे या भयानक समस्येचे प्रमुख कारण आहे. तरीही आणखी बरेच घटक या अध:पाताला जबाबदार आहेत.

जी काही रचना निर्माण झाली आहे ती या घटकांपैकी एक घटक आहे. कोणतीही रचना अशी असू शकत नाही की ती कधी भ्रष्टच होऊ शकत नाही. त्याचबरोबर हेही खरे आहे की कोणतीही रचना ही काही चांगले करण्यासाठी वापरता येते. परंतु रचना आणि माणसाचे वर्तन या दोन्ही गोष्टी एकमेकांविरुद्ध होऊ शकतात. उदाहरणार्थ, जेवढा मतदारसंघ लहान तेवढे एखाद्याला त्या मतदारसंघात एखाद्या जातीचा पुढारी बनणे सोपे जाते. शिवाय त्यामुळे जो समाजगट लहान आहे त्याला चीड आणायला लावून भेडसावण्यामुळे त्या पुढाऱ्याला काही लाभ होतात. जर संपूर्ण भारत हाच एक मतदारसंघ झाला तर, जर त्याचा प्रमुख थेट निवडणुकीतून ठरवला गेला, तर मग कोणत्याच जातीला त्रास देऊन, चिडवून यशस्वी होणे जमणार नाही.

म्हणून समस्या मिटवण्याचा एक महत्त्वाचा उपाय हा आत्ताच्या रचनेला पर्याय शोधण्याचा आहे.

पूर्वप्राथमिक तयारी

परंतु असा शोध घेण्याआधीही काही तयारी करायला हवी. आवाज उठवताना, भाषणे देताना प्रथम भीतीपासून मुक्तता व्हायालाच हवी. यासाठी खूप खंबीरपणा बाळगायला हवा. बुद्धिजीवी लोक, वृत्तमाध्यमे यांना आपण काही बोललो तर राजकीय वर्ग त्याचा अर्थ 'गरिबी विरोधी' लावतील किंवा काहीही म्हणतील, अशी कायम भीती वाटत आली आहे. त्यामुळे आपण सारे यातून बाहेर पडण्यासाठी आत्ताच्या गर्तेतून वर चढत जाणेही आपल्याला शक्य होणार नाही.

गांधीजींनी वापरलेला *हरिजन* हा शब्द वापरण्याव्यतिरिक्त जर तुम्ही काहीही करणार नसाल, आणि जो *दलित* हा शब्द शस्त्र म्हणून लबाडीच्या राजकारणात वापरला जातो तो शब्द तुम्ही वापरला नाहीत, तर तुम्हाला *मनुवादी* ठरवले जाते. म्हणून, 'जुलूमशहा' हा लक्षावधी लोकांना पुन्हा अस्पृश्य ठरवण्याचा गुप्त कट करणारा असतो, अशी नवी व्याख्या केली गेली आहे.

तुम्ही आरक्षणाबद्दल काही सत्य सांगू लागलात तर राजकारणी व्यक्ती हात हलवून झटकून टाकून ते सत्य उडवून लावतात. परंतु, मागासवर्गीयांसाठी अधिक चांगले शिक्षण, अधिक वसतिगृहांच्या सोयी, अधिक चांगल्या शिकवण्यासाठी मदत करण्याऐवजी ते अधिक आरक्षित पदे मागतात आणि जाहीरपणे सांगतात की, आपण ही एक 'अमूल्य देणगी' आणली आहे. अन् देणग्या आपल्या समाजाच्या

तुंबलेल्या भागात, म्हणजे सरकारी नोकऱ्यांत भर घालणाऱ्या असतात. अशा रितीने ते आपल्या समाजगटाला भलत्याच मार्गाने जाण्यासाठी मार्गदर्शन करतात आणि आपल्या समाजगटाचे 'मागासवर्गीय' हे नाव जाहीर करतात. अनेक राज्यांत आरक्षणाचे लाभ फक्त काही पोटजातींकडून लाटलेले आहेत. आपल्याखेरीज ते अन्य कोणालाही आरक्षणाचा लाभ घेऊ देत नाहीत. घटना परिषदेत (Constituent Assembly) डॉ. आंबेडकर यांनी मागासवर्गीयांसाठी जेवढ्या नोकऱ्या राखून ठेवायला सांगितल्या होत्या त्यापेक्षा सध्या कितीतरी अधिक प्रमाणात त्या ठेवल्या आहेत. जर तुम्ही तुम्हाला गंभीर वाटणारे मुद्दे "तपासून घ्या" असे म्हणालात तर तुम्हाला लगेच दडपशाहीचे भागीदार ठरवले जाते, तुम्हाला *मनुवादी* म्हणून हिणवले जाते आणि दडपल्या गेलेल्यांच्यात 'फूट पाडणारे' म्हणूनही ठरवले जाते.

सुरुवातीला त्यांच्याकडून होणारी सर्व प्रकारची आक्रमणे ही 'वर्ग' या नावाखाली होतात. त्यांनी श्रीमंत वर्गाचा आवाज यशस्वीरीत्या बंद केला आहे आणि तो 'वर्ग' (classs) हा शब्द कम्युनिस्ट व समाजवादी वापरतात तोच शब्द ते वापरू लागले आहेत. परंतु कम्युनिस्ट व समाजवादी यांना कळून चुकले आहे की हा शब्द वापरल्याने आता फारसे लाभ होत नाही की आपला पक्ष विस्तारत नाही. तेव्हा 'वर्ग' हा शब्द वापरण्यामागे फक्त जातीय राजकारण हाच अर्थ अभिप्रेत असतो. परंतु असा प्रतिगामी प्रकार पुरोगामी म्हणवणाऱ्यांना त्यांच्या मंचावरती कसा चालतो? म्हणूनच म्हटले जाते की 'भारतात जात म्हणजेच वर्ग!' अन् ही गोष्ट सोयिस्कर वाटल्याने पुरोगामी न्यायाधीशांनीही ती उचलली आहे.

तेव्हापासून 'सामाजिक न्याय' हा शब्दप्रयोग काही समाजगटांना भुरळ घालण्यासाठी, विशेषत: काही जाती व अल्पसंख्य यांना आकर्षून घेण्यासाठी वापरला जाऊ लागला.

या समाजगटांचे जे बॉस ऊर्फ 'दादा' नोकरीत असतात, त्यांना कसलाही धरबंध नसतो. त्यांची शिवराळ भाषा हाच त्यांचा अस्सलपणा असतो. सरकारी पातळीवर जे काही चालते त्या बाबतीत त्यांचे अज्ञान असते. त्यामुळेच ते त्यांच्या माणसांसारखे भासतात. ते स्वत: व त्यांचे नातेवाईक नेहमी वसुलीची, प्रतिशोधाची भाषा बोलत असतात. याचे कारण ते खालच्या जातीतले असतात. आज आरक्षणाच्या मार्गाने आलेल्या अधिकाऱ्याने काहीही चुकीचे केले, त्याचे पुरावे असले, तरी त्याच्या विरुद्ध कोणाही अन्य अधिकाऱ्याला बोलायची ताकद नसते. एवढेच काय, पण तसे केले तर त्या व्यक्तीच्या गोपनीय अहवालात 'अनुसूचित जाती व जमातीविरुद्ध शत्रुत्वाची भावना असलेला' असा शेरा मारला जाण्याचा संभव असतो.

नेहमी भर देऊन सतत सतत सांगितल्यानुसार, जे वंचित आहेत त्यांना मदत

केली पाहिजे. यात शंका नाही. पण आज जे काही चालले आहे ते केवळ अशा वंचित समाजगटांची मते विकत घेण्यासाठी, त्यांना भुरळ घालण्यासाठी चालले आहे. अन् वरती हे सारे 'सामाजिक न्याय' या नावाखाली चालते. जेव्हा एखादी राजकीय व्यक्ती 'मंडल' हा शब्द अचानक उचलून धरते, तेव्हा त्या काळाचे ते एक निदर्शक असे प्रतीक आहे असे समजा. हा शब्द उच्चारताच सगळीकडे गदारोळ होऊ लागतो. 'बेकायदा घुसलेल्या बांगलादेशीय नागरिकांना परत घालवून द्या,' असे म्हटल्यावर जसा गदारोळ होतो, तसाच हाही प्रकार आहे.

'सामाजिक न्याय' हा अशा रितीने नैतिकदृष्ट्या व मानसिकदृष्ट्या थरकाप घडवणारा बनला आहे. 'श्रमिकांचे कायदे' (Labour laws) याबद्दल जसे कोणी बोलत नाही, तसाच हा प्रकार. या कायद्यांबद्दल बोलले तर ताबडतोब तुम्हाला 'गरीब मजुरांना दुखावणारे' म्हटले जाते. संघटित मजूर ही जरी भारतीय मजूरवर्गाची उमरावशाही असली तरीही तुम्ही तसे म्हणू शकत नाही. विशेषत: सार्वजनिक क्षेत्रातील उद्योगातील कामगारांना त्यांचे पगार व भत्ते मिळून होणारे त्यांचे उत्पन्न हे खासगी उद्योगातील कामगारांच्या उत्पन्नापेक्षा जास्त असताना! त्यांच्यावर दर वर्षी ४५,००० कोटी रुपये सरकारकडून सध्या सब्सिडी म्हणून खर्चले जात असताना! तेव्हा तुम्ही काहीही प्रश्न विचारणे म्हणजे गरिबांच्या पोटात लाथा घालण्यासारखे समजले जाईल. शेतकऱ्यांना मोफत वीज द्यायची? त्याविरुद्ध जर तुम्ही बोलाल तर ते गरीब शेतकऱ्यांच्या विरुद्ध बोलल्यासारखे ठरेल. मग भले शेतकरी जरी वारंवार खंडित न होणाऱ्या विजेचे पैसे द्यायला तयार असले तरी.

किमान जीवनाधार किमती? याबद्दलही तुम्ही विचारू नका. विचाराल तर तुम्ही 'शेतकरी विरोधक' ठराल. मग भले सध्याच्या किमतींचा लाभ हा चार राज्यांतील शेतकऱ्यांना मिळत असला तरी. भरपूर किमतीची पिके काढण्यापासून त्यांना याही राज्यांत परावृत्त केले जात असताना तुम्ही सवाल करू शकत नाही.

बांधकाम, खाणकाम अशा ठिकाणी कामे करणाऱ्या मजुरांच्या वेतनाबद्दल काही विचारू नका. तसे काही केले तर तुम्ही आपले घाम, अश्रू व रक्त गाळून आधुनिक भारताचे मंदिर उभारणाऱ्यांविरुद्ध बोलत आहात असे धरले जाईल. या क्षेत्रात अडकून राहिलेला पैसा हा वापरात आला तर देशाचे आणि त्या क्षेत्रातील मजुरांचे भले होईल. तरीही तुम्ही बोलायचे नाही. साखर उद्योगातील सब्सिडी? त्या विषयाला तर स्पर्शही करू नका. जरी महाराष्ट्रातील दुष्काळी भागात उसाची, म्हणजे भरपूर पाणी शोषून घेणाऱ्या पिकाची सतत लागवड होत असली तरी. जरी ती सब्सिडी फक्त साखर कारखान्यांना बहाल करून, त्यांना लाभदायक ठरून, त्यांच्या अकार्यक्षमतेला अप्रत्यक्षपणे उत्तेजन देऊन आणि ऊस उत्पादकांना वंचित ठेवून दिली असली तरीही काही विचारू नका.

खत कारखान्यांची सब्सिडी? ती तर कधीच कमी करू नका. जर त्या कारखानदारांनी खतांचा साठा करून ठेवला असला, आणि सब्सिडीचा लाभ शेतकऱ्यांपर्यंत पोचू दिला नसला तरीही. रासायनिक खते तयार करणाऱ्या कारखान्यांना मदत करून आपण जमिनीचा कस घालवत असलो आणि आपल्याच अन्नात आपण विष कालवित असलो तरीही विचारू नका. रॉकेलवरची सब्सिडी? त्याबद्दलही काही विचारायचे धाडस करू नका. तसे तुम्ही केलेत तर 'तुम्ही गरिबांचे स्वयंपाकाचे इंधन तोडत आहात,' अशी टीका होईल. जरी प्रत्येकाला ठाऊक आहे की सब्सिडी दिलेले रॉकेल डिझेलमध्ये भेसळ करण्यासाठी वापरले जात असले तरीही!

किफायतशीर न ठरणाऱ्या ठिकाणी कारखाने व उद्योग उभे करण्याबद्दल काय बोलाल? तसे तुम्ही काही विचाराल तर देशाच्या मागास भागाचा विकास कसा होणार, असा प्रश्न तुम्हाला विचारला जाईल. प्रत्याक्षात काही लबाड लोक कर चुकवण्यासाठी, काही सवलती सरकारकडून सतत उपटण्यासाठी तिथे आपले उद्योगधंदे उभारून बसले आहेत. मग दीर्घ काळात त्या उद्योगांना बाजारात स्पर्धा करता येईनाशी होते. आणि ते त्या स्थळी अयोग्य ठरतात. पण तरीही त्याबद्दल काहीही विचारायचे नाही.

या अशा कार्यक्रमाबद्दल प्रसंगानुसार सर्वसाधारण रस आहे आणि सवलती मिळतात म्हणून अशी विचारणा केलेली नाही. किंवा कोणी तिथे वंचित राहते म्हणूनही विचारणा नाही. 'जिसका डाव लगाया उसने खींच लिया.' आपल्या सरकारी धोरणांचा चेहरा हा 'अनेक सवलतींचे कडबोळे' असा आहे. अशा योजनांवरती जो खर्च वारंवार होतो आहे तो एकूण खर्च जर नीट कौशल्याने वापरून काही उत्पादन केले तर आपला देश आणखी वेगाने प्रगती करेल, तो अधिक समृद्ध होईल असे मला वाटते.

काही योजनांचे लाड करण्याचे आर्थिक परिणाम हे फार महत्त्वाचे ठरतात. पण अन्य परिणाम हे घातक ठरतात.

निकष, मापदंड हे पातळ करणे, एखाद्या समाजगटाला खास सामाजिक सवलती देणे, असे काही करणे म्हणजे 'गरीब जनतेची देखभाल करण्याचा हाच मार्ग आहे' असे जेव्हा एखादे सरकार ठरवते, तेव्हा त्यांना नेहमी अशी मदत, अशा सवलती वाढवत न्याव्या लागतात. या बाबतीत कोणताही राजकीय वर्ग, राजकीय पक्ष या गोष्टीचा मागोवा घेत नाहीत. तसे करावयास गेले तर त्यांच्यावर जो दबाव येतो त्याला ते झुगारून देऊ शकत नाहीत. कारण त्यांच्यातला तो गट त्या सवलती उपटत असल्याने त्यांच्या सवलती कशा हिसकावून घेणार? उलट ते असा व्हिप जारी करतील की सर्व आमदार/खासदार यांनी असा देखावा करावा की त्यामुळे योग्य तो संदेश बाहेर जाईल. हा संदेश त्या खास समाजगटासाठी असेल.

कारण त्या पक्षाची निष्ठा त्याच समाजगटाकडे असते.

परंतु हे व्हिप वगैरे बाजूला ठेवा, सामाजिक आंधळी पूजा करण्याने काय उत्पन्न होते? तर जो सत्य सांगू पाहतो त्यालाच गप्प बसवले जाते. एप्रिल १९९२ मध्ये आसामच्या विधिमंडळातील चर्चेत भाग घेताना, त्यावेळचे आसामाचे मुख्यमंत्री हितेश्वर सैकिया यांनी आपल्या राज्यात ३० लाख बांगलादेशी नागरिक बेकायदेशीररीत्या राहत आहेत हे मान्य केले. यावर मुस्लीम युनायटेड फ्रंट या पक्षाच्या प्रमुखाने अशी धमकी दिली की, मुख्यमंत्र्यांनी आपले विधान ४८ तासांत मागे घेतले नाही तर मुख्यमंत्र्यांचे सरकार आम्ही खाली खेचू. यावर सैकिया यांनी ताबडतोब जाहीर केले की, ''आपण असे विधान अजिबात केले नव्हते.'' दोन वर्षांनी केरळचे मुख्यमंत्री ए.के. अँटनी यांनी इशारा दिला की, ''अल्पसंख्य मंडळी लाभांच्या स्वरूपात सरकारकडून आपल्यासाठी नको तितके काढीत आहेत. तसेच, ते अशा रितीने संघटित होत आहेत की, त्यांची एक मतदार-पेढी निर्माण व्हावी.'' अलीकडच्या मुख्यमंत्र्यांमध्ये अँटनी हे सर्वांत ताठ कण्याचे मुख्यमंत्री मानले जायचे. परंतु त्यांनी असे विधान करताच त्यांच्यावरती गरळ ओकले जाऊ लागले. तो प्रकार अविरतपणे चालला होता. शेवटी अँटनी यांना आपले मुख्यमंत्रीपद गमवावे लागले. गेल्या वर्षी अशीच एक सूचक घटनामालिका केरळात घडली. केरळमध्ये नारायण गुरू हे एक महान सुधारक होते. त्यांनी अस्पृश्य असलेल्या एझवा जातीतील लक्षावधी लोकांच्या जीवनात क्रांती घडवून आणली. आज त्यांची संघटना SNDE या आद्याक्षरांनी ओळखली जाते. २ जानेवारी २००५ रोजी एका अत्यंत महत्त्वाच्या संमेलनात, म्हणजे 'नायर सर्व्हिस सोसायटी'च्या समारंभात SNDE चा सेक्रेटरी वेल्ला पल्ली नटेशन असे म्हणाले की, अल्पसंख्य जमाती या देशातील सर्व लाभ निधर्मीवादाच्या नावाखाली उकळत आहेत, ते बहुसंख्याकांना गिळून टाकीत आहेत. यामुळे आता अशी वेळ केरळात आली आहे की, बहुसंख्याकांनी आपले धर्मांतर तरी करावे किंवा आत्महत्या तरी करावी. यासाठी त्यांनी राजकारण्यांना दोष दिला. त्यांनीच मतदारपेढ्या निर्माण करण्याचा हव्यास धरल्याने ही पाळी आली आहे. मग त्यांनी बहुसंख्याकांना एकत्र येण्याचे आवाहन केले. SNDE आणि नायर सर्व्हिस सोसायटी या संस्था आपले अनुयायी एकत्र आणताना त्यांच्यावर कसे हल्ले होतात... वगैरे वगैरे प्रयत्न तपशीलवार सांगितले. (संदर्भ : द न्यू इंडियन एक्स्प्रेस, ३ जानेवारी २००५) त्यांच्या भाषणाचा वृत्तांत ३ जानेवारी रोजी वृत्तपत्रात छापून आला. अन् दुपार होण्याच्या आत वेल्लापल्ली यांच्यावर निषेधाचे मोर्चे चालून आले. 'हा माणूस समाजातील फक्त श्रीमंतांचेच हित पाहतो... हा जातीय विद्वेष पसरवतो... त्यांना आरएसएसला मदत करण्यास लाज वाटत नाही... इत्यादी, इत्यादी.'

अशा वातावरणात उच्चार-स्वातंत्र्य कुठे असते? अशा शाब्दिक दहशतवादापुढे

मूलभूत विश्लेषण, विवेचन कसे टिकून राहील? परंतु त्या निषेधाच्या घोषणा ह्या एका रचलेल्या योजनेचा भाग होत्या. त्या विरोधकांचे एकच ध्येय होते, ते म्हणजे जो कोणी सत्य उलगडून दाखवतो त्याची अशी स्थिती करायची की बाकीचे सारेजण भयभीत होतील. त्यामुळे एका विशिष्ट गटाचे दावे म्हणजे 'खालच्या जाती', 'अल्पसंख्य', 'मजूर' असा उल्लेख होणाऱ्यांचे दावे यांची अजिबात पाहणी व पारख होणार नाही. थोडक्यात, नाइन्थ शेड्यूलचा शाब्दिक अवतारच म्हणा.

आणखी एक परिणाम आहे. त्यानुसार सरकारची परिणामकारकता आणि सरकारमधील स्वातंत्र्य हे समजून येते.

यातून जे काही निष्पन्न होते ते मी अभ्यास करून तुम्हाला सांगितल्याने समजते आहे असे नाही, तर ते परिस्थितीमुळे समजून येते आहे. त्या दिवशी अनेकांनी प्रयत्न केले होते. तसेच दुसऱ्या दिवशीच्या वृत्तपत्रांनी पहिल्या पानावर सारा वृत्तान्त छापला होता म्हणून हे सारे आपल्याला समजते आहे. सर्व निष्कर्ष हे अशा प्रयत्नांमुळे काढता येतात.

आज, आपण पुरोगामी न्यायाधीशांच्या निकालपत्रांतील 'सामाजिक न्याय' याचा अर्थ 'निर्माण होणारा लाभ सर्वांना सारखा वाटून देण्याची सरकारने दिलेली हमी', असा घेतो. अनेक उदाहरणांत आपण असे पाहतो की, निर्माण झालेले विशिष्ट लाभ हे विशिष्ट समाजगटाला दिले जातात. मग भले त्या समाजगटाने त्यासाठी काही प्रयत्न केलेले नसले तरी त्यांना ते लाभ दिलेच जातात. आवश्यक त्या किमान गुणांची पातळी विशिष्ट जातीच्या उमेदवारांसाठी कशी खाली आणली जाते, कधी कधी तर ती पूर्णपणे शून्यावर कशी येते हे आपण पाहिलेच आहे.

अनुसूचित जाती व जमातींच्या यादीत एका मागोमाग एकेक जाती आपली वर्णी लावत गेल्या किंवा त्यांनी आपल्या जातीला 'मागासवर्गीय' हे लेबल लावून घेतले. त्यामुळे सरकारच्या हस्तक्षेपाचे क्षेत्र असे वाढत वाढत गेले. मग खासगी उद्योगातही आरक्षण ठेवण्याची भाषा बोलली जाऊ लागली. तुम्हाला एक कुतूहल लक्षात आले असेल. जी माणसे सतत सवयीनुसार सरकारवरती 'कायदा व सुव्यवस्था' राखण्याच्या व दशतवादाला तोंड देण्याच्या नावाखाली जास्त अधिकार सरकारकडून घेतले जात आहेत अशी टीका करतात, तेच लोक नेहमी सरकारकडे 'दारिद्र्य निर्मूलन' करण्यासाठी व 'सामाजिक न्याय' देण्यासाठी अधिकाधिक कार्य करावे म्हणून आग्रह धरीत असतात!

जेव्हा एखादे सरकार कमीतकमी देऊ शकणाऱ्या स्थितीत असते तेव्हा जास्तीतजास्त मागण्यांचा ढीग सरकारच्या टेबलावरती जमतो. सवलतींवरती एक मर्यादा घालण्याची अशी वेळ येते की, जेव्हा राजकीय पक्ष विभागवार मागण्या करतात आणि त्या वेळी सरकारचा खजिना किंवा उत्पन्न मर्यादित असते.

याचे काही ठराविक परिणाम होतात. मागण्यांसाठी केलेल्या ओढाताणीत सरकार एका सवलतीकडून दुसऱ्या सवलतीकडे झुकत असते. "आम्हाला सामाजिक न्याय हवा, कारण त्यासाठी आम्ही लायक आहोत," अशी मागणी अनेक समाजगट करीत असतात. त्यासाठी त्यांनी केलेल्या दाव्यात त्यांचा आपापसातच संघर्ष असतो. अशा वेळी सरकार नेहमीच हतबल होते. त्यासाठी उत्तर प्रदेशातील प्रशासन व विकासाच्या योजनांचे शेवटी काय झाले ते पहा. मायावती यांची 'दलित मंडळी' आणि मुलायमसिंग यांचे 'मागासवर्गीय' यांच्यात त्यावरून संघर्ष झडला. प्रत्येक गटाच्या नेत्याने 'शून्य बेरीज' अशा मानसिकतेची चिथावणी दिली. त्याबद्दल त्यांना आनंद वाटत होता. ही गोष्ट अनेक न्यायाधीशांनी पाहिली. त्याबद्दल अधिक बोलण्यात अर्थ नाही. स्पर्धक गटाने सामाजिक न्यायाची मागणी केल्यास अशी मानसिकता शेवटी एका निश्चित मतामध्ये रूपांतर पावते. दोन्ही गट एकत्र येत नाहीत व बेरीज काही होत नाही. शेवटी परिस्थिती तशीच तुंबलेली राहते. उत्तर प्रदेशात असे दिसून येत आहे.

एकाच वेळी दोन वरवर परस्पर विरोधी वाटणाऱ्या गोष्टी घडतात : एका बाजूला दिलेले वचन पाळणे न जमल्याने सरकारची व्यर्थथा जाणवते. तर दुसऱ्या बाजूला सरकारची सत्ता आपणच हिसकावून घेणे याला महत्त्व प्राप्त होते. सगळ्याचा अर्थ असा की, सरकारी सत्ता खेचून घेण्यासाठी ते गट मोकाट सुटले आहेत. उत्तर प्रदेशातील निवडणुका जिंकण्यासाठी त्या वेळी काय काय वापरले गेले ते आठवा. त्यामुळे वाईट गोष्टी तीव्र होण्यास अधिकच मदत होते. त्या वाईट गोष्टी म्हणजे विकासापासून दूर जाणे, व्यक्ती व संस्थांना लाच देऊन आपल्याकडे वळवणे, नियम व मापदंड यांना तुच्छ लेखून ते धुडकावणे, सरकारच बेकायदा मानणे... जर सरकारने आपले कायदेशीर अस्तित्व गमावले तर कायदे व नियम यांची मोठ्या प्रमाणात पायमल्ली होईल, पोलीस खात्यांसारख्या मुलकी सेवांमध्ये तर मोठ्या प्रमाणात लाचलुचपत बोकाळेल.

लोकशाहीबद्दल अशा कल्पना आहेत की, 'जे काही केले जाते ते 'जनतेची इच्छा' म्हणून केले जाते, सत्ताधाऱ्यांना वाटेल ते करण्याची मुभा असते, इ. इ.!' सामाजिक न्यायाचा जेव्हा प्रश्न येतो तेव्हा सरकारी नोकर, आमदार, खासदार, वकील, न्यायाधीश आणि अनेक पत्रकार यांनाही जनतेने मानलेले असते.

आपण 'कायद्यानुसार स्वतंत्रता' यावर बोलतो. 'सरकार हे कायद्याचे असते, माणसांचे नसते' असे वारंवार बजावतो. पण आत्तापर्यंत सांगत आलेल्या परिस्थितीत कायदा काय असतो? ज्याने आपणच 'जनतेचे तारणहार' अशी भूमिका घेतली आहे तो चळवळ्या पुढारी, ज्याने बऱ्याच लोकांची फसवणूक केली आहे, त्यांना गंडवले आहे तो आता "आपणच सामाजिक न्याय देऊ शकणारे मसीहा आहोत," कसे

काय म्हणतो? तसेच ही राज्यघटना अशी कशी की, जी केवळ बहुमताच्या जोरावर सतत बदलली जाते, दुरुस्त केली जाते?

अरेरे! शेवटी न्यायालयेसुद्धा अतिशयोक्तीने भरलेली व मनापासून नसलेली अलंकारिक भाषा वापरू लागली. तसे न करण्यापासून परावृत्त होईनाशी झाली. राजकारणी लोक जे काही करतात त्याला कायदेशीर रूप देण्यासाठी अन्याय अतिरिक्त स्वरूपात दाखवले जाऊ लागले, आणि अन्य काही कारणांसाठी ते सोयीचेही आहे असे राजकारण्यांच्या लक्षात आले. जी काही प्रगती होती आहे ती कणाकणाने का होईना पण रोज होते आहे. आधुनिक मार्गाने जाती नष्ट होऊ लागल्या आहेत. पण या भयानक स्पर्धेच्या जगात जे मापदंड आपण धरून ठेवणे आवश्यक आहे ते आपण सरळ खिडकीबाहेर फेकून देतो आहोत, अन् तेही केवळ संधिसाधू राजकारण्यांच्या सांगण्यावरून.

म्हणून,

- 'गरीब', 'मागासलेले', 'सामाजिक न्याय' असले शब्दप्रयोग करताना, ऐकताना खूप सावध असले पाहिजे. कारण याच शब्दांच्या आधारे नेहमीचे मापदंड उद्ध्वस्त केले जातात, निकषांना तुच्छ मानले जाते आणि तसे करण्यास सरकारला व अन्य संस्थांना भाग पाडले जाते. अन् हे सारे ज्या लोकांसाठी केले जात आहे असे सांगण्यात येते, प्रत्यक्षात त्या लोकांना फसवण्यासाठी केले जात असते.
- त्यामुळे गरीब वगैरे लोकांसाठी जे दावे केले जातात त्याची नेहमी डोळसपणे तपासणी करून घ्या.
- जरी तुम्ही काही उपाय केले व त्याचे परिणाम सुरुवातीला दिसत असले तरीही प्रत्येक सवलींसाठी ढोबळ पुरावे मिळतात का ते पहा.
- ज्या काही कल्पित गोष्टी आहेत त्यापासून दूर रहा.
- वरीलप्रमाणे करीत असताना राजकारण्यांना ते सोपे वाटणारे उपाय न करण्यास भाग पाडा. कारण, 'काही आरक्षणे ठेवली की सुटलो आपण' अशी त्यांची पळखाऊ प्रवृत्ती असते. राजकारण्यांनी या समस्येवरती सतत काम करत राहिले पाहिजे आणि उपयोगी पडणारी मदत दिली पाहिजे. वंचितांना 'समान संधी'चा उपयोग करून घेण्याइतपत ती मदत असली पाहिजे.
- काही काही ध्येये अशी असतात की ती सामाजिक न्यायासारखी फार ताणल्यास साध्य होण्याजोगी नसतात. तसे जर करू गेलो तर त्यामुळे शेवटी राज्य उद्ध्वस्त होऊ शकते. 'मोठे राज्य विरुद्ध छोटे राज्य' असे वाद लहान राज्यांबाबत टाळत जा.

- एक गोष्ट नेहमी लक्षात ठेवा की, जर बहुमताने समाजातील लहान समाजविभागाला धुडकावले तर ते समाजविभाग बंड करून उठावयास प्रवृत्त होतात. ते जसे खरे आहे तसेच, जर अशा लहान समाजविभागांचे पुढारी आपल्या लोकांना आक्रमक रितीने वागण्यास, कृती करण्यास उद्युक्त करीत असतील तर सारखे एका हक्कामागोमाग दुसरा हक्क मागत राहतील, आपली मतपेढी निर्माण करत असतील, तर आपोआपच ते बहुसंख्याकांपासून दुरावत जातील.

राज्याची धोरणे ही अस्सल धर्मनिरपेक्ष आणि उदार अशी हवीत :

- राज्याचे धोरण हे 'व्यक्ती' लक्षात घेऊन असावे, समाजगट म्हणून नव्हे.
- धर्मासारख्या एकाच समाजगटाकडे बघू नका.
- जे तुम्ही धर्मनिरपेक्षवादी गटाला नाकाराल ते एकच जात किंवा एकच धार्मिक समाजगट यांना देऊ नका.

मी हे जेव्हा सांगितले तेव्हा भिंद्रनवाले या अतिरेकी गटाशी राज्यकर्त्यांनी सख्य केले होते. मग माझ्यावरती 'जातीयवादी' असे शब्द भिरकावून माझा निषेध होऊ लागला. पण शेवटी माझी भीतीच पुढे खरी ठरली.

मला आठवते आहे की, असेच मी एकदा सवलतींच्या बाबतीत बोललो होतो. त्या वेळी सरकारकडून सवलती उपटणे चालू होते. त्या सवलती एका धर्माला निधर्मीवादाच्या नावाखाली शहाबानो खटल्याच्या वेळी दिल्या जात होत्या. त्या वेळीही माझ्यावरती 'जातीयवादी' असा शिक्का मारला गेला. पण शेवटी माझी भीतीच खरी ठरली.

ठराविक लोकांपुढे लांगूलचालन करणे, ठराविक समाजगटांचे लाड करणे ह्या गोष्टी आता पुन्हा सुरू झाल्या आहेत. आताही माझ्यावर टीका झाली तर ती फारशी वेगळी नसेल. यातून जे काही निष्पन्न होईल त्याबाबत फार हळहळ व्यक्त करण्यात आता अर्थ नाही.

तीव्रता आणि धैर्य

भारताच्या राजकारणातून बुद्धिवाद्यांची जी हकालपट्टी झालेली आहे तिला खालील कारणे आहेत :

- भेडसावून, धाक दाखवून, घाबरवून सोडून.
- उथळ, वरवर विचार केल्यामुळे. ज्या घोषणा असतात त्याच्यापलीकडे सहसा चर्चा जात नाही.

सर्वत्र वैचारिक गोंधळ असल्याने बुद्धिवादी तिकडे फिरकत नाहीत. मणीपूर शहरात एकदा दंगे पेटले होते, तेव्हा दिल्लीतील दोन मोठ्या वृत्तपत्रांना दोन मोठ्या प्रश्नांनी भेडसावले होते. ते प्रश्न असे, मध्यरात्रीपर्यंत दारुची दुकाने का उघडी ठेवली जात नाहीत? आणि दिल्लीच्या नागरिकांना चोवीस तास खरेदी करण्याची सोय का उपलब्ध करून दिली जात नाही? कशाला केव्हा महत्त्व द्यावे हे न समजण्यामागे सारा वैचारिक गोंधळ आहे.

'समतोल पत्रकारिता' असल्यामुळेही बुद्धिवादी माघार घेतात. मुरली मनोहर जोशी म्हणतात, "श्री. अर्जुनसिंह म्हणतात की, उद्या जर पुन्हा २५ जून हीच तारीख उजाडली, (या तारखेला आणिबाणी जाहीर केली होती.) तर द टाइम्स ऑफ इंडिया हे वृत्तपत्र, जसे अन्य प्रश्नावर करते तसेच करेल. म्हणजे एक संपादकीय एक बाजू घेणारे व दुसरे संपादकीय दुसरी बाजू घेणारे तयार ठेवतील. परंतु असे त्यांनी केले तरीही मी म्हणेन की बरीच प्रगती झाली आहे. जेव्हा २५ जूनला आणिबाणी जाहीर झाली तेव्हा कित्येक बुद्धिवाद्यांनी 'ही एक प्रागतिक घटना आहे' असे लिखाण वृत्तपत्रात केले होते. परिणाम काय झाला, तर आणिबाणी एकदम घट्ट विळखा घालून बसली."

न्यायालयांची निकालपत्रे पाहिली तरीही त्यामुळे निराशा वाटते व दु:ख होते. मागील गोष्टींचा आढावा न घेता व कसल्याही संबंधित पुराव्यांची दखल न घेता अथवा ते उद्धृत न करता निकाल दिले जातात.

हे सारे पाहिले की आपण फार मोठ्या धोकादायक परिस्थितीतून जात आहोत हे लक्षात येते.

स्वातंत्र्य, विकास आणि न्याय यासाठी आधी अनेक गोष्टींची तयारी असावी लागते. मुक्त भाषणाइतके 'मूलभूत' दुसरे काही नसेल. कारण एवढी एकच एक गोष्ट सत्ता बळकावलेल्यांच्या मतांचा फुगा फोडू शकते, विनाश करणाऱ्या धोरणांना मागे परतवून लावू शकते. म्हणून उच्चार-स्वातंत्र्य अथवा भाषण-स्वातंत्र्य यांना जनतेने महत्त्व दिले पाहिजे, म्हणजे सत्ताधाऱ्यांना त्या स्वातंत्र्यावर गदा आणता येणार नाही. मग 'लायसेन्स-कोटा नियंत्रण राज' जसे फार काळ टिकत नाही तशीच ती राज्यकर्त्यांचा चुकीची धोरणे टिकणार नाहीत. कोणतेही भाषण नीट विवेकबुद्धीने करायला हवे, त्यात पटणारे युक्तिवाद असायला हवे आणि त्यामध्ये पुरावेही दिले पाहिजेत. भाषणाआधी अशी पूर्व तयारी हवी. अन् असे असेल तर जनतेपुढे जाऊन भाषण करण्यास हरकत नाही.

पूर्वतयारीच्या आधी एक गोष्ट आवश्यक आहे, ती म्हणजे धैर्य! धैर्य, अगदी सामान्य धैर्य जरी जवळ असले तरीही तुम्हाला तुमचे भाषण बुद्धिवाद्यांच्या अविर्भावात मांडता येते. तसेच, आपले मुद्दे मांडताना थोडासा हट्टीपणा, थोडासाच हवा, म्हणजे

मग मांडलेल्या प्रत्येक प्रश्नाची खोलवर तपासणी आपल्याला करता येईल. शेवटी आपल्या देशाचे भवितव्य हे आपल्या विचारमंथनातून काय निष्पन्न होते यावर अवलंबून आहे.

जातीयवादाचे विष एकदा शरीरात भिनले की ते सबंध शरीरात भिनण्याची नुसती वाट पहात बसावे लागते. ही वाट कोठवर पाहायची? तर अकार्यक्षम सरकारची यंत्रणा ही गुंतागुंतीच्या अर्थकारणात सापडून अडचणीत येईल. मग जातीयवादाच्या वाईट परिणामाचे एवढे दडपण येईल की सुधारणा कराव्याच लागतील. आपली जी दुखणी पूर्वापार चालत आलेली आहेत, जी आपल्याकडून बरी होण्याच्या पलीकडे गेलेली आहेत, अशा मूलभूत दुखण्यांवर उपाय सापडेल, असे कोणाला वाटेल. असे जरी असले तरीही आपण आपल्याकडून खूप काही करून इतिहासाला एक मदतीचा हात देऊ शकतो. यासाठी सुधारणांचा जो तरफेचा टेकू आहे, म्हणजे मुक्तपणे सांगत राहाणे, हा आपल्या प्रत्येकाच्या हातात आहे. वंचितांना मदत करण्यासाठी राज्यघटनेतील ज्या तरतुदी आहेत त्याला काही उपयुक्त पर्याय सापडतात का ते पाहू, अन्य मदतींचाही विचार करू. सार्वजनिक मंचावरून आवाज उठवताना आपण ते पर्याय व त्या मदती सांगू. मापदंड खाली आणणे, निकष पातळ करणे, संस्थांना पैसे देऊन आपल्या बाजूला वळवून घेणे इत्यादींमधील फोलपणा आपण उघड करून दाखवू. आपण प्रत्येकाने एकेक संस्था वाटून घेऊ आणि सर्वांनी मिळून जे अधिक चांगले चालेल, टिकेल व त्याला अधिक उत्तरदायित्व असेल तिथे ते करून दाखवू. आपण प्रत्येक जण एकेक प्रश्न हातात घेऊ, एकच धोरण ठरवू आणि त्याआधारे आपले म्हणणे, भाषण वगैरे सुधारू.

बौद्ध धर्मातील *धम्मपद* प्रत्येकाला सांगतो की, प्रत्येक संस्था, सत्ता, समाजाचा प्रत्येक पैलू हे सर्व सारखेच चांगले आहेत आणि आपल्याला त्यात अजूनही सुधारणा करायच्या आहेत :

> सोनार जसा चांदी-सोन्यातील हिणकस भाग काढून टाकतो, शहाणा माणूसही तसेच स्वत:बाबत करतो : एकेक करून थोडे थोडे, पुन्हा पुन्हा स्वत:ला सुधारत राहतो.

खटल्यांची सूची

मद्रास राज्य विरुद्ध श्रीमती चंपकम दोराईजन, AIR (१९५१) SC २२६.
बी. वेंकटरामन विरुद्ध मद्रास राज्य, AIR (१९५१) SC २२९.
स्टेशन मास्टर्स अँड असिस्टंट स्टेशन मास्टर्स असोसिएशन विरुद्ध जनरल मॅनेजर, सेंट्रल रेल्वेज् (१९६०) २ SCR ३११.
जनरल मॅनेजर, सदर्न रेल्वेज विरुद्ध रंगाचारी, AIR (१९६२) SC ३६.
एम. आर. बालाजी विरुद्ध म्हैसूर राज्य, AIR (१९६३) SC ६४९.
टी. देवदशन विरुद्ध भारतीय संघराज्य, AIR (१९६४) SC १७९.
आर. चित्रलेखा विरुद्ध म्हैसूर राज्य, AIR (१९६४) SC १८२३.
अज्ञानवयीन पी. राजेंद्रन विरुद्ध मद्रास राज्य, (१९६८) २ SCR ७८६.
आंध्र प्रदेश राज्य विरुद्ध पी. सागर, AIR (१९६८) SC १३७९.
पंजाब राज्य विरुद्ध हिरालाल, (१९७०) ३ SCC ५६७.
आंध्र प्रदेश राज्य विरुद्ध यू. एस. व्ही. बलराम, (१९७२) १ SCC ६६०.
ए. पेरियाकरुप्पन विरुद्ध तामिळनाडू राज्य, (१९७३) १ SCC ३८.
जानकीप्रसाद परिमू विरुद्ध जम्मू व काश्मीर राज्य, (१९७३) १ SCC ४२०.
आरती रायचौधरी विरुद्ध भारतीय संघराज्य, (१९७४) १ SCC ८७.
इंदिरा नेहरू गांधी विरुद्ध राजनारायण, (१९७५) २ SCC १५९.
इंदिरा नेहरू गांधी विरुद्ध राजनारायण, (१९७५) Supp SCC 1.१.
उत्तर प्रदेश राज्य विरुद्ध प्रदीप टंडन, (१९७५) १ SCC २६७.
केरळ राज्य विरुद्ध एन. एम. थॉमस, (१९७६) २ SCC ७६८.
डॉ. जगदीश सरन विरुद्ध भारतीय संघराज्य, (१९८०) २ SCC ७६८.
भीमसिंगजी विरुद्ध भारतीय संघराज्य, (१९८१) १ SCC १६६.
अखिल भारतीय शोषित कर्मचारी संघ (रेल्वे) विरुद्ध भारतीय संघराज्य, (१९८१) १ SCC २४६.
मध्य प्रदेश विरुद्ध निवेदिता जैन, (१९८१) ४ SCC २९६.

डॉ. प्रदीप जैन विरुद्ध भारतीय संघराज्य, (१९८४) ३ SCC ६५४.
के.सी. वसंतकुमार विरुद्ध कर्नाटक राज्य, (१९८५) ३ Supp. SCC ७१४.
कॉम्प्ट्रोलर अँड ऑडिटर जनरल ऑफ इंडिया विरुद्ध के.एस. जगन्नाथन, (१९८२) २ SCC ६७९.
मारी चंद्रशेखर राव विरुद्ध डीन, सेठ जी.एस. मेडिकल कॉलेज (१९९०) ३ SCC १३०.
इंद्र सहानी विरुद्ध भारतीय संघराज्य, (१९९२) Supp. (3) SCC २१७.
अजयकुमार सिंग विरुद्ध बिहार राज्य, (१९९४) ४ SCC ४०१.
अशोक कुमार ठाकूर विरुद्ध बिहार राज्य, (१९९५) ५ SCC ४०३.
भारतीय संघराज्य विरुद्ध वीरपाल सिंग चौहान, (१९९५) ६ SCC ६८४.
आर. के. सभरवाल विरुद्ध पंजाब राज्य, (१९९५) २ SCC ७४५.
एस. विनोदकुमार विरुद्ध भारतीय संघराज्य, (१९९६) ६ SCC ५८०.
अजितसिंग जनुजा विरुद्ध पंजाब राज्य, (१९९६) २ SCC ७१५.
छत्तरसिंग विरुद्ध राजस्थान राज्य, (१९९६) ११ SCC ७४२.
डॉ. प्रीती श्रीवास्तव विरुद्ध मध्य प्रदेश राज्य, (१९९७) ७ SCC १२०.
अशोककुमार गुप्ता विरुद्ध उत्तर प्रदेश राज्य, (१९९७) ५ SCC २०१.
भारतीय संघराज्य विरुद्ध ब्रिजलाल ठाकूर, (१९९७) ४ SCC २७८.
पोस्ट-ग्रॅज्युएट इन्स्टिट्यूट ऑफ मेडिकल एज्युकेशन अँड रिसर्च विरुद्ध के.एल. नससिंहन, (१९९७) ६ SCC २८३.
भारतीय संघराज्य विरुद्ध माधव, (१९९७) २ SCC ३३२.
रामभगत सिंग विरुद्ध हरियाणा राज्य, (१९९७) ११ SCC ४१७.
पोस्ट-ग्रॅज्युएट इन्स्टिट्यूट ऑफ मेडिकल एज्युकेशन अँड रिसर्च, चंडीगड विरुद्ध फॅकल्टी असोसिएशन, (१९९८) ४ SCC १.
अजितसिंग (II) विरुद्ध पंजाब राज्य, (१९९९) ७ SCC २०९.
इंद्र सहानी (II) विरुद्ध भारतीय संघराज्य, (२०००) १ SCC १६८.
बिहार राज्य विरुद्ध बालमुकुंद साह, (२०००) ४ SCC ६४०
एम.जी. बडाप्पाननवार विरुद्ध कर्नाटक (२००१) २ SCC ६६६.
टी.एम.ए. पै फाऊंडेशन विरुद्ध कर्नाटक राज्य, (२००२) ८ SCC ४८१.
सौरभ चौधरी विरुद्ध भारतीय संघराज्य, (२००३) ११ SCC १४६.
इस्लामिक ॲकॅडमी ऑफ एज्युकेशन विरुद्ध कर्नाटक राज्य, (२००३) ६ SCC ६९७.
इ.व्ही. चिन्नय्या विरुद्ध आंध्र प्रदेश राज्य, (२००५) १ SCC ३९४.
पी.ए. इनामदार विरुद्ध महाराष्ट्र राज्य, (२००५) ६ SCC ५३७.

Please contact us at **Mehta Publishing House,** 1941, Madiwale Colony, Sadashiv Peth, Pune 411030.

© +91 020-24476924 / 24460313

Email : info@mehtapublishinghouse.com
production@mehtapublishinghouse.com
sales@mehtapublishinghouse.com

Website : www.mehtapublishinghouse.com